நான் செய்வதைச் செய்கிறேன்

நான் செய்வதைச் செய்கிறேன்

சீர்திருத்தம், சொல்லாட்சி, செயலுறுதி ஆகியன பற்றி

ரகுராம் ஜி. ராஜன்

தமிழில்
ச. வின்சென்ட்

நான் செய்வதைச் செய்கிறேன்
ரகுராம் ஜி. ராஜன்
தமிழில்: ச. வின்சென்ட்

முதல் பதிப்பு: டிசம்பர் 2018
எதிர் வெளியீடு,
96, நியூ ஸ்கீம் ரோடு, பொள்ளாச்சி - 642 002.
தொலைபேசி: 04259 - 226012, 99425 11302.

விலை: ரூ. 399

I do What I Do
Author: Raghuram G. Rajan

First published in Tamil by Ethir Veliyeedu

By arrangement with *HarperCollins Publishers* India Private Limited

© Raghuram G. Rajan, 2017

Translated by: S. Vincent

First Edition: December 2018

Published by
Ethir Veliyeedu, 96, New Scheme Road. Pollachi - 2.
email: ethirveliyedu@gmail.com
www.ethirveliyedu.in

Price: ₹ 399

Wrapper Design: Vijayan

ISBN : 978-93-87333-44-4

Layout : Publishing Next
Printed at Jothy Enterprises, Chennai.

All rights reserved. No part of this book may be reprinted or reproduced or utilised in any form or by any electronic, mechanical or other means, now known or hereafter invented, including photocopying and recording, or in any information storage or retrieval system, without permission in writing from the Publisher.

ரகுராம் ஜி. ராஜன் சிகாகோ பல்கலைக்கழகத்தில் நிதித்துறையில் பேராசிரியராகப் பணியாற்றிவருகிறார். 2013 முதல் 2016 வரை இந்திய ரிசர்வ் வங்கியின் ஆளுநராகவும், 2015 – 2016இல் Board of the Bank for International Settlements-இன் துணைத்தலைவராகவும் பணியாற்றினார். இவர் தலைமை பொருளாதார அதிகாரியாவும், ஆராய்ச்சித்துறை இயக்குனராகவும் பன்னாட்டுப் பண நிதிய வாரியத்தில் 2003 முதல் 2006 வரை பணியில் இருந்தார்.

Saving Capitalism from Capitalists என்ற புத்தகத்தை லூகி ஜிங்காலிஸ் உடன் சேர்ந்து எழுதினார். Fault Lines: How Hidden Fractures Still Threaten the World Economy என்ற அவரது புத்தகத்திற்கு Financial Times Goldman Sachs சிறந்த தொழில் பற்றிய புத்தகத்திற்கான பரிசு வழங்கியது. டாக்டர் ரகுராம் ராஜன் 2003ஆம் ஆண்டில் சிறந்த நிதி ஆராய்ச்சியாளர் 40 வயதுக்குட்பட்டோர் பிரிவில் Fisher Black Prize பெற்றார். Deutsche Bank Prize இன் நிதி பொருளாதார நிபுணருக்கான பரிசை 2013ஆம் ஆண்டு பெற்றார். Euromoney's இன் 2014க்கான மைய வங்கியாளர் விருது கிடைத்தது. 2016இல் Banker's Global Central Banker விருது பெற்றார்.

பொருளடக்கம்

முன்னுரை ... 11

பகுதி 1: ஆர்பிஜ நாட்கள்

இயல் 1: மேடையை அமைத்தல் ... 23
I. பதவி ஏற்றவுடன் அளித்த அறிக்கைகள் ... 24
II. ஆர்பிஐயின் நிதித்துறைக் கொள்கைகளின் ஐந்து தூண்கள் ... 37

இயல் 2: பருந்துகள், புறாக்கள் அல்லது ஆந்தைகள் ... 43
I. பணவீக்கத்தை எதிர்த்துப் போராட்டம் ... 46
II. தோசைப் பொருளாதாரம் ... 58
III. பணவீக்கத்திற்கு எதிரான போராட்டம்: நமது நிறுவனத்தினுடைய வளர்ச்சியினுடைய அளவுகோல் ... 61
IV. ஆதாரமில்லாத, கோட்பாடில்லாத விவாதம் ... 75

இயல் 3: வங்கித்துறையில் போட்டியை அதிகமாக்க ... 79
I. வங்கித்துறையில் போட்டி: வாய்ப்புகளும், அறைகூவல்களும் ... 80
II. இன்றைய இந்தியாவில் வங்கித்துறை: ஆர்வமூட்டுவது, லாபகரமானது, அறைகூவலுள்ளது ... 90

இயல் 4: சந்தைகளை விரிவுபடுத்தலும், ஆழப்படுத்தலும் ... 106
I. நமது கடன் சந்தைகளை வலிமைப்படுத்தல் ... 107

இயல் 5: நிதித்துறையில் அனைவரையும் உள்ளடக்குதல் — 120
I. தொழில் நுட்பம், நிறுவனங்கள், கொள்கைகள் — 120
II. நிதித்துறையில் அனைவரையும் உள்ளடக்குவதில் மாறிவரும் கருத்தியல் — 130

இயல் 6: இக்கட்டைத் தீர்த்தல் — 147
I. கடனைக் காப்பாற்றுதல் — 151
II. வங்கி அமைப்பில் அழுத்தத்தை நீக்குதல் — 166

இயல் 7: பொருளாதாரமும் பிற பிரச்சனைகளும் — 184
I. உண்மையாக இந்தியாவை வடிகட்டுதல் — 186
II. பேரினப் பொருளாதார அறிவுரை — 193
III. நிதியும் இந்தியாவில் வாய்ப்பும் — 195
IV. மக்களாட்சி, அனைவரையும் உட்படுத்தல், வளம் — 207
V. இந்தியாவில் தயாரியுங்கள், இந்தியாவிற்காகத் தயாரியுங்கள் — 221
VI. பொறுத்துப்போதலும் மரியாதையும்: பொருளாதார வளர்ச்சிக்கு அடிப்படைத் தேவைகள் — 233
VII. சொற்கள் முக்கியம்தான்: அதுபோல நோக்கமும் முக்கியம் — 244

இயல் 8: பன்னாட்டு ஆதாரங்கள் — 250
I. போட்டி பணச் செயலில் தளர்வு: மீண்டும் நேற்றைய நிலையா? — 251

இயல் 9: ஆர்பிஐ விவகாரங்கள் — 271
I. ஆர்பிஐயின் 80ஆம் ஆண்டு விழாக் குறிப்புகள் — 271
II. ஆர்பிஜ அலுவலர்க்கு ஆண்டு இறுதிக் கடிதம் — 275
III. நிதித்துறை சட்டச் சீர்திருத்தக் குழு அறிக்கை (FSLRC): என்ன எப்போது செய்ய வேண்டும்? — 286
IV. மைய வங்கியின் சுதந்திரம் — 295
V. ஆர்பிஜ பணியாளர்களுக்கு செய்தி — 305

பகுதி 2: புவிசார் நிதி நெருக்கடி

I. ரிஸ்க்குள்ள வர்த்தகம்: முதலீட்டு மேலாளருக்கு
ஒருபக்கம் சாய்ந்த ஊக்கிகள் புவிசார் நிதி ரிஸ்க்கைக் கூட்டும் 312
II. நிதிநிலைகள், சொத்து மேலாண்மை, அரசியல் ரிஸ்க்குகள்:
நமது காலத்தைப் புரிந்து கொள்ள முயற்சி செய்தல் 322
III. கடன் நெருக்கடியும் சுழற்சி ஏற்படாத ஒழுங்குமுறையும் 334
IV. பெரிய பின்னடைவு நிலையிலிருந்து பெறும்
உண்மைப் பாடங்கள் 345

பகுதி 3: அவ்வப்போது எழுதிய கட்டுரைகள்

I. முதலாளித்துவம் காலனியத்தோடு இயைந்து வருவதில்லை 363
II. கெட்டிக்காரத்தனமான தீர்வு: ஆனால், அது பயன் தருமா? 368
III. தடியெடுத்தவன் தண்டல்காரனா? 374
IV. வெறுக்கதக்கதா? நாற்றமடிப்பதா? 380
V. உதவியும் வளர்ச்சியும்: கொள்கைக்கான அறைகூவல் 385
VI. கடன் நிவாரணமும் வளர்ச்சியும் 392
VII. மீண்டும் அந்தப் பெரிய ஆட்டம் (Great Game) 398

கலைச்சொல் வரிசை 404
குறிப்புகள் 406

முன்னுரை

ரிசர்வ் வங்கியின் ஆளுநராகப் பொறுப்பேற்ற தொடக்கப் பணிக்காலத்தில் ஹார்பர் காலின்சின் கிரிஷன் சோப்ரா என்னை ஒரு நூல் எழுதுமாறு கேட்டார். நான் பல்வேறு தலைப்புகளில் எழுதிய கட்டுரைகள், ஆற்றிய உரைகளைத் தொகுத்துத்தருமாறு கேட்டார். எனக்கு வேலைப்பளு அதிகம் என்றும், நேரமே இல்லை என்றும் கூறினேன்.

எனினும் என்னுடைய பதவிக்காலம் முடியும்தருவாயில் நேரம் ஒரு தடையாக இருக்கமுடியாது என்பதை உணர்ந்தேன். நான் ஆர்பிஐயில் இருந்தபோது ஆற்றிய உரைகளில், முதலீட்டாளர்களின் நம்பிக்கையையும், பொதுமக்களின் ஆதரவையும் பெறும் நோக்கத்தோடு நாங்கள் மேற்கொண்ட சீர்திருத்தங்களையும், அவற்றிற்குப் பின்னிருந்த காரணிகளையும் விவரித்திருந்தேன். அந்த உரைகளை ஒரு நூலாகத் தொகுத்து, அதில் ஒவ்வொரு உரையையும் ஆற்றத்தூண்டியது பற்றிய விளக்கத்தோடு கொடுத்தால், மைய வங்கியில் பணியாற்றுவதன் உற்சாகத்தைப்பற்றிய ஓர் உணர்வை நாட்டின் இளைஞர்களுக்குத் தரமுடியும் என்று கருதினேன். பொருளாதாரம், நிதி ஆகிய துறைகளுக்கு ஒரு சிலரையாவது ஈர்க்கமுடியும் என்று நம்பினேன். ஏனென்றால், இந்தியாவில் இத்துறைகளில் சிறந்தவர்கள் அதிகம் தேவைப்படுகிறார்கள். மேலும், செய்யப்பட்டவற்றின் பின்னணியிலுள்ள மொத்தக் காரணங்களையும் விளக்கமுடியுமென்றால், நிறைவேற்றப்பட்ட சீர்திருத்தங்கள் மீண்டும் பின்தள்ளப்படுவதற்கான வாய்ப்புக் குறைவு. முழுமையாக நிறைவேற்றப்படாத சீர்திருத்தங்கள் முழுமையடைவதற்கான வாய்ப்புகள் அதிகம்.

எனக்கு அடுத்துப் பொறுப்பெடுத்துக்கொண்டவருடைய தொடக்ககால மக்கள் தொடர்பில் நான் குறுக்கிட விரும்பவில்லை. எனவே, ஓராண்டு இந்தியா பற்றி அமைதி காக்கத் தீர்மானித்தேன். இந்தப் புத்தகம் ஓராண்டு கடந்த பின்னரே வெளிவரும். மேலும், என்னுடைய உரைகள், செயல்களின் பின்னாலிருந்த காரணங்களை அவற்றிற்குத் தொடர்புடைய விமர்சனத்தின் வழியாக விளக்க முயன்றாலும், பொதுவாழ்வில் இருப்போருடன் என்னுடைய உரையாடல்களின் இரகசியத்தன்மைக்கு மரியாதை தந்திருக்கிறேன். நான் பன்னாட்டுப் பணநிதியத்தின் (IBI) தலைமைப்பொருளியல் அறிஞராக இருந்தபோதும், நான் ஆர்பிஐயில் சேர்வதற்கு முன்பும், சிகாகோவின் பூத் ஸ்கூல் ஆஃப் பிசினசில் பணியாற்றியபோதும் நான் எழுதிய கட்டுரைகளையும், ஆற்றிய உரைகளையும் இந்நூலில் இணைத்திருக்கிறேன்.

பொதுவாழ்க்கையில் நினைத்துப்பார்க்காதது நடக்கும் என்பதை இந்த நூலின் தலைப்பு எடுத்துக்காட்டுகிறது. பணக்கொள்கைக் கூட்டங்களுக்குப்பிறகு நடக்கும் பத்திரிகையாளர் மாநாட்டை நான் பெரிதும் ரசிப்பேன். ஏனென்றால், எனக்கு நிருபர்கள் பலரையும் தெரியும். ஒரு கூட்டம் நிறைவுறும் வேளையில், தெரிந்தமுகம் என்று நான் எலன் போலப் புறாவா அல்லது வால்கர் போலக் கழுகா என்று கேட்டது. (எலன் அமெரிக்கப் பொருளாதார அறிஞர். ஃபெடரல் ரிசர்வ் வங்கி ஆளுநரின் தலைமைப் பொறுப்பில் இருந்தவர். பணவீக்கத்தைவிட வேலையில்லாத் திண்டாட்டம்பற்றி அதிகக்கவனம் செலுத்தியதால் அவரைப் புறா என்று அழைத்தார்கள். பால் வால்கரும் அமெரிக்கப் பொருளாதார அறிஞர். ஃபெடரல் வங்கித் தலைமைப் பொறுப்பில் இருந்தவர். அமெரிக்காவின் பணவீக்கத்தைக் குறைத்தவர்). நிருபர் என்ன கேட்கிறார் என்பது எனக்குப் புரிந்தது. ஆனால், என்னை ஒரு சட்டகத்திற்குள் அடைக்கும் முயற்சியைத் தடுக்க விரும்பினேன். எனவே, நகைச்சுவையாக, ஜேம்ஸ் பாண்ட் பாணியில் சொன்னேன். “என்னுடைய பெயர் ரகுராம் ராஜன்...” பாதிவாக்கியத்திலேயே நான் எண்ணியதற்கு அதிகமாகவே பணக்கொள்கையை வெளியிடாமல் எப்படி வாக்கியத்தை முடிப்பது என்று தெரியவில்லை என்பதை உணர்ந்தேன். எனவே டிவி காமிராக்கள் என் பக்கம் முழுமையாகத் திரும்பியிருக்க, அரைகுறையாக, “நான் செய்வதைச் செய்கிறேன்” என்று முடித்தேன்.

ஏதோ ஒரு காரணத்தினால், அடுத்தநாள் நிதி பற்றிய செய்தித்தாள்களின் தலைப்புச்செய்தியாக அந்த வாக்கியம்

இடம்பெற்றது. எங்களது பணக்கொள்கை உள்பக்கங்களுக்குத் தள்ளப்பட்டுவிட்டது. சமூக ஊடகங்களில் வந்த விமர்சனம் வழக்கமாக எனக்கு ஆதரவாக இருக்கும் எனது மகளையும் சென்றடைய, அவர் தனது எதிர்மறையான எதிர்வினையை பெருவிரல் கீழேகாட்டும் படத்தை அடிக்கடி போட்டுக்காட்டினார்.

ஒருவகையில் தலைப்புச்செய்தி பொருத்தமானதுதான். என்மேல் நம்பிக்கைவைத்து, ரிசர்வ் வங்கியின் பொறுப்பை இரண்டு அரசுகள் தொடர்ந்து எனக்குத்தந்தன. என்னுடைய பதவிக்காலம் மூன்று ஆண்டுகள் என்று தெரிந்ததால், நான் மாற்றத்தை வேகமாகவே கொண்டுவர முயன்றேன். சுயநலவாதிகளின் வழக்கமான எதிர்ப்பு சிறிதுசிறிதாக அதிகரிக்கும். ஆனால், அதற்குள் தேவையான சீர்திருத்தங்களை ஆர்பிஐ நிறைவுசெய்துவிட முடியும். நிறைவு செய்தது.

நான் பொறுப்பேற்றபோது இந்திய ரூபாய் நெருக்கடி, உச்சகட்டத்தில் இருந்தது. இந்தியா மிக மோசமான நிலையிலுள்ள ஐந்து நாடுகளில் ஒன்றாகக் கருதப்பட்டது. எனவே எனது முதல்வேலை நிலைப்புத்தன்மைக்குக் கொண்டுவருவதுதான். ஆனால், தொடக்கத்திலிருந்தே, நிதித்துறைச் சீர்திருத்தங்கள் நிலைப்புத்தன்மையைக் கொண்டுவர உதவும் என்பதை அறிந்திருந்தேன். குறைந்த வருமானத்திலிருந்து நடுத்தர வருமானத்திற்கு மாறும் நிலைக்கு இந்தியா மாறும்போது, இந்தச் சீர்திருத்தங்களின் தேவை தெளிவாகத் தெரிந்தது. சீர்திருத்தங்கள் நடக்க வேண்டியவை. அவற்றை மீண்டும் பின்னோக்கிக் கொண்டுசெல்லலாம். எனவேதான் சீர்திருத்தங்களைப் புதுநிறுவன இயங்குமுறைகளுக்குள் கொண்டுசெல்வது முக்கியமாக இருந்தது. அதேசமயம் ஆர்பிஐ உள்ளும், வெளிப்பயனாளர்கள் மத்தியிலும் சீர்திருத்தங்களின் உண்மையைக் கொண்டுசெல்ல வேண்டும்.

இது ஓர் அணியாகச் செயல்படுவதற்கு இட்டுச்செல்கிறது. மேலாண்மையில் என்னுடைய முதல்வேலை அதுதான். நான் 17,000 பேரைக்கொண்ட ஒரு நிறுவனத்தின் தலைவராக ஆனேன். அதன் சொத்து 400 பில்லியன் டாலர்களுக்கு மேல். ஒரு பெரிய அமைப்பை எப்படி நிர்வகிப்பது? கண்டிப்பாக உதவியுடன்தான். மேலாண்மையில் ஒரே ஒரு முக்கியமான வேலை நல்ல துணைவர்களைத் தேர்ந்தெடுப்பது என்பதை, நான் அறிந்திருக்கிறேன். எனக்கு நல்ல உதவியாளர்கள் கிடைத்தார்கள். (அவர்களுடைய ஆலோசனையுடன்) முழுமையான ஒரு

நிகழ்வுத்திட்டத்தை வகுப்பது, அரசாங்கத்தின் சம்மதத்தைப் பெறுவது, நுணுக்கமான விவரங்களை நிரப்ப என்னுடன் பணியாற்றுவோரின் வளமான அனுபவத்தை வெளியில் கொண்டுவருவது, தவறான வழிகளைத் தடுப்பது, தேவையான இடங்களில் காலக்கெடுவிற்குள் வேலையை முடிக்க விரட்டி வேலைவாங்குவது, பொதுமக்கள் உட்பட்ட பயனாளிகளோடு, தொடர்புகொண்டு செயல்படுவது ஆகியவை எனது பணி.

நாங்கள் சீர்திருத்தங்களைக் கள்ளத்தனமாகச் செய்யவில்லை. எங்களுடைய செயல்களின் முழுமையான தாக்கம் முதலில் வெளியில் தெரியாது. எனவே எதிர்ப்பு உண்டாவது எளிதானதாக இல்லை. ஆனால், நாங்கள் செய்ய முற்பட்டதின் பயணத்திட்டம், ஆர்பிஐ நியமித்த பல குழுக்களால் தரப்பட்டு, பொதுச்சொற்பொழிவுகளாய் விளம்பரப்படுத்தப்பட்டு, அதன்பிறகு பயனாளிகளோடு விவாதித்தபிறகு, நடைமுறைப்படுத்தப்பட்டது. அவர்களிடமிருந்து வரும் மாற்றுத்திட்டங்களுக்கு நாங்கள் எப்போதும் ஆயத்தமாக இருந்தோம். ஆனால், அப்படித் தரப்படும் யோசனை எதுவும் ஏற்கப்படுவதற்கு முன்னாள் என்னுடைய பொருளாதார, நிதி அறிவின் சோதனைக்கு உட்பட வேண்டும். அறிவார்ந்த மையவணிக வங்கி நடைமுறைக்கு உட்படுத்தும் எனது உடன் பணியாற்றுவோரின் சோதனைகளைச் சந்திக்கவேண்டும். பெரும்பாலும் பயனற்ற யோசனைகளை வடிகட்டி நிறுத்திவிட இந்த இரட்டைச்சோதனை உதவியது.

எங்களுடைய சீர்திருத்தங்கள், சரியான விதிகள் இருப்பதையும், முன்னறிவிக்கக்கூடிய வகையில் வெளிப்படையாக அவற்றை நடைமுறைப்படுத்த உறுதி செய்வதற்காக, சந்தைகளின் பங்கைக்கூட்டி, போட்டியை அதிகரிக்கும் தேவையால் வழிநடத்தப்பட்டன. அமைப்பு தன்னைச் சரிசெய்து கொள்ளுமாறு, இது அனைத்தையும் அளவுடனும், நிதானத்துடனும் செய்யவுமான தேவையாலும் வழிநடத்தப்பட்டன. பணவீக்கத்தை மேலாண்மை செய்வதுமுதல் வாராக்கடன்கள் பிரச்சினையைத் தீர்ப்பது வரையிலான சிக்கல்களை இவ்வாறுதான் நாங்கள் கையாண்டோம். இதுபற்றி நான் பின்னர் விளக்குவேன். முன்னறிவிக்கவும், நிலைத்து நிற்கவும் கூடியதாக இருக்குமாறு செயல்முறைகளை நிறுவனமாக ஆக்குவதே எங்களது முயற்சி. இந்தியா ஓர் எளிய மத்திய வருமான நாடாக வளர்ந்து வருகிறது. மத்தியிலிருந்து கட்டுப்படுத்த முடியாததாகவும், சிக்கலானதாகவும், பலவகைப்பட்டதாகவும் இருக்கிறது. எனவே அரசு பொருளாதாரத்தைக் கட்டளையிடும்

உயரத்திலிருந்து பின்வாங்கி, பொதுத்தேவைகளையும், நிர்வகிக்கும் சட்டத்தையும் மட்டும் வைத்துக்கொள்ள வேண்டும். பொருளாதார செயல்பாட்டைப் பொதுமக்களிடம் விட்டுவிட வேண்டும். இந்தியா வேகமாக நிரந்தரமாக சமமான வழியில் முன்னேற வேண்டுமென்றால், அதன் மொத்த ஆற்றலையும் பயன்படுத்த அடுத்துவரும் ஆண்டுகளில் இதுபோன்ற சீர்திருத்தங்கள் பல தேவைப்படும்.

என்னுடைய உரைகள் நிலைப்படுத்துதல், சீர்திருத்த செயல்முறையின் இன்றியமையாத பகுதிகளாகவே இருந்தன. குறிப்பிட்ட விதிகள் வகுக்கப்பட்டிருக்கும்போது, என்னுடைய உரைகள் முதலீட்டாளர்களுக்கும், பொதுமக்களுக்கும் மாற்றத்தின் காரணத்தை விளக்குவதற்கு என்னை அனுமதித்தது. சீர்திருத்தத்தின் கட்டமைப்புகளை உருவாக்கவும், விவாதத்திலும் கருத்தமைவு உள்ள தலைவர்களை ஈர்க்கவும் உதவின. நாங்கள் செய்யமுனைவதை விவரித்து திரும்பத்திரும்பச் சொல்வதன் கூடுதல் மதிப்பு பயன்பாட்டுக்கு வருவதற்கு முன்னரே, அறிவிக்கும் நேரத்தில் சந்தையிடமிருந்து சீர்திருத்தத்திற்கான மதிப்பை ஆர்பிஐக்குப் பெற்றுத்தரச் செய்தது. சந்தைகள் மீண்டும் நிலையற்ற தன்மையை அடைந்தால், இது முக்கியமானதாக இருக்கும்போதும், பல உரைகள் பொதுமக்களுக்கு இதன் அடிப்படையிலான நிதியையும் பொருளாதாரத்தையும் கற்றுத்தர முயன்றன. யாராவது இன்னும் அதிகமாகத் தெரிந்துகொள்ள இந்த உரை தூண்டுமானால், நிதி, பொருளாதார அடிப்படை அறிவைப் பரப்ப இன்னுமொருபடியாக அது இருக்கும். ஒவ்வொரு ஆசிரியரும் எதிர்பார்க்கின்ற தேசியமேடை ஒன்று எனக்குக் கிடைத்தது, அதனை நான் பயனுள்ள வகையிலும், பொறுப்புடனும் பயன்படுத்த முயன்றேன்.

என்னுடைய உரைகளை ஆர்பிஐயின் இன்னொரு பணியை நிறைவு செய்யவும் பயன்படுத்தினேன். நாட்டின் பேரளவுப் பொருளாதார ஆபத்தைச் சமாளிப்பதே அது. இந்த நோக்கம் சர்ச்சைக்குரிய பேச்சுகளில் முடிந்தது எனப் பின்னர் பார்ப்போம். இது ஒருவேளை மத்திய வங்கி, முறைப்படுத்தல் ஆகியவற்றை வழக்கமான பகுதிகளுக்கு வெளியே நான் பேசியதாக இருக்கலாம். என்னுடைய எச்சரிக்கைகள் பல அரசுக்கு அறைகூவல்களாகப் பார்க்கப்பட்டதாலும் இருக்கலாம். எனினும், நாட்டின் பெருநிலைப் பொருளாதாரத்தை மேலாண்மை செய்யும் முதன்மைத்

தொழில்நுட்பக்காரரான ஆளுநரின் பொறுப்பின் ஒரு பகுதியாக என்னுடைய உரைகளை நான் பார்த்தேன்.

நான் ஒரு கல்வியாளனாக இருப்பதால், என்னுடைய உரைகளை நானே எழுதினேன். என்னுடைய மனைவி ராதிகா என்னுடைய பேச்சுகளின் படிகளைச் சிரத்தையுடன் பார்த்து, ஆக்கப்பூர்வமான விமர்சனங்களைத் தருவார். அடுத்து, ஆர்பிஐயில் அந்தத்துறையின் வல்லுநரை பிழைகள் இருக்கின்றனவா என்று சரிபார்க்கச் செய்வேன். பிறகு, என்னுடைய திறமையான உதவியாளரை வாசிக்கச் செய்வேன். (முதலில் நம்பிக்கைக்குரிய விவேக் அகர்வால், பிறகு வைபவ் சதுர்வேதி). இறுதியில் எங்கள் செய்தித்தொடர்புக்கான முதன்மை பொதுமேலாளர் அல்பனா கில்லிவாலா அரசியல் சர்ச்சைக்குரியது எதுவும் இருக்கிறதா என்று பார்த்தபிறகு, நான் இறுதிமாற்றங்கள் செய்து உரைநிகழ்த்துவேன்.

பத்திரிகைகளின் கவனம், பத்திரிகையாளர் தடைசெய்யப்பட்ட இடங்களில்கூட செய்திகள் சேகரிப்பதில் தீவிரமாக இருந்தது. அங்குள்ள யாராவது ஒருவர் பத்திரிகைகாரர்களோடு பேசுவார். அல்லது சமூக ஊடகங்களில் பதிவிடுவார். முதலில் எல்லாம் நான் பணக்கொள்கை வருங்காலத்தில் எந்தத் திசையில் செல்லும் என்பது பற்றித் துணுக்குகள் தருவேன் என்பதில் பத்திரிகை கவனம் இருந்திருக்கலாம். ஆனால், பணக்கொள்கைக் கூட்டங்களைத்தவிர, வேறெங்கும் புதிய கொள்கைகளைப் பற்றிப் பேசமாட்டேன் என்று அவர்கள் புரிந்துகொண்டார்கள். எனினும் அவர்கள் எனது கூட்டங்களுக்கு வந்தார்கள். என்னுடைய உரை ஆர்வம் ஊட்டுவதாக இருப்பதால், அவர்கள் வந்தார்கள் என்று நம்பிக்கொள்ள விரும்புகிறேன். எப்படி இருப்பினும் பத்திரிகைகளின் கவனம் இரட்டைக்கூர்மையுள்ள வாள் போன்றது. ஆர்பிஐயின் செய்திகளைத் தெரிவிக்க அது எனக்கு உதவியது. அதேசமயத்தில் தவறாகப் புரிந்துகொள்ளப்பட்ட ஒரு பேச்சு, அல்லது தவறாகப் பொருள் கொள்ளப்பட்ட செய்தி தலைப்புச் செய்தியாகி உரசல்களை ஏற்படுத்தியிருக்கும். பொதுமக்களோடு தொடர்புகொள்வதில் தவிர்க்கமுடியாத ஒரு குறை என்று இதனைப் பார்த்தேன். ஆனால், தவறாகப் பொருள்கொள்ளுதல் தற்செயலானதா அல்லது வேண்டுமென்றே செய்யப்பட்டதா என்று என்னை நானே சிலவேளை கேட்டுக்கொள்வேன்.

ஆளுநரின் பணி இந்தியப்பொருளியல் அறிஞர் யாரும் ஆசைப்படக்கூடிய மனநிறைவு அளிக்கக்கூடிய ஒன்று. நான்

களைத்துப்போய் வீடு திரும்பிய நாட்கள் பல. ஆனால், நாம் ஒரு மாற்றத்தை ஏற்படுத்திவிட்டோம் என்ற மகிழ்ச்சி இருக்கும். பொது நிர்வாகத்தில் இப்படிச் சொல்லக்கூடிய பணிகள் மிகக்குறைவே. பிற அமைப்புகளுடைய உடன்பாடு தேவை என்ற நெருக்கடி இருக்கும். அமைப்புகளுக்கு இடையேயுள்ள போட்டிகள் முன்னே செல்லவிடமாட்டா. ஆர்பிஐ-இல் பலவிசயங்களின் முடிவு எங்களுடையது, எங்களுடையது மட்டுமே. எனவே முன்னேற்றம் சாத்தியமானது, தொடர்ந்தும் நடக்கக் கூடியவைகளாக அந்தப்பணி எப்போதும் எனது மனதில் ஒரு பாரமாகவே இருக்கும். ஏனெனில் சாத்தியக்கூறுகள் முடிவற்று இருந்ததால், இன்னும் என்ன செய்யலாம் என்று நான் என்னைக் கேட்டுக்கொண்டே இருக்கவேண்டியிருந்தது. கொள்கைப் பொருளியல் அறிஞர் ஒருவரை ஆளுநர் வேலையில் அமர்த்துவது, ஒரு குழந்தையை மிட்டாய்க் கடைக்குள் சுதந்திரமாக விடுவது போலத்தான்.

இப்படிச் சொல்வதால் இந்தப்பணி எப்போதுமே எளிதாகவும், மகிழ்வடையக் கூடியதாகவும் இருந்தது என்று எடுத்துக்கொள்ளக் கூடாது. அரசியல் தலைமையோடு நல்ல புரிந்துணர்வு எனக்கு இருந்தது. முதலில் பிரதமர் டாக்டர் மன்மோகன் சிங்குடனும், நிதியமைச்சர் சிதம்பரத்துடனும் நட்புறவோடு அடிக்கடி சந்திப்பது, பிறகு அரசு மாறியவுடன், பிரதமர் நரேந்திர மோடியுடனும், நிதியமைச்சர் ஜெட்லியுடனும் சந்திப்பு ஆகியவை சிறப்பாகவே இருந்தன. சில அரசு மேலதிகாரிகளுடன் வேலைசெய்வது இனிமையாகவே இருந்தது. எனது பணியில் எனக்குப் பிடிக்காதது, சில அதிகாரிகள் தங்களது அதிகாரத்தை விரிவுபடுத்த ரிசர்வ் வங்கியின் வேலையில் குறுக்கிடுவது. ஆளுநராக எனது கடைசிப்பேச்சில் (பின்னர் பார்க்க), பயனற்ற உரசல்களை எப்படிக் குறைப்பது என்பதற்கான எனது ஆலோசனைகளை அரசுக்குக் கொடுத்துள்ளேன்.

எந்தப் பொதுப்பணிக்கும் தேவையற்ற போராட்டமே இருக்கும். நியாயமற்ற குற்றச்சாட்டும் இருக்கும். குற்றச்சாட்டு, பாராட்டைவிட அதிகமிருக்கிறது என்று எண்ணுவது மனித இயற்கை. ஆனால், அதுதான் உங்களுடைய செய்தியைக் கூர்மையாக்க உதவக்கூடியது. எனது இந்தச் சொற்பொழிவுகளில் காணப்படும் பெரும்பாலான விசயங்கள் விமர்சனம் செய்வோர்களுக்கு மறைமுகமான எதிர்வினையாக இருக்கும். முழுவிபரமும் அவர்களிடம் ஏன் இல்லை என்பதை விளக்குவதாக இருக்கும். விமர்சனத்திற்கு விடையாக நான் ஆற்றிய விளக்க உரைகள் வழியாக மக்களது

புரிதலை அதிகமாக்க உதவியது. அந்த அளவில் அது ஒரு வெள்ளிக்கீற்று. ஆனால், இந்தப் பணி எனக்குத்தரும் தனிப்பட்ட மனநிறைவின் வழியாக எனக்குக் கிடைத்த பரிசிலும் மேலாக, எனக்கு வேறுவழிகளிலும், இனிமையான அளவிற்கு நான் நிறைவு பெறுகிறேன். பொருளியலையும், நிதியையும் படிக்க உட்தூண்டல் பெற்றதாக என்னிடம் கூறும் மாணவர்கள், விமானங்களில் என்னுடைய பணிக்காக எனக்கு நன்றி சொல்லும் முகம் தெரியாத பயணிகள், நான் வெளிநாடு போகும்போது எப்போது திரும்பவும் பணியாற்ற நாட்டுக்கே திரும்புவேன் என்று கேட்கும் நுழைவுச்சீட்டில் முத்திரைகுத்தும் பாதுகாப்பு அலுவலர் இவர்கள் அனைவருமே என்னை மகிழ்ச்சியில் ஆழ்த்துகிறார்கள்.

நான் ஏற்கனவே குறிப்பிட்டதுபோல, இது 'அனைத்தையும் சொல்வது' இல்லை. இந்த முன்னுரையை முடிக்கும் முன்னர், இன்னொரு பிரச்சினை இருக்கிறது. அதுபற்றிப் பலர் கேள்வி எழுப்பியிருக்கிறார்கள். என்னுடைய மவுனக்காலம் முடியும் வரையில் நான் அதற்கு விடையளிக்க உறுதியாக மறுத்து வந்திருக்கிறேன். அதுதான் நவம்பர் 2016இல் அறிவிக்கப்பட்ட பணமதிப்பிழக்கச் செய்தல். நாடாளுமன்றக் குழுக்களால் திரும்பத்திரும்பக் கேட்கப்படும் கேள்விகளில், இந்தப் பணமதிப்பிழக்கச் செய்வதுபற்றி எனக்கு எப்போது தெரியவந்தது, அதுபற்றி என்னுடைய கருத்து என்ன என்பவை அடங்கும். அச்சு ஊடகம், அரசுச் செய்திமூலங்களை மேற்கோள்காட்டி, (பணமதிப்பிழப்பு செயல்முறையின் தொடக்க காலங்களில்) நான் அதற்கு எதிராக இருந்தேன் என்றும், (அண்மைக்கால அறிக்கைகளில்) நான் அதற்கு ஒத்துக்கொண்டேன் என்றும் பலவாறாக அறிவிக்கப்பட்டன.

பண மதிப்பிழப்பு விசயத்தில் என்னுடைய பொதுவிமர்சனம் 2014 ஆகஸ்டில், லலித்தோஷி நினைவுச் சொற்பொழிவின்போது ஒரு கேள்விக்கு விடையளித்ததில் இருந்தது (பின்னர் பார்க்கவும்). அந்தக் காலகட்டத்தில் இந்த விசயம் அரசாங்கத்தில் முன்வைக்கப்படவில்லை. இந்துஸ்தான் டைம்ஸ் சொன்னதுபோல,

> ஆகஸ்டில், லலித் தோஷி நினைவுச் சொற்பொழிவின்போது, ராஜன் கூறினார், "பழைய ரூபாய் நோட்டுகளை மதிப்பிழக்கச் செய்து, புதிய ரூபாய்த் தாள்களை அவற்றிற்குப் பதிலாகக் கொண்டுவருவதைச் சொல்லவருகிறீர்களா என்பது எனக்கு உறுதியாகத் தெரியவில்லை. முந்தைய நாட்களில்

பணமதிப்பிழக்கச் செய்வது கறுப்புப் பணத்தை வெளியில் கொண்டுவரும் வழியாகக் கருதப்பட்டது. அப்போது மக்கள் வெளியில் வந்து, 10 கோடி ரூபாய் ரொக்கம் தன்னுடைய நிலவறையில் எப்படி வந்தது, எங்கிருந்து அந்தப் பணம் வந்தது என்று விளக்கவேண்டியிருக்கும். இதனை ஒரு தீர்வாகச் சொல்வது உண்டு. துரதிர்ஷ்டவசமாக கெட்டிக்காரர்கள் அதிலிருந்து தப்பிவரும் வழியைக் கண்டுபிடிக்கிறார்கள்."

ராஜன் "கறுப்புப் பணத்தை மறைத்துவைப்பவர்கள் அவற்றைச் சிறுசிறு பகுதிகளாக மறைக்கும் வழிகளைக் கண்டுபிடித்துவிடுகிறார்கள். கறுப்புப் பணத்தை வெள்ளையாக்க வழிதெரியாதவர்கள், கோயில் உண்டியல்களில் போட்டுவிடுகிறார்கள். பணமதிப்பிழப்பிலிருந்து தப்ப வழிகள் இருக்கின்றன என்று நான் நினைக்கிறேன். கறுப்புப் பணத்தை வெளியில் கொண்டுவருவது எளிதல்ல" என்றார்.

கணக்கில் வராத பணத்தின் பெரும்பகுதி தங்கமாக இருக்கிறது. அதனைப் பிடிப்பது இன்னும் கடினம், என்கிறார் ராஜன். கறுப்புப் பணத்தைக் கொண்டுவர அவர் ஊக்கிகள் தருவதில் கவனம் செலுத்தப் போவதாகக் கூறுகிறார். மேலும் வரிகளின்மேல் ஊக்கத்தொகைகள் நிறைய இருக்கின்றன என்றும், இப்போது நாட்டிலுள்ள வட்டிவீதம் சரியானது என்றும் கூறினார்.

எனக்கென்று உள்ள நிலைப்பாடுகள் பலவாக நாடாளுமன்றத்தில் உட்பட எடுத்துக்காட்டப்படும்போது நான் விளக்கமளிக்கவில்லை. 2016 பிப்ரவரியில் பணமதிப்பிழப்பு பற்றிய என்னுடைய கருத்தை அரசாங்கம் கேட்டது. நான் வாய்மொழியாகத் தந்தேன். நீண்ட நாள் பயன்கள் இருக்கக்கூடும் என்றாலும், குறுகியகாலப் பொருளாதார இழப்புகள், அவற்றை மிஞ்சிவிடும் என்று நான் கருதினேன். மேலும் முதன்மையான இலக்குகளை அடைய வேறு நல்ல மாற்றுவழிகள் இருக்கின்றன என்றும் உணர்ந்தேன். இந்தக் கருத்துகளை உறுதியாக சொற்களில் தெளிவாகச் சொன்னேன். அப்போது இதுபற்றி ஒரு குறிப்பைத் தயாரிக்குமாறு என்னிடம் கூறினார்கள். ஆர்பிஐ தயாரித்து அரசிடம் கொடுத்தது. பணமதிப்பிழப்பினால் வரக்கூடிய நன்மைகள், இழப்புகளைப்பற்றி அது கோடிட்டுக் காட்டிற்று. அதேசமயம் அதே இலக்குகளை அடைய இருக்கும் மாற்றுவழிகளையும் குறிப்பிட்டது. நன்மைகள்- இழப்புகளை ஆராய்ந்தபிறகு பணமதிப்பிழத்தலை

நடைமுறைப்படுத்த விரும்பினர். அக்குறிப்பு அதற்குத் தேவையான முன்னேற்பாடுகளையும் தயாரிப்புக்குத் தேவையான காலத்தையும் குறிப்பிட்டிருந்தது. தயாரிப்பு போதுமானதாக இல்லாவிட்டால் என்ன நடக்கும் என்பதையும் ஆர்பிஐ எச்சரித்தது.

இவ்விவகாரங்களை ஆராய அரசு ஒரு குழுவை நியமித்தது. ரூபாய் நோட்டுக்குப் பொறுப்பான துணைஆளுநர் இக்கூட்டங்களில் கலந்துகொண்டார். என்னுடைய காலத்தில் எந்தச் சமயத்திலும் ஆர்பிஐ - பணமதிப்பிழத்தல் பற்றி முடிவு எடுக்குமாறு கேட்டுக்கொள்ளப்படவில்லை.

இவ்வளவுபோதும். என்னுடைய முன்னுரையை நன்றியோடு முடிக்கிறேன். எங்கள் குடும்பம் வாழ்நாள் முழுவதும் எனக்கு ஆதரவாக இருந்து வந்திருப்பது போலவே, மும்மடங்கு என்னுடைய மனைவி எப்போதும் ஆதரவாக இருந்தார். எனக்குத் தேவையான யோசனை கொடுத்து, நான் உறுதியாக நிற்க அவரை நான் முழுவதுமாக நம்பமுடியும். விடுமுறைகளின்போது எப்போதாவது வீட்டிற்கு வரும் என்னுடைய குழந்தைகள் தங்களது பெற்றோர் உடன் இல்லாததைப் பொறுத்துக்கொண்டு அலுவலகத்தில் ஆளுநராக இருந்து, வீட்டிற்கு வரும்போது சாதாரண நிலையை நான் அடைய உதவினார்கள். எப்போதும்போலவே என்னுடைய பெற்றோரும் என்னுடைய மாமனார், மாமியாரும், நிபந்தனையற்ற ஆதரவின் ஊற்றாக இருந்தார்கள். ஆர்பிஐயில் என்னோடு அயராது உழைத்த என்னுடைய குடும்பத்தை அவர்கள் மத்தியில் அன்போடு ஏற்றுக்கொண்ட என்னுடன் பணியாற்றியவர்களுக்கு நான் நன்றிக்கடன்பட்டிருக்கிறேன். இறுதியாக ஹார்பர் காலின்சின் கிருஷன் சோப்ராவிற்கு எனது நன்றி. அவருடைய தொடர்முயற்சி இல்லாவிட்டால், இந்நூல் வெளிச்சத்தைப் பார்த்திருக்க முடியாது. கவனமாகத் தொகுத்த சித்தேஷ் இனாம்தாருக்கும், தட்டச்சு செய்த ராஜேந்தர் கஞ்சுவுக்கும் எனது நன்றி.

பகுதி 1
ஆர்பிஐ நாட்கள்

இயல் 1
மேடையை அமைத்தல்

I

இந்திய ரிசர்வ் வங்கியின் 23ஆம் ஆளுநராக 2013 செப்டம்பர் 4இல் பொறுப்பேற்றேன். ஆகஸ்டிலிருந்து ரூபாயின் மதிப்பு குறைந்து போய்க்கொண்டிருந்தது. பணவீக்கமும் நடப்பு கணக்குப்பற்றாக்குறையும் அதிகமாக இருந்தன. திரு.பிரனாப் முகர்ஜி இந்தியாவின் குடியரசுத் தலைவராக ஆனபிறகு 2012இல் நிதியமைச்சராகக் கொண்டுவரப்பட்ட திரு.சிதம்பரம் நிதிப்பற்றாக்குறையைக் கட்டுப்படுத்த முயன்றாலும், அது இன்னும் அதிகமாகவே இருந்தது. 2014 மே மாதம் தேர்தல் வரவிருந்தது. தொங்கு நாடாளுமன்றம் வர சாத்தியம் இருந்ததால், முதலீட்டாளர்கள் தயங்கினார்கள். ஃபெடரல் வங்கித் தலைவர் பென் பர்னான்கி 2013 மே மாதம் ஃபெட் தனது பணக்கொள்கையைச் சீர்படுத்தும் செயல்முறையைத் தொடங்கலாம் என்று குறிப்பால் சொன்னதைத் தொடர்ந்து சந்தை நிலையற்ற தன்மையை அடைந்தபோது அவர்கள் இந்தியாவை மோசமான ஐந்துநாடுகளில் ஒன்றாக அடையாளப்படுத்துவதில் வேகமாகச் செயல்பட்டார்கள். நார்த் பிளாக்கில் இப்படிப்பட்ட சரிவுப் பேச்சுகளை அனுமதித்தாலும், ரூபாயின் மதிப்பு சரியாமல் நிலையாக இருப்பதற்கான படிப்படியான முயற்சிகளைப் பார்த்திருந்தாலும், நான் அதை எதிர்கொள்ள முழுமூச்சுடன் இறங்கவேண்டிய காலம் வந்துவிட்டது என்று நினைத்தேன். நாடாளுமன்றம் செயல்படாமலிருக்கச் செய்யப்பட்டாலும், ஆர்பிஐ போன்ற வலிமையான நிறுவனங்கள் சீர்திருத்தங்களைக் கொண்டுவர இருக்கின்றன என்ற செய்தியை அனுப்பவிரும்பினேன். எனவே, பன்னாட்டு முதலீட்டாளர்கள் இந்தியாவைக் கைகழுவிவிடக்கூடாது என்பதைத் தெரிவிக்க விரும்பினேன்.

எனக்கு முன்னாலிருந்த ஆளுநர் சுப்பாராவ் 2013 ஆகஸ்ட் முழுவதும் ஆர்பிஐயில் செலவிடவும், என்னுடைய வருங்கால உடன் பணியாளர்களோடு பேசி, சீர்திருத்த நடவடிக்கைகளுக்கான கருத்துகளைச்

சேகரிக்கவும் என்னை அனுமதித்தார். ரிசர்வ் வங்கியின் தாழ்வாரங்களில் நிறைய கருத்துகள் உலவிவந்தன. ஆர்பிஐ பழமைத்தனம் வாய்ந்தது என்ற பெயரை அது மாற்றிவிட்டது. தேவையானபோது நிதி அமைச்சகத்திலுள்ள என்னுடைய உடன் பணியாளர்களுடன் இவை விவாதிக்கப்பட்டன. நான் நான்கு செய்திகளைச் சொல்லவிரும்பினேன். முதலாவது, என்ன செய்யப்பட வேண்டுமென்று ஆர்பிஐ-க்குத் தெரியும் என்ற நம்பிக்கையான வெளித்தோற்றத்தை மக்களுக்கும், முதலீட்டாளர்களுக்கும் காட்டவேண்டும். இரண்டாவதாக, என்னுடைய நண்பர் மெக்சிகன் மையவங்கி ஆளுநர் அகஸ்டின் கார்ஸ்டன்ஸ், சிறந்த வழி ரூபாயின் மதிப்பை நிலையாக்குவதுதான் என்று சொன்ன ஆலோசனையின்படி, பணவீக்கத்தைக் குறைக்க எங்கள் ஈடுபாட்டை வலியுறுத்திச்சொல்வோம். மூன்றாவதாக, தேவை எழுகின்றபோது ஆர்பிஐ துணிவாகவும் தொலைநோக்குடனும் செயல்படும் என்பதைக் கோடிட்டுக்காட்டுவோம். இதற்குச் சான்றாக நாங்கள் அறிவித்த பல நடவடிக்கைகளையும், 'நோட்டுக் கிளர்ச்சிக்கு' அப்பால் பார்க்கக்கூடிய திறனையும், எடுத்துக்காட்டாக, ரூபாயை பன்னாட்டுத் தன்மையுடையதாக ஆக்கும் முயற்சியையும் சொல்வோம்.

இவ்வாறு இப்போதைய சிக்கல்களைப் பார்ப்பது, நடப்பு பணமதிப்பின் நிலையற்ற தன்மையைப்பற்றி நாங்கள் அதிகமாகக் கவலைப்படவில்லை என்பதையும் காட்டும், இறுதியாக, வெளிப்படைத் தன்மையையும், அடுத்து நடக்கப் போவதை முன்னறிவித்தல் பற்றியும் சில தரநிலைகளை அமைக்கவிரும்பினேன். வெளிப்படைத்தன்மை தெளிவான செய்திப் பரிமாற்றத்தால் நடைபெறும். வரப்போவதைச் சொல்வது என்பது ஆர்பிஐ என்ன செய்ய முனைகிறது என்பதை விரிவாக எடுத்துரைத்தால் சாத்தியமாகும். அப்போதே அவற்றை விடாது செயல்படுத்தமுடியும்.

நான் தேசியத் தொலைக்காட்சியில் வாசித்த முதல் அறிக்கையை இங்கே பெரும்பாலும் முழுமையாகவே தருகிறேன். விரிவான நடவடிக்கைகள் சிலவற்றை மட்டும் விட்டுவிட்டிருக்கிறேன்.

பதவி ஏற்றவுடன் அளித்த அறிக்கைகள்
4 செப்டம்பர் 2013

மாலை வணக்கம். நான் இந்திய ரிசர்வ் வங்கியின் 23ஆம் ஆளுநராக இன்று பிற்பகல் பொறுப்பேற்றுக்கொண்டேன். இது எளிதான காலமில்லை. பொருளாதாரம் பல அறைகூவல்களைச்

சந்தித்துக்கொண்டிருக்கிறது. அதேசமயம் பிரகாசமுள்ள வருங்காலமுள்ள அடிப்படையில் நிலையான பொருளாதாரத்தைக் கொண்டது இந்தியா. இன்று நமது பணி, உலக நிதிச்சந்தைகளினால் ஏற்பட்டிருக்கும் புயல் அசைவுகளுக்கும்மேல் வருங்காலத்திற்கு ஒரு பாலம் கட்டுவதுதான். அதில் நாம் வெற்றிபெறுவோம் என்பதில் எனக்கு முழுநம்பிக்கை இருக்கிறது. நாம் எடுக்கும் முதல் நடவடிக்கையைப் பற்றியும், உறுதியான செயல்கள் பற்றியும், நாங்கள் உருவாக்கப்போகும் திட்டங்களின் அடிப்படையில் செயல்பாடுகளை எடுக்கும் நோக்கங்கள் பற்றியும் இன்று நான் பேசப்போகிறேன்.

குறிப்பிட்ட விபரங்களுக்குப் போவதற்கு முன்னர், எனக்குப் பதவி அளிக்கப்பட்ட அன்று நான் சொன்னதைத் திரும்பச் சொல்கிறேன். நேர்மை, சார்பின்மை, தொழில்தன்மைகொண்ட மரபுடைய பெரிய நிறுவனம் ரிசர்வ் வங்கி. கடினமான வேளைகளில் வங்கியை வழிநடத்திச் சென்ற டாக்டர் சுப்பாராவைப் பாராட்டுகிறேன். அவர் தொடங்கிய முக்கியமான முதல் முயற்சிகளில் பலவற்றை முன்னெடுத்துச் செல்ல ஆர்பிஐயில் தங்களை அர்ப்பணம் செய்துகொண்ட பல பணியாளர்களோடு உழைப்பதை நான் ஆவலுடன் எதிர்பார்க்கிறேன். என்னை வரவேற்பதில் ஆர்பிஐ பணியாளர்கள் காட்டிய அன்பைக்கண்டு நான் நெகிழ்ந்து போனேன்.

நம்முடைய பணியின் அடித்தளமாக இருக்கும் ஆர்பிஐயின் மரபுகளோடு, இன்றைய நாட்களில் முக்கியமாக இருக்கும் வேறு இரண்டு மரபுகளையும் சேர்த்து வலியுறுத்த விரும்புகிறேன். அவை வெளிப்படைத் தன்மையும் வருமுன்னுரைத்தலும். நிதிச்சந்தைகள் நிலையற்று இருக்கும் நாட்களில், வரவிருக்கும் தேர்தல்களினால் இருக்கும் அரசியல் உறுதியின்மையில், இந்திய ரிசர்வ் வங்கி அதன் நோக்கங்களில் நிலைப்புத்தன்மையின் கலங்கரை விளக்காக அமையவேண்டும். நமது செயல்களால் சந்தைகளை எப்போதுமே ஆச்சரியப்படுத்துவது இல்லை என்று சொல்லவரவில்லை. மைய வங்கி "எப்போதுமே இல்லை" என்று ஒருபோதும் சொல்லக்கூடாது. ஆனால், நாம் முன்னேறிக்கொண்டிருக்கிறோம் என்பதற்குத் தெளிவான சந்தையைப் பொதுமக்கள் தெரிந்திருக்க வேண்டும். அந்தச் சட்டத்திற்கு முன் நமது கொள்கைச் செயல்பாடுகள் எப்படி பொருந்துகின்றன என்பதை அவர்கள் புரிந்துகொள்ள வேண்டும். இதற்குத் திறவுகோல் செய்தித்தொடர்பு. என்னுடைய அலுவலின் முதல்நாள் இந்த அறிக்கையுடன் செய்தித் தொடர்பை அடிக்கோடிட விரும்புகிறேன்.

பணக்கொள்கை

செப்டம்பர் 20 அன்று என்னுடைய பணிக்காலத்தின் முதல் பணக்கொள்கை அறிவிப்பை வெளியிடுவோம். முதலில் குறித்திருந்த நாளைச் சிறிது தள்ளிப்போட்டிருக்கிறேன். ஏனென்றால், இந்த இடைவேளையின்போது எல்லா முக்கிய நிகழ்வுகளையும், தேவையான துல்லியத்தோடு ஆராயமுடியும். அதுவரையில் எங்களுடைய கொள்கை நிலைப்பாட்டின் விரிவான விளக்கத்தைத் தள்ளிப்போடுகிறேன். ஆனால், 1934ஆம் ஆண்டு ஆர்பிஐ விதியிலிருந்து அது அதன் அதிகாரத்தைப் பெறுகிறது என்பதை வலியுறுத்துகிறேன். அதன்படி,

வங்கி நோட்டுகளை ஒழுங்குமுறைக்கு உட்படுத்தவும், இந்தியாவில் பணநிலைப்புத்தன்மையை உறுதிசெய்யும் பொருட்டு காப்பு இருப்புகளை (ரிசர்வுகளை) வைத்திருக்கவும், நாட்டின் நன்மைக்குத் தக்கவாறு பணப்புழக்கம், கடன் அமைப்பு ஆகியவற்றைப் பொதுவாகச் செயல்படுத்தவும், இந்திய ரிசர்வ் வங்கி அமைக்கப்பட்டது.

சட்டம் சொல்வதுபோல மைய வங்கியின் முக்கியவேலை பணத்தின் நிரந்தரத்தன்மையை உறுதிசெய்தல்; அதாவது நாட்டின் பணத்தின் மதிப்பின்மீது நம்பிக்கையைத் தக்கவைத்துக் கொள்ளல். இறுதியில் பார்க்கப்போனால், பணவீக்கம் உள்நாட்டுக் காரணங்களினாலோ, பணமதிப்பின் மாற்றங்களாலோ, வழங்கலில் கெடுபிடிகளாலோ, தேவைகளின் அழுத்தங்களாலோ எதனால் ஏற்பட்டாலும், பணவீக்கம் குறைவாகவும் நிலையாகவும் இருக்கவேண்டும் என்ற எதிர்பார்ப்பே இதன்பொருள். நம்முடைய பணக்கொள்கைச் சட்டத்தை மாற்றியமைத்து, உறுதிப்படுத்த என்ன செய்யவேண்டுமென்று யோசனைகள் தருமாறு துணை ஆளுநர் உர்ஜித் பட்டேலை அவர் அமைக்கவிருக்கும் வெளிவல்லுநர்கள், ஆர்பிஐ பணியாளர்களோடு இணைந்து தருமாறு கேட்டுக்கொண்டிருக்கிறேன். ஃபினான்சியல் செக்டார் லெஜிஸ்லேட்டிவ் ரிஃபார்ம்ஸ் குழு (FSLRC) உட்பட முந்தைய குழுக்கள் பலவும் தங்கள் கருத்துகளைக் கூறியிருக்கின்றன. அவையும் கவனமாகக் கருத்தில் கொள்ளப்படும்.

அனைத்தையும் உள்ளடக்கிய வளர்ச்சி

ரூபாயின் வாங்கும் திறனைக்காப்பது ஆர்பிஐயின் முதன்மைப் பணி என்று பேசினேன். ஆனால், நமக்கு வேறு இரண்டு கட்டாயங்களும் உள்ளன. அவை அனைத்தையும் உள்ளடக்கிய வளர்ச்சியும் முன்னேற்றமும், நிதிநிலை சீராக இருப்பதும்.

முன்னேறும் நாட்டின் மைய வங்கியாக இருப்பதால், நம்மிடம் வளர்ச்சியை உண்டாக்கத் துணைக்கருவிகள் உள்ளன. நாம் நிதி வளர்ச்சியையும், அனைவரையும் உள்ளடக்குவதையும் முடுக்கிவிட முடியும். ஊரகப் பகுதிகளும், சிறப்பாக நமது கிராமங்களும், நாடு முழுவதும் பரவலாக இருக்கும், குறு, நடுத்தரத் தொழிற்சாலைகளும் வளர்ச்சியின் முக்கிய எந்திரங்களாக, பெரிய குழுமங்களின் வளர்ச்சி வேகம் குறைந்தபோதும் இருந்திருக்கின்றன. ஆனால், நிதியைப் பெறுவதற்கான விதி ஏழைகளுக்கும், ஊரகத்தினருக்கும், குறு நடுத்தரத் தொழிற்சாலைகளுக்கும் கடினமாகவே இன்னும் இருக்கின்றது. வறுமையைக் குறைக்க வேகமான, பரந்த பரப்புடைய, அனைத்தையும் உள்ளடக்கிய வளர்ச்சி தேவை.

வங்கிகளுக்கு இடையே போட்டியால் இந்திய மக்கள் பயனடைவார்கள். முடிவு எடுப்பதில் அதிக சுதந்திரம் இருப்பதால் வங்கிகள் பயனடையும். நாட்டின் ஒவ்வொரு பகுதியிலுமுள்ள வணிக, பட்டியலுக்குட்பட்ட வங்கிகள் முழுவதுமான சுதந்திரமாக வங்கிக் கிளைகளை வைத்துக்கொள்ளத் தேவையான சுற்றறிக்கையை ஆர்பிஐ விரைவில் வெளியிடும்.

ஒன்றாக நடக்கும் பட்டியலுக்குட்பட்ட உள்ளூர் வணிக வங்கி கிளையைத் திறக்க ஆர்பிஐயை இனிமேல் அணுகவேண்டியிருக்காது. நகரப்பகுதிகளில் விரிவாக்கம் செய்யும் விகிதாச்சாரத்தில் அதிகம் வங்கிகள் இல்லாத இடத்தில் குறிப்பிட்ட உள்ளடக்கமுள்ள நிபந்தனையை வங்கிகள் நிறைவேற்ற வேண்டியிருக்கும். சரியாக நிர்வகிக்கப்படாத வங்கிகள் அவற்றின் நிலைத்தன்மைபற்றி அவர்களது மேலாளர்களை நம்பவைக்கும் வரையில் விரிவாக்குவதைக் கட்டுப்படுத்துவோம். ஆனால், சரியாக நிர்வகிக்கப்படாதவற்றைத்தவிர எல்லா பட்டியலுக்குட்பட்ட உள்ளூர் வணிகவங்கிகளுக்கும் கிளை தொடங்குவதில் சுதந்திரம் இருக்கும்.

புதிய வங்கி தொடங்க உரிமங்கள் வழங்குவதுபற்றி பொதுமக்களின் கவனம் ஓரளவு அதிகமாகவே இருக்கிறது. வெளிப்படைத்தன்மை, துல்லியமான கவனம் ஆகியவற்றின் உயர்ந்த தரங்களுக்கு ஏற்ப ஆர்பிஐ புதிய உரிமங்கள் வழங்கும். வெளிக்குழு ஒன்று அமைக்கும் முயற்சியில் நாங்கள் இருக்கிறோம். புகழ்மிக்க முன்னாள் ஆளுநர் டாக்டர் பீமல் ஜலான் அதற்குத் தலைவராக இருக்க ஒப்புக்கொண்டிருக்கிறார். அப்பழுக்கற்ற பெயருடைய உறுப்பினர்கள் அந்தக்குழுவில் இடம்பெறுவார்கள். விண்ணப்பங்கள் ஆர்பிஐ பணியாளர்களின் முதல்நிலையில் ஆய்வு செய்தபிறகு இலக்கு உரிம விண்ணப்பங்களை ஆய்வுசெய்யும் வெளிக்குழு தனது பரிந்துரைகளை ஆர்பிஐ ஆளுநருக்கும் துணை ஆளுநர்களுக்கும் வழங்கும். நாங்கள் இறுதிப்பட்டியலை ஆர்பிஐ மையக் குழுவிற்கு அனுப்பிவைப்போம். இந்த நடைமுறையைக் கவனித்துவரும் துணை ஆளுநர் ஆனந் சின்காவின் பதவிக்காலம் முடியும் முன்னர், அல்லது முடிந்தவுடனே உரிமங்களை வெளியிடுவேன் என்று நம்புகிறேன். அவருடைய பதவிக்காலம் 2014 ஜனவரியில் முடிகிறது.

உரிமங்களோடு நாங்கள் நிறுத்திக்கொள்ளப்போவது இல்லை. சிறுவங்கிகளுக்கும், மொத்த வியாபார வங்கிகளுக்கும் வெவ்வேறு உரிமங்களின் சாத்தியக்கூறுகள், குழாயில் வருவதுபோல தொடர்ந்து உரிமங்கள் தரும் சாத்தியக்கூறு, பெரிய நகர்ப்புறக் கூட்டுறவு வங்கிகளை வணிக வங்கிகளாக மாற்றும் சாத்தியக்கூறு ஆகியவற்றை ஆராய்ந்து இணையதளத்தில் ஓர் அருமையான ஆவணத்தை ஆர்பிஐ பதிவேற்றியிருக்கிறது. ஆர்பிஐ பணியாட்களின் இப்படிப்பட்ட படைப்பாற்றல் சார்ந்த கருத்துகளைத் தொடர்வோம். உள்ளே நுழைவதை சுதந்திரமாக்கத் தேவையான சீர்திருத்தங்களையும் விதிகளையும் விரிவாகக் கொண்டுவந்து பயன்பாட்டாளர்களிடமிருந்து விமர்சனங்களைப் பெற்றபிறகு உரிமம்பெறும் நடைமுறைகள் அடிக்கடி நடக்குமாறு செய்வோம்.

இறுதியாக, கடன் தருவதை முன்கூட்டித் தடுக்கும் பல கடமைகள் நமது வங்கிகளுக்கு இருக்கின்றன. முன்னாள் துணை ஆளுநர் டாக்டர் ராகேஷ் மோகன் கூறியதுபோல சோம்பேறித்தனமான வங்கிச்சேவைகளை அனுமதிக்கின்றன. விதியின்படி ஆர்பிஐயின் கடமைகளில் ஒன்று பொருளாதாரத்தின் உற்பத்தித்துறைகளுக்கு கடன்வசதி தங்குதடையின்றிக் கிடைக்க உறுதிசெய்யவேண்டும் என்பது. இச்சூழலில், சாதுர்யமான முன்னோக்கிலிருந்து மிக

அத்தியாவசியமானதற்கு அரசு பத்திரங்களில் முதலீடு செய்வதற்கான தேவையைப் படிப்படியாகக் குறைக்கவேண்டும்.

மேலும் நமது வங்கிகளைப் பலவகைப்பட்ட முன்னுரிமைப் பகுதிக்கு கடன்தரும் தேவைகளுக்கு உட்படுத்துகிறோம். வளர்ந்து வரும் நாட்டில் அத்தகைய விதிமுறைகளுக்கும் பங்கு இருக்கிறது என்று நம்புகிறேன். வங்கிகளை இப்படிப் பிடித்துத் தள்ளுவது பயனுள்ளது. இல்லாவிட்டால் அவை துணிந்து இறங்கமாட்டா. ஆனால், இந்த விதிமுறை பொருளாதார நிலையின் தேவைகளுக்கு ஏற்பத் தன்னைச் சரிசெய்துகொள்ள வேண்டும். மிகத் திறமையாக அதனை நடைமுறைப்படுத்த வேண்டும். அரசு அனுமதித்த விதிகளின்படி நடப்பதைவிட, நாட்டின் எல்லாப் பகுதிகளுக்கும் அதிகப்படியான அளவு நிதியை அணுகச் செய்வது நமது இலக்கு என்பதை நினைவில் கொள்ளவேண்டும். முன்னெடுத்துச் செல்லும் வழியைச் சொல்ல நிதியை அனைத்திற்கும் உட்படுத்தும் அணுகுமுறையில், ஒவ்வொரு நிலைமையும் ஆராய்வதற்காக டாக்டர். நாச்சிக்கப் மார் தலைமையில் குழு அமைத்திருக்கிறேன். இந்த வழிகளில் ஆர்பிஐ இந்த வளர்ச்சிப் பணியை முன்னெடுத்துச் செல்லும்.

ரூபாயை பன்னாட்டுத் தன்மையுடையதாக ஆக்குதலும், முதலீடு வரவும்

ரூபாயைப் பன்னாட்டுத் தன்மையுடையதாக ஆக்குவது பற்றிப்பேச இது தகுந்தநேரமாக இல்லாமல் இருக்கலாம். ஆனால், அடுத்த சிலமாதங்களுக்கு அப்பால் நாம் சிந்திக்கவேண்டும். நமது வணிகம் விரிவடையும்போது நமது கணக்குமுடிப்பை அதிகமாக ரூபாயில் இருக்க வற்புறுத்துவோம். ரூபாயில் பணம்பெறுவோர் திரும்பவும் முதலீடு செய்ய நமது நிதிச்சந்தைகளைத் திறந்து விடவேண்டும். நிதானமாக நிலைப்படுத்தல் வழியைத் தொடர நாங்கள் விழைகிறோம்.

நம்முடைய நடப்புக்கணக்குப் பற்றாக்குறைக்கு நிதியளிக்கப் பாதுகாப்பான பணத்தை நமது வங்கிகள் கொண்டுவர ஆர்பிஐ உதவ விரும்புகிறது. அண்மையில் தளர்வுகளை அனுமதித்ததைத் தொடர்ந்து திரட்டப்படும் வெளிநாட்டுப் பணக்குடியிருப்பு இல்லாத வைப்புகளை (FCNR) மாற்றுவதற்காகச் சிறப்புச் சலுகைச் சாளரத்தை அமைப்பதை ஏற்பாடு செய்யுமாறு இந்திய ரிசர்வ் வங்கிக்கு,

வங்கிகளிலிருந்து வேண்டுகோள்கள் வருகின்றன. குறைந்த அளவு மூன்றாண்டுகள் முதல் அதற்குமேல், வைப்பு இருக்கும் காலத்திற்கு ஓராண்டுக்கு 3.5 விழுக்காடு நிலையான விகிதத்தில் திரட்டப்படும் FCNR டாலர் நிதிகளைமாற்ற வங்கிகளுக்கு அப்படிப்பட்ட சாளரத்தைத் தருகிறோம்.

மேலும், வங்கிகளின் வேண்டுகோள்களின் அடிப்படையில், குறைகளின்றி இருக்கும் அடுக்கு I மூலதனத்திற்கு (ஒரு வங்கியின் நிதிநிலையைக் குறிக்கும் அளவீடு), நடப்பு வெளிநாட்டுக் கடன் உச்சஅளவை 50 விழுக்காட்டிலிருந்து 100 விழுக்காட்டுக்கு உயர்த்தவும், இந்த ஏற்பாட்டின்படி திரட்டப்படும் கடன்கள், வங்கியின் விருப்பத்தின்படி, சந்தையில் அவ்வாறு இருக்கும் மாற்று விகிதத்திற்குக்கு 100 அடிப்படைப் புள்ளிகளில் சலுகை விகிதத்தில் ஆர்பிஐயுடன் மாற்றிக்கொள்ள அனுமதிக்க நாங்கள் முடிவு செய்திருக்கிறோம்.

மேற்குறிப்பிட்ட திட்டங்கள் 2013 நவம்பர் 30 வரையில் திறந்திருக்கும். இந்தத் திட்டத்தைத் தேவையான முன்னறிவிப்புக் கொடுத்து மூடவும் ஆர்பிஐக்கு உரிமை உள்ளது.

நிதி உள்கட்டமைப்பு

நிதி உள்கட்டமைப்பு உறுதியாக இருக்கும்போது நிதியும் வளர்ச்சிபெறும். நாட்டின் நிதி உள்கட்டமைப்பை முன்னேற்ற ஆர்பிஐ கடுமையாக உழைத்து வருகிறது. எடுத்துக்காட்டாக, பணம்வழங்கல், கணக்கு முடித்தல் அமைப்புகளை உறுதியாக்குவதில் மிகப்பெரிய முன்னேற்றங்கண்டிருக்கிறது. அதேபோல, கடன்வாரியங்கள், தரப்படுத்தும் முகமையோர் போன்ற பங்களிக்கும் முகமைகள் வழியாகப் பகிரப்படும் செய்தியைச் சீராக்குவதற்கு அது உழைத்து வருகிறது. பணவரவுகளின் பாதுகாப்பையும் வேகத்தையும் கூட்டவும், நாட்டில் கடன்தருவதன் அமைப்பையும் மதிப்பையும் அதிகரிக்கவும் மிகவும் தேவையான இவ்வேலையைத் தொடரவிருக்கிறேன்.

சில்லறை வணிகத்தில், தனிமனித கடன்வரவுகளை ஆவணப்படுத்தியதன் அடையாளமான ஆதாரின் பயன்பாட்டை வலியுறுத்த விரும்புகிறேன். சில்லறைக் கடனில் புரட்சிக்கான அடிப்படையாக இது இருக்கும்.

குறுஅளவு, சிறு, நடுத்தரநிறுவனங்களுக்கு (MSMES), Electronic Bill Factoring Exchanges வசதியை உண்டாக்குவதற்கு விரும்புகிறோம். இதன்மூலம் பெரிய குழுமங்களுக்கான MSMEகளின் உறுதிமுறிகள் (bill) மின்னணுமூலம் ஏற்றுக்கொள்ளப்பட்டு ஏலம்விடப்படும். அதனால் MSMEகள் உடனடியாகப் பணம்பெறும். 2008இல் நிதித்துறைச் சீர்திருத்தங்களுக்கான எனது குழுவின் அறிக்கைகளில் இது இடம் பெற்றிருக்கிறது. அதனை நடைமுறைப்படுத்த முனைவேன்.

நிதி என்பது கடன் கொடுப்பது பற்றியது மட்டுமில்லை. அது கடன்களைத் திரும்பப் பெறுவது பற்றியதும்கூட. கடனைத் திரும்பப் பெறுதலில் திறமையையும் நியாயத்தையும் முதன்மைப் படுத்தவேண்டும். அப்போது பயன்தராத சொத்துகளைப் புதியவழிகளில் பயன்படுத்தியும், பணியாட்களுக்குத் தகுந்த ஈடுகளை வழங்கியும் செயல்படும் அதேநேரத்தில், எங்கெங்கு முடியுமோ அங்கே மதிப்புள்ள சொத்துகள், வேலைகள் ஆகியவற்றின் மதிப்பையும் பாதுகாக்கவேண்டும். ஒப்பந்த முன்னுரிமைகள் நிறைவேற்றப்படுவதை உறுதிசெய்துகொண்டு இதனைச் செய்ய முற்படவேண்டும். தவறான பயன்பாடு, ஏமாற்று ஆகியவற்றின் மேல் கடுமையான நடவடிக்கை எடுக்கும் அதேநேரத்தில் உண்மையான இக்கட்டு இருக்கும் இடங்களில் பொறுமையாக இருக்கவேண்டும். தொழில் முனைவோர் மிகமோசமாகத் தங்கள் தொழிலை நடத்தினாலும், அதிலேயே இருக்க அவர்களுக்குத் தெய்வீக அதிகாரம் எதுவும் கொடுக்கப்படவில்லை. அவர்களது நொடித்துப்போன தொழில்களுக்கு மீண்டும் முதலீடு செய்ய வங்கியைப் பயன்படுத்த அவர்களுக்கு உரிமை இல்லை.

கடன் மீட்கும் தீர்ப்பாயங்களின் பணியை உடனடியாக முடுக்கிவிட வேண்டும். துணை ஆளுநர் ஆனந்த் சின்காவும் நானும் தேவையான நடவடிக்கைகள் எடுப்பது குறித்து ஆராய்ந்து வருகிறோம்.

செயல்படாத சொத்துகள் (NPAs) அதிகரித்து வருவதையையும் மறுகட்டமைத்தல்- மீட்டல் நடைமுறையையும் ஆழ்ந்து கவனிக்குமாறு துணைஆளுநர் டாக்டர் சக்ரவர்த்தியைக் கேட்டுக்கொண்டுள்ளேன். விரைவில் அடுத்த நடவடிக்கைகளை எடுப்போம். கடன் புள்ளி விபரங்களைச் சேகரித்து, வங்கிகளின் நீண்டகாலக் கடன்களை ஆராய ஆர்பிஐ திட்டமிடுகிறது. பெரிய

கடன்களைப் பற்றிய மத்தியக் களஞ்சியம் ஒன்றை உருவாக்க இது உதவும்.

நிறுத்தப்பட்ட திட்டங்களை மீண்டும் செயல்படுத்துவதும், வலிமையான வளர்ச்சியும் வங்கி அமைப்பின் கஷ்டங்கள் பலவற்றைக் குறைக்கும். வங்கிகள் தங்களது இருப்பு நிலைகளைச் (Balance sheets) சரி செய்வதையும், தேவையானபோது முதலீட்டை அதிகமாக்குவதற்கு உறுதியளிப்பதையும் ஊக்குவிப்போம். மோசமான கடன் சிக்கல் இன்னும் அச்சமூட்டும் அளவிற்குச் செல்லவில்லை. ஆனால், அதை விட்டுவிட்டால் சீழ்பிடித்துப் பரவிவிடும்.

நிதிநிறுவனங்களுக்கு, மேலாக்கம் பெற்ற தீர்வுகாணும் கட்டமைப்பை அமைக்கவேண்டும் என்ற FSLRCயின் யோசனையைப் பின்பற்றுவோம். தீர்மானம் தொடர்பான நிதி நிறுவனங்களின் அமைப்புகள் பற்றியதற்கான செயல்குழுமம் இதனை ஆராய்ந்துவருகிறது. அதனுடைய பரிந்துரைகளை ஆய்வுசெய்து அதன்பிறகு செயல்படுவோம்.

ரிசர்வ் வங்கிக்கு என்று குறுகியகால அட்டவணையின் ஒருபகுதி இது. இதில் பெருமளவு மாற்றம் தேவைப்படும். மாற்றம் எப்போதும் ஆபத்துடையது. ஆனால், இந்தியா வளரும்போது மாறாமல் இருப்பது அதைவிட ஆபத்தானது. நமது அமைப்பில் நல்லனவற்றையெல்லாம் வைத்துக்கொள்ள வேண்டும். அவை நிறையவே இருக்கின்றன. அதேசமயம் தேவையானபோது மாற்றுவழிகளைப் பின்பற்றவும் வேண்டும். தேவையானபோது ஆர்பிஐ எப்போதுமே புதிதாகவந்த அனைத்தையும் பின்பற்றாமல், மாறிக்கொண்டு வந்திருக்கிறது. ஆனால், தேவையானதைச் செய்து வந்திருக்கிறது. தேவையான மாற்றத்தை ஏற்படுத்த ரிசர்வ் வங்கியில் சிறப்புமிக்க எனது உடன் பணியாற்றுபவர்களோடும், இந்த மேசையைச்சுற்றி அமர்ந்திருக்கும் பிரதிநிதிகளைக்கொண்ட முதுநிலை மேலாளர்களோடும் நான் பணியாற்ற விழைகிறேன்.

இறுதியாக ஒரு தனிப்பட்ட குறிப்பு: மத்திய வங்கியின் ஆளுநர் பொறுப்பில் அடியெடுத்து வைக்கும் யாரும் அவருடைய புகழின் உச்சகட்டத்தில் இருப்பாராம். நான் எடுக்கும் செயல்கள் பல மக்கள் ஏற்கும்படியாக இருக்காது. மையவங்கியின் ஆளுநர் பொறுப்பு வாக்குகளைப் பெறவோ, ஃபேஸ்புக்கில் 'விருப்புகளைப்' பெறுவதற்கோ அல்ல. எப்படிப்பட்ட விமர்சனம் வந்தாலும்,

அதிலிருந்து பாடம் கற்றுக்கொள்ள ஆயத்தமாக இருக்கும் வேளையில் சரியானதையே செய்யமுடியும் என்று நம்புகிறேன். ருத்யார்டு கிப்ளிங் தனது If என்ற கவிதையில் வங்கியாளரின் தேவைகள் பற்றி சிறப்பாகச் சொல்லியிருக்கிறார்:

"எல்லா மனிதரும் உன்மேல் ஐயப்படும்போது நீ உன்னை நம்பமுடியுமானால் அவர்களது ஐயப்பாட்டிற்கும் இடமளி"

கிப்ளிங்குடைய 'மனிதர்' என்ற சொல் இன்றைக்குப் பொருந்தாமல் இருக்கலாம். ஆனால், அவருடைய சொற்கள் தெளிவாக இருக்கின்றன.

எங்களது அறிவிப்பின் விபரங்களை விரைவில் அறிவிப்போம். அதன்பிறகு சீர்திருத்தங்களின் விரிவான திட்டப்பாதைகளை முன்வைப்போம். விரைவில் தேவையான அறிவிப்புகள் தரப்படும். இது நடந்து கொண்டிருக்கும்போதே இடைக்காலாண்டுக் கொள்கை விளக்கத்தைத் தயாரிப்போம்.

II

எனது தொடக்க உரை அடுத்த நாள் செய்தித்தாள்களில் தலைப்புச் செய்தியாக இடம்பெற்றது. அது விரும்பத்தக்க விளைவை ஏற்படுத்திற்று. நல்லசெய்தி வராதா என்று ஏங்கிக்கொண்டிருந்த மக்கள் ரிசர்வ் வங்கி நல்ல செய்தியைத் தரும் என்று நம்பினார்கள். முதலீட்டாளர்கள் நம்பிக்கையைத் திரும்பப் பெற்றதால் ரூபாயின் மதிப்பும் ஒரு நிலைப்புத் தன்மையை அடைந்தது.

எங்களது திட்ட அறிக்கையின் பலகூறுகள் முக்கியமானவை. என்றாலும் ஒன்றுமட்டும் குறிப்பாக நினைவில் வைக்கத்தக்கது. ஏனென்றால், முதலில் நான் அதற்கு எதிர்ப்புத் தெரிவித்துவந்தேன். வடக்கு பிளாக்கில் நிதியமைச்சகத்தில் நான் இருந்தபோது அது எனக்குத் தரப்பட்டது. மூன்றாண்டு வெளிநாடு வாழ்வோரின் வைப்புகளாக *(Foreign Currency Non-resident deposits FCNR)*, அதிக அளவில் டாலர்கள் பெறுவோம் என்று வங்கியாளர்கள் சொன்னார்கள். அவர்கள் அவற்றை இந்திய ரூபாயில் மாற்றாது இந்தியாவில் முதலீடு செய்வார்கள். அதற்குப் பிரதியீடாக, மூன்றாண்டுகள் கழித்து ரூபாயை டாலர்களாக மாற்ற சலுகை விகிதம் வேண்டும் என்று கேட்டார்கள். வரவிருக்கும் டாலர்களைத் தரும் என்று ரிசர்வ் வங்கியை நம்பும் வரையில், வங்கிகளுக்கு இது ஒரு நல்ல ஒப்பந்தமாக இருக்கும். ஏனென்றால், ரூபாய்க்கான வட்டிவரவும், முதிர்வும், ரூபாயை டாலர்களாக மாற்ற முறையான விலைக்கான உறுதியும் கிடைக்கும்.

இதுபற்றி முதலில் கேட்டபோது நான் இத்திட்டத்தை அதிகமாக மதிக்கவில்லை. சிக்கலில் இருக்கும் நாட்டிலிருந்து சலுகைகளைப்பெற வங்கிகளின் இன்னுமொரு கெட்டிக்காரத்தனமான சூழ்ச்சி என்று எண்ணி அதனை ஏற்க மறுத்துவிட்டேன். ஆனால், விடவில்லை. நிதியமைச்சகத்திலுள்ள எனது பழைய நண்பர்கள், நம்பிக்கை மோசமாகிப் போய்க்கொண்டிருந்த வேளையில் இதனை முயற்சி செய்துபார்ப்பது நல்லது என்று எண்ணினார்கள்.

அதனைப்பற்றிக் கவனமாகச் சிந்தித்த பிறகு எனக்கும் அது நல்லது என்கிற எண்ணம் தோன்றியது. முதலில் இதிலுள்ள குறைகளையும், ஆபத்துகளையும் சீர்தூக்கிப் பார்த்தேன். ரூபாயை அதன் அடிப்படை மதிப்புக்குக் கொண்டு செல்லவில்லை என்றால், டாலர் – ரூபாய் மதிப்பில் ஒரு ரூபாய் கூடினாலும், இறக்குமதி செலவில் நமக்கு 40,000 கோடி ரூபாய் அதிகமாகும். இரண்டு ஆண்டுகளுக்கு ரூபாயின் மதிப்பு 3 ரூபாய்

குறைந்து மதிப்பிடப்பட்டால், இதனால் நாட்டு வருவாயில் பல லட்சம் கோடி இழப்பு ஏற்படும். மாறாக, இத்திட்டம் பெருமளவு முதலீடுகளாக கூடுதல் வெற்றி பெற்றாலும்கூட, நாம் தரவேண்டிய தொகை பல ஆயிரம் கோடிகள்தான் ஆகும். நம்பிக்கையை மீட்டெடுக்க மலிவான வேறு வழிகள் இருக்கலாம். ஆனால், எவை என்று தெளிவாகத் தெரியவில்லை. மேலும் காலக்கெடு முக்கியமானதாக இருந்தது. ஆர்பிஐ–இல் உடன் பணியாற்றுபவர்களோடு நிகழ்த்திய உரையாடல்களில் இன்னுமொரு காரணமும் கிடைத்தது. இத்திட்டத்தை முன்மொழிந்த வங்கியாளர்கள், பணமுதலீடு உள்ளே வந்ததென்றால், ரூபாயின் மதிப்புக்கூடும் என்றும் முன்னெடுத்துச் செல்லும் மானியம் தருவதால் நமக்குச் செலவு குறையும் என்றும் கூறினார்கள். இது சுயநலமாகத் தோன்றியது. நேர்மையானதாக இல்லை. எது நேர்மையானது? நாம் இந்தியாவிலுள்ள கொள்கையை மாற்றி, பணம் உள்ளே வரும் நிலைக்கும், முன்னெடுத்துச் செல்லும் சந்தைகளில் வங்கிகளுக்கு நமது பொறுப்புகளை நாம் ஏற்கும் நிலைக்கும் இடையே ரூபாயின் மதிப்பு தொடர்ந்து அதிகமாகிக் கொண்டுவந்தால், நமக்கு குறிப்பிடத்தக்க அளவு செலவு குறையும். ஆனால், டாலர்கள் வந்த பிறகு ரூபாயின் மதிப்பு கீழே போனால்? இங்கே எந்த உறுதிப்பாடுகளும் இல்லை.

அடிப்படைக் கருத்து என்னவென்றால், இத்திட்டம் ஒரு ரிஸ்க்*தான். ஆர்பிஐ பணமிழக்கலாம். வங்கியாளர்கள் பணம் பண்ணலாம். அதேசமயம் நாடு குறிப்பிடத்தக்க அளவிற்கு நல்ல நிலைமை எட்டலாம் என்ற அறிவு பூர்வமான வாய்ப்பும் இருந்தது. மாற்றுக் கருத்துகளை முடிந்த அளவு நன்றாகச் சீர்தூக்கிப் பார்த்த பிறகு, உறுதியின்மைக்கு மத்தியிலும் முடிவு எடுப்பதுதான் கொள்கையை அமைப்பது. நிதி அமைச்சகத்தின் ஒப்புதலைப் பெற்ற பிறகு ரிசர்வ்வங்கி ஆளுநர்தான் முடிவெடுக்க வேண்டும். நான் இதனை ஏற்பது என்று முடிவு செய்தேன்.

நாங்கள் எதிர்பார்த்ததைவிட அதிகமாக *FCNR* திட்டம் 126 பில்லியன் டாலர்கள் முதலீட்டை ஈர்த்தது. ஆனால், அதைவிட முக்கியமானது நம்பிக்கை வளர்ந்தது. பணம் வந்தபோது இருந்ததைவிட ரூபாயின்

★ நிதியில் ஏற்படும் ரிஸ்க் பலவகைப்படும். குறிப்பாக ஒரு குழுமத்தில் திரும்பிவருவதில் சந்தேகம் இருக்கும் கடன் ரிஸ்க்கிற்கு உட்பட்டது. இழப்பு ஏற்படும் சாத்தியம் இருக்கும். ஆபத்து, இடையூறு, இடர்ப்பாடு, எளிதில் தீங்கிற்காகும் நிலை ஆகிய சொற்கள் தமிழில் இருந்தாலும் வசதிக்காக ரிஸ்க் என்ற ஆங்கிலச் சொல்லே பயன்படுத்தப்படுகிறது.

மதிப்பும் உயர்ந்தது. ஏனென்றால், ஓரளவு உலகளவிலான முதலீட்டாளர் மனநிலையும் இந்திய தேர்தல் கணிப்புகளும் மாறின. மேலும், எங்களது முன்னணி மாற்றங்களையும் மலிவாகவே செய்தோம். சிறிது காலம் ரூபாய் மிகவும் நிலைத்தன்மையோடு வளரும் சந்தைப் பணங்களில் ஒன்றாக இருந்தது.

இப்போது பார்க்கும்போது அது பலன் தந்ததால், அதுதான் செய்யக் கூடிய ஒன்றாகத் தோன்றுகிறது. உண்மைநிலை என்னவென்றால், அதுதான் திறவுகோலா என்பது நமக்கு உறுதியாகத் தெரியப்போவதில்லை. மொத்த நடவடிக்கைகளையும் கொண்டு பார்த்தோமென்றால், பணவீக்கத்தைக் கட்டுப்படுத்த எங்களது உறுதிப்பாடு போன்றவையும் காரணமாக இருக்கலாம். தன்வரலாறுகள் அதன் ஆசிரியர், அப்போதைய காலகட்டத்தில் இருந்த ரிஸ்க்குகளையும், உறுதியின்மைகளையும் கண்டுகொள்ளாமல், முழுமையான முன்னறிவுடன் திட்டமிட்டதுபோல எழுதுவார். முன்னால் ஒருமுறை எடுத்துக்கொண்ட விடுமுறையின் போது, வெம்மை, கொசுக்கள், தொடர்பின்மை முதலான இடைஞ்சல்களையெல்லாம், அப்போது எடுத்த புகைப்படங்களைப் போல, இதுவும் தவறாகக் காட்டும். கொள்கையை அமைப்பது எப்போதும் திட்டமிடப்பட முடியாதது. ஏனென்றால், முந்தைய மாதிரியோ, முடிவெடுக்க முடியாமல் இருக்கக்கூடிய ஆடம்பரமோ இங்கு இருக்க முடியாது.

முதல் பேச்சுக்கு எதிர்பாராத வேறு சில விளைவுகளும் ஏற்பட்டன. நான் மைய வங்கி ராக்ஸ்டார் ஆளுநராக ஆகிவிட்டேன். நீங்கள் வாசிக்கும் செய்தித்தாளைப் பொறுத்து, மையவங்கியின் ஜேம்ஸ் பாண்ட் அல்லது ரன்பிர் கபூர் போல. இந்த படிமத்தை நான் தவிர்க்கவே முயன்றேன். ஏனென்றால், முதலாவது அது உண்மை நிலைக்கு மாறானது. மேலும், நானும் ஆர்பிஐயின் புதுமையான ஆனால், நம்பத்தகுந்த வேலையையே முன்னிறுத்த விரும்பினேன். அந்தக் கட்டுரையினால் விசிறிகள் கூட்டம் ஒன்று இருப்பது உறுதியாயிற்று. மனஉறுதிகொண்ட பத்தி எழுத்தாளர் ஷோபா டேயின் புதிதாக வந்த ஆளுநர் பற்றிய கேலிக் கட்டுரையும் அதற்கு உதவியிருக்க வேண்டும். சில ஆண்டுகள் கழிந்தபிறகு, ஒரு அலுவலக விருந்தில் அவரையும் அவரது அழகிய மகளையும் சந்தித்தேன். அவருடைய அந்தக் கட்டுரைக்குப் பிறகு, அவரைச் சந்தித்தபோது நான் எவ்வளவு சங்கடப்பட்டேனோ அவ்வளவு அவரும் சங்கடப்பட்டார் என்பதைக்காண எனக்கு மகிழ்ச்சி. அதுபற்றிப் பேசிச் சிரித்தோம். அச்சு ஊடகத்தின் ஆர்வத்தைத் தூண்டுவது இரட்டைமுனை வாளை உறையிலிருந்து எடுப்பதுபோல. இது பற்றிப் பின்னர் பார்ப்போம். ஆனால், பெரும்பாலும் என்னுடைய பணிக்கு உதவியாகவே இருந்தது.

ரூபாயின் மதிப்பு இப்போது நிலைத்தன்மையை அடைந்துவிட்டதால் வேறுசீர்திருத்தங்களில் கவனம் செலுத்த முடியும். ரிசர்வ் வங்கியின் மூத்த மேலாண்மைக் குழுவிடம் இந்தச் சீர்திருத்தங்கள் விரிவாக ஆராயப்பட்டன. அக்குழு ஆய்வுகளில், குழுக்கள் எடுக்கப்போகும் சீர்திருத்தங்கள் பற்றி அறிக்கை தந்தார்கள். ஆளுநர், துணைஆளுநர்கள், செயல் இயக்குநர்கள் உட்பட மூத்த பணியாளர்கள் கலந்து கொண்டார்கள். சிக்கல்களை அலசி ஆராய்ந்தார்கள். இந்த விவாதங்களில் பல பயனுடைய சீர்திருத்தங்கள் வந்தன. சிலவேளைகள் அவை பல்கலைக்கழகக் கருத்தரங்குகள்போல வாதம் – எதிர்வாதமாக நடைபெறும். எனினும் பல்கலைக்கழகக் கருத்தரங்கு போல இல்லாமல், கூட்டங்களின் இறுதியில் முடிவுகளை எதிர்பார்த்தோம்! முக்கியமான புதிய திட்டங்கள் பற்றி மூத்த அலுவலர்கள் தெரிந்து கொள்ளவும், இக்கூட்டங்கள் உதவின.

2013 நவம்வர் 15 அன்று நடந்த *பேங்க்கான்* மாநாட்டில் எங்கள் சிந்தனையைத் தெளிவுபடுத்த எனக்கு வாய்ப்புக் கிடைத்தது. எங்களுடைய சீர்திருத்த முயற்சிகளைக் கட்டமைக்கவுள்ள ஐந்து தூண்கள் பற்றி நான் வலியுறுத்திப் பேசினேன். எங்களைப் பார்க்க வருகை தந்தவர்களுக்கு எங்களுடைய வியூகத்தை விளக்க இது எளிய வழியாக இருந்தது. அதோடு ஆர்பிஐ எங்கள் சிந்தனைகளை ஒழுங்குபடுத்திக் கொள்ளவும் உதவியது. இங்கே தரப்பட்டிருக்கும் உரைகள், கட்டுரைகள் மூலபாடத்தில் திரும்பத் திரும்ப வருவது நிச்சயம். அதிலும் தெளிவாக்கவும் அன்றிலிருந்தே மாற்றங்கள் செய்திருக்கிறேன்.

ஆர்பிஐயின் நிதித்துறைக் கொள்கைகளின் ஐந்து தூண்கள்

நிதி அமைப்பைச் சீர்படுத்த ரிசர்வ் வங்கியில் நாங்கள் என்ன செய்து கொண்டிருக்கிறோம் என்பதை முதன்மைப்படுத்த விரும்புகிறேன். அடுத்த காலாண்டுகளில் ரிசர்வ் வங்கியின் வளர்ச்சித் திட்டங்களை ஐந்து தூண்கள் மேல் கட்டத் திட்டமிட்டிருக்கிறோம். அவை

1) பணக் கொள்கை சட்டகத்தைத் தெளிவாக்கி உறுதிப்படுத்துதல்.

2) புதிய நுழைவு, கிளை விரிவாக்கம், புதியவகை வங்கிகளை ஊக்கப்படுத்தல், வெளிநாட்டு வங்கிகளை ஒழுங்குபடுத்தல், அமைப்பு வடிவங்களுக்கு உட்படுத்தல் ஆகியவற்றின் வழியாக வங்கிக் கூட்டமைப்பை உறுதிப்படுத்தல்.

3) நிதிச் சந்தைகளை விரிவாக்கி, ஆழமாக்கி, அவற்றின் நிலைத்தன்மை மீண்டும் எழும் திறனையும் அதிகமாக்கும். இந்தியாவில் வளர்ச்சிக்கு நிதியளிப்பதிலுள்ள சிக்கல்களைப் பிரித்துத்தந்து தாங்கிக்கொள்ள அவை உதவமுடியும்.

4) சிறு, மத்தியதர தொழில்களுக்கும், அமைப்புசாரா துறை, ஏழைகள், நாட்டின் மூலையிலுள்ள, இதுவரை பயன்படாத பகுதிகள் ஆகியவற்றிற்கு, தொழில்நுட்பம், புதிய வணிக முறைகள், புதிய கட்டமைப்பு, அதாவது நிதியத்தில் அனைவரையும் உட்படுத்துதல் வழியாக, நிதி கிடைக்கும் வழிகளை விரிவாக்கல்.

5) குழுமங்களில் நிதித் தேவை, நிதி நிறுவனங்களின் தேவை ஆகியவற்றின் உண்மையான நிதிக் கட்டமைப்பை உறுதிப்படுத்தி, கடன் திரும்பப் பெறலையும் சீர்படுத்துவதற்கு அமைப்பின் திறனை மேம்படுத்தல்.

இவை ஒவ்வொன்றையும் சிறிது விரிவாகச் சொல்கிறேன்.

முதலாவதாக, உலகிலுள்ள அதிகமான நுகர்வோர்விலைப் பணவீக்கமுள்ள பெரியநாடுகளில் நம்முடையதும் ஒன்று. எனினும், வளர்ச்சி நாம் விரும்புவதைவிடக் குறைவுதான். உணவிலும் சேவைகளிலும் பணவீக்கத்தின் பெரும்பகுதி உள்ளது. நமது வீடுகள் தங்கத்தைத் தேடித் திரும்பிக் கொண்டிருக்கின்றன. ஏனென்றால், நிதி நிறுவனங்களில் முதலீடு செய்வது கவர்ச்சிகரமாக இல்லை. அதேசமயம் பல தொழில் குழுமங்கள் அதிகப்படியான வட்டி விகிதிங்கள் பற்றி புகார் சொல்கின்றன. ஏனென்றால், அவர்களுடைய அதிகப்படி உற்பத்திச் செலவுகளை தங்கள் உற்பத்திப் பொருள்களுக்கு விலைகளாகக் குறிக்க முடியவில்லை.

பணவீக்கத்தின் காரணங்கள் பற்றிய விவாதத்தில் நெடுநேரம் செலவிடலாம். ஆனால், இறுதியில் தேவை வழங்குதலைவிட அதிகமாக இருப்பதால் பணவீக்கம் வருகிறது. எனவே அதனைத் தடுக்க வேண்டுமென்றால், இரண்டையும் சமநிலைக்குக் கொண்டுவர வேண்டும். முதலீட்டிலும் வழங்குதலிலும் அதிகப்படியான பாதிப்பு ஏற்படாத வகையில் தேவைகளை ஓரளவு குறைக்க வேண்டும். இதுதான் சமநிலைக்குக் கொண்டுவரும் செயல். இதற்கு ரிசர்வ் வங்கி உறுதியுடன் நடவடிக்கை எடுக்க வேண்டும். அப்போதுதான் பணவீக்கம் குறையும். அதேசமயம் வலிமையற்ற பொருளாதாரம், வசதியான அளவு பணவீக்கத்தை

அடைய வழக்கமாக எடுத்துக்கொள்வதைவிட அதிகமான நேரம் கொடுக்க வேண்டும். பொருளாதாரத்தின் வலிமையற்ற தன்மையும், காரிஃப், ராபியின்போது நல்ல அறுவடையும் சேரும்போது உதவி செய்யக்கூடிய அளவு பணவாட்டத்திற்கான (பணவீக்கம் குறைப்பு) சக்திகளை உண்டாக்கும். இந்தச் சக்திகளின் செயல்பாடு பற்றிய தரவுகளை எதிர்பார்க்கிறோம். நமது அடுத்த நடவடிக்கையை ஒரு தரவுக் குறியோ எண்ணோ தீர்மானிக்காது.

நாங்கள் என்ன செய்யப்போகிறோம் என்பதை சந்தை புரிந்து கொள்கிறது என்று நினைக்கிறேன். ஆனால், இப்போதையதை விட கவனமுடன் தெளிவாக்கப்பட்ட பணக் கொள்கைச் சட்டகம் தேவைப்படுகிறது. டாக்டர் உர்ஜித் பட்டேல் குழுவின் அறிக்கை தரப்பட்டவுடன் அதன்படியான சட்டகம் பின்பற்றப்படும். இது 2013 டிசம்பருக்குள் எதிர்பார்க்கப்படுகிறது.

இரண்டாவதாக, வங்கிக் கிளைகள் திறப்பதைச் சுதந்திரமாக்கவும், உள்ளூரில் வெளிநாட்டு வங்கிகள் குழுமம் அமைக்க ஊக்குவிக்கவும் தேவையான நடவடிக்கைகளை ஏற்கனவே அறிவித்திருக்கிறோம். இன்னும் முன்னே செல்லும் வகையில் தேசியச் சொத்தான பொதுத்துறை வங்கிகளுக்குள் இவை போட்டித் திறனை வளர்க்க வழிவகை செய்யவேண்டும். கடந்த பத்தாண்டுகளில் அவை பெரிதும் முன்னேற்ற நடைபோட்டிருக்கின்றன. எடுத்துக்காட்டாக, அவற்றின் செயல்பாடுகளைக் கணினிமயமாக ஆக்கியிருப்பது பாராட்டிற்குரியது. எனினும், அடுத்த சில ஆண்டுகளில் வங்கிகளுக்கு இடையே போட்டி வலுத்துவருமாதலால், அவை தங்களது புகழ்ச்சியிலேயே தங்கிவிடக்கூடாது. அடுத்த சில மாதங்களில், பொதுத்துறை வங்கிகளில் அவற்றின் நிலைப்புத்தன்மை, திறமை, உற்பத்தித்திறன் ஆகியவற்றை இன்னும் அதிகமாக்க என்னசெய்ய வேண்டும் என்பதைப் பயனாளிகளோடு விவாதிக்க இருக்கிறோம்.

மூன்றாவதாக, வங்கித் துறையில் முதலீட்டாளர்களின் பங்களிப்பு நமக்குத் தேவைப்படுகிறது. நீர்மைத்தன்மையுள்ள சந்தைகள், கடன் வீதம் அல்லது பணமாற்று இடர் போன்றவற்றைத் தாங்கவேண்டியிருக்கக் கூடாது. இடர்களை வங்கிகள் தள்ளிவிட உதவவேண்டும். ஒப்பீட்டளவிற்குப் பயனற்ற சொத்துகளை வங்கிகள் விற்க அவை அனுமதிக்கும். எடுத்துக்காட்டாக முடிவுற்ற உட்கட்டமைப்புகளுக்கு தரப்பட்ட நீண்டகாலக் கடன்களைவிட, உட்கட்டமைப்பு நிதியங்கள், ஓய்வூதிய நிதியங்கள், காப்பீட்டுக் குழுமங்கள் ஆகியவற்றை வைத்திருப்பது நல்லது. நீர்மைத்

தன்மையுள்ள சந்தைகள் தொழில் முனைவோர்கள் பங்குகளைப் பெற உதவும். இடர்களை வங்கிகள் ஏற்றுக்கொள்வதை விடுத்து அவற்றைச் சந்தைகள் ஏற்றுக்கொள்வது இந்தியப் பொருளாதாரத்திற்கு அவசியம். சந்தைகள் வங்கித் துறையின் வளர்ச்சிக்கு எதிரி என்று கருதுவற்குப் பதிலாக, அவை ஒன்றையொன்று நிறைவுபடுத்தக் கூடியவை என்று காண வேண்டும். அதேசமயம் நீங்கள் உங்களுடைய இடர் மேலாண்மைத் திறன்களைக் கட்டமைத்துக் கொள்வதும் தேவைப்படுகிறது. அப்போதுதான் நீங்கள் சந்தைகளைப் பயனுள்ள வகையில் பயன்படுத்த முடியும்.

வரும் வாரங்களில், அரசுப் பாதுகாப்பு (G.sec) சந்தையின் நீர்மைத் தன்மையையும், ஆழத்தையும் அதிகரிக்க, காந்தி குழு அறிக்கையின் பரிந்துரைகள் சிலவற்றை அறிவிப்போம். அதன்பிறகு, பணச் சந்தைகள், குழும கடன் சந்தைகள் ஆகியவற்றின்மேல் கவனம் செலுத்துவோம். வட்டி வீதங்களின் புதிய மாற்றுகள், பணவீக்க எண்கள் கொண்ட சான்றிதழ்களையும் அறிமுகப்படுத்துவோம். துணைச் சந்தைகளின் நீர்மைத் தன்மையை அதிகரிக்க முயற்சி எடுப்போம்.

நான்காவதாக, நிதிச் சேவைகள் மூலம் ஒவ்வொருவரையும் ஏதோ ஒரு மூலையில் இருப்பவர்களையும், எளியோரையும், நாம் அணுக வேண்டும். நிதிக்கு உட்படுத்தல் என்பது உற்பத்தி நோக்கங்களுக்காக கடன் தருவது என்ற பொருளல்ல. உடல்நல அவசரத் தேவைகளுக்கோ, பள்ளி கல்லூரிக்கான பெருந்தொகைக் கட்டணம் செலுத்தவோ கடன் தந்தால், எனது பொருள் ஊதியச் சேமிப்புகளுக்கான பாதுகாப்பான வழி என்றும் பணம் செலுத்துவதற்கான எளிய வழி என்றும் பொருள். காப்பீடும், ஓய்வூதியமும், என்பது அதன் பொருள். நிதி பற்றிய எழுத்தறிவு, நுகர்வோர் பாதுகாப்பு என்றும் பொருள்படும்.

அனைவரையும் உள்ளடக்குவதில் நாம் பெரிதும் முன்னேற்றம் கண்டிருக்கிறோம். ஆனால், நாம் நமது இலக்கை அடைய இன்னும் பயணிக்க வேண்டும். அனைவரையும் உள்ளடக்க கிளை சார்ந்த வியூகத்தை வகுத்திருக்கிறோம். ஆனால், இது போதுமானதாக இல்லை. மிக அதிகமான வங்கி வசதிகள் உள்ளதாகச் சொல்லப்படுகிற நகர்ப்புறங்களில் பல ஏழைமக்கள் வங்கிச் சேவைகளைப் பெற முடியாதவர்களாக இருக்கிறார்கள். தொழில்நுட்பம், கைபேசிகள், மொபைல் பணப்பைகள், முதலிய புதிய கருவிகள், மரபுசார் வங்கிச் சேவைகளோடு மக்களை

இணைக்க, தொழில் தொடர்பாளர்கள் போன்ற புதிய முறைகள் ஆகியவற்றைப் பயன்படுத்துவற்கு சோதனைகள் மேற்கொண்டு வருகிறோம். அலைபேசிகளில் மலிவான இந்திய மாதிரியை உண்டாக்கியிருப்பதுபோல, நிதித்துறையில் அனைவரையும் உள்ளடக்குவதற்கான, மலிவான, நம்பத்தகுந்த பயன் விளைவிக்கும் இந்திய மாதிரி நமக்குத் தேவைப்படுகிறது. அத்தகைய மாதிரிகளை அமைக்க டாக்டர். நாச்சிக்கட் மார் குழு உதவி வருகிறது. அதனுடைய பரிந்துரைகளின் அடிப்படையில் நடவடிக்கைகளை நாங்கள் கோடிட்டுக் காண்பிக்கும்போது, நமது சிறப்பான வங்கிகள், வங்கி சாரா நிதிக்குழுக்கள் (NBFCS), செய்தித் தொழில்நுட்பக் குழுமங்கள், மொபைல்கள் அவற்றிற்குத் தக்கச் செயல்படுவார்கள் என்று நான் நம்புகிறேன். இன்னும் விரிவான அளவில், எந்த வகை வங்கியிலும் குறியீடுகள் கொண்ட குறுந்தகவல் அடிப்படையிலான பணப் பரிமாற்றத்தின் வழியாக இந்தியாவில் மொபைல் வங்கியை விரிவாக்க நமக்கு ஆலோசனை கூற சாம்பமூர்த்தி குழு போன்ற குழுக்களை அமைத்திருக்கிறோம்.

இங்கே பிரதிநிதித்துவம் பெற்றுள்ள வங்கிகளைப் போன்றவை வங்கிக் கணக்குகளைத் திறப்பதோடு நிற்காமல், ஏழை வாடிக்கையாளர்களும் நம்பிக்கையுடனும், வசதியாகவும் அவற்றைப் பயன்படுத்த உறுதி செய்யும் நிலைக்குப் போகவேண்டும் என்று நான் வலியுறுத்துவேன். வங்கிகள் எண்ணிக்கையில் அதிகம் துவக்குவதோடு, அல்லது புதிய கணக்குகள் தொடங்கப்பட்டிருப்பதைக் காட்டுவதோடு நிற்காமல், சரியாக வங்கி உதவி போய்ச் சேராத வாடிக்கையாளரையும் அணுகப் புதிய யுக்திகள் நமது முயற்சிகளின் பகுதியாக இருக்கவேண்டும்.

இறுதியாக, வாராக் கடன் இக்கட்டை (distress) இன்னும் சிறப்பாக நாம் கையாள வேண்டும். குறிப்பிட்ட காலக்கெடுவே உள்ள வங்கி நிர்வாகம் இந்த வாராக் கடன் துன்பத்தை எதிர்கொள்ளும் மோசமான வழி அதனை விரிவாக்குவது அல்லது பாசாங்கு செய்வது, கடனை எப்போதும் பசுமையாக வைத்திருப்பது, அல்லது அதிசயமாக அது திரும்பி வந்துவிடும் என்று நம்புவது அல்லது தனக்குப் பின்னால் வருபவர் பார்த்துக்கொள்வார் என்று விட்டு விடுவது. கடனைக் கையாள முன்னெடுத்துச் செல்பவர்க்கு அதில் உண்மையான பங்கு இல்லாமலிருக்கும்போதுகூட உள்ள இயற்கையான ஊக்கம், பங்கையும் கட்டுப்பாட்டையும் வைத்திருப்பது. கடவுளின் செயல் தன்னைக் காப்பாற்றிவிடும் என்ற நம்பிக்கையில் திட்டத்திலுள்ள சிக்கலை விடுவிக்க

முயற்சிகளுக்கு முட்டுக்கட்டை போடுவதும் அதில் அடங்கும். எல்லா வங்கியாளர்களும், முன்னெடுத்துச் செல்வோரும் இந்த இயற்கையான ஊக்கிகளுக்குள் விழுவதில்லை. ஆனால், பலர் அப்படித்தான் இருக்கிறார்கள்.

நிதிக் கடனை அமைப்பு அடையாளங்கண்டு, அதனைத் தீர்க்க நடவடிக்கை எடுத்து கடன் கொடுத்தவர்களுக்கும், முதலீட்டாளர்களுக்கும் சரியான முறையில் திரும்பக் கிடைக்க உறுதி செய்யவேண்டும். பயனுள்ள நிதிச் செயல்பாடு அல்லது இன்னும் சிறப்பான திவால் அமைப்பு இருந்தால் நன்றாக இருக்கும் என்று நாம் நினைக்கலாம். ஆனால், அவற்றிற்காகக் காத்திருக்கும் நேரத்தில், நம்மிடம் இருப்பதைச் சீராக்க வேண்டும். அடுத்த சில வாரங்களில், முதலிலேயே அடையாளம் காணுதல், நல்ல முறையில் அதனைத் தீர்த்தல், வாராக் கடனை திரும்பப் பெறுதல் ஆகியவற்றை ஊக்கப்படுத்தும் நடவடிக்கைகளை அறிவிப்போம். உண்மையான சொத்துகளைப் பயனுள்ளவாறு ஈடுபடுத்துவதில் கவனம் செலுத்துவோம். வங்கிக்காரர்களாகிய உங்களுக்கு இந்த வங்கித்துறையில் பதிந்துபோயுள்ள இயற்கையான ஊக்கிகளை எதிர்த்துப்போராடுவதில் முக்கியப் பங்கு உண்டு. உண்மையாகவே கஷ்டத்தில் உள்ளவர்களுக்கு உதவவேண்டும். அமைப்பிலிருந்து பயன்பெற முயல்வோரிடம் கடுமையாக நடக்க வேண்டும். ஆர்பிஐ தன்னிடமுள்ள எல்லா வசதிகளையும் உங்களுக்கு அளிக்கும்.

முடிவாக, இந்தியா என்ன செய்ய முடியும் என்பதுபற்றி நம்பிக்கையற்ற நிலையுள்ள ஒரு காலகட்டத்தில் இருக்கிறோம். இந்த நம்பிக்கையின்மை வெளிநாட்டு ஊடகங்கள், அவர்களது பார்வையாளர்கள் மத்தியில் மட்டும் வரவில்லை, உள்நாட்டு விவாதங்களையும் தொற்றிக்கொள்கிறது. ஒவ்வொரு கொள்கையையும் கருத்தோடு எதிர்கொண்டு, அதில் தவறான நடத்தைக்கான அதிகாரங்கள், ஆராயப்படுகின்றன. முடிவுகள் எடுப்பதற்கான நேர்மறை வாய்ப்பு இல்லாததால், முடிவு எடுத்தலின் வேகம் குறைந்திருப்பதில் வியப்பில்லை. எனினும் இதற்கான தீர்வு செயல்படாமல் இருப்பதால் வராது. செயலாலேயே வரும். அது ஒரு நோக்கமுடைய, ஒரு சார்பற்ற, பயனுடைய செயலாக இருக்கவேண்டும். அவ்வாறு பார்க்கப்படவும் வேண்டும். பிழைகள் ஏற்படவே செய்யும். ஆனால், மாசற்ற செயல்களின் களம் அதிகமாகும்போது, நமது சமுதாயத்தில் பரவிவரும் சந்தேகம் என்னும் நச்சு ஆவி அடங்கிவிடும். இது நடக்க ஆர்பிஐ தனது பங்கினைச்செய்ய முனைப்போடு இருக்கிறது.

இயல் 2

பருந்துகள், புறாக்கள் அல்லது ஆந்தைகள்

I

என்னுடைய முதல் கவனம் பணவீக்கத்தின் மேலேயே இருந்தது. இந்தியாவில் நீங்கள் பொதுவாழ்வில் எதையாவது செய்யத் தொடங்கும் பொழுதெல்லாம், உங்களுடைய செயல்களைப் பரிந்துரைக்க ஓர் அறிக்கை பின்புலமாக இருப்பது நல்லது. அவ்வறிக்கை இந்தச் சிக்கல் பற்றி அறிவாளிகள் பலர் ஆழமாகச் சிந்தித்திருக்கிறார்கள் என்பதைக் காட்டும். உங்கள் செயலுக்கு ஒரு சட்டரீதியான அங்கீகாரம் கிடைக்கும். எங்களது பணக்கொள்கைக்கு எங்களுக்கு ஆதாரமே இருந்தது: டாக்டர் உர்ஜித் பட்டேல் குழு அறிக்கை. இதனை நான் எனது தொடக்க அறிக்கையில் விளக்கியிருக்கிறேன். 1980களில் டாக்டர் சுகோமாய் சக்ரவர்த்தி அறிக்கை பணக் கொள்கைக்கு வழிகாட்டியதுபோல, இதுவும் இருக்கும் என்பது என்னுடைய நம்பிக்கை. இதனை நான் டாக்டர் பட்டேலிடம் பகிர்ந்து கொண்டேன். எனது நம்பிக்கை வீண் போகவில்லை. நடைமுறைப்படுத்தக்கூடிய பரிந்துரைகளை எப்படி நடைமுறைப்படுத்துவது, முடியாதவற்றை எப்படி மாற்றி அமைப்பது என்பதே என்னுடைய இப்போதைய வேலை.

ஒரு பரிந்துரை எளிமையானதாக, தொழில்நுட்பம் சார்ந்ததாக இருந்தது. மொத்த விலைக் குறியீடு *(WPI)* பணவீக்கத்தைக் குறிவைக்காமல் நுகர்வோர் விலைக் குறியீடு *(CPI)* பணவீக்கத்தைக் குறிவைப்பதாக இருந்தது. *WPI* என்பது நுகர்வோர் நேரடியாக அனுபவிப்பது இல்லை. *CPI* பணவீக்கம் அன்றாடப் பொருட்களோடு நெருக்கமாகத் தொடர்புடையது. இந்த நடவடிக்கை பணக் கொள்கையில் அடிப்படை மாற்றமாக இருந்தது. சிறிது காலமாக நுகர்வோர் நிலைப் பணவீக்கம், மொத்த விலைப் பணவீகத்தைவிட மிக அதிகமாக இருந்தது. ஆனாலும் *CPI* பணவீக்கத்தைக் குறைக்க வேண்டியிருந்தால் வட்டி விகிதங்கள் அதிகமாக்கப்பட்டு, அது நீண்டகாலம் அதிகமாகவே இருக்கவேண்டும் என்றாகிறது. மலிவான

எதிர்மறை உண்மை வட்டிவீதக் காலத்தினால் பயனடைந்து வந்த நமது தொழிலதிபர்கள் அந்தக் காலம் முடிந்துவிட்டது என்றும், மிகவும் மோசமாக நடத்தப்பட்ட சேமிப்பாளருக்கு இப்போது பயன் கிடைக்கும் என்றும் உணர்ந்து சொல்வார்களா? தொழிலதிபர்கள் எதிர்ப்பார்களா?

பணவீக்கத்தைக் குறிவைக்கும் சாலையில் செல்வதுதான் இன்னொரு முக்கியமான படி. ஒவ்வோர் ஆண்டும் தெளிவான ஒரு மைல்கல்லுடன் உர்ஜித் பட்டேல் குழுவின் அறிக்கை முன்மொழிந்த குறிக்கோளை மனதில்கொண்டு பணவீக்கத்தைக் குறைக்கும் பாதை ஒன்றில் அடியெடுத்து வைத்திருக்கிறோம். நாங்களே வைத்த மைல்கல்களை, பலர் முடியாது என்று நினைத்தாலும்கூட, அடைந்துவிட்டோம். நாங்கள் மைல்கல்லை அடைந்தபிறகு, நிறுவனமயமாக்கும் முயற்சியில், பணவீக்கத்தை எதிர்த்து நடக்கும் போராட்டத்தை இன்னும் நம்பத்தக்கதாக ஆக்குவதற்கு, அரசுடன் முறைசார்ந்த பணவீக்க மேலாண்மை ஒப்பந்தத்தை நாங்கள் வற்புறுத்தினோம். நிதி அமைச்சகத்தின் மேலதிகாரிகளின் உதவியால், ஒப்பந்தம் கையெழுத்தாயிற்று.

நமது பணச் சந்தைகளை ஆழப்படுத்தும் நோக்கத்துடன், பணச் சந்தைகளின் செயல்பாடுகளை எப்படி நடத்துகிறோம் என்பது உட்பட, நாங்கள் நீர்மைத்தன்மையின் செயல்களை நவீனப்படுத்தினோம். காலக்கெடுவுள்ள திரும்ப வாங்கும் ஒப்பந்தத்தையும், திரும்பச் செலுத்தும் ஒப்பந்தத்தையும் அறிமுகப்படுத்தியிருக்கிறோம். மேலும் நீர்மைப் பற்றாக்குறை, பணச் சந்தைகளில் தேவையற்ற சிக்கல்களை உண்டாக்கியதுபோலத் தோன்றியது. எனவே, நீர்மைப் பற்றாக்குறையில் அனைத்து வங்கி அமைப்பும் செயல்படும் பழக்கத்திலிருந்து வெளியில்கொண்டு வந்து, நீர்மைத்தன்மையில் நடுநிலையில் வைக்க ஒரு செயல்பாட்டை அறிவித்தோம்.

இறுதியில், அரசுடன் சேர்ந்து சுதந்திரமான பணக்கொள்கைகள் குழுவிற்கான சட்டத்தை வடிவமைத்தோம். அது கொள்கையை வழிவகுக்கும் பொறுப்பை ஆளுநரிடமிருந்து எடுத்துக்கொள்ளும். கொள்கை அமைப்பதில் பல கருத்துகளை ஒரு குழு கொண்டுவர முடியும். ஓர் உறுப்பினர் விலகினாலோ, ஓய்வுபெற்றாலோ, தொடர்ச்சியைக் குழு கொடுக்க முடியும். அரசியல் அழுத்தத்திற்குக் குறைவாகவே ஆட்படும். எனவேதான், நான் இந்த யோசனையை ஆதரித்தேன். கொள்கையை தனி ஆளாக முடிவு செய்ததில் நான்தான் கடைசி ஆளுநர். (நான் எப்போதும் என் உடன்பணியாற்றுபவர்களைக் கலந்து ஆலோசித்த பிறகே முடிவு செய்வேன்). நான் பதவி விலகியபின் அரசு, பணக்கொள்கைக் குழுவிற்கு தனது ஆட்களை நியமித்தது. எனக்குப் பின்னால் வந்த டாக்டர்

உர்ஜித் பட்டேலுடைய முதல் கொள்கை அறிவிப்பு, பணக்கொள்கைக் குழுவுடன்தான் நடைபெற்றது.

இந்தியாவின் நிலையான வருவாய் பணச் சந்தை, அதன் துணை அமைப்புகள் மன்றத்தில் *(FLMMDA)* 2014 பிப்ரவரியில் நான் உரையாற்றியபோது, பணவீக்கத்தை எதிர்த்து நடத்தும் எங்களது போராட்டத்தின் வரைமுறைகளை விளக்கினேன். பணவீக்கத்தின் மூலகாரணத்தை, குறிப்பாக உணவுப் பணவீக்கத்தையும் அதனைக் கட்டுப்படுத்துவது எப்படி விவசாயிகளின் நலனுக்கானது என்பதையும் விளக்கினேன். அப்போது ஆட்சியில் ஐக்கிய முற்போக்குக் கூட்டணி கட்சி இருந்ததால், அவர்களுக்கு இதனை எடுத்துச்சொல்வது அவசியமாய் இருந்தது. ஏனென்றால், அவர்களில் குறிப்பிட்ட பகுதியினர் விவசாயிகளுக்கு உணவுப் பொருட்களுக்கு நல்ல விலை கிடைத்தால் அது அவர்களுக்கு நல்லது என்று கருதினார்கள்.

அண்மைக்காலத்தில் நமது முயற்சிகளைக் கணக்கில் எடுத்துக் கொண்டால், பணவீக்கத்தை எதிர்த்துப் போராடும் வழி, அதனைக் கட்டுப்பாட்டுக்குள் கொண்டுவர உறுதியாக இருக்கிறோம் என்பதைக் காட்டுவதுதான். ஆனால், இந்தியப் பொருளாதாரம் அதைத் தாங்கிக்கொள்ளும் வகையில், அதைச் செய்யவேண்டும். இந்தியப் பொருளாதாரத்தின் மோசமான நிலைக்கு எதிராகத் தங்களைக் காத்துக் கொள்வதற்கு சிறிதளவே முடியும். எனவேதான் தொடக்கத்திலிருந்தே, தேவை முற்றிலும் குறையும் அளவிற்கு வட்டி விகிதத்தை உயர்த்தும் ‘வால்கர்’ வழி நமது இந்தியப் பொருளாதாரத்திற்குச் சரியாக இருக்காது என்று கருதினேன். எனினும் ஆர்பிஐயின் திட்டத்தை சுயநலச் சக்திகள் சேர்ந்து எதிர்க்கும் என்றும், இறுக்கமான பணக்கொள்கையை அரசு தாங்கிக் கொள்வது குறைந்துவிடும் என்றும் எனக்கு உறுதியாகத் தெரியும். எனவே, விளைவுகளை விரைவாக மக்களுக்குக் காட்டவேண்டியது அவசியமாயிற்று. பொதுமக்களுக்கு எங்களது நிலைப்பாட்டை, பணவீக்கம் பற்றிய எனது உரைகளில் விளக்க முயன்றேன். ஆர்பிஐ பணவீக்கத்தைக் கட்டுப்படுத்த முடியுமா என்பதில் ஐயப்பாடு கொண்ட சூழலில் பொது மக்களின் ஆதரவையும் பெற முயற்சிகள் மேற்கொள்ளப்பட்டன.

பணவீக்கத்தை எதிர்த்துப் போராட்டம்

'வங்கி நோட்டுகளை வெளியிடுவதை ஒழுங்குபடுத்தவும், இந்தியாவில் பண நிலைப்புத் தன்மையைக் காக்கும் நோக்கத்துடன் கையிருப்புகள் வைக்கவும், நாட்டின் பணப்புழக்கம், கடன் அமைப்பை அதன் நன்மைக்குத் தக்கவாறு நடைமுறைப்படுத்தவும், இந்திய ரிசர்வ் வங்கி அமைக்கப்பட்டது' என்பது உங்களுக்குத் தெரியும்.

இந்தியாவில் வலிமையான வளர்ச்சியைச் சாத்தியமாக்குவதற்கு, ஆர்பிஐ தன்னை அர்ப்பணிக்கிறது என்பதைக் கவனியுங்கள். எங்களுக்கும் நிதி அமைச்சகத்திற்கும் வேறுபாடு எதுவுமில்லை. இன்றைய சூழலில் தொடர்வளர்ச்சியைப் பெற சிறந்த வழி, நிதித் துறையை வளர்ப்பதைத் தவிர, பண நிலைப்புத் தன்மையின் வழியாக என்று நாங்கள் நம்புகிறோம். ஒரு குறிப்பிட்ட காலகட்டத்தில் பணவீக்கத்தைக் கீழே கொண்டுவருவதன் மூலம் இது சாத்தியமாகும். குறிப்பாக 2015 ஜனவரிக்குள் CPI பணவீக்கத்தை 8 விழுக்காடாகவும், 2016 ஜனவரிக்குள் 6 விழுக்காடாகவும் குறைக்க எண்ணுகிறோம்.

இங்கு சில விசயங்களை விவரிக்க வேண்டியதிருக்கிறது. முதலாவதாக வளர்ச்சியைக் காவு கொடுத்து பணவீக்கத்தைக் கட்டுப்படுத்த நினைக்கிறோமா? வளர்ச்சிக்கும், பணவீக்கத்திற்கும் இடையில் நிலையான மாறும் காரணிகளைக்கொண்ட வர்த்தகம் இருக்கிறது என்று பெரும்பாலோர் நம்புகிறார்கள். வட்டி வீதத்தைக் கூட்டினால், ஆர்பிஐ வங்கிகளையும், வட்டி விகிதத்தைக் கூட்டுமாறு செய்யும். அதனால் தேவைகள் குறையும். நிறுவனங்கள் வட்டிவீதங்கள் அதிகமாக இருக்கும்போது கடன் வாங்கமாட்டா. தனி மனிதரும், கடனுக்கு நெடுங்காலம் இருக்கக்கூடிய பொருட்களை வாங்காமல், சேமிப்பதற்குத் திரும்புவார்கள். குறைந்த தேவையுள்ள வளர்ச்சியில், வழங்கலுக்கும் வளர்ச்சிக்குமிடையே நல்ல பொருத்தம் இருக்கும். அதனால் உற்பத்தியாகும் பொருட்களுக்குக் குறைவான பணவீக்கம் இருக்கும்.

இது தொடர்பாகப் பார்க்கும்போது, குறைந்த வட்டி வீதங்கள் அதிகமான தேவையை உண்டாக்கி, பொருட்களின் விலையை உயர்த்திவிடுகிறது. மக்கள் தாங்கள் நல்ல வருவாய் பெறுவதாக நம்பி அதிகமான பொருட்களை உற்பத்தி செய்வார்கள். ஆனால், எல்லாச் சரக்குகளின் விலையும் அதிகம் ஆவதால்,

அதிகப் பணவீக்கம், அவர்கள் வருவாயைக் கொண்டு வாங்கக் கூடியவற்றைக் குறைத்துவிடும். எல்லா மக்களையும், சிறிது காலம் ஏமாற்றலாம் என்று சொல்வதுபோல, திடீர் திடீரென்று அதிகமாகும் பணவீக்கம் சிறிது காலம் மட்டுமே வளர்ச்சி உண்டாக்கும். இவ்வாறு, சிறிது காலத்திற்கு உயர்ந்த பணவீக்கம் உயர்ந்த வளர்ச்சிக்கு வழிவகுக்கும் என்ற விவாதம் முன்வைக்கப்படுகிறது.

ஆனால், பொதுமக்கள் அதிகப் பணவீக்க நிலைகளுக்குப் பழகிப் போகும்போது, மீண்டும் பொதுமக்களை முட்டாளாக்குவதற்கு ஒரே வழி அதிகமான பணவீக்கத்தை உண்டாக்குவதுதான். பொது மக்களுக்கு அதிகமான விலைகளை உண்டாக்கும் பணவீக்கச் சூழலே மிஞ்சும். எனவே, நிலையான வளர்ச்சியை உண்டாக்க மைய வங்கிக்கு உள்ள சிறந்த வழி பணவீக்கத்தைக் குறைத்து நிலையாக வைத்திருப்பதுதான் என்று பொருளாதா வல்லுநர்கள் சொல்கிறார்கள். முந்தைய பத்திகளில் கூறப்பட்ட கருத்துகளுக்கு பல நோபெல் பரிசுகள் வழங்கப்பட்டிருக்கின்றன.

பணவீக்கம் குறைவாகவே இருக்கும் என்று மக்கள் எதிர்பார்த்தால், மைய வங்கி குறிப்பிட்ட அளவு வட்டி வீதத்தைக் குறைக்கலாம். தேவையையும் வளர்ச்சியையும் ஊக்குவிக்கலாம். உண்மையில், மலேசிய மைய வங்கி வட்டி வீதங்களைக் குறைத்து, வளர்ச்சிக்கு உதவுவதற்குக் காரணம், பணவீக்கத்திற்கு எதிராகப் போராடி, பணவீக்கம் எனும் விலங்கு மீண்டும் தலைநீட்டினால், அதை வெட்டி விடுவோம் என்று அதனுடைய மக்களை நம்ப வைத்திருக்கிறது.

இதனை வேறு மாதிரி சொல்ல வேண்டுமென்றால், நிலையான வளர்ச்சியை உண்டாக்க, முதலில் நாம் பணவீக்கத்தைக் குறைக்க வேண்டும். பணவீக்கம் குறையும் என்ற அதிகப்படியான மக்களின் நம்பிக்கை நமது பணத்திற்கு நிலைத்தன்மையைக் கூட்டி, சென்ற கோடை காலத்தில் நாம் சந்தித்த சுழல்கள் போன்றவற்றைத் தடுக்கும் என்பதையும் சொல்வேன். பணமாற்ற வீத நிலைப்புத் தன்மை பணத்தின் நலனுக்கும் மையம்.

நாம் பணவீக்கத்தைக் குறைக்க வேண்டுமானால், அதை இன்றே தொடங்க வேண்டும். உயர்ந்த பணவீக்க எதிர்பார்ப்புகள் மக்கள் மனதில் நிலையாகப் படிவது வரையில், பணவீக்கச் சுழலின் வேகம் அதிகரிக்கும் வரையில் நாம் காத்திருக்க முடியாது.

அதனால்தான், வட்டி வீதங்களை செப்டம்பர் முதல் மூன்று முறை உயர்த்தியிருக்கிறோம்.

நாம் வட்டி வீதங்களைக் குறைக்க வேண்டுமென்று சொல்கின்ற தொழிலதிபர்களை என்ன செய்வது? வட்டி வீதங்களைக் குறைக்க வேண்டும் என்று சொல்லும் ஒரு தொழிலதிபரையும் இதுவரையில் நான் சந்திக்கவில்லை. ஆனால், கொள்கை அளவில் குறைந்த வட்டிவீதம் அதிகமாக மூலதனம் செய்ய இன்று ஊக்கம் தருமா? ஆர்பிஐயிலுள்ள நாங்கள் அப்படி நினைக்கவில்லை.

முதலாவதாக, இன்று வங்கி முதலீட்டைத் தடுக்கும் முதன்மைக் காரணி அதிக வட்டி வீதங்கள் என்று நாங்கள் நம்பவில்லை. இரண்டாவதாக, நாங்கள் கொள்ளும் வீதங்களைக் குறைத்தாலும், அதிகம் வைப்பு விகிதங்களைக் கொடுத்துவரும் வங்கிகள் அவற்றின் கடன் விகிதங்களைக் குறைக்கும் என்று நாங்கள் நம்பவில்லை. இதற்குக் காரணம், வைப்பு வைப்பவர் அதிகப் பணவீக்கத்தை எதிர்பார்ப்பார். ஏற்கனவே வங்கிகள் கொடுக்கும் குறைவான விகிதங்களை ஏற்கமாட்டார்கள். பணவீக்கம் வைப்பு வீதங்களிலும், ஆகவே கடன் விகிதங்களிலும் இக்கட்டை ஏற்படுத்தியிருக்கிறது.

எனவே, இப்போதைய நிலையில் கொள்கை வீதம் தேவையைக் குறிப்பிடத்தக்க அளவிற்குப் பாதிக்கும் அளவில் இருக்கிறது என்று நாங்கள் நம்பவில்லை. எனினும், வலிமை குன்றிய பொருளாதாரத்தாலும், வலிமையான உணவு உற்பத்தியாலும், பணவீக்கம் குறையும்போது, கொள்கை வீதம் வங்கிக் கடன் வீதத்தில் வலிமையான தாக்கமாக அமையும். அது தொலைவிலும் தாக்கம் ஏற்படுத்தும் என்று நம்புகிறோம்.

எப்படி இருப்பினும் இன்றைக்கு நமக்குத் தாக்கமாக அமையக்கூடிய மிக முக்கியமான காரணி எதிர்பார்ப்புகள்தான். மக்கள் பணவீக்கத்தைப் பற்றிக் கவலைப்பட்டு, அவர்கள் பணவீக்கம் பற்றிய எதிர்பார்ப்புகள் குறையுமானால், பணவீக்கமும் குறையும். பலர் அண்மையில் பெற்ற அல்லது மிக முக்கியமான அவர்களது அனுபவத்தை வைத்து எதிர்பார்ப்புகளை உண்டாக்கிக் கொள்கிறார்கள். ஆகவே, எதிர்பார்ப்புகளைக் குறைக்க உணவுப் பொருளின் பணவீக்கம் இப்போதைய குறைவுதனைப் பயன்படுத்திக்கொள்ள வேண்டும். உடனே செயல்பட இதுவும் ஒரு காரணம்.

நாம் மெல்ல அடி எடுத்து வைக்கவேண்டும் என்று விரும்புபவர்களுக்குப் பதில் சொல்வதை விடுத்து, நாம் அதிகம் செய்ய வேண்டும் என்று சொல்பவர்கள் பக்கம் திரும்புவோம். பணவீக்கம் மிகவும் முக்கியமென்றால், வால்கர் மாதிரியைப் பின்பற்றி வீதங்களை மிகவும் உயர்த்தி உடனடியாகப் பணவீக்கத்தை விரைவாக ஏன் கீழே கொண்டுவரக் கூடாது? நாம் கொள்கை வீதத்தை அதிகமாக உயர்த்தினால், வங்கிகளும் அதற்குத் தகுந்தாற்போல் உயர்த்த வேண்டியதிருக்கும். இது தேவையை மிகவும் குறைத்து பணவீக்கத்தை உடனடியாகக் குறைத்துவிடும். ஆனால், அது நாட்டின் பொருளாதாரத்திற்குப் பெரும் பாதகத்தை ஏற்படுத்திவிடும். வால்கருடைய ஃபெட் கடுமையான விலை மந்தத்தை ஏற்படுத்தியதையும், அதைத் தொடர்ந்து சேமிப்பு, கடன் இடர்பாடு ஏற்பட்டதையும் நாம் நினைத்துப் பார்க்கிறோம்.

அமெரிக்காவைப்போல உடனடியாக மீளக் கூடிய நிலையில் ஒரு வளரும் நாடு இல்லை. ஒரு வலிமையற்ற பொருளாதாரத்திற்கு அதிர்ச்சி வைத்தியம் செய்வதற்குப் பதிலாக, உடனடியாக இல்லாமல் சிறிது சிறிதாகப் பணவீக்கத்தைக் குறைப்பதையே விரும்புகிறது. அதேசமயம் எதிர்பார்க்கும் பணவீக்கப் பாதையிலிருந்து பொருளாதாரம் விலகிச் சென்றால், என்ன தேவை என்பதற்கும் ஆயத்தமாக இருக்க வேண்டும். இப்போதைக்கு வீதம் பொருத்தமாகவே அமைந்திருக்கிறது என்று நம்புகிறோம்.

நாங்கள் மிகவும் சுதந்திரமாகச் செயல்படுகிறோம் என்று நம்புகிறவர்களும் இருக்கிறார்கள். நாங்கள் இதுவரையில் செய்திருப்பதெல்லாம் பட்டேல் குழுவின் பரிந்துரைகளைப் பின்பற்றியதுதான். WPI பணவீக்கத்தையல்லாமல், CPI பணவீக்கத்தை மிக முக்கியமான ஒன்றாகக் கவனம் செலுத்துகிறோம். பட்டேல் குழுவும் 6 விழுக்காடு பணவீக்கத்தை ஒரே சீராக அடைவதற்குக் காலக்கெடுவும் கொடுத்திருக்கிறது. அது அதிகம் சிரமமில்லாமல் அடைக்கக்கூடிய ஒன்றாகவே தோன்றுகிறது. ரிசர்வ் வங்கியின் ஆலோசனையுடன், மிஸ்திரி குழு, நிதித்துறைச் சீர்திருத்தங்களுக்கான குழு, நிதித்துறை சட்டச் சீர்திருத்தக்குழு (PSLRC), பட்டேல் குழு ஆகியவற்றின் ஆலோசனைகளை அரசு கேட்டு முடிவெடுக்குமானால், ரிசர்வ் வங்கி ஆலோசனையின்படி நிர்வாகம் அல்லது சட்டத்தின்படி அமைக்கப்பட்ட மத்திய காலக்கெடு பணவீக்கக் குறிக்கோளுக்கு நல்லது.

பொதுமக்களின் விமர்சனத்திற்காகப் பட்டேல் குழுவின் அறிக்கை முன்வைக்கப்பட்டிருக்கிறது. அந்த விமர்சனங்களைச் சேகரித்து, பகுப்பாய்வு செய்தால் நாங்கள் எங்களுக்குள் ஆய்வு செய்து அரசுடன் இணைந்து முடிவு செய்வோம். என்ன சொன்னாலும் மைய வங்கியின் நோக்கம் தரப்பட்டு, செயல்பட வேண்டிய குறிக்கோள் முடிவு செய்யப்பட்டபிறகு, மைய வங்கியின் தொழில்நுட்ப அறிவியலாளர்களிடம் அவர்கள் செய்ய வேண்டியதை விட்டுவிட வேண்டும் என்று பன்னாட்டு அனுபவம் காட்டுகிறது.

இறுதியாக, நிதி நிலைப்புத்தன்மை உள்ளிட்ட வேறு எதனைப்பற்றியும் கவலைப்படாமல் பணவீக்கத்தைக் குறைப்பதை மட்டுமே நோக்கமாகக்கொள்ளும் நிறுவனமாக ஆர்பிஐயை மாற்ற பட்டேல் குழு நினைக்கிறதா? இல்லவே இல்லை! மத்திய காலக்கெடுவில் இளக்கமுள்ள பணவீக்கத்தைக் குறிக்கோளாகக் கொண்டுள்ள பணக்கொள்கைக் குழு அதிகப் பணவீக்கம், மிகக் குறைவான பணவீக்கம் ஆகியவை பற்றிக் கவலைப்படுகிறது. இது பணவீக்கத்தின் மேல் கவனம் செலுத்துகிறது என்று பொருள்.

மேலும், (இந்த நவம்பர் பணவீக்க எண்களைப்போல) தற்காலிகப் பணவீக்கத்தைப் பற்றிக் கவலைப்படாமல், குறைவான வட்டி வீதங்கள் தொடர்ந்து இருக்கும்போதும், நிதி நிலைத் தன்மையைக் குறைந்த பணவீக்கம் அச்சுறுத்தும்போதும், வீதங்களைக் கூட்டுவதற்கு ஆயத்தமாக இருக்கிறது என்று பொருள். ஏனென்றால், நிதி இக்கட்டு பணவாட்டத்துக்கு இட்டுச் சென்று விடும். அதாவது, பணக்கொள்கைக் குழு கண் மறைப்பு போட்டுக்கொண்டு, பணவீக்க எண்ணை மட்டும் பார்க்காது. வளர்ந்து வரும் சந்தைகள் பல, ஏதோ ஒரு பணக் குறிக்கோளை ஏற்றுக்கொண்டிருக்கின்றன. ஃபெடரல் ரிசர்வ் போன்ற குறிக்கோள் இல்லாதவை பெயரளவிலேயே பணவீக்கக் குறிக்கோளை, விலை நிலைப்புத் தன்மையின் இலக்குக்கு ஓர் எண்ணை வைப்பது உட்பட, வைத்துக்கொள்கின்றன.

மிச்சமிருக்கும் நேரத்தில், பல விமர்சகர்கள் கூறிய இன்னொரு விசயத்தை உங்கள் முன் வைக்க விரும்புகிறேன். அவர்கள் உண்மையான பிரச்சினை உணவுப் பணவீக்கம் என்று சொல்கிறார்கள். கொள்கை வீதத்தின் வழியாக அதனைக் கீழே கொண்டுவருவது எப்படி என்று கேட்கிறார்கள். அப்படிப்பட்ட விமர்சகர்களுக்கு எளிய விடை, உணவு, எரிபொருள் ஆகியவற்றைத் தவிர்த்த CPI பணவீக்கமும் அதிகமாக இருக்கிறது. அது சேவைகளில்

உள்ள உயர் பணவீக்கத்தைக் காட்டுகிறது என்பதுதான். அதனைக் கீழே கொண்டுவருவது மைய அளவில் ஆர்பிஐயின் வரம்பிற்குள் உள்ளது. ஆனால், அரசுக்கு முக்கியமான பங்கு இருந்தாலும் உணவுப் பணவீக்கத்தைக் கட்டுப்படுத்துவதில் பணக் கொள்கை பொருந்தாது என்று நான் விவாதிப்பேன்.

I. அண்மைக் காலங்களில் உயர்ந்த பணவீக்க அனுபவத்தில் உணவுப் பொருட்களின் விலையின் பங்கு.

2012 ஏப்ரல் முதல் 2014 ஜனவரி வரை புதிய CPI ஆல் அளக்கப்பட்ட தலைப்புச் செய்திப் பணவீக்கம் இரண்டு இலக்காக இருந்தது. இக்காலகட்டத்தில் சராசரி 10 விழுக்காடு இருந்தது. குறியீட்டில் 47.6 விழுக்காடு எடையிலிருந்த உணவுப்பணவீக்கம் தலைப்பு பணவீக்கத்தின் அதிக அளவிற்குக் காரணமாக இருந்தது. இக் காலகட்டத்தில் உணவுப் பணவீக்கம் இரண்டு இலக்கங்களாக இருந்துவந்திருக்கிறது. 2014 ஜனவரியில் மட்டும் 9.9 விழுக்காடாக இருந்தது.

2. உணவுப் பொருட்களின் விலை ஏன் அதிகமாக இருக்கிறது?

உள்நாட்டு உற்பத்தி, 2009-10, 2012-13 காலகட்டத்தில் குறைவாக இருந்ததைத் தவிர, சீராக அதிகரித்து வந்திருக்கிறது. எனினும் இது உணவுப் பொருட்களின் விலைகளை மட்டுப்படுத்துவதில் காணப்படுவதில்லை. இது ஏன் என்று புரிந்துகொள்ள முயல்வோம்.

வளத்தின் வளர்ச்சியும் உணவுப் பழக்க மாற்றங்களும்

கடந்த பத்தாண்டுகளில் மொத்த நுகர்வில் வீட்டு உணவுச் செலவு தரவுகள், மொத்த நுகர்வு குறைந்திருக்கிறது என்பதைக் காட்டுகின்றன. ஆனால், உணவுப் பொருட்களின் அதிகரிப்பைவிடக் குறைவான வேகத்தில்தான் விலை மாற்றங்கள் இருக்கிறது என்று காட்டுகிறது. மொத்த நுகர்வின் பங்கில் வீழ்ச்சி இருந்தாலும், ஒரு தலைக்கான உணவு நுகர்வு உண்மையான கணக்கின்படி, குறிப்பாக கிராமப் பகுதிகளில் அதிகரித்திருக்கிறது. புரட்டீன் உணவுப் பொருட்களை நோக்கி உணவுப் பழக்க முறைகளில்

தெளிவாக மாற்றம் இருந்திருக்கிறது. இந்தப் பொருள்கள் அண்மைக் காலங்களில் மொத்த உணவுப் பொருள் விலைக்கு குறிப்பிடத்தக்க அளவில் பங்களித்திருக்கின்றன.

உயர் உணவுப் பொருள் பணவீக்கத்தின் பல்வேறு காரணங்கள்

அ. சிறும ஆதரவு விலை

பகுப்பாய்வாளர்கள் அதிகமான உணவு விலைப் பணவீக்கத்திற்கான காரணமாகக் குறிப்பிடுவது அதிகமான சிறும ஆதரவு விலை (MSP). உற்பத்தி விலை, (உள்ளூர் பன்னாட்டு) சந்தை விலை நிலவரங்களின் அடிப்படையில் விவசாய பொருள் விலைகள் ஆணையத்தின் (CACP) பரிந்துரைகளின்படி சிறும ஆதரவு விலையை அரசு நிர்ணயிக்கிறது. MSP திட்டத்தில் வரும் பயிர்கள் WPIயில் முதன்மைப் பொருட்கள் வகையில் மூன்றில் ஒரு பங்கிற்கு மேல் இருக்கும். சிறும ஆதரவு விலைகள் சந்தை விலைகளுக்கு அடிப்படையாக இருக்கும் நோக்கத்துடன் குறிக்கப்பட்டு வருவதாலும், விலை உயர்வுகள் அதிகமாக இருக்கும்போது அவை நேரடியாகவே சந்தை விலையை நிர்ணயிப்பதாலும், விலைப் பணவீக்கம் முக்கியப் பயிர்களுக்கு அண்மைய ஆண்டுகளில் MSPஇன் உயர்வோடு தொடர்புடையதாகத் தோன்றுகிறது.

MSPகளின் உயர்வால் தூண்டப்பட்டு, விவசாயப் பொருட்கள் தொடர்பான விலையில் மாற்றம் இருக்கிறது என்றும் சொல்லலாம். நீங்கள் ஆவணப்படுத்திய அதிகப்படியான தேவையைச் சந்திக்க, அதிகப்படியான உணவு உற்பத்தியைப் பெறுவது என்ற கருத்து இருக்கிறது என்றால், அதுதான் தேவை என்று தோன்றுகிறது. ஒரு குறிப்பிட்ட காலத்தில் உணவின் WPIக்கும் உணவு அல்லாத பொருட்களின் WPIக்கும் விகிதத்தை வரிவடிவத்தில் குறிப்பிடும்போது, விவசாயத்துக்கான வர்த்தகத்தின் அடிப்படையில் குறிப்பிடத்தக்க முன்னேற்றத்தைக் குறிக்கிறது.

உள்ளீடு விலையில் ஏற்படும் மாற்றங்களை, CACP தரவுகளின் அடிப்படையில் பெறப்பட்ட விவசாயப் பொருள்களின் வெளியீட்டு விலையில் மாற்றங்களை ஒப்பிட்டு விகிதத்தைப் பார்க்கும்போது, அது நிலையாக இருந்திருக்கிறது. MSP உயர்வுகளிலிருந்து கிடைக்கும் பாடங்கள் விவசாயத்துறைக்குப் போய்ச்சேரவில்லை என்பதைக் காட்டுகிறது. ஏனென்றால், உள்ளீட்டுப் பொருள்களின் விலைகள்

ஏறிக்கொண்டே போகின்றன. உற்பத்தி வளர்ச்சி வலிமையாக ஏன் இல்லை என்பதைக் காட்டலாம். இதனை எது விளக்குகிறது?

MSPகளும் உள்ளீட்டுச் செலவினங்களை அதிகரிக்கும். எனவே MSPகள் ஒரு நாய், அதனுடைய வாலைத் துரத்துவதுபோல. அதனைப் பிடிக்கவே முடியாது. இது ஒரு விளக்கம். MSPயில், வாங்கப்படுவதில் அரிசியும் கோதுமையும் முதன்மையான உணவுப் பொருள்களாதலால், உற்பத்தியில் அரிசி, கோதுமைக்கு முக்கியத்துவம் கொடுக்கும் திரிபு நடக்கிறது. அதிகப்படியான அரிசி, கோதுமையை உற்பத்தி செய்வதற்கும், தேவைப்படும் மற்ற பொருட்களை குறைவாக உற்பத்தி செய்வதற்கான நிலைக்கும் உழவர்கள் போகிறார்கள். இது இன்னொரு காரணம். அரசு வரும் மாதங்களில் MSPகளுக்குத் தரும் குறிப்புகளில் மிதமான நிலையைப் பின்பற்ற வேண்டும் என்பதை இந்த இரண்டு விளக்கங்களும் அறிவுறுத்துகின்றன.

எனினும், விலை உயர்வுகளின் விபரங்களைப் பார்ப்பது பயனளிக்கும். கூலிகள் உட்பட்ட விவசாய இடுபொருட்களின் விலையை 2008-09 முதல் 2012-13 வரையில், அதற்கு முந்தைய ஐந்தாண்டுகளோடு (2004-05 முதல் 2006-08 வரையில்) ஒப்பிடும் போது, அவை மிக அதிகமாக இருந்தன. மிகக் குறிப்பிடத்தக்க உயர்வு கிராமப்புறத்தில் ஏற்பட்ட கூலி உயர்வுகள். கடந்த ஐந்தாண்டுகளில் கிராமப்புறங்களில் கூலிகள் மிக வேகமாக அதிகமாயின. இந்தியத் தொழிலாளர்கள் பலர் கூலிகளாக இருப்பதால், உணவுப் பொருள்களின் விலையேற்றம் கிராமப்புற கூலிகளையும் அதிகரிக்கின்றன. 2007க்கு முன்னரே இதற்கு ஆதாரம் உள்ளது. எனினும் 2007 முதல் பொருளாதார அளவுகோல் சோதனைகள், காரணவிளைவு கூலிகளிலிருந்து விலைகளுக்குப் போய்விட்டது என்று காட்டுகின்றன. உணவுப் பொருள் விலையுயர்வில் கிராமப்புறக் கூலிகள் பெரிய காரணியாக இருக்கின்றனர் என்பதை இது அடிக்கோடிட்டுக் காட்டுகிறது. கிராமப்புறக் கூலி உயர்வு ஏன் இவ்வளவு அதிகமாக இருக்கிறது?

ஆ. மகாத்மா காந்தி தேசிய கிராமப்புற வேலை உறுதிச் சட்டம் (MGNECA)

திறன்சாரா உடலுழைப்பு செய்யமுயலும் வயது வந்த உறுப்பினர்கள்கொண்ட ஒவ்வொரு குடும்பத்திற்கும் 100 நாட்கள் வேலை உறுதியளிக்கும் கிராமப்புற வேலை உறுதியளிப்புத்

திட்டம் சட்டமாக நிறைவேற்றப்பட்ட பிறகு, கிராமப்புறக் கூலிகள் வேகமாக உயர்ந்தன என்று பார்க்கிறோம். MGNREGA திட்டம் கிராமப்புறத் தொழிலாளர்களுக்கு வங்கி வாய்ப்பைக் கொடுத்திருக்கலாம். ஆனால், கவனமான பொருளாதார, சோதனை ஆய்வுகளின்படி, கிராமக் கூலி உயர்வுக்கு அது ஒரு சிறு அளவே காரணம். உண்மையில் எந்த விளைவாக இருந்தாலும், அது குறைந்துகொண்டே வருகிறது. MGNEGA கூலிகளை குறியீடாக ஆக்குவது அதனுடைய கிராமப்புறக் கூலி வீக்கம் முழுவதும் குறையாது என்றும் காட்டுகிறது.

இ. கிராமப்புற நீர்ப்புத்தன்மையும் கடனும்

விவசாயத் துறையின் நீர்ப்புத்தன்மை ஓட்டம் அதிகமாகியிருக்கிறது. இது நிலங்களை விற்பதாலும், கிராமக் கடன் அதிகமானதாலும் ஏற்பட்டது. விவசாயிக்கு அதிகப்படியான நிதி கிடைக்கும்போது, அது விவசாயத்தில் தனியார் முதலீட்டை வளர்த்தது. இதுவும் கிராமப்புறக் கூலிகளைக் கூட்டியிருக்கலாம்.

ஈ. கட்டுமானப் பணிகளுக்குத் தொழிலாளர்கள் மாறுதல்

தொழிலாளர்கள் உழவுத் தொழிலிருந்து உழவுத் தொழில் சாராத துறைகளுக்கு, குறிப்பாக, கட்டுமானத் தொழிலுக்குப் போய்க் கொண்டிருக்கிறார்கள். இது (பற்றாக்குறையின் காரணமாக) கிராமப்புறத் தொழிலாளரின் கூலியாட்களை, குறிப்பாகத் தொழிலாளர்களை வழங்கும் மாநிலங்களில், அதிகமான விளைவை ஏற்படுத்தும். 2004-05 இல் 259 மில்லியன்களாக இருந்த விவசாயத் தொழிலாளர் எண்ணிக்கை 2012- 2013இல் மொத்த வேலை வாய்ப்பில் 60 விழுக்காடாக இருந்தது. இப்போது 50 விழுக்காட்டிற்கும் குறைவாக ஆகிவிட்டது.

உ. பெண்கள் பங்களிப்பு

கிராமப்புறக் கூலிகளின் உயர்வுக்கு ஒரு சுவையான விளக்கம் கிராமப்புறச் சந்தையில் பெண்களின் பங்களிப்பில் ஏற்படும் மாற்றமும் ஒன்று. எல்லா வயது வகைகளிலும், பெண்களின் பங்களிப்பு விகிதம் குறைந்திருக்கிறது. வாழ்க்கைத் தரங்களில் ஏற்பட்டிருக்கும் முன்னேற்றம், கிராமக் குடும்பங்கள் பெண்களைத்

தொழிலிலிருந்து எடுத்துக்கொள்ளச் செய்திருக்கும். மேலும் அதிகப்படியான வளம் பெண்களுக்குக் கல்வி தருவதில் *(10-24)* மூலதனம் செய்வதற்கு இட்டுச் செல்லும். இது தொழிலில் பெண்கள் பங்களிப்பைக் குறைக்கும்.

3. சுருக்கமாக

நாம் உணவுப் பணவீக்கத்தை ஆராய்ந்தோமானால், அதில் பெரும்பகுதி உணவு உற்பத்திச் செலவினங்களின் அதிகரிப்பினால் ஏற்படுகிறது. அதுவும் கிராமப்புறம் கூலி வீக்கத்தின் ஒரு முதன்மைக் காரணம். அவற்றில் சில உண்மைச் செலவினங்களின் அதிகரிப்பு மற்றும் தொழிலாளரை கட்டுமானம், கல்வி, வீட்டு வேலை, MGNREGA ஆகியவற்றிலிருந்து மீண்டும் விவசாயத்திற்கு ஈர்ப்பதாக இருக்க வேண்டும்.

எனினும், பிற இடங்களிலும் கூலிகள் அதிகமானால், விவசாய வேலையை வசீகரமாக இருக்கச்செய்ய கூலிகளில் மாற்றம் நடைபெறப் போவதில்லை. கூலிச் சூழல் தொடரவே செய்யும். மேலும், விவசாயக் கூலி அதிகமாவது நீர்மைத்தன்மை கிராமப்புறங்களில் போவதாலும் இருக்கலாம். உணவுப் பணவீக்கத்தைக் கட்டுப்படுத்த, உணவு உற்பத்தியை அதிகமாக்க, நாம் செய்ய வேண்டியவை:

அ. மொத்ததில் கூலிகள் அதிகம் ஏறக்கூடாது. விவசாயத்தில் கூலிகள் மற்றவற்றோடு ஒப்பிடும்போது உயரவேண்டும். இதன்மூலம் பிற கூலிகளைக் கட்டுப்படுத்த வேண்டும்.

ஆ. கிராமப்புறக் கூலிகளில் தேவையற்ற அதிகரிப்பையும், (மானியங்கள் மூலமாக இல்லாமல்) வேறு விவசாய இடு பொருள்களின் செலவினங்களையும், விவசாயிக்கு உயர்ந்த வருவாய் கிடைப்பதற்காகக் கட்டுப்படுத்தல்.

இ. சந்தையில் உணவுப் பொருள்களின் விலை நிர்ணயிக்கப்படுவதை அனுமதித்து, மிகக் குறைந்த அளவே ஆதரவு கொடுக்குமாறு, குறைந்த ஆதரவு விலைகளைப் பயன்படுத்துவது. அதனால் உற்பத்தி முடிவுகள் திரிபுராமலும், விலை கூலிச் சுழல் அதிகமாகாமலும் செய்ய

முடியும். *MSP (Minimum Support Price)* அதிகமாதலின் வேகத்தை அதிகமாகக் கட்டுப்படுத்துவது என்பது இதன் பொருள்.

ஈ. இடைத் தரகர்களின் பங்கு, எண்ணிக்கை, தனி அதிகாரம் ஆகியவற்றைக் குறைத்து உழவர் பெறுவதற்கும், குடும்பங்கள் வாங்கும் விலைக்கும் இடையேயுள்ள இடைவெளிகளைக் குறைப்பது (விவசாய உற்பத்தி சந்தைக் குழு *APMC* விதிகளை மாற்றவேண்டும்). அதோடு சரக்குப் போக்குவரத்தை சிறப்பாக்க வேண்டும்.

உ. தொழில்நுட்பத்தை விரிவாக்கல், நீர்ப்பாசனம் வழியாக விவசாய உற்பத்தியைப் பெருக்குதல்.

மேலே குறிப்பிட்ட நடவடிக்கைகளில், தொழிலாளர் தேவையைக் குறைத்து, பணவீக்க எதிர்பார்ப்புகளை நிலைப்படுத்தி, கூலிகளைப் பேரம் பேசுவதை மிதப்படுத்துவதற்கு, பணக்கொள்கை அ, ஆ, இ-க்கு நேரடியான பங்கு உள்ளது. உண்மையில், கிராமப்புறப் பொருளாதாரம் வளர்ச்சிகுன்றிய நிலையில் கிராமப்புறக் கூலி குறைவதற்கான ஆதாரம் இருக்கிறது என்பதைக் கவனத்தில் கொள்ள வேண்டும்.

இறுதியாக, நமது உணவுப் பொருட்களின் விலைகள் பன்னாட்டு விலைகளினாலும் பெரிதும் பாதிக்கப்படுகின்றன. பன்னாட்டு அளவில் உணவுப் பொருள்களின் விலைகள் மிதமாகி வரும்போது, அப்படிப்பட்ட மிதநிலை வீட்டு உணவு விலைகளிலும் செலுத்தப்படவேண்டும். ஆனால், அது நடைபெற வேண்டுமென்றால், பன்னாட்டு விலைகள் ஊடுறுவுவதைத் தடுக்க நாம் குறுக்கிடக் கூடாது. இறக்குமதிகளிலும், ஏற்றுமதிகளிலும் குறுக்கிடக் கூடாது.

ஆர்பிஐ கிராமப்புற வளத்தை வரவேற்கிறது. பொருத்தமான கடன் முதலீடுகள் மூலம் கிராமப்புற உற்பத்தியை வளர்க்க உதவுவதை விரும்புகிறது என்பதை வலியுறுத்துகிறேன். ஆனால், அண்மைக்காலப் பணவீக்கம் உழவரின் கரங்களைப் பலப்படுத்த உதவவில்லை. எனவே பணவீக்கத்திற்கு எதிரான போர் உழவரின் நலனுக்காகவும்தான்.

முடிவாக,

- நாட்டில் ஏற்படும் வளம் உணவுக்கான தேவையை அதிகரித்திருப்பதால், நமக்கு அதிக உணவு உற்பத்தி தேவைப்படுகிறது. (அல்லது இறக்குமதி வேண்டும்)

- அதிகப்படியான விவசாயப் பொருட்களின் விலைகள் உழவர்களைக் குறிப்பிடத்தக்க அளவு உற்பத்தியைப் பெருக்கத் தூண்டியிருக்க வேண்டும்.

- அவர்களிடம் இருக்கிறது. ஆனால், போதுமான அளவு இல்லை. இதற்கு ஒரு காரணம் உழவரின் வருவாய்கள் அதிகச் செலவினங்களில் சுரண்டப்படுகின்றன. அவற்றில் முக்கியமானது கூலிகள்.

- கிராமப்புறக் கூலிகளின் உயர்வைக் கட்டுப்படுத்த, தொழிலாளரை விவசாயத்திற்கு ஈர்ப்பதற்காக, மற்ற கூலிகளுடன் ஒப்பிடும்போது, அதிகரிக்க வேண்டும் என்பதைக் கவனத்தில் எடுத்துக்கொண்டால், பிற துறைகளில் கூலிகள் அதே அளவு உயரக் கூடாது.

- பணக்கொள்கை, கூலிகளின் உயர்வை, சிறப்பாக நகர்ப்புற உயர்வுகளைக் கட்டுப்படுத்தல் பொருத்தமான கருவியாகும்.

- கிராமப்புறக் கூலி உயர்வில் மிதமான நிலை காணப்படுவதற்கு, பிற துறைகளில் கூலி உயர்வைக் கட்டுப்படுத்தல் கடுமையான கொள்கையின் விளைவாக இருக்கலாம்.

- மற்ற விலை, கூலி உயர்வுகளை (சேவை விலைகள் போன்ற, CPI குறியீட்டுக்கு முக்கியமான பகுதிகள்) கட்டுப்படுத்துவதில் பணக் கொள்கை அவ்வளவு சச்சரவுக்கு உள்ளானது இல்லை.

CPI யின் மிக முக்கியக் கூறாக உணவு இருந்தாலும், தனது பணவீக்க எதிர்ப்புப் போராட்டம் இறுக்கம் தருவதாக இருக்கும் என்று ஆர்பிஐ நம்புகிறது.

II

நான் நாட்டு மக்களிடம் பேசியபோது, பணவீக்கம் குறைந்தபோது வங்கிகள் வைப்பு வட்டி விகிதத்தைக் குறைத்ததாய் சேமிப்பாளர்கள் வருத்தப்பட்டார்கள் என்று கண்டேன். ஆனால், வைப்புத் தொகைக்கான வட்டிவீதங்களைவிட அதிகமாக பணவீக்கம் குறைந்திருந்தது. முன்னர், வங்கிகளின் நிரந்தர வைப்புகளில் 10 விழுக்காடு கிடைத்தது. இப்போது 8 விழுக்காடுதான் கிடைத்தது என்று அவர்கள் வாதாடினார்கள். இது நியாயமா? நியாயம்தான் என்று அவர்களுக்கு விளக்க வேண்டி இருந்தது. ஏனென்றால், பணவீக்கம் மிக வேகமாகச் சரிந்திருக்கிறது. எனவே (அவர்கள் வாங்கக்கூடிய பொருட்கள் விலைகள் கணக்கின்படி) அவர்களுடைய சேமிப்பில் உண்மையான வரவுகள் இப்போது அதிகம். என்னுடைய கருத்தை விளக்க, 2016 ஜனவரியில் *NCAER*-இல் நான் நிகழ்த்திய C.D தேஷ்முக் உரையில் என்னுள்ளேயே இருக்கும் ஆசிரியருக்கு வழிவிட்டேன். இதற்கு அச்சு ஊடகம் தோசைப் பொருளாதாரம் *(Dosanomics)* என்று பெயர் சூட்டியது. உண்மையில் அது ஓர் எடுத்துக்காட்டுதான்.

தோசைப் பொருளாதாரம்

தொழிலதிபர்கள் அதிக வட்டி வீதம் பற்றி முணுமுணுக்கிறார்கள். அதேசமயம் ஓய்வூதியக்காரர்கள் தங்களது வைப்புகளில் இப்போது கிடைக்கும் குறைந்த வட்டி பற்றிப் புகாரளிக்கிறார்கள். இருவருமே தங்களது பிரச்சினையை அதிகப்படுத்துகிறார்கள். நான் அடிக்கடி சொல்வதுபோல, இந்த வேறுபாடுகளைக் களைய ஒரே வழி CPI பணவீக்கத்தைப் படிப்படியாகக் குறைப்பதுதான்.

ஓய்வூதியதாரர் ஒருவரிடமிருந்து வந்த கடிதம் இவ்வாறு சொல்கிறது: "முன்னர் ஓராண்டு வைப்பில் 10 விழுக்காடு பெறுவேன். இப்போது எனக்கு 8 விழுக்காடுகூடக் கிடைப்பதில்லை. வங்கிகளை எனக்கு அதிகம் கொடுக்குமாறு கூறுங்கள். இல்லையென்றால் என்னால் செலவைச் சரிக்கட்ட முடியாது." உண்மை என்னவென்றால் ஓய்வூதியக்காரர் அதிகம்தான் பெறுகிறார். அவருக்கு அது தெரியவில்லை. ஏனென்றால், அவர் பெறுகிற பெயரளவிலான

வட்டியைப் பற்றியே கவனம் செலுத்துகிறார். அதற்கு அடியிலுள்ள பணவீக்கத்தைக் கணக்கிலெடுக்கவில்லை. அது 10 விழுக்காட்டிலிருந்து 8.5 விழுக்காட்டிற்குக் குறைந்திருக்கிறது.

இதனைப் புரிந்துகொள்ள தோசைப் பொருளாதாரத்தைப் பயன்படுத்துவோம். ஓய்வூதியக்காரர், தோசை வாங்க விரும்புகிறார் என்று வைத்துக்கொள்வோம். இக்காலகட்டத்தின் தொடக்கத்தில் அதன் விலை ஒன்று ரூ.50. அவருடைய சேமிப்பு ரூ. 1,00,000 என்று வைத்துக் கொள்வோம். அதைக்கொண்டு அவர் 2,000 தோசைகள் இன்று வாங்க முடியும். ஆனால், அவர் முதலீடு செய்திருப்பதால் அதிகம் எதிர்பார்க்கிறார்.

10 சதவீத வட்டியில், அவருக்கு ஓராண்டில் 10,000 ரூபாயும், அவருடைய முதலும் கிடைக்கும். தோசைகளின் விலை 10 சதவீதம் கூடி ரூ.55 ஆகும்போது அவர் 182 தோசையை ரூ.10,000 வட்டியைக் கொண்டு வாங்கலாம்.

சரி, பணவீக்கம் குறையும்போது, என்ன நடக்கிறது? 8 சதவீத வட்டியில், அவருக்கு ரூ.8000 வட்டி கிடைக்கும். தோசையின் விலை 5.5 சதவீதம் அதிகமாகும். ஒரு தோசை விலை ரூ.52.75 ஆகிறது. எனவே இப்போது அவரால் 152 தோசைகள்தான் அவருடைய வட்டிப் பணத்தில் வாங்க முடியும். எனவே ஓய்வூதியதாரர் புகார் அளிப்பது சரியாகவே தோன்றுகிறது. வட்டிவிகிதம் குறைவாக இருப்பதால் அவரால் குறைவாகத்தான் வாங்க முடிகிறது.

ஆனால், ஒரு நிமிடம் பொறுங்கள். அவர் தனது முதலையும் திரும்பப் பெறுகிறார். அதனையும், பணவீக்கத்தோடு சரிசெய்து கொள்ளவேண்டும். அதிக பணவீக்க காலத்தில் அதன் மதிப்பு 1,818 தோசைகள்தான். ஆனால், குறைந்த பணவீக்க காலத்தில், அதன் மதிப்பு 1896 தோசைகள். ஆகவே அதிக பணவீக்க காலத்தில் முதலும், வட்டியும் சேர்ந்து அதன் மதிப்பு 2000 தோசைகள். ஆனால், குறைந்த பணவீக்கத்தில் மதிப்பு 2,048 தோசைகள் ஆகும். அதாவது தோசைகள் கணக்கின்படி அவருக்கு குறைந்த பணவீக்க காலத்தில் 2.5 விழுக்காடு அதிகம் கிடைக்கிறது.

பணவீக்கம் ஒரு மவுனக் கொலையாளி என்று சொல்ல வேண்டியதைச் சுற்றி வளைத்து இப்படிச் சொல்கிறோம். ஏனென்றால், அது ஓய்வூதியதாரரின் முதலையே சாப்பிட்டு விடுகிறது. ஆனால், அவர்களுக்குக் கிடைக்கிற பெயரளவிலான வட்டி வீதங்களால் போதுமான வரவு கிடைக்கிறது என்ற

மாயையில் இருக்கிறார்கள். உண்மையில் 10 சதவீத வருவாய், 10 சதவீத பணவீக்கத்தில் வட்டி உங்களுக்கு உண்மையான வரவு எதையும் தரவில்லை. எனவேதான் ஓராண்டு சேமிப்புக்குப் பிறகு 2000 தோசைகளைத்தான் வாங்க முடியும். மாறாக, பணவீக்கம் 5.5 சதவீதமாக இருக்கும்போது, நீங்கள் உண்மையிலேயே 2.5 விழுக்காடு உண்மையான வட்டி வீதம் பெறுகிறீர்கள். அதாவது 2.5 சதவீதம் அதிகப்படியான தோசைகள் கிடைக்கும். எனவே நான் ஓய்வூதியதாரர்கள் மேல் அனுதாபம் கொண்டிருக்கும் அதே வேளையில், அவர்கள் உறுதியாக இன்று நல்ல நிலையிலேயே இருக்கிறார்கள் என்பதைச் சுட்டிக்காட்ட விரும்புகிறேன்.

III

2016 செப்டம்பரில் நான் என்னுடைய பதவிக் காலத்தை முடித்தபொழுது பணவீக்கம் 4.39 விழுக்காடாக இருந்தது. 2013 செப்டம்பரில் நான் பொறுப்பினை எடுத்தபோது 10.5 விழுக்காடாக இருந்தது. சந்தைகள் சரிவுப் பாதையில் முன்னூறு மைல்கல் சரிவைச் சந்திக்கும் நிலையில் இருந்தோம். அதாவது 2017 மார்ச்சில் 5 சதவீதம் எதிர்பார்க்கப்பட்டது. (இது எனக்குப் பின்னால் பொறுப்பேற்றவரால் நிறைவேற்றப்பட்டது.) என்னுடைய பதவிக் காலத்தை முடித்தபோது, நாங்கள் ஏன் பணவீக்கத்தை எதிர்த்துப் போரிட்டோம் என்பதற்கான காரணங்களையும், போராட்டம் எப்போதும் முடிவடையாது என்பதையும், போராட்டம் ஏன் தொடர வேண்டும் என்பதையும் தெரியப்படுத்தவேண்டியது அவசியம் என்று நினைத்தேன். தொடர்வளர்ச்சிக்கு இந்தப் போராட்டம் ஏன் முக்கியம் என்பதையும் அரசுடன் ஒத்துக்கொள்ளப்பட்ட பணக் கொள்கைச் சட்டத்தின் வழியாகவும், பெரும்பாலும் அரசாங்கத்தால் நியமிக்கப்பட்ட சுதந்திரமான பணக் கொள்கைக் குழுவின் வழியாகவும் போராட்டத்தை ஏன் நிறுவனமயமாக ஆக்கினோம் என்பதையும் விளக்க விரும்பினேன். 2016 ஜுன் 20 அன்று டாடா இன்ஸ்டிடியூட் ஆஃப் ஃபண்டமென்டல் ரிசெர்ச் *(TIFR)* இல் நான் ஆற்றிய உரையை இங்கே தருகிறேன்.

பணவீக்கத்திற்கு எதிரான போராட்டம்: நமது நிறுவனத்தின் வளர்ச்சியினுடைய அளவுகோல்

இன்றைய என்னுடைய உரையில், ஒரு வேறுபட்ட வகை நிறுவனத்தினை நிறுவ நாங்கள் எடுத்துவரும் முயற்சிகளை விவரிக்க விரும்புகிறேன். இது அண்டவெளியின் ஆழங்களையோ, ஓர் அணுவின் மிக நுண்ணிய பொருட்களைப் பற்றியோ ஆய்வதற்காக அல்ல. நம்முடைய அன்றாட வாழ்க்கையினைப் பாதிக்கின்ற பணவீக்கத்தைக் கட்டுப்படுத்தும் முயற்சிகளைப் பற்றியது. TIFRஇல் நீங்கள் அமைக்கும் நிறுவனக் கட்டடத்திற்கும் பணவீக்கத்தைக் கட்டுப்படுத்த நாங்கள் ஏற்படுத்தும் அமைப்பிற்கும், ஒப்புமைகள் உள்ளன. ஆனால், எங்களது முயற்சிகள் அண்டவெளியின் இழைகளை ஆய்வதல்ல. மாறாக மனித நடத்தையைப் பாதிப்பவற்றை ஆராய்கின்றன. இறுதியில் இரண்டிலுமே மனநிலை மாற்றம் அடிப்படையில் தேவைப்படுகிறது.

பணவீக்கத்தின் விலை

கடந்த நான்கு பத்தாண்டுகளாக இந்தியாவில் அதிகப் பணவீக்கம் நம்முடனேயே இருந்து வந்திருக்கிறது. அண்மையில்கூட, 2006 முதல் 2013 வரையில் நாம் சராசரியாக 9 விழுக்காடு பணவீக்கத்தைச் சந்தித்திருக்கிறோம்.

அதிகமான பணவீக்கத்தின் விலைகள் என்ன? உயர்பணவீக்கத்தின் பாதகமான விளைவுகளை அனைவரும் புரிந்துகொள்கிறார்கள். ஒவ்வொரு நிமிடமும் விலைகள் அதிகரிக்கின்றன. பணம் அப்போது தீக்கங்குபோல. யாரும் அதைக் கையில் வைத்திருக்க விரும்பமாட்டார்கள். மக்கள் வங்கியிலிருந்து நேரடியாகக் கடைகளுக்கு ஓடுகிறார்கள். தங்கள் பணத்தின் மதிப்பு போகிற வழியிலேயே குறைந்துவிடலாம் என்ற அச்சம்! இது பொதுவான பணவீக்கத்தினாலா? பணத்தில் மக்கள் நம்பிக்கையை இழக்கும்போது, பண்டமாற்று, அல்லது சேவைக்குப் பொருள்களைத் தருவது ஒரு மரபாக ஆகிறது. அதனால் வணிகம் கடினமாக ஆகும். எடுத்துக்காட்டாக, பந்தராவிற்கு வருவதற்கு எவ்வளவு இயற்பியல் உரையை ஒரு டாக்சி ஓட்டுநருக்குக் கொடுக்க வேண்டும்? மேலும் பணத்திற்குப் பதிலாக இயற்பியல் உரையை டாக்சி ஓட்டுநர் வாங்கிக் கொள்வாரா? நீங்கள் ஒரு மாணவருக்கு விரிவுரை ஆற்ற வேண்டும். அடுத்து மாணவரை டாக்சி ஓட்டுநருக்கு பாடச் செய்ய வேண்டும்... நான் சொல்ல வருவது உங்களுக்குப் புரியும். அதிகப் பணவீக்கம் பணத்தை மதிப்பிழக்கச் செய்வதால் வர்த்தகமே கடினமாக ஆகும்.

அதிகப் பணவீக்கத்திற்கு மீண்டும் விநியோகிப்பதன் விளைவுகளும் உள்ளன. இது மத்தியதரக் குடும்பத்தினரின் பத்திரங்கள், சேமிப்புகளை அழித்துவிடும். 1920களில் ஆஸ்திரியாவிலும், ஜெர்மனியிலும் அதிகப் பணவீக்கத்தால் நிகழ்ந்த பயங்கரங்கள் இன்னும் அச்சமூட்டுகின்றன.

எனவே, அதிகப் பணவீக்கம் யாருக்குமே வேண்டாம் என்பது தெளிவு. ஆனால், ஓராண்டுக்குப் பணவீக்கம் 15 விழுக்காடு மட்டுமே இருந்தால்...? அதிகப் பணவீக்கம் இருந்தாலும்கூட ஒரு குறிப்பிட்ட காலத்தில் நாடுகள் வேகமாக வளரவில்லையா? ஆம் என்பதுதான் விடை. ஆனால், ஓரளவு குறைந்த பணவீக்கமிருந்தால், இன்னும் வேகமாக வளர்ந்திருக்கக் கூடும். பொருளாதாரத்தில், அடிப்படை மதிப்பிலிருந்து விலைச் சிதறல்கள் காட்டுவதுபோல,

பணவீக்கத்தின் மாறும் தன்மை அதன் நிலையோடு கூடுகிறது. இதனால் விலை அடையாளங்கள் இன்னும் அதிகமாகக் குழப்பங்களை உண்டாக்குகின்றன. என்னிடமிருக்கின்ற ஏதாவது ஒரு பொருளின் விலை அதிகத் தேவையினால் கூடுகிறதா? அதிகத் தேவையினால் என்றால் நான் அதிகம் உற்பத்தி செய்தால் நான் நிறைய விற்க முடியும். ஆனால், பணவீக்கத்தினால் என்றால் நான் உற்பத்தி செய்த பொருள் விற்காமலே முடங்கிவிடும். அப்போது உற்பத்தியும், முதலீடும் அதிகம் இடர்ப்பாடு உடையவை.

மேலும், அதிகமான, மாறுபடும் பணவீக்கம் கடன் கொடுப்பவர்கள், நிதியின் விலையைக் கூட்டி, பணவீக்க ரிஸ்க் மதிப்பு என்று சொல்லப்படுகின்ற நிலையைச் சுற்றிவரும் பணவீக்க ரிஸ்க்குகளுக்கு ஈடுகட்ட அதிகமான நிலை வட்டிவீதம் கேட்கச் செய்யும். நீண்ட தவணை பயனாளிகளான சேமிப்பாளர்கள் உண்மை வட்டி வீதங்கள் அதிகமாக வேண்டுமென்று கேட்பார்கள். இதனால், நீண்ட காலத் திட்டங்களின் செலவு மிக அதிகமாக உயர்ந்துவிடும்.

இந்த விளைவுகள், பணவீக்கம் குறிப்பிடத்தக்க அளவு அதிகமாகும் போதே ஏற்படும். எனவே, "எந்தப் பணவீக்கத் தொடக்கநிலை வளர்ச்சியைப் பாதிக்கத் தொடங்கும்?" என்று கேட்பது நியாயமே. துரதிர்ஷ்டவசமாக, இக்கேள்விக்குப் பதில் சொல்வது கடினம். வளரும் நாடுகளில் அதிகப் பணவீக்கம் இருக்கும். வளரும் நாடுகளில் அதிக வளர்ச்சியும் இருக்கும். பணவீக்கத்திற்கும் வளர்ச்சிக்கும் நேர்மறையான இணைநிலையைக் காணலாம். எனினும் அதிகப் பணவீக்கம் வளர்ச்சியைத் தரும் என்பது பொருளில்லை. இதன் காரணமாக, பணவீக்கம் வளர்ச்சியைப் பாதிக்கும். தொடக்க நிலையை அளக்கும் ஆய்வுகள் அதிகமாகவும், முடிவுக்கு வராதவையாகவும் இருக்கின்றன. இரட்டை இலக்கப் பண வீக்கம் வளர்ச்சிக்குப் பாதகம் விளைவிக்கும் என்று பல ஆய்வுகள் கூறுகின்றன. ஆனால், ஒற்றை இலக்கப் பணவீக்கத்தில் தொடக்கநிலை இருக்கும் என்பது பற்றித் தெளிவில்லாமல் இருக்கின்றன.

பணவீக்க இலக்கு

எப்படி இருப்பினும், கிடைத்திருக்கும் குறைந்தபட்ச ஆதாரங்களை வைத்துப் பார்க்கும்போது, ஒற்றை இலக்கத்திலேயே மிகவும் குறைவான முதல் 10 சதவீதமில்லாமல், 2 முதல் 5 சதவீத

பணவீக்க இலக்கைப் பல நாடுகள் ஏன் குறிக்கின்றன? மூன்று காரணங்கள் எனது மனதில் படுகின்றன. முதலாவதாக, மொத்த வளர்ச்சியைப் பாதிக்காத மிதமான அளவுப் பணவீக்கம் இருந்தாலும், பணவீக்கத்தின் விளைவுகள் ஒரே சீராகப் பகிர்ந்தளிக்கப்படுவதில்லை. பணக்கார, அதிகம் கடன்பட்டிருக்கும் தொழிலதிபருக்கு உயர் பணவீக்கம் உதவும். ஏனென்றால், அவருடைய கடன் அவருடைய விற்பனை வருவாய்க்கு இணையாகக் குறையும். அதேசமயம் பண வீக்கத்தோடு தொடர்புப்படுத்தப்படாத கூலி வாங்கும் அன்றாட ஏழைக் கூலியைப் பாதிக்கும். இரண்டாவதாக, உயர் பணவீக்கம் அதிகம் மாறக்கூடியது. இலக்கை உயர்ந்த அளவில் நிர்ணயிப்பதால் அதைச் சுற்றியுள்ள வரம்பைக் கடக்கும் வாய்ப்பை அது அதிகரிக்கிறது. வளர்ச்சியின் விளைவுகள் பாதகமாக இருக்கும். தொடக்க நிலைக்கு அருகில் உயர் இலக்கை வைக்கும் அளவிற்கு, நாடு தொடக்க நிலையைக் கடந்து, குறைந்த வளர்ச்சியைத் தரும் சாத்தியம் தருகிறது. மூன்றாவதாக, உயர் மட்டங்களில் பணவீக்கம் அதனாலேயே இன்னும் வளரும். இலக்கு அதிகமாக இருந்தால், பணவீக்கம் மேல்நோக்கிய சூழலில் செல்லும் நிலைகளுக்குச் செல்வதும் அதிகமாகும்.

பணப் பொருளியல் பற்றி இன்று நாம் பெற்ற ஞானம் என்னவென்றால், அரசு கொடுக்கும் குறிக்கோளைச் சுற்றி பணவீக்கத்தைக் குறைவாகவும், நிலையாகவும், வைத்திருப்பதால், மைய வங்கி பொருளாதாரத்துக்கும் வளர்ச்சிக்கும் உதவுகிறது என்பதுதான். பெரிய அளவிலான வட்டிவீதக் குறைப்பினால் தேவையை அதிகப்படுத்தி, மைய வங்கி பணவீக்கம் இருந்தாலும், தொடர் வளர்ச்சியை உண்டாக்க முடியும் என்று முன்னர் இருந்துவந்த கருத்துக்கு இது முரண்பாடாக இருக்கிறது. அந்தக் கண்ணோட்டம் மைய வங்கியின் திறமை பற்றி நம்பிக்கையற்றதாக ஆகிவிட்டது.

அதாவது, "இப்போது பணவீக்கம் குறைவாக இருக்கிறது. இப்போது வளர்ச்சியைத் தாண்டுவதில் கவனம் செலுத்தலாம்," என்று மக்கள் சொல்லும்போது இரண்டும் ஒரு நாணயத்தின் இரண்டு பக்கங்கள் என்பதை அவர்கள் புரிந்துகொள்ளவில்லை. பணவீக்க நோக்கத்தை நிறைவேற்றுவதற்காக, ஆர்பிஐ எப்போதும் கொள்கை வீதத்தை எவ்வளவு குறைவாக வைக்க முடியுமோ அந்த அளவிற்கு வைக்கிறது. உண்மையில், இன்றைக்கு நமது இலக்கின் மேல் அளவீட்டிற்கு அருகில் இருப்பது, நாம் மிக அதிகமான

பேராசையுடன் இல்லை என்பதையும், இன்னும் அதிகமாகக் குறைக்கவேண்டும் என்று முன்னர் சொன்ன ஆலோசனையைக் கவனிக்காமல் விட்டது அறிவுடைமை என்பதையும் இது காட்டுகிறது. ஒரு விமர்சகர் வட்டிவீதங்கள் மிக அதிகம் என்று நம்பினால், அவர் அரசு குறிக்கும் பணவீக்க இலக்கு இன்றைக்கு இருப்பதைவிட அதிகமாக இருக்க வேண்டுமென்று வாதிட வேண்டும். அல்லது வருங்காலப் பணவீக்கத்தின் தடம் குறித்து ஆர்பிஐ மிகவும் நம்பிக்கை இழந்திருக்கிறது என்று வாதிட வேண்டும். குறைவான பணவீக்கத்தையும், குறைவான கொள்கை வீதங்களையும் அவர் எதிர்பார்க்க முடியாது.

அதேசமயம் வளர்ச்சியை விட்டுவிட்டுப் பணவீக்கத்தைப்பற்றி மட்டும் ஆர்பிஐ கவனம் செலுத்தவில்லை. பணவீக்கம் வேகமாக உயர்ந்தால், எடுத்துக்காட்டாக, கச்சா எண்ணெய் விலையின் உயர்வால் வட்டிவீதத்தை எல்லாப் பொருளாதாரச் செயல்பாட்டையும் நிறுத்திவிடும் அளவிற்கு, வட்டி வீதத்தை உடனே உயர்த்துவது, இலக்கு அளவிற்குள் உடனே பணவீக்கத்தைச் குறைப்பது அறிவுடைமை ஆகாது. மாறாக, மத்தியகாலத் தவணையில் பணவீக்கத்தை மீண்டும் கட்டுக்குள் கொண்டுவருவது அறிவுடைமையாகும். அதாவது அடுத்த இரண்டு ஆண்டுகளில், பணவீக்கத்தை அதனுடைய இலக்கு வரம்புக்குள் கொண்டுவரத் தேவையான அளவு என்று வங்கி நினைக்கும் அளவிற்கு விகிதங்களை நிதானமாக உயர்த்துவது சிறந்தது. எண்ணெய் விலைகளின் விளைவை முன்னறிவிப்பதோ, நமது பணச் செயல்பாடுகளின் முன்னறிவிப்போ சிறந்ததில்லை என்பதை நான் வலியுறுத்துவேன். இல்லாவிட்டால் நாளை செய்தித்தாளில் ஆர்பிஐ வீதங்களைக் கூட்டப்போகிறது என்று வாசிக்க நேரிடும். பொதுவாகச் சொல்லப்போனால், பணவீக்கத்தை மெதுவாகக் கட்டுக்குள் கொண்டுவரும் நீட்சியான வழி பணவீக்கத்தையும் அறிவுக்கு உட்பட்ட வளர்ச்சியின் தேவையையும் சமனப்படுத்தும்.

நாங்கள் செய்வதற்கெதிரான விவாதங்கள்

எங்கள் செயல்களில் நாங்கள் முற்றிலும் தவறாக வழிநடத்தப்படுகிறோம் என்று நம்புகிறவர்கள் பலர் இருக்கிறார்கள். நான் நான்கு விமர்சனங்களைப் பற்றி விவாதிக்கிறேன். முதலாவதாக, பணவீக்கத்தின் தவறான குறியீடு பற்றிக் கவனம்

செலுத்துகிறோம். இரண்டாவதாக, வட்டி வீதங்களை மிக அதிகமாக வைத்திருப்பதனால், நாங்கள் தனியார் மூலதனத்தைக் கொன்றுவிட்டோம். ஓரளவு முரண்பாடாக, வீதங்களை மிகவும் குறைத்ததால் ஓய்வூதியதாரர்களுக்கு மிகவும் பாதிப்பை ஏற்படுத்துகிறோம். மூன்றாவதாக, பொருளாதாரம் வழங்கலால் கட்டுப்படுத்தப்படும்போது, பணக்கொள்கை பணவீக்கத்தில் எந்தப் பாதிப்புகளையும் ஏற்படுத்தாது. எனவே அதனைக் கட்டுப்படுத்தும் எந்த முயற்சியையும் விட்டுவிட வேண்டும். நான்காவதாக, அரசாங்கச் செலவினம் ஆதிக்கம் செலுத்தும்போது (நிதித்துறை ஆதிக்கம்) மைய வங்கிக்கு பணவீக்கத்தின் மேல் எந்த அதிகாரமும் இல்லை.

பிழையான குறியீடு

வரலாற்று ரீதியாக, மொத்த வணிகவிலைப் பணவீக்கத்திற்கு (WPI) அதிக முக்கியத்துவம் தந்து, ஆர்பிஐ பலவகைப்பட்ட குறியீடுகளைக் குறிவைத்தது. கோட்பாட்டு அடிப்படையில், WPI நம்பும் இரண்டு சிக்கல்கள்: முதலில், சாதாரண குடிமகன் அனுபவிக்கும் சில்லறை விலைப் பணவீக்கம். அதாவது நுகர்வோர் விலைப் பணவீக்கம் (CPI). மக்களின் பண வீக்க எதிர்பார்ப்புகளையும், அதனால், கூலித் தேவைகளையும் கட்டுப்படுத்திப் பணக்கொள்கை வேலை செய்வதால் CPI தான் முக்கியம். இரண்டாவதாக, பன்னாட்டு அளவில் நிர்ணயிக்கப்படுகிற விற்கப்படும் உற்பத்திப் பொருள்களும், பொருள் உள்ளீடுகளும் WPIஇல் நிறையவே உள்ளன. குறைவான WPI குறைவான பன்னாட்டுப் பணவீக்கத்தால் ஏற்படும். கல்வி, மருத்துவம் சில்லறை விற்பனை லாபங்களும், விற்பனைக்கு உள்ளாகாத உணவு முதலான பணவீக்கத்தின் உள்நாட்டுக் கூறுகள் CPIஐ நலிவடையச் செய்கின்றன. வேற்று மைய வங்கிகளின் செயல்களிலிருந்து அவை வந்தாலும், WPI மேல் கவனம் செலுத்தி, நாம் பணவீக்கத்தைக் கட்டுப்படுத்திவிட்டோம் என்று நம்மை நாமே ஏமாற்றிக்கொள்ள முடியும்... அவ்வாறு செய்யும்போது நமக்கு CPI தான் முக்கியம். அது உள்நாட்டு பணக் கொள்கையின் விளைவாக இருக்கும்.

பயனுள்ள உண்மையான வட்டிவீதம், முதலீடுகள், சேமிப்புகள்

இன்று WPI குறைவாக இருப்பதும் குறைந்த கொள்கை வீதங்கள் கிடைக்கும் என்பதும் WPI மேல் விமர்சகர்கள் கவனம் செலுத்துவதற்கு ஒரு காரணமாக இருக்கலாம். பொருட்களின் விலைகளும், உலக அளவில் பணவீக்கம் அதிகமாகும்போது, WPI, CPIஐ விட அதிகமாகும் என்பதால் இது குறுகிய சிந்தனை ஆகும். (ஆசிரியர் குறிப்பு- இந்த நூலைத் தொகுக்கும்போது இதுதான் நடந்தது). எனினும் இது இன்னும் நுட்பமான வாதமாகும். கடன் வாங்குபவர் கொடுக்கும் வட்டி வீதத்திற்கும் பணவீக்கத்திற்கும் உள்ள வித்தியாசமே உண்மையான வட்டிவீதம் ஆகும். கடன் வாங்கலின் உண்மையான செலவுப் பொருட்கள் அல்லது தேவைகள் என்று கணக்குப் பார்த்தால், கொள்கை வட்டி வீதங்கள் CPI ஐக் கட்டுப்படுத்த நிர்ணயிக்கப்பட்டதென்றால், அவை உற்பத்தியாளர்களுக்கு அதிகமாகத் தோன்றும். அவர்கள் உற்பத்திப் பொருட்களில் விலை WPI வீதத்தைக் கூட்டும் என்று பார்ப்பார்கள். நான் இந்த விவாதத்திற்கு அனுதாபப்படுகிறேன். ஆனால், இந்தக் கவலை, தேவையில்லாமல் பெரிதாக்கப்படுகிறது என்று நினைக்கிறேன். பன்னாட்டுப் போட்டியால் உற்பத்தியாளர்களுக்கு விலை விதிப்பதில் அதிகம் அதிகாரம் இல்லாவிட்டாலும், அவர்களுக்குப் பொருள் வழங்குவோருக்கு, இன்னும் குறைவாகவே இருக்கும். எனவே உலோக உற்பத்தியாளர், நிலக்கரி மூலப்பொருட்களின் விலை குறைவால் பயனடைவார்கள். முன்னர் உலோக விற்பனையில் உயர்ந்த லாபம் கிடைக்காவிட்டாலும், இப்போது இது நடக்கும். அவர்களைப் பொறுத்தவரையில் பணவீக்கத்தின் அளவுகோல் அவர்களது லாபங்களில் ஏற்படும் கூடுதல்தான். இது WPI குறிப்பிடுவதைவிட அதிகம் இருக்க வாய்ப்புள்ளது.

கடன்பெறுபவர் செலுத்தும் வட்டிவீதங்களின் எல்லாக் கூறுகளுக்கும் பணக்கொள்கையைக் காரணம் காட்டுவது இரண்டாவது பிழை. மிக அதிகமாகக் கடன்வாங்கியவர்களுக்கு, அவர்கள் செலுத்தும் வட்டியின் பெரும்பகுதி, வங்கிகள் வசூலிக்கும் கடன் ரிஸ்க் பிரிமியமாகும். இந்தக் கடன் ரிஸ்க் பிரிமியம் ஆர்பிஐ தனது கொள்கை வீதத்தை அமைப்பதைச் சார்ந்திருக்காது.

எனவே, அதிகம் கடன்பட்ட தொழிலதிபர்கள் WPI 0.5 சதவீதமாக இருக்கும்போது 14 சதவீத வட்டியில் கடன் வாங்குகிறார்கள் என்பதால் எங்களைக் குறைசொன்னால், அவர்கள் உண்மையான

வட்டிவீதம் 13.5 சதவீதம் என்று சொல்லும்போது இரண்டு தவறுகளைச் செய்கிறார்கள். கடன் செலுத்தத் தவறும் ரிஸ்க்கிற்காக, வங்கிகள் விதிக்கும் கடன் வீதம் 7.5 சதவீதம். நாங்கள் கொள்கை வீதத்தை (இப்போது 6.5 சதவீதம்) குறைத்தால் 100 அடிப்படைக் குறியீட்டில் அது குறிப்பிடத்தக்க அளவிற்குக் குறைவாக இருக்காது. இரண்டாவதாக தொழிலதிபர்களைப் பாதிக்கும் பணவீக்கம், அவர்களது வெளியீட்டு விலைகள் கூடுவது 0.5 சதவீதம் அல்ல, (ஆனால், விலைகள் ஆண்டுக்கு 5 சதவீதம் குறைவதால்) அவர்களது லாபம் 4 சதவீதம் கூடுகிறது. அவர்கள் அனுபவிக்கும் ரிஸ்க் இல்லாத வட்டிவீதமான 2.5 சதவீதம், உலகில் வேறெங்கும் இருப்பதைவிடச் சிறிது அதிகம். ஆனால், அது முதலீட்டின் குறுக்கே நிற்கும் அளவிற்குக் குறிப்பிடத்தக்க காரணி இல்லை. கடன் வாங்குபவர்கள், அவர்கள் கடனைத் திருப்பித் தரும் நடத்தையை மாற்றி, ஆர்பிஐ தனது வீதங்களைத் தேவையில்லாமல் கட்டுப்படுத்த முடியாமல் கடன் ரிஸ்க் பிரிமியத்தைக் குறைப்பதால் அவர்களுக்கு இது அதிகம் பயனுள்ளதாக இருக்கும்.

உண்மையில் கொள்கை வீதம் சமநிலைக்குக் கொண்டுவரும் பணியைச் செய்கிறது. உற்பத்தியாளர்களுக்கு உண்மையான கடன்வீதம் முக்கியமாக இருப்பதுபோல, சேமிப்பாளர்களுக்கு உண்மையான வைப்பு வட்டிகள் முக்கியம். கடந்த பத்தாண்டுகளில், CPI வைப்பு வட்டி வீதங்களைவிட அதிகமானதால், தொடர்ந்து பல காலகட்டங்களில் எதிர்மறையான உண்மை வீதங்களுக்கு உள்ளானார்கள். அதாவது அவர்கள் பெற்ற வட்டியெல்லாம் அவர்களது முதலின் வாங்கும் சக்தி பணவீக்கத்தால் குறைந்ததால் அடித்துச் செல்லப்பட்டுவிட்டது என்று பொருள். சேமிப்பாளர்கள் இதை உள்ளுணர்வால் புரிந்துகொண்டு, தங்கம், இடம் ஆகிய உண்மையான சொத்துகளில் முதலீடு செய்யத் தொடங்கினார்கள். வைப்புகள் போன்ற நிதிச் சொத்துகளில் முதலீடு செய்வதை விட்டுவிட்டார்கள். இதன் பொருள் என்ன? இந்தியா முதலீடு செய்ய வெளிநாடுகளிலிருந்து கடன் வாங்க வேண்டியதாயிற்று. இதனால் வளரும் நடப்புக் கணக்குப் பற்றாக்குறையில் முடிந்தது.

அண்மைக் காலங்களில் நாம் பணவீக்கத்தை எதிர்த்துப் போராடியபோது வைப்புச் செய்தவர்கள் தங்களது நிதிச் சேமிப்புகளில் நேர்மறையான உண்மையான வரவு எதிர்பார்க்க முடியும் என்று நினைத்ததாலேயே கொள்கை வீதத்தைக் குறைத்தோம். இது வீட்டு நிதிச் சேமிப்புகளை உண்மையான செல்வத்தில் முதலீடு செய்வதைவிட அதிகமாக ஆக்க உதவியது,

நடப்புக் கணக்குப் பற்றாக்குறையைக் குறைத்தது. அதேசமயம், ஓய்வூதியதாரர்களிடமிருந்து அவர்களது வைப்பு விகிதம் குறைந்ததைப் பற்றிப் புகார் செய்த மனதினைத் தொடும் கடிதங்கள் வந்தன. உண்மை என்னவென்றால் முன்னைவிட அவர்கள் இப்போது நல்ல நிலையில் இருக்கிறார்கள். நான் இதை என்னுடைய முந்தைய உரையில் விளக்க முயன்றேன். ஆனால், அவர்களது வட்டி குறைவதைக் கண்டு மனம் உடைந்து போவதை என்னால் புரிந்துகொள்ள முடிகிறது.

பணவீக்கத்தைக் கட்டுப்படுத்த, வர்த்தக ரீதியில், முதலீட்டாளர்களுக்கும், சேமிப்பாளர்களுக்குமான தேவைகளை சமனப்படுத்த பணக்கொள்கையை உருவாக்குபவர்களால் முடிகிறது. என்னுடைய உரையொன்றில், ஒரு தொழிலதிபர் தான் வாங்கும் கடனுக்கு *4* சதவீதம் வட்டி வேண்டுமென்று கேட்டார். அவரிடம் நம்பிக்கையான வங்கியில் அதே விகிதத்தில் வைப்பு வைப்பாரா என்று கேட்டேன். "மாட்டேன்" என்றார். எனினும் அவர் குறிப்பிடத்தக்க அளவு வீதங்களைக் குறைக்கவேண்டும் என்று வற்புறுத்தினார். துரதிர்ஷ்டவசமாக, கொள்கை உருவாக்குபவர்கள் வார்த்தை மாற முடியாது.

வழங்கலில் கட்டுப்பாடுகள்

உணவுப் பணவீக்கம் *CPI* பணவீக்கத்திற்குக் காரணமாக இருந்தது; அதேபோல கல்வி, மருத்துவம் போன்ற சேவைகளிலும் நடந்தது. பணக்கொள்ளை மூலம், உணவுத் தேவையை ஆர்பிஐயால் நேரடியாகக் கட்டுப்படுத்த முடியாது என்று வாதிட்டார்கள். சரியான வாதம்தான். ஆனால், உடனே *CPI* பணவீக்கத்தைக் கட்டுப்படுத்த நாம் முயலக் கூடாது என்று கூறுகிறார்கள். இது தவறு. உணவுத் தேவையை, குறிப்பாக அவசியத்தேவை உணவுகளின் தேவையைக், கட்டுப்படுத்துவது கடினம் என்பது உண்மைதான். சரியான மேலாண்மை மூலம் உணவு வழங்கலில் அரசு மட்டுமே தாக்கம் ஏற்படுத்த முடியும். அதேசமயம் நுகர்வுப் பொருட்களின் தேவையை, இறுக்கமான பணக் கொள்கை மூலம், உணவுப் பணவீக்கம் பொதுவான பணவீக்கமாக மாறுவதைத் தடுக்க, நாம் பிற பொருட்களின் பணவீக்கத்தைக் குறைக்கவேண்டும். உண்மையில் மொத்தப் பணவீக்கம் உயர் உணவுப் பணவீக்க காலங்களில்கூட *6* சதவீதத்திற்கும் கீழே இருந்தது. ஏனென்றால்,

CPI யின் உடை, காலணி போன்ற பிற கூறுகள் மிதமாகவே விலை அதிகரித்தன.

நீதித்துறை மேலதிகாரம்

இறுதியாக, ஆர்பிஐ வரலாற்று ரீதியாகவே, பணவீக்கத்தைக் கவனத்தில்கொண்ட சட்டகத்தில் நுழைத்துக்கொள்ள விரும்பாமைக்கு ஒரு காரணம், அரசின் அதிகமான செலவழிப்பு, அதனுடைய வேலைகள் நடக்க முடியாதபடி செய்துவிடும் என்பதாலாகும். எனினும் நிதித்துறை மேலதிகாரத்தின் சாத்தியம் என்பதற்கு பணவீக்கம் என்பதை அரசு நோக்கமாக நிர்ணயித்த பிறகு, அரசுக்கும் ஆர்பிஐக்கும் செயலாற்றக் கடமை இருக்கிறது என்று பொருள். அரசு அதிகம் செலவழித்தால் பணவீக்க நோக்கத்தை நிறைவேற்ற மைய வங்கி கடுமையான கொள்கை மூலம் அதனை ஈடுகட்ட வேண்டும். இது அனைவராலும் புரிந்துகொள்ளப்படும்போது, பணவீக்கத்தில் கவனமுள்ள சட்டகம், அவை பெருநிலையில் நிலைப்புத் தன்மை என்ற பொது இலக்கு நோக்கிப் போய்க்கொண்டிருக்கும்போது, அரசுக்கும் மைய வங்கிக்கும் நல்லிணக்கம் இருக்கிறது என்று பொருள். ஏப்ரலில் ஆர்பிஐ ஆசுவாசப்படுத்திக்கொள்ள அண்மையில் நிறைவேற்றப்பட்ட பொறுப்புள்ள நிதிநிலை அறிக்கை வழிவகுத்திருக்கிறது என்று நம்புகிறேன்.

நடைமுறைக்குச் சாத்தியமான பணவீக்கம் பற்றிய கவனம்

நான் இதுவரை சொன்னவற்றிலிருந்து, நாம் பணவீக்கத்தைக் கட்டுக்குள் கொண்டுவரும்போது, பணவீக்கத்தின் மேல் கவனம் வைக்கும் சட்டகத்தின் கீழ் பணக்கொள்கை பல்வேறு சிக்கல்களை சமனப்படுத்த முயல்கிறது என்று புரிந்துகொண்டிருப்பீர்கள். எனினும், அவ்வாறு செய்யும்போது, நமது கோட்பாட்டின் அடிப்படையில் இல்லாமல், நடைமுறைக்குச் சாத்தியமான மனநிலை தேவை. எடுத்துக்காட்டாக, புதிதாக வரும் சந்தைகள் குறிப்பிடத்தக்க முதலீட்டு வரவுகளைக் காணும். இது பணமாற்று மதிப்பையும், நிதி நிலைப்புத் தன்மையையும் பாதிக்கும். கோட்பாட்டு அடிப்படையிலான மனநிலை குறுக்கிடாத அணுகுமுறையைப் பின்பற்றும், அதேசமயம் நடைமுறைச்

சாத்தியமான மனநிலை மதிப்பையும், நிலைப்புத்தன்மை இல்லாததையும் குறைக்க குறுக்கிடுவதை அனுமதிக்கும். எப்படியிருப்பினும், நடைமுறைக்குச் சாத்தியமான மனநிலை பணமாற்று விகித நிலைப்புத் தன்மையைப் பெறச் சிறந்த வழி, உலக அளவிலான பணவீக்கத்திற்குத் தகுந்தாற்போல பணவீக்கத்தைக் குறைப்பதுதான் என்று அறிந்துகொள்ளும்.

அதுபோலவே, நிதியின் நிலைப்புத் தன்மை பற்றிய சிந்தனைகள் வெளிப்படையாக ஆர்பிஐயின் நோக்கங்களாக இல்லை. எனினும் அவை உள்ளே வந்துவிடுகின்றன. ஏனென்றால், பணவீக்கத்தைக் கட்டுப்படுத்தும்போது, ஆர்பிஐ வளர்ச்சியையும் மனதில்கொள்ள வேண்டியதிருக்கிறது. ஆகவே ஆர்பிஐயின் பணக்கொள்கைகள், வீழ்ச்சி அல்லது வளர்ச்சிக்கு வழிவகுக்கும். அது கடன் அல்லது சொத்து விலை வீழ்ச்சிக்குக் காரணமாக இருந்தால், பேரளவு விவேகமுள்ள கொள்கை மாற்றுகள் பயனற்றதாக இருக்குமானால், ஆர்பிஐ சரிசெய்யும் பணக்கொள்கையைப் பின்பற்ற வேண்டியதிருக்கும்.

குறைந்த பணவீக்கத்தினை நோக்கிய மாற்றம்

அதிகப் பணவீக்கப் பொருளாதாரத்திலிருந்து குறைந்த பணவீக்கப் பொருளாதாரத்திற்குப் போகும் காலம் எளிதானது இல்லை. உயர் பணவீக்கத்தில் பல ஆண்டுகள் இருந்தபிறகு பணவீக்கம் பற்றிய மக்களின் எதிர்பார்ப்புகள் கீழ்நோக்கிப் போவதைச் சரிக்கட்டுவது வேகமாக நடைபெறுவதில்லை. அதன் விளைவாக அவர்களது வட்டி எதிர்பார்ப்புகள் குறைவதைச் சரிக்கட்ட அவ்வளவு விருப்பம் காட்டுவதில்லை. மொத்த வீட்டு சேமிப்புகளில் ஒரு பகுதியாக வீட்டு நிதிச் சேமிப்புகள் வேகமாக அதிகமாகிக் கொண்டிருக்கின்றன. ஆனால், GDP இன் பகுதி அந்த அளவு அதிகமாகவில்லை. வட்டிவீதத்தை நிர்ணயிக்கும் சந்தையிலுள்ள சில உரசல்களும் உதவுவதில்லை. கொள்கை வீதங்கள் குறைவாக இருக்கும்போது, சிறு சேமிப்புகளுக்கு அரசு தரும் வீதங்கள் வங்கி வைப்பு வீதங்களைவிடக் குறிப்பிடத்தக்க அளவு அதிகமாக இருக்கின்றன. அதேபோல வரி இல்லாத பத்திரங்களின் வீதங்களும் அதிகம். பத்திரங்களின் வீதங்களுடன் சிறு சேமிப்புகளின் வீதங்களை இணைக்க அரசு முடிவு செய்திருப்பது எனக்கு மகிழ்ச்சி அளிக்கிறது. வங்கிகள் வைப்பு வீதங்களைக் குறைக்க முடியாத

அளவிற்கு அரசு வீதங்கள் உயர்ந்த தளத்தை அமைக்காமல் இருப்பதை உறுதிசெய்யுமாறு இந்த வீதங்களைத் தொடர்ந்து கண்காணித்து வரவேண்டும். மொத்தத்தில், வங்கிகளின் கடன் வீதங்கள் குறைந்தாலும், கொள்கை வீதக் குறைப்புகளின் அளவிற்கு இல்லை.

அப்படிப்பட்ட வேளைகளில் செய்யக்கூடிய தவறு, பாதையை மாற்றுவது. பொருளாதாரக் கொள்கை பாதிப்பை ஏற்படுத்தத் தொடங்கியவுடன், கெட்டிக்காரப் பொருளாதார வல்லுநர்கள் புதிய வழக்கத்திற்கு மாறான, பாதிப்பு ஏற்படாத வழிகளை முன்மொழிவார்கள். இது வளர்ந்து வரும் சந்தைகளுக்கு மட்டும் உரிய சிக்கல் இல்லை. ஆனால், வளரும் சந்தைகள் அது தங்களுக்கு மட்டுமே உரியது என்று கருதுவதால் சிக்கல் தீவிரமாகிறது. பொருளாதார விதிகள் இங்கே வித்தியாசமாகச் செயல்படுகின்றன. பெரிய பொருளாதார வல்லுநரான ஆர்.கே.லட்சுமணனின் கேலிச் சித்திரங்கள் புத்தகத்தைப் புரட்டிக் கொண்டிருந்தபோது, 1997இல் எல்லாத் துன்பங்களுக்கும் ஒரே தீர்வைத் தரும் ஒரு கேலிச் சித்திரத்தைப் பார்த்தேன். கேலிச் சித்தரம் வெளியிடப்பட்டபோது இப்போது போலவே, ஆர்பிஐ நூறு அடிப்படைப் புள்ளிகளுக்கு வட்டி விகிதத்தைக் குறைக்க வேண்டியிருந்தது. விவாதங்கள் மாறலாம். ஆனால், கெட்டிக்காரத்தனமாக தீர்வுகள் மாறுவதில்லை.

பல ஆண்டுகள் பேரளவுப் பொருளாதாரக் கொள்கை பற்றிப் படித்து புதியதாக ஏதாவது செய்தால் எல்லாம் சரியாகிவிடும் என்று சொல்கின்ற பொருளியலறிஞரைப் பற்றிக் கவனமாக இருக்க வேண்டும் என்று அனுபவம் சொல்கிறது. அர்ஜென்டினா, பிரெசீல், வெனிசுலா ஆகிய நாடுகள் வழக்கத்திற்கு மாறான கொள்கைகளை முயற்சி செய்து மோசமான விளைவுகளில் முடிந்தது. பேரளவு-கொள்கைச் சோதனை பேரளவு இடர்களையும் கொண்டுவரும். அதனை நமது ஏழை மக்கள் தாங்கிக்கொள்ள முடியாது. எனவே அதைவிட வர்த்தக, வங்கிச் சூழல் சம்பந்தமான நுண்பொருளாதாரக் கொள்கையில் வழக்கத்திற்கு மாறாக நடந்துகொள்வது நல்லது. இங்கே நாம் தவறு செய்தாலும், அதிக அளவு தீங்கு செய்யும் வாய்ப்பு இல்லை. ஆனால், புதுமையான கொள்கை பழைய முட்டுக்கட்டைகளைச் சுற்றிப் புதிய பாதைகளைத் திறக்கலாம். சிறப்பாக, வளர்ச்சியை மேம்படுத்த ஆர்பிஐ அதன் பங்கிற்கு வங்கி உரிமங்கள், நிதி உள்படுத்தல், பணம் செலுத்தும் தொழில்நுட்ப நிலையங்கள் ஆகியவற்றில் அதிகத் தாராள மனப்பான்மைகளோடு நடந்து கொள்கிறது.

நிறுவனத்தைக் கட்டியெழுப்புதல்

நான் நிறுவனத்தைக் கட்டுவது பற்றிச் சொல்கிறேன். தொழிலாளர்களும், அரசுகளும் எதிர்மறையான நிதர்சன வட்டி வீதங்கள் செலுத்த, மறைவான பணவீக்க வட்டியின் சுமை மத்தியதரச் சேமிப்பாளர்மீதும், ஏழைகள் மீதும் விழ, மிதமான அதிகப் பணவீக்கத்திற்கு பல பத்தாண்டுகளாக பழகிப் போய்விட்டோம். இன்று நடைபெற்றுக் கொண்டிருப்பது உண்மையில் புரட்சிகரமானது. பலரின் துன்பத்தில் ஒரு சிலர் பயன்பெற்று வந்த பழைய வழிகளை விட்டுக் கொண்டிருக்கிறோம். தொடர்ந்து குறைந்த பணவீக்கமும், நேர்மறையான உண்மை வட்டி வீதமும் தரக்கூடிய நிறுவனங்களை நோக்கி நாம் முன்னேறுவதால், இதற்கு எல்லாக் கூறுகளும் தங்களைச் சரி செய்து கொள்ளவேண்டும். எடுத்துக்காட்டாக, தொழிலதிபர்களுக்குக் குறிப்பிடத்தக்க அளவு குறைந்த வீதங்கள் வேண்டுமென்றால் அவர்கள், வங்கிகளின் கடன் திரும்பப் பெறும் முயற்சிகளுக்கு உதவ வேண்டும். அப்போதுதான் குறைந்த கடன் வீதத்தில் வங்கி, பத்திர சந்தைகள் வசதியாக உணர முடியும். மைய, மாநில அரசுகளும் நிதி ஒருங்கிணைப்புத் திடடப் பாதையில் செல்லும். அப்போதுதான் அவர்கள் குறைவாகக் கடன்வாங்கி வட்டி செலுத்துவதற்குக் குறைவாகச் செலவழிப்பார்கள். தங்கள் வைப்புகளுக்கு, குறைவான பெயரளவு சேமிப்புகளும் அதிகமான வாங்கும் சக்தியைக் கொடுக்கும் அதிகப்படியான உண்மை வீதங்களைப் பெறுகிறார்கள் என்பதை அவர்கள் புரிந்துகொள்ள வேண்டும். நமது நாட்டின் மிகப் பெரிய முதலீட்டுத் தேவைகளுக்கு அதிகம் சேமிப்பது பயனுள்ளது என்று அவர்கள் கண்டுகொள்வார்கள்.

குறுகிய காலத்தில் நம்மைச் சரி செய்துகொள்வது கடினமாகவும், துன்பம் தருவதாகவும் இருக்கும். குறைந்த பணவீக்க வருங்காலத்தை உறுதியாக்கத் தேவையான நிறுவனங்களைக் கட்டும்போது நாம் விலகிப் போகக்கூடாது. அதுவும் இப்போது நாம் முன்னேற்றப் பாதையில் போய்க்கொண்டிருக்கும்போது, நமது கவனத்தை சிதறவிடக்கூடாது. ஆர்பிஐக்கு CPI சார்ந்த பணவீக்க நோக்கத்தை அமைக்கவும், சுதந்திரமான பணக்கொள்கைக் குழுவை அமைக்கவும் சிறப்பான நடவடிக்கையை அரசு எடுத்திருக்கிறது. இனி வரவிருக்கும் நாட்களில் புதிய வல்லுநரும், குழு உறுப்பினர்களும் நியமிக்கப்படுவார்கள். அவர்கள் அமைக்கப்பட்ட சட்டகங்களையும், நிறுவனங்களையும் உள்வாங்கிக் கொள்வார்கள்

என்றும் இந்தியாவிற்கு குறைந்த பணவீக்கத்தை உண்டாக்குவார்கள் என்றும் நான் உறுதியளிக்கிறேன்.

பயன்கள் மிகுதியாக இருக்கும். முதலீட்டாளர்கள் நமது பணக்கொள்கை இலக்குகளில் நம்பிக்கை வைத்திருப்பதால், நமது பணத்தின் மதிப்பு நிலையாக இருந்திருக்கிறது. இந்த நிலைப்புத் தன்மை, நமது பணவீக்க இலக்குகளை நாம் நெருங்கும்போது இன்னும் அதிகமாகும். வெளிநாட்டு மூலதனங்களின் வரவு நம்பத்தகுந்ததாக இருக்கும். ரூபாய் முதலீடுகள் உட்பட நீண்டகால முதிர்ச்சித் திட்டங்கள் அதிகரிக்கும். அரசு குறைந்த வட்டிக்குக் கடன் வாங்க முடியும். அதன் கடனுடைய முதிர்வினை விரிவாக்க முடியும். அதிகப்பணவீக்கங்கள் திடீர்திடீரென்று ஏற்படுவதால் அளவுக்கு அதிகமாக ஏழைகள் துன்பப்படமாட்டார்கள். மத்தியதர வர்க்கத்தினர் அவர்களுடைய சேமிப்புகள் குறையாமல் இருப்பதைப் பார்ப்பார்கள். நாம் இதேபாதையில் போனால், இவை அனைத்தும் நமக்காகக் காத்திருக்கின்றன.

IV

விமர்சனங்கள் சில பொருளாதார தர்க்க நிலையில் இல்லாமல் தங்கள் சுயநலங்களால் தூண்டப்பட்டு வந்ததைக்கண்டு என்னுடைய வருத்தத்தைப் பொதுமேடையில் வெளியிடுவது அபூர்வம். ஆனால், 2016 ஜூலை 26 அன்று புள்ளிவிபரங்கள் நாளன்று ஆர்பிஐ-இல் நான் ஆற்றிய கடைசி உரையில் விபரம் தெரியாத நபர்களுக்கு எல்லாம் ஏன் ஊடகங்களில் நேரம் தரப்படுகிறது என்று கேட்டேன். அந்த உரையிலிருந்து ஒரு பகுதி கீழே கொடுக்கப்படுகிறது. பணவீக்கத்திற்கு எதிரான போராட்டத்தை நிறுவனமயமாக ஆக்குவதை வரவேற்று அந்த உரை முடிகிறது. ஒருவேளை இப்போதிலிருந்து வரும் ஆண்டுகளில் இதில் எதுவும் விவாதத்திற்கு உரியதா என்று கேட்போம்.

ஆதாரமில்லாத, கோட்பாடில்லாத விவாதம்

நாம் பணவீக்கத்தைக் கட்டுக்குள் கொண்டுவந்து கொண்டிருப்பது போலத் தோன்றும் நேரத்தில் போராட்டத்தைக் கைவிட வேண்டுமென்ற குரல் ஏன் ஓங்கி ஒலிக்கிறது? இந்த விவாதம் ஏன் தரவுகளில் அடிப்படையில் நடத்தப்படுவதில்லை? எனக்கு உறுதியாகத் தெரியாது. ஆனால், நான் யூகிக்க முயல்கிறேன். பணவீக்கம் பற்றிய அரசியல் பொருளாதாரம், நாம் மாணவராக இருந்தபோது கற்றுத் தரப்பட்ட அறிவிலிருந்து மாறுபட்டதா?

பணவீக்கம் பற்றி, அரசியல் மார்தட்டல்கள் இருந்தாலும், சமூகத்தின் கீழ்த்தட்டு மக்களுக்கு அதனால் ஏற்படும் பாதகங்கள் பற்றிய கவலைகள் இருந்தாலும், பணவீக்கம் அதிகமான ஒற்றை இலக்கத்திற்குள் இருக்கும்வரை பொதுமக்கள் மத்தியில் கவலை இருப்பதாகத் தெரியவில்லை. தொழிலதிபர்கள் எதிர்மறை உண்மையான வட்டி வீதங்களை எல்லோருக்கும் தெரிந்த காரணங்களுக்காக வரவேற்கிறார்கள். அது அவர்களது மூலதனச் செலவைக் குறைவாக வைக்கிறது. பல மத்தியதரவர்க்கச் சேமிப்பாளர்கள், அவர்களது முதல் ஒவ்வோர் ஆண்டும் அரித்துக்கொண்டு போகப்படுகிறது என்பதை உணராமல், அவர்கள் குறிப்பிட்ட வைப்புகளின் அதிக பெயரளவு வட்டிவீதங்களை மதிக்கிறார்கள். கீன்சியன் பொருளியலறிஞர் பணக்கொள்கை அனைத்தையும் ஏற்றுக்கொள்ளக் கூடியதாக

இருக்கிறது என்பதால் மகிழ்ச்சியடைகிறார்கள். பகுப்பாய்வாளர் எவ்வளவுதான் பணவீக்கத்தை அதிகரித்தாலும் வட்டி வீதங்களைக் குறைக்கும்போது வரவேற்கிறார். ஏனென்றால், சந்தைகள் வட்டிக் குறைப்புக்கு பாவ்லோவின் நேர்மறையான துலங்கலைப் பெறுவதாக அனுமானிக்கப்படுகிறது. ஏழைகளும் கூட அவர்களது உண்மையின் வரவுகள் அரிக்கப்படுவதைப் பார்க்கும் விதிபற்றி அறியாதிருக்கிறார்கள். அவர்களது அன்றாட உணவுப் பொருளின் விலை எட்டாத உயரத்திற்குப் போகும் போதுதான் கவலைப்படுகிறார்கள். இதில் ஆர்வமூட்டும் விசயம் என்னவென்றால், அன்றாட உணவுப் பொருள்களின் குறுகிய கால விலை உயர்வுகள் பணக் கொள்கையால் கட்டுப்படுத்த முடியாதவை. ஆனால், இது தவறான பொதுமைக் கருத்துக்கு இட்டுச் செல்கிறது. பணக்கொள்கை பணவீக்கத்தின் மிக முக்கியமான பகுதிகளைக் கட்டுப்படுத்த முடியாததால், அது பொதுவாகப் பணவீக்கத்தைக் கட்டுப்படுத்த முடியாது என்ற தவறான முடிவுக்கு வருகிறார்கள்.

பணவீக்கம் மிதமான அளவு அதிகமாக இருக்கும் வரையில் சக்தி வாய்ந்த உரக்கக் கத்தக்கூடிய அரசியல் கூட்டம் எதுவும் பொதுமையாக்கப்பட்ட பணவீக்கத்தைப் பற்றி, ஆத்திரம் அடையாத நிலையில், பணவீக்கத்தைக் குறைக்கும் கொள்கைகளை எதிர்ப்பவர்கள் அவர்கள் விருப்பப்படி தங்களது விவாதங்களை அமைத்துக் கொள்ளட்டும். பிறரைத் தங்கள் பக்கம் இழுக்கும்வழி, வட்டி வீதங்கள் வளர்ச்சிக்குக் குந்தகம் விளைவிக்கின்றன என்று சொல்வதுதான். இந்த விவாதத்தை மறுப்பது கடினம். ஏனென்றால், அதிகப்படியானதாகத் தோன்றும் வட்டி வீதங்களைச் செலுத்தும் பரிதாபத்திற்குரிய கடனாளி எப்போதுமே இருப்பார். இது கடனாளியின் இப்போதைய உயர்நிலை வட்டி. (இன்று 15 விழுக்காடு என்று வைத்துக்கொள்வோம்) மைய வங்கியின் கடுமையான கொள்கையைக் காட்டும் எடுத்துக்காட்டு அ - வாக முன்வைக்கப்படுகிறது. ஆனால், செலுத்தப்படவேண்டிய வட்டியில் கொள்கை வட்டி 6.5 சதவீதம், செலுத்தத் தவறுவதற்கான பிரிமியம், காலப் பிரிமியம், பணவீக்க ரிஸ்க் பிரிமியம், வர்த்தக வங்கியின் செலவினங்களுக்கான ஈடு ஆகியவை அடங்கிய அதிகப்படியான 8.5 சதவீதம், ஆகியவை அடங்கும். இவற்றில் எதுவும் கொள்கை வீதத்தால் பாதிக்கப்படுவதில்லை.

பணவீக்கமும் வளர்ச்சியும் என்பது பற்றி அச்சு ஊடகம் விவாதம் நடத்தத் தூண்டப்படுகிறது. பணவீக்கம் மிதமாகவே

அதிகம் இருக்கிறது, பழமைக் கொள்கையுடைய மைய வங்கி வளர்ச்சிக்கு எதிராக இருக்கிறது என்று சொல்லப்படுகிறது. இன்றைக்கு அனைத்தையும் ஏற்றக்கொள்ளும் தாராளக் கொள்கை வருங்காலத்துப் பணவீக்கத்தை நிர்ணயிக்கும் என்பது பற்றிக் கவலையில்லை. கடந்த நாற்பது ஆண்டுகளில் பொருளியல் கொள்கையும், நடைமுறையும், மைய வங்கி நடுத்தரக் காலத்திய வளர்ச்சிக்கு ஆதரவுதரும் சிறந்தவழி பண வீக்கத்தைக் குறைவாகவும் நிலையாகவும் வைத்திருப்பது என்று காட்டுகிறது என்பது பற்றிக் கவலையில்லை.

உயர் பணவீக்கம் நிலையாக இருப்பதில்லை என்பது நிதர்சனம். இந்தியாவில் கடந்த காலத்தில் நாம் பார்த்தது போலவும், வேறு வளர்ந்து வரும் சந்தைகளில் பார்ப்பது போலவும், மிதமான அதிகப் பணவீக்கம் வேகமாக, மிக அதிகப் பணவீக்கமாக மாறியிருக்கிறது. அப்போது ரூபாயின் மதிப்பு குறைகிறது. வெளியிலிருந்து அழுத்தத்திற்கு எப்போதாவது உள்ளாகிறது. 2013இல் நாம் நலிவுற்ற ஐந்து நாடுகளில் ஒன்று என்று அழைக்கப்பட்டதற்கு ஒரு காரணம் அதிகப் பணவீக்கம். மேலும், சேமிப்பவர் தன்னுடைய பணச் சேமிப்புகளின் மதிப்பைப் பணவீக்கம் அரித்து வருகிறது என்பதை உணர்கிறார். அதனால் தங்கம் முதலான சொத்துகளுக்கு மாறுகிறார். நமது நாட்டில் தங்கச் சுரங்கமே இல்லாததால் இதுவும் நடப்புக் கணக்கில் அழுத்தத்தைத் தருகிறது.

மொத்தத்தில், அதிகப் பணவீக்கத்தோடு தொடர்புடைய பாதிப்புகள் கூடி, இறுதியில் பெரிய இக்கட்டில் முடிகின்றன. எனினும், நமது மாணவர்களின் தலையில் அடித்துச் சொல்லப்பட்ட, இந்தியாவில் பணவீக்கத்திற்கு எதிரான சக்திவாய்ந்த உள்நாட்டுக் கூட்டம் இருக்கிறது என்ற நம்பிக்கை ஒருவேளை பழங்கதையாக இருக்கலாம். அதுவும் மிதமான அதிகப் பணவீக்கத்தின்போது, பணவீக்கம் அதிகமாகும்போது, அரசியல் பாதுகாப்பு எதுவும் இல்லாமல், பெயரளவு பொருளாதார நிலைப்புத் தன்மைக்கு எது உறுதிதர முடியும்?

வளர்ச்சிக் காலத்தில், அதிகப் பணவீக்கங்களைச் சமாளிக்க கடுமையான நடவடிக்கைகளை எடுத்த பல சர்வாதிகார அரசியல் பொருளாதாரங்களைப் போலில்லாது, நமது மக்களாட்சி அமைப்பு அப்படிப்பட்ட நடவடிக்கைகளை எடுக்க அனுமதிக்காது. எனவே, நாம் பணவீக்கத்தை நேரடியாக எதிர்கொள்ளத் தேவையான அமைப்புகளை வலுவாக்குவது நல்லது. ஒருவேளை

இதனால்தானோ என்னவோ அரசுகள் ஆர்பிஐக்கு ஓரளவு சுதந்திரம் கொடுத்திருக்கின்றன. இன்றைய அரசு குறைந்த பணவீக்கத்தை உறுதிசெய்ய முறைசார் பணவீக்க இலக்கையும், பணக் கொள்கைக் குழுவையும் அமைக்கவும் முடிவு செய்திருப்பதை அத்தகைய கவலைகள் ஆதரிக்கும்.

பின்குறிப்பு: இப்போது அரசு பணக் கொள்கைக் குழுவை அமைத்து பணவீக்க இலக்கைக் கொடுத்திருக்கிறது. குழுவில் இடம்பெற்றுள்ள வல்லுநர்கள் முடிவுசெய்ய இப்போதைய அரசும், வருங்கால அரசுகளும் விட்டுவிடுவது பொருத்தமாக இருக்கும்.

இயல் 3

வங்கித் துறையில் போட்டியை அதிகமாக்க

I

ஐந்து தூண்களில் இரண்டாவது, வங்கி அமைப்பை இன்னும் அதிகமான போட்டியுள்ளதாகவும், உயிரோட்டம் உள்ளதாகவும், ஆக்கவேண்டும் என்பது. இந்தியாவில் தாராளக் கொள்கையுடைய பொருளியலறிஞர்கள் வங்கி அமைப்பில், அரசுக்குச் சொந்தமான பகுதியைத் தனியார்மயமாக ஆக்குவதுதான் அதைச் சரி செய்வதற்குச் சரியான வழி என்று எண்ணினார்கள். பொதுத்துறை வங்கிகள் (*PSB*-க்கள்) மைய அரசின் கருவூலத்தோடு தொப்புள் கொடி உறவு வைத்திருக்கும் வரையில் சீர்திருத்துவதற்கான கட்டுப்பாடு அவர்களிடம் இருக்காது என்று அவர்கள் வாதிட்டார்கள்.

பொதுத்துறை வங்கிகள் அமைப்பில் மேலாண்மை சீரானால், தனியார் மயமாக்கும் தேவை இருக்காது என்று மற்றவர்கள் நினைத்தார்கள். அனைவரையும் உள்ளடக்குதல், வளர்ச்சித் திட்டங்களை அடைய அரசின் ஆணைகளை நிறைவேற்றுவதற்குப் பொதுத்துறை வங்கிகள் ஒரு சாதனமாகப் பயன்படும்.

என்னுடைய பார்வை இந்த இரண்டு நிலைகளுக்கும் நடுவில் உள்ளது. தனியார் மயமாக்குவது எளிதென்றோ, எல்லாப் பொதுத்துறை வங்கிகளின் சிக்கல்களையும் தீர்க்கமுடியும் என்றோ நான் நம்பவில்லை. ஒருகால் ஒரு வங்கியை தனியார் துறைக்குக் கொடுத்துப் பார்த்து அதிலிருந்து பாடம் கற்றுக்கொள்ள முடியும். *IDBI* வங்கி தனியார் மயமாக ஆக்குவதற்கு உகந்தது என்று சொல்லப்பட்டது. ஏனென்றால், அதற்கு சட்டப்பூர்வ மாற்றம் தேவையில்லை. எப்படி இருந்தாலும் *PSB*யின் நிர்வாகத்தைக் குறிப்பிட்ட அளவு முன்னேற்றிவிட்டால், தனியார் மயமாக்கலின் பயன்களின் பெரும்பாலானவற்றைப் பெற முடியும் என்பதை நானும் உணர்ந்தேன். அதேசமயம், பொதுத்துறை வங்கிகள் மட்டுமே அரசின் ஆணைகளைப் புகுத்த முடியும் என்று நம்பவில்லை. அதுவும் வங்கி அமைப்பில் அதிகமாகப் போட்டி ஏற்படும்போது, இது நடக்கும். எனினும், அரசு அதன் கட்டணங்களை

நடைமுறைப்படுத்துவதற்கு ஈடு செய்யும்போது, தனியார் வங்கிகள் பங்குகொள்ள முடியாததற்கு எந்தக் காரணமும் இல்லை. எப்படி இருப்பினும், ஐக்கிய முற்போக்குக் கூட்டணி அரசோ, தேசிய மக்களாட்சிக் கூட்டணியோ, தாராளமயத் திட்டத்தில் அதிக விருப்பம் காட்டாது என்பது தெரிந்திருப்பதால், மொத்தமாகத் தனியார் மயமாதல் நடைபெறாது. அரசு விதித்துள்ள வரைமுறைகளுக்கு உட்பட்டு, வங்கித் துறையைச் சீர்திருத்த தன்னால் முடிந்ததை ஆர்பிஐ செய்ய வேண்டும்.

PSB சீர்திருத்தத்தில் அரசுடன் வேலை செய்ததோடு, என்னுடைய கவனம், வங்கி அமைப்புக்குள் நுழைவதை எளிதாக்குவதில் இருந்தது. எல்லா வாடிக்கையாளர்களுக்குமே நல்ல சேவையும், அதிக அளவுப் போட்டியும் இருக்குமாறு புதிய வங்கிகள் இன்னும் வங்கி வசதி சரியாகப் பெறாத வாடிக்கையாளர்களைக் குறிவைப்பதில் கவனம் செலுத்தினேன். 2014 மே 20 அன்று இந்திய போட்டித் தேர்வு ஆணையத்தின் ஆண்டு விழாவில் என்னுடைய உரையின்போது, ஆர்பிஐயின் யுக்தியை விளக்குவதற்கு எனக்கு வாய்ப்புக் கிடைத்தது. முன்னர் அடிப்படையாக இருந்த இரண்டு விசயங்களையும், அவை ஏன் மாறவேண்டும் என்பதையும் நான் விவாதித்தேன். இவ்வுரையில் நான் விவாதித்த பல யோசனைகள் பின்னர் கொள்கைச் செயல்பாடாக மாற்றப்பட்டன. வங்கிச் சீரமைப்பின் பணியை வரிசையாகப் பொறுப்பேற்ற துணை ஆளுநர்கள் ஆனந்த் சின்ஹா, ஆர்.காந்தி, என்.எஸ்.விஸ்வநாதன் ஆகியோர், செயல் இயக்குநர்கள் மல்ஹோத்திரா சுதர்சன் போன்றோர் உதவியுடன் நடத்தினார்கள்.

வங்கித்துறையில் போட்டி: வாய்ப்புகளும், அறைகூவல்களும்

இன்றைய பொருளாதாரத்தின் உயிர்விசையாக இருப்பது போட்டி. மதிப்புமிக்க மரபுகளைப் பேணி வரும் அதேவேளை, காலங்கடந்த திறனற்ற செயல் முறைகளின் இடத்தைப் போட்டி எடுத்துக்கொள்கிறது. புதியவை காண்பவர்களுக்கும், செயற்திறன் உள்ளவர்களுக்கும் பரிசளிக்கிறது. செயல்படாமலிருப்பவர்களைத் தண்டிக்கிறது. இருப்பதையே வைத்துக் கொண்டிருப்பவர்களின் நிலைப்புத் தன்மையை அழிக்கிறது. இளையோருக்கும், வெளியிலிருந்து வருவோருக்கும் நம்பிக்கை அளிக்கிறது. உண்மையான போட்டி, திட்டமிடுபவர்களின் தேவையைத் தவிர்க்கிறது. ஏனென்றால், புவி ஈர்ப்பு தண்ணீரை மிகக் குறைந்த வழியில் வழி நடத்துவதுபோல போட்டி மிகவும் அதிகமாக உற்பத்தி தரும் பாதையில் பொருளாதாரத்தை இயற்கையாகவே வழிநடத்துகிறது.

ஆரோக்கியமான போட்டி என்பது மட்டுமே வளர்ச்சிக்குச் சிறந்த வழியாக இருக்காது. ஆனால், எல்லாக் குடிமக்களையும் உட்படுத்துவதற்கு அதுவே சிறந்த வழி. ஏழைக் குடும்பத் தலைவி அவருக்குத் தேவையான சேவைகளைப் பெற, சேவையாளர்கள் அவருடைய பணத்திற்காகப் போட்டி போடுவதைத் தவிர வேறு சிறந்த வழி எது? தனி முதலாளிகள் அவரை ஒரு நல்ல வேலைக்கு அமர்த்தப் போட்டி போடுவதைவிட ஒரு பிற்படுத்தப்பட்ட சமூகத்து உறுப்பினரை முன்னேறச்செய்ய வேறு என்ன வழி இருக்கிறது?

எனினும், ஆரோக்கியமான வளர்ச்சியைத் தூண்டும் அனைவரையும் உள்ளடக்கக்கூடிய போட்டி தானாக வராது. குறுக்கீடு இல்லாமல் இருக்கும்போது அங்கே நாட்டின் போட்டிதான் இருக்கும். வலிமையுள்ளோர் வலிமை குன்றியவர்களை வேட்டையாடுவார்கள். இப்படிப்பட்ட போட்டி ஒரு வகையான வெற்றியாளரைத்தான் உற்சாகப்படுத்தும். அவர்கள் காட்டு வாழ்க்கைக்குத்தான் பழக்கப்பட்டவர்கள். நாம் வாழ விரும்பும் உலகிற்கு உகந்தவர்கள் அல்ல. மாறாக, ஆரோக்கியமான போட்டிக்கு அரசின் உதவிக்கரம் வேண்டும். ஆடுகளம் ஒரே மட்டமாக இருக்கவும், உள்ளே நுழைகையில் தடுப்புகள் தாழ்வாக இருக்கவும், ஆட்டத்திற்கு அறிவுக்குகந்த வழிகள் இருப்பதற்கும் ஒப்பந்தங்கள் நிறைவேற்ற வழிமுறைகளை ஏற்படுத்திடவேண்டும். போட்டி போடுவதற்கு அடிப்படைத் தகுதிகளான கல்வியையும் திறன்களையும் பங்கு பெறுபவர்கள் அனைவரும் பெற்றிருக்கவும் உறுதிசெய்யப்பட வேண்டும்.

வரலாற்று ரீதியாகப் பார்க்கும்போது, அப்படிப்பட்ட ஆரோக்கியமான போட்டியை உறுதி செய்வது அரசுகளுக்குக் கடினமாகவே இருந்திருக்கிறது. ஏனென்றால், குறுக்கீடு சரியான அளவினதாக இருக்கவேண்டும். அரசுகள் நேர்மையான போட்டிச் சூழலை ஏற்படுத்தும் அளவிற்கு குறுக்கிடுவதோடு நிறுத்திக்கொள்ளாமல், அரசுகளே வெற்றியாளர்களையும், தோல்வியடைந்தவர்களையும் தாங்களே தீர்மானிப்பதில் இறங்கிவிட்டன. ஆனால், இது சரியாக வரவில்லை. இந்த முன்னறிவிப்புடன் இந்தியாவில் ஆரோக்கியமான இன்னும் அதிகமான போட்டிச் சூழலை உருவாக்குவது, நடுத்தரக்கால இடைவெளியில் இந்தியாவில் நிலையான பொருளாதார வளர்ச்சிக்கு மிகச் சிறந்த பங்களிப்பாக இருக்கும். இந்த முயற்சியில் போட்டி ஆணையம் மிக முக்கியப் பங்கு வகிக்கும். இப்போதுள்ள அரசின் தனி உரிமைகளையோ தனியாரின் அதிகப்படியான சந்தை சக்தியையோ கேள்வி கேட்பதில், நீங்கள் (போட்டி ஆணையம்)

வரும் ஆண்டுகளில் முக்கிய நிறுவனமாக இருப்பீர்கள். நாட்டின் நலனுக்காக, உங்களுக்கு வெற்றி கிடைக்க வாழ்த்துகிறேன்.

இன்றைக்கு வங்கித் துறையில் வரவிருக்கும் போட்டிச் சூழல் பற்றிக் கவனம் செலுத்த விரும்புகிறேன். இந்திய ரிசர்வ் வங்கியில், இது எப்படி உருவெடுக்கும் என்பதைப் பற்றிச் சில மாதங்களாகச் சிந்தித்து வருகிறோம். அந்தக் காட்சியை உங்களோடு நான் பகிர்ந்துகொள்ள விரும்புகிறேன். இறுதி முடிவை அறிவிக்காமல், விவாதத்தை இன்னும் நீடிப்பதே என்னுடைய நோக்கம்.

பிரமாண்டமான பேரங்கள்

இந்தியாவில் வங்கித் துறையில் போட்டியின் அளவை இரண்டு பெரிய பேரங்களின் விளைவாகப் பார்க்கலாம். முதலாவது ஒன்றுக்குப்பின் ஒன்றாக வந்த அரசுகளுக்கும் வங்கிகளுக்கும் இடையே இருந்தது. அதில் குறைந்தவிலைத் தேவை, கால வைப்பு நிதிகளுக்கும், மைய வங்கியின் நீர்மை வசதிகளுக்கும், போட்டியிலிருந்து ஓரளவு பாதுகாப்பிற்கும் வங்கிகளுக்கு உரிமை இருந்தது. இதற்கு ஈடாக (சட்டத்திற்குள்ளான நீர்மைத்தன்மை விகிதம் SLR வழியாக) அரசுக்கு நிதியளித்தல், (கேஷ் ரிசர்வ் விகிதம் CRR ஐத் தொடர்வதன் மூலம்) பணப்பட்டுவாடாவிற்கு உதவுதல், வங்கியில்லாத இடங்களில் வங்கிக் கிளைகளைத் திறத்தல், முதற் தகுதித் துறைக்கு கடன்கள் வழங்கல் போன்ற கடமைகளை ஏற்க வேண்டும்.

இரண்டாவது பெரிய பேரம் பொதுத்துறை வங்கிகளுக்கும் (PSB) அரசுக்கும் இடையே உள்ளது. இதன்படி இந்த வங்கிகள் அரசுடனான சிறப்பு சேவைகள், இடர்கள் ஆகியவற்றை எடுத்துக் கொண்டன. அதற்கு ஓரளவு ஈடாக, அரசு, பொதுத்துறை வங்கிகளுக்கு ஆதரவாக நின்றது. இந்தியா வளர்ந்தபோது, இந்த இரண்டு பேரங்களும் ஆபத்திற்கு உள்ளாயின. வளர்ச்சியும் போட்டியுமே அவற்றைப் பாதித்தன.

இன்று, உட்கட்டமைப்பு போன்ற துறைகளில் நீண்டகால முதலீடு போன்ற பொருளாதார முதலீட்டுத் தேவைகள் அதிகரித்திருக்கின்றன. அரசு இந்த முதலீடுகளை இனியும் மேற்கொள்ள முடியாது. தனித் தொழில் முனைவோர் அதனை எடுத்துக்கொள்ளுமாறு கேட்டுக்கொள்ளப்படுகிறார்கள். இந்த

முதலீடுகளுக்கு நிதிக்கான இடத்தை உண்டாக்க, அரசு வங்கி அமைப்பின் சொத்துகளை குறைவாகவே பயன்படுத்த வேண்டும். ஆனால், தேவையான நிதி தருவதின் தன்மையிலும் மாற்றங்கள் வந்துகொண்டிருக்கின்றன. தனியார் முதலீடு ஆபத்துள்ளது. எனவே கூட்டிணைய பத்திரச் சந்தைகள், பங்குச் சந்தைகள் முதலியவற்றிலிருந்து, ரிஸ்க்கை ஏற்றுக் கொள்ளும் தன்மையுள்ள நிதியளித்தல் வேண்டும். நிதியளித்தலில் அதிகமான மூலங்கள் வரும்போது, நிதியளிக்கும் குழுமங்கள்மீதும், வீடுகளின் மீதும் தனி அதிகாரம் செலுத்த வங்கிகளால் முடியாது. அது மட்டுமல்ல, சிறந்த வாடிக்கையாளர்களைப்பெற அவை போட்டிபோட வேண்டியதிருக்கும். அவர்கள் உள்நாட்டு வெளிநாட்டுச் சந்தைகளை அணுக முடியும்.

அதுபோலவே, வைப்பு நிதியளித்தல் மலிவாக இருக்காது. ஏனெனில், வங்கிகள் நிதிச்சந்தைகளோடு, வீட்டுச் சேமிப்புகளுக்காக, வீடு கட்டுதல் போன்ற உண்மைச் சொத்துகளோடு போட்டிபோட வேண்டும். இல்லங்கள் அதிகம் அதிகமாக நவீனமாகும்போது, குறைந்த வட்டி தரும் கணக்குகளில் அதிகமான பணத்தை விட்டு வைக்க விரும்பமாட்டார்கள். ஆனால், நீர்மைத்தன்மைக்காக, குறைந்த வட்டி வீதத்தை இல்லத்தரசிகள் விரும்புவார்கள். மத்திய வங்கியின் நீர்மையுள்ள சாளரங்களை உரிமையுடன் அணுக முடியுமென்றால், அது இல்லங்களுக்கு நீர்மைச் சேவைகளைக் கொடுத்து வாடகையைப் பெற வங்கிகளை அனுமதிக்கும். ஆனால், புதிய பணம் தரும் நிறுவனங்களும், தொழில்நுட்பங்களும் வரும்போது இந்த நன்மையும் குறைந்துவிடும்.

அரசுக்கு நிதியளிப்பதற்குப் பதிலாக மலிவான வைப்புகளான முதல் பெரிய பேரம், இரண்டு பக்கங்களிலிருந்தும் அச்சுறுத்தலுக்கு உள்ளாகிறது. வைப்புகள் இனிமேல் மலிவாக இருக்காது. நமக்கு நவீன தொழில்முனைவோர் பொருளாதாரம் தேவை என்றால், அரசு முன்போல அதேஅளவில் முன்னேற்பாடாக நிதியளித்தலைத் தொடர முடியாது. நிலையான வளர்ச்சி முன்னால் செல்லவேண்டுமென்றால் நிதிக் கட்டுப்பாடு இதன் மையமாக ஏன் இருக்கும் என்பதற்கு இதுவும் ஒரு காரணம்.

பொதுத்துறை வங்கிகள் (PSB-க்கள்) தனியார் வங்கிகளைவிட மோசமான நிலையில் இருக்கின்றன. இதனால்தான் இரண்டாவது பேரமும் அச்சுறுத்தலுக்கு உள்ளாகிறது. குறைந்த ரிஸ்க் உள்ள நிறுவனங்கள் சந்தைகளிலிருந்து நிதியளித்தலுக்குச்

சென்றுவிடுவதால், வங்கிகளுக்கு மிகப் பெரிய ரிஸ்க் உள்ள உட்கட்டமைப்புத் திட்டங்களும், சிறு, நடுத்தரக் குழுமங்களுக்கு கடன் தருதலும் மட்டுமே கிடைக்கின்றன. இந்த ரிஸ்க்குகளை எடுப்பதற்கான மாற்று அதிகப் போட்டியுள்ள சில்லறைக் கடன் கொடுத்தல் ஆகும். எனவே, அரசு அவற்றை உட்கட்டமைப்புக்கே கடன் தரக் கட்டாயப்படுத்தும்போது, பொதுத்துறை வங்கிகளுக்கு வேறு வழியிருக்காது. எனினும் இன்றைக்கு நிதியளிக்கப்படும் பல திட்டங்களுக்கு நவீன திட்ட மதிப்பீட்டுத் திறன்களும் முதல் கட்டமைப்பின் கவனமான வடிவமைப்பும் தேவைப்படும். வெற்றிகரமாகக் கடன் தருவதற்கு சிக்கல் இருக்கிறது என்று ஒரு சிறு அடையாளம் தெரிந்தாலும், கடன் தருபவர் தனது நிலையைக் காப்பாற்றச் செயல்பட வேண்டும் என்று எதிர்பார்க்கிறது. இல்லையென்றால், மந்தமான வங்கியாளர் வேகமான வங்கியாளர்களுக்கு இழப்பீடுகொடுக்க வேண்டியதிருக்கும். மாறிவரும் கடன் தரும் தொழிலில், பொதுத்துறை வங்கிகளுக்கு வலிமையான திறன்கள் வேண்டும். திட்டங்களைக் கண்காணிக்கவேண்டும். தேவையானபோது, சிக்கல்களை வேகமாகத் தீர்க்கும் திறன் வேண்டும்.

முன்னர் PSBகளிடம் சிறந்த திறமைசாலிகள் இருந்தார்கள். ஆனால், இன்று பணியமர்த்துவதை நிறுத்தியது மத்திய நிலை மேலாளர்களின் எண்ணிக்கையைக் குறைத்துவிட்டது. தனியார் வங்கிகளும் PSBகளிடமிருந்து திறமையான ஆட்களைக் களவாடிக் கொண்டன. PSBகளும் இப்போது புதிய ஆட்களைச் சேர்க்க வேண்டும். அதே சமயம் ஏற்கனவே இருக்கும் திறமைசாலிகளை விட்டுவிடக் கூடாது. ஆனால், அதற்கு அவை தங்கள் பணியாளர்களுக்குப் பொறுப்பும், செயல்பட சுதந்திரமும் கொடுப்பதாக உறுதியளிக்க வேண்டும். துரதிர்ஷ்டவசமாக பொதுத்துறை வங்கிகளில் பணியாளர்களின் செயல்கள் அரசு விதிகளால் முடக்கப்படுகின்றன. குற்றத்தடுப்பு அதிகாரிகளின் பார்வையில் இருக்க வேண்டியிருக்கும். அதே சமயம் அவர்களது ஊதியமும் வரையறைக்கு உட்பட்டது. மேலும் பொதுத்துறை வங்கிகள் திறமைசாலிகளைத் தேடிப் போட்டி போட முடியாது. பொது நலன் என்று கருதப்படுகிற குறைந்தபட்ச முடிவுகளை இந்த வங்கிகளை எடுக்கச்சொன்னால், அவற்றின் செயல்பாடு முன்னைவிட மோசமாக இருக்கும். இதனால் அவர்களால் நிதியை - சிறப்பாக மூலதனத்தைத் - திரட்டுவது கடினமாகிவிடும். அரசே பணத் தட்டுப்பாட்டில் இருக்கும்போது, இரண்டாவது பெரிய பேரத்தின் ஒரு பகுதியாக பொதுத்துறை

வங்கிகளின் மூலதனத் தேவைகளுக்கு ஆதரவுதரும் ஆற்றல் அரசுக்கு இருக்குமா என்பது கேள்விக்குறி.

இந்த இரண்டு பேரங்களையும் மீட்டெடுக்கப் பின்னோக்கிப்போக முடியாது. அப்படியானால், வளர்ச்சியில் பின்னோக்கிப் போவதும், போட்டி என்னும் பூதத்தைப் பாட்டிலில் அடைப்பதும் ஆகும். இது இரண்டும் சாத்தியமானால்கூட, பொருளாதாரத்திற்கு நல்லது இல்லை. மாறாக, போட்டியையும், பலவகைத் தன்மையையும் அதிகரித்து நிதித்துறையை வளர்ப்பது சிறந்த அணுகுமுறையாக இருக்கும். அதேசமயம், வங்கிகளுக்கு, சிறப்பாகப் பொதுத்துறை வங்கிகளுக்கு, போட்டி போடுவதற்கு இன்னும் அதிகப்படியான திறனைக் கொடுக்கவேண்டும். என்ன செய்ய வேண்டும் என்பதைக் கோடிட்டுக் காட்டுகிறேன்.

வங்கித் துறையில் போட்டியை அதிகப்படுத்தல்

வங்கியில் நுழைவை சுதந்திரமாக்க, இந்திய ரிசர்வ் வங்கி உறுதி பூண்டிருக்கிறது. தீவிரமான ஆய்வுமுறைக்குப்பின் இப்போதுதான் இரண்டு வர்த்தக வங்கிகளுக்கு உரிமங்களை அறிவித்திருக்கிறோம். இந்த அனுபவத்தை ஆராய்ந்து வருகிறோம். தேவையான மாற்றங்கள் செய்தபிறகு, உரிமங்கள் வழங்க வழக்கமாகப் பின்பற்றக்கூடிய நடைமுறையை அறிவிப்போம். இதனை தண்ணீர்க் குழாயில் தண்ணீர் பெறுவதுபோல உரிமங்கள் பெறுவது என்று சொல்லலாம்.

வங்கிகளில் மக்களின் நம்பிக்கை காரணமாகவும், பன்னாட்டு வைப்புக் காப்பீடு இருப்பதாலும், சாதாரண வர்த்தக வங்கி உரிமங்கள் வழங்குவதிலும் நாங்கள் கவனமாக இருக்க வேண்டியதிருக்கிறது. விண்ணப்பிப்பவர்களின் திறன்களையும் நேர்மையையும் பற்றி முழு நம்பிக்கை கொள்வதற்காக ஏற்கனவே நல்ல செயற்பதிவும், ஓரளவு மூலதனமும் உள்ளவர்களுக்கு உரிமங்கள் வழங்குகிறோம். ஏற்கனவே இத்துறையில் சிறப்பான இடம் பெறாதவர்கள் அல்லது பெரிய மூலதனம் இல்லாதவர்களும்கூட இருக்கலாம். ஆனால், அவர்களுக்குத் திறன்கள் இருந்தால், மேலும் பட்டுவாடா போன்ற வங்கித் தொழிலில் ஒருபகுதியை மட்டும் செய்வதில் மதிப்பு வைப்பவர்களுக்கு உரிமம் தருவது கவனிக்கப்படும். சிலருக்கு முன் அனுபவமோ மூலதனமோ இருக்காது, ஆனால், திறமைகளும்

தகுதிகளும் இருக்கும். அவர்களை என்ன செய்வது? அதுபோல செலுத்துதல் போன்ற ஒரு பகுதி வங்கித் தொழிலை மட்டும் செய்ய விரும்புவார்கள். அவர்களுக்கு என்ன விடை தருவது?

விண்ணப்பிப்பவர்கள் ஒரு சிறிய வங்கியையோ, வங்கித் தொழிலில் ஒரு பகுதியை மட்டும் நடத்தவோ உரிமம் கேட்டால், ஆர்பிஐ வாய்ப்புத்தர முன்வரலாம். அப்படிப்பட்ட உரிமங்கள் - ஒரு குறிப்பிட்ட பகுதிக்குள் மட்டும் இருக்கவோ, பொருள்களைத் தரவோ உள்ள கட்டுப்பாடுகளை ஏற்கும் வங்கிகள் - சிறு, நடுத்தர தொழில்களின் தேவைகளைப் போன்ற உள்ளூர்த் தேவைகளை நிறைவேற்ற உதவும். பணம்பெற்று அதைப் பட்டுவாடா செய்யும் வங்கி வைப்புகளை வாங்கி, பணம் செலுத்தும் சேவைகளை மட்டும் செய்யும். ஆனால், அதன் நிதிகள் அனைத்தையும் அரசு, காப்பீடுகள் போன்ற பாதுகாப்பான கருவிகளிலேயே முதலீடு செய்யக் கட்டாயப்படுத்துவார்கள். அப்போது ஏற்கனவே இருக்கும் சேவைகளோடே இணைந்து பணியாற்றும். எடுத்துக்காட்டாக, அஞ்சல் வங்கி பணப்பட்டுவாடா வங்கியாகத் தொடங்கலாம். அஞ்சல் அலுவலகங்கள் வைப்புகளை வாங்கிப் பணம் செலுத்தும்.

எந்தப் புதிய கட்டமைப்பிற்கும் அடிப்படை, நடப்பு வங்கி அமைப்புக்குத் தீங்கு செய்யும் முதலீட்டற்ற சாத்தியங்கள் எதுவும் இருக்கக்கூடாது என்பது. ஒரு வர்த்தக வங்கி 100 சதவீத SLR விளிம்புகளை வைத்திருந்தால் அது பணப்பட்டுவாடா வங்கியாக மாற்றிக் கொள்ளலாம். அது அப்படி மாற விரும்பாமல் இருக்கலாம். ஏனென்றால் அது குழுமங்களுக்குக் கடன் கொடுத்து அதிகப் பணம் ஈட்ட முயலலாம். ஆனால், இந்தச் சாத்தியக்கூறு ஒழுங்குமுறை விதிகள் பணப்பட்டுவாடா செய்யும் வங்கிக்குத் தேவையற்ற சலுகை காட்டாது என்பதைக் காட்டுகிறது. என்னுடன் பணியாற்றுபவர்கள் சிலர் பணப்பட்டுவாடா வங்கி சாத்தியமில்லை என்று நம்புகிறார்கள். ஆனால், வேறு சிலர் வழக்கமான வணிக வங்கிகளிடமிருந்து மேற்பகுதியை கடைந்து எடுத்துக்கொள்ளும் என்று கூறுகிறார்கள். இந்தப் பிரச்சினை குறித்து நாம் விவாதித்துக் கொண்டே போகலாம். அல்லது ஒரு சில பணப்பட்டுவாடா வங்கிகளை அனுமதித்து அவற்றின் செயல்பாட்டைக் கண்காணித்துச் சோதனை செய்யலாம். இதுபற்றி பங்கு கொள்பவர்களுடன் மேற்கொண்டு நடவடிக்கைகளை ஆர்பிஐ விவாதிக்க இருக்கிறது.

பணப்பட்டுவாடா வங்கிகள் வெற்றிகரமாக இருந்தால், வணிக வங்கிகளில் நாம் சுமத்தும் கடமைகளைச் சிறிது சிறிதாகக் குறைக்க

நம்மை அனுமதிக்கும். எடுத்துக்காட்டாக, பணப்பட்டுவாடா வங்கிகள் அரசுப் பத்திரங்களை நீர்மைக்காக வைத்திருப்பதுபோல, வணிக வங்கிகள் அரசு பத்திரங்களின் அளவைக் குறைத்து SLRஇன் ஒரு பகுதியாக வைத்திருக்க வேண்டும் என்று நாம் கேட்கலாம்.

வங்கிக் கடமைகளைப் பொறுத்தவரையில், மற்ற நிதி தரும் நிறுவனங்களோடு ஒப்பிடும்போது, இவை சாதகமான நிலையில் இல்லை. குறிப்பாக நீண்ட காலப் பணத்தைப் பெறுவதிலும், கடன் கொடுப்பதிலும் இவற்றிற்குச் சாதகம் இல்லை. உட்கட்டமைப்புக்கு இது முக்கியம். இங்கு தொடக்கநிலை கட்டுமான நிதிக்கு வங்கிகள் தேவைப்படும். கட்டுமானப் பணிகளுக்கு ஐந்து முதல் ஏழு ஆண்டுகள் வரை ஆகுமாதலால், இந்த ரொக்கங்களுக்காக நீண்டகால வைப்புப் பணத்தைப் பெறவேண்டிய திறன் உள்ளவையாக இருக்கவேண்டும். அவை இன்று அப்படிப் பணத்தைப் பெற்றால், உடனே அவை CRR, SLR தேவைகளுக்கு உட்பட வேண்டும். அவர்கள் வழங்கும் கடனும் முன்னுரிமைத் துறைக் கடமைகளாக ஆகும். வங்கிகள் நீண்டகாலக் கடன் பத்திரங்களைப் பயன்படுத்தி, அதனை உட்கட்டமைப்பு நிதிக்குப் பயன்படுத்தினால், அவற்றை அந்தக் கடமைகளிலிருந்து விடுவித்து விடலாமா? நீண்டகால உட்கட்டமைப்பு நிதியளிப்பில் காப்பீட்டு நிறுவனங்கள், நிதி நிறுவனங்கள் போன்ற பிற நிதி நிறுவனங்களின் நிலையில் உடனே அவற்றை வைத்துவிடும்.

நமது நாடு போன்ற வளரும் நாடுகளில் முன்னுரிமைத் துறை கடமை இன்னும் சிறிது காலத்திற்குத் தேவைப்படலாம். எனினும் பொருளாதாரம் வளர்ச்சியுறும்போது, எந்தத் துறைகளில் முன்னுரிமை தரப்பட வேண்டும் என்பதை ஆராய வேண்டும். இந்த சர்ச்சைக்குரிய விவாதத்தில் இறங்காமலேயே, வங்கிகள் இப்போதுள்ள நடைமுறைகளை இன்னும் சிறப்பாக நிறைவேற்றுமாறு அனுமதிக்கலாமா? எடுத்துக்காட்டாக, ஒரு வங்கி கிராமப்புறக் கடன் தருவதில் சிறப்பாகச் செயல்பட்டால், அதனுடைய கடமைகளுக்கும் அதிகமாகச் சாதித்துவிட்டால், குறைவாகச் சாதித்த வேறொரு வங்கிக்கு அதன் மிகுதிகளை விற்று விடலாமா? அப்படிப்பட்ட சாத்தியக் கூறுகளையும் ஆராய்ந்து வருகிறோம்.

இறுதியாக, அனைவரையும் உள்ளடக்குவதை ஒரு கட்டளையாக எடுத்துக்கொண்டால், அதில் நாம் ஓரளவே வெற்றி பெற்றிருக்கிறோம். வங்கிகள் சிலவேளைகளில் கடைக் கோடியிலுள்ள பகுதிகளில் கிளைகளைத் திறக்கின்றன. ஆனால்,

அவை உள்ளூர் மக்களை அணுகாத அலுவலர்களை அங்கே அனுப்பிவிடுகின்றன. வங்கிகள் சிக்கலில்லாத வங்கிக் கணக்குகளை ஆரம்பிக்கின்றன. ஆனால், அவை செயல்படாமல் கிடக்கும். உண்மை நிலை என்னவென்றால், விதிமுறை லாபகரமாக இல்லாவிட்டால், அவற்றைத் தவிர்க்க வங்கிகள் வழிகண்டு பிடித்துவிடும். அனைவரையும் உள்ளடக்கும் எல்லாவற்றையுமே லாபகரமானதாக ஆக்க முடியாது. ஆனால், சரிவர வங்கிச் சேவை இல்லாத இடங்களுக்கு செல்லக்கூடிய பிற நிறுவனங்களின் உதவியைத் தேவையானால் நாடி, வங்கிகளுக்குப் புதிய அணுகுமுறைகளை முயன்றுபார்க்க உரிமைதர வேண்டும். தொழில் தொடர்புகளில் புதிய தளர்வுகளை விரைவில் ஆர்பிஐ கொண்டுவரும்.

முடிவாக, வங்கித் துறையில் போட்டியை அதிகரிக்க முடியும். அதே சமயம் வங்கிகளின் மேலுள்ள கடமைகளைக் குறைத்து, அவற்றை வலுப்படுத்த முடியும். இவ்வாறு முதல் பெரிய தரகு உடைந்து போனால், பிறரும், அதில் தொடர்வளர்ச்சிக்குப் பங்களிக்க முடியும்.

போட்டியிட பொதுத்துறை வங்கிகளுக்கு உரிமை தருதல்

அடுத்து பொதுத்துறை வங்கிகள் பற்றிப் பார்ப்போம். இன்று இந்தியாவில் உள்ள பொதுத்துறை வங்கிகள் நன்றாக நிர்வகிக்கப்படுகின்றன. பொதுத்துறை வங்கிகள் இருக்கின்றன. எனவே, பொதுத்துறையின் போட்டித் தன்மையை முன்னேற்றுவதற்குத் தனியார்மயமாக்கல் அவசியமில்லை. ஆனால், நிர்வாகம், மேலாண்மை, செய்பாட்டு ஈடுதருதலில் இளக்கம் ஆகியவை, டாக்டர் P.J.நாயக் குழு வலியுறுத்தியிருப்பதுபோல, பொதுத்துறை வங்கிகளின் செயல்பாட்டை முன்னேற்ற உறுதியாகத் தேவைப்படும்.

PSBயைச் சீர்திருத்த, அரசின் PSB பங்குகளை வைத்திருக்க காப்புக் குழுமம் ஒன்றை உண்டாக்குதல், PSBயின் தலைமை செயல் அலுவலரின் (CEO) பதவிக் காலத்தை நீட்டித்தல், தலைவர், தலைமைச் செயல் அலுவலர் பதவிகளைப் பிரித்தல், வங்கி வாரியங்களில் அதிகமாக தனிப்பட்ட தொழில் வல்லுநர்களைக் கொண்டுவருதல், CEO-வைத் தேர்ந்தெடுக்கும் அதிகாரத்தை வாரியங்களுக்குத் தருதல், குறைந்த தடுப்பு விசாரணைகளுக்கு உட்படுத்துவதில் இன்னும் அதிகமாகத் தேர்வு செய்தல் - முதலான மிகச் சிறந்த நடைமுறைப்படுத்தக் கூடிய ஆலோசனைகள் தரப்படுகின்றன.

இந்தக் கருத்துகளை எல்லாம் கவனமாக ஆராய வேண்டும். அவற்றில் பல பொதுத்துறை வங்கிகளுக்குப் புதிய சூழலில் போட்டியிட நெகிழ்வுத் தன்மையைத் தர உதவும். இப்போது பிரச்சினையில் இருப்பது பொதுத்துறை வங்கிகளால் பிரதிநிதித்துவப்படும் தேசிய மதிப்பின் பெரிய அளவு மட்டுமல்ல, நமது பொருளாதாரத்தில் வருங்கால நிதியளித்தல், மூலதனம் ஆகியவையும் இருக்கின்றன என்பதை நாம் நினைவில் கொள்வோம்.

பொதுத்துறை வங்கிகள் போட்டித் தன்மையுள்ளவை, ஆனால், பொது என்ற தன்மையைத் தியாகம் செய்யாமல், அரசின் தாக்கத்தலிருந்து தங்களைத் தூரத்தில் வைத்துக்கொண்டு இதைச் செய்ய முடியுமானால், சந்தைகளிலிருந்து எளிதாகப் பணம் சேர்க்க முடியும். உண்மையில், நன்றாகச் செயல்படுபவை அதிகமாகப் பணம் திரட்டும். இப்போதோ சரியாகச் செயல்படாதவற்றிற்கு மக்கள் பணம் அதிகமான அளவு தேவைப்படுகிறது. போட்டி திறமையை வளர்க்கும். இரண்டாவது பெரிய பேரமும் பொருத்தமற்றதாக ஆகிவிடும்.

முடிவுரை

வங்கித்துறை புரட்சிகரமான மாற்றத்தின் உச்சகட்டத்தில் இருக்கிறது. அடுத்த சில ஆண்டுகளில் தகவல் தொடர்பு தொழில்நுட்பத்தை அதிகம் பயன்படுத்தும் பலதரப்பட்ட வங்கி நிறுவனங்கள், சுகாதாரமான, அரசின் தாக்கத்திலிருந்து தொலைவில், ஆனால், மக்களுடைய நலனுக்கு அருகில் இருக்கும் பொதுத்துறை வங்கி அமைப்பு, பிறவங்கிகளோடு போட்டி போடாத ஆனால், ஆதரவு தந்து போட்டி போடும் நீர்மைத்தன்மையுள்ள நிதிச் சந்தைகள் ஆகியவற்றைப் பார்ப்போம் என்று நம்புகிறேன். அத்தகைய முன்னோக்கு ஒரு சாத்தியம் மட்டும் அல்ல. உண்மையான பெரும் பொருளாதாரத் தேவைகளுக்கு நிதியளிக்க வேண்டும் என்றால் இது ஒரு தேவையும்கூட. இந்தியா வலிமையான, நிலைத்த வளர்ச்சிப் பாதையை மீண்டும் தொடங்கும்போது, இந்திய வங்கித்துறை அதன் பாதையில் ஒவ்வொரு அங்குலத்திலும் ஆதரவு தரும் கூட்டாளியாக இருக்கும் என்று ஆர்பிஐ உறுதியாக நம்புகிறது.

II

2016 ஆகஸ்ட் 16இல் FICCI-IBA ஆண்டு வங்கி மாநாட்டில், நாங்கள் அறிமுகப்படுத்திய சில சீர்திருத்தங்களைப் பற்றிப் பேசினேன். வங்கிகள் அவர்களது கணக்குகளிலுள்ள வாராக் கடன்களைச் சுத்தப்படுத்துவதிலேயே கவனம் செலுத்தின என்று பார்க்கலாம். இதுவும் முக்கியமானதால், வாராக் கடன்கள் பிரச்சினைகளுக்கு அப்பால் வளர்ச்சியில் கவனம் செலுத்துமாறு நான் வங்கித் துறையை ஊக்கப்படுத்தினேன். பொதுத்துறை வங்கிகள் சந்திக்கும் அறைகூவல்களைப் பற்றியும் அவை என்ன செய்யவேண்டும் என்பது பற்றியும் மீண்டும் விளக்கினேன்.

இன்றைய இந்தியாவில் வங்கித்துறை: ஆர்வமூட்டுவது, லாபகரமானது, அறைகூவலுள்ளது

நிதித்துறைக்கு இது ஆர்வமூட்டும், லாபகரமான, அறைகூவலாக உள்ளது. இது ஆர்வமூட்டுகிறது, ஏனென்றால் போட்டியின் அளவு வாடிக்கையாளர்களுக்கும் திறமையுள்ளவர்களுக்கும் பல மடங்கு அதிகமாகப் போகிறது. நிதிச் சேவைகளில் சோம்பிக் கிடக்கும் பகுதிகளைக்கூட மாற்றும். லாபகரமானது. ஏனென்றால் புதிய தொழில்நுட்பங்கள், செய்திகள், புதிய யுத்திகள் ஆகியவை புதியதொழில் வாய்ப்புகளையும், வாடிக்கையாளர்களையும் கொண்டுவரும். அறைகூவலானது. ஏனென்றால் ரிஸ்க்கைப் பொறுத்தவரையில் போட்டியும், புதுமையும் சேர்ந்து நிலையற்ற ஒரு சேர்க்கையைச் சேர்க்கும். இந்த உரையில் இவைபற்றி, மைய வங்கியில் நாங்கள் எப்படிப் பார்க்கிறோம் என்பது பற்றிப் பேசுகிறேன்.

ஆர்வமூட்டுவது, லாபகரமானது

அடுத்த ஆண்டில் பதினேழு புதிய வங்கிகள் தமது சேவையைத் தொடங்கும்; அதோடு, பன்னாட்டு வங்கிகளுக்கான உரிமம் வழங்குதல் இப்போது தயாராக இருக்கிறது. எனவே புதிய தொழில் நுட்பங்களும், நல்ல பெயரும் உள்ள தகுதியான,

சரியான விண்ணப்பதாரர்கள் உள்ளே நுழைவார்கள். ஃபின்டெக், வாடிக்கையாளர்களை அணுகவும் அவர்களுக்குச் சேவை செய்யவும், பலவகைப் புதிய வழிகளைக் கொண்டுவரும். எனவே இன்று நமக்குத் தெரியாத பல புதிய நிறுவனங்கள் சேவைத் துறையில் போட்டிக்கு வந்துவிடும். இதுவரையில் வங்கியை அணுகாத வாடிக்கையாளர்கள், குழுமங்கள், தனியாட்கள் ஆகியோரை இவை முறைசார் நிதி அமைப்புக்குள் இழுத்துவிடும். ஏற்கனவே சேவைக்குட்பட்டவர்கள் எதைத் தேர்வு செய்வது என்று தெரியாமல் இருப்பார்கள்.

சேவை வழங்குவோருக்கு அதிகப்படியான போட்டி பரவல்களைக் குறைத்தாலும், புதிய வாடிக்கையாளர்களும், புதிய தேவைகளும் அடர்வுகளை அதிகரிக்கும். மேலும், செய்தித் தொழில்நுட்பம், ரிஸ்க் மேலாண்மை யுக்திகள் ஆகியவற்றின் மூலமாக ரிஸ்க், செலவுக் குறைப்பு, பயனுள்ள ரிஸ்க்கை சரிப்படுத்தும் பரவல்களை அதிகரிக்கும். மொத்தத்தில் அதிகப்படியாக போட்டியிருந்தாலும் வருவாய் அதிகரிக்கும். வங்கிகளின் நன்மைகளை ஒப்பிடும்போது, அது எதில் இருக்குமென்றால், குறைந்த செலவு வைப்பு நிதிக்கான அணுக்கம், போட்டியாளர்கள் பற்றி அவர்கள் வைத்திருக்கும் தரவுகள், அவர்களது வலைப் பின்னலின் பரப்பு, ரிஸ்க்குகளை அவர்கள் கையாளும் திறன், மைய வங்கியிலிருந்து நீர்ப்புத் தன்மையை அணுகக்கூடிய திறன் ஆகியவற்றில் அடங்கும். அதனால், அவை கவனம் செலுத்த வேண்டிய பொருள்களாக இருக்க வேண்டும்.

சில எடுத்துக்காட்டுகள் பயனுள்ளவையாக இருக்கும். வரும் நாட்களில் இந்தியாவிற்கு திட்ட நிதித் தேவைகள் அதிகம் இருக்கும். வங்கிகள் ரிஸ்க் எடுப்பதை இன்று விரும்பாவிட்டாலும், நிதியளிக்க வேண்டிய திட்டங்கள் இல்லை என்றாலும், இது விரைவில் மாறும். இனி வரவேண்டியவை உண்மையில் பிரமாண்டமானவை. அவை விமான நிலையங்கள், ரயில்வே தடங்கள், மில் உற்பத்தி நிலையங்கள், சாலைகள், உற்பத்தித் தொழிற்சாலைகள் முதலானவை. 2007-08இல் வங்கிகள் கேள்வி கேட்காமல் கடன் தந்த, அறிவுக்கு ஒவ்வாத, உற்சாகமாக இருந்த காலத்தை நினைவுகூர்வார்கள். இப்போது வேறு மாதிரியாக இருக்கும் என்று நான் நம்புகிறேன்.

ரிஸ்க்குகளை குறைத்து வேறு மாதிரியாக இருக்கக்கூடிய வழிகள் இங்கே தரப்படுகின்றன. முதலாவதாக, திட்ட மதிப்பீடு, திட்டத்தில்

வெளியிட்டதற்கான தேவையைப் புரிந்து கொள்ளுதல், இருக்கக் கூடிய போட்டி, திட்டத்தை முன்வைக்கின்றவருடைய திறன், நம்பகத் தன்மை ஆகியவற்றிற்கு ஆற்றலாளர்களைக் கொண்டுவர முடியும். ஆலோசனை கூறுவோர் ஒருதலைப்பட்சமாக இருக்கக் கூடுமாதலால், வங்கியாளர்கள் முக்கியப் பகுதிகளில் தொழில் அறிவை வளர்த்துக்கொள்ள வேண்டும்.

இரண்டாவதாக, முடிந்த இடங்களில் உண்மையான ரிஸ்க்குகளைக் குறைக்கவேண்டும். முடியாத இடங்களில் பகிர்ந்து கொள்ளவேண்டும். உண்மையான ரிஸ்க் குறைப்பு இடம் கையகப்படுத்துதல், கட்டுமானம் ஆகியவற்றிற்கான முக்கிய அனுமதிகளைக் கொடுப்பதை உறுதி செய்து கொள்வது அவசியம். அதுபோல, முக்கிய உள்ளீடுகளும், வாடிக்கையாளர்களும் விலைக்கு வாங்கும் ஒப்பந்தங்களால் இணைக்கப்பட வேண்டும். இத்தகைய ரிஸ்க்குகளை குறைக்க முடியாத இடங்களில், அவை கட்டட முனைவோருக்கும், நிதியளிப்பவருக்கும் இடையே ஒப்பந்தங்கள் மூலம் பகிர்ந்து கொள்ளப்பட வேண்டும். அல்லது வெளிப்படையான நடுவர் அமைப்புக்கு ஒத்துக்கொள்ள வேண்டும். எனவே, எடுத்துக்காட்டாக எதிர்பார்ப்புகளுக்குக் கீழே தேவை குறைந்தால், முனைவோருக்கும், நிதியாளர்களுக்கும் இடையே ஒப்பந்தம், புதிய பங்கை எப்போது யாரால் கொண்டுவரப்படும் என்பதைக் குறிக்கும்.

இது திட்டக் கட்டமைப்பின் மூன்றாவது பகுதிக்கு இட்டுச் செல்கிறது. பொருத்தமான இளக்கமுடைய முதலீட்டுக் கட்டமைப்பு இந்த மூன்றாவது கூறு. முதலீட்டுக் கட்டமைப்பு, திட்டத்தின் மிச்சமுள்ள ரிஸ்க்குகளோடு தொடர்புப்படுத்தப்படவேண்டும். அதிகப்படியான ரிஸ்க்குகள் இருக்கும்போது, பங்குப் பகுதி அதிகமாக இருக்க வேண்டும். (முனைவோரின் உண்மையான பங்கு. கடன்வாங்கப்பட்ட போலிப் பங்கு இல்லை). கடன் கட்டமைப்பில் அதிகமான இளக்கம் வேண்டும். சரியான நேரத்தில் நிறைவேற்றலுக்கும், கடன் திருப்பித் தருவதற்கும் குறிப்பிடத்தக்க பரிசுகள் மூலம் முனைவோர், தங்கள் வேலையை முடிக்க ஊக்கப்படுத்த வேண்டும். எங்கெல்லாம் முடிகிறதோ அங்கெல்லாம், கூட்டிணையக் கடன் சந்தைகள், நேரடியான வெளியீடுகளாலோ, பாதுகாக்கப்பட்ட திட்டக் கடன் அமைப்புகள் மூலமாகவோ தொடக்க நிலையில் ஏற்படும் திட்ட ரிஸ்க்கை ஏற்றுக் கொள்ளப் பயன்படுத்தப்பட வேண்டும். கட்டுமானம் முடிந்த பிறகு, இப்படித் தன்னிலிருக்கும் கடன், வங்கிக் கடனுக்கு மீண்டும்

நிதி செலுத்தும், கூட்டிணைய கடன் சந்தையை வலிமைப்படுத்தும் நடவடிக்கைகளில் சில, புதிய நொடிப்புக் குறியீடு உட்பட இதையெல்லாம் சாத்தியமாக்கும்.

நான்காவதாக, நிதியாளர்கள் திட்டத்தைக் கண்காணித்து மதிப்பீடு செய்யும் சிறந்த அமைப்பு ஒன்றை ஏற்படுத்த வேண்டும். அது முடிந்த அளவு கவனமாக செலவினங்களைக் கண்காணிக்க வேண்டும். எடுத்துக்காட்டாக, செய்தித் தொழில்நுட்பத்தைப் பயன்படுத்தி திட்ட உள்ளீட்டுச் செலவினங்களைக் கண்காணித்து வேறிடங்களிலுள்ள ஒப்புமை பார்க்கக்கூடிய உள்ளீடுகளோடு ஒப்பிட்டுப் பார்க்க முடியுமா? அப்போது அதிக விலைப் பட்டியல் காட்டும் சந்தேகத்துக்கு இடமான பரிமாற்றங்களைத் தவிர்க்கலாமல்லவா?

இறுதியாக, வங்கியாளர்களுக்கான ஊக்கத் தொகை அமைப்பு சரியாகக் கணக்கிடப்படவேண்டும். அவர்கள் திட்டங்களைக் கவனமாக மதிப்பிட்டு, வடிவமைத்து, மேற்பார்வை செய்வதற்கு அவை சரியான முறையில் வேலைசெய்தால் குறிப்பிடத்தக்க வெகுமதிகள் பெறுவார்கள். கடன் வழங்கும் இறுதி முடிவைக் குழுக்கள் எடுத்தாலும், மூத்த வங்கியாளர் ஒருவர் கடனைப் பரிந்துரைக்கும் பொறுப்பை எடுத்துக்கொள்வதற்கு தனது பெயரைத் திட்டத்தில் குறிப்பிட வேண்டும். வங்கிகளுக்குள்ளேயே இருக்கும் செய்தித் தொழில்நுட்ப அமைப்புகள் தனிப்பட்ட வங்கியாளர்கள் பரிந்துரைத்த, மொத்த செயல் பதிவுகளையும் எளிதாக வெளியில் எடுக்க முடியும். இது அவர்களது பதவி உயர்வுக்கு ஓர் உள்ளீடாக இருக்கும்.

இதில் எதுவும் வருங்காலத்தை மட்டுமே குறிக்கவில்லை. இதற்கு செய்தித் தொழில்நுட்பம், நிதிப் பொறியியல் ஆகிய இரண்டுக்கும் இடையே வலிமையான உறவு வேண்டும். நடைமுறைத் தொழில் அறிவுக்கும், ஊக்கத்தொகை வடிவமைப்புக்கும் முக்கியப் பங்குண்டு. நடப்பு, சேமிப்பு வைப்புகளின் இருப்புகள் போன்றவை திட்டக் கடன்கள் அதிக லாபம் தரக்கூடியதாகச் செய்ய உள்ளீடாக இருக்கின்றன. இப்படி வைப்புகள் வங்கிக்குச் சேரும். இவ் வங்கிகள் தங்களது தொழில்நுட்ப அமைப்புகளை ஏற்படுத்தி சேமிப்பாளருக்கு மலிவாகவும் சிறப்பாகவும் சேவை செய்ய முடியும். இதை எல்லாம் செய்ய இப்போது வங்கிகளுக்குள்ளேயே திறன் படைத்தவர்கள் இல்லை. ஆனால், தயாரிப்பு உடனடித் தேவை.

தகவல் தொழில்நுட்பத்தை அதிகமாகப் பயன்படுத்தக்கூடிய இன்னொரு தளம் வாடிக்கையாளரின் கடன்கள். இது என்னுடைய இரண்டாவது எடுத்துக்காட்டு. இன்றைக்கு திட்டக் கடன்களை விட்டுவிட்டு ஒவ்வொரு வங்கியும் சில்லறை வாடிக்கையாளரைக் குறிவைப்பது போலத் தோன்றுகிறது. இதில் கவனம் செலுத்துவதில் ரிஸ்க்குகள் சேர்ந்துவிடும். ஏனென்றால், வங்கிகள் கடன்பெறத் தகுதியில்லாத வாடிக்கையாளர்களுக்காகப் போட்டி போடுகின்றன. ஆனால், அவை போதுமான உழைப்பைச் செலுத்தினால் ரிஸ்க்குகளைக் குறைக்கலாம்.

கடனை மதிப்பீடு செய்ய புதிய வழிகள் வந்து கொண்டிருக்கின்றன. எடுத்துக்காட்டாக, கடன் பீரோவிலிருந்து, கடன் வரலாறுகளை மட்டும் சில கடன் தருபவர்கள் ஆராயாமல், அவர்களது சொந்தத் தரவுகளையும், விண்ணப்பதாரர் எவ்வளவு நம்பத்தகுந்தவர் என்பதைப் பார்க்க அவருடைய சமூக ஊடகப் பதிவுகளையும் ஆராய்கிறார்கள். பலரிமிருந்து ஒரு திட்டத்திற்கு நிதி அல்லது கடன் திரட்டலுக்கான பல வகைகள், கடன் தருபவர்களுக்கு இடையே உள்ள உறவுகள், கடன் மதிப்பீட்டுக்குச் சிறந்தவை என்று சொல்லப்படுகின்றது.

இப்படிப்பட்ட கடன் வழங்குவதில் புதிய வகைகளைச் சுற்றியுள்ள முறைகள் கவனமாக ஆராய்ச்சிக்கு உட்படுத்தப்பட வேண்டும். திரும்பக் கடனைப் பெறுவதில் இடைத்தரகருக்கும் முதலீட்டாளர்களுக்கும் இடையில் பொறுப்புகள் எப்படி இருக்கும் என்பது தெளிவாக இல்லை.

எப்படி இருப்பினும், இந்தத் தகவல் தொழில்நுட்ப யுகத்தில் ஒரு கடனுக்காக விண்ணப்பிக்கும் ஒருவருடைய திருப்பித் தரும் தரத்தை நிர்ணயிக்கப் பல தரவுகள் கிடைக்கின்றன. அதுமட்டுமல்ல, அழுத்தத்தின் எச்சரிக்கை அடையாளங்களை முன்கூட்டியே அறிய அவர்களது நடத்தையைப் பின்தொடரவும் முடியும். மேலும், ஒன்றோடொன்று தொடர்புடைய இவ்வுலகில் தனிப்பட்ட அடையாளத்தினால் இணைக்கப்பட்டிருக்கும்போது கடன் கட்டத் தவறியது போன்ற விரும்பத்தகாத செய்தியை மறைக்க ஒரு கடன் பெறுபவரால் முடியாது. எனவே, இது கடனைத் திருப்பித் தருவதற்கான ஓர் ஊக்கி.

மிக முக்கியமாக வங்கிகளுக்கு எல்லாக் கடன் தொடர்பான தரவுகள் மேல் ஏகபோக உரிமை இப்போது கிடையாது. சில

ஐடி குழுமங்கள் வங்கிகளின் தரவுகளை ஒன்று சேர்க்க முடியும். கிடைக்கும் பிற தரவுகளை இழுத்து அவற்றைப் பகுப்பாய்வு செய்ய முடியும். இதனால் கடன் தரவும், மேற்பார்வையிடவும் இன்னும் சிறப்பான முடிவுகளை எடுக்க முடியும். கடன் விண்ணப்பங்களும், முடிவுகளும், முழுவதுமே கணினித் தொடர்பு மூலமாகவே செய்யப்படுகின்றன. கடன் பெறுபவர் வங்கிக் கிளைக்குள் போக வேண்டியதே இல்லை. ஐடி குழுமங்களுக்கும், வங்கிகளுக்கும் இடையே கூட்டணிகள் குறிப்பிடத்தக்க அளவு அதிகரிக்கும்.

குறிப்பாகச் சொல்ல வேண்டுமென்றால், போட்டி அதிகமாகிக் கொண்டிருக்கிறது. நிதிச் சேவைகளை அளிக்கும் முறைகளும், வேகமாக மாறிக்கொண்டிருக்கின்றன. வங்கிகள் அவற்றின் பாரம்பரியச் சிறப்புகளான வசதி, செய்தி, நம்பகத்தன்மையைப் பயன்படுத்தப் புதிய யுத்திகளைக் கண்டுபிடிக்க வேண்டும். அப்போதுதான் அவை போட்டியில் முன்னணியில் இருக்க முடியும். போட்டியும், புதுமை காணலும் வங்கியின் பாரம்பரிய ரிஸ்க்கை மேலாண்மை செய்யும் திறன்களில் நிரந்தரமற்ற சேர்க்கையாக இருக்கும். ஒழுங்குபடுத்துவோருக்கும் அது ஒரு சவாலாக இருக்கும். அவர் வாடிக்கையாளர்களுக்கு மிகச் சிறந்தது கிடைக்க வேண்டும் என்று விரும்புவார். (எனவேதான் போட்டியையும், சோதனை செய்தலையும் ஊக்குவிக்கிறார்) அதேசமயம் அமைப்பு நிலைப்புத் தன்மையையும் பராமரிப்பாளர் (அவ்வாறு ரிஸ்க்குகள் அதிகமாக அல்லது பரவலாக ஆவதற்கு முன்னர்) அவற்றைப் புரிந்துகொள்ள விரும்புவார்.

அதிகாரிகளின் குழப்ப நிலை

போட்டி, தொழில்நுட்ப சக்திகளுக்கு வங்கிகள் எப்படி எதிர்வினையாற்ற வேண்டும் என்று பார்ப்பதற்கு முன்னர், இந்தச் சக்திகள் எப்படி ஒழுங்குமுறை ஒப்பந்தத்தைப் பாதிக்கின்றன என்று வினவலாம். சிறப்பாக இருக்கவேண்டுமென்றால், அதிகாரிகள் அவர்களது செயல்களில் நிறுவனம், உரிமையாளர், தொழில்நுட்பம் ஆகியவற்றின் நடுநிலையை உறுதிசெய்ய வேண்டும். அப்போதுதான் போட்டியின் வழியாக, திறமையான வாடிக்கையாளரை மையப்படுத்தும் தீர்வுகள் வரும். எனினும், அதிகாரிகள் வேண்டுமென்றே சிலவகை நிறுவனங்கள் பக்கம்

சாய்ந்து பிறவற்றை விளக்க நேர்ந்தால், போட்டி சிறப்பான விளைவைக் கொண்டுவராது.

இந்தியாவில் வங்கிகள் பிரமாண்ட பேரத்திற்கு உட்படுத்தப்படுகின்றன. அதனால் மைய வங்கியிடமிருந்து செலவு குறைவான காப்புள்ள வைப்புகள், நீர்மைத்தன்மையுள்ள ஆதரவு, நெருக்கமான ஒழுங்குமுறை ஆகியவற்றை உயர்த்துவதால் ஆதாயங்கள் பெறுகின்றன. மைய வங்கியுடனான காப்புகளைப் பராமரித்தல், SLR தேவைகளுக்கு அரசு பத்திரங்களை வைத்திருத்தல், முன்னுரிமைத் துறைகளுக்குக் கடன் வழங்கல் ஆகியவற்றிற்குப் பிரதியாக இதைச் செய்கின்றன.

இதோடுகூட, பொதுத்துறை வங்கிகள் PMJDY கணக்குகள் MUDRA கடன் வழங்கல் ஆகியவற்றைப் பற்றிய அரசு ஆணைகளுக்கு உட்பட்டது. (ஆசிரியர் குறிப்பு- இவை சிறு, நடுத்தரக் குழுக்களுக்கு வழங்கப்படும் கடன்களே). அவை, ஆட்களை அமர்த்துவதிலும் அரசு ஆணைக்கு உட்பட்டவை. குறிப்பாக அனைத்திந்தியத் தேர்வுகள் மூலம் பணியமர்த்த வேண்டும். குறிப்பிட்ட கல்லூரி வளாகங்களிலிருந்தோ உள்ளூர் மக்களிடமிருந்தோ செய்ய முடியாது. அதேபோல வேறுபல அரசாணைகளுக்கும் உட்பட வேண்டும். அதற்குப் பகுதி ஈடாக, பொதுத்துறை வங்கிகளே, அதிகமான அரசு வைப்புகளையும், தொழில்களையும் பெறுகின்றன. அரசின் முழு நம்பிக்கையையும் கடனாலும் ஆதரிக்கப்படுகின்றன. ஆணைகளின் செலவினம் நன்மைகளைவிட அதிகமா என்பது தெளிவாகத் தெரியவில்லை. ஆனால், அவை போட்டியில் ஒருசார்பான நிலையைப் பெறுகின்றன.

மைய வங்கி, அரசு ஆகியவை போன்ற அதிகாரங்கள், பொதுத்துறை வங்கிகளுக்கும், தனித்துறை வங்கிகளுக்கும் இடையே ஒழுங்குபடுத்தும் நடவடிக்கையிலுள்ள வேறுபாடுகளைக் குறைக்க வேண்டும். அதேபோல, பொதுவாக வங்கிகளுக்கும் மற்ற நிதி நிறுவனங்களுக்கும் இடையேயுள்ள வேறுபாடுகளையும் குறைக்க வேண்டும்.

அரசு தனது ஆணைகளுக்குப் போதுமான விலையைக் கொடுப்பதால் பொதுத்துறை வங்கிகளுக்கும் தனியார்துறை வங்கிகளுக்கும் இடையேயுள்ள வேறுபாடுகளை மட்டுப்படுத்தலாம். எடுத்துக்காட்டாக, ஒவ்வொரு நேரடிப் பயன்பாட்டு மாறுதலுக்கும் நல்ல விலை தந்தால், எல்லா

வங்கிகளுக்கும் தொழிலை ஏற்றுச் செய்ய ஊக்கம் ஏற்படும். அடிப்படை வாடிக்கையாளர் கணக்குகளைத் தொடங்குவார்கள். மிகத் திறமையுள்ள வங்கி அதிகமான தொழிலைப் பிடித்துக் கொள்ளும். சேர்ந்துகொண்டே வரும் திறன்களுக்கு ஏற்ப செலுத்துகையும் படிப்படியாகக் குறைக்கப்படலாம்.

உரிமை ஆணைகள் சிலவற்றின் செலவினங்கள் புதிய யுத்திகளால் குறையக்கூடும். எடுத்துக்காட்டாக, வங்கிகள் பரிமாற்றச் செலவுகளைக் குறைத்து MSME கடன்கள் அதிகப் பயன்தரும்படியாக ஆக்குகிறார்கள். இதேபோன்ற யுத்திகள் விவசாயக் கடன்களுக்கும் கொண்டுவரப்படலாம். சிறப்பாக பண்ணை விளைச்சல் அதிகமாகும்போது இது நடைபெறும். கடன் விபர பீரோக்களையும், இணைப் பதிவுகளையும் அதிகமாகப் பயன்படுத்துவதும் கடன் மதிப்பீட்டை அதிகமாக்கவும், மீண்டும் பெறுவதற்கான செலவைக் குறைக்கவும் பயன்படும். முன்னுரிமைத் துறை விதிகளின்படி நடப்பதை இது எளிதாக்கும். வர்த்தகத்திற்குட்பட்ட முன்னுரிமைத் துணைக் கடன் சான்றிதழ்கள் வழியாக செலவினம் இன்னும் குறைக்கப்பட்டிருக்கிறது. அதனால் திறன்மிக்க கடன்கொடுப்போர் மிக அதிக அளவில் பெறமுடியும். திறமை குறைந்தோர் சான்றிதழ்களை வாங்கி ஈடுசெய்துகொள்ள முடியும்.

எப்படியிருப்பினும் சிறிது காலத்தில், வேறுபாடுகள் இன்னும் குறைக்கப்பட வேண்டும். அதனால்தான் ரிசர்வ் வங்கி சட்டரீதியான நீர்மை விகிதத் தேவைகளைப் படிப்படியாகக் குறைத்து, SLR கையிருப்புகளில் பாதியை அடிநிலை உரிமையாணைக்குட்பட்ட நீர்மைப் பாதுகாப்பு விகிதத்திற்குப் பொருந்துமாறு அனுமதித்திருக்கிறது. புதிய தொழில்நுட்பங்களுக்கும், அணுகுமுறைகளுக்கும் ஏற்ப உரிமை ஆணைகளை அமைக்க முயன்று கொண்டிருக்கிறோம். எடுத்துக்காட்டாக, ஒரு வங்கியின் கால்பங்குக் கிளைகள் வங்கிகள் இல்லாத இடங்களில் திறக்கப்பட வேண்டும் என்பது உரிமை ஆணை. ஆனால், எவையெல்லாம் ஒரு கிளையின் தகுதிகள்? வங்கித் தொழிலுக்கு ஒழுங்கான வெளிமுனையமாக மக்கள் தேவைகளை நிறைவேற்றினால் ஒரு கிளையின் மாற்று வரையறைகளை ஏற்றுக்கொள்ள முடியுமா? ஆனால், ஒவ்வொரு கிராமமுமே முழுமையான சேவை அளிக்கும் ஒரு கட்டடத்தை எதிர்பார்க்கும். எனினும் செலவு இப்போது மிக அதிகமாக இருந்தால், தேவையானதில் பெரும்பான்மையானவற்றைச் செய்யக்கூடிய மாற்று ஏற்பாடுகளை

அனுமதிக்கலாமா? இப்பிரச்சினை பற்றி ஓர் ஆர்பிஐ குழு ஆராய்ந்து வருகிறது.

மொத்தத்தில், உரிமை ஆணைகளுக்கு அதிகம் செலுத்தியே ஆக வேண்டும். நிதிச் சேவைகளில் நிறுவனத் தொழில்நுட்பக் கூறுகள் முன்னேற்றம் அடையும்போது, அவற்றை அடைவது எளிது. எனினும், போட்டி அதிகரிக்கும்போது, அதிகாரங்கள் எவ்வளவு காலத்திற்கு உரிமை ஆணைகள் தொடரவேண்டும் என்று ஆராய வேண்டும். உண்மையிலேயே சரியாக வங்கிச் சேவைகளைப் பெறுபவர்கள்மேல் இப்போது தீவிரமாகக் கவனம் செலுத்த முடியும். கூடுமானவரையில், சிறிது சிறிதாக முன்னுரிமை தருவதை அவை நிறுத்திவிட வேண்டும்.

வங்கிகள் அதிகமாவதால் ஏற்படும் போட்டி அறைகூவல்களுக்கு வங்கிகள் எப்படி எதிர்வினை ஆற்றுகின்றன என்பது பற்றிப் பார்ப்போம். குறிப்பாக அதிக அளவு அறைகூவல்களைச் சந்திக்கும் பொதுத்துறை வங்கிகளைப் பற்றிப் பேசுவேன்.

பொதுத்துறை வங்கிகள் சந்திக்கும் அறைகூவல்கள்

பொதுத்துறை வங்கிகளுக்கு முன்னிருக்கும் அவசரப் பணி அவற்றின் இருப்பு நிலைக் குறிப்பைச் சரி செய்வதுதான். இது இப்போது நடந்துகொண்டிருக்கிறது. அதற்கு இணையான வேலை அவற்றின் அதிகாரத்தையும், மேலாண்மையையும், முன்னேற்றுவதுதான். அதேஅளவு முக்கியமானது மத்திய நிலை மேலாண்மைப் பணி நிறைவுகளினால் எண்ணிக்கை குறைந்திருப்பதால் அவற்றை நிரப்புவதும், திட்ட மதிப்பீடு ரிஸ்க்குகளைக் கையாளுதல், இணையதளப் பாதுகாப்பு, ஐடி ஆகிய துறைகளில் வல்லுநர்களை பணிக்கு அமர்த்துதலும் அகும்.

I. அதிகாரப் பயன்பாடு

வங்கி வாரிய பீரோ (BBB), நேர்மையும், துறை அனுபவமும் கொண்ட புகழ்மிக்க ஆளுமைகளைக் கொண்டது. இது பொதுத்துறை வங்கிகளின் பணியமர்த்தும் வேலையில் ஒரு பகுதியை ஏற்றிருக்கிறது. அரசு இரண்டு வழிகளில் பங்களிக்கிறது. முதலாவது, பணியமர்த்தலில் அமைச்சரவையில் பணியமர்த்தும்

குழு இறுதி முடிவெடுக்கிறது. இரண்டாவது, வங்கி வாரியங்களில் அதிகாரப்பூர்வமற்ற இயக்குநர்களைப் பணியமர்த்துவது இன்னும் BBB-க்கு வெளியிலேயே இருக்கிறது. BBB அனுபவம் பெற்ற பிறகு, இந்த முடிவுகளையும், அதனிடம் விடுவது அறிவுடைமை ஆகும்.

வங்கி வாரியங்கள் தொழில் தன்மை பெற்றபிறகு, செயல் இயக்குநர் பணிபற்றிய முடிவுகள் BBBயிடமிருந்து வாரியங்களுக்குத் தரப்படும். BBB வங்கி முதலீட்டுக் குழுமமாக (BIC) மாறும்போது, வங்கிகள் அரசின் பங்கின் காவலாக இருக்கும். அது வங்கி வாரியங்களில் அரசின் பங்கிற்குப் பிரதிநிதியாக இயக்குநர்களை நியமிப்பதில் கவனம் செலுத்தும். வங்கி வாரியங்கள் தமது வியூகங்களை வகுத்துக் கொள்ள உரிமை பெறும். மைய அதிகாரங்களை அதிகப்படியாக வழிநடத்துதல், பொதுத்துறை வங்கிகளை பிறர் பின்பற்றும் ஒரு மாதிரியாக இருக்குமாறு செய்துவிடும். இதை கியான் சங்கம்கள் சுட்டிக்காட்டி விசாரிக்கின்றன. (ஆசிரியர் குறிப்பு- பொதுத்துறை வங்கிகளின் வியூகம் பற்றி விவாதித்து நடத்தப்படும் அரசு ஆண்டு மாநாடு).

நடைமுறைகளை ஒழுங்குபடுத்த மேலாண்மை முயற்சிகளும் தேவைப்படுகின்றன. கவனமாக ஆராயாமல் பல கடன்கள் கொடுக்கப்படுகின்றன. தொடர் நிகழ்வு இருப்பதில்லை. இணையான பிணை தரப்படும்போது முழுமையாக இருப்பதில்லை. தனிப்பட்ட விதமாகத் தரப்படும் சொத்துகள் கண்காணிக்கப்படுவதில்லை. கணக்கை, கடன் தந்தபிறகு கண்காணிக்க வேண்டியதில் தொய்வு ஏற்படுகிறது. அந்தக் காலங்களில் கிடைத்த பாடங்களைக் கவனமுடன் கருத்தில் கொண்டு மேலாண்மை வழிமுறைகள் கடுமையாக்கப்பட வேண்டும். பெரிய கடன்களை மதிப்பிட, திரும்பப் பெறுவதற்கு, இன்னும் கடுமையான அணுகுமுறை, வங்கி மேலாளர்கள் செலவை ஒழுங்குபடுத்துவதற்கு தங்கள் அலுவலரிடம் செல்லும்போது, அவர்களுக்கு ஒரு நம்பகத் தன்மையைத் தரும்.

2. திறமையாளர்கள்

பொதுத்துறை வங்கிகளில் மத்திய மேலாண்மை அலுவலர்கள் பலர் பணி நிறைவு பெற்றுவிட்டதால், அந்த மட்டத்தில் பற்றாக்குறை இருக்கிறது. மேலும், திட்ட மதிப்பீடும், ரிஸ்க், மேலாண்மை ஆகிய குறிப்பிட்ட துறைகளில் திறனாளிகள் தேவைப்படுகிறார்கள்.

அதேசமயம் வங்கிகள் அவற்றில் ஊறிப்போன செலவினங்களைக் குறைக்கவேண்டும். உலகெங்கும் எல்லாப் பொதுத்துறை வங்கிகளும் கீழ்மட்டப் பணியாளர்களுக்குத் தனியார் துறை வங்கிகளைவிட அதிகமாகவும், உயர்மட்டத்தில் குறைவாகவும் ஊதியம் தருகிறார்கள். இதனால் அவர்கள் மேல் நிலையில் சிறந்த வல்லுநர்களைப் பெறமுடிவதில்லை. ஆனால், கீழ்மட்டத்தில் திறமைசாலிகளைக் கவர முடிகிறது.

இவற்றை முட்டுக்கட்டைகளாகப் பார்க்காமல், அவற்றை வாய்ப்புகளாவே பார்க்கவேண்டும். ஆர்பிஐ-க்குள் எங்களது ஊதியம் மூன்றாம் நிலையில் உயர் தகுதிகளை உடைய விண்ணப்பதாரர்களைக் கவர முடிகிறது என்று காண்கிறோம். எனவே, இந்தப் பிரச்சினைக்குத் தீர்வாக, அப்படிப் புதிதாக வேலைக்கு அமர்த்தப்பட்டோர் தொழில்நுட்பத்திறனும், பயிற்சியும் தரப்படும்போது முன்னர் கொடுக்கப்பட்டதைவிட பொறுப்புகளைச் செய்ய முடியும். அவர்களுக்கு மேலான அலுவலர் பதவிகள் வரை உயரும் பிரகாசமான எதிர்காலத்தைத் தரவேண்டும். பணி ஓய்வு தரப்படுவதை ஒரு வாய்ப்பாகப் பயன்படுத்தி வங்கிகள் அவற்றிற்குத் தேவையான திறனுள்ளவர்களை வேலைக்கு அமர்த்த முடியும். அவர்களுக்கு சிறப்பான பயிற்சித் திட்டங்களின் உதவியுடன் வேகமான பதவி உயர்வுகள் தரலாம். இவ்வாறு மத்திய நிலை மேலாண்மையில் ஆட்கள் குறைந்துவரும் நிலையில், அனுபவமும் திறமையும் சேர்ந்து புதிய திறன்களுக்கு வழிவகுக்கும்.

சிறப்புத் துறைகளான திட்ட மதிப்பீடு, ரிஸ்க் மேலாண்மை, ஐடி ஆகியவற்றில் திறமைசாலிகளைப் பெறப் பக்கவாட்டில் சிறுசிறு அளவில் புதியர்களை வேலைக்கு அமர்த்த வேண்டும். இப்போது ஒப்பந்த அடிப்படையில் வேலைக்கு அமர்த்துவது அனுமதிக்கப்பட்டிருக்கிறது. இருப்பினும் உள்ளேயே பதவி உயர்வு கிடைக்கும் என்ற உறுதி நல்ல திறமைசாலிகளைக் கவரும். இதனை எப்படிச் செய்வது என்பதை வங்கிகளே சிந்திக்க வேண்டும்.

பொதுத்துறை வங்கிகள் சந்திக்கும் இன்னொரு இடர்ப்பாடு, குறிப்பிட்ட வளாகங்களிலிருந்து ஆட்களை அமர்த்த நீதிமன்றத் தீர்ப்புகள் விதித்திருக்கும் தடை. இதனால் பொதுத்துறை வங்கிகள் ஆதரவுடன் நடத்தப்படும் நேஷனல் இன்ஸ்டிடியூட் ஆஃப் பேங்க் மேனேஜ்மெண்ட், அதனுடைய முதல் நிலைப் பட்டதாரிகளில் பலரை தனியார்துறை வங்கிகளுக்கு அனுப்பும் வாய்ப்பு இருக்கிறது. வளாகம் வெளிப்படையாக தேசியத் தேர்வின் மூலம் தேர்வு

செய்யும்போது, வளாகத்தில் தேர்வுசெய்ய அனுமதிக்குமாறு நீதிமன்றங்களில் பொதுநிலை வங்கிகள் முறையிடலாம். இன்னொரு மாற்று, வங்கி நுழைவுத் தேர்வுகளை எளிதாக்குவது. விண்ணப்பங்கள், தேர்வுகள், தேர்வு முடிவுகள் ஆகியவற்றை முடிந்த இடங்களில் வேகமாக, இணையதளத்தில் கிடைக்குமாறு செய்யலாம். அப்போது வங்கிகள் முதல் நிலைக் கல்லூரி வளாகங்களிலிருந்து மாணவ, மாணவிகளைத் தேர்வு எழுதுமாறு தூண்டுவது எளிதாக இருக்கும். ஆர்பிஐயில் இதையே பின்பற்றி வருகிறோம்.

உள்ளூர் தகவலையும் செய்தியையும் பெறவும், உள்ளூர் பண்பாட்டில் இணைந்து போகவும், உள்ளூரால் ஏற்றுக்கொள்ளப்படவும், செலவு குறைவான கிராமப்பகுதிகளில் போட்டியிடவும், PSBகளுக்கு உள்ளூரிலேயே பணியாளர்களை அமர்த்திக்கொள்ள வேண்டும். மாற்றாக, செலவினங்களைக் குறைக்கத் தொழில்நுட்பத்தைப் பயன்படுத்துவதில், இன்னும் பயனுள்ள வகையில் செயல்பட வேண்டும். இறுதியாக, வெவ்வேறு வகையான வியூகங்களை வங்கிகள் வகுத்துக் கொள்வதால், பொதுவான ஊதிய அமைப்புகள், பொது பதவி உயர்வுத் திட்டங்களிலிருந்து எல்லாம் பொதுத்துறை வங்கிகளும் விலகிச் செல்ல வேண்டும்.

செயல் திறமையின் அடிப்படையில் ஊதியமும், பதவி உயர்வும் தரப்படுவது பொதுத்துறை வங்கிகளில் இல்லை. இது சிலசமயம் இதற்கு வலிமைதான். ஆனால், அப்படிச் செயல்திறமைக்கு முற்றிலும் மதிப்பளிக்காமல் இருப்பதும் சிக்கலைத் தரும். சிறந்த செயல்திறமையுடன் செயலாற்றுபவர் ஊக்கமிழந்து விடுவார்கள். சோம்பேறிகள் தண்டனை பெறவில்லை என்றாலும் திறமைக்கும் உழைப்புக்கும் மதிப்பில்லாமல் போகும். எனவே, செயல்படாதவர்களை, அவர்கள் முன்னேறுவதற்கு உதவ, அடையாளம் காண்பதும் அவசியம். மேலும் பணியாளர் பங்கு உரிமைத் திட்டங்கள் (ESOPS) அதாவது வங்கியின் வருங்காலத்தில் பணியாளருக்குப் பங்குதருதல், போன்ற வெகுமதிகள் பயன்தரும். PSBயின் பங்குகள் குறைந்த விலைக்குப் போகும்போது, இன்றைய பணியாளர்களுக்கு ஒரு சிறிதளவு கொடுப்பது பெரிதும் ஊக்கப்படுத்தும். அதேசமயம் செயல் திறமை வளரும்போது, அது அவர்களுக்கு நல்ல சொத்தாகவும் இருக்கும்.

3. வாடிக்கையாளர்கள்

பொதுத்துறை வங்கிகள் வாடிக்கையாளர்களின் நம்பிக்கையைப் பெற்றிருக்கின்றன. இப்போது குறைந்த செலவுள்ள வாடிக்கையாளர்களின் வைப்புகள் எங்கோ போகின்றன. அவற்றைத் திரும்பப் பிடிக்க வாடிக்கையாளர் சேவை, வாடிக்கையாளர் ஆலோசனை ஆகியவற்றை வலியுறுத்துதல் உதவும். ஆர்பிஐயின் வாடிக்கையாளர்களின் உரிமைகள் அறிக்கை (Charter of Consumer Right)யின் ஐந்து விசயங்களையும் வலியுறுத்துவதில் பொதுத்துறை வங்கிகள் முன்னோடிகளாக இருக்க வேண்டும்.

இருப்புநிலை அறிக்கையின் இறுக்கமே, வசதி இருக்கும் பொதுத்துறை வங்கிகள் துன்பப்படும் துறைகளுக்கு அதிகமான கடன்கள் கொடுக்க விரும்பாததைக் காட்டுகிறது. ஆனால், அவற்றின் வைப்பு வளர்ச்சி ஏன் தளர்ந்து வருகிறது என்பது புரியவில்லை. ஏனென்றால், குறைந்த செலவுள்ள வைப்பு அவற்றின் வருங்கால வெற்றிக்கு வழிவகுக்கும்.

4. கட்டமைப்பு

சில வங்கிகள் உள்ளூர் நடவடிக்கைகளில் கவனம் செலுத்தி, சிறு நிதி வங்கிகளாக ஆவது நல்லதாக இருக்கலாம். வேறு சில வங்கிகள் அளவிலும், நிலஅமைப்பிலும் பரவலாக இருக்கவும், மற்ற வங்கிகளோடு இணைந்து செயல்படுவதும் அவற்றிற்கு நன்மை பயக்கலாம். வங்கிகள் ஒழுங்காகி அவற்றின் வாரியங்கள் வலிமை பெறும்போது, அவை வாரியங்கள் வியூகம் பற்றிய சிந்தனையின் ஒரு பகுதியாகத் தகுதியான கட்டமைப்பு பற்றிக் கவனம் செலுத்த வேண்டும்.

இந்த மாற்றங்கள் எதுவும் எளிதில்லை. ஆனால், அவை முடியாதவை அல்ல. எல்லோருக்கும் பயன்தருவதற்கும், சிறப்பாக வங்கியின் நீண்டகால நலனுக்கும், மாற்றம் தேவை என்பதை சங்கங்கள் ஏற்றுக்கொள்ளுமாறு செய்யும் வேலை இருக்கிறது. ஒவ்வொரு வங்கிக்கும் வெவ்வேறு அறைகூவல்களும், வெவ்வேறு தீர்வுகளும் இருப்பதால், இந்தத் தீர்வுகள் வரும்போது, இப்போது இருக்கின்ற பொதுத்துறை வங்கிகளில் இருக்கும் மொத்த பேரம் பேசும் அணுகுமுறை பற்றிய மாற்றுச் சிந்தனைக்குரிய காலம் இது.

மீண்டும் அதிகாரங்கள் பக்கம்

இன்று நாடாளுமன்றம், நிதிச் சேவைகள் துறை, வங்கி வாரிய பீரோ, வங்கிகள் வாரியம், குற்றத் தடுப்பு அதிகாரிகள், ஆர்பிஐ உட்பட்ட பல்வேறு ஒழுங்குபடுத்துவோர், மேற்பார்வையாளர்கள் ஆகிய பல்வேறு வகைப்பட்ட அதிகார மையங்கள் உள்ளன. அவை பொதுத்துறை வங்கிகளின் செயல்பாட்டைக் கண்காணிக்கின்றன. ஒன்றுக்கு மேலானதாக இருக்கும் இத்தனை அதிகார மையங்களைத் திருப்திப்படுத்தும் தேவையிருக்கும்போது, வங்கி நிர்வாகம், வங்கியின் மேலாண்மைக்கு நேரம் கண்டுபிடிப்பது அதிசயம்தான். அதிகாரங்களின் வரம்புகளுக்கு இடையே ஒன்றுக்கு மேல் ஒன்று இருப்பதை ஒழுங்குபடுத்திக் குறைப்பது அவசியம். ஓர் அதிகாரத்தின் வரம்பைத் தெளிவாகக் குறிப்பிட வேண்டும்.

குறிப்பாக, வங்கியின் நிர்வாகத்தில் பெரும்பகுதியை வங்கியின் வாரியத்திற்கே தர வேண்டும். அரசு (BBB ஆல் தேர்ந்தெடுக்கப்பட்ட) அதனுடைய பிரதிநிதிகள் மூலம் கட்டுப்பாட்டை வைத்துக்கொள்ள வேண்டும். இதில் வங்கியின் நலனும் சிறுபான்மை பங்குதாரர்களின் நலனும் மனதில் கொள்ளப்பட வேண்டும். முடிந்த அளவு பொதுத்துறை வங்கி வாரியங்களும் தனியார்துறை வங்கி வாரியங்களின் விதிமுறைகளுக்குக் கட்டுப்பட வேண்டும். PSBக்கள் கடைப்பிடிக்குமாறு சொன்ன calender of review வை அண்மையில் ஆர்பிஐ திரும்பப் பெற்றுக்கொண்டதற்கு இதுவும் ஒரு காரணம். அதேபோல, நல்ல திறமைகளைக் கவர பொதுத்துறை வங்கிகளின் வாரிய உறுப்பினர்கள் தனியார் வங்கிகள் அளவிற்குப் பணமளிக்க வேண்டும்.

வாரியங்கள் முடிவுகளை எடுப்பதால் நிதிச் சேவைகள் துறை கீழ்க்கண்டவற்றில் கவனம் செலுத்தலாம். அ) திட்டமிடும் பணி: PMJDY போன்ற அரசுத் திட்டங்கள் ஒழுங்காக வடிவமைக்கப்பட்டிருக்கின்றனவா, பொருத்தமாக வங்கிகளோடு பணத்தொடர்பு கொண்டிருக்கின்றனவா, முன்னேற்றம் கண்காணிக்கப்படுகிறதா என்பதை உறுதி செய்யலாம். ஆ) இணைக்கும் பணி: நிதி நிறுவனங்கள் பொது KYC பதிவேட்டில் சேர்ந்திருக்கின்றனவா என்ற உறுதி செய்தல். இ) வளர்ச்சிப் பணி: கடன் திரும்பப் பெறும் நிதியாணையங்கள் போன்ற நிறுவனங்களை மீண்டும் செயல்படச் செய்தல். ஆர்பிஐ ஒழுங்குபடுத்தும் பணியையே மட்டும் செய்யும். வங்கி வாரியங்களிலிருந்து தனது பிரதிநிதிகளைத் திரும்பப் பெற்றுக்கொள்ளும். இதற்கு சட்டத்தில்

மாற்றம் தேவை. காலப்போக்கில் ஆர்பிஐ வாரியங்களுக்கு அதிக அதிகாரங்கள் தரும். எடுத்துக்காட்டாக, வாரியங்களுக்கு ஊதியம் பற்றிய பொதுவான விதிமுறைகள் தருதல்; ஆனால், மேல்நிலை ஊதியம், அனுமதி பெறப்பட வேண்டும் என்பது இருக்காது.

வங்கியின் வாரியத்திற்கு வலுவான அதிகாரம் இருப்பதால், CVCயும் CAGயும் மிக அசாதாரணச் சூழல்களில் மட்டுமே, அதாவது சட்ட மீறுதல்கள் நடந்ததற்கான ஆதாரம் இருக்கும்போது மட்டுமே, தலையிடும். சட்டப்பூர்வமான முடிவு தவறாகப் போகும்போது தலையிட மாட்டா.

பொதுத்துறை வங்கிகள் புதிய போட்டிச் சூழலைச் சந்திக்கும் போது, எதிர்கொள்ளும் அறைகூவல்கள் பற்றியும், அவற்றிற்கான சாத்தியக்கூறுள்ள தீர்வுகளைப் பற்றியும் பேசுகின்றன. இவற்றை ஆர்பிஐயின் முறைசார் கருத்து என்று பார்க்காமல், விவாதத்திற்கு வழிவகுக்கும் வழியாகவே காணவேண்டும். நான் தனியார் வங்கிகள் சந்திக்கும் அறைகூவல்களைப் பற்றி விளக்கியதற்குக் காரணம், அவை நல்ல நிலையில் இருக்கின்றன என்பதால் அல்ல. மாறாக அவை பொதுத்துறை வங்கிகளின் அளவிற்குக் கட்டுப்பாட்டுக்கு உட்படுவதில்லை என்பதால்தான். ஆனால், நான் இந்த உரையை முடிக்கும்முன் அனைவரும் செயல்பட வேண்டிய முக்கிய விவாதத்தை வலியுறுத்துவேன்.

தொழில்நுட்பத்தில் ஏற்பட்டுள்ள மாறுதல்களினால் இணையதளப் பாதுகாப்பு வங்கி அளவிலும் அமைப்பு அளவிலும் மிக முக்கியமானதாக ஆகியுள்ளது. எந்த இணையதள அச்சுறுத்தலையும் எதிர்கொள்ள ஆயத்தமாக இருக்கிறோம் என்று சொன்னால், நாம் அதிக மெத்தனமாக இருக்கிறோம் என்று நினைக்கிறேன். ஓர் ஐடி வல்லுநரின் அச்சுறுத்தும் எச்சரிக்கை, நாம் அனைவருமே இணையதளத்தில் ஊடுருவப்படுகிறோம். ஒரு கேள்வி அது நமக்குத் தெரியுமா, தெரியாதா என்பதுதான். இந்த எச்சரிக்கை அச்சுறுத்துவதற்காக இருந்தாலும் மெத்தனமாக இருப்பதற்கு அது ஓர் எதிர்நிலை. நாம் அனைவருமே நமது பாதுகாப்பு நிலையை ஆராய வேண்டும். உள்ளே நுழையும் பல வழிகள் கண்காணிப்பு இல்லாமல் இருக்கின்றன. பலர் தங்களது கடவுச் சொற்களைப் பகிர்ந்து கொள்கிறார்கள். அல்லது கடவுச் சொற்கள் எளிதில் ஊடுருவப்படுகின்றன. விற்பனைப் பாதைகளையும் அவர்கள் உண்டாக்கும் மென்பொருள்களையும் கண்காணிப்பதில்லை. ஆர்பிஐ அதனுடைய ஆய்வாளர்கள் வங்கி அமைப்பைச்

சரிபார்க்கவும், அவற்றில் எளிதில் ஊடுருவக்கூடியவை எவை என்று கண்டறியவும் அவர்களது திறன்களைக் கூட்ட நடவடிக்கை எடுத்துவருகின்றது. ஆர்பிஐ தனக்கென்று ஓர் ஐடி துணை அமைப்பை ஏற்படுத்தவிருக்கிறது. அது தொழிற்சாலையிலிருந்து நேரடியாக ஆட்களைச் சேர்த்து ரிசர்வ் வங்கி தொழில்நுட்பத்தைப் பயன்படுத்தவும் மேற்பார்வை செய்யும் திறன்களையும் தரும். எனவே நீங்கள் அனைவருமே உங்களது அமைப்புகளை மீண்டும் ஒருமுறை ஆய்வு செய்ய வேண்டும். குறிப்பாக உங்கள் வங்கியின் இணையதளச் சூழலை ஆய்வு செய்யவேண்டும் என்று வலியுறுத்த விரும்புகிறேன்.

பின்குறிப்பு– இந்த உரையில் குறிப்பிடப்பட்டுள்ள பல யோசனைகள் இன்று பொருத்தமானவை. குறிப்பாக, அரசாங்கங்கள் வங்கிகளிலிருந்து தொலைவில் சென்று, வாரியங்களும் அதன் இயக்குநர்களை நியமிப்பதில் வெளிப்படைத் தன்மையையும் தொழில் தன்மையுள்ள நடைமுறையையும் உண்டாக்கினால், பொதுத்துறை வங்கிகள் தமது நிர்வாகத்தைச் சீர்படுத்த முடியும். (இயக்குநர்கள் ஆளும் கட்சிகளுக்கு வேண்டியவர்களாக இருக்கக்கூடாது. இப்போது பணியாற்றும் அல்லது ஓய்வுபெற்ற அரசு அதிகாரிகளாக இருக்கக்கூடாது). மேலும் வங்கி வாரியங்களுக்கு தன்னாட்சியும், வங்கி மேலதிகாரிகளைத் தேர்வதிலும், ஊதியம் தருவதிலும் உரிமை தரவேண்டும். பொதுத்துறை வங்கிகள் குழுமங்கள்போல நிர்வகிக்கப்படாவிட்டால், அவை நடுத்தர நிலையில் போட்டியிட முடியாது. நான் இங்கே வளர்ச்சிக்கு ஓர் எளிய அளவுகோல் தருகிறேன். நிதிச் சேவைகள் துறையை (பொதுத்துறை நிதி நிறுவனங்களில் மேற்பார்வை இருக்கிறது) மூடி, அதனுடைய வங்கிப் பணிகளை வங்கி வாரியங்களும், வங்கி வாரிய பீரோவும் எடுத்துக் கொள்ளும்போதுதான், பொதுத்துறை வங்கிகளில் குறுக்கீட்டை குறிப்பிடத்தக்க அளவு கட்டுப்படுத்த முடியும்.

இயல் 4

சந்தைகளை விரிவுபடுத்தலும், ஆழப்படுத்தலும்

I

2013ஆம் ஆண்டு கோடையில் சரிவு நிலை கொண்டுவந்த நிலையற்ற தன்மை திரும்ப வராது என்று எங்களது நம்பிக்கை வளர்ந்ததால், நமது கடன்கள், சார்பு நிலைகள், செலாவணிச் சந்தைகள் ஆகியவற்றில் கவனம் செலுத்த முடிந்தது. தாராளக் கொள்கையுடைய பொருளாதார வல்லுநர்கள் சந்தைப் பங்களிப்பிலுள்ள எல்லாக் கட்டுப்பாடுகளையும் 'பெரு வெடிப்பு' போல நீக்கவேண்டும் என்று மீண்டும் சொன்னார்கள். திவால் நடைமுறை போன்ற நன்றாக நடந்துவரும் நிறுவனங்கள் இருக்கும் பொருளாதாரத்தில் இதுவெல்லாம் நல்லதுதான். அப்போது அதிகமான ரிஸ்க் எடுத்தவர்கள் அவற்றிற்கு ஏற்ற பயன் பெறுவார்கள். ஆனால், அத்தகைய நிறுவனங்கள் இப்போதுதான் அமைக்கப்பட்டு வளர்ந்து வரும் பொருளாதாரத்தில், ஒரு 'பெரு வெடிப்பு' சீர்திருத்தம் நிச்சயமற்ற நன்மைகளையும், சாத்தியமான தீமைகளையும் உண்டாக்கும். நான் ஆர்பிஐயினுடைய நிதானமாகத் தளர்த்தும் பாரம்பரிய வழிமுறையைப் பின்பற்றுவதை விரும்பினேன். அதேசமயம் விதிகளின் பின்னணியிலுள்ள காரணங்கள் என்ன என்பது பற்றி உடன் பணியாற்றுவோரிடம் கேட்டுக் கொள்வேன். அவர்களை மாற்றத்தின் வேகத்தைக் கூட்டச் செய்வேன்.

இந்தச் சீர்திருத்தங்களில் துணை ஆளுநர் H.R. கான் ஒரு வலிமைமிக்க தூணாக இருந்தார். அவர் சந்தைகள் பற்றிய நெருங்கிய அறிவு படைத்தவர். அதேசமயம் ஆர்பிஐ நிதானமாகத் தளர்த்துவதில் உறுதியாக இருந்தார். செயல் இயக்குநர்கள் பு.பத்மநாபன், கந்தன் சின்ஹா, பு.மகாலிங்கம், ராஜேஸ்வர் ரா. சு.கனுங்கோ போன்றவர்கள் உறுதியான ஆதரவு தந்தார்கள். எங்களது சிந்தனைகளையும், நாங்கள் என்ன செய்தோம் என்பதையும் இந்திய அந்நியச் செலாவணி வர்த்தகர்கள் கழகத்தில் *(FEDAI)* 2016 ஆகஸ்ட் 26இல் ஆற்றிய உரை சுருக்கமாகக் கூறுகிறது.

நமது கடன் சந்தைகளை வலிமைப்படுத்தல்

கடன் சந்தைகளைப் பற்றியும் அவற்றோடு தொடர்புடைய கிளை அமைப்புகளைப் பற்றியும், அவை ஆழமாகவும், நீர்மைத்தன்மை உடையனவாகவும் இருப்பது நமக்கு ஏன் அவசியம் என்றும், நிதியங்களுக்காக மத்திய, மாநில அரசுகளோடு பத்திரச் சந்தைகளில் அதிக ரிஸ்க் உள்ள குழுமங்களையும், திட்டங்களையும் அணுகுமாறு இருப்பது ஏன் தேவையென்றும், உற்பத்தியில் புதுமையை ஏன் நாம் ஊக்கப்படுத்த வேண்டும் என்றும், ஆர்பிஐ போன்று ஒழுங்குபடுத்தும் அமைப்புகள் சந்திக்கும் குழப்பங்களைப் பற்றியும் நான் இன்று உங்களிடம் பேசப் போகிறேன். அப்போது எங்களது அண்மைக்கால வெற்றிகளையும், தோல்விகளையும் வருங்காலத்திற்கான எங்கள் ஆசைகளையும் தொட்டுச் செல்வேன்.

கடன் சந்தைகள் அண்மை மாதங்களில் ஏன் கவர்ச்சிகரமாக ஆகியிருக்கின்றன என்பதற்கு மூன்று முக்கியக் காரணங்கள் உள்ளன. முதலாவதாக, குறைவான, நிலையான பண வீக்கத்திற்கு நம்மை உட்படுத்தும் ஒரு சட்டகம் கிடைத்திருக்கிறது. ஆம், ஜூலை மாதப் பணவீக்கம் 6.07 விழுக்காடு அதிகம்தான். ஆனால், வரும் மாதங்களில் இன்னும் குறையும் என்பதில் எனக்கு ஐயமில்லை. முக்கியக் கருத்து என்னவென்றால், குறைந்தது அடுத்த ஐந்து ஆண்டுகளுக்கு பணக் கொள்கைக் குழு குறைவான நிலையான பணவீக்கத்தைத் தொடர வேண்டுமென்பது சந்தையில் பங்கு கொள்வோருக்குத் தெரியும். அது அதற்கான செயல்முறைகளை வகுத்திருக்கிறது. அது அதனைச் செய்து முடிக்கும். இது 'ரிஸ்க்' பிரீமியத்தைக் குறைக்கிறது. அதன் மூலம் அரசு முதல் மிக அதிக ரிஸ்க்குக்கு உள்ளாகிற கடன்காரர் வரையில் அனைவருக்கும் பெயரளவிலான நீண்டகால வட்டி வீதத்தைக் குறைக்கிறது. பணக் கொள்கையில் என்னோடு கடந்த மூன்றாண்டுகளாக நெருக்கமாக உழைத்த டாக்டர் உர்ஜித் பட்டேல், பணக் கொள்கைகள் குழு நமது பணவீக்க இலக்குகளை அடைவதற்கு, அதனைத் தகுந்த முறையில் வழி நடத்துவார்.

பொதுத்துறை வங்கிகள் கடன் வழங்குவதற்குத் தயங்கின. தனித்துறை வங்கிகளுடன் சேர்ந்து பழைய கொள்கை வட்டிக் குறைப்புகளிலிருந்து வங்கிக் கடன் வழங்கும் வீதங்களுக்குப் போகத் தயங்கின. இவை இரண்டாவது எதிர்வினை. எனினும் குறுகிய காலச் சந்தை வீதங்கள் முழுமையாகச் சென்றன. வர்த்தகத்தாள் கடந்த இரண்டு ஆண்டுகளில் 3 இலட்சம் கோடியாக இரட்டிப்பு

அடைந்த நிலையில் உயர் மதிப்பிடப்பட்ட குழுமங்கள் வங்கிகளை விட்டொழித்து வர்த்தகத்தாள் (CP) சந்தைகளில் கடன் வாங்கியதில் வியப்பொன்றுமில்லை.

ஆனால், குறைவான மதிப்புப்பெற்ற குழுமங்களின் நிலை என்ன? துரதிர்ஷ்டவசமாக, இந்தியாவில் கடனைத் திரும்பப் பெறுவது கடினமாக இருப்பது, மற்ற நாடுகளைவிட இங்கே கடன் பரவலாக விரிந்திருக்கின்றது என்பதைக் குறிக்கிறது. இங்கேதான் மூன்றாவது காரணம் வருகிறது. *Securitization And Reconstruction of Financial Assets and Enforcement of Security Interest (SARFAESI) Act* - உம், கடன் திரும்பப் பெறும் தீர்ப்பாயங்களும், புதிய நொடிப்புக் குறியீடும் *(Bankruptcy code)* ஆகிய அண்மைக்காலச் சீர்திருத்தங்கள் கடன்திரும்பச்செலுத்தும் வாய்ப்புகளை அதிகரிக்கும். அப்போது கடன் பரவல் குறையும்.

இந்த மாற்றங்களும், வளர்ச்சிகளும் இருக்கும்போது, நிலை வருமானச் சந்தை ஒழுங்குமுறையின் நோக்கங்கள் எவையாக இருக்கவேண்டும்?

சந்தை ஒழுங்குமுறைப்படுத்தலின் நோக்கங்கள்

வளரும் நாட்டின் ஒழுங்குமுறையாளராக இருக்கும் ஆர்பிஐ நிலைப்புத் தன்மையைப் பராமரிக்கும் அதேவேளையில் வளர்ச்சியை அதிகப்படுத்துவதிலும் கவனம் செலுத்துகிறது. முன்னரெல்லாம் நிலையான வருவாய், சார்புகள் சந்தைகளைத் தாராளமாக்குவதில் கவனமாக இருந்திருக்கிறது. இந்தச் சந்தைகள் பற்றி மைய வங்கி கவலைப்படுவதில் என்ன இருக்கிறது?

மூன்று காரணிகள் இருக்கின்றன. சந்தைகள் ஊகவணிகர்களைக் கவர்கிறது. வரத்து அதிகமில்லாத சந்தைகளில் ஊகவணிகத்தினால் சந்தை விலைகள் அடிப்படைகளை விட்டு விலகிச் சென்றுவிடும் என்று நாங்கள் எப்போதும் கவலைப்பட்டிருக்கிறோம். இது எப்போதும் இருக்கும் கவலைதான். ஆனால், எல்லா ஊகவணிகரும் ஒரே மாதிரி சிந்திப்பதில்லை என்பதை நாம் நினைவில்கொள்ள வேண்டும். சந்தைகளைத் தங்கள் விருப்பப்படி வளைக்கக் கூடிய ஒன்று சேர்ந்த முயற்சி இல்லாதவரையில் (இப்படி வளைப்பதை ஒழுங்குமுறைகள் மூலம் தடுக்க முடியும்), ஊகவணிகரின் மாறுபட்ட கருத்துகள் நீர்மைத்தன்மையைத் தரும். இது சந்தையை

விருப்பப்படி கையாளுதலுக்குத் தடை விதிக்கும். அதாவது சந்தைகளில் யூகம் பற்றிய அதிகப்படியான அச்சம் நடந்தே விடும். அது சந்தைகளை நீர்மைத்தன்மையை இழக்கச்செய்து, வளைத்தலுக்கு வழி வகுக்கும்.

இரண்டாவதாக, நிறுவப்பட்ட அமைப்புகளுக்கு சந்தைகள் போட்டிக்கான மூலமாக இருக்கலாம். எடுத்துக்காட்டாக, நான் சொன்னதுபோல, அதிகத்தரமுள்ள கூட்டிணையக் கடன்கள் வங்கிகளிடமிருந்து கடன் சந்தைகளுக்குப் போய்விடலாம். இது வங்கிகளை அதிக ரிஸ்க்குகளில் கடன்தரத் தள்ளிவிடும். எனவே இந்தக் கவலைகளில் அர்த்தம் இருக்கிறது. எனினும் அவற்றை அதிகப்படியானவையாகக்கும் ஆபத்தும் இருக்கிறது. மேற்பார்வையும் வழி நடத்தலும் தேவைப்படுகின்ற ரிஸ்க்குள்ள வாடிக்கையாளர்களுக்குத்தான் வங்கிகள் கடன் கொடுக்க வேண்டும் என்று கருதப்படுகிறது. அப்படிப்பட்ட கவனம் தேவையில்லாத வாடிக்கையாளருக்குத்தான் சந்தைகள் கடன் தரும். மேலும் இந்தியாவில் சிக்கல் என்னவென்றால் நேரடியாகவோ, மறைமுகமாகவோ அதிகப்படியான ரிஸ்க் வங்கியின் இருப்புநிலைக் குறிப்பில்போய் முடியும். எடுத்துக்காட்டாக வங்கியில்லாத நிதிக் குழுமங்கள் (NBFC) அதிகப்படியான கட்டடங் கட்டுபவர்களுக்கான கடன்கள் போன்றவற்றில் ரிஸ்க் எடுக்க வேண்டுமென்று கருதப்படுகிறது. ஏனென்றால், இந்தக் கடன்கள் நீண்டகாலத் தவணை உடையவை. ஆனால், நடைமுறையில் பலர் வங்கிகளிலிருந்தே பெரும் தொகை பெறுகிறார்கள். (அமைப்பு ரீதியான ரிஸ்க் அடிப்படையில் பார்க்கும்போது) இவர்கள் வங்கியிலிருந்து நிதி பெறுவதற்குப் பதிலாக சந்தையில் கடன் வாங்குவது நல்லது. பொதுவாக, பெரிய கடனாளிகளை சந்தை நிதிக்குப் போகுமாறு கட்டாயப்படுத்தி, மிகப்பெரிய அளவில் தனியாள், குழுக்கள் வங்கிகளிடமிருந்து வாங்குவதைக் குறைக்க வேண்டும்.

மூன்றாவதாக, விவேகமான மேற்பார்வை மரபுகளை மீறி கட்டுப்பாடற்ற புதிய முயற்சிகளில் ஈடுபட்டு, நிலையற்ற மதிப்பீடுகள் அமைப்புசார் ரிஸ்க்கில் முடிவதைக்கண்டு நாங்கள் கவலைகொள்கிறோம். எடுத்துக்காட்டாக, அமெரிக்காவில் வீட்டுக் கடன் இணையங்களைச் சுற்றி அமைக்கப்பட்ட நிலையான வருவாயுள்ள பொருட்களையும், சார்புகளையும் வீட்டுவிலைகள் குறைந்தவுடன் மதிப்பிடுவது கடினமாகிவிட்டது. புவிசார் நிதி நெருக்கடியில் இது ஒரு முதன்மைக் காரணி. எனினும் இதுவரையில்

குறைவாகவே பயனுக்குட்பட்டவர்களுக்குக் கடன் தருவதைத் திறந்துவிட்ட வகையில் இது பயனுள்ளது. நிலக்கீல் எண்ணெய் (Shale Oil)போல பல வித்தியாசமான முன்னெடுப்புகளும், துறைகளும் வளர்ச்சியடைய உதவியிருக்கின்றது. புதிய பொருள் ஒவ்வொன்றையும் அதன் நன்மை, தீமைகளோடு கவனமாக ஒழுங்குமுறைப்படுத்துவோர் ஒப்பிட்டு ஆராய வேண்டும். அதேசமயம் நமக்குப் பாதுகாப்பு என்பதற்காக எல்லாப் புதுமுயற்சிகளையும் ஒட்டுமொத்தமாகத் தடுத்து விடக்கூடாது.

முக்கியக் கருத்து என்னவென்றால் நிலையான வரவு, சார்புச் சந்தைகளை சரியாக அளவிட்டு தாராளமயமாக ஆக்குதல், ஆழமான நீர்மைத்தன்மையுள்ள சந்தைகளின் பயன்களைப் பெற முடியும். அதேசமயம் ஊகவணிகம், போட்டி, புதுமை செய்தல் ஆகியவற்றோடு தொடர்புடைய ரிஸ்க்குகளைக் குறைக்க முடியும். கடந்த சில ஆண்டுகளில், சந்தை வளர்ச்சியில் நாம் கவனத்துடன் இருக்க வேண்டியிருந்தது. ஏனென்றால் புவிசார் நிதிச் சந்தைகள் நலிவுற்றால் எளிதில் பாதிக்கப்படக் கூடியவற்றைப் பற்றி நாங்கள் கவலைப்பட்டோம். ஆனால், பேரளவுப் பொருளாதார நிலைப்புத்தன்மை வலுவடைந்து விட்டிருப்பதால், முன்னோக்கியே சென்றிருக்கிறோம். அதிகப்படியான சந்தைச் சீர்திருத்தங்கள் பற்றிய நேற்றைய அறிவிப்புகள் நிதானமான, அளவிடப்பட்ட தாராளமயமாக்கலின் அடுத்த நடவடிக்கைகள். இதனை விளக்குகிறேன்.

பங்கு பெறல்

அதிகப் பங்குபெறல் நீர்மைத்தன்மையை அதிகரிக்கிறது. பங்குபெறுதலை நாங்கள் அதிகரிக்க சில ஆண்டுகளாக முயன்றிருக்கிறோம். அண்மையில் புவிசார் நிலை வருமானச் சந்தையில் சில்லறை முதலீட்டாளர்கள் சிறிய அளவில் இருந்தாலும், அவர்கள் நிறுவனம் ஆதிக்கம் செலுத்தும். திரை அடிப்படையிலான NDS-OM சந்தையினை அணுக வழி வகுத்திருக்கிறோம். *(ஆசிரியர் குறிப்பு: ஆர்பிஐ-யால் கொணரபட்ட அரசுப் பத்திரங்களுக்கான சந்தை).* அப்போது அவை அரசுப் பத்திரங்களை வர்த்தகம் செய்யமுடியும். அவர்களுடைய விலக்கப்பட்ட (demnaterialized) கணக்குகளைப் பயன்படுத்த முடியும். எனினும் சிக்கலான சார்புகள்

போன்ற அதிகப்படியான புரிதல் தேவைப்படும் சந்தைகளில், சில்லறை வணிகத்தை விரிவுபடுத்துவதில் கவனமாக இருக்கிறோம்.

நிறுவன ஆதிக்கத்திலுள்ள, திரையை அடிப்படையாகக்கொண்ட NDS - OM சந்தைகளில் அவை நாடக்கூடிய வகையில் காப்பு மற்றும் மீள் கட்டமைப்புக்கு உட்பட்ட சீர்திருத்தங்கள் மேற்கொள்ளப்பட்டன. (ஆர்பிஐயால் கொணரப்பட்ட அரசுப் பத்திரங்களுக்கான ஒரு சந்தை). இதனால் அவை அரசுப் பத்திரங்களில் வணிகம் செய்ய முடியும். அவர்களுடைய கணக்குகளைப் பயன்படுத்த முடியும். எனினும், சிக்கலான துணை அமைப்புகள் போன்ற நவீன புரிதல்கள் தேவைப்படும் சந்தைகளில், சில்லறை முறையில் அணுகுவதை விரிவுபடுத்துவதில் கவனமாக இருக்கிறோம்.

நாம் நிறுவனங்கள் பங்களிப்பில் ஓரளவு கட்டுப்பாட்டைத் தளர்த்த முடியும். அந்நிய போர்ட்ஃபோலியோ (நிதித் சொத்து விபரம்) முதலீட்டாளர்கள் (FPIS) ND-OM கூட்டிணையப் பத்திர விற்பனை, பிற சந்தைகள் முதலான பலவற்றை நேரடியாக அணுக முடியும்.

முன்னர் நிறுவனங்களின் பங்களிப்பைக் கட்டுப்படுத்தியதற்கு ஒரு காரணம் ஊகத்தைத் தடுப்பது. எடுத்துக்காட்டாக, பங்களிப்பாளர்கள் நிதிச் சந்தைகளில் சிறிது காலம் பங்கு கொள்வதற்கு வசதியாக, டாலர்கள் போன்ற செலாவணியை அனுமதித்தோம். ஆனால், சிலவேளைகளில், முன்னரே டாலர்களை வாங்கி வரவிருக்கும் இறக்குமதிகளுக்காக ரிங்குகளைக் குறைக்கும் (hedging) இறக்குமதியாளர்களின் எண்ணிக்கை ஏற்றுமதியாளர்களைவிட அதிகமிருக்கிறார்கள். இந்த ஏற்றுமதியாளர்கள் டாலர்களை குறிப்பிட்ட காலத்தில் விற்கும் விலையை 'இன்று ஏற்றுக் கொள்ளப்படும்' ஒப்பந்தம் (selling forward) செய்துகொள்கிறார்கள். இவ்வாறு முன்னரே டாலர்களை விற்கும் ரிங்குகளின் மொத்தத் தேவையை ஈடுகட்ட, வங்கிகள் அந்தப் பக்கத்தைச் சார்ந்திருக்கின்றன. எனினும், வங்கிகளின் நிலைப்புத் தன்மையை உறுதிசெய்ய, வங்கிகள் திறந்த நிலைகளில் இருக்கும் அளவைக் கட்டுப்படுத்தியிருக்கிறோம்.

ஆனால், இந்தக் கட்டுப்பாடுகளால் இழப்புகள் உள்ளன. சந்தை நிலைப்புத் தன்மையிலிருந்து சமநிலையிழந்தால் நடுத்தரகால அடிப்படைகளால் தேவைப்படாததாக இருந்தாலும், தேவை - வழங்கலுக்கு இடையேயுள்ள தற்காலிக தடுமாற்றங்களைச்

சமநிலைக்குக் கொண்டுவர செலாவணி வீதங்கள் பெருமளவு மாற வேண்டும். இதனால் மத்திய வங்கி குறுக்கிட அதிக அழுத்தம் தரப்படுகிறது.

வங்கிகளின் திறந்தநிலைக் கட்டுப்பாடுகளைக் கூட்டிடலாம். அதனையும் காலம் வரும்போது செய்வோம். ஆனால், அன்னியச் செலாவணி ரிங்குகளை எல்லா வங்கிகள்மேலும் சுமத்துவது அறிவுடைமை ஆகாது. சிறந்ததொரு தேர்வு சில கட்டுப்பாடுகளுடன் இன்றும் அதிகமான செயல்பாட்டாளர்களை அனுமதிப்பதுதான். அப்போது அதிக அளவிலான யூகத்தின் அடிப்படையிலான வர்த்தகமோ, ஒற்றை வர்த்தகர்கள் தங்களுக்குச் சாதகமாகக் கையாளுவதோ இருக்காது. அன்னியச் செலாவணிச் சந்தையின் நீர்ப்புத்தன்மையையும் ஆழத்தையும், வங்கியின் மேலோ, ஆர்பிஐ மேலோ அதிகத் தேவைகளைச் சுமத்தாமல் சந்தைச் சமநிலையின்மையை இது சீர்படுத்தும். எல்லா சந்தைப் பங்களிப்பாளர்களுக்கும் மிதமான திறந்த நிலையை அனுமதித்து, ஆர்பிஐ அடிப்படையிலான நடவடிக்கையை எடுத்துரைத்து அனுபவத்தின் அடிப்படையில், ஆர்பிஐ அடுத்த நடவடிக்கைகளை முடிவு செய்யும்.

இறுதியாக, எல்லாப் பங்களிப்பும் இந்தியச் சந்தைகளின் நீர்ப்புத் தன்மையையும், ஆழத்தையும் கூட்டுவதில்லை. எடுத்துக்காட்டாக, உள்நாட்டில் வெளியிடப்பட்ட இந்தியப் பத்திரங்களை வர்த்தகத்திற்கு வெளிநாட்டில் அனுமதிக்க வேண்டும் என்றும் வர்த்தகங்களின் அறிக்கைகளை உள்நாட்டிலேயே தரலாம் என்றும், சில வெளிநாட்டு நிறுவனங்கள் முன்மொழிந்திருக்கின்றன. துரதிர்ஷ்டவசமாக, இது இந்தியச் செலாவணியின்மேல் வர்த்தகத்தைக் குறைத்து அதனுடைய நீர்ப்புத்தன்மையைக் குறைத்துவிடும். அப்படிப்பட்ட நிறுவனங்களுடன் அவர்கள் இந்திய செலாவணிகளில் வர்த்தகம் செய்யலாம், அல்லது மசாலா பத்திரங்களுக்குத் தங்கள் வாடிக்கையாளர்களை அனுப்பலாம் என்று சொல்லியிருக்கிறோம். *(ஆசிரியர் குறிப்பு: மசாலா பத்திரங்கள் என்பவை வெளிநாடுகளில் வெளியிடப்படும் ரூபாய் நோட்டுப் பத்திரங்கள். இது உரையில் பின்னர் விவாதிக்கப்படும்).* முதலில் சொன்னது இன்னும் விவாதத்தில் இருக்கிறது.

புதிய முயற்சிகள்

நிதித் துறையில் புதிய முயற்சியென்பது வரிகளையும், விதிகளையும் தவிர்க்கவோ அவற்றிலிருந்து தப்பிக்கவோ ஒருவழியாக, சில வேளைகளில் ஓர் இருண்ட கண்ணோட்டத்தோடு பார்க்கப்படுகிறது. எனினும் அதனைச் சரியாகச் செய்தால் ரிஸ்க்குகளைச் சமாளிக்க முடியும். அவற்றைச் சரியான தோள்களில் சுமத்த முடியும். அப்படிப்பட்ட கருவியின் ஓர் எடுத்துக்காட்டு வட்டி வீத தன்மைகளைப் பொருத்தது. 2013-2014-இல் திருத்தி அமைத்தபிறகு கடந்த பன்னிரெண்டு மாதங்களின் சராசரி தினசரி வர்த்தகத்தின் அளவு 2.3 பில்லியன் ரூபாய் (அண்மை மாதங்களில் குறைந்தாலும் கூட). ஒரு முதலீட்டாளரோ, வங்கியோ, குழுமமோ அவர்கள் விருப்பம்போல வட்டிக்கு உட்படுவதைக் கூட்டவோ குறைக்கவோ *IRF* சந்தையைப் பயன்படுத்தலாம். இந்தச் சந்தையின் வெற்றிக்குமூலம் பங்கு பெறுவோர்களால் தகுந்த கருவியின் அமைப்பை ஆள அனுமதிப்பதாகும். இதேமுறையை பணச் சந்தையின் வருங்கால ஒப்பந்தங்களிலும் செய்து வருகிறோம்.

புதிய முயற்சிகள் அனைத்துமே வெற்றி பெறவில்லை. மொத்த விலைக் குறியீட்டுடன் (*WPI*) இணைக்கப்பட்ட பணவீக்கக் குறியீடு இடப்பட்ட பத்திரங்கள் (*IIB*)மக்களிடம் வரவேற்பைப் பெறவில்லை. ஏனென்றால், ஆர்பிஐ, *WPI*-யில் கவனம் செலுத்துவதிலிருந்து விலகி *CPI*-யிடம் கவனம் செலுத்தியது. *CPI* குறியீடு இடப்பட்ட *IIB*-களுக்கான சந்தையும் சிறப்பாக இல்லை. ஒருவேளை மிதமாக முதலீடு செய்பவரின் ஆர்வம் பணவீக்கத்திலிருந்து, காப்பாற்றுதல் அதிகம் விரும்பப்படாத, பணவீக்கம் குறைக்கப்படும் சூழலைக் காட்டலாம். மேலும் அதிகமாக வட்டியிருக்கும் காப்புடைய கோல்ட்(*Gold*) மானிட்டைசேஷன் பங்குகளைப்போல, *CPI* குறியிடப்பட்ட *IIB*-கள் முழுவதுமாக பணவீக்கத்துக்கு எதிராக வட்டியிலிருந்து காப்புடையன அல்ல. முன்னேறிச் செல்லும்போது, எல்லாக் கருவிகளுக்கும் வட்டிகளில் சமமான வாய்ப்புகள் தரப்பட வேண்டும். அப்போதுதான் கருவிகள் நல்லவிதமான வரிப் பாதுகாப்பு கிடைப்பதால் மட்டுமே ஆதரவுபெற முடியாது.

இந்த எடுத்துக்காட்டுகளிலிருந்து நாம் பெறும் பாடம் நிதியில் புது முயற்சிக்கு, வட்டி அல்லது ஒழுங்குபடுத்தும் தரகு தேவையில்லை, மாறாக கவரும் விஷயங்களை ஊக்கப்படுத்தும் ஆதரவு தேவைப்படுகிறது. இன்னும் கவர்ச்சியுள்ள ஒன்றைக் கண்டுபிடிக்கும் வரையில், நன்றாக வேலை செய்யாததை

மாற்றியமைத்துச் சரி செய்வதும் புது முயற்சிக்குத் தேவைப்படும். எடுத்துக்காட்டாக, வட்டி வீத வருங்காலங்கள் (Interest Rate Futures) முதலில் கவர்ச்சிகரமாக இல்லை. ஆனால், அடுத்து வெளியிடப்பட்டவை வெற்றி பெற்றன.

பன்னாட்டுமயமாக்கல்

நடப்புக் கணக்குப் பற்றாக்குறை நாடான இந்தியாவிற்குப் பிற நாடுகளிலிருந்து நிதியும் தேவைப்படுகிறது. சரியான முறையில் செய்யவேண்டுமென்றால் நமது நாட்டில் குறைவாக இருக்கின்ற 'ரிஸ்க்' முதலீட்டை ஈர்க்க விரும்புகிறோம். அந்நிய நேரடி முதலீட்டையும், பங்கு முதலீட்டையும் ஊக்குவிப்பது இதன் பொருள். அந்நிய முதலீட்டாளர்கள் விலையை மீட்டெடுப்பதற்கும் நீர்ப்புத்தன்மைக்கும் பங்களிப்பதால், அவை கடனை ஆழப்படுத்தவும், மதிப்பிற்காக வேறொரு பத்திரத்தைச் சார்ந்திருக்கும் கருவிகள் (derivative) சந்தைகளுக்கும் உதவ முடியும்.

அந்நிய முதலீட்டாளர்களால் பெறப்பட்டிருக்கும் உரிமை கோருதலை எல்லா உள்நாட்டு அமைப்புகளும் வெளியிடக் கூடாது. குழுமங்கள் அவர்கள் எந்த நாணயச் செலாவணியைக் கடன் வாங்கப் போகிறார்கள், அவர்கள் எவ்வளவு இழப்புக் காப்பரண் வைத்துக் கொள்ளப்போகிறார்கள் என்பதை அவர்களே முடிவுசெய்ய விட்டுவிடுவது சிறப்பு. ஆனால், நம்முடைய வலுவற்ற திவால் அமைப்பில், இழப்புக் காப்பரண் இல்லாத அந்நியக் கடன் வாங்கலில் ஒரு தார்மீக ஆபத்து இருக்கிறது. ரூபாயின் மதிப்பு அதிகமானால், முனைப்பாளர் குறைந்த டாலர் வட்டி வீதத்தினையும், குறைவான முதலையும் செலுத்துவது என அனைத்தையும் எடுத்துக்கொள்வார். ரூபாய் மதிப்பு வீழ்ச்சியடைந்தால் எங்காவது உள்ள மனச்சாட்சியில்லாத முனைப்பாளர் இந்திய வங்கிகளிடம் போய் தங்களைக் காப்பாற்றுமாறு கேட்பார்கள். எனவேதான், குறுகியகால டாலர் அல்லது யென் சார்ந்த கடனைக் கட்டுமானக் குழுமங்கள் வெளியிடுவது, இழப்புக் காப்பரண் இல்லாமல் விட்டுவிட்டால், ரூபாய் மதிப்பிழப்பின்போது மிகுந்த சிக்கலைக் கொண்டுவந்துவிடும்.

எனவே, அந்நியச் செலாவணி வரவுகள் இல்லாத குழுமங்களை நீண்டகால டாலர் பங்குகள் அல்லது முழுவதும் இழப்புக்

காப்பரண் உள்ள குறுகியகாலப் பங்குகள் அல்லது ரூபாய் சார்ந்த மசாலா பங்குகளை வெளிநாடுகளில் வெளியிட ஊக்குவித்திருக்கிறோம். அண்மையில் வெளியிடப்பட்ட மசாலா பங்குகளில் முதல் வெளியீடுகள் இறுதிக் கடன்நிலை காலத்துக்கு வந்துவிட்டதைக் காட்டுகின்றன. இது போதுமான அளவு கண்டுகொள்ளப்படவில்லை. ஏனென்றால், அண்மைக் காலங்களில் முதல்முறையாக, குழுமங்கள் பன்னாட்டுச் சந்தைகளில் உள்நாட்டுப் பணத்தை வெளியிடக்கூடிய அளவிற்கு அங்கு ரூபாயின் மதிப்பு நம்பப்படுகிறது. இன்னும் முன்னேறிச் செல்லும்போது, உயிர்த் துடிப்புள்ள உள்நாட்டுக் கூட்டிணையப் பங்குச்சந்தையை உயிர்த் துடிப்புள்ள மசாலா பங்குச் சந்தை முழுமையடையச் செய்யும்.

FDI-கள் வருவது நமது நடப்புக் கணக்குப் பற்றாக்குறையைச் சரிசெய்யப் போதுமானதாக இருந்தாலும், ஆழத்தையும், நீர்ப்புத்தன்மையையும் அதிகமாக்க கடன் சந்தைகளுக்கு வருவதையும் நாங்கள் ஊக்கப்படுத்துகிறோம். அரசுக் கடனில் FPI வரம்புகளைப் படிப்படியாக விரிவாக்கி இவை வருங்காலத்தில் எவ்வாறு விரிவாகும் என்பதையும் நிர்ணயித்திருக்கிறோம். நாங்கள் மாநில அரசுக் கடனில் முதலீட்டையும் திறந்துவிட்டு இந்த வரம்புகளுக்கும் நடுத்தரக் காலக்கெடுத் திட்டத்தை அறிவித்திருக்கிறோம். பொதுவாக, எங்களது நோக்கம் நிதானமாகத் தாராளமாக்குவது. ஆனால், இன்னும் தாராளமயமாக்கல் நமது உள்நாட்டுச் சந்தைகளை எப்படி வலிமைப்படுத்தும் என்பதைத் தொடர்ந்து கவனித்துக்கொண்டிருக்கிறோம்.

ஆனால், நாங்கள் ஒவ்வொரு சந்தை வேண்டுகோளுக்கும் செவி சாய்ப்பதில்லை. எடுத்துக்காட்டாக, பலமுதலீட்டு வங்கிகள், பன்னாட்டு அளவில் டாலர் ஆதிக்கமுள்ள G-Sec*களை வெளியிடவேண்டுமென்று சொல்கின்றன. அது இந்தியக் கருவிகளுக்காக, தரவரிசையில், டாலர் வரவு வளைவு* உண்டாக்கும் என்று காரணம் சொல்கிறார்கள். ஈட்டுதல் குறைவான உலகில்

★ G-Sec என்பது அரசு சார்பாக ஆர்பிஐ வெளியிடும் முதல் தரக் காப்புப் பத்திரங்கள். முதலுக்கும் வட்டிக்கும் அரசு உத்திரவாதம் தருகிறது.

★ டாலர் வரவு வளைவு (Dollar Yield curve) பத்திரங்களில் கிடைக்கும் நிலையான வரவுக்கு அது முதிர்ச்சியடையும் காலத்திற்குமுள்ள தொடர்பைக் குறிக்கும் வரைபடம் (graph).

முதலீட்டாளர்களுக்கு அப்படிப்பட்ட கருவி கவர்ச்சியாக இருக்கும் என்பதை நான் ஒத்துக் கொண்டாலும் இந்தியாவிற்கு அது பயனுள்ளதாக இருக்கும் என்று என்னை ஏற்றுக்கொள்ளச்செய்ய முடியவில்லை. முன்னேறும் நாடுகள் பலவும், பண ரிஸ்க்கைத் தவிர்ப்பதற்காக, டாலர் கடனை வெளியிடுவதிலிருந்து அந்த நாட்டின் சொந்த நாணயத்தை வெளியிடுவதற்குப் போகவேண்டுமென்று விரும்பும்போது நாம் ஏன் எதிர்த்திசையில் செல்லவேண்டுமென்று தெரியவில்லை. மாறாக, ரூபாய் வெளியீடுகள் எளிதில் மதிப்பிடப்படும் வகையில் பன்னாட்டு, பகுதி இறையாண்மை ஈட்டும் வளைவுவரைவைக் (curve) கட்டுவோம். இதனைக் கருத்தில்கொண்டே நேற்று மசாலா பத்திரங்களை வெளியிட வங்கிகளுக்கு அனுமதியளித்திருக்கிறோம். வங்கிப் பத்திரங்கள் நல்ல, பகுதி இறையாண்மையுள்ள போலியாக (proxy) இருக்கும்.

நீர்ப்புத்தன்மை

ரூபாய் வரவு வளைவின் எல்லாப் பகுதிகளும், உள்ளூர் G-Sec சந்தையில் கூட நீர்மைத் தன்மை உடையவை இல்லை, குறுகிய காலத்தில், காலக்கெடுவுள்ள அரசுப் பத்திரங்களைத் திரும்பி வாங்கிக் கொள்ளும் ஒப்பந்தத்தை (repose) ஏலம் விட்டு அதிக அளவு நீர்ப்புத்தன்மையையும், நல்ல விலையையும் கொண்டுவர முயற்சி செய்து கொண்டிருக்கிறோம். நீண்ட காலத் திட்டமாக, காலக் கெடுவுள்ள வளைவுவரைவு சீராக ஆகுமாறு செய்ய திறந்த சந்தைச் செயல்பாடுகளில் நீர்ப்புத் தன்மையில்லாத பத்திரங்களின் மேல் கவனம் செலுத்துகிறோம். முதன்மை வர்த்தகர்களை ஈடுபடுத்தி குறிப்பிட்ட G.Sec கருவிகளில் சந்தை உண்டாக்குவதை ஊக்குவிக்க இருக்கிறோம்.

கூட்டிணையக் கடனில் நீர்ப்புத்தன்மை கொண்டுவர ஒருவழி, பொருத்தமான மதிப்புக் குறைத்தல்களுடன், அவற்றை மத்திய வங்கியில் repose பரிவர்த்தனைகளில் ஈடாகப் பயன்படுத்துவது. வங்கிகள் தங்களது உயர் மதிப்புள்ள கூட்டிணையப் பத்திரங்களைக் கொண்டு கடன் வாங்க முயலும்போது, ஈட்டுதல்களும் குறையும், அதிகமான வெளியீட்டாளர்கள் சந்தைக்கு வருவார்கள். இதனைக் கருத்தில்கொண்டு, வங்கிகளுடனும், பிற நிதி நிறுவனங்களுடனும் கூட்டிணையப் பத்திரங்களைத் திரும்பவாங்கும் ஒப்பந்தங்களை

நடைமுறைப்படுத்த ஆர்பிஐ-யை அனுமதிக்குமாறு ஆர்பிஐ சட்டத்தில் அரசு திருத்தம்கொண்டு வரத் தேவையான முயற்சிகளை மேற்கொண்டிருக்கிறோம்.

தரப்படுத்தல்கள், யதேச்சையான ஆதரவு வழங்கல்

நன்மதிப்புத் தரவரிசை தரும் முகமைகளின் தரப்படுத்தல்கள் கூட்டிணையத்தின் நன்மதிப்பின் தன்மையற்று கொஞ்சம் தள்ளியே இருக்கும் முதலீட்டாளர்களுக்கு உறுதிதர முக்கியமானவை. அவர்களது தர வரிசைகள் துல்லியமாக இருக்க முகமைகளுக்கு அன்றைக்குரிய செய்தியும் நல்ல பகுப்பாய்வும் தேவை. முகமைகள் ஆர்பிஐயிடம் கூட்டிணை வங்கிக் கடன்கள் பற்றித் தகவல் கேட்கின்றன. இவை மதிப்புத் தகவல் நிலையங்களிடமிருந்து *(CIBS)* பெறப்பட முடியுமாதலால், நன்மதிப்புத் தரவரிசை தரும் முகமைகள் *CIB*-யில் உறுப்பினர்களாகச் சேரலாம் என்று ஆர்பிஐ யோசனை கூறியிருக்கிறது. தரவரிசை தரும் முகமைகள் கவனமாகச் செயல்படும்போது, உயர்வாகத் தரமிடப்பட்ட கூட்டிணையப் பங்கு எந்த முன்னறிவிப்பும் இல்லாமல் வீழ்ச்சியடைவது அபூர்வமாகி விடும்.

வங்கியைப் பணக் கடனுக்கு அணுகுவது எளிதாக இருந்தால், பெரிய நிறுவனங்கள் நிதிக்காகப் பண, பத்திரச் சந்தைகளுக்குப் போவது தடுக்கப்படும் என்று சிலர் வாதிடுகிறார்கள். ஆனால், இது ஒற்றைப் பெயர்கள் அல்லது குழுக்களுக்கு வங்கிகளை முன்னிலைப்படுத்துகிறது. இதனால் ‘ரிஸ்க்’ ஓரிடத்தில் குவிவது அதிகமாகும். நாம் முன்னர் சொன்னதுபோல வங்கியில் அழுத்தமிருக்கும் இக்காலத்தில் குழுமங்கள் பண, பத்திரச் சந்தைகளுக்குப் போவதைப் பார்க்கும் வேளையில், அவற்றை முன்னிலைப்படுத்துவது அதிகமாகும்போது, அப்படிப்பட்ட குழுமக் கடன்கள்மேல் அதிகமான கட்டுப்பாடுகளும் மூலதனத் தேவைகளும் விதித்து குழுமங்களை முறைப்படுத்துவோம்.

இதுவரையில் சொன்ன நடவடிக்கைகளில் பல, அதிகத் தரவரிசை தரப்பட்டக் கூட்டிணையப் பங்குகளின் கவர்ச்சியை முதலீட்டாளர்கள் மத்தியில் அதிகரிக்கும். ஆனால், உட்கட்டமைப்புத் திட்டங்களுக்கு அதிகமான நிதி உதவி வேண்டும். ஆகவே அதிக தரவரிசையுடன் தொடங்கப்பட முடியாது. அவையும் வெளியிட உதவியாக, அப்படிப்பட்ட பத்திரங்களுக்கு அதிகக்

கடன் வசதி தர வங்கிகளை அனுமதித்திருக்கிறோம். வங்கிகள் எடுக்கும் ரிஸ்க்குகளுக்கு ஏற்ப அப்படிப்பட்ட கடன் வசதியை அதிகரிப்பதற்கான மூலதனத் தேவையை நிர்ணயிப்பதில் கவனமாக இருக்கிறோம். அப்போது மத்தியஸ்தம் தேவைப்படாது. கடன் கட்டுதலுக்கான போதுமான தொகைகளை வங்கிகள் கொடுக்க நேற்று அறிவித்த நடவடிக்கைகளை எளிதாக்க வேண்டும்.

அதிகப்படியான விளக்கம் தேவைப்படும் ஒரு துறை மாநில அரசின் கடமைகளும், மாநில அரசு உத்தரவாதம் அளித்த கடமைகளும் ஆகும். மாநில அரசுக் கடமைகளுக்கு ரிஸ்க்கே இல்லாமல் உயர்ந்த தரவரிசை பெற, அப்படிப்பட்ட கடமைகளை உள்ளார்ந்த அல்லது வெளிப்படையான தவறுதலோ மாற்றி அமைத்தலோ இல்லாதிருப்பது முக்கியம். மாற்றி மறு கூட்டமைப்பு செய்வது கடமைகளைத் தள்ளிப்போடும் வழி போலத் தோன்றும். அதே சமயம், அதனால் ஏற்படும் விளைவுகள் பெருமளவில் இருக்கும். வருங்காலத்தில் ஒரு குறிப்பிட்ட மாநில அரசின் வெளியீட்டாளரிடமிருந்து சந்தை எதிர் பார்க்கும் வரவும், அதோடு மற்ற மாநில அரசுகளின் உடமைகளில் ஏற்படும் வரவுகளும் அதிகம் இருக்கும். அப்படிப்பட்ட செயல்கள் தொடர்ந்தால் ஏற்படக்கூடிய விளைவுகளை நினைத்துக்கூடப் பார்க்க முடியவில்லை.

ஒழுங்குமுறைகள்

பிறவற்றைச் சார்ந்திருக்கும் ஒப்பந்தங்களை இணைப்பதிலுள்ள குறைபாடுகள் பற்றியும், அதனால் வங்கிகளில் உயர்ந்த, அதனோடு தொடர்புடைய மூலதனத் தேவைகளையும் அறிந்தே இருக்கிறோம். இந்தப் பிரச்சனையை அரசுக்கு எடுத்துச் சென்றிருக்கிறோம். அப்படி இணைப்பைச் சாத்தியமாக்க ஆர்பிஐ விதியைத் திருத்தும் நம்பிக்கை இருக்கிறது. காப்பிற்கான அமைப்போடு தொடர்புடைய வரி விஷயங்கள் பற்றி அண்மையில் அரசு கவனம் செலுத்தியிருக்கிறது. அதுபோல இந்தப் பிரச்சனையையும் தீர்த்தால், பெருமளவு சந்தைச் செயல்பாட்டுக்கு வழி வகுக்கும்.

இறுதியில் தாராளமயமாக்கலுக்கு உதவி செய்யும்போது, ஓர் அம்சம் அல்லது செயல்பாடு தேசிய முக்கியத்துவம் வாய்ந்தது என்று கருதப்படுவதில் மட்டுமே விவேகமான ஒழுங்குமுறைகளை தளர்த்துவதில் நாம் கவனமாக இருக்கவேண்டும். அப்படிப்பட்ட செயல்பாடுகளை ஆதரிக்க விவேகமான ஒழுங்குமுறை

விதிகளை விட்டுவிடுவது தவறான கருவியாகும். அடிப்படைக் கட்டுமானம் போன்ற தேசிய முக்கியத்துவம் வாய்ந்த செயல்பாடு 'ரிஸ்க்' உள்ளதாக இருக்கும். அப்படிப்பட்ட செயல்பாடுகளில் பொருளீடுகளைக் குறைப்பதோ, அதிக levarage-ஐ அனுமதிப்பதோ, அல்லது ECB-க்களோ அமைப்புகள் ரிஸ்க்கை அதிகரிக்கும். நாளடைவில் அந்தச் செயல்பாடு ஒழுங்குமுறையை விட்டு விடுவதால் பாதிப்படையும். (டாலர் வருவாய் இல்லாத உட் கட்டமைப்புத் திட்டங்கள் டாலர் அல்லது யென் கடன்களால் நிதி தரப்பட்டுத் திரும்பச் செலுத்த முடியாதவையாக ஆகிவிடும்). நிலைத்தன்மையும் பாதிக்கப்படும். ஆர்பிஐ தேசிய முக்கியத்துவம் என்ற பலிபீடத்தில் அமைப்பு நிலைப்புத்தன்மையைப் பலியிடுவதைவிட அரசு முக்கியம் என்று கருதினால் அரசே அவற்றிற்கு நேரடியாக மானியம் தருவது நல்லது.

முடிவுரை

உலக அளவில் சந்தை குழப்பமாக இருந்த காலகட்டத்தில், சீர்திருத்தம் செய்வதில் அரசு எச்சரிக்கையாக இருந்தது. ஆனால், செயல்படாமலிருக்கவில்லை. சந்தை சீர்திருத்தங்கள் நிதானமான வேகத்தில் நடந்து வந்தன. பார்வையாளர்கள் பொறுமை இழக்கலாம். ஆனால், நிதானமான, திரும்பப் பெறமுடியாத சீர்திருத்தமும், நேற்றைய 'பெரு வெடிப்பு' போல இல்லாமல் 'சிறு வெடிப்புகளே' இன்றைய தேவை. உலகப் பொருளாதாரநிலை சீரடைந்தவுடன், சீர்திருத்தத்தின் வேகமும் அதிகரிக்கும். இந்தக் காலக்கட்டத்தில் எது பயனளிக்கிறது என்பது பற்றி நாம் பெற்ற பாடங்கள் அப்போது மதிப்புள்ளதாக இருக்கும்.

இயல் 5

நிதித்துறையில் அனைவரையும் உள்ளடக்குதல்

I

எங்களது வியூகத்தின் நான்காவது தூண் நிதியில் அனைத்தையும் உள்ளடக்குதல். நமது வளர்ச்சியின் அரசியல் பொருளாதாரம் பற்றி நான் ஆற்றிய உரைகளில் தெளிவுபடுத்தியிருப்பதுபோல (பின்னர் தரப்படுகிறது), நமது நிலைத்திருக்கும் வளர்ச்சிக்கு அது முக்கியமானது என்று நான் நம்பினேன். 2014 பிப்ரவரி 13 அன்று நான் ஆற்றிய காட்கில் உரையில் ஆர்பிஐயிடம் அளிக்கப்பட்ட டாக்டர். நாச்சிக்கட் மார் குழு அறிக்கையின் அடிப்படையில் நாங்கள் என்ன செய்யவிருக்கிறோம் என்பதைத் தெரிவித்திருக்கிறேன்.

நிதித்துறையில் அனைவரையும் உள்ளடக்குதல்: தொழில்நுட்பம், நிறுவனங்கள், கொள்கைகள்

நிதித்துறையில் அனைத்தையும் உள்ளடக்குதல் பற்றிய பிரச்சனைகளைச் சிந்திப்பதற்கு டாக்டர். நாச்சிக்கட் மார் குழு அறிக்கை ஆர்பிஐக்கு பல விஷயங்களைக் கொடுத்திருக்கிறது. அதன் பரிந்துரைகளை பற்றிப் பல விஷயங்களைச் சிந்திக்க விரும்புகிறேன். அதேசமயம் இன்னும் சில விஷயங்களையும் முன் வைக்கிறேன்.

நிதித்துறையில் அனைவரையும் உள்ளடக்குவது என்பது அ) நிதி சேவைகள் துறைக்கு அணுகம் இல்லாத மக்களுக்கு நிதிச் சேவைகளை விரிவுபடுத்தல் ஆ) மிகச் சிறிதளவே நிதிச் சேவைகள் கொண்டுள்ள மக்களுக்கு நிதிச் சேவைகளை ஆழப்படுத்தல் இ) சேவைகளின் வகைகள் தரப்படுவோர் சரியானதைத் தேர்ந்தெடுக்குமாறு அவர்களுக்கு அதிகப்படியான நிதித்துறை

பற்றிய அறிவையும், நுகர்வோர் பாதுகாப்பையும் தருதல் ஆகியவை பற்றியது. நிதித்துறையில் அனைவரையும் உள்ளடக்குதல் என்பது தார்மீக ரீதியானதும், பொருளாதாரத் திறமையின் அடிப்படையில் ஆனதுமாகும். செயல்பட முடிந்தவர்களுக்கெல்லாம் தங்களை முன்னேற்றிக் கொள்ளவும், அவ்வாறு செய்யும்போது நாட்டையும் முன்னேற்றவும் கருவிகளையும், வளங்களையும் தரவேண்டாமா?

சென்ற வாரம், எலா பட்டினுடைய சுய வேலைப் பெண்கள் கழகத்தின் (SEWA) உறுப்பினர்கள் சிலரைச் சந்தித்தேன். ஏழைப் பெண்கள், ஆனால், தன்னம்பிக்கை உள்ள தொழில் முனைவோர். நான் அவர்களில் எத்தனைபேர் SEWA-இல் சேர்வதற்கு முன்னர் வட்டிக் கடைக்காரர்களிடம் கடன் வாங்கினார்கள் என்று அவர்களிடம் கேட்டேன். ஏறத்தாழ, பாதிப்பேர் கை தூக்கினார்கள். SEWA-வின் கூட்டுறவு வங்கிக்கு வருவதற்கு முன்னர் எத்தனை பேர் வங்கிகளை அணுக எண்ணினார்கள் என்று கேட்டேன். ஒருவர் கூடக் கையை உயர்த்தவில்லை. அவர்களில் பலர் வட்டிக் கடைக்காரர்களின் அதிக வட்டி வீதத்திலிருந்து SEWA-மூலம் கிடைத்த கடன் தங்களை விடுவித்தது என்றார்கள். இதனால் SEWA-யிடமிருந்து கிடைத்த கடனை முழுவதுமாகப் பயன்படுத்த முடிந்தது. உற்பத்தியில் கவனம் செலுத்த முடிந்தது. இதனைப் பல குறுதொழில் முனைவோரிடமிருந்து கேள்விப்பட்டிருக்கிறேன். தொடக்க முதலீட்டிலிருந்து கிடைக்கும் வரவு வட்டிக் கடைக்காரரின் பிடியிலிருந்து விடுவிக்கவே அவர்களுக்கு உதவியிருக்கிறது. ஏழைகளுக்குக் கடன் தருவதன் மூலம் வரவு அதிகமிருந்தாலும், கடன் தருவதிலேயே நமது நிதி சார்ந்த அனைவரையும் உட்படுத்தலில் கவனம் செலுத்தினாலும், இன்னும் வங்கி குறிவைத்திருக்கும் மக்கள் தொகையில் ஒரு சிலரையே அணுகியிருக்கிறோம். எனவே இன்னும் அதிகம் சாதிக்க வேண்டியுள்ளது.

கிளை திறப்பு பற்றிய வழிகாட்டல் மூலமோ முன்னுரிமைத் துறைகளுக்குக் கடன் தருவது பற்றிய குறிப்புகள் வழியாகவோ - கட்டளைகள் மூலமாக முன்னேறும் அனைவரையும் உள்ளடக்க முயற்சி செய்தோம். நாம் இன்னும் நமது இலக்குகளை அடைய முடியாதது - சில விமர்சகர்கள் நாம் கட்டளைகளை விட்டுவிட வேண்டும் என்று கருத்துத் தெரிவிக்கச் செய்தது. ஏனென்றால், சந்தையே அதன் தேவைகளைப் பார்த்துக்கொள்ளும். மேலும் ஏழைகளுக்குத் தேவை இருந்தது என்றால் அவர்களுக்கு வழங்குபவர்களும் வந்து விடுவார்கள் என்பது அவர்களது வாதம்.

சந்தைகள் தேவைக்குத் தக்கவாறு எதிர்வினையாற்றுகின்றன. போட்டி முன்னேற்றத்திற்கு சுகாதாரமான சக்தி என்பது உண்மைதான். ஆனால், சந்தையின் செயல்பாடு மோசமான உட்கட்டமைப்பு, ஏற்றத்தாழ்வான விதிமுறை, இயற்கையான அல்லது ஒழுங்குபடுத்தும் ஒற்றை ஆதிக்கம், முறையற்ற வணிகக் கூட்டமைப்பு ஆகியவற்றால் தடுக்கப்படும்.

பிரமிடின் வர்த்தகத்தின் அடிப்பகுதிக்காக எங்கெல்லாம் முடியுமோ அங்கெல்லாம் போட்டி சக்திகள் போட்டியிடச் செய்யும் வேளையில், வளர்ச்சியின் மத்திய வங்கியாகிய நாமும் ஆதரவுக்கரம் நீட்ட வேண்டும். சரியான உட்கட்டமைப்பை ஏற்படுத்தி ஒழுங்குமுறையைக் கொண்டுவந்து அனைவரையும் உள்ளடக்க உதவும் உற்பத்திகள், நிறுவனங்கள், இணைய தளங்கள் ஆகியவற்றின் வளர்ச்சியை ஊக்குவிக்க வேண்டும்.

உற்பத்திகளில் தொடங்குவோம். கடன் தருவதை விரிவாக்க நாம் பல ஆண்டுகளாக முயற்சி செய்துகொண்டிருக்கிறோம். ஆனால், செலுத்துதல்களை எளிமையாக்கவும், வரவு தரக்கூடிய சேமிப்பு சாதனங்களை விரிவுபடுத்தவும், அவசர நிலைகளைச் சமாளிக்க எளிதாகப் புரிந்துகொள்ளக்கூடிய காப்பீட்டைத் தரவும் நாம் அதிகக் கவனம் செலுத்தவில்லை. இவற்றை ஊக்குவித்து நிதித் துறையில் அனைவரையும் உள்ளடக்குவதை விரிவுபடுத்த நாம் ஒருவேளை முயற்சி செய்யலாம். அதன் மூலம் கடன் முன்னே செல்லாமல் பின்தொடர்ந்து வருமாறு செய்யலாம். உண்மையில் ஏழைகளோடு பணிபுரியும் பல வெற்றிகரமான அமைப்புகள் மிகவும் வறியவர்களுக்கு கடன் தருவதற்கு முன்னர், அவர்கள் கடன் தொகையில் சிறிதளவைச் சேமிக்குமாறு செய்கிறார்கள். நமது சுய உதவிக் குழுக்களும் (SHG) இதே அடிப்படையில் வேலை செய்கின்றன. ஒருமுறை ஏற்றுக் கொள்ளப்பட்ட சேமிப்புப் பழக்கம் கடனைத் திருப்பிச் செலுத்தும் சுமையைச் சமாளிக்க வாடிக்கையாளருக்கு உதவுகிறது. அதோடு கடனை சரிவரப் பங்கிடவும் வழி வகுக்கிறது. இப்போது இருக்கின்ற தகவல் தொழில்நுட்ப அறிவைக்கொண்டு, வாடிக்கையாளரின் சேமிப்பு, செலுத்துதல் முறையை ஆராய்வது அவர்களில் யார் கடனைச் சரிவரப் பயன்படுத்தத் தயாராக இருக்கிறார்கள் என்பதைக் காட்டும்.

மிக எளிமையாக இருக்கும் அடிப்படை சேமிப்புக் கணக்கினை தொடங்கக்கூட அணுக முடியாமல் செய்யும் தடை, 'உங்கள் வாடிக்கையாளரைத் தெரிந்து கொள்ளுங்கள் (KYC)' ஆவணங்கள்.

அடிப்படைக் கணக்குகளைத் திறப்பதற்கு அதனை எளிதாக்கும் தேவையை வல்லுநர்கள் வலியுறுத்தியிருக்கிறார்கள். தேவையான ஆவணங்களைக் குறைக்க வேண்டும் என்று சொல்கிறார்கள். அதற்கான முயற்சியாக, டாக்டர். நாச்சிகட் மார் குழு நிரந்தர முகவரிக்கான ஆதாரம் மட்டும் போதும் என்று பரிந்துரைக்கிறது. ஆனால், இது இப்போதைய ஆர்பிஐ விதிகளை விடக் கடுமையானது. ஆர்பிஐ விதிகள் ரூ.50,000/-க்கும் கீழே உள்ள கணக்குகளுக்கு ஒருவர் தனது முகவரி முதலான விபரங்களுக்குத் தானே சான்றளிக்க அனுமதிக்கிறது. ஆர்பிஐயின் சுற்றறிக்கைக்குப் பிறகும், ஆவணங்களைக் குறைப்பதை ஒரு சில வங்கிகள்கூடச் செய்யவில்லை. ஒழுங்குமுறை விதிகள் எப்படி இருந்தாலும், ஏதாவது தவறு நிகழ்ந்தால் அவை பொறுப்பாக்கப்படும் என்று அஞ்சுகின்றன. மூன்றாவது ஆள் 'உங்களுடைய வாடிக்கையாளரைத் தெரிந்து கொள்ளுங்கள்(KYC)' சான்றளிப்பதை ஏற்பது கடினமாக இருக்கிறது.

இன்று, கடுமையான KYC விதிகள் வங்கி அமைப்பிலிருந்து மக்களை விலக்கி வைக்கின்றன. பலரைத் தேவையற்ற தொந்தரவுகளுக்கு உள்ளாக்குகின்றன. உண்மையான குற்றம் அல்லது பயங்கரவாதச் செயல்பாடுகளிலிருந்து தங்களைக் காத்துக்கொள்வதைவிட, ஒழுங்குபடுத்தும் அல்லது சட்ட விதிகளுக்குப் பயந்தே இந்த விதிகளை வங்கிகள் பின்பற்றலாம். நம்மால் இதனை மாற்ற முடியுமா? அதிக மதிப்புள்ள காசோலைகளுக்குப் பணம் தருவதற்கு முன்னர் சில நாட்கள் வைத்திருப்பது போன்ற அடிப்படைக் கணக்குகளில் சில வரம்புகளை அமைத்து, அதேநேரம் கவனமாக கணக்குகளின் செயல்பாட்டு முறையைக் கண்காணிக்கலாம் என்றும், அதனால் சந்தேகத்திற்கு இடமான செயல்பாட்டைக் கண்டுபிடித்து நிறுத்தலாம் என்றும் சில வங்கியாளர்கள் கருதுகிறார்கள். ஒரு வங்கி பெரிய தவறுகளைக் கண்டுபிடிக்க நம்பத்தகுந்த அமைப்பை ஏற்படுத்தியிருந்தாலும், குறைந்த மதிப்புள்ள கணக்குகளில் சிறு தவறு ஏற்பட்டால் ஒழுங்குபடுத்தும் விதியில் விலக்கு அளிக்க வர்த்தக வங்கியை அனுமதிக்கலாமா? பாதுகாப்பான கணக்குகளைப் பரவலாக அணுகுவதை எளிதாக்குவதால் வரும் லாபம் சிறு ஏமாற்றுதலின் இழப்புகளைவிட அதிகமாக இருக்குமா? தொடர்ந்து திரும்பத் திரும்ப செய்ய வேண்டிய நடைமுறையில்லாமல், ஒருவருடைய KYC-யில் நம்பிக்கை வைக்க அமைப்பிலுள்ள விவரங்களை எப்படிப் பெறுவது? இந்தப் பிரச்சனைகளை

எதிர்கொள்ளத் தொழில்நுட்பம் எவ்வாறு உதவும்? நாம் விடை காண வேண்டிய வினாக்கள் இவை.

புதுமையான இன்றைய தொழில் நுட்பத்தின் வழியாக, வாடிக்கையாளர்களுக்கு எளிமையான செலவு குறைவான, எளிதாகப் பயன்படுத்தக்கூடிய வசதிகளைக் கொடுக்க முடியும் என்பதுதான் முதன்மையான பிரச்சனை. கைபேசிகளில் இதனைச் செய்து விட்டோம், வங்கியிலும் செய்ய முடியுமா? நமது செயல்பாடுகளில் பணம் செலுத்துதலும் ஒன்று. பணம் செலுத்துவதற்கான அடிப்படைக் கட்டுமானம் இந்தியாவில் மிக முன்னேறியிருக்கிறது என்று நான் குறிப்பிட வேண்டும். அதிகப் பண மதிப்புள்ள, அதேசமயம் சிறிய பரிமாற்றங்களுக்கு பணம் செலுத்துதல், வலுவுள்ள செலுத்துதல், முடிவு செய்த ஓர் இணைய தளங்களை இயக்குவதற்கான மூன்று பெரிய ஆர்பிஐ தொழில்நுட்ப மையங்கள் நம்மிடம் இருக்கின்றன. எல்லா இ-வர்த்தகப் பரிவர்த்தனைகளுக்கும் அங்கீகாரத்திற்கான அதிகப்படியான காரணியையும் அறிமுகப்படுத்தியிருக்கிறோம். இவை பரிவர்த்தனைகளுக்கு அதிகமான பாதுகாப்புத் தருகின்றன. மேலும் கடன் அட்டை பரிவர்த்தனைகளுக்கு ‘சிப்’,‘பின்’ தொழில்நுட்பத்தைக் கொண்டு வரவிருக்கிறோம். அமெரிக்காவில்கூட உங்கள் பணம் திருடப்பட்டு விட்டது என்று தெரிவதற்குள்ளேயே, திருடர்கள் ஆயிரக்கணக்கான டாலர்களை உங்கள் கடன் அட்டைகளில் ஏற்றிவிடுகிறார்கள். ஆனால் வங்கி, கடன் அட்டை பரிவர்த்தனை பற்றிக் குறுஞ்செய்தி எச்சரிக்கைகள் தருவது அமெரிக்காவில்கூட இல்லாத முக்கியமான முன்னேற்றம். நம்மிடம் மலிவான பாதுகாப்பான செலுத்துதல்களையும், அனுப்புதல்களையும் கொடுக்கக்கூடிய உள்கட்டமைப்பு இருக்கிறது என்று இதற்குப் பொருள். நமக்குத் தேவையெல்லாம் மக்கள் விரும்புகின்ற வசதிகளையும் அணுகுதலையும் கொடுக்க அரசு சாரா நிறுவனங்கள் உள்கட்டமைப்பைப் பயன்படுத்த வேண்டுமென்பது தான்.

இந்தியாவில் 900 மில்லியன் கைபேசிகள் பயன்பாட்டில் இருக்கின்றன. நிதிச் சேவைகளுக்கு விநியோகத் தடமாகக் கைபேசியின் பயன்பாடு ஒரு பெரிய வாய்ப்பு. கைபேசி வங்கிப் பயன்பாட்டிற்கு வங்கி வழிநடத்தும் மாதிரியை ஏற்றுக் கொண்டிருக்கிறோம். வங்கி அல்லாததையும், கைபேசி இணையதளச் செயல்பாட்டாளர்கள் உட்பட கைபேசிப் பணப்பை (Mobile wallet) அளிக்க அனுமதி அளிக்கப்பட்டிருக்கிறார்கள். ஆனால்,

இப்போதைக்கு பணம் பெறுதல் அனுமதியளிக்கப்படவில்லை. வர்த்தகத் தொடர்புகளில் இன்னும் பெரிய, எங்கும் பரவலாக இருக்கக்கூடிய இணையதளத்தின் வழியாக, வங்கிக் கணக்குகளுக்கும் கைபேசிப் பணப் பைகளுக்கும் இடையே தடையின்றி பணம் மாறுதல் செய்ய அனுமதிக்கும் பாதுகாப்பான வழியைக் கண்டுபிடித்தல் மலிவான எல்லா இடங்களுக்கும் பொதுவாக செலுத்துதலும், அனுப்புதலும் ஏற்படுத்த ஒரு முக்கிய வழியாகும். இந்த இலக்கினை அடைய செலுத்தும் வங்கிகளை அமைக்கலாம் என்று டாக்டர் நாச்சிகட்மார் குழு பரிந்துரைக்கிறது. தொலைதூர இடங்களில் பணியாற்ற குறைந்த செலவில் அதிக உற்பத்தி செய்யும் அலகுகளை (scale economics) அணுகக்கூடிய பல தொழில்களுக்கிடையே பணியாற்றும் வணிகத் தொடர்பாளர்களைப் பெறுவது, NBFC-க்களை வங்கித் தொடர்பாளர்களாகப் பயன்படுத்துவது ஆகியவை பிற ஆலோசனைகள். இவற்றையும் ஆராய்வோம்.

இதற்கிடையில், ஆர்வத்தைத் தூண்டும் தீர்வுகள் வந்து கொண்டிருக்கின்றன. நேரடியாகப் பணம் தருவது அனுப்புதல்களுக்கு மிகமுக்கியம். ஏனென்றால், பணம் பெறக் கூடிய மக்கள் தொகை நமது நாட்டில் அதிகம். அவர்களில் பெரும்பாலோருக்கு முறை சார்ந்த வங்கிச் சேவைகள் கிடைக்காது. வங்கிக் கணக்கு வைத்திருப்பவர்களிடமிருந்து கணக்கு வைத்திராதவர்களுக்கு ATM-கள் மூலம் பணம் மாற்றும் வசதியைத் தரும், பணம் பெறும் அமைப்பை உருவாக்க கொள்கையளவில் அனுமதி அளித்திருக்கிறோம்.

இதன்படி பணம் அனுப்புபவர் ATM பரிவர்த்தனை மூலம் தனது கணக்கிலிருந்து பணத்தை எடுப்பார். இடைநிலை பணியகம் செலுத்த வேண்டியதை செயல்முறைக்கு உள்ளாக்கி பணம் பெறுபவருக்கு அவருடைய கைபேசியில் ஒரு குறியீட்டை அனுப்பும். இது அவர் அருகிலுள்ள வங்கியின் ATM-இல் பணம் எடுத்துக்கொள்ள அனுமதிக்கும். இந்த அமைப்பு வாடிக்கையாளர் அடையாளம், பரிவர்த்தனை சரிபார்த்தல் முதலிய தேவையான பாதுகாப்புகளைக் கவனித்துக் கொள்ளும். இதுபோன்ற இன்னும் புதுமையான செயல்பாடுகள் நமக்குத் தேவை. அவற்றில் சிலவற்றை கைபேசிக் குழுமங்கள் தந்து கொண்டிருக்கின்றன.

இந்தியாவில் அதிகமான அளவில் கைபேசிகள் பயன்படுத்தப்பட்டாலும் பெரும்பாலான கைபேசிகள்

அடிப்படையானவை. பல கைபேசித் தொடர்புகள் முன்பணம் செலுத்தப்பட்ட சந்தாக்கள். இவை முக்கியமான தடைகள். தங்களுடைய வாடிக்கையாளர்களுக்கு, தடையற்ற பாதுகாப்பான முறையில் எல்லா வகையான கைபேசி வங்கிச் சேவைகளைத் தர வங்கிகளும், தொலைத்தொடர்பு சேவை தருவோரும் இணைந்து செயல்பட மிகப்பெரிய வாய்ப்புள்ளது. இதில் முக்கியமான பங்களிப்போருக்கிடையே உரையாடலை இன்னும் சில மாதங்களில் வேகப்படுத்துவோம்.

கடனைப் பெறுவதில் ஏழைகளும், சிறு தொழில்களும் சந்திக்கும் இடர்ப்பாடுகளில் ஒன்று அவர்களைப் பற்றிய விபரம் இல்லாமலிருப்பது, அவர்களது கடனுக்காக மதிப்பிடப்படும்போதும், கடன் தந்த பிறகு கடன் கொடுத்தவர் அவற்றைக் கண்காணிப்பதிலும் வெளிப்படைத் தன்மை இல்லாதது. சேமிப்புகள், செலுத்தல் வசதிகள் ஆகியவை வெளிப்படையானால், கைபேசிக் குழுமங்களுக்கும், சேவைக் குழுமங்களுக்கும், அரசுக்கும் செலுத்தவேண்டிய விபரம் சேகரிக்கப்படுமானால், இவற்றில் சேராதவைகள் கடனைப் பெறுவதற்கு உதவும் ஆவணங்களைச் சேர்த்து வைக்க முடியும். மேலும் பணம் செலுத்தத் தவறியவர்கள் பற்றிய எதிர்மறையான செய்தி நிதி இணையதளத்தின் மூலம் நேர்மையான பொறுப்புள்ள வகையில் பகிர்ந்துகொண்டால், ஒவ்வொரு தனிப்பட்ட கடன் பெறுவோருக்கும் ஓர் எச்சரிக்கையாக இருக்கும் - அவர்களது கடன் பற்றிய வரலாறு இருக்கும். இது சரியான நேரத்தில் திருப்பிச் செலுத்த ஊக்கமளிக்கும். இது வங்கிகள் கடன் தரும் விருப்பத்தைக் கூட்டும்.

இறுதியில், நுகர்வோர் அறிவு, பாதுகாப்பு பற்றிப் பேசுகிறேன். நாம் அதிகப்படியான மக்களைச் சென்றடையும்போது, அவர்களுக்குத் தரப்படும் வசதிகளை அவர்கள் புரிந்து கொள்கிறார்களா என்பதை உறுதிசெய்ய வேண்டும். அவர்கள் அறிவு சார்ந்த முடிவெடுக்க அவர்களுக்குத் தகவல் தேவைப்படும். 'வாங்குபவர் எச்சரிக்கையாக இருக்கவேண்டும்' என்பது வழக்கமாக நிதிச் சந்தைகளில் பயன்படுத்தப்படுவது. அதாவது வாங்குபவர் வேண்டுமென்றே தவறாக வழி நடத்தப்படாமல் இருக்கும்வரையில், அவர் தான் வாங்க விரும்பும் பொருட்களை ஆராய்ந்து, வாங்கும் முடிவு எடுக்க அவரே பொறுப்பாளி. இது வாங்குபவர் மேல் கவனத்தையும், உழைப்பையும் சுமத்தினாலும், மோசமான தேர்வுகள் உட்பட, முடிவுகளை எடுப்பதற்கு அதிகமான உரிமையை அது தருகிறது.

ஆனால், சரியாக விவரம் தரப்படாத சாதாரணக் கல்வியறிவுடைய முதலீட்டாளர்களைப் பொறுத்தவரையில், வெவ்வேறு வகையான முதலீட்டாளர்களுக்குப் பொருத்தமான வங்கிப் பொருட்கள் எவை என்பது பற்றிய வழிகாட்டிகளை அமைக்கவேண்டுமென்ற டாக்டர் நாச்சிகட்மார் குழுவின் பரிந்துரையை நாம் கவனத்தில் கொள்ள வேண்டும். பொதுவாகச் சொல்லப்போனால், ஒரு வங்கிப் பொருள் சிக்கல் மிகுந்ததாக இருக்கும் அளவிற்கு வாடிக்கையாளர் விபரம் தெரிந்தவராக இருக்க வேண்டும். எளிய சேவைகள் எல்லோருக்கும் பயன்படுவதற்கு முன்னரே ஏற்றுக்கொள்ளப்படுகின்றன. ஆனால் அவை விரைவில் சிக்கல் மிகுந்தவையாக ஆகின்றன. வாங்குபவர் (பயன்படுத்துபவர்) அவர் வாங்குவதற்கு முன்னரே விபரம் தெரிந்தவராக அல்லது சரியாக வழிநடத்தப்பட்டவராக இருக்கிறார் என்று காட்ட நிதி சேவை வழங்குபவர் அதிகமான பொறுப்பை ஏற்கவேண்டியிருக்கும் நிலைக்கு நாம் போகவேண்டுமா?

ஆனால், வருங்காலத்தில் வாடிக்கையாளர் அதிக விபரம் தெரிந்தவர்களாக இருக்க வேண்டியதிருக்கும். தொழில்நுட்பத் துறை நிதி விஷயங்களில் மக்களுக்கு அறிவுரை வழங்க உதவுமா? எனினும், நிதி பற்றிப் பெரும்பாலோர் பள்ளிகளில் கற்பதில்லை. ஆனால், அன்றாட உலகில் ஒவ்வொரு நாளும் அதைச் சந்திக்கிறார்கள். செலவு குறைவான ஆனால், உயர்ந்த மதிப்புள்ள தொலை நிலை நிதிக் கல்வி இந்நாட்டிற்கு மிக அவசியமான ஒன்று. அதனைத் தர தொழில் முனைவோர் புதுமையான வழியைப் பற்றிச் சிந்திப்பார்கள் என்று எதிர்பார்க்கிறோம்.

நான் முடிப்பதற்கு முன்னர் ஒரு முன்னெச்சரிக்கை! தொழில்நுட்பம் நல்ல நோக்கங்களுக்கும், தீயவற்றிற்கும் நிதியை அணுகுவதை எளிதாக்கலாம். ஆர்பிஐயில் உங்களுக்காக நிறையப் பணம் காத்திருக்கிறது, என்னிடமிருந்து வருவதுபோல மின்னஞ்சல்களை உங்களில் பலர் பெறுவீர்கள். உங்களுக்குப் பணம் அனுப்ப உங்களுடைய கணக்கு விபரங்களை எனக்கு அனுப்பி வைக்குமாறு உங்களைத் தூண்டலாம். ஆர்பிஐ பணத்தை யாருக்கும் தருவதில்லை என்றும், நான் இப்படிப்பட்ட மின்னஞ்சல்களை அனுப்புவதில்லை என்றும் உறுதி கூறுகிறேன். அப்படிப்பட்ட மின்னஞ்சல்களை நம்பினால் மோசடிக்காரர்களிடம் பணத்தை இழந்து விடுவீர்கள். இந்தப் பழமொழியை நினைவில் வையுங்கள்: 'உண்மையாக இருக்க முடியாத அளவிற்கு ஒன்று சிறந்ததாகத் தோன்றினால் அது உண்மையாக இல்லாமலே இருக்கலாம்.'

எனினும் மோசடியைத் தடுக்க தொழில்நுட்பம் வழிகளைத் தர முடியும். மக்கள் மோசடியை அடையாளம் கண்டு ஒழுங்குமுறைக்கு உதவ சமூக ஊடகங்களைப் பயன்படுத்தலாமா? இதனைப் பொறுப்புள்ள வழிகளில் எப்படிச் செய்யலாம்? இந்த நேரத்தில் இவை கேள்விகள்தான். ஆனால், நாம் விடைகள் காண்போம் என்று உறுதியாக இருக்கிறேன்.

முடிவாக பரிமாற்றச் செலவுகளைக் குறைக்கும் திறனுள்ள தொழில்நுட்பம், நிதித்துறையில் அனைவரையும் உள்ளடக்குவதற்கு மையமாக குறைவான மதிப்புப் பரிமாற்றம் அதிக அளவில் நடக்க உதவுவதில் முக்கிய இடம் பெறுகிறது. எளிதாக அதிகப்படியான தரவுகளைச் சேகரித்து செயல்முறைக்கு உட்படுத்துவதால், தொழில்நுட்பம் நிதித்துறையில் முடிவெடுப்பதின் தன்மையை முன்னேற்ற முடியும். வங்கிப் பொருட்களுக்கு இணையதள விளைவுகள் கிடைக்குமானால் இணையதள நன்மைகளைப் பெறுவதற்கு முக்கியமாகத் தேவைப்படும் இயங்குதன்மையை மட்டுமல்ல, மக்களின் நம்பிக்கையைத் தொடர்வதற்கும், முறை சார்ந்த நிதி அமைப்பிலிருந்து மீண்டும் விலகி விடுவதைத் தடுக்கவும், முக்கியமாக இருக்கிற பாதுகாப்பையும் தொழில்நுட்பம் உறுதிசெய்ய முடியும். வெற்றிகரமாக நடக்கும் செய்தி - தொழில்நுட்பத் தொழில், நிதித் தொழிலுடன் இணைந்து இந்நாட்டில் நிதியில் அனைவரையும் உள்ளாக்குவதில் புரட்சி செய்யும் என்று நான் உண்மையாக நம்புகிறேன்.

II

National Seminar on Equity, Access and Inclusion–இல் ஐதராபத்தில் 2016 ஜூலை 18 அன்று நான் ஆற்றிய உரையில் அனைவரையும் உள்ளடக்குதல் பற்றி நாங்கள் என்ன செய்துகொண்டிருந்தோம் என்பதைச் சுருக்கமாகத் தெரிவித்தேன். என்னுடைய பதவிக் காலத்தில் பொதுத் துறை வங்கிகளுக்குக் கட்டளைகள் *(Mandate)* தருவது அனைவரையும் உள்ளடக்கும் சிக்கலைத் தீர்த்துவிடும் என்ற நம்பிக்கையிலிருந்து விலகிச்செல்ல முயன்று கொண்டிருந்தோம். இழப்பீடு தரப்படாத லாபம் தராத ஒவ்வொரு கட்டளையும் அதிகாரிகளும், ஒழுங்குபடுத்துபவரும் நெருக்கமாகக் கண்காணிக்கும் வரையில்தான் பயனுள்ளதாக இருக்கும். வங்கிகள் கண்காணிப்பைத் தங்களுக்கேற்பக் கையாண்டு ஏமாற்றி கட்டளையைத் தவிர்க்க முடிந்தால் தவிர்த்து விடும். இது புரியக் கூடியது தான். ஏனென்றால், பொது வங்கி முதன்மைச் செயல் அலுவலர்களையும் லாபங்களுக்குப் பொறுப்பாளிகளாக ஆக்குகிறோம்.

இந்தப் பூனை – எலி விளையாட்டுக்கு முடிவுகட்ட, ஏழை, கவர்ச்சிகரமான, சேவைசெய்யத் தகுந்த வாடிக்கையாளராகப் பார்க்கப்பட்டு, அதே சமயம் அவர் சுரண்டலுக்கு உட்படாதவாறு பாதுகாப்புகள் தரும் ஒரு சூழலை உண்டாக்குவதில் நாங்கள் கவனம் செலுத்த வேண்டுமென்று விரும்பினேன். இங்கே எங்களது வெற்றி தோல்வி கலந்தது என்பதை நான் ஒத்துக்கொள்ள வேண்டும். ஆர்பிஐ தகுந்த சூழலை உருவாக்க முயன்ற அதேநேரத்தில் அரசு ஜனதன் யோஜனா, முத்ரா திட்டம் (சிறு கடன்களுக்கு) போன்ற கட்டளைகள் அதிகப் பயனளிக்கும் என்று நம்பியதாகத் தெரிந்தது. இரண்டுமே சேர்ந்து இயங்கலாம். குறுகிய காலத்தில் பொதுத்துறை வங்கிகள் குறிப்பிட்ட ஆணைகளைத் தருமாறு தள்ளப்பட முடியும் என்ற அரசின் நிலைப்பாடு சரிதான். எடுத்துக்காட்டாக, ஏழைகளுக்குக் கணக்குகள் தொடங்க அவர்கள் கேட்டுக் கொள்ளப்படலாம். எனினும், தொடர்ந்து பெருமளவில் அனைவரையும் உட்படுத்துவதற்கு, வங்கிகள் ஏழை வாடிக்கையாளருக்கு நன்றாகப் பணிபுரிய ஆணைகளுக்கும் அப்பால் செல்ல வேண்டும். அதற்கு, அனைவரையும் உட்படுத்தல் கவர்ச்சிகரமான, சுரண்டாத ஒரு திட்டமாக இருக்கும். எடுத்துக்காட்டாக, அரசு தந்த நேரடியான சாதகங்களை புதிய கணக்குகளுக்கு மாற்றுவதற்குப் போதுமான அளவு வங்கிகளுக்கு ஈடு தருவது முக்கியம். கணக்குகள் மிதமான அளவே லாபகரமாக இருந்தாலும், வங்கிகள் தங்கள் சேவையை நன்றாக அளித்து ஏழை வாடிக்கையாளருக்காகப் போட்டியிட ஓர் ஊக்கியாக அமையும்.

இவ்வாறு அரசின் திட்டத்தை ஆதரித்த அதேவேளையில், அனைவரையும் உள்ளடக்கும் சூழலுக்கான மாற்றத்தை வேகப்படுத்தினோம்.

நிதித்துறையில் அனைவரையும் உள்ளடக்குவதில் மாறிவரும் கருத்தியல்

அனைவரையும் அதிக அளவில் நிதித்துறையில் உள்ளடக்குவதில் உள்ள பொருளாதார முட்டுக் கட்டைகள் எவை? மிக முக்கியமானது ஒதுக்கி வைக்கப்பட்டவர்களின் பொருளாதார நிலையாக இருக்கலாம். உலகெங்கும், ஏழைகள், சிறியோர், தொலைக் கோடியில் இருப்போர் ஒதுக்கி வைக்கப்படுகிறார்கள். இது நிதித்துறை அமைப்பு வளர்ச்சியடையாததால் அல்ல, மாறாக அவர்களுக்கு லாபகரமாக சேவை செய்வது கடினம் என்பதால். எனினும் நம்பிக்கையை இழப்பதற்கு இது காரணம் அல்ல, மாறாக அனைவரையும் உள்ளடக்குவதிலுள்ள முட்டுக்கட்டைகளை நீக்குவது எப்படி என்று கேட்கவேண்டும். இத் தடைகளைக் குறிக்க IIT என்ற எழுத்துத் தொடரைப் பயன்படுத்தலாம். செய்தி (Information), ஊக்கிகள் (Incentives), பரிமாற்றச் செலவுகள் (Transaction).

IIT

ஒதுக்கிவைக்கப்பட்டோர் கடைக் கோடியில் வசிக்கலாம் அல்லது பொருளாதாரச் செயல்பாடுகளில் முறைசாராத நிலையில் ஈடுபடும் இனக்குழுக்களைச் சேர்ந்தவர்களாக இருக்கலாம். இவர்கள் பதிவுகள் எதுவும் வைத்திருக்க மாட்டார்கள். ஒப்பந்தங்கள், ஆவணங்கள் ஆகியவற்றில் கையெழுத்திட்டிருக்க மாட்டார்கள். அவர்களுக்கு சொத்து எதுவும் இருக்காது. வருமானத்திற்கு ஒழுங்கான, நிறுவனத்திற்கு உட்பட்ட வழி இருக்காது. அதனால், ஒரு வங்கியாளர், அவர் அந்தப் பகுதியைச் சேராதவராக இருந்தால் - பெரும்பாலும் அப்படித்தான் இருக்கும் - நிதிப் பொருட்களைக் கொடுக்க முன்வரும்போது போதுமான விபரங்களைப் பெறுவதில் சிரமம் இருக்கும்.

இரண்டாவது சிக்கல் ஊக்கிகள். எடுத்துக்காட்டாக, பணம் கடன் கொடுப்பவருக்குப் பணம் திரும்பிவிடும் என்ற நம்பிக்கை இருந்தால்தான் கடன்கள் எளிதாகக் கிடைக்கும். சட்ட

அமைப்பு திரும்பிச் செலுத்துதலை விரைவாகவும், மலிவாகவும் ஆக்காவிட்டால், கடன் வாங்குபவரிடம் பிணையாக ஈடு தருவதற்கு ஒன்றுமில்லையென்றால் கடன் கொடுப்பவருக்குத் தனது பணம் திரும்பி வரும் என்ற நம்பிக்கை இருக்காது.

மூன்றாவது தடை பரிவர்த்தனைச் செலவுகள். ஏழைகளின் பரிவர்த்தனைகளின் அளவு அல்லது குறு விவசாயிகள் அல்லது தொழில்களின் அளவு குறைவாக இருக்கும். ஆனால், பரிவர்த்தனைச் செலவு அதிகமாக இருக்கும் ஒரு வாடிக்கையாளர் ரூ.10,000/- கடன் வாங்க விண்ணப்பித்தாரென்றால் அதற்குத் தேவையான ஆவணங்களைத் தருவதற்கும், வாடிக்கையாளர் படிவங்களை நிரப்புவதற்கு உதவுவதற்கான நேரம்தான், ரூ.10 இலட்சம் கடன் வாங்கும் ஒருவருக்கு உதவ ஆகும் நேரமுமாகும். விபரம் தெரிந்த வங்கியாளர் சிறு வாடிக்கையாளரைவிடப் பெரிய வாடிக்கையாளரிடம்தான் கவனம் செலுத்துவார்.

வட்டிக் கடைக்காரர் எப்படிச் சமாளிக்கிறார்?

நிதித்துறையில் அனைவரையும் உள்ளடக்குவதற்கு நாட்டின் முதன்மையான நோக்கங்களில் ஒன்று வட்டிக் கடைக்காரரின் பிடியிலிருந்து ஒதுக்கி வைக்கப்பட்டோரை விடுவிப்பதுதான். வங்கியாளர் யாரும் கடன் கொடுக்கத் துணியாதவர்களுக்கு எப்படி வட்டிக் கடைக்காரர் துணிவாகக் கடன் தருகிறார்? ஏனென்றால் அவருக்கு இந்த முட்டுக் கட்டைகள் இல்லை. உள்ளூர் இனக் குழுவிலிருந்து வரும் வட்டிக் கடைக்காரருக்கு ஒவ்வொருவருடைய வருமானத்திற்கான வழிகள் எவை, சொத்து எவ்வளவு, அவர் எவ்வளவு திருப்பித் தரமுடியும் என்பது நன்றாகவே தெரியும். மேலும் பணத்தைத் திரும்பப்பெற கொடூரமான வழிகளைப் பயன்படுத்தும் வசதி உள்ளவர். மேலும் கடன்வாங்குபவருக்கு வட்டிக் கடைக்காரருக்குப் பணம் தரும் தவணை தவறினால், கடன் தரும் கடைசி ஆளையும் இழந்து விடுவோம் என்பது தெரியும். எனவே கடன்காரர் கடனைத் திருப்பித்தர வலிமையான ஊக்கிகள் உள்ளன. இறுதியாக, வட்டிக் கடைக்காரர் அருகிலேயே இருக்கிறார். குறைந்த அளவே ஆவணங்களைப் பயன்படுத்துகிறார் - கடனைத் திரும்பப்பெற அவர் நீதிமன்றத்திற்குப் போகப் போவதில்லை - எனவே கடன்கள் எளிதாகவும் விரைவாகவும் கிடைக்கின்றன. ஓர் அவசரத்திற்கு அல்லது ஓர் ஏழை அன்றாடம்

கடன் வாங்க தேவைப்படும்போது வட்டிக் கடைக்காரரை விட்டால் ஒருவருமில்லை. வட்டிக் கடைக்காரர் தனது பிடியில் இத்தனை பேரை வைத்திருப்பதில் வியப்பில்லை.

அப்படியானால், இந்தப் பிரச்சனையை மக்கள் கொள்கை எப்படி அணுக வேண்டும்? நான் மூன்று அணுகுமுறைகளை விவரிக்கிறேன். அவை கட்டளைகளும், சலுகைகளும், நிறுவனங்களை மாற்றியமைத்தல், கடனை விட்டு விலகிப் போதல்.

அணுகுமுறை I: கட்டளைகளும், சலுகைகளும்

ஓர் அணுகுமுறை முறைசார் நிறுவனங்களை லாபகரமாக இல்லாவிட்டாலும், ஒதுக்கிவைக்கப்பட்டவர்களை நோக்கிச் செல்லத் தள்ளுதல். அதனால்தான் வங்கிகள் அவர்களது கடன்களில் ஒரு பகுதியை 'முன்னுரிமைத் தொகுதிகளுக்கு' ஒதுக்கவேண்டுமென்றும் வங்கி வசதி இல்லாத பகுதிகளில் 25 சதவீத கிளைகளைத் திறக்கவேண்டும் என்றும் ஆணை பிறப்பித்திருக்கிறோம். குறிப்பிட்ட துறையினருக்கு கடன்களுக்கு வட்டிச் சலுகைகள் தரப்படுகின்றன. மேலும், பிரதான் மந்திரி ஜன் தான் யோஜனா (PMJDY) திட்டத்தின் கீழ் அனைவருக்கும் வங்கிக் கணக்குகள் தொடங்க வங்கிகள் கேட்டுக் கொள்ளப்பட்டிருக்கின்றன. அதுபோலவே, முத்ரா திட்டத்தின் கீழ் சிறு தொழில்களுக்குக் கடன்கள் தரவும் இன்று ஊக்கப்படுத்தப்படுகின்றன.

சேவை தருபவர்களால் (வெளியாட்கள் என்று பொருளாதார வல்லுநர்கள் குறிப்பிடுபவர்கள்) அணுகப்படாதவர்களை நிதித்துறையில் அனைவரையும் உள்ளடக்குதலில் கொண்டு வருவதில் நல்ல சமூகப் பயன்கள் இருப்பதால், சமுதாயக் கண்ணோட்டத்தில் பார்க்கும்போது அத்தகைய ஆணைகள் அறிவுடைமையாகவே இருக்கின்றன. எடுத்துக்காட்டாக, ஒரு விவசாயத் தொழிலாளர் தன்னுடைய சொந்த கோழிப் பண்ணையைத் தொடங்குவதால் அவருக்குக் கிடைக்கும் குடும்ப, சமூக மதிப்பும், அவர் குடும்ப வருவாயைக் கூட்ட உதவுவதும், மொத்தத்தில் வங்கிகள் கடன் கொடுப்பதால் ஏற்படும் செலவுகளைவிட அதிகம். வங்கி இந்த சமூக நிலைப் பயன்களைப் பண மதிப்பில் காணமுடியாது. ஆனால், அந்தப் பயன்களை

உண்டாக்குவது தகுதியானது என்று முடிவு செய்து அவற்றைக் கட்டாயப்படுத்தலாம்.

அதேபோல அனைவரும் அணுகக் கூடிய இணைய வசதிகள் இருப்பதும் உதவும். எடுத்துக்காட்டாக, பயனாளிகள் பலரும் வங்கிக் கணக்கு வைத்திருந்தால் பயன்களை நேரடியாக மாற்றுவது எளிதாக இருக்கும். ஒரு கணக்கிலிருந்து இன்னொரு கணக்கிற்கு மாற்றுவது விரைவில் அறிமுகப்படுத்தப்படவிருக்கும் Unified Payment Interface (UPI) மூலமாக, கைபேசிகள் வழியாகச் செய்வது எளிதாக்கப்படும்போது, இந்தக் கணக்குகளும் மிக அதிகமாகப் பயன்படுத்தப்படும். கண்டிப்பாக கணக்குத் தொடங்கப்பட வேண்டுமென்பது, தொடர்புடைய இணையதள வெளியாட்களுடன் அனைவரையும் உள்ளடக்கிய இணையதளத்தை உருவாக்கும்.

எனினும், ஆணைகளிலிருந்து பல ரிஸ்க்குகளும் ஏற்படும். முதலாவதாக, பயன்பாட்டை அளவிட சந்தைச் சோதனை ஒன்றும் இல்லை. அது சாத்தியமும் இல்லை. ஒரு கோழிப் பண்ணைக்காரரின் உயர்ந்த நிலையின் மதிப்பை எப்படி அளப்பது? எனவே ஆணைகள் அரசியல் தலைமையின் நம்பிக்கைகளால் உந்தப்படுகின்றன. அவை பயனளிக்காவிட்டாலும்கூட அதிக காலம் நீடிக்கும். மேலும் சில சுயநலக்காரர்கள் சிறப்பு ஆணைகள் மூலம் பயன் பெறலாம், அதனால் அவற்றின் பயன்கள் இல்லாது போனபிறகும் கூட அவை தொடருமாறு பார்த்துக் கொள்வார்கள். வங்கியாளர்கள் ஆணைக்குப் பணிவதால் லாபம் இல்லாததைப் பார்த்து, தகுதியுள்ளவர்களின் பட்டியலிலிருந்து எளிதில் அணுகக் கூடிய, ரிஸ்க் குறைவானவர்களைக் குறி வைத்து குறைந்த செலவில் இலக்கை அடைய முயற்சி செய்வார்கள். சாதாரண செயல்பாட்டைக் கூட தகுதியானவர்கள் பட்டியலில் சேர்க்குமாறு அடையாளம் காட்டிக் கொள்ளலாம். இறுதியாக, பல ஆணைகள் பொதுத்துறை வங்கிகள் மேலேயே விழுகின்றன. அவற்றின் லாபகரத் தன்மையை போட்டி குறைப்பதால், ஆணைகளை நடைமுறைப்படுத்தி அதே சமயம் நிலையாக இருக்கப் போதுமானதைச் சம்பாதிக்கும் திறன் குறைகிறது.

எனவே ஆர்பிஐ, ஆணைகளின் மதிப்பை ஏற்றுக்கொள்ளும் அதேவேளையில், அவை இன்னும் பயனுள்ளவையாக மாற முயற்சி செய்திருக்கிறோம். எடுத்துக்காட்டாக, உண்மையிலேயே ஒதுக்கப்பட்டோரை இலக்காகக் கொள்வதற்கு அழுத்தம் தந்து, முன்னுரிமை பெறுவதற்குத் தகுதியுள்ளவர்களின் பட்டியல்

திருத்தப்பட்டிருக்கிறது. சிறப்பாக, குறுகிய, விளிம்புநிலை விவசாயிகளுக்குப் (அறுவடையில் பங்கு கொள்பவர்கள் உட்பட) போகவேண்டிய Adjusted Net Bank Credit (ANBC)-யின் பங்கு 2017 மார்ச்சுக்கு 8 விழுக்காடாகக் குறிக்கப்படுகிறது. இது குறு நிறுவனங்களுக்கு 7.5 விழுக்காடாக நிர்ணயிக்கப்பட்டிருக்கிறது. அதேசமயம், உண்மையிலேயே ஒதுக்கப்பட்டவர்களுக்குக் கடன் கொடுக்காமல், முன்னுரிமை தளர்வுவிதிகளை வங்கிகள் பயன்படுத்தக்கூடிய சாத்தியமும் குறைக்கப்பட்டிருக்கிறது. எடுத்துக்காட்டாக, விவசாய இடு பொருள்களை உற்பத்தி செய்யும் குழுமங்களுக்குத் தரப்படும் பெரிய கடன்கள் இதற்குத் தகுதியுடையவை அல்ல. மேலும், வங்கிகள் தங்களது இலக்குகளை ஆண்டு இறுதியில் இல்லாமல் ஒவ்வொரு காலாண்டிலும் அடையவேண்டியது கட்டாயமாக்கப்பட்டிருக்கிறது. இதனால் ஆண்டு இறுதியில் குறுகிய காலக் கடன் தந்து கணக்கு முடிப்பது குறைக்கப்படுகிறது. இறுதியாகக் கடன் கொடுப்பவர் இருப்பவர்களுக்கு விற்க அனுமதிக்கும் முன்னிரிமைத் துறை கடன் சான்றிதழ்கள் (Prioriy Sector Lending Certificates) இப்போது வர்த்தகத்திற்கு உட்படுத்தப்படுகின்றன. முன்னுரிமைத் துறை கடனளிப்பு உரிமங்கள் இப்போது வர்த்தகத்திற்கு உட்படுத்தப்படுகின்றன. இப்படிப்பட்ட கடன்களை வழங்க அதீத திறமையுள்ளவர்களை ஊக்குவிக்க இது உதவும். மொத்தத்தில் பொதுத்துறை ஆணை உண்மையிலேயே ஒதுக்கப்பட்டவர்களுக்கு நன்றாகப் போய்ச் சேர்வது மட்டுமல்ல, திறமையோடும் அளிக்கப்படுகிறது.

ஆணைகளுக்கு செலவினங்கள் இல்லாமல் இல்லை. சாதாரண வாடிக்கையாளர்கள் மேல் அதிகமாக வசூலித்து செலவினங்களை எடுக்க வங்கிகளை வற்புறுத்தாமல், எங்கெங்கு முடியுமோ அங்கே ஆணைக்காக செலவிட்டு செலவினங்களைப் பொதுவில் கொண்டு வருவது நல்லது. எடுத்துக்காட்டாக, தொலைதூரப் பகுதிகளில் கணக்குகளோ, ரொக்க எந்திரங்களோ திறக்கப்படும்போது அவற்றிற்கு குறிப்பிட்ட மானியம் தரவேண்டும். இது அவற்றை யார் வழங்கினாலும் தரப்படும். இப்போது ஆணையின் செலவினம் வெளிப்படையாகிவிடும். அதிகாரங்களால் அது ஏற்றுக் கொள்ளப்படும். இவ்வாறு எவ்வளவு காலத்திற்கு ஆணையைச் சுமத்துவது என்பது பற்றி, அறிவுபூர்வமான முடிவுகள் எடுக்க உதவும். அது மட்டுமல்ல, மானியத்தால் கவரப்பட்டு மிகத் திறமையான சேவையாளர்களால் அது வழங்கப்படும்.

எனவேதான் இன்று வங்கிச் சேவை குறைவாக இருக்கும் பகுதிகளில் வைக்கப்படும் ரொக்க மறுசுழற்சி எந்திரங்களுக்கு வெளிப்படையான மானியத்தை ஆர்பிஐ வழங்குகிறது. அதனால் மைய, மாநில அரசுகள் குறிப்பிட்ட கணக்குகளைப் பராமரிப்பதற்கு வங்கிகளுக்கு பணம் தருகின்றன. உண்மையாகவே குறைவாக சேவை பெறுவோரை மட்டுமே ஆணைகள் குறிவைக்கும். ஆணையை நிறைவேற்றினால் வெளிப்படையான பணம், அவை மிகத் திறமையானவர்களால் வழங்கப்படுவது ஆகியவை விதியாக இருக்க வேண்டும்.

அணுகுமுறை 2: சரியான நிறுவனங்களை உருவாக்குதல்

நான் ஏற்கனவே சொன்னதுபோல, வட்டிக் கடைக்காரர் வெற்றிகரமாகத் தொழில் செய்வதற்கான காரணம் அவருக்கு அவரைச் சுற்றியுள்ள இடங்களையும், மக்களையும் தெரியும். யாருக்குக் கடன் கொடுக்கலாம் என்பது பற்றி நன்றாகக் கணித்திருப்பார். ஆனால், உள்ளூரில் கிளை வைத்திருக்கும் ஒரு பெரிய தேசிய வங்கிக்கு இரண்டு குறைகள்: முதலாவதாக, வங்கிக் கிளை மேலாளர் அனைத்து இந்தியத் தேர்வு மூலம் பணியமர்த்தப்பட்டவர். வேறு மாநிலத்தைச் சேர்ந்தவராக இருப்பார். உள்ளூர் மக்களைப் பற்றி நெருக்கமாக ஒன்றும் தெரியாது. பல நல்ல கிளை மேலாளர்கள் அப்பகுதி மக்களைப் பற்றிக் கற்றுக் கொள்கிறார்கள், பலர் செய்வதில்லை. வங்கி அலுவலர்களின் உயர்ந்த சமூகப் பொருளாதார நிலையும், சமுதாயத்தில் ஏழைத் தட்டுப் பிரிவினரைத் தூரத்தில் நிறுத்தி விடுகிறது. தொலைதூரங்களில் இருக்கும் பல கிளைகள் அலுவலர்களுடைய அதிகப்படியான ஊதியத்தினால், அவர்கள் நன்றாக வேலை செய்தாலும், பொருளாதார நிலையில் நடைமுறைக்குச் சாத்தியமற்றதாக இருக்கின்றன. இறுதியாக, ஒதுக்கப்பட்டோரிடம் முறைசார் ஆவணங்கள் இல்லாத நிலையில், அதிகாரம் சார்ந்த மைய அலுவலகத்தினர் மத்தியில் பொதுவாக நடைமுறைகளுக்குப் பயப்பட வேண்டிய பெரிய வங்கிகளின் மேலாளர்கள் சிறப்பாகச் சேவை செய்ய முடியவில்லை. அறிவும் ஆர்வமும் உள்ள பழங்குடியினர் ஒருவருக்குப் படிப்போ முன் அனுபவமோ இல்லை, அவர் ஒரு கடை வைக்க விரும்புகிறார். அவருக்குக் கடன் கொடுப்பதன் காரணங்களை தலைமை அலுவலகத்திற்கு எப்படிப் புரிய வைப்பது?

உள்ளூர் கட்டுப்பாடுடைய, விபரம் தெரிந்த உள்ளூர் மக்கள் பணியில் அமர்த்தப்பட்ட உள்ளூர் நிதி நிறுவனங்கள் ஒதுக்கப்பட்டோருக்குச் சிறந்த முறையில் நிதிச் சேவைகள் தர முடியும். எடுத்துக்காட்டாக, HDFC வங்கி கஷ்மீரில் உள்ளூர் இளைஞர்களைக் கடன் அலுவலர்களாக நியமித்து கடன் வழங்கும் துறையில் வெற்றிகரமாகச் செயல்படுகிறது. நுண்ணிய நிதி நிறுவனங்களின் வெற்றியிலிருந்து நாம் பாடம் கற்றுக் கொள்ளலாம். அவை உள்ளூர் பற்றிய விபரங்களுடன் உடனொத்தவர்களின் அழுத்தம், திரும்பச் செலுத்த வேண்டியவற்றை அடிக்கடி சேகரிப்பது ஆகியவற்றின் வழியாகத் திரும்பச் செலுத்த வலிமையான ஊக்கிகளையும் சேர்த்துக் கொள்கிறார்கள். உண்மையில் இதுவும் உள்ளூர்ப் பகுதி வங்கிகள், மண்டல கிராம வங்கிகள் ஆகியவற்றிற்கான காரணியாக இருக்கிறது. கூட்டுறவு இயக்கத்தில் இது வலுவான அமைப்பு.

எனினும், இந்த நிறுவனங்களில் பெருமளவு வெற்றி கிடைக்கும் அதேநேரத்தில் சில குறைகளும் உள்ளன. கடன்களுக்குப் பாதுகாப்பு நிதித்துறையில் ஒரு வளரும் வழியாக இருந்தாலும், நுண் நிதி நிறுவனங்கள் குறைந்த மதிப்புள்ள வைப்பு நிதியத்தினை அணுக முடிவதில்லை. உள்ளூர் பகுதி வங்கிகளை அவற்றின் பகுதியை விட்டு விரிவாக்கம் செய்ய முடியாது. அது இடம் தொடர்பான அடர்வு ரிஸ்க்குகளுக்கு உட்பட வேண்டியதிருக்கும்.

மண்டல கிராமிய வங்கிகள் தங்களது ஊதியம், பட்டியல் வணிக வங்கிகளுக்கு இணையாக இருக்க வேண்டுமென்று போராடின. சம ஊதியம் கிடைத்தபிறகு, செலவினங்கள் அவர்கள் சேவை செய்யவேண்டிய வாடிக்கையாளர்களுக்கு ஏற்றதாக இல்லை என்று காண்கிறார்கள். பெரிய வங்கிகளுக்கு இணையாக வெற்றிகரமாக நடைபெறும் சில கூட்டுறவு வங்கிகள் உள்ளன. ஆனால், பல வங்கிகள் நிர்வாகச் சிக்கல்களால் சிரமப்படுகின்றன. நகரக் கூட்டுறவு வங்கிகளில் வலுவான நிர்வாகத்தைக் கொண்டுவர ஆர்பிஐ முயன்று கொண்டிருக்கிறது. ஆனால், மாநில அதிகாரங்களுடன் உள்ள இரட்டை மேற்பார்வை ஆர்பிஐ செய்யக் கூடியதைக் கட்டுப்படுத்தியிருக்கிறது.

இவ்வணிக நிறுவனங்கள் தங்கள் நோக்கங்களை நிறைவேற்ற உதவும் வகையில் ஒரு மாற்று நிறுவனப் பாதையைத் தர, ஆர்பிஐ சிறிய நிதி வங்கி என்ற ஒரு புதிய நிறுவனத்தை உண்டாக்கியிருக்கிறது. இங்கே சிறிய என்பது அதன் அளவைக்

குறிப்பிடவில்லை. அது கையாளும் வாடிக்கையாளர்களின் தன்மையைக் குறிக்கிறது. கடன்களில் 75 விழுக்காடு ரூ.25 லட்சத்திற்கும் குறைவாக இருக்கவேண்டும் என்று ஆணை இருக்கிறது. எனவே சிறிய நிதி வங்கி, ஒதுக்கப்பட்டவர்களுக்கு சேவை புரியும் நோக்கத்தோடு உள்ளது. இதுவரையில் உரிமங்கள் நுண் நிதி நிறுவனங்களும், ஒரு உள்ளூர் பகுதி வங்கிக்கும் தரப்பட்டிருக்கின்றன. ஆனால், வருங்காலத்தில் மண்டல கிராமிய வங்கிகளுக்கும், கூட்டுறவுகளுக்கும் அவை ஏன் கொடுக்கப்படக் கூடாது என்பதற்கு எந்தக் காரணமும் இல்லை. இந்த நிறுவனங்கள் செலவு குறைவான அமைப்பை, தொழில்நுட்ப உதவியுடன் பயன்படுத்தி ஒதுக்கப்பட்டவர்களுக்கு நிதிச் சேவைகள் பலவற்றைத் தரும் என்பது நம்பிக்கை.

புதிய நிறுவனங்கள் கடன் தரப்படுவதை எளிமையாக்கும். எடுத்துக்காட்டாக, கடன் தகவல் பீரோக்கள் சில்லறைக் கடனில் தகவல், ஊக்கத்தொகைப் பிரச்சனையைத் தீர்க்கப் பெருமளவில் உதவியிருக்கின்றன. கடனைத் திருப்பிச் செலுத்துவதில் தவறினால், அவர்களது கடன் பெறும் மதிப்பீட்டைக் குறைத்துவிடும். வருங்காலத்தில் கடன் கிடைக்காது என்று ஒருவருக்குத் தெரிந்தால், சரியான நேரத்தில் கடனைத் திருப்பித் தர அதுவே ஓர் ஊக்கியாக இருக்கும். கிராமப்புற இந்தியாவில், சுயஉதவிக் குழுக்கள் கடன் வாங்குவதையும் கடன் பீரோக்களுக்குள் கொண்டுவருவது உட்பட, அவற்றினை விரிவுபடுத்த வேண்டும். தனியாட்களை அடையாளம் காண ஆதாரைப் பயன்படுத்துவது இருக்கும் பதிவுகளைத் துல்லியமாக ஆக்குவதுடன் போலி ஆவணங்களை நீக்கிவிட உதவும். ஆண்டின் இறுதிக்குள், இந்தியாவின் கடன் தகவல் பீரோ ஒவ்வொருவருக்கும் ஓராண்டுக்கு விலையில்லாமல் கடன் அறிக்கை தரத் தொடங்கும். அப்போது அவர்கள் தங்களது கடன் மதிப்பீட்டைத் தெரிந்து கொள்ளலாம். தவறுகள் எதுவும் இருந்தால் விண்ணப்பிக்கலாம். அரசின் இன்னொரு முக்கியமான திட்டம் ‘அலுவல் ஆதார்’ எண்களை சிறு தொழில்களுக்குத் தருவது. இவை தனித்த அடையாளங்கள் ஆகும்.

அப்படிப்பட்ட அடையாள எண்கள் சிறு நிறுவனங்கள் கடன் பீரோக்களில் கடன் வரலாறுகளைப் பதிவு செய்ய உதவும். ஏனென்றால், குறிப்பிட்ட முனைவோரோடு வரலாறுகள் தொடர்புள்ளவையாக இருக்கும்.

கிராமப்பகுதிகளில் நிலம்தான் மிக மதிப்புள்ள செல்வத்தின் மூலம். ராஜஸ்தானில் முன்மொழிந்திருப்பதைப்போல, நிலப் பத்திரங்களைக் கணினிக்குக் கொண்டுவந்து, அரசு அதனுடைய இறுதிச் சொந்தக்காரருக்கான உறுதிச் சான்றிதழ்களும் தருவது பணம் கடன் வாங்க நிலத்தைப் பயன்படுத்துவதை எளிதாக்கும். ஆந்திராவில் மாநில அரசு பட்டாக்களைப் பதிவிலேற்றுவதைப்போல அறுவடையில் பங்குகளையும் ஏற்றுக்கொள்வது என்பது பயிரிடுவோர் கடன்பெற வகை செய்யும்.

ஆணை நிறைவேற்றப்படும்போது வெளிப்படையாகப் பணம் செலுத்தப்படும். இதனை மிகத்திறமையானவர்களே செய்ய முடியும். இது ஒரு நடைமுறை வழியாக இருக்கவேண்டும். வாங்குபவர்கள் காலம் தாழ்த்தியே பணம் தருகிறார்கள். MSME பெரிய வணிகர் மேலுள்ள உரிமையை விற்க முடிந்தால் நிலைமை சீராகி விடும். ஆர்பிஐ உரிமம் வழங்கியுள்ள மூன்று Trade-Receivables Discounting Systems (TREDS) இந்த நிதியாண்டில் செயல்படத் தொடங்கினால் இது நடக்கும். மிகச் சிறிய MSME-க்களும் பயன்படும் வகையில் பரிமாற்றங்களின் ஒவ்வொரு பகுதியையும் தானியங்கியாக மாற்றி பரிமாற்ற செலவுகளைக் குறைப்பதுதான் முக்கியம்.

அணுகுமுறை 3: கடனில் தொடங்காதீர்கள்

நாம் பல ஆண்டுகளாக கடன் பசியை விரிவாக்க முயன்று கொண்டிருக்கிறோம். பணம் செலுத்துதல்களை எளிதாக்குவது, பணம் தரும் சேமிப்பு வசதிகளை விரிவாக்குவது, விவசாய விளைபொருள்களுக்கு காப்பீட்டை எளிதில் பெற உதவுவது ஆகியவற்றில் அதிகக் கவனம் செலுத்தவில்லை. நிதியை அனைவருக்கும் உட்படுத்தும் கோட்பாடு வளரும் இந்நேரத்தில், இந்தப் பொருட்களை உள்ளடக்குவதை விரிவுபடுத்தவும், கடன் அவர்களைப் பின்தொடர்ந்து போகவும் அரசும், ஆர்பிஐயும் முயன்று கொண்டிருக்கின்றன. மிகவும் ஏழைப்பட்டோருடன் தொண்டாற்றும் பல வெற்றிகரமான அமைப்புகள், அவர்களுக்குக் கடன் தருவதற்கு முன்னர் ஒரு சிறு தொகையையாவது சேமிப்புக்காக ஒதுக்கி வைக்க வேண்டுமென்று முயற்சி செய்கின்றன. நம்முடைய சுய உதவிக் குழுக்களில் சில இந்தக் கொள்கையுடன் செயலாற்றுகின்றன. இந்த சேமிக்கும் பழக்கம் ஒருமுறை ஏற்பட்டுவிட்டால் கடனைத்

திரும்பச் செலுத்தும் சுமையைக் கையாள வாடிக்கையாளருக்கு உதவுகிறது. அது மட்டுமல்ல கடனை நல்ல முறையில் பிரித்துப் பயன்படுத்துவற்கும் வழி வகுக்கிறது.

செலுத்துவதும், பணம் எடுப்பதும் எளிதாக இருப்பது முறைசார் சேமிப்புகளை அதிகக் கவர்ச்சிகரமாக ஆக்கும். இன்று கிராமத்தவர் ஒருவர் வங்கியில் பணம் போட்டால், அதைத் திரும்ப எடுப்பதற்கு மைல்கள் கணக்கில் நடக்க வேண்டியதிருக்கிறது. அல்லது ஒரு வங்கித் தொடர்பாளருக்காகக் காத்திருக்க வேண்டியதிருக்கும். நாங்கள் வங்கித் தொடர்பாளர்களின் இணையதளத்தை உறுதிப்படுத்த ஏற்பாடு செய்திருக்கிறோம். வங்கித் தொடர்பாளர்களின் பதிவேடு ஒன்றை உண்டாக்குவது, ஆதார் மூலம் பணம் வழங்கும் திட்டத்தின் மூலம் எந்த வங்கியிலும் பணம் எடுக்கவும் கொடுக்கவும் அதிகாரம் தருதல், (அவர்களுக்கு தகுந்த ஊதியமும் கிடைக்கும்), நிதி சேவைகள் செய்யப் போதுமான பயிற்சி தருதல் ஆகியவை மூலம் இதைச் செய்யவிருக்கிறோம். பணம் செலுத்துதல், பணம் எடுத்தல் நிலையங்கள் விரிவுபடுத்தப்படும். அஞ்சல் பணம் செலுத்தல் வங்கியும், தொலைத் தொடர்புடன் இணைந்து பணம் செலுத்தும் வங்கிகள் அஞ்சல் நிலையங்களையும், தொலைபேசி சிற்றறைகளையும் நிதித் துறையின் நுழைவு மையங்களாக ஆக்கும். ஒரு வங்கிக் கணக்கிலிருந்து இன்னொரு வங்கிக் கணக்குக்கு மாற்றுதல் இன்னும் சில வாரங்களில் எளிதாகி விடும். Unified Payment Interface வழியாக, கைபேசி மூலம் இது நடைபெறும். கிராமத்தவர் ஒருவர் ஒரு கடைக்காரருக்குப் பணம் தரவேண்டுமென்றால், அவருடைய மாற்றுப் பெயரைத் தெரிந்து வைத்திருந்தால் போதும். (எ.கா. Ram@xyzbank.psp). அதனை அவர் தனது கைபேசி app-இல் ஏற்றி தரவேண்டிய தொகையை எழுதி, தன்னுடைய கடவுச் சொல்லைப்போட்டு, send-ஐ அழுத்தினால் பணம் பட்டுவாடா ஆகிவிடும். இருவருக்குமே உடனடியாகச் செய்தி வந்து விடும். இருவருமே பணம் போடவும், எடுக்கவும் வங்கிக்குப் போக வேண்டாம். எந்த எந்திரமும் வேண்டாம். ஸ்மார்ட்ஃபோன் விலைகள் வேகமாக வீழ்ந்து வருவதால் இதனை அனைவரும் பயன்படுத்த முடியும். வாடிக்கையாளர் அதிக தூரம் நடக்க வேண்டிய சிக்கல் தீர்ந்து விடும்.

செய்தி-தொழில் நுட்ப ஆற்றலின் துணைகொண்டு, ஒரு வாடிக்கையாளரின் சேமிப்பு, பணம் செலுத்தல் முறையை ஆராய்வது அவர்களில் யார் கடனைச் சரியாகப் பயன்படுத்துகிறார்

என்பதைக் காட்டி விடும். வணிகங்களில் விற்பதற்கு ஆன்லைன் இணையதள மேடைச் சேவைகளைப் பயன்படுத்தும் சிறுதொழில் அதிபர்கள் வரவு செலவுகளைச் சரிபார்க்கக்கூடிய பதிவுகளை உண்டாக்க முடியும். இது கடன் பெறுவதற்கான அடிப்படையாக இருக்கும். சந்தைப்படுத்தவும், சரக்குப் போக்குவரத்துக்கும் உதவும் முழு சேவை மையங்கள் கடனோடு வணிகம் வழங்கும் நிதி நிறுவனத்தோடு இணைந்து செயல்படும் வகையில் வந்திருப்பது எங்களுக்கு ஊக்கமளிக்கிறது. இது ஸ்ரீநகரிலுள்ள கம்பளி வியாபாரி தனது பொருள்களை உலக அளவில் விளம்பரப்படுத்த உதவும், தனது வணிகத்தை விரிவுபடுத்த முடியும். எளிதான கட்டுப்பாடுகளுடன் இணைய-இணையக்கடன் வழங்கும் மேடைகளையும் ஊக்கப்படுத்தத் திட்டமிட்டிருக்கிறோம்.

சில விபரங்கள்

அனைவரையும் உள்ளடக்குவதற்கான பல்வேறு அணுகுமுறைகளை விளக்கினேன். இப்போது, இந்த நடைமுறையைச் செயல்படுத்துவதிலுள்ள சில விபரங்களில் கவனம் செலுத்துகிறேன். அவை 1. உங்களுடைய வாடிக்கையாளரின் தேவைகளைத் தெரிந்துகொள்ளுதல் 2. சுரண்டலைத் தவிர்க்க போட்டியை ஊக்கப்படுத்தல் 3. நிதி ஏற்பாடுகளில் ஓரளவு நெகிழும் தன்மையும், மன்னித்தலையும் உறுதிப்படுத்தல் 4. திறன் வளர்த்தலுக்கும் ஆதரவுக்குமான தேவை 5. நிதி பற்றிய அறிவை ஊக்குவித்து, வாடிக்கையாளரின் பாதுகாப்பை உறுதி செய்தல்.

உங்கள் வாடிக்கையாளரை அறிந்து கொள்ளுங்கள்

அடிப்படையான ஆவணங்களை இழந்துவிடுதல் நிதிச் சேவைகளைப் பெறுவதற்கான தடையாக இருக்கிறது. இதைத் தெரிந்தே, ரிசர்வ் வங்கி அடிப்படை நிதிச் சேவைகளுக்குத் தேவையான ஆவணத்தை எளிமையாக்கியிருக்கிறது. எடுத்துக்காட்டாக, முகவரிக்கான சான்றை, குறிப்பாக இருப்பிடம் மாற்றும்போது, தருவது கடினம் என்பதை உணர்ந்து நிரந்தர முகவரியைக் காட்டும் ஒரே ஓர் ஆவணத்தைத் தந்தால் போதும் என்று ஆர்பிஐ கூறுகிறது. இப்போதைய முகவரிக்கு வாடிக்கையாளர் தானே சான்று வழங்கலாம். நாட்டுக்குள் இடம்

மாறும்போது வாடிக்கையாளர்கள் சந்திக்கும் பிரச்சனைகள் இதனால் தடுக்கப்படும். துரதிர்ஷ்டவசமாக, ஆர்பிஐ-யின் ஆணைகள் எல்லாக் கிளைகளுக்கும் போய்ச் சேர்வதில்லை. அண்மையில் ஒரு பத்திரிக்கையாளர் விவரித்திருந்ததுபோல இதனால் வாடிக்கையாளர்கள் தேவையில்லாத தொல்லைகளுக்கு உள்ளாகிறார்கள். இந்திய வங்கிகளின் மன்றத்தைப் பொதுவான கணக்குப் படிவங்களை அமைக்குமாறு கேட்டுக் கொண்டிருக்கிறோம். படிவத்தின் பின்புறத்தில் ஆர்பிஐ-இன் குறைந்தபட்சத் தேவைகள் அச்சிடப்பட்டிருக்கும். எடுத்துக்காட்டாக தொகைகளிலும் பரிவர்த்தனைகளிலும் சில கட்டுப்பாடுகளுடன் எந்த அதிகாரப்பூர்வமான ஆவணமுமின்றி அடிப்படைக் கணக்கை பெறலாம் என்பது தெளிவாகிறது *(ஆசிரியர் குறிப்பு: KYC தேவைகள் ஆர்பிஐ இணைய தளத்தில் பின்னர் வெளியிடப்பட்டன).*

அரசாங்க மானியக் கடன் கொடுக்கக் கையூட்டு தர வேண்டியுள்ளது. சுரண்டலைக் கையாள அடிப்படையான வழி நிதிச் சேவைகளைத் தருபவர்களிடம் போட்டியை அதிகப்படுத்தலாகும். கட்டுப்பாட்டு ஒழுங்குமுறை உதவலாம். ஆனால், ஒழுங்குமுறை போட்டியைத் தடுத்து விடாமலிருக்கக் கவனமாக இருக்க வேண்டும். அப்போது இன்னும் சுரண்டல் அதிகமாகி விடும்.

இரண்டு எடுத்துக்காட்டுகளை எடுத்துக் கொள்வோம்:

ஏழைகளிடம் அதிகமான வட்டிகள் வசூலிக்கப்படுவது பற்றி அரசியல்வாதிகள் கவலைப்படுகிறார்கள். எனவே, அவர்கள் வட்டி உச்ச உரிமையை நிர்ணயிக்குமாறு ஒழுங்குமுறையாளரிடம் கேட்கிறார்கள். கட்டுப்பாட்டுக்கு உட்பட்ட கெட்டிக்கார வட்டிக்குக் கொடுப்பவர் கடன் கொடுக்க மறைவான அல்லது அவ்வளவாக மறைக்கப்படாத கட்டணங்களின் மூலம் வட்டி உச்ச வரம்பைத் தவிர்த்துவிட முடியும். ஆனால், அவர்களைக் காட்டிலும் கெட்டிக்கார ஒழுங்குபடுத்துபவர் அப்படிப்பட்ட சந்தைத் தளங்களை வெளியில் கொண்டுவந்து விடுவார் என்று வைத்துக் கொள்வோம். (இது சரியான அனுமானமாகப் பெரும்பாலும் இருக்காது). எனினும் இன்னும் சிக்கல் இருக்கிறது. பொருளாதாரத்தில் விளிம்பு நிலையிலுள்ள மக்களுக்குக் கடன் கொடுப்பதால் அதிகப்படியான வாராக் கடன் ரிஸ்க்கிற்காக ஈடுகட்ட வட்டிக்குக் கொடுப்பவர் வாராக் கடன் ரிஸ்க் விளிம்பைச் சரி செய்வது மட்டுமல்ல சிறு கடன்களைக் கொடுப்பது, மேற்பார்வையிலிருந்து, திரும்பப்பெறுவதற்கான நிலையான

செலவுகளையும் அவர் ஏற்க வேண்டும். வட்டி வீத உச்ச வரம்பு மிகக் குறைவாக இருந்தால், ஒழுங்குமுறைக்கு உட்பட்ட கடன் தருபவர் கடன் கொடுப்பதில் அக்கறைகாட்ட மாட்டார்; ஏனென்றால் அவருக்கு எந்தப் பயனும் இருக்காது. ஒழுங்குக்கு உட்பட்டவர்களிடையே போட்டி இல்லாதபோது, ஏழைக் கடனாளி ஒழுங்குமுறைக்கு உட்படாத பேராசைக்கார வட்டிக் கடைக்காரரின் கையில் சிக்கிக் கொள்கிறார். எனவே வட்டிவீத வரம்பு விபரம் தெரியாத ஏழைகள் சுரண்டப்படுவதை அனுமதிக்கும் அளவிற்கு அதிகம் இருக்கக் கூடாது. கட்டுப்பாட்டுக்குள் இருக்கும் கடன் தருவோர் கடன் கொடுக்க ஊக்கம் தருவதைக் கொன்றுவிடும் அளவிற்குக் குறைவாகவும் இருக்கக்கூடாது. குறு நிதி நிறுவனங்களுக்கு வட்டி வீத வரம்புகளை நிர்ணயிப்பதில் ஆர்பிஐ இந்த வழியையே பின்பற்றி வருகிறது. நிறுவனச் சட்டகங்கள் கடன் தருவதிலிலுள்ள ரிஸ்க்கைக் குறைக்கும் அளவிற்கு வளரும்போதும், வட்டிக்குத் தருபவர்களிடம் போட்டி அதிகமாகும்போதும், விதிக்கப்பட வேண்டிய உச்ச வட்டிவீதத்தைக் குறைக்க முடியும்.

இதேபோல மாணவர்கள், சிறு தொழில் செய்வோர் போன்ற கடனாளிகளிடமிருந்து ஒரு குறிப்பிட்ட அளவிற்குக் கீழே உள்ள கடன்களுக்கு பிணைகள் பெறுவதை நமது ஒழுங்குமுறைகள் தடுக்கின்றன. எனினும், கடன் தருபவர்களை கடன் தரவேண்டுமென்று கட்டாயப்படுத்தப்படாவிட்டால், பிணை வாங்குவதைத் தடுப்பது பிணையைத் தரக் கூறிய கடனாளிகள் கடன் பெற முடியாமல் செய்துவிடும். வட்டி வீதங்களுக்கு வரம்பு நிர்ணயிக்க முடியாது. பிணையை எடுப்பதைத் தடுக்கவும் முடியாது. எனினும்கூட கடன் வாங்குபவர் எளிமையாகக் கடனைப் பெற வேண்டும். அதாவது, ஒழுங்குபடுத்துவதில் வட்டிக்குத் தருவதைக் கண்காணிக்காவிட்டால் வட்டி வீதங்களில் உச்ச வரம்பு விதிப்பதும், பிணையைப் பெறுவதைத் தடுப்பதும், தகுதியுள்ளவர்களில் சிலருக்கு நிறுவனம் கடன் தருவதைத் தடுத்து விடும். நமது கட்டுப்பாடுகள் இவற்றை மனதில் கொள்ள வேண்டும்.

ஏழைகள் காப்பாற்றப்பட வேண்டும்; அவர்கள் கடன் பெற உறுதியும் செய்ய வேண்டும். இதற்கு முன்னுரிமைத் துறைக்கான தகுதி பெற, காப்பு தேவையற்ற அல்லது பிணையில்லாத கடன்கள் அவர்களுக்குக் கிடைக்க உறுதி செய்யவேண்டும். அதோடு சாதாரணக் கடன்களுக்கு பிணைதர முன்வருவோரிடமிருந்து பிணை பெற அனுமதிக்க வேண்டும். ஆனால் அப்படிப்பட்ட

காப்புறுதியுள்ள கடன்களுக்குக் குறைவான வட்டி வாங்கும் கொள்கையை அவர்கள் கடைப்பிடிக்கவேண்டியது நிபந்தனையாக இருக்கும். இப்போதைய விதிமுறைகளின்படி பிணை அடகு வைக்கத் தேவையில்லா விட்டாலும், அவர்களிடம் பிணை இருந்தால் அதனைத் தர அவர்களைக் கட்டாயப்படுத்தும். (இதற்கு ஈடுகட்ட குறைந்த வட்டி வீதம் வசூலிக்கலாம்). அதேசமயம், பிணை தருவதற்கு ஆயத்தமாக இருப்பவர்களுக்கு கடனையே மறுக்கும் பெரிய தீமையை இது குறைக்கும். இதனைப் பற்றியும் நாம் சிந்திக்க வேண்டும்.

இணக்கமும், மன்னிப்பும்

சிறிய தொழில்களுக்குக் கடனால் ஏற்படும் செலவினத்தைப் பற்றி மக்கள் புகாரளிக்கும்போது, வட்டி செலவின் பெரிய கூறு கடன் ரிஸ்க் விளிம்புதான். அது உண்மையில் கொள்கை அளவிலான வட்டி இல்லை என்பதையும் உணர்ந்து கொள்வதில்லை. கடன் ரிஸ்க் விளிம்பு, மைய வங்கியின் கட்டுப்பாட்டில் இல்லை. நான் ஏற்கனவே சொன்னதுபோல, கடன் வழங்கும் நிறுவன உட்கட்டமைப்பைச் சீரமைப்பதில் கவனம் செலுத்த வேண்டும். எனினும், கடனைத் திருப்பிச் செலுத்துவதில் கடுமையாக நடவடிக்கை எடுக்கும் ஓர் அமைப்பு கடன் தருபவரின் கடன் ரிஸ்க் விளிம்புச் செலவைக் குறைத்தாலும், அப்பாவிக் கடனாளிகள் மேல் அதிகப்படியான செலவினங்களைச் சுமத்துகிறது. எடுத்துக்காட்டாக, படிப்பதற்குத் தவறான கல்லூரியில் சேர்ந்த மாணவன் சாதாரண ஒரு வேலையில் சேர்ந்து பெரும் கடன் தொகையைத் திரும்பச் செலுத்துவதில் முடியும்போது அவன் வாழ்நாள் முழுவதும் தண்டிக்கப்பட வேண்டுமா? கடனைத் திருப்பிச் செலுத்துவதில் ஓரளவு - நெகிழ்வுத் தன்மையுள்ள ஓர் அமைப்பு நமக்கு வேண்டும். அப்போதுதான் தவறானத் தேர்வு செய்வோர் அல்லது துரதிர்ஷ்டமான விளைவைச் சந்திப்போர் ஆகியோருக்கு கொஞ்சம் நிவாரணம் கிடைக்கும். அதேசமயம் அவர்கள் தங்கள் பொறுப்பிலிருந்து தப்பித்துக் கொள்ளவும் கூடாது. இல்லையென்றால், மக்கள் அளவுக்கு அதிகமாகக் கடன் வாங்கி, தாங்கள் தப்பித்துக் கொள்வோம் என்று தெரிந்து பணத்தைத் தவறான வழிகளில் பயன்படுத்துவார்கள்.

இதை மனதில்கொண்டு, இயற்கைப் பேரிடர்கள் பற்றிய எங்களது முதன்மைச் சுற்றறிக்கையில், பயிர் இழப்புகள் அதிகம் இருக்கும்போது அவற்றை NPA என்ற வகையில் சேர்க்காமல் வங்கிகள் பயிர்க் கடன்களை மாற்றி அமைக்க அனுமதிக்கிறது. இது தனியாட்கள் அமைப்பைச் சுரண்டுவதைத் தடுக்கிறது. பாதிக்கப்பட்ட பகுதிக்கு மொத்த நிவாரணம் தருகிறது. அதேபோல, மாணவர் கடனைத் திருப்பித் தரும் தவணைக் காலத்தைத் தேவைக்கு ஏற்ப மாற்றியமைக்குமாறு கூறியிருக்கிறேன். அப்போது கடனைச் செலுத்தத் தவறியவர் என்ற பெயரைப் பெறாமல் கடன் வாங்கும் மாணவன் வேலையில்லாத காலங்களைக் கடக்க முடியும். விவசாயிகள் உட்பட தனியாட்கள் திவாலை அறிவிக்கக்கூடிய சாத்தியத்தையும் ஏற்றுக் கொண்டிருக்கிறோம். அப்போது அவர்கள் கடன் தொல்லையிலிருந்து விடுபடுவார்கள். ஆனால், இது அபூர்வமாகத்தான் பயன்படுத்தப்பட வேண்டும். தனியாள் திவாலைக் கடைசிப் புகலிடமாகத்தான் தேர்ந்து கொள்வார். ஏனென்றால் அவர் சொத்துகளை இழக்க நேரிடும், குறிப்பிட்ட காலத்திற்கு அவர் உடனே வாங்க முடியாது.

திறன்களை வளர்த்தலும் ஆதரவும்

ஏழை விவசாயத் தொழிலாளியை பணக்காரராக ஆக்க எளிதில் நிதிச் சேவைகள் கிடைக்கச் செய்வதுதான் சிறந்தவழி என்ற தவறான கதை பரவலாக இருக்கிறது. இது உண்மை இல்லை. நிறுவனத்திடம் கடன் வாங்குவது அவர் ஏற்கனவே வட்டிக் கடைக்காரரிடம் வாங்கிய கடனைத் திருப்பித் தர உதவும். அதனால் சிறிது நிவாரணம் கிடைக்கும். வங்கியில் கணக்கு வைக்க முடிந்தால் அது சிறிதளவு அவர் சேமிக்க உதவும். தேவைப்படும் உறவினர்களின் வேண்டுகோள்களிலிருந்து அவரைக் காப்பாற்றும். ஆனால், வருவாயை நிரந்தரமாக உண்டாக்க, கோழி அல்லது மாடு வளர்க்க அல்லது பூச்செடி பயிரிட அவற்றைச் சந்தைப்படுத்த கிடைக்கும் பணத்தைச் சரிவரக் கையாள அவருக்குத் திறன்கள் தேவை. பெரும்பாலும் அத்தகைய ஆதரவில்லாமல் தரப்படும் கடன் அவரை இன்னும் கடனாளியாக ஆக்கி விடும்.

சில வேளைகளில் குழுக்கள் ஒரு வேலையை எடுத்துக் கொள்ளும்போது அடுத்தவர்களிடமிருந்து மக்கள் கற்றுக் கொள்கிறார்கள். சில சமயங்களில் சிலருக்கு ஏற்கனவே

சந்தைப்படுத்தக்கூடிய திறனிருக்கும். அவர்கள் உற்பத்தி செய்து விரிவாக்கம் செய்யத் தேவையான கச்சாப் பொருள்கள் வாங்க கடன் தேவைப்படும். பொதுவாக நுண்தொழில் முனைவோரை ஊக்கப்படுத்த விரும்புவோர் கடன் தருவதோடு, திறன்கள் கற்றுத் தருதல் போன்ற வேறு ஆதரவுச் செயல்பாடுகளிலும் கவனம் செலுத்த வேண்டும். நல்லவேளையாக, இந்தியாவில் வளர்ந்து வரும் NGO இயக்கம் இருக்கிறது. பீகாரில் ஜீவிகா கிராம வாழ்வாதாரத் திட்டம் அது போன்றது. இந்த இயக்கம் அரசோடு சேர்ந்து தேவையான ஆதரவைத் தருகிறது. சில வங்கிகள் நுண்ணிய தொழில் முனைவோரை ஆதரிக்கும்போது முழுமையான ஓர் அணுகுமுறையை ஏற்றுக் கொண்டிருக்கிறார்கள். அரசின் திறன் இந்தியாத் திட்டம் விரிவடையும்போது, கடனை நன்றாகப் பயன்படுத்தக்கூடிய மக்களை அது உண்டாக்கும். திட்டத்திற்கும் நிதி நிறுவனங்களுக்கும் இடையில் வலிமையான தொடர்புகள் உண்டாக்கப்பட வேண்டும்.

நிதித்துறை பற்றிய அறிவும் நுகர்வோர் பாதுகாப்பும்

இறுதியாக, ஏழைகள் அல்லது ஒதுக்கப்பட்டோர் முறைசார் நிதிச் சேவைகளுக்குள் சேர்க்கப்படும்போது, அவர்கள் வலுக்கட்டாயமான விற்பனை அல்லது தவறான விற்பனையைச் சந்திக்க வேண்டியதிருக்கும். ரிசர்வ் வங்கியில், நுகர்வோர் விழித்துக் கொள்ளும் அளவிற்கு நிதித்துறை பற்றிய அறிவை விரிவாக்க வேண்டியதன் அவசியத்தை உணர்ந்திருக்கிறோம். வரவிருக்கும் வாரங்களில், தரமான நிதிச் செயல்பாடுகள் பற்றி அடிப்படை அறிவைத் தர தேசிய அளவில் முனைப்பியக்கத்தைத் தொடங்கவிருக்கிறோம். நாடு முழுவதும் பள்ளிக் கல்வித் திட்டத்தில் நிதி பற்றிய கல்வியைக் கொண்டு வர முயல்கிறோம்.

2015இல் வாடிக்கையாளர்களோடு பணியாற்றும்போது ஐந்து கொள்கைகளைப் பின்பற்ற வேண்டுமென்று ஆர்பிஐ குறிப்பிட்டது. நுகர்வோர் உரிமைகளின் பட்டியலை வங்கிகள் பின்பற்ற வேண்டும் என்றும், குறைதீர்க்கும் செயல்முறையைக் கண்காணிக்க உள்ளேயே ஒரு கண்காணிப்பாளரை நியமிக்க வேண்டும் என்றும் கேட்டிருந்தோம். இப்போது வங்கிகள் எப்படி நடந்து கொள்கின்றன என்பதையும் நுகர்வோர் பாதுகாப்பை வலிமைப்படுத்த அதிகப்படியான விதிகள் வேண்டுமா என்பதையும் ஆராய்வோம்.

காப்புறுதி போன்ற மூன்றாம் சேவையாளருடைய பொருட்கள் தவறாக விற்கப்படுகின்றன என்பது பற்றியும் ஆர்பிஐயின் கண்காணிப்பாளர் திட்டம் வழியாக, கிராமப்புறங்களில் போதுமான குறை தீர்த்தலை விரிவாக்குதல் பற்றியும் கவனம் செலுத்துவோம்.

முடிவுரை

நிதித் துறையில் அனைவரையும் உள்ளடக்குதலில் நாடு நல்ல முன்னேற்றம் கண்டிருக்கிறது. ஆனால், இன்னும் தொலை தூரம் போகவேண்டும். அனைவரையும் உள்ளடக்குவதில் ஆணைகள், ஊக்கத் தொகைகள், பொது வங்கிகளைச் சார்ந்திருத்தல் ஆகியவற்றிலிருந்து நிதானமாக ஒதுக்கப்பட்டவர்களைக் குறிவைக்குமாறு எல்லா நிதி நிறுவனங்களுக்கும் கவர்ச்சியாக இருக்கும் வகையில் சட்டகங்களை உருவாக்குவதை நோக்கிச் செல்கிறோம். ஒதுக்கப்பட்டோரின் தேவைகள் கல்வி, போட்டி, விதிமுறை ஆகியவற்றின் மூலம் காக்கப்படும். தேவைப்படும் ஒவ்வொரு இந்தியனுக்கும் மிக விரைவில் முறைசார் நிதிச் சேவைகளைக் கொண்டு வருவோம் என்று நான் உறுதியாக நம்புகிறேன். நமது நாட்டின் தொடர் வளர்ச்சிக்கான செங்கற்களாகிய எளிதில் கிடைத்தல், சமத்துவம் ஆகியவற்றை உறுதி செய்வதில் முக்கிய கூறு நிதித்துறையில் அனைவரையும் உள்ளடக்குதல்.

இயல் 6

இக்கட்டைத் தீர்த்தல்

I

ஆர்பிஐயின் மிகச் சிறந்த வல்லுநர்கள் ஈடுபட்டிருந்தாலும், நிதி இக்கட்டைக் கண்டுபிடித்து அதனைக் கையாள வங்கிகளைச் செயல்படுத்துவதில் நாங்கள் மிகக் குறைந்த அளவே முன்னேற்றம் கண்டோம். இப்போது இருக்கும் மனநிலை ஏற்கனவே இருக்கும் வலுவற்ற நிறுவன அமைப்பினால் உருவாக்கப்பட்டது இந்தப் பகுதியில்தான். நிறுவனங்களை மாற்றாமல் மாற்றங்கொண்டு வருவது கடினம்.

பொது வங்கிகளில்தான் இச்சிக்கல் மிகக் கடுமையாக இருந்தது. 2007–2009இல் அதிகப்படியான ரிஸ்க்குகள் எடுக்கப்பட்டன. வாராக் கடன்களில் பல அப்போது ஏற்பட்டவை. சிக்கலுக்குக் காரணம் ஊழல் என்பது பொது மக்கள் கருத்து. வாராக்கடன்கள் சில குறிப்பிட்ட முதன்மைச் செயல் அலுவலர்களின் காலத்தின்போது வேகமாக நடந்தன என்பது சில வங்கிகளைப் பொறுத்தவரையில் உண்மைதான். எனினும் வேறு பல முக்கியக் காரணங்கள் இருக்க வேண்டுமென்று நான் உறுதியாக நம்பினேன். உலக அளவில் ஏற்பட்ட நிதி நெருக்கடிக்கு முந்தைய காலகட்டத்தில் கடன் வழங்கலில் கிடைத்த வெற்றிக்குப் பிறகு, வங்கியாளர் மத்தியில் அதிகக் கடன் வாங்கும் முதலீட்டாளர்கள் *(High Promotor leverage)* பற்றிய அறிவுக்கு உட்படாத உற்சாகமும், பொறுத்துப் போதலும், 2011–க்குப் பிறகு காணப்பட்ட அவதூறுகளுக்குப் பிறகு அரசு தரும் அனுமதிகளில் சுணக்கம் ஏற்பட்டதும், முன்னெடுத்துச் செல்பவர்களுக்கும் *(Promotors)*, வங்கியாளர்களுக்கும் இருந்த மனநிலை, இக்கட்டு ஏற்படும்போது திரும்பப் பெறுவதற்கான கருவிகள் இல்லாமை ஆகியவையும் அதனுள் அடங்கும்.

கடந்த காலத்தைப் பற்றி நம்மால் ஒன்றும் செய்ய முடியாது. மேலும் வாராக்கடன்கள் அதிகமாகும் நிலையில் ஒரு சில முதன்மைச் செயல் அலுவலர்களைத் தவிர பிற பொதுத்துறை வங்கியாளர்கள் கடன் தருவதில்

எச்சரிக்கையாக இருந்தார்கள். அரசின் செயல்படாத நிலையினால் நின்று போயிருக்கும் திட்டங்களைக் கவனிக்க வேண்டுமென்று அரசினைத் தொடர்ந்து வலியுறுத்தினோம். ஆனால், அதன் விளைவுகள் எங்களது கட்டுப்பாட்டுக்குள் இல்லை. எங்களால் செய்யக் கூடியவை எல்லாம் வங்கியாளரின் மனநிலையை மாற்றி முன்னெடுத்துச் செல்பவர்கள் விஷயத்தில் அதிகக் கருவிகள் தருவதுதான். இங்கே நோக்கம் தண்டனை தருவதல்ல – பொதுத்துறை வங்கிகள் தரும் கடன் வளர்ச்சியில் தொய்வு ஏற்பட்டதை அறிந்து, பொருளாதாரத்தை செயல்படவைக்க, திட்டங்களை மீண்டும் செயல்படுத்துவதில் நான் அக்கறை காட்டினேன் – மாறாக, இழப்புகளை எல்லோரும் நியாயமான அளவு பகிர்ந்து கொள்வதை உறுதி செய்வதே நோக்கம். மோசடியில் ஈடுபடும் முன்னெடுத்துச் செல்வோரைப் பொறுத்தவரையில், விசாரணை முகமைகள் அவர்கள் மேல் தனியாக எடுக்க வேண்டும். ஆனால், அவர்களுடைய திட்டங்களும், வேலையாட்களும் தண்டிக்கப்படக் கூடாது என்று விரும்பினேன்.

இந்த மனநிலைகளின் சிக்கல் பற்றி ஓர் எடுத்துக்காட்டுடன் விளக்குகிறேன். என்னுடைய பதவிக் காலத்தின் தொடக்கத்தில் என்னுடன் விமானத்தில் பயணம் செய்த, நன்றாகப் பேசக் கூடிய, திறமையுள்ள பொதுத்துறை வங்கி ஒன்றின் முதன்மைச் செயல் அலுவலர் ஒருவர் என் நினைவுக்கு வருகிறார். என் அருகில் அமர்ந்திருந்த அவருடன் வங்கி அமைப்பு பற்றி விவாதித்தேன். அப்போது அவர் மோசமாகப் போய்க் கொண்டிருந்த தனது நிறுவனத்தைத் தூக்கி நிறுத்தும் முயற்சியில் ஒரு வங்கிக்கு எதிராக இன்னொன்றைத் தூண்டிவிடும் ஒரு பெரிய முன்னெடுத்துச் செல்பவரைப் பற்றிக் குறிப்பிட்டார். அந்த முன்னெடுப்பாளர் வரவிருக்கும் நிதியிலிருந்து தனக்குக் கடனைத் திருப்பித் தருவதாக உறுதி கூறிவிட்டு வேறு ஒரு நிறுவனத்திற்கு அதைத் திருப்பி விட்டதாக அந்த வங்கியாளர் கூறினார். இதனால் தனது வங்கித்துறை வாழ்க்கையில் அதுவரையில் இல்லாத அளவிற்குக் கோபம் அடைந்ததாகக் கூறினார். “நீங்கள் என்ன செய்தீர்கள்?” என்று கேட்டேன். “நான் அவருடைய கடன் வசதியை 20 சதவீதம் குறைத்து விட்டேன்” என்றார் அவர். எனக்கு அழுவதா, சிரிப்பதா என்று தெரியவில்லை.

பல நாடுகளில் உறுதியான நிதி அமைப்புள்ள திறமையில்லாத கடன் பெறுபவர் தனது உறுதிமொழியைக் காப்பாற்றாவிட்டால், அவருடைய கடனை முழுவதுமாக நிறுத்திவிட்டுத் திரும்பப் பெறும் நடவடிக்கையில் இறங்கி விடுகிறார்கள். இந்தியாவில் இந்தக் கோபமடைந்த வங்கியாளர் செய்யக் கூடியதெல்லாம் இனிக் கடன் தருவதில் 20 சதவீதத்தைக் குறைப்பதுதான். பல முன்னெடுத்துச் செல்வோர் பணக்காரக் குடும்பங்களிலிருந்து வந்தவர்கள். நல்ல தொடர்புடையவர்கள், சமூகத்தில்

உயரிடத்தில் இருப்பவர்கள். அப்படிப்பட்ட முன்னெடுத்துச் செல்பவரிடம் கடுமையாக நடந்து கொள்ளுங்கள் என்று சொல்வது சமூகத்தில் பெரும்புள்ளியை எதிர்கொள்ளச் சொல்வதாகும். பல வங்கியாளர்கள் இதை எளிதாகச் செய்து வருகிறார்கள். பலரால் இது முடிவதில்லை.

மோசமான நிலையிலுள்ள திட்டங்களை மீண்டும் நல்ல நிலைக்குக் கொண்டுவர மறுகட்டமைப்புகள் செய்ய நடவடிக்கை எடுப்பதில் இரண்டு முட்டுக்கட்டைகள் உள்ளன. முதலாவதாக, பாதிக்கப்பட்ட கடனைத் திரும்பப் பெறுவதற்கு எல்லா நாடுகளிலும் புத்தக அளவில் கடுமையான சட்டங்கள் இருந்தாலும், இந்தச் சட்டங்கள் சிறிய தொழில் முனைவோரிடம்தான் பயன்படுத்தப்படுகின்றனவே தவிர, கடனைத் திரும்பப் பெறும் நடவடிக்கையைத் தடுக்க நிதித் துறையையே வளைக்கக்கூடிய சிறந்த வழக்கறிஞர்களை அமர்த்தும் பெருஞ்செல்வந்தர்களை நெருங்க முடிவதில்லை. இரண்டாவதாக, வங்கியாளர்கள் புலன்விசாரணை முகமைகளுக்கு அஞ்சுகிறார்கள். அது கடன் தீர்க்கப்பட்ட ஒரு வணிக முடிவை அந்த முகமைகள் கேள்வி கேட்டு, வங்கியாளர்கள் அமைதியாக, கவுரவமாக ஓய்வு பெறும் நம்பிக்கையைத் தகர்த்துவிடும். திட்டங்களை மீண்டும் செயல்பட வைக்கத் தேவையான ஆழமும், முக்கியமும் வாய்ந்த மறுகட்டமைப்புக்கு ஒத்துக்கொள்ள இது வங்கியாளர்களைத் தயங்கச் செய்கிறது. இன்னும் ஓய்வு பெற ஆறு மாதங்கள் இருக்கும்போது ஏன் ஆபத்தில் மாட்டிக்கொள்ள வேண்டும் என்ற மனப்பான்மை.

இதற்கு என்ன பொருள்? இந்தச் சிக்கலை அடையாளம்காண மொத்தமாகவே ஒரு தயக்கம். உண்மையில் நான் பொறுப்பேற்றவுடன், குறிப்பிட்ட முன்னெடுத்துச் செல்வோரிடம் வங்கி அமைப்பின் மொத்த நிலுவையையும் அந்தக் கடன்களின் நிலையையும் அளவிட ஓர் அமைப்பை நடைமுறைப்படுத்தத் தொடங்கினோம். ஆனால், வங்கியாளர்களும் முன்னெடுத்துச் செல்வோரும் வாராக்கடனைப் பற்றிய பிரச்சனையை வருங்காலத்திற்குத் தள்ளுவதையே விரும்பினார்கள் என்று தெரிந்தது. அதாவது சிக்கல் பெரிய அளவில் வளர்ந்து விட்டது. இதனை மாற்றியாக வேண்டும். முதல் நடவடிக்கை வங்கியாளர்களுக்கு இக்கட்டினை எதிர்கொள்ள அதிகப்படியான கருவிகளைத் தருதல். இரண்டாவது ஒழுங்குபடுத்துவதில் பொறுத்துப்போய் ஒழுங்குபடுத்தும் அலுவலர் பணிந்து போவதைத் தடுப்பது. (அதாவது பயன்தராத கடன்களுக்கு கண்ணை மூடிக் கொள்ள ஒத்துக் கொள்ளுதல்). மூன்றாவதாக, வாராக்கடன்களை வெளியிடவும், அவற்றிற்குத் தனியாகப் பணம் செலுத்துதலையும் கட்டாயப்படுத்துதல். அப்போதுதான், சிக்கலின் அளவு எல்லோருக்கும் தெரியும். பார்க்காமலேயே அது அச்சுறுத்தும்

அளவிற்குப் பெரிதாக வளராமல் இருக்கும். பொதுத்துறை வங்கிகளின் இருப்பு நிதி அறிக்கைகளில் பெரிய ஓட்டை விழுவதை முன்கூட்டியே தெரிந்து அரசு தேவையான நிதி ஒதுக்கீடு செய்ய முடியும். திடீரென்று இக்கட்டில் மாட்டிக் கொள்ளத் தேவையில்லை.

இத்துறை பற்றிய என்னுடைய உரைகளும், விமர்சனமும் செயல்பட வேண்டிய விஷயங்களை முன்வைக்கும் நோக்கமுடையன. அது மட்டுமல்ல, நுட்பமான செய்தியையும் கொடுக்கும். முன்னெடுத்துச் செல்வோர் சட்டத்திற்கு அப்பாற்பட்டவர்கள் அல்ல. அவர்கள் எதற்குத் தகுதியோ அவ்வாறே அவர்கள் நடத்தப்பட வேண்டும் – சிலரை இரக்கத்தோடு நடத்த வேண்டும். ஏனென்றால், அவர்களது கட்டுப்பாட்டுக்கு மீறிய உண்மையான காரணங்கள் இருக்கலாம். சிலரைக் கடுமையாக நடத்த வேண்டும். தங்களது குழுமங்களை உறிஞ்சிவிட்டு சொகுசான வாழ்க்கை வாழும் தொழில் முன்னெடுத்துச் செல்வோரை நான் கடுமையாக விமர்சித்தேன். இது தொழில் முன்னெடுத்துச் செல்வோருக்கும், வங்கியாளர்களுக்கும் மட்டுமல்ல, எனது இளநிலைப் பணியாளர்களுக்கும்தான் – அவர்கள் தங்களது வேலையைச் செய்தால் ஆர்பிஐயிலுள்ள மேல் அதிகாரிகள் அவர்கள் பின்னாலிருப்பார்கள்.

எங்களது அலுவலர்கள் தீர்வுச் செயல்முறைகளை உருவாக்கக் கடுமையாக உழைத்தார்கள். ஊக்கத் தொகை தர வாய்ப்பில்லாத ஓர் அமைப்பில் கடன் வாங்கியவர்கள் திரும்பத்தரச் சிறிது ஊக்கத் தொகை தரவும் ஏற்பாடு செய்தார்கள். வங்கிகளுக்கு ஊக்கத்தொகை தரவாய்ப்புள்ளது. மந்தமான மேடு பள்ளமான சட்ட அமைப்பு இருந்தாலும், என்னுடைய பதவிக்காலத்தில் செயல்படும் திவால் விதி இல்லை என்றாலும், சிக்கல்களை அடையாளம் காண வங்கிகளை வற்புறுத்த எங்களால் முடிந்தது. சில கடன்காரர்களைப் பணம் செலுத்த வைத்து விட்டோம். நாங்கள் பிரதமரிடம் வேண்டுகோள் விடுத்த பிறகு, வெளிப்படையான மோசடிகள்மேல் வேகமாக நடவடிக்கை எடுக்க விசாரணை முகமைகள் தொடங்கின. எனினும், இவை அனைத்துமே இன்னும் நடந்து கொண்டேதான் இருக்கின்றன. இன்னும் நிறையச் செய்ய வேண்டியுள்ளது.

இக்கருத்து பற்றிய எனது முதன்மையான பேச்சு 2014 நவம்பரில் 'சூரியன் உரை'–யில் தரப்பட்டது.

கடனைக் காப்பாற்றுதல்

வங்கிக் கடன் வலிமையில்லாமல் இருக்கும் இவ்வேளையில், முதலீடு உற்சாகமாக நடக்கும்போது, தேவை அதிகமாக இருக்கும் நிலையில் இந்தியாவில் கடன் அமைப்பு சுகாதாரமாக இருக்கிறதா என்ற கேள்வியைக் கேட்க வேண்டும். துரதிர்ஷ்டவசமாக விடை 'இல்லை' என்பதுதான். மனநிலையில் தொடங்கி அடிப்படைச் சீர்திருத்தங்கள் தேவை. நமது மனநிலைகளை மாற்ற ஒரு பெருமைமிகு இந்தியரின் நினைவாக நிகழ்த்தப்படும் இந்தப் பொது உரை இதனைச் சொல்லத் தகுதியான இடம்.

கடன் ஒப்பந்தம்

கடன் தரப்படுவது, எளிதாக நடப்பது, கடன் ஒப்பந்தத்தின் புனிதத் தன்மையைப் பொறுத்தது. கடன் ஒப்பந்தம் என்றால் என்ன? கடன் வாங்குபவர், அவர் சிறு விவசாயோ, பெரிய பெட்ரோ கெமிக்கல் தொழிற்சாலையை முன்னின்று நடத்துபவரோ, ஒரு குறிப்பிட்ட அட்டவணைப்படி வட்டியையும், முதலையும் திருப்பித் தருவதாக உறுதிமொழி கொடுத்துக் கடன் பெறுகிறார். கடன் வாங்குபவர் தனது உறுதிமொழியைக் காப்பாற்ற முடியாவிட்டால், அவர் கடன் திருப்பித் தருவதில் தவறியவராகிறார். வரலாறு முழுவதும், உலக நாடுகள் எங்கும், ஏற்றுக்கொள்ளப்பட்ட கடன் ஒப்பந்தத்தில், திருப்பித் தரத் தவறினால், கடன் வாங்கியவர், அதிகமான தியாகங்கள் செய்ய வேண்டியதிருக்கும். இல்லாவிட்டால், அவருக்குக் கடனைத் திருப்பித்தர ஆர்வம் இருக்காது. எடுத்துக்காட்டாக, மத்திய காலங்களில் பார்சலோனாவில் கடனைத் திருப்பித் தரத் தவறியவருக்குத் திருப்பித் தரக் காலக்கெடு விதிக்கப்படும். அக்காலகட்டத்தில், அவருக்கு ரொட்டியும், தண்ணீரும் மட்டும் தரப்படும். அந்தக் காலக்கெடுவிற்குள் திருப்பித் தராவிட்டால் அவரது தலையை வெட்டி விடுவார்கள். ஆனால், காலம் செல்லச் செல்ல தண்டனையின் கடுமை குறைந்தது. விக்டோரியா காலத்து இங்கிலாந்தில், கடன்காரர் கடனாளிச் சிறைக்குச் செல்ல வேண்டியிருந்தது. இன்று, கடன் வாங்கியவர் நிதியாகப் பயன்படுத்திய சொத்துகளை இழக்க வேண்டி வரும். சிலவேளைகளில் அவர் வரையறுக்குட்பட்ட கடனால் பாதுகாக்கப்படாவிட்டால் அவர் தனது சொந்தச் சொத்தையும்

இழக்க வேண்டியிருக்கும். ஆனால், அவர் ஏமாற்று வேலையில் ஈடுபட்டிருந்தால் இது பொருந்தாது.

கடன் கொடுத்தவர் இழப்பில் முழுவதுமாக ஏன் பங்கெடுத்துக் கொள்ளக்கூடாது? ஏனென்றால் அவர் நிறுவனத்தின் முழு மேலாண்மைப் பங்குதாரர் இல்லை. நிறுவனம் நன்றாகச் செயல்பட்டால் அவர் அதிகப்படியான லாபங்களில் பங்கு கேட்க முடியாது. அதற்கு ஈடாக அது மோசமாகச் செயல்பட்டு இழப்புகளைச் சந்தித்தாலும் கடன் கொடுத்தவர் பொறுப்பிலிருந்து விடுவிக்கப்படுகிறார். சரிவு ஏற்படும் ரிஸ்க்கிலிருந்து கடன் கொடுத்தவரைப் பாதுகாக்க உடன்படுவதால், கடன் பெறுபவர் மலிவான நிதி பெறுகிறார். அவருடைய நிறுவனம் வெற்றிகரமாகச் செயல்படும்போது லாபத்தினை அவரே வைத்துக்கொள்ள அனுமதிக்கப்படுகிறார். மேலும் அவருடைய நிறுவனம் பற்றியும், அவரது மேலாண்மை திறன்கள் பற்றியும் நெருக்கமான தகவல் எதுவும் தெரியாது இருக்கும் ஓர் அந்நியரிடமிருந்து அவர் பணம் பெற முடியும். ஆனால், கடன் கொடுத்தவர் திரும்பச் செலுத்தத் தவறினால் அவருடைய அசையா ஈட்டினை கைப்பற்றிக் கொள்ளலாம் என்று கடன் கொடுப்பவர் உறுதியளிக்கப்படுகிறார். எனவேதான் உங்களுடைய கார் அல்லது வீட்டிற்கு 10 சதவீதத்திற்கும் சிறிது மேலான வட்டியில் கடன்தர வங்கிகள் முன் வருகின்றன. இது கொள்கை வீதத்திற்கு ஒன்றிரண்டு சதவீதம் அதிகம்.

கடனின் தன்மையை மீறுதல்

இந்த உரையில் நான் கவனம் செலுத்த விரும்புவது அண்மைக் காலங்களில் கடன் ஒப்பந்தத்தின் புனிதத்தன்மை தொடர்ந்து மாசுபடுத்தப்படுகிறது என்பது பற்றித்தான். இது சிறு கடனாளியால் அல்ல பெரும் கடனாளிகளால்தான் ஏற்படுகிறது. இந்த நாடு அடைய விரும்பும் மிகப் பெரிய உட்கட்டுமானத் தேவைகளுக்கும் தொழில் வளர்ச்சிக்கும் வங்கிகள் நிதி வழங்க வேண்டுமென்றால் இது மாறியாக வேண்டும்.

உண்மை நிலைமை வேறு. பெரிய கடனாளிகள் பலர் கடன் கொடுத்தவரை -குறிப்பாக வங்கிதான் -அவர்கள் இக்கட்டுக்குள் மாட்டிக் கொள்ளும்போது, முதன்மையான கடன் திரும்பப் பெறும் உரிமை மற்ற உரிமை கோரல்களைவிட முந்தியது என்று

பார்ப்பதில்லை. மாறாக கடன் வாங்கியவர் தனது பங்குதான் முக்கியம் என்று கருதுகிறார். உலகின் பிற பாகங்களில், பெரிய கடனாளி ஒருவர் கடன் தவணையை செலுத்தத் தவறினால், அவர் மனம் வருந்தி, தனது நிறுவனத்தின் மேலாண்மைக்குத் தன்னைத் தொடர்ந்து நம்ப முடியும் என்று காட்ட அவசரப்படுவார். இந்தியாவில் பல பெரிய கடனாளிகள் புதிதாகப் பணம் முதலீடு செய்ய விருப்பமில்லாமல் இருக்கும்போது, தாங்கள் அதிகாரத்தில் இருக்க தெய்வீக உரிமை உடையவர்கள் என்று வலியுறுத்துகிறார்கள். இந்தக் கோழி விளையாட்டில், நிறுவனமும் அதிலுள்ள தொழிலாளர்களும் பணயமாகிறார்கள். தொழிற்சாலை அதிபர் அரசும், வங்கிகளும், ஒழுங்குமுறைப்படுத்துபவர்களும் நிறுவனம் தொடர்ந்து நடக்கத் தேவையான சலுகைகளைத் தராவிட்டால், அதனை மூடிவிடப் போவதாக அச்சுறுத்துகிறார். நிறுவனம் மீண்டும் நல்ல நிலைக்கு வந்தால், தொழிற்சாலை அதிபர் லாபத்தை எல்லாம் தானே வைத்துக் கொள்வார். அரசிடமிருந்தும், வங்கியிடமிருந்தும் பெற்ற உதவிகளை மறந்துவிட்டு, வங்கிகள் தங்களது பணத்தைத் திரும்பப் பெற்றதற்கு மகிழ்ச்சி அடைய வேண்டும் என்பார்!

தங்களுக்குக் கடன் தருபவர்களை நன்றாக நடத்தும் பெரும்பாலான தொழில் அதிபர்கள்மேல் பழி சுமத்த நான் விரும்பவில்லை என்பதை வலியுறுத்துகிறேன். தொழிலில் - ரிஸ்க் எடுப்பதற்கு எதிராக நான் வாதிட விரும்பவில்லை. தொழிலில் ரிஸ்க் எடுக்காவிட்டால், புதிய பன்னாட்டு விமான நிலையங்கள், தொலைத் தொடர்புத் துறையில் இந்தியாவிற்கு என்று உருவாக்கப்பட்ட குறைந்த செலவு தொழில் மாதிரி, உலகத் தரம் வாய்ந்த சுத்திகரிப்பு நிலையங்கள் போன்ற அதிசயங்களைப் பெற்றிருக்க முடியாது. 'ரிஸ்க்' எடுப்பதில் கண்டிப்பாக தவணை தவறுதலும் இருக்கும். கடன் தவறாத ஒரு பொருளாதாரத்தில் தொழில் முனைவோரும் வங்கிகளும் ரிஸ்க் எடுப்பதில்லை. நான் எச்சரிக்கை செய்வதெல்லாம் தொழிலில் ரிஸ்கைப் பகிர்வதில் ஏற்றத்தாழ்வு இருப்பதற்கு எதிராகத்தான் அதாவது உலகெங்கும் நடைமுறையிலிருக்கும் கடன் ஒப்பந்தத்திற்கு எதிராக இருக்கிறேன். இங்கு தொழிலதிபர்கள் அதிக பங்குக்கு உரிமையாளர்களாக இருக்கிறார்கள். நன்றாகத் தொழில் நடக்கும் காலங்களில் லாபத்தையெல்லாம் எடுத்துக் கொள்வது. ஆனால், கீழ்முகமாகப் போகும்போது பங்கெடுக்காமல் இருப்பது. அதேசமயம், கடன் கொடுத்தவர்கள் - குறிப்பாக பொதுத்துறை வங்கிகள் -கடன்

தருபவர்களில் கடைசியாகக் கருதப்பட்டு, நல்ல காலங்களில் கிடைக்கும் வருவாயில் ஒன்றும் பெறாமல், கீழ்முகமான காலங்களில் இழப்புகளையும் ஏற்றுக் கொள்கிறார்கள்.

ஏன் இப்படி நிகழ்கிறது?

இப்படிப்பட்ட நிலை ஏன் வருகிறது? வெளிப்படையாகத் தெரியும் காரணம் இப்போதைய அமைப்பு பெரிய கடனாளியையும் அவருடைய தெய்வீக உரிமையையும் காக்கிறது.

சட்டகங்கள் இல்லாததால் இப்படி நடப்பதில்லை. கடன்கள் திரும்பப் பெறும் தீர்ப்பாயங்கள் (DRTS) இருக்கின்றன. Recovery of Debts Due to Banks and Financial Institutions (RDDBFI) விதி, 1993-இன் கீழ் வங்கிகளும், நிதி நிறுவனங்களும் தங்களது கடன்களையும் வழக்கமாக சிவில் நீதிமன்றங்களின் நீண்ட நடைமுறைகளுக்கு உட்படாமல் வேகமாகத் திரும்பப்பெற அமைக்கப்பட்டது. Securitzation and Reconstruction of Financial Assets and Enforcement of Security Interests (SARFAESI) விதி 2002, இன்னும் ஒருபடி மேலேசென்று வங்கிகளும் சில நிதி நிறுவனங்களும் DRT-களை அணுகாமலேயே அவற்றின் காப்பு வட்டியையும், தவணைகளையும் திரும்பப் பெற வழி வகுத்தது. எனினும்கூட வங்கிகள் தவணை தவறிய கடன்களைத் திரும்பப் பெறுவது குறைவாகவும், காலம் தாழ்ந்ததாகவும் இருக்கிறது. DRT-யின் கீழ் 2013-2014-இல் முடிவு செய்யப்பட்டவற்றில் திரும்பப் பெறப்பட்ட தொகை ரூ.30,590 கோடிகள். ஆனால், திரும்பப் பெறப்பட வேண்டிய கடனின் மதிப்பு ரூ.2,34,600 கோடி, அதாவது திரும்பப் பெற்றது மொத்த கடனில் 13 விழுக்காடுதான். இதைவிட மோசம், DRT-இன் முன்னுள்ள வழக்குகள் ஆறு மாதத்திற்குள் முடிக்கப்பட வேண்டும் என்று சட்டம் சொன்னாலும், ஓராண்டில், இருக்கும் வழக்குகளில் நான்கில் ஒரு பகுதிதான் முடிக்கப்படுகின்றன. அதாவது தீர்ப்பாயங்கள் பழைய வழக்குகளை மட்டுமே எடுத்துக் கொண்டாலும்கூட நான்காண்டுகள் காத்திருக்க வேண்டும். எனினும் 2013-2014-இல் பதியப்பட்ட புதிய வழக்குகள் அன்றைய ஆண்டு முடிக்கப்பட்ட வழக்குகளைவிட ஒன்றரை மடங்கு அதிகம். இவ்வாறு தேங்கியிருக்கும் வழக்குகளும், காலதாமதங்களும் அதிகமாகிக்கொண்டே போகின்றன, குறைந்தபாடில்லை.

இவ்வாறு ஏன் நடக்கிறது? DRT-யின் தீர்ப்புக்களை எதிர்த்து மேல்முறையீடு செய்யலாம். DRT-களின் எண்ணிக்கை 33. மேல் முறையீட்டுத் தீர்ப்பாயங்கள் ஐந்துதான் இருக்கின்றன. RDDBFI சட்டம் பிரிவு 18, DRT, DRAT தீர்ப்புகளில் உயர்நீதிமன்றங்கள் தலையிடுவதைத் தடுக்க ஏற்படுத்தப்பட்டாலும், மாண்புமிகு உச்சநீதிமன்றம், இந்திய யூனியன் - DRT Bar Association வழக்கில் ஜனவரி அன்று இவ்வாறு கூறியது:

> இந்த நீதிமன்றத்தின் தீர்ப்புகள் இருந்தாலும், உயர்நீதிமன்றங்கள் RDDBFI விதியிலும், SARFAESI விதியிலும் சட்டப்பூர்வமான தீர்வுகள் இருப்பதையும் 226 பிரிவின் கீழ் அதிகாரம் செலுத்தலாம் என்பதையும் கவனியாமல் ஆணைகள் வழங்குவது, வங்கிகளும் மற்ற நிதி நிறுவனங்களும் தங்களது கடன்களை வசூலிக்கும் உரிமையை பெரிதும் பாதிக்கிறது என்பது கவலைக்குரிய ஒன்று.

அடிக்கடி நீட்டுதலுக்கு உட்பட்ட மேல்முறையீடுகளால் நீதி கிடைப்பதில் ஏற்படும் தாமதங்களின் விளைவுகளால் கடன் திரும்பத் தரப்படுவது நடக்கும்போது, அந்த நிறுவனம் முழுவதுமாகத் தனது மதிப்பை இழந்திருக்கும். இப்போது வங்கி திரும்பப் பெறும் பணத்தின் மதிப்பு மிகக் குறைவு. இது கடன்காரருக்குப் பேரம் பேசும் சக்தியை அதிகம் கொடுக்கிறது. அவர் திரும்பத் திரும்ப மேல்முறையீடுகள் செய்வதற்கு மிகச் சிறந்த வழக்கறிஞர்களை ஏற்பாடு செய்வார். அல்லது உள்ளூர் நீதிமன்றங்களில் தன்னுடைய செல்வாக்கைப் பயன்படுத்துவார். எல்லாமே பெரிய கடனாளிகளுக்குச் சாதகமாகவே இருக்கிறது. இவ்வாறு அதிகாரத்தில் சீர்மை இல்லாததால், வங்கிகள் பணிந்துபோய், கடனாளி தரும் நியாயமற்ற நிபந்தனையை ஏற்க வேண்டியதாக இருக்கிறது. வங்கியின் கடன் இரண்டாம் தரமாகவும், தொழில் முனைவோரின் பங்கு முதல் தரமாகவும் ஆகிவிடுகின்றது. தொழில் ஆரம்பித்தவர்களுக்கு ரிஸ்க் இல்லாத முதலீடு கிடைக்கிறது. மந்தமான வளர்ச்சியுள்ள இந்தக் காலகட்டங்களிலும், கடன் கொடுத்தவர்களுக்கு தங்கள் சொந்த ஈடுகளைத் தந்த எத்தனை பெரிய முதலாளிகள் தங்கள் வீடுகளை இழந்திருக்கிறார்கள் அல்லது தங்களது ஆடம்பர வாழ்க்கையை இழந்திருக்கிறார்கள்?

பெரிய தொழிலதிபர், அவருக்கும் வங்கியாளருக்கும் இடையேயுள்ள புரிதல்களினால் கொழிக்கிறார் என்று பொதுமக்கள் நம்புகிறார்கள். வங்கிகளில் ஊழல் நடந்திருக்கலாம் என்பதற்கான

அண்மைக்கால வெளிப்பாடுகளால் இப்படிப்பட்ட கருத்துகள் பரவி வருகின்றன. ஆனால், ஆக்கமுடைய ரேசர் (ஆக்கம் - Occam -என்பவர் எதற்கும் விளக்கம் தரத் தேவையானவற்றைத் தவிர அதிகமான எதையும் தரக்கூடாது என்று கூறுகிறார். இதற்கு Occam Razor என்று பெயர்.) இன்னும் பொருத்தமான விளக்கத்தைத் தருகிறது: அமைப்பு வங்கியாளரை செல்வாக்கு மிகுந்த முதலாளியின் மூலம் செயல் இழந்தவராக ஆக்கிவிடுகிறது. நல்ல நிர்வாக முறையையும் வெளிப்படைத் தன்மையையும் வங்கித் துறைக்குக் கொண்டு வருவதில் நமது முயற்சிகள் மந்தமாகி விடக்கூடாது. அதேசமயம் நமது அமைப்பைச் சீர்திருத்துவதில் கவனம் செலுத்தவேண்டும்.

இவ்வாறு முதலாளி அனுபவிக்கும் ஒரு சார்பான நன்மைக்கு யார் பலியாகிறார்கள்? தெளிவாக இந்நாட்டில் கடுமையாக உழைத்துச் சேமிப்போரும், வரி செலுத்துவோரும்தான். ஒரு கணக்கு: கடந்த ஐந்தாண்டுகளில் வணிக வங்கிகள் தள்ளுபடி செய்த மொத்தக் கடன் ரூ.1,61,018/-கோடிகள். இது நமது தேசிய உள்நாட்டு உற்பத்தியில் (GDP) 1.27 சதவீதம். இதில் ஒரு பகுதி திரும்பப் பெறப்படும். அமைப்பில் சிக்கலுக்கு உள்ளாகியிருக்கும் சொத்துகளின் அளவைப் பார்க்கும்போது, இன்னும் அதிகமாகவே கடன் தள்ளுபடிகள் நடக்கும். இந்தத் தொகைகளைக் காணும்போது, சாதாரண மனிதனுக்கு ஆயிரக்கணக்கான கோடிகள் பொருளற்றவையாக ஆகிவிடுகின்றன. GDP-யின் 1.27 சதவீதம் என்பது எல்லாச் செலவுகளையும் கொடுத்து 1.5 மில்லியன் ஏழைக் குழந்தைகள் நாட்டின் முதன்மையான தனிப் பல்கலைக்கழகங்களில் முழுமையான பட்டம் வாங்க வழி வகுத்திருக்கும்.

விளைவுகள்

தொழில் ரிஸ்க்கிலிருந்து வரும் இழப்புகளைவிட இந்த இழப்புகளைப் பகிர்ந்துகொள்வதுபற்றி நான் அதிகம் கவலை கொள்கிறேன் என்பதை மீண்டும் வலியுறுத்துகிறேன். ஏனென்றால், இறுதியில் ஒருபக்கம் சாய்ந்த நீதியற்ற முறையில் பங்கு கொள்ளுதலின் ஒரு விளைவு கடனை அதிக விலையுள்ளதாக ஆக்குகிறது. எளிதில் கிடைக்காமலும் செய்துவிடுகிறது. அமைப்பைத் தவறாகப் பயன்படுத்தும் தொழில் முன்னெடுப்பவர் தொழிற் கடன்களுக்கு அதிகத் தொகையை வங்கிகள் வசூலிப்பதை

உறுதிசெய்து விடுகிறார். இன்றைக்கு மின்னாற்றல் துறைக்கு வழங்கப்படும் கடன்களுக்கு சராசரி வட்டிவீதம் 13.7 விழுக்காடு. ஆனால், கொள்கைப்படியான வீதம் 8 சதவீதம்தான். இந்த 5.7 சதவீத வித்தியாசம் கடன் ரிஸ்க் அதிகத் தொகை (premium) எனப்படுகிறது. இது தவணை தவறும், திரும்பத் தராதிருக்கும் கடன்களின் ரிஸ்க்கிற்காக வங்கிகள் ஈடாகக் கேட்பது. நேர்மையில்லாத தொழிலதிபர் நேர்மையானவர்களுக்கு இடையில் ஒளிந்து கொள்வதால், கூடையிலுள்ள ஒரு சில அழுகிய முட்டைகளால் அவர்களும் கறைபடிந்தவர்களாக ஆகிவிடுகிறார்கள். மின்னாற்றல் துறை நிறுவனங்களுக்கு விதிக்கப்படும் வட்டிவீதத்தையும், வீட்டுக் கடனுக்கு வசூலிக்கப்படும் 10.7 சதவீதத்தையும் ஒப்பிடும்போது, நன்றாக இயங்கும் மின்சக்தி நிறுவனங்கள் சாதாரண ஒரு வீட்டுக் கடனாளியைவிட அதிகம் கொடுப்பது தெளிவாகிறது. இதற்குக் கடன்கள் திரும்ப வருமா என்பதில் வங்கிகளுக்குள்ள அச்சம்தான் காரணம். இவ்வாறான வீட்டுக் கடன்களோடு ஒப்பிடப்படும் மின்னாற்றல் துறைக் கடன்களுக்கு வசூலிக்கப்படும் 300 அடிப்படைப்புள்ளி ரிஸ்க் பிரீமியத்தைக் குறைக்கச் சீர்திருத்தம் செய்வது நிதிச் செலவினத்தில் நல்ல பலன்களைத் தரும். இது பணக் கொள்கை ஒத்துப்போதலைவிட அதிகம் இருக்கலாம்.

இரண்டாவது விளைவு கடனைத் திரும்பப் பெறும் முயற்சியில் சட்டம் மிகவும் கடுமையாக ஆகிவிடுகிறது. பெரும்பாலான நாடுகளின் அளவுகளோடு ஒப்பிடும்போது, SARFAESI 2002 விதி, கடன் தருபவருக்குச் சாதகமாக இருக்கிறது. இது DRT-களின் மேலுள்ள பளுவைக் குறைத்து தொழில் முனைவோரைப் பணம் செலுத்தக் கட்டாயப்படுத்துவதற்காக சட்டம் இயற்றியவர்கள் எடுத்துக்கொண்ட முயற்சி. ஆனால், அதன் முழு வலுவையும் சிறுதொழில் முனைவோர்தான் தாங்க வேண்டியதிருக்கிறது. அவருக்கு பெரிய வழக்கறிஞர்களை அமர்த்த வசதி இருக்காது. ஆனால், செல்வாக்குள்ள தொழில்முனைவோர் சட்டத்தின் பிடியிலிருந்து தப்பித்து விடுவார்கள். சிறு தொழில் அதிபர்களின் சொத்துகள் எளிதில் பறிமுதல் செய்யப்பட்டு விற்கப்பட்டு விடுகின்றன. வங்கிகளிலிருந்து சிறு உதவி கிடைத்தால் நன்றாக வளரக்கூடிய ஒரு தொழில் அணைக்கப்பட்டு விடுகிறது.

கடுமையான சட்டம் வலுவில்லாத ஒரு சட்டத்தைப் போலவே தீமை விளைவிக்க முடியும். ஏனென்றால், கடன் தவணையின் மதிப்பு இழத்தலால் மட்டுமல்ல, ரிஸ்க் எடுப்பதற்கான ஊக்கத்தையும் குறைக்கிறது. மத்தியகால வர்த்தகர் ஒருவருக்கு,

கடனைத் திரும்பித் தரத் தவறினால் சிறையிலடைக்கப்பட்டு விடுவோம், தலைகூட வாங்கப்படுவோம் என்று தெரிந்திருக்கிறது என்று கற்பனை செய்வோம். புதுமையான ஆனால், 'ரிஸ்க்' உள்ள எந்தத் தொழிலைச் செய்ய அவருக்கு ஊக்கமிருக்கும்? அந்தக் காலத்தில் தொழில் மிகவும் பழமைவாதத்தனமாக இருந்தது என்பதில் என்ன வியப்பிருக்கிறது? NYU-யின் விரால் ஆச்சார்யாவும், ISB-யின் கிருஷ்ணமூர்த்தி சுப்ரமணியனும் தங்களது ஆய்வில், கடுமையான கடனாளி உரிமைகள் இருக்கும் நாடுகளில் புதுமையாகத் தொழில் செய்வது குறைவு என்று காட்டுகிறார்கள். அதாவது நம்முடைய இப்போதைய சிக்கல்களுக்குத் தீர்வு சட்டங்களை இன்னும் கடுமையாக்குவது இல்லை. மாறாக கடன் திரும்பச் செலுத்தப்படாதபோது, இழப்புகளைப் பகிர்ந்து கொள்வதில் சமப் பங்கீட்டையும், திறமைகளைக் கூட்டுவதையும் இன்னும் அதிகமாக்க முடியுமா என்று பார்க்க வேண்டும்.

இக்கட்டுகளிலிருக்கும்போது இழப்புகளைச் சமமாகப் பகிர்ந்து கொள்ளாமலிருப்பதால் இறுதிவிளைவு மொத்த சுதந்திரமான தொழில் அமைப்புக்கும் கெட்ட பெயர் தருகிறது. சில தொழிலதிபர்கள் தங்களுடைய பணத்தைத் தொடாமல் மற்ற மக்களுடைய பணத்தை ரிஸ்க்கிற்கு உட்படுத்தி பகட்டான வாழ்க்கை வாழும்போது, மக்களும் அவர்களது பிரதிநிதிகளும் கோபம் கொள்கிறார்கள். இப்போதைய நிலைகுறித்து கடும் கோபம் கொள்ளும் பாராளுமன்ற உறுப்பினர்கள் பலரைச் சந்தித்திருக்கிறேன். இந்தப் பிரச்சனைகளின் தீர்வு வர்த்தகத் துறையிலிருந்து அரசியலுக்கு எடுத்துச் செல்லப்பட்டால், தொழில் வளர்ச்சிக்குப் பின்னடைவு ஏற்படும். எனவே, சீர்திருத்தங்கள் அவசரமாகத் தேவைப்படுகின்றன.

நமக்குத் தேவையானது ஒரு சமன் செய்யப்பட்ட அமைப்பு. இதில் பெரிய கடன்காரர் அதிகப்படியான துன்பத்தைப் பகிர்ந்துகொள்ள வேண்டும். சிறிய கடன்காரரிடம் இன்னும் சிறிது அதிகமான நட்புறவு காட்டவேண்டும். மதிப்பு ஈட்ட முடியாத, நம்பிக்கை இல்லாத தொழில்களை இந்த அமைப்பு மூடவேண்டும். அதேசமயம், மதிப்புக் கூட்டுபவற்றை மீண்டும் உயிர்பெறச் செய்து காப்பாற்ற வேண்டும். ஒரு நிறுவனம் பணத்தைத் திரும்பச் செலுத்த முடியாதபோது கடன் தந்தவர்களுக்கு அதிகப் பங்கும், அதிகக் கட்டுப்பாடும் தந்து ஒப்பந்தங்களின் முன்னுரிமையைக் காக்க வேண்டும். அதேசமயம், தொழில் முனைவோர்கள் அதிகமாகக் கொடுக்குமாறு செய்ய வேண்டும்.

ஒரு நல்ல சமநிலை

இந்த நல்ல சமநிலையை எப்படி அடைவது?

- நாம் இன்னும் முதலீட்டு அமைப்புகளோடு தொடங்குவோம். பல திட்டங்கள் இன்று இக்கட்டில் இருப்பதற்குக் காரணம், அவை மிகக் குறைவான பங்குத் தொகையுடன், சில வேளைகளில் தொழில் முனைவோர் வேறு யாரிடமிருந்தாவது கடன் வாங்கித், தொடங்கப்படுகின்றன. சில தொழில்முனைவோர் தங்கள் பங்கை திட்டம் செயல்படத் தொடங்கியவுடன் எடுத்துவிட வழி தேடிக்கொள்கிறார்கள். அதனால் மோசமான நேரங்களில் சமாளிக்க முடிவதில்லை. கடன் கொடுப்பவர்கள் அதிகமான உண்மையான பங்கை வலியுறுத்த வேண்டும். திட்டம் ஒழுங்காக இயங்குகிறதா என்பதைக் கண்காணிக்க வேண்டும். தொழில்முனைவோரும் பங்குகளில் சிறிது மட்டும் முதலீடு செய்து பெரிய திட்டங்களைத் தொடங்க முயற்சி செய்யக்கூடாது. பங்கு முதலீடுகளைத் திட்டங்களுக்குள் கொண்டுவர தொழில் முனைவோரைக் கண்காணிக்கும் வசதியுடைய அதிகப்படியான நிறுவன முதலீட்டாளர்களை உற்சாகப்படுத்த வேண்டும்.

- கடன் வாங்கியவரின் இக்கட்டிற்கு வங்கிகள் உடனே இணைந்து செயல்பட வேண்டும். கடன் வாங்கியவரின் நிதிநிலைச் சீர்கேட்டிற்கு ஏற்ற நடவடிக்கை எடுக்கத் தாமதித்தால், நிறுவனத்தின் மதிப்பீடு இழப்பு அதிகமாகும். சில வங்கிகள் அதிகமான வேகத்துடன் செயல்படுகின்றன. (அவர்களுக்கு நல்ல வழக்கறிஞர்கள் இருப்பார்கள்). எனவே தொழில் முனைபவர் மற்ற வங்கிகளுக்குத் திருப்பித் தராமல் இவற்றை மட்டும் ஒழுங்காகச் செலுத்துவார்கள். கடன் கொடுத்தவர்களை ஒன்றாகக் கொண்டுவர திறமையான திவால் நடைமுறை இல்லாததால், இக்கட்டு தொடங்கும் முதல் அடையாளங்களிலேயே கூட்டு கடன் தருவோர் அமைப்பு (JCF) ஒன்றை உருவாக்க வேண்டுமென்று ஆர்பிஐ ஆணையிட்டிருக்கிறது. இக்கட்டு வரும்போது முழுவதுமாக முடிவெடுத்தல்முதல் மறுசீரமைப்பு செய்வதுவரை பல வாய்ப்புகளையுடைய JLF விரைவாக இக்கட்டிலுள்ள நிறுவனம் பற்றி நடவடிக்கை எடுக்க வழிகாண வேண்டும். இவ்வாறு கடன் தந்தவர்களை ஒருவருக்கொருவர் போட்டியிடச்

செய்யாதவாறு, அவர்களை ஒருங்கிணைக்க முடியும் என்று நம்புகிறோம்.

- DRT-கள் DRAT-கள் ஆகியவற்றின் எண்ணிக்கைகளை விரிவுபடுத்தல் அரசின் திட்டம். இது இன்றைக்கு மிகத் தேவையானது. வசதிகள், பயிற்சிபெற்ற பணியாளர்களை, மின்னணுப் பதிவிடலிலும், பின்தொடர்தலிலும் விரிவுபடுத்தினால் அது இன்னும் பயனுள்ளதாக இருக்கும். உச்சநீதிமன்றமும் இதனை முன்மொழிந்திருக்கிறது. மேலும்,

  - ❑ சரியான நடைமுறைகளில் விட்டுக்கொடுக்காமல், வழக்குகளின் காலத்தைக் குறைப்பதற்கு, தீர்ப்பாயங்களுக்கு ஊக்கத்தொகை வழங்கல்.
  - ❑ ஒவ்வொரு தரப்பும் வாங்கும் வாய்ப்புகளின் எண்ணிக்கையைக் கட்டுப்படுத்தல்.
  - ❑ DRAT-க்கு மேல்முறையீடு செய்வது சாதாரணமாக இருக்கக் கூடாது. சட்டப்படி DRT விதித்த தொகையின் ஒருபகுதியை கடன் வாங்கியவர் செலுத்தவேண்டும் என்று DRAT நிபந்தனைகள் விதிக்க வேண்டும். இப்போது நடைமுறையில் இருப்பதாகச் சொல்லப்படுவதுபோல அதனைத் தள்ளுபடி செய்யக் கூடாது.
  - ❑ மேல்முறையீடு செய்தவர்கள் தோற்கும்பட்சத்தில் காலதாமதத்திற்கான உண்மையான செலவினங்களை அவர்கள் தங்கள் சொந்தப் பணத்திலிருந்து ஈடுகட்டுமாறு செய்யலாமா என்பதை ஆராய்வது நல்லது. செலவினங்கள் காலதாமதமாகச் செலுத்தப்பட்டவற்றிற்கான வட்டியும் சேர்ந்தது.

- உச்சநீதிமன்றம் சொல்லியிருப்பதுபோல, நீதிமன்றங்கள் சட்டங்களின் உண்மைத்தன்மையை மதித்து வெகுசில மேல்முறையீடுகளையே ஏற்றுக்கொள்ள வேண்டும். சாதாரண வணிக வழக்குகளில், சட்டத்தின் அல்லது நீதி நிர்வாகத்தின் எந்த விபரங்கள் எழுப்பப்படுகின்றன என்று கண்டுபிடிப்பது கடினம். சாதாரண நீதிமன்றக் குறுக்கீடு பணம் செலுத்தத் தவறும் கடனாளிகுச் சாதகமாகவும் பணம் கொடுத்தவருக்குப் பாதகமாகவும் இருக்கிறது.

❏ DRT, DRAT ஆகிவற்றின் ஆணைகளை நீதிமன்றங்களில் எதிர்ப்பது மேல்முறையீட்டாளர்களுக்கு அதிகச் செலவு வைக்கக் கூடியதாக இருக்கவேண்டும். அவர்கள் கடனின் வழக்குக்கு உட்படாத பகுதியை வைப்புத் தொகையாக வைக்க வேண்டும். இது தேவையற்ற மேல்முறையீடுகளைக் குறைக்கும்.

• அமைப்புக்கு தொழில்சார் முகவர்களும் தேவைப்படுவார்கள். அவர்கள் தொழில் முனைவோரின் இடத்தை எடுத்துக் கொள்வார்கள். Asset Reconstruction Companies (ARC) இதைச் செய்திருக்க வேண்டும். ஆனால், அவற்றிற்கு அதிகமான முதலீடும், சிறந்த மேலாண்மைத் திறன்களும் தேவைப்படுகின்றன. மேலும், கடன்களைத் திருப்பித் தரப் போதுமான மதிப்பினைப் பெற்றவுடன் முதலிலிருந்த தொழில் முனைவோரிடம் திருப்பிக்கொடுக்க வேண்டிய கட்டாயம் இருக்கிறது. அப்படிப்பட்ட கட்டாய நிபந்தனை தவறாக உருவானது. அதனை நீக்க வேண்டும். அல்லது ARC-களுக்குத் தங்கள் முயற்சியையும், பணத்தையும் செலவழித்து ஒரு நிறுவனத்தைச் 'சரி' செய்வதற்குரிய ஊக்கம் எதுவும் இல்லாமல்போகும். அவர்கள் நிறுவனத்தை மூடுபவர்களாக (Liquidators) மட்டுமே இருப்பார்கள். அப்படித்தான் இதுவரையில் இருந்திருக்கிறார்கள். ARC-களாகப் பணியாற்ற உரிமங்கள் கேட்டு அதிக நிறுவனங்கள் விண்ணப்பிக்க வேண்டும் என்று ஆர்பிஐ விரும்புகிறது.

• அரசு புதிய திவால் சட்டத்தை உருவாக்குகிறது. அது மிகத் தேவைப்படும். அதனை ஒழுங்காகக் கட்டமைத்தல், தெளிவு, முன்னறிவுக்கும் தன்மை, நீதி ஆகியவற்றை மறுகட்டமைப்பு செயல்முறைக்குக் கொண்டு வர உதவும்.

நெகிழ்வுத்தன்மை பொறுத்துப் போவதில்லை

இறுதியாக, என்னுடைய உரையில் விவாதித்த விஷயங்களோடு தொடர்புடைய ஆர்பிஐயின் ஒழுங்குமுறை தொடர்பான இப்போதைய கவலை பற்றிப் பேசிமுடிக்கிறேன். இன்று, பல தொழிற்சாலைகள் வங்கிகளோடு ஒன்று சேர்ந்து ஒழுங்குமுறைகளில் பொறுத்துப்போக வேண்டுமென்று கேட்கிறார்கள். ஆர்பிஐ

உண்மை நிலையை அறிந்து வாராக்கடன்களைப் பற்றி நடவடிக்கை எடுப்பதைத் தள்ளிப் போடவேண்டுமென்று சொல்கிறார்கள்.

இது வங்கிகளைப் பொறுத்தவரையில் தொலைநோக்கு இல்லாதது. இன்று சந்தை செயல்படாத கடன்கள், மீட்டமைக்கப்பட்ட கடன்கள் ஆகியவற்றை வேறுபடுத்திப் பார்ப்பதில்லை. இரண்டையுமே அழுத்தத்திற்கு உள்ளான கடன்கள் (Stressed loans) என்று அழைக்கின்றது. அதன்படியே வங்கி மதிப்பீட்டைக் கழிவு செய்கிறது. ஷேக்ஸ்பியர் சொன்னதை மாற்றிச் சொல்வதானால், NPA-யை எந்தப் பெயரிட்டு அழைத்தாலும், அதன் நாற்றம் மோசமாகவே இருக்கிறது! உண்மையில் வங்கியின் இருப்புநிலைக் குறிப்புகள் தெரியாதபடி பொறுத்துப் போகப் செய்வதால், ஆய்வாளர்களுக்கும், முதலீட்டாளர்களுக்கும் இன்னும் மோசமாகவே தெரியும். அண்மை ஆண்டுகளில் உலகில் காணப்படும் வங்கி அழுத்தச் சூழல் தரும் அடிப்படைப் பாடம் என்னவென்றால், சிக்கலான கடன்களை விரைவாகக் கண்டுபிடித்து அவற்றின்மேல் நடவடிக்கை எடுக்க வேண்டும். ஒழுங்குபடுத்தலில் பொறுத்துப்போதல் என்பது ஒழுங்குமுறையாளர்கள் சிக்கல்களை மறைத்து வருங்காலத்திற்குத் தள்ளிவிட, வங்கிகளோடு கூட்டுச் சேர்ந்துகொள்வதற்கான இடக்கரடக்கல் சொல். இது ஒரு மோசமான வழி.

மேலும், பொறுத்துப்போதல் வாராக்கடன்களுக்கு எடுக்கவேண்டிய நடவடிக்கையை தள்ளிப்போட உதவுகிறது. எனவே மறைத்து வைக்கப்படும் வாராக்கடன்களை மறைக்க முடியாத நிலை ஏற்படும்போது, வங்கியின் வருவாய் மேலும், இருப்புநிலைக் குறிப்பு மேலும் ஏற்படும் பாதிப்பு மிக அதிகமாக இருக்கும். இதனால் வங்கி பற்றி முதலீட்டாளரிடம் பதற்றத்தை அதிகரிக்கும். பொதுத்துறை வங்கிகளைப் பொறுத்தவரையில் அரசாங்கம் நிரப்பப்பட வேண்டிய பள்ளம் பெரிதாக வேண்டும். பொறுத்துப்போதலை முடிக்க இன்னும் காரணங்கள் இருக்கின்றன. அதாவது, பொறுத்துப்போதல் நெருப்புக் கோழியின் நடத்தை போன்றது. சிக்கல் தீர்ந்து போகும் என்ற நம்பிக்கையில் நடக்கிறது. இது உண்மை நிலைத்தன்மை இல்லை; ஏமாற்றிக் கொள்ளுதல். ஏனென்றால் உலகம் முழுவதிலிருந்து கிடைக்கும் பாடம் தலையை மண்ணில் புதைத்துக்கொண்டால் சிக்கல் இன்னும் அதிகமாகும் என்பதுதான்.

அதேசமயம், வங்கிகளை ஒழுங்குபடுத்துபவரிடம் கடன்களை மாற்றியமைக்க அதிகமான நெகிழ்வுத்தன்மை வேண்டும் என்று கேட்கிறார்கள். அப்போது அவற்றை திட்டத்தின் ரொக்க வரவுகளோடு இணைக்க முடியும். இக்கட்டில் இருக்கும் திட்டங்களைக் கொஞ்சம் முன்னேற்ற பங்குகளை எடுக்க முடியும் என்று சொல்கிறார்கள். இவை நல்ல வேண்டுகோள்கள்தான்; ஏனென்றால் அவை இக்கட்டை இன்னும் அதிகத் திறமையோடு கையாளும் ஆவலைக் குறிக்கிறது. ஒழுங்குமுறைப்படுத்துபவர் இந்த நெகிழ்வுத் தன்மையை வங்கிகளுக்குத் தரத் தயாராயிருக்கிறார். ஏனென்றால், வங்கி மேலாண்மை இதனைத் தவறாகப் பயன்படுத்துகிறது. எனினும், இக்கட்டை நுண்ணிய அளவில் தீர்க்க முடியாது என்பதை உணர்ந்த ஆர்பிஐ மறுகட்டமைப்பதில் அதிகப்படியான நெகிழ்வுத் தன்மையை வங்கிகளுக்கு அளிக்க வழி தேடிக் கொண்டிருக்கிறது. மீண்டும் அதிகப்படியான ரிஸ்க்கை எடுக்க இது அனுமதியளிக்குமானால், இந்த ரிஸ்க்கை எடுக்க நாங்கள் ஆயத்தமாக இருக்கிறோம்.

மொத்தத்தில் ஆர்பிஐ சிக்கல்களை வருங்காலத்திற்குத் தள்ளும் பொறுத்துப்போதலை எதிர்க்கிறது. அதேசமயம் சிக்கல் மிகுந்த கடன்களை பயனுள்ள வகையில் கையாள அதிகப்படியான நெகிழ்வுத்தன்மையை அனுமதிக்கும். நெகிழ்வுத்தன்மையைத் தவறாகப் பயன்படுத்துவது பற்றி நாங்கள் கவனிப்போம் என்றும் அவ்வாறு நிகழ்ந்தால் தீவிர நடவடிக்கை எடுப்போம் என்றும் தெளிவுபடுத்துகிறோம்.

முடிவுரை

கடன் வாங்குபவரைக் கடன் கொடுப்பவரிடமிருந்து காப்பாற்ற நாங்கள் விரும்புவதற்குக் காரணம் நமது சமூக உணர்வில் வட்டிக் கடைக்காரர் வெறுப்பின் சின்னம். ஆனால், பெரிய கடனாளி இன்று விதி வகை தெரியாத படிக்காத விவசாயி இல்லை. கடன் தருபவர் சாதாரண வட்டிக் கடைக்காரர் இல்லை. பொதுத்துறை வங்கி - அதாவது நாங்கள்தான் கடன் தருபவர்கள். பெரிய தொழில் முனைவோர் கடன் திருப்பித் தருவதில் வேண்டுமென்றே தவறும்போது அல்லது பொதுத்துறை வங்கியோடு திரும்பச் செலுத்த ஒத்துழைக்காதபோது அவர் வரிசெலுத்துவோர் ஒவ்வொருவரையும் கொள்ளையடிக்கிறார். மேலும் நமது

பொருளாதாரத்திற்கு தேவைப்படும் புது முதலீடு வரும்போது அதன் விலையை உயர்த்திவிடுகிறது.

இதற்குத் தீர்வு இன்னும் கடுமையான விதிகள் விதிப்பது இல்லை. அவற்றை பெரிய கடனாளி எளிதாகத் தவிர்த்துவிடுவார், சிறு கடனாளி சிக்கிக் கொள்வார். ஆனால், நமக்கு வேண்டியது, இப்போதுள்ள சட்டகங்களை சரியான நேரத்தில் நேர்மையாகப் பயன்படுத்தினால் போதும். நமக்கு திவால் நீதிமன்றங்களும், சிறப்பு முகவர்களும் தேவை. இறுதியாக நமது மனநிலையில் மாற்றம் வேண்டும். வேண்டுமென்றே கடனடைக்காமலிருக்கும், ஒத்துழைப்புத் தராத ஒருவரைத் தொழிலின் தலைவன் என்று போற்றுவதை விட்டுவிட வேண்டும். இந்நாட்டு மக்களைச் சுமக்க வைப்பதற்காக சரியான முறையில் அவரை மாற்ற வேண்டும். டாக்டர் வர்கீஸ் குரியன் மக்களின் இந்த மனநிலையை ஏற்பார் என்பது உறுதி.

II

நொடிப்புக் குறியீடு எதுவும் வேலை செய்யாதபோது, வங்கி இக்கட்டைத் தீர்ப்பதற்கு உதவுவதற்குப் பல திட்டங்களை அறிவித்திருக்கிறது. இத்திட்டங்களை சிக்கலைத் தீர்க்க எப்படி உதவச் செய்வது என்பதைக் கண்டுபிடிக்கத் திரும்பத் திரும்ப ஆய்வு செய்தோம். துரதிர்ஷ்டவசமாக கடுமையாக உழைக்கும் மனச்சான்றுள்ள சில வங்கியாளர்களைத் தவிர, வங்கியாளரது மத்தியிலுள்ள பொதுவான மனநிலை விரிவாக்கம் செய்வதைத் தொடர்வதும் பாசாங்கு செய்வதும்தான். அவர்கள் தரக்கூடிய எந்தச் சலுகைக்கும் தாங்கள் பொறுப்பாக்கப்படுவார்கள் என்று அஞ்சி முடிவு எடுப்பதைத் தவிர்த்துவந்தார்கள். இந்தச் சூழலில் மோசமான நிலையிலுள்ள வங்கி, அரசாங்கப் பண உதவியுடன், அவற்றின் கணக்குகளிலிருந்து கடன்கள் நீக்கும் என்ற கருத்து பரவியது. நான் இதனை ஓர் அரசு வங்கியிலிருந்து (பொதுத்துறை வங்கி) இன்னொரு வங்கிக்கு (மோசமான வங்கிக்கு) கடன்களை மாற்றுவதாகப் பார்த்தேன். இது எப்படி நிலையைச் சீராக்கும் என்று எனக்குப் புரியவில்லை. பொதுத்துறை வங்கி மோசமான நிலையில் இருந்தால் செயல்படுவதற்குக் காட்டும் தயக்கம் அந்த மோசமான வங்கியிடம் மட்டும் மாற்றப்படும். மாறாக மோசமாகச் செயல்படும் வங்கிக்கு மூலதனத்தைக் கொடுப்பதற்குப் பதிலாக, நேரடியாகப் பொதுத்துறை வங்கிகளுக்குக் கொடுத்தால் என்ன? மோசமான நிலையிலுள்ள வங்கி தனியார் துறையிலிருந்தால் அந்த வங்கிக்குக் கடன் தரப் பொதுத்துறை வங்கிகள் தயங்குவது தொடரும். இதுவும் சிக்கல் எதையும் தீர்க்காது.

சிக்கல்களை அடையாளம் கண்டுகொள்ள வங்கிகள் தயங்கியது தாமதத்தைப் பொறுத்துப்போக அல்ல, அவர்களது இருப்புநிலை அறிக்கையைச் சரி செய்யக் கட்டாயப்படுத்தத் தீர்மானித்தோம். 2015இல் சொத்து மதிப்பு மறுஆய்வு *(Asset Quality Review)* இந்தியாவில் இதுபோன்ற முதல் செயல், துணை இயக்குநர் முந்திராவால் தொடங்கப்பட்டது. இரண்டு மனஉறுதியுள்ள பெண்களின் பங்களிப்பை நான் இங்கே குறிப்பிடுவேன். முதன்மைப் பொதுமேலாளர் பார்வதி சுந்தர், செயல் இயக்குநர் மீனா ஹேமாச்சந்திரா ஆகிய இருவரும் அவர்களுடன் பணியாற்றுபவர்களை ஊக்கப்படுத்தி அவர்களுடைய ஆதரவை உறுதி செய்தார்கள். அவர்கள் அமைத்த இளையோர் அணி களைப்பில்லாமல் உழைத்தது. நாம் அறிவினை ஒன்றிணைத்தால் நம்மால் எவ்வளவு முடியும் என்பதை என்னை உணரச் செய்தது.

நான் ஆய்வு செய்த வங்கித் துறை அழுத்தச்சூழல் ஒவ்வொன்றும், பிரச்சனையை அடையாளம்கண்டு, வாராக்கடன்களைத் தீர்த்தது, வங்கிகளுக்கு மீண்டும் முதலீடுதருவது மூலமே தீர்வு காணப்பட்டிருக்கிறது. இந்தியா இதற்கு விதிவிலக்கில்லை. ஆனால், வாராக்கடன் சிக்கலைத் தீர்த்ததுதான் பொதுநிலை வங்கிகளின் கடன் தருதல் மந்தமானதற்குக் காரணம் என்று ஒரு கூட்டம் விமர்சிக்கிறது. பெங்களூருவில் 2016 ஜூனில் நான் ஆற்றிய உரையில் கடனைச் சரி செய்வதன் அவசியத்தை, இந்த விமர்சகர்களிடம் தரவுகளைப் பார்க்குமாறு சொல்லி நிலைநிறுத்தினேன். தரவுகளின்படி சரிசெய்வதற்கு முன்னரே மந்தநிலை தொடங்கிவிட்டது. இது ஒருவேளை வங்கிகளுக்கு சிக்கல் எவ்வளவு பெரியது என்பது தெரிந்துவிட்டதால் இருக்கலாம்.

வங்கி அமைப்பில் அழுத்தத்தை நீக்குதல்

சாதாரணமாக, பெங்களூரு போன்ற ஒரு நகரத்தில் புதிதாகத் தொடங்கும் குழுமங்கள்(Startups)பற்றிப் பேசுவோம். ஆனால், இன்று நிதி இக்கட்டைச் சரி செய்தல் பற்றிப் பேசுகிறேன். பணக் கொள்கை அதிக இறுக்கமாக இருக்கிறது என்ற விவாதத்தை நான் மறுக்கிறேன். மாறாக கடன் வளர்ச்சியில் மந்த நிலைக்குக் காரணம் பொதுத்துறை வங்கிகளிலுள்ள அழுத்தம்தான் என்று வாதிட விரும்புகிறேன். இந்த இக்கட்டை வட்டிவீதத்தைக் குறைப்பதால் சரிசெய்து விட முடியாது. மாறாக, செய்ய வேண்டியது என்னவென்றால் பொதுத்துறை வங்கிகளின் இருப்புநிலை அறிக்கைகளைச் சரி செய்ய வேண்டியதுதான். இதைத்தான் செய்து வருகிறோம். இதனை அதன் தர்க்க ரீதியான முடிவிற்குக் கொண்டு செல்ல வேண்டும். குறிப்பாக, கடன் ஒப்பந்தத்தைச் சுற்றியுள்ள நடைமுறையை மாற்றுவதற்கு இந்தியாவில் என்ன செய்து கொண்டிருக்கிறோம் என்பதை விளக்குகிறேன். முதலில் பொதுத்துறையின் கடன் வளர்ச்சியை புதிய தனியார் வங்கியின் கடன் வளர்ச்சியுடன் ஒப்பிட்டுப் பார்ப்போம். (ஆசிரியர் குறிப்பு: இந்த உரைக்கு உதவிய வரைபடங்களை இங்கே சேர்க்கவில்லை. அவை https://gbi.org.in/scripts/BS_Speeches View.aspc?Id=1009 இணையதளத்தில் கிடைக்கும்)

பொதுத்துறை வங்கி கடன்தருதல் X தனியார்துறை வங்கி கடன்தருதல்

2014-இலிருந்து புதிய தனியார்துறை வங்கிகளின் கடன் வளர்ச்சிக்கு இணையாக பொதுத்துறை வங்கியின் உணவு அல்லாத கடன் வளர்ச்சி குறைந்துவந்திருக்கிறது என்று தரவுகள் காட்டுகின்றன. தொழிலாளர்களுக்கு மட்டுமின்றி குறு, சிறு தொழில் கடனும் இதைக் காட்டுகிறது. கடன் வளர்ச்சியில் காணபட்ட மந்தநிலை, பெரிதாக இல்லாவிட்டாலும் விவசாயத்திலும் காணப்படுகிறது. எனினும் இங்கே வளர்ச்சி மீண்டும் தொடங்கியிருக்கிறது. கடனளிப்பில் மந்தம் காணப்படும் போதெல்லாம் கடனுக்குத் தேவை ஏற்படவில்லை, நிறுவனங்கள் முதலீடு செய்வதில்லை. ஆனால், நாம் இங்கே பார்ப்பது தனியார்துறை வங்கியோடு பொதுத்துறை வங்கியை ஒப்பிடும்போது கடன் தருவதில் மந்தநிலை காணப்படுகிறது. இது ஏன்?

உடனடியாகப் பெறப்படும் முடிவு குறிப்பாக பொதுத்துறை வங்கிகளில் கடன் வழங்கலை பாதித்திருக்கிறது. இது ஒருவேளை வங்கியின் முதலீட்டுப் பற்றாக்குறையாக இருக்கலாம். எனினும் சில்லறைக் கடன் வளர்ச்சியை, குறிப்பாக வீட்டுக்கடன்களைப் பார்க்கும்போது, பொதுத்துறை வங்கிக் கடன் வளர்ச்சி, தனியார் துறை வங்கி வளர்ச்சியை எட்டுகிறது. அப்படியானால் முதலீடு பற்றாக்குறை காரணமாக இருக்க முடியாது. பொதுத்துறை கடன் எல்லாத் துறையிலும் சுருங்காமல், அதிக அளவு கடன் பகுதிகளில் மட்டும், குறிப்பாக தொழிற்சாலை, சிறு தொழில்கள் ஆகியவற்றில் சுருங்கி இருப்பதாகத் தோன்றுகிறது. பொருத்தமான முடிவு என்னவென்றால், 2014 தொடக்கத்திலிருந்து பொதுத்துறை வங்கிகளில் பழைய கடன்கள் திரும்பி வராதது அதிகமாகிக் கொண்டுவருவதால் அப்போதிருந்து உட்கட்டமைப்பு, தொழில் ஆகியவற்றில் ரிஸ்க் எடுப்பது சுருங்கிவிட்டது. இப்படிப்பட்ட முன்அனுபவங்கள் தனியார் வங்கிகளுக்கு இல்லாததால், வழக்கமான கடனாளிகளிடமிருந்தும், பொதுவங்கிகள் கடன் தர மறுத்த கூட்டிணையங்களிலிருந்தும் அதிகமாகிக்கொண்டுவந்த தேவைக்கு சேவைசெய்யத் தயாராக இருந்தன. எனினும் தனியார்துறை வங்கிகள் பொதுத்துறை வங்கிகள் அளவிற்குப் பெரியவை இல்லை. ஆதலால், பொதுத்துறை வங்கிக் கடனில் ஏற்பட்ட மந்தத்தை அவற்றால் ஈடுசெய்ய முடியவில்லை. ஆகவே பொதுத்துறை வங்கிகள் தொழிற்சாலைகளுக்கும், உட்கட்டமைப்புக்கும் மீண்டும் கடன் தருவதை உறுதி செய்ய

வேண்டும். இல்லையென்றால் பொருளாதார வளர்ச்சி மீண்டும் ஏற்படும்போது, கடன் தருதலும் வளர்ச்சியும் பாதிப்படையும்.

கூட்டிணைய உலகில் அழுத்தம் ஏற்படுவதற்குக் காரணம் அதிக வட்டி வீதங்கள் என்று ஆதாரத்தைப் பார்க்காதவர்களின் இன்னொரு வாதத்தை தரவுகள் முறியடிக்கின்றன. தனியார் வங்கிகள் விதிக்கும் வட்டிவீதங்கள் வழக்கமாகப் பொதுத்துறை வங்கிகளின் வட்டி வீதங்களுக்குச் சமமாக அல்லது அதிகமாக இருக்கின்றன.

எனினும் அவற்றின் கடன் வளர்ச்சி பாதிக்கப்பட்டதாகத் தெரியவில்லை. எனவே தீர்க்கரீதியான முடிவு, கடன் வட்டிவீதங்கள் பிரச்சனை இல்லை என்பதுதான். மாறாக அழுத்தத்திற்குக் காரணம் ஏற்கனவே *PSP*-க்களின் இருப்புநிலை அறிக்கைகளிலுள்ள கடன்களாலும், அவை அதிகம் தெரிந்திருக்கும் துறைகளுக்கு இன்னும் அதிகமாகக் கொடுக்க விருப்பமில்லாமையாலும்தான்.

இக்கட்டுக்குள்ளான கடன்களுக்கு இரண்டு காரணிகள்: ஒன்று கடனாளியின் அடிப்படைகள் நன்றாக இல்லாதது; இரண்டாவது கடன் கொடுத்தவர் கடனைத் திரும்பப்பெற வலிமையில்லாதது. இன்றைய இக்கட்டில் இரண்டுமே இருக்கின்றன.

கடன் கொடுத்ததிலுள்ள இக்கட்டுக்குக் காரணி: மோசமான அடிப்படை நிலைகள்

வாராக்கடன்கள் ஏன் ஏற்படுகின்றன? இந்தக் கடன்களில் பல 2007-2008-இல் தரப்பட்டவை. பொருளாதார வளர்ச்சி வலிமையாக இருந்தது. வாய்ப்புகளுக்கு எல்லையில்லை. பொதுத்துறை வங்கிகளில் வைப்புத்தொகை வளர்ச்சி வேகமாக இருந்தது. மின் உற்பத்தி நிலையங்கள் போன்ற பல உட்கட்டமைப்புத் திட்டங்கள் நேரத்தோடும், குறித்த பண ஒதுக்கீட்டோடும் முடிக்கப்பட்டன. இதுபோன்ற சமயங்களில்தான் வங்கிகள் தவறு செய்கின்றன. அவை பழைய வளர்ச்சியையும் நடப்பையும் வருங்காலத்திலும் எதிர்பார்க்கின்றன. எனவே திட்டங்களில் அதிகக் கடனையும் தொழிலதிபரின் குறைவான பங்குகளையும் ஏற்றுக் கொள்கின்றன. உண்மையில், சிலவேளைகளில் தொழில்முனைவோரின் முதலீட்டு திட்ட அறிக்கைகளின் அடிப்படையில், அவர்களே அவற்றினை ஆராயாமல் கடன் கொடுக்க வங்கிகள் ஒப்பந்தம் செய்து கொள்கின்றன. தொழில்முனைபவர் ஒருவர், எப்படி வங்கிகள்

காசோலைப் புத்தகங்களைக் காட்டிக்கொண்டு, அவருக்கு வேண்டிய தொகையைச் சொல்லுமாறு துரத்தினார்கள் என்று என்னிடம் கூறினார். சுழற்சியில் இப்படிப்பட்ட வேளையில் எல்லா நாடுகளிலும் காணப்படுகின்ற அளவுகடந்த பகுத்தறிவிற்கு எட்டாத உற்சாகம்தான் காரணம்.

ஆனால், சிக்கல் என்னவென்றால், வளர்ச்சி எதிர்பார்த்தபடி நடப்பதில்லை. உலக நிதி நெருக்கடிக்கு முன்னர் இருந்த உலக அளவிலான வலுமிக்க வளர்ச்சி ஆண்டுகளில் ஒரு மந்தநிலை தொடர்ந்தது. இது இந்தியா வரையில் நீண்டது. உலகோடு நாம் எவ்வளவு இணைந்து போயிருக்கிறோம் என்பதை இது காட்டியது. பல திட்டங்களும் வலிமையான தேவை எதிர்பார்ப்புகளும், உள்நாட்டுத்தேவை குறைந்தபோது உண்மை நிலைக்கு மாறாக இருந்தது தெரியவந்தது. மேலும் பல வகை நிர்வாகச் சிக்கலும், நடவடிக்கைகள் பற்றிய அச்சமும் சேர்ந்துகொண்டு டில்லியில் நிர்வாகிகள் அளவில் எடுக்கப்பட வேண்டிய முடிவுகள் மந்தமாயின. கட்டமைப்புத் திட்டங்களுக்கு அனுமதிகள் கிடைப்பது கடினமாயிற்று. நிறுத்தி வைக்கப்பட்ட திட்டங்களுக்கான செலவு அதிகமாக, அவர்களால் கடனை அடைப்பது கடினமாயிற்று

சட்டரீதியான தவறுகள் இல்லை என்று நான் சொல்லவரவில்லை. கடன்கள் பெற தேவையற்ற செல்வாக்குகளைப் பயன்படுத்திய வழக்குகளையும், அதிகமதிப்புக் காட்டி தொழில் முனைபவருக்குச் சொந்தமான நிறுவனத்தின் மூலம் இறக்குமதி செய்தல் அல்லது வெளிநாட்டிலுள்ள தொடர்புடைய பெயரளவிலான குழுமங்களுக்கு ஏற்றுமதி செய்து, அவை பணம் கட்டத்தவறிவிட்டதாக உரிமை கோருவதன் வழியாக ஏமாற்றியதையும், இப்போது நாட்டின் விசாரணை முகமைகள் விசாரித்து வருகின்றன. சட்டரீதியான தவறுகளிலெல்லாம் வேறுகாரணிகளும் இருந்தன என்று சொல்கிறேன். உண்மையான தொழில் முனைவோரும், அவற்றிற்குத் தெரிந்திருந்த விபரங்கள் அடிப்படையில் அறிவுக்கு உகந்த முடிவுகள் எடுத்த வங்கிகளும் கூடச் சிக்கலில் மாட்டியிருக்கின்றன.

கடன் தருவதில் இக்கட்டுக்கான காரணி: சரியான மேற்பார்வையும், சேகரித்தலும் இல்லாதது

அறிவுபூர்வமாகக் கடன் தருதலில்கூடத் திரும்பாக் கடன் இருக்க வாய்ப்புண்டு என்பதுதான் உண்மை. வாராக்கடனே இருக்கக்

கூடாது என்ற நோக்கத்தோடு கடன்கொடுக்கும் வங்கியாளர் மிகுந்த பிற்போக்குவாதியாக இருக்கலாம், அவர் ஒரு சில திட்டங்களுக்கே கடன் தருவார். இது வளர்ச்சியைப் பாதிக்கும். ஆனால், அறிவுபூர்வமாகக் கடன் தருதல் என்பது திட்டங்களின் வாய்ப்புகளை கவனமாக ஆராய்ந்து அளவிடுதல் ஆகும். இதில் அறிவுக்கொவ்வாத உற்சாகம் காட்டுவதோ, பிறருடைய மதிப்பீட்டை அதிகமாக நம்புவதோ இந்த அளவீட்டைக் கெடுத்துவிடும் என்று நான் வாதிட்டிருக்கிறேன். மதிப்பீடு செய்வதிலுள்ள குறைபாடுகளை ஓரளவு நிவர்த்தி செய்ய, கவனமாக ஆவணப்படுத்தல், பிணையை முழுமைப்படுத்தல், முனைபவரின் உத்தரவாதத்திற்கான சொத்துகள் பதிவு செய்யப்பட்டுக் கண்காணிக்கப்படுதலை உறுதிசெய்தல் உட்பட்டவற்றில் கடன் கொடுத்த பிறகு கண்காணிப்பவர் கவனமாக இருக்கவேண்டும். துரதிர்ஷ்டவசமாக பல திட்டங்கள் சரிவரக் கண்காணிக்கப்படுவதில்லை. செலவினங்கள் கூடுவதையும் கவனிப்பதில்லை. முதன்மை வங்கி தேவையான ஆய்வுகள் செய்திருக்கும் என்று வங்கிகள் எதிர்பார்த்திருக்கலாம். ஆனால், பொதுவாக இது நடப்பதில்லை. மேலும் ஒரு திட்டம் இக்கட்டில் இருக்கும்போது முனைவோரிடமிருந்து அதிகப் பிணையைப் பெறுவதிலோ, கடனைத் திரும்பப் பெறுவதிலோ தனியார் வங்கிகள் சுறுசுறுப்பாகச் செயல்படுகின்றன. ஆனால், அதேசமயம் பொதுத்துறை வங்கிகள் இன்னும் புதிய கடன்கள் தந்து திட்டங்களை ஆதரிக்கின்றன. தொழில் முனைவோரும் தங்கள் பங்குகளைச் செலுத்துவதை நிறுத்திவிட்டார்கள். சில வேளைகளில் எந்த முயற்சியையும் எடுப்பதைக்கூட நிறுத்திவிட்டார்கள். ஏனென்றால், கடன் சுமை இருக்கும்போது திட்டம் எதுவும் நடக்கப் போவதில்லை என்று அவர்களுக்குத் தெரியும்.

வங்கிகள் பெரிய, பெரிய இடத்துத் தொடர்புடைய தொழில் முனைவோரைச் சந்திக்கும்போது, உறுதி செய்யப்பட்ட கடனைத் திரும்பப் பெறுவதை வேகப்படுத்துவதற்காக *SARRAESI* போன்ற விதிகள் இருந்தாலும், கடனைத் திரும்பப் பெறுவதற்கு நீண்ட காலம் ஆகிக்கொண்டே போகும், செலவும் அதிகமாகும். எனவே நீதித்துறை நடவடிக்கைகளில் சீர்திருத்தங்கள் செய்ய அரசு திட்டமிடுகிறது. கடன் திரும்பப் பெறும் தீர்ப்பாயங்களின்(*DRT*) பணியை வேகப்படுத்துவதும் இதனுள் அடங்கும். ஆதலால் வங்கிகள் கடனைத் திரும்பப் பெறுவது எளிதாகும். ஆனால், சட்டச் சீர்திருத்தங்கள் நாடாளுமன்றத்தில் இருக்கின்றன. வங்கிகள் பணத்தைத் திரும்பப்பெறுவது கடினம் என்பதைத்

தெரிந்துகொண்ட சில தொழில் முனைவோர் ஏற்கனவே இருக்கும் கடனைத் திருப்பித்தர முடியாவிட்டாலும், திட்டத்தின் அளவைக்கூட்டி இரட்டிப்பாக்க வங்கிகளைத் தூண்டுகிறார்கள். தொழில் முனைவோரில் நேர்மையில்லாதவர்கள் அதிகப்படியான கடன் தொகையை வேறுபக்கம் திருப்பி விடுகிறார்கள். இதனால் வங்கிகளின் இருப்பு நிலை அறிக்கைகளில் சிக்கல் பெரிதாகிறது.

இவ்வாறு திறனற்ற கடன் வசூலிக்கும் அமைப்பு தொழில் முனைவோருக்குக் கடன் தருவோர் மேல் அதிகப்படியான அதிகாரத்தைத் தருகிறது. தங்களுக்கு விருப்பமான வங்கிக்கு பணம் செலுத்துவதை மாற்றப்போவதாக பயமுறுத்தி ஒரு கடன் தருபவருக்கு எதிராக இன்னொருவரை ஏவ முடியும். அதோடு, கடன் தருபவர் இன்னும் அதிகமாகப் பணம் தராவிட்டால் பணம் திருப்பி தரமுடியாது என்றும்கூட மறுக்கலாம். அதுவும் கடன் செயலற்ற முதலாக ஆகிவிடும்(NPA)என்று கடன் கொடுப்பவர் பயந்தால் இது நடைபெறும். சில சமயங்களில் தொழில் முனைவோர் பாதுகாப்புள்ள கடன்களைக்கூட வங்கிகள் பெறத் தகுதியற்றவை என்பது தெரிந்து, பல ஆண்டுகள் கழித்து ஒரே தவணையில் சிறிது பணத்தைத் (one- time settlement OTS)தர முன்வரலாம். அப்படிப்பட்ட அமைப்பில் கடன்களே பங்குத் தொகையாக ஆகிவிடும். ஒரு கடுமையான தொழில்முனைபவர் தனது பங்கைப் பிடித்து வைத்துக்கொண்டு நல்ல காலங்களில் அனுபவிக்கவும், மோசமான வேளைகளில் வங்கிகளை இழப்புகளை எற்றுக்கொள்ள வற்புறுத்தவும் முடிகிறது.

வங்கிகளைத் தூய்மைப்படுத்தி சீர்படுத்துதல்: கொள்கைகள்

இக்கட்டு வரும்போது உலகெங்கும் மூன்று பிரதான வழிகள் பின்பற்றப்படுகின்றன:

1) இயலக்கூடிய திறன்: மீதமிருக்கும் கடனைப் பொறுத்தல்ல. மாறாக பொருளாதார மதிப்பைப் பொறுத்தது. இயலக்கூடிய திறனுக்கு ஏற்பக் கடனைக் குறிக்க வேண்டும்.

மாறிய சூழல்களினால், தேவை குறைவாக இருக்கலாம், திட்ட ரொக்கப் பணவரத்து முன்னர் குறித்ததைவிடக் குறைவாக இருக்கலாம். திட்டத்தை நிறைவேற்றியவுடன் அதற்கு பொருளாதார மதிப்பு இருக்கும். அதாவது செயல்படுத்தும்

ரொக்கப் பணவரத்துகள் நன்றாக இருக்கும். ஆனால், அதற்குரிய கடனின் வட்டியைவிட மிகக் குறைவாக இருக்கலாம். கடனைக் குறைத்து எழுதாவிட்டால் திட்டம் ஒரு NPA ஆகத் தொடரும். தொழில் முனைபவருக்கு திட்டம் கடனைத் திரும்பத்தராது என்று தெரியுமாதலால் ஆர்வம் இழந்து விடுவார். கவனியாது விட்டால் ரொக்கப் பணவரத்து ஏற்படுவது நின்றுவிடும். சொத்து மதிப்பு வேகமாகக் குறைந்துவிடும். மிக அதிகமான கடன் மதிப்பை அழித்துவிடும்.

2) இயலக்கூடிய திறனுள்ள திட்டங்களை, அது அதிகப்படியான நிதியை வேண்டியிருந்தாலும்கூட முடிக்க வேண்டும்.

காலம் செல்லச் செல்ல நின்றுபோன திட்டங்கள் சீராகப் போவதில்லை. திட்டத்தை நிறைவேற்ற சிறிய முதலீடுகள் தேவைப்பட்டால், தொழில் முனைவோரிடம் தேவையான நிதி வசதி இல்லாவிட்டால், மொத்தக் கடனையும் குறைத்துக்கொண்டே திட்டத்துக்குக் கடன் தருவது அறிவுடைமை ஆகும். புதிய கடன் ஏற்கனவே இருக்கும் கடன் முழுவதையும் அடைக்க உதவாவிட்டாலும், செயல்படும் அளவிற்கான ரொக்கப் பணவரத்தை சிறிதளவு கடனைக்கட்ட உதவுமளவிற்கு உண்டாக்கலாம்.

3) கடன் பயனுள்ளதாக ஆகிவிடும் என்ற நம்பமுடியாத உறுதி மொழியால் மோசமான பணத்திற்குப் பின்னால் உள்ள நல்ல பணத்தை விட்டு விடாதீர்கள்.

இது மேலே சொன்ன விதி(2)க்கு எதிரானது. ஒரு திட்டம் இயலக்கூடிய திறனுடன் இல்லாவிட்டால், அதன் அளவை இரண்டு மடங்காக்குவதால் அது இயலக்கூடியதாக ஆகிவிடாது. அதிகப்படியாகக் கடன் வாங்கிய முனைவோரெல்லாம் அளவைக் கூட்ட வேண்டும் என்று கேட்கிறார்கள். அப்போதுதான் வங்கிக்குத் தர வேண்டிய கடனும், புதிய கடன்களும் பயன்படுத்தப்பட முடியும். வங்கி இன்னும் பள்ளத்திற்குள் ஆழமாக விழாமல், அதன் கடன்களைக் குறைத்தெழுதுவது நல்லது. ஏனென்றால், தொழில் முனைபவர் விரிவுபடுத்தும்போது அவரின் இன்னும் செலவினங்கள் அதிகமாகும். அளவு கூட்டினாலும் திறமையற்ற, நம்பிக்கைக்கு உள்ளாகாத ஒரு தொழில் முனைவோர் அப்படியேதான் இருப்பார்.

வங்கியின் ஒழுக்கநெறி ஆபத்து

துரதிர்ஷ்டவசமாக பொதுத்துறை வங்கி அமைப்பினுள் ஏற்படுத்தப்பட்டிருக்கும் ஊக்கம், பொதுத்துறை வங்கிச் செயல் அலுவலர்களை இந்தக் கொள்கைகளைப் பின்பற்ற முடியாமல் செய்துவிடுகின்றன. (சில தனியார் துறை வங்கி அலுவலர்களும் இதில் விதிவிலக்கல்ல என்று நான் இங்கே குறிப்பிட வேண்டும்). மேலாளர்களின் பதவிக் காலம் குறுகியதாக இருப்பதால் அவர்கள் இழப்புகளை உடனே அறிந்துகொள்ள விரும்பாமல், அவர்களுக்கு பின்னால் வருபவர்கள் அவற்றைக் கையாளட்டும் என்று தள்ளிப்போடவே விரும்புகிறார்கள். இப்படிப்பட்ட விகாரமான ஊக்கிகள் அதிகப்படியாகக் கடன் தருவதற்கு இயலக்கூடாத திட்டங்களுக்கும்கூட இட்டுச் செல்கின்றன. மேலும், NPA-வின் மேலுள்ள கெட்ட பெயர் அவர்களை இயலக்கூடிய திட்டங்களுக்குக்கூடக் கடன் கொடுக்கத் தயங்கச் செய்கின்றன. ஏனென்றால், புலன் விசாரணை முகமைகள் அவர்களுடைய வாதத்தை ஏற்றுக்கொள்ள மாட்டார்கள் என்று அஞ்சுகிறார்கள். சரியான, நன்றாக ஆவணப்படுத்தப்பட்ட கடன் மதிப்பிடுதலும், மேற்பார்வை செய்யும் பழக்கங்களும் இல்லாததால் இப்படி ஏற்படுகிறது. எனவே, மோசமான திட்டங்களுக்கு அதிகமாகக் கடன் தருவதும், இயலக் கூடியவற்றிற்குச் சிறிதளவே கடன் தருவதும் ஒன்றாக இயங்கும்.

ஒழுங்குபடுத்துபவரின் குழப்பம்

வங்கி அமைப்பு செம்மைப்படுத்தப்பட்டு, மீண்டும் கடன்தரத் தொடங்க விரும்பும் ஒழுங்குபடுத்தபவருக்கு இது பல வகைப்பட்ட நோக்கங்களைத் தரும். அவை சில சமயங்களில் முரண்பட்டவையாக இருக்கும். முதலாவது, வங்கிகள் கடன் இக்கட்டுகளை அடையாளம்கண்டு அவற்றை வெளியிட வேண்டும். இயலமுடியாத திட்டங்களை மூடி மறைக்கக் கூடாது. கடனை வகைமைப்படுத்துவது நல்ல முறையில் கணக்கு வைப்பதுதான். கடனின் உண்மையான மதிப்பை அது காட்டும். அவசரத்திற்கு தனியாக ஏற்பாடு செய்வதும் இதில் அடங்கும். இது பின்னால் ஏற்படக்கூடிய இழப்புகளை ஏற்றுக்கொள்ள ஒரு தாங்கியை (buffer)-ஐ வங்கி ஒதுக்கி வைப்பதை உறுதிசெய்யும். இழப்புகள் ஏற்படாவிட்டாலும்கூட, வங்கி தனியாக ஒதுக்கி வைத்த

தொகையை லாபமாகக் காட்டலாம். ஆனால், இழப்பு ஏற்பட்டால், வங்கி உடனே பெரிய இழப்பு ஏற்பட்டுவிட்டது என்று அறிவிக்க வேண்டியதில்லை, மாறாக அது ஒதுக்கி வைத்திருந்ததொகையைக் கொண்டு ஈடுகட்டலாம். இவ்வாறு வங்கியின் இருப்புநிலை அறிக்கை வங்கியைக் குறித்த உண்மையான, நேர்மையான நிலையைக் காட்டும். ஏனென்றால், அதற்குத்தான் வங்கியின் இருப்புநிலை அறிக்கை இருக்கிறது.

இரண்டாவதாக, ஒரு திட்டத்தின் ரொக்கம் உண்டாக்கும் திறனைப் பற்றிய நிதர்சனமான நிலைப்பாட்டை அவர்கள் எடுக்க வேண்டும். அதற்கு ஏற்றவாறு கடனையும், திருப்பித் தருவதையும் அமைக்க வேண்டும்.

மூன்றாவதாக, இயலக்கூடிய திட்டங்களுக்கு, அவை முன்னர் மாற்றியமைக்கப்பட வேண்டியிருந்த NPA-களாக இருந்தாலும் வங்கிகள் அவற்றிற்குத் தொடர்ந்து கடன் தரவேண்டுமென்று விரும்புகிறோம்.

திரும்பக் கட்டமைக்கும்போது கடன்களை NPA என்று குறிப்பிடுவதில் தயக்கம் காட்டுகிறது. வெளிப்படையாகச் சொல்வதைத் தவிர்ப்பதை எளிதாக்குகிறது. இதுதான் சிக்கல். இதற்கு நேர்மாறாக, கடுமையான வெளியிடல், வகைப்படுத்தல் சட்டங்கள் இயலக்கூடிய திட்டங்களுக்குக் கடன் கொடுப்பதை நிறுத்துவதாக ஆக்கிவிடும். அமைப்பில் ஊக்கிகள் இருக்கும் இந்த நிலையில், இந்தியாவில் செயல்படும் திவால் குறியீடு இல்லாதபோது, தெளிவான தீர்வுகள் கொடுக்க முடியாது. எனவே, புதிய செயல்படுத்தக்கூடிய செயல்முறைகளை உண்டாக்கி, சீர்மைப்படுத்துவதற்கு நடைமுறைக்குச் சாத்தியமான ஓர் அணுகுமுறையைக் கடைப்பிடிக்க வேண்டியதிருக்கிறது.

ஆர்பிஐயின் அணுகுமுறை

எங்கள் முதல் வேலை ஒரு கடனாளிக்கு யாரெல்லாம் கடன் கொடுத்திருக்கிறார்கள் என்ற தகவல் எல்லா வங்கிகளிடமும் இருப்பதை உறுதி செய்வது. எனவே நாங்கள் பெரிய கடன் தரவு அடிப்படையை (CRILC) உண்டாக்கினோம். இதில் 5 கோடிக்கு மேலுள்ள கடன் விபரங்கள் அடங்கும். இதனை எல்லா வங்கிகளுடனும் பகிர்ந்துகொண்டோம். CRILC தரவு ஒவ்வொரு

கடனின் நிலையையும் உள்ளடக்கி இருக்கும். அது செயல்படுகிறது, ஏற்கனவே NPA-ஆக இருக்கிறது அல்லது NPA-ஐ நோக்கிப் போய்க் கொண்டிருக்கிறது என்பதைக் காட்டும். ஒரு குறிப்பிட்ட கடன் கொடுத்தவர்களுக்கு வழக்கமாக தாமதமாகப் பணம் திரும்பச் செலுத்தப்படுகிறது என்பது போன்ற இக்கட்டு பற்றி எச்சரிக்கை அடையாளங்களை வங்கிகள் அடையாளம்காண இந்தத் தரவு அடிப்படை உதவியது.

அடுத்த நடவடிக்கை கடன் கொடுத்தவர்களை, அப்படிப்பட்ட அடையாளங்கள் தெரிந்தவுடன் ஓர் அமைப்பின் மூலம் (JLF) ஒருங்கிணைப்பது. ஒரு திவால் அமைப்பு செய்வது போலவே, JLF தீர்விற்கான ஓர் அணுகுமுறையை தீர்மானிக்கக் கேட்டுக் கொள்ளப்பட்டது. வங்கிகள் விரைவாக முடிவெடுக்க ஊக்கிகள் தரப்பட்டன. எல்லோரும் ஒத்துப்போக வேண்டியதைக் குறைத்து, அமைப்பு திறம்படச் செயல்படுமாறு முயன்றிருக்கிறோம். எல்லோரும் சேர்ந்து எடுத்த முடிவை ஏற்றுக்கொள்ளாதவர்கள் வெளியேறும் வாய்ப்பையும் கொடுத்திருக்கிறோம்.

இழப்புகளைக் கண்டுகொள்வதைத் தவிர்க்க விரும்பும் வங்கிகள் இயலும் திறனில்லாத திட்டங்களை மறுகட்டமைப்பு செய்வதை நிறுத்த விரும்பினோம். எனவே 2015 ஏப்ரலில் NPA என்று குறிப்பிடாமல் திட்டங்களை மாற்றியமைக்கும் தகுதியை வங்கிகளுக்குத் தருவதை நிறுத்திவிட்டோம். பல ஆண்டுகளாக ரொக்கப் பணவரத்துகள் தொடர்ந்து கிடைத்தாலும், சாலைகள் போன்ற நீண்டகாலத் திட்டங்கள் வேகமாகத் தேவைப்படும் மறு செலுத்தல்களால் மாற்றியமைக்கப்பட்டன. எனவே, அப்படிப்பட்ட திருப்பிச் செலுத்தல்களை 5/25 திட்டம் மூலம் மாற்றியமைக்க அனுமதித்தோம். ஆனால், இது பிற்காலத்தில் குறிப்பிடப்பட்ட ரொக்கப் பணவரத்தால் நம்பத்தகுந்தவாறு நிறுவப்பட்டிருக்க வேண்டும். வங்கிகள் இதனைப் பயன்படுத்தி ஒப்பந்தத்தைத் தாமாகவே புதுப்பித்துக்கொள்ள முடியும். எனவே நடைமுறையில் இது எப்படி நடக்கிறது என்று கண்காணிக்கிறோம். திட்டம் தனது நோக்கத்தை நிறைவேற்றுமாறு தேவைப்படும்போது நடைமுறையை மாற்றுகிறோம்.

தொழில் முனைவோர் புதிய நிதிகளைக் கொண்டுவர முடியாததாலும், பங்கு உரிமையுடையவர்களை நிதித்துறை பாதுகாக்கிறது என்பதாலும், SEBI-யுடன் சேர்ந்து Strategic Debt Restructuring (SDR) திட்டத்தை அறிமுகப்படுத்தினோம். இது கடனைப்

பங்காக மாற்றி நலிவடைந்த தொழில் முனைவோரை நீக்க வங்கிகளுக்கு வாய்ப்பளிக்கும். வங்கிகள் காலவரையறையின்றி திட்டங்களை வைத்திருக்க நாங்கள் விரும்பவில்லை. எனவே, ஒரு புதிய தொழில் முனைவோரைக் கண்டுபிடிக்க காலவரையறையையும் குறித்தோம்.

இந்தக் கருவிகளெல்லாம் நீதிமன்றத்திற்கு வெளியேயான திவாலை மாதிரியாகக்கொண்ட ஒரு தீர்வு அமைப்பைத் திறமையுடன் உருவாக்கியது. இக்கட்டிலிருந்து மீள வங்கிகளுக்கு இப்போது அதிகாரம் இருக்கிறது. எனவே, அடையாளம் காண்பதன் தேவையினால் தங்கள் அதிகாரங்களைப் பயன்படுத்த அவற்றை நிர்ப்பந்திக்க முடியும். 2015 அக்டோபரில் சொத்து மதிப்பு மீள்பார்வை (Asset Quality Review) நிறைவு செய்தி பின்னர் வங்கிகளுடன் பகிர்ந்து கொண்டது இதைத்தான் சாதிக்க முயன்றது. அப்போதிருந்து வங்கிகள் இப்போதுள்ள இக்கட்டான (வாராக்) கடன்களை வகைப்படுத்தியிருக்கின்றன. 2016 மார்ச்சிலிருந்து நலிவுற்ற, ஆனாலும் இன்னும் இக்கட்டு நிலையை அடையாதவை பற்றித் தேவையான நடவடிக்கைகள் எடுப்பதைக் கவனித்து வருகின்றன. செயல்பாட்டுத் தன்மையில் ஒரு மாற்றம் இருக்கிறது. வங்கிகள் AQR-இன் உள்நோக்கிற்குள் செல்லத் தயாராக இருக்கின்றன. 2016 மார்ச் முதல் காலாண்டு முடிவிற்குள் எங்களது குறியீடுகளுக்கு மேலேயே பல போய்விட்டன. சரிவரச் செயல்படாத கடனைச் சரியாக வங்கிகள் வகைப்படுத்தி அதற்குத் தகுந்த ஏற்பாடுகள் செய்த பிறகு, ஒப்பந்தம் தாமாகப் புதுப்பிக்கப்படுவதற்கோ தேவையான அளவிற்குக் கடனைக் குறைத்து எழுதுவதைத் தவிர்ப்பதற்கோ உள்ள ஊக்கி குறைந்துவிடுகிறது.

எனினும், சீர்ப்படுத்தல் தொடர்ந்து நடைபெற வேண்டிய வேலை. SDR திட்டம் நலிவடைந்த தொழில் முனைவோர் விஷயத்தையும் கவனித்துக் கொண்டது. ஆனால், சில தொழில் முனைவோர், அவர்களுடைய திட்டங்கள் அதிகம் கடன்பட்டிருந்தாலும் திறமை மிக்கவர்கள். Scheme for Sustainable Structuring of Stressed Assets (SSSSA) பெரிய அளவிலான இக்கட்டிலுள்ள கணக்குகளின் பிரச்சனையைத் தீர்ப்பதற்காக அமைக்கப்பட, விருப்பமானால் பயன்படுத்தக்கூடிய ஒரு சட்டகம். இக்கட்டிலுள்ள கடனாளிக்குத் அவரால் தாங்கக்கூடிய கடன் அளவைத் தீர்மானித்தல், பங்கு / பாதிப் பங்கு கருவிகளாகப் பிரித்தல் ஆகியவற்றை (SSSSA) எதிர்பார்க்கிறது. இவை கடனாளி நல்ல நிலைக்கு வரும்போது கடன்கள் கொடுத்தவர்களுக்கு மதிப்புக் கூடுவதைக் கொடுக்கும் என்று எதிர்பார்க்கப்படுகிறது.

இவ்வாறு திறமையுள்ள, ஆனால், கடன் அதிகம் பட்டுள்ள தொழில் முனைவோர், செயல்படுவதற்கு கொஞ்சம் ஊக்கி கிடைக்கிறது. போதுமான உதவிகள் தரப்பட்டால், திட்டம் NPA-ஆக ஆகாமலிருப்பதால், பொதுத்துறை வங்கிகள் தேவையானால் கடன் கொடுப்பதைத் தொடரலாம்.

அண்மைக்காலத்தில், மூன்றாம் தரப்பினர் பங்களிப்புடன் இக்கட்டான சூழல்களில் கடன் கொடுப்பதைப் பற்றி அரசு சிந்தித்து வருகிறது. அப்போது இயலக்கூடிய ஆனால், இக்கட்டிலுள்ள திட்டங்களுக்குப் புதிய கடன்கள் தரப்படும். தங்கள் கடன்களே இக்கட்டில் இருக்கும் வங்கிகள் முடிவு எடுத்தலில் ஆதிக்கம் செலுத்தியிருந்தால், தீர்வு காண இது நல்ல வழியாக இருக்கும்.

இத்தனை திட்டங்கள் எதற்கு? தொடர்ந்து சரிபண்ணிக் கொண்டிருப்பது ஏன்?

கடன் வாங்குபவரால் ஏற்படும் இக்கட்டுகளுக்குப் பல காரணங்கள் உள்ளன. கடன் தந்தவர்களுக்கு அதன்மேல் நடவடிக்கை எடுக்க பல வழிகளைத் தர முயன்றிருக்கிறோம். அதேசமயம் சிக்கலைத் தீர்ப்பதற்கான அவர்களாக எடுக்கக்கூடிய நடவடிக்கைகளையும் வரைமுறைப்படுத்தியிருக்கிறோம். திறமையான திவால் அமைப்பு இல்லாததால், ஆர்பிஐ புதிய கடன் திரும்பப் பெறும் நடைமுறையை உண்டாக்க முயன்றுகொண்டிருக்கிறது. நாங்கள் அப்போதைக்கப்போது குறுக்கிட்டுச் சரி செய்ய வேண்டியிருக்கிறது. ஏனென்றால் வடிவமைக்கும்போது பயனுள்ளதாகத் தோன்றும். ஒவ்வொரு திட்டத்தின் பயன்பாட்டையும் அமைப்பிலுள்ள திரிபுப்படுத்தப்பட்ட ஊக்கிகளின் நிலையிலிருந்து பார்த்துக் கண்காணிக்க வேண்டும். நாங்கள் பாடம் கற்கக் கற்க ஒழுங்குமுறையை மாற்றியமைத்துக் கொண்டோம். எங்கள் நோக்கம் கோட்பாட்டிலேயே நின்றுவிடாமல் செயல்முறைப்படுத்துவது; அதேசமயம் அமைப்பிற்கு அதிகம் அதிகமான கட்டுப்பாட்டையும் வெளிப்படைத் தன்மையையும் கொடுப்பது.

வங்கிகள் சரிசெய்து செம்மைப்படுத்துவதன் அவசியத்தை அறிந்து செயல்படுவதும், தயக்கம் காட்டும் தொழில் முனைவோர் திட்டங்களை மறுசீரமைக்கத் தேவையான நடவடிக்கைகளை எடுக்கச் செய்வதும் நல்ல செய்தி. கடன்பட்ட தொழில் முனைவோர் கடன் தந்தவர்களுக்குக் கடனைத் திருப்பித்தர

சொத்தை விற்கக் கட்டாயப்படுத்தப்பட்டிருக்கிறார்கள். இக்கட்டில் இருக்கும் சொத்துகளுக்கான சந்தையைத்தர புதிதாக *Asset Reconstruction Companies (ARC)*-ஐ அமைக்க விரைவில் உரிமங்கள் தரவிருக்கிறோம். *ARC*-களுக்கு வங்கிகள் இக்கட்டில் இருக்கும் சொத்துகள் விற்பனையில் சரியான விலை கிடைக்குமாறு திறமையையும் வெளிப்படைத் தன்மையையும் அதிகரிக்க ஒரு சட்டகத்தை உருவாக்கவிருக்கிறோம். வங்கி முதலீட்டாளர்கள், முதலில் வெளிப்படுத்தப்பட்டவைகளைக் கண்டுபயந்து *PSB* வங்கிப் பங்குகளுக்கு விலை கூட்டத் தலைப்பட்டார்கள். வங்கிகள் கடனைத் திரும்பப் பெறுவதன் சாத்தியங்களில் முன்னேற்றம் காட்டினால் இவை இன்னும் அடிப்படை விலைக்கும் குறைவாக விற்கப்பட்டிருக்கும்போதுகூட, அதிகப்படியான மதிப்பு பெறுவதற்கு வாய்ப்புண்டு. இதில் புதிய திட்டங்களும், முன்னேறி வரும் பொருளாதாரமும் உதவும்.

ஏமாற்று வேலையும் வேண்டுமென்றே தவணை தவறுதலும்

உண்மையான தொழில் முனைவோர் துரதிர்ஷ்டத்தையோ எதிர்பாராத சிக்கல்களையோ சந்திக்கும்போது அவர்கள் மாற்றியமைத்துக் கொள்வதை எளிதாக்கும். அதேநேரத்தில் பணம் செலுத்தக்கூடிய, ஆனால், வேண்டுமென்றே செலுத்தாமல் இருப்பவரையும், ஏமாற்றுக்காரரையும் தப்பித்துப்போக முடியாமல் செய்ய வேண்டும். எனவேதான் அமைப்பை வழக்கமாகத் தவறாகப் பயன்படுத்தும் தொழில் முனைவோருக்கும் (அவர்கள் யாரென்று எல்லோருக்கும் தெரியும்), ஏமாற்றுக்காரருக்கும் புதிய இளக்கமான திட்டங்கள் பயன்படாதவாறு வங்கிகள் பார்த்துக் கொள்வது அவசியமாகிறது. ஒரு தொழில் முனைவோரை வேண்டுமென்றே தவணை தவறுபவர் என்று முத்திரை குத்துவார்கள் என்ற அச்சம் அவருக்கு ஏற்படுவது பயனளிக்கும். எனினும் வேண்டுமென்றே கடன் செலுத்தத் தவறியவர்களுக்கு அபராதங்களைக் கூட்டுவது பற்றி *SEBI*-யோடு ஒத்துழைக்கிறோம். ஏமாற்றுக்காரர்களைப் பொறுத்தவரையில், வேகமான பயனுள்ள விசாரணையை விசாரணை முகமைகள் மேற்கொள்வது மிக முக்கியமானது. யாரும் தப்பிக்க முடியாது என்ற செய்தியை நாம் அனுப்பவேண்டும். பிரதமர் அலுவலகம் பல பெரிய ஏமாற்றுக்காரர்களைக் குற்றவாளிக் கூண்டில் நிறுத்த நடவடிக்கை எடுத்து வருகிறது என்பது மகிழ்ச்சி அளிக்கிறது. விசாரணை முகாம்களும் முன்கூட்டியே ஏமாற்று வேலையைத்

தெரிவிக்க ஓர் ஏமாற்று வேலையைக் கண்காணிக்கும் செல்லை ஆர்பிஐ ஏற்படுத்தியிருக்கிறது. தங்கள் குழுமங்களிலிருந்து பணத்தை மாற்றியிருப்போர், வெளிநாடுகளில் தெரியும்படியான சொத்துகளாக மாற்றியிருப்பவர்களுக்கு, விசாரணை முகமைகளுடன் சேர்ந்து கடுமையான செய்தியை அனுப்புவது திரும்பச் செலுத்தாமல் இருப்பதற்கான மாற்றுவழிகள் கடுமையாக இருக்கும் என்ற எச்சரிக்கையை அனுப்ப உதவ வேண்டும்.

வங்கி ரிஸ்க் பற்றிய வெறுப்பு

ஓர் ஏமாற்று வேலையில் எளிதாகக் குற்றம் சாட்டப்படக் கூடியவர்கள் வங்கியாளர்கள்தான் என்று அவர்கள் வாதிடுகிறார்கள். அவர்கள்தான் ஏமாற்றுக்கு உட்படுகிறார்கள், அவர்கள் ஏமாற்று வேலை செய்வதில்லை. அதுபோலவே அவர்கள் குற்றக் கண்காணிப்பு அதிகாரிகளைக் குற்றம் சாட்டுகிறார்கள். வாராக்கடன் எந்த நோக்கமுமில்லாமல் எடுக்கப்பட்ட அறிவுபூர்வமான ரிஸ்க்கினால் ஏற்படும்போது உடனே அந்த அதிகாரிகள் அதிக ஆர்வத்தில் வங்கி அதிகாரிகளைச் சந்தேகிக்கிறார்கள். துரதிர்ஷ்டவசமாக, பெரும்பாலும் அப்படிப்பட்ட புலன்விசாரணைகள் வங்கியாளர்களின் கவனக் குறையையும் கடன்களைக் கண்காணிப்பதில் அக்கறையின்மையையும் வெளிப்படுத்துகின்றன. அதன்பிறகு, அறிவுபூர்வமாக ரிஸ்க் எடுப்பதையும், ஊழலையும் வேறுபடுத்திக் காண்பது கடினம். வங்கியாளர்களிடம் கண்காணிப்பு அதிகாரிகள் தாங்கள் குற்றம் கண்டுபிடிப்பவர்களாக மட்டும் இல்லை என்று உறுதி சொன்னாலும், அவர்களது அதிகப்படியான ஆர்வமும், குறைகளும் ஊழல் பற்றிய தேவையற்ற குற்றச்சாட்டுகளுக்கு உட்படுத்திவிடும் என்பது வங்கியாளர்களுக்கே தெரியும்.

இதற்குத் தீர்வு வங்கியாளர்கள் தங்களது வேலையில் முன்னேற்றம் ஏற்படுத்த வேண்டும். இன்னொரு தீர்வு, ஒரே ஒரு கடனின் விளைவின் அடிப்படையில் ஒரு வங்கியாளரை முத்திரை குத்திவிடுவதில் இல்லை; மாறாக, கடன்களில் ஓர் அமைப்பு இருக்கிறதா என்று பார்க்கவேண்டும். அதிகப்படியான வாராக்கடன்களை ஏற்படுத்தியிருக்கும் ஒரு வங்கியாளரை விசாரிக்க வேண்டும். ஆனால், நல்ல கடன்களுக்கு மத்தியில் ஒன்றிரண்டு வாராக்கடன்களைத் தந்திருக்கும் வங்கியாளருக்கு வெகுமதி அளிக்கவேண்டும். வங்கி மேலதிகாரிகள் கடன்

தருவதில் ஒரு குறிப்பிட்ட முறை இருக்கிறதா என்று கண்காணித்து, பணம் கையாடல் நடத்திருக்கிறது என்ற ஆதாரமிருக்கும்போது கண்காணிப்பு நடவடிக்கை மூலம் தண்டனை கொடுப்பதும், சரியான ரிஸ்க் எடுப்பதற்கு வெகுமதியளிப்பதும் மட்டுமே குற்றத்தைத் தடுக்க முடியும். வங்கிகளில் கடன் தருவதை ஏற்றுக்கொள்ள குழு அடிப்படையிலான அணுகுமுறையை மாற்றுவது முதலான இப்போதைய முறையில் மாற்றங்கள் செய்ய வேண்டும். இந்த முறையினால் கடன் தர முடிவு எடுப்பதில் பொறுப்புகள் யாரிடமும் குறிப்பிட்டு இருப்பதில்லை.

ஆர்பிஐக்கு என்ன பொறுப்புகள் உள்ளன?

வங்கியாளர்கள் வாராக்கடன் பிரச்சினையை உண்டாக்குவதாக ஒழுங்குமுறையாளரைக் குற்றம் சாட்டுகிறார்கள். உண்மையில், வங்கியாளர்கள், தொழில் முனைவோர், சூழல்கள் அனைத்தும் சேர்ந்தே வாராக்கடன் சிக்கலை உண்டாக்குகின்றன. வங்கியாளரின் வியாபார ரீதியான முடிவுகளை ஒழுங்குமுறையாளர்கள் செய்ய முடியாது. கடன் கொடுப்பதை மேலாண்மை செய்வதோ, கொடுக்கப்படும்போது விசாரணை செய்வதோ அவர்களால் முடியாது. மாறாக, பல நேரங்களில் மோசமான கடன் தரும் முறைகள் பற்றி அவர்கள் எச்சரிக்கலாம். வங்கிகள் போதுமான ரிஸ்க் தாங்கிகள் வைத்திருக்க வேண்டும் என்று கேட்கலாம். ஒழுங்குமுறைப்படுத்துபவரின் முக்கியக் கடமை NPA-களை தகுந்த நேரத்தில் அடையாளம் காணச் செய்வதும், அவற்றை வெளிப்படுத்துவதும் ஆகும். வளர்ச்சி வீதம் விரைவில் அதிகமாகி விடும் என்றும் அமைப்பு தானாகவே சரி நிலைக்கு வந்து விடும் என்றும் ஓரளவு நம்பிக்கை இருக்கும்போது பொறுத்துப் போவது ஓர் அறிவுபூர்வமான ஆனால், ரிஸ்க்கான ஓர் ஒழுங்குபடுத்தும் யுத்தியாக இருக்கும்.

வங்கியாளர், தொழில் முனைவோர், முதலீட்டாளர்கள், அரசு அலுவலர்கள் ஆகிய அனைவரும் அத்தகைய யுத்தியையே வலியுறுத்துகிறார்கள். ஏனென்றால், அது சிக்கலைத் தள்ளிவிட்டு யாராவது அதைத் தீர்த்து விடுவார்கள் என்ற நம்பிக்கையை அளிக்கிறது. இதில் குறைபாடு என்னவென்றால், வளர்ச்சி ஏற்படாதபோது, வாராக்கடன் பிரச்சனை பெரிதாகிறது. அதுபற்றி நடவடிக்கை எடுப்பதும் கடினமாகிறது என்பதுதான். பொறுத்துப் போவதாலேயோ, கண்டுகொள்ளாமல் விட்டுவிடுவதாலேயோ

கடன் சிக்கல் பெரிதாகும்போதுதான் அமைப்பை நேர்நிலைக்குக் கொண்டுவருவது ஒழுங்குபடுத்துவோருக்குப் பெரிய வேலையாகி விடுகிறது. ஆர்பிஐ இந்தச் சிக்கல் பற்றித்தான் நடவடிக்கை எடுக்க வேண்டியிருக்கிறது.

ஏற்கனவே காட்டியிருப்பதுபோல, இக்கட்டிலுள்ள கடன்கள் 2014-ஆம் ஆண்டின் தொடக்கத்திலிருந்து அதிகமானதன் விளைவு சில துறைகளில் PSB-கள் கடன் தருவதில் தொய்வு ஏற்பட்டது. எனவே ஆர்பிஐ பொறுத்துப்போவதை நிறுத்தியதும், சொத்து மறுமதிப்பீடு 2015இல் செய்யப்பட்டதும் தொய்வுக்குக் - மந்த நிலைக்குக் - காரணம் இல்லை. மாறாக, சில துறைகளில் அதிக இக்கட்டிலுள்ள கடன்களை PSB-கள் மேலாண்மை கவனத்தில் எடுத்துக்கொண்டு அவற்றைச் செயல்படுத்த முடியாமல் தடுத்தன. கடனுக்குப் பொருளாதாரத் தேவையை வழங்க ஒரே வழி சீர்செய்து மீண்டும் முதலீட்டைத் தேடுவதுதான். பொருளாதார வளர்ச்சிக்கு அது முக்கியத் தேவை.

கடன் தருவதன் வளர்ச்சியின் மந்த நிலையில் வங்கிகள், விரிவாக்கப்பட்ட இருப்புநிலை அறிக்கையில் இக்கட்டிலுள்ள சொத்துகளின் அளவைக் குறைக்கத் தாங்கள் விரும்பியவாறு கடன் கொடுக்கவில்லை. இது ஒரு நல்ல செய்தி. பின்னால் ஏற்படும் இழப்புகளுக்கு இது ஒரு நல்ல எச்சரிக்கை. முடிவாக, எது முதலில் வரவேண்டும், செம்மைப்படுத்துவதா, வளர்ச்சியா என்ற கேள்விக்கு, விடை சரிசெய்து சீர்படுத்துவதுதான். நிதி நெருக்கடியைச் சந்தித்த எல்லா நாடுகளிலிருந்தும் நாம் கற்ற பாடம் இதுதான். எனவே சீர்செய்து (Clean-up) தொடர்ந்து செயல்பட வேண்டும். மீண்டும் ஒழுங்குமுறையினர் பொறுத்துப்போவதற்குப் போகாமல் இருக்க வேண்டும் என்பது மிக முக்கியம்.

சிலவேளைகளில், வாராக்கடன் பிரச்சனையைக் குறைக்க விடையாக இலகுவான பணக்கொள்கை முன்வைக்கப்படுகிறது. மிக அதிகமாகக் கடன்பட்டிருக்கும் தொழில் முனைவோருக்கு இலகுவான பணக் கொள்கை நிவாரணம் தரும். குறைவான கொள்கை வீதங்கள் இருந்தாலும், கடனாளி தரும் ரொக்கத்தையெல்லாம் பிடுங்கிக் கொண்டாலும்கூட, கடனாளி தரக்கூடிய வட்டி வீதத்தைக் குறைக்க வங்கியாளருக்கு ஊக்கி எதுவுமில்லை. அந்தக் கடனாளியுடன் வணிகத்திற்கு எந்த வங்கியும் போட்டி போடவில்லை. எனவே கடன் வீதங்களைக் குறைக்க எந்தப் போட்டியும் இல்லை. அதாவது

எல்லோரும் நம்புவதுபோல இல்லாமல், மோசமான இக்கட்டுக்கு இலகுவான பணக்கொள்கை விடை இல்லை.

அரசு என்ன செய்ய முடியும்?

கடனைத் திரும்பப்பெறும் முறையை விரைவுபடுத்தி, புதிய திவால் அமைப்பை உண்டாக்குவதில் அரசு ஈடுபட்டிருக்கிறது. இந்தத் தீர்வுமுறையைச் சீராக்க பல முக்கிய நடவடிக்கைகள் உள்ளன.

முதலாவதாக PSB-களின் மேலாண்மையை முன்னேற்ற வேண்டும். அப்போதுதான் இச்சூழல் மீண்டும் வராதிருக்கும். இந்திரா தனு முயற்சியின் மூலமாக பொதுத்துறை வங்கிகள் நல்ல நிலைக்கு வந்தவுடன் அதனைத் தொடர்வதை உறுதிசெய்ய வேண்டுமென்று அரசு தெரிவித்திருக்கிறது. தலைவர், மேலாண்மை இயக்குநர் பதவிகளைப் பிரிப்பது, வாரியத்தைத் திறம்படுத்துவது, Banks Board Bureau மூலமாக மேலாண்மைப் பதவிகளை நிரப்புவது, தொழில் ரீதியான வாரியங்களுக்கு அதிகாரப் பகிர்வு, மேலாண்மையை ஊக்குவிக்க வழிகள் காண்பது - இவை அனைத்தும் கடனை மதிப்பிடல், கண்காணித்தல், திரும்பச் செலுத்துதல் ஆகியவற்றில் முன்னேற்றத்தை ஏற்படுத்தும்.

இரண்டாவது, வங்கி முதலீட்டை அதிகப்படுத்தல். இதில் ஒரு பகுதி நல்ல திறமான செயல்பாட்டோடு தொடர்புடையதாக இருக்கும். இதனால் நல்ல வங்கிகள் வளர வாய்ப்புகள் கிடைக்கும். நலிவடைந்த வங்கிகளில் முதலீடு செலுத்துதல், மேலாண்மையில் முன்னேற்றத்தோடு சேர்ந்து நடைபெற வேண்டும். ஆனால், இருப்புநிலை அறிக்கையை சீர்படுத்தலோடு இழப்புகளை எடுத்துக் கொள்ளும் தேவையும் இருக்கும்போது, அரசு முதலீடு விரைவாக நடைபெற வேண்டும். வங்கி முதலீட்டை அதிகமாக்குவதில் அரசு தயக்கம் காட்டலாம். ஏனென்றால், நிதிகளுக்கான அவசரத் தேவைகள் நிறைய இருக்கின்றன. எனினும், வரவு வருவதற்கான செயல்கள் பொதுத்துறைப் பங்குகளில் முதலீடு செய்வதைவிடக் குறைவாகவே உள்ளன. அப்போது அவை கடன் வளர்ச்சி வீதத்திற்கு ஆதரவு தர முடியும். இறுதியாக, பொருளாதார ஆய்வறிக்கை ஆர்பிஐ பொதுத்துறை வங்கிகளுக்கு முதலீடு தரவேண்டும் என்று சொல்லியிருக்கிறது. இது வெளிப்படையில்லாத செயல்முறையாகத் தோன்றுகிறது. வங்கி நடைமுறையை மீண்டும் ஒழுங்குபடுத்துவது,

வங்கிகள் அதனை ஏற்றுக்கொள்வதற்கு வழி வகுக்கும். இதனால் சில உள்முரண்பாடுகளும் தோன்றும்.

ஆர்பிஐ அரசுக்கு உச்சஅளவு ஈவுப்பங்கு தருவது நல்லது. மிகுதிப்படும் பங்குகளைப் போதுமான அளவு வைத்துக்கொள்ள வேண்டும். இவை, நல்ல வங்கி ரிஸ்க் மேலாண்மை வழிகளோடு ஒத்துப்போகும். இதைத்தான் நாங்கள் செய்து வருகிறோம். கடந்த மூன்று ஆண்டுகளில், எங்களது உபரிகளை எல்லாம் அரசுக்குச் செலுத்திவிட்டோம். அரசு தனியாகவே வங்கிகளுடைய முதலீடுகளுக்குச் செலுத்தலாம். இரண்டு முடிவுகளையும் தொடர்புபடுத்த வேண்டியதில்லை. மாற்றாக, அரசு ரொக்கம் கொடுத்து வங்கியில் பங்கை வாங்க முடியாவிட்டால், பங்குக்கு ஈடாக Government Capitalization Bonds - களை வங்கிகளுக்குத் தருவது பயனுள்ள மூலதனமாக இருக்கும். வங்கிகள் தங்களது இருப்புநிலை அறிக்கையில் இந்தப் பத்திரங்களை வைத்துக்கொள்ளலாம். இது அவர்களது இருப்புநிலை அறிக்கையின் ஒரு பகுதியை நிறுத்தி விடும். ஆனால், அது முதலீடாகவே இருக்கும்.

பின்குறிப்பு: இன்று இந்த உரையின் எந்தப் பகுதியையும் நான் மாற்றமாட்டேன். செயல்படுத்தும் கருவிகள் வளர்ந்துவிட்டாலும் ஒவ்வொருவரும் செயல்படவேண்டிய அவசியம் அவசரமான ஒன்றாக இருக்கிறது. NDA அரசு கடன் திரும்பப் பெறுவது குறித்த சட்ட விதிகளை மாற்றியிருக்கிறது. புதிய திவால் குறியீட்டைச் சட்டமாக்கியிருக்கிறது. மேலும் கடன் திரும்பப்பெறும் தீர்ப்பாயங்களின் பணிகளையும் மாற்றியிருக்கிறது. இந்தியாவில் கடன் தருபவருக்கும், கடனாளிக்கும் இடையே சமநிலையைக் கொண்டுவர இவை முக்கிய நடவடிக்கைகள் என்று கருதி, இம்மாற்றங்களை நடைமுறைப்படுத்துவதன் விளைவைக் கண்காணிக்க வேண்டும். தேவையானால் மீண்டும் மாற்றங்களை சட்டப்படுத்த வேண்டும். விரைவாக, நிதியுடன், வெளிப்படையான வகையில் ஓர் அமைப்பை உருவாக்குவது வரையில் இதனைத் தொடர வேண்டும்.

இயல் 7

பொருளாதாரமும் பிற பிரச்சனைகளும்

I

ரிசர்வ் வங்கியின் ஆளுநர் ஒழுங்குபடுத்துவரோ அல்லது மைய வங்கியாளரோ மட்டுமில்லை; அவர் அவற்றிற்கும் மேல். கடன் கொடுப்பவராகவும் கடைசிப் புகலிடமாகவும் ஆர்பிஐ இருக்கும். அதேசமயம் நாட்டின் அயல்நாட்டுச் செலாவணி இருப்புகளின் காவலரும்கூட. எனவே நாட்டின் பேரினப் பொருளாதார ரிஸ்க்கின் முதன்மை மேலாளர். ஆளுநர் தனது பணியை தீவிரமாக எடுத்துக்கொண்டால் நாட்டின் பொருளாதாரம் தவறான வழியில் வீழ்ந்து கொண்டிருக்கும் ஆபத்திலிருப்பதாக அவர் அஞ்சும்போது, எச்சரிக்கை செய்யவேண்டியது அவர் கடமை. அரசியல் சார்பற்ற தொழில்நுட்ப மேலாளராக, அரசாங்கத்துக்கு ஒத்தூதுபவராகவும் இருக்க முடியாத, கட்டுப்பாடற்ற விமர்சகராகவும் இருக்க முடியாத கத்திமுனை மேல் நடப்பது போன்ற வேலை இது. எனவே, ஆளுநர் தான் பேசும் பிரச்சனைகளையும், அவரது விமர்சனத்தின் தொனியையும் மிகக் கவனமாகத் தேர்ந்தெடுக்க வேண்டும்.

எல்லாப் பகுதிகளிலும் காணப்படும் ஒரு தவறு ஆர்பிஐ ஆளுநரை ஓர் அலுவலராக மட்டுமே நடத்துவது. ஆளுநருமே இப்படிப்பட்ட தவறான கோணத்தை மேற்கொண்டாரென்றால், கடைசியில் மத்திய மாநில அரசுகளின் எடுபிடியாக முடிய வேண்டியதுதான். நாடு பொருளாதார இக்கட்டில் விழுவதிலிருந்து தடுக்கும், தொழில்நுட்ப மேலாண்மை சார்ந்த ஒரு தொலைநோக்குப் பார்வையைத்தரத் தவறிவிடுவார். ஆர்பிஐ ஆளுநர் தன் பணியைப் புரிந்துகொண்டு, அரசின் செயல்களில் பேரினப் பொருளாதார ரிஸ்க்குகள் பற்றி எப்போதாவது எச்சரிப்பதும் அதில் அடங்கியிருக்கிறது என்பதைத் தெரிந்திருக்க வேண்டும் அல்லது உறுதியாக முடியாது என்று சொல்ல வேண்டும்.

ஒவ்வோர் அரசும் ஆர்பிஐ ஆளுநர் எவ்வளவு தூரம் வளைந்து கொடுப்பார் என்று சோதிக்கும். ஆர்பிஐயின் எச்சரிக்கைகளைக் கேட்பது நல்லது என்று தெரிவதால் ஒரு குறிப்பிட்ட புள்ளிக்கு மேல் நெருக்கடி தரமாட்டார்கள். ஆர்பிஐ ஆளுநரும் இன்னொரு அரசு அலுவலர்தான் என்ற தவறான கண்ணோட்டத்தை எடுத்தால், வழக்கமாகப் பணிந்துபோகும் அரசு அலுவல்களிலிருந்து ஆளுநர் விலகிப் போனால், அரசாங்கத்திற்குப் பிடிக்காது. அவரை அவருடைய இடத்தில் வைக்கவே அரசு முயலும். இது நாட்டின் நலனுக்கு ஏற்றதில்லை.

நான் நாட்டின் ரிஸ்க் மேலாளர் என்ற எனது பொறுப்புகளிலிருந்து தவறுவதில்லை என்பதில் உறுதியாக இருந்தேன். அதேசமயம் அப்போதிருக்கும் அரசிடம் இது ஏன் தேவையான பணி என்பதை விளக்க முயல்வேன். எனக்கு நேரடியான பொறுப்பு இருந்தபோது தனிப்பட்ட முறையில் 'இல்லை' 'முடியாது' என்று சொல்லவேண்டி இருந்தது. அதேசமயம் அரசு செய்ய நினைத்ததற்குப் பாதுகாப்பான மாற்று வழிகளையும் தரவேண்டியிருந்தது. எனக்கு மறைமுகமான பொறுப்பு இருந்த இடங்களில், தனிப்பட்ட முறையில் ஆலோசனை தரவேண்டியிருந்தது. எப்போதாவது பிரச்சனையை தேசிய அளவில் விவாதிக்க வேண்டிய தேவை ஏற்பட்டால் பொதுமக்களிடையே பேச வேண்டியதிருந்தது. பன்னாட்டுப் பணி நிதியத்தின் (IMF) முதன்மை பொருளியல் வல்லுநராக நான் இருந்தபோது என்னுடைய பணி பல வேறுபட்ட நாடுகளின் பேரினப் பொருளாதார ரிஸ்க்குகளை இனம் காண்பது. அந்த அனுபவம் பன்னாட்டுக் கண்ணோட்டத்தைத் தந்தது. இது எனது பொறுப்புணர்வை அதிகப்படுத்திற்று.

இந்தப் பொறுப்பினை வேறொரு இடத்திலிருந்தும் உணர்ந்தேன். இடைவிடாமல் அச்சு ஊடகம் கவனம் செலுத்தியதால், தாங்கள் பின்பற்றக்கூடிய ஒரு மாதிரியைத் தேடிக் கொண்டிருந்த பல இளைஞர்கள் தாங்கள் கற்றுக் கொள்ளவும், பின்பற்றவும் விரும்பிய ஒருவராக ரிசர்வ் வங்கி ஆளுநரை இப்போது காணத் தொடங்கினார்கள். எனவே, இந்த இளைஞர்களுக்கு எனது பொறுப்பினை நிறைவேற்ற வேண்டுமென்றால் தனிப்பட்ட நேர்மைக்குத் தேவையானதைவிட அதிகமான தொழில் நேர்மையை நான் கடைப்பிடிக்க வேண்டும் என்பதை உணர்ந்தேன்.

ஆளுநர் தேவையானபொழுது ரிஸ்க்குகளைப் பற்றி எச்சரிக்கை தரவேண்டியிருந்தாலும், அவர் எதிர்க்கட்சிகளின் முகவரில்லை. அவர் நாட்டின் நிர்வாகத்தில் முக்கியப் பங்கு வகிக்கிறார். அவருடைய நோக்கங்கள் தொடர் வளர்ச்சியும் முன்னேற்றமுமான அரசின் நோக்கங்களாக இருக்கவேண்டும். சட்டரீதியான எச்சரிக்கைச்

சொற்களுக்குப் பழக்கப்படாத ஒரு நாட்டில், அதிகாரிகளிடமிருந்து கண்டுகொள்ளாமைக்குப் பழக்கப்பட்ட அச்சு ஊடகமுள்ள ஒரு நாட்டில், அது இந்தப் பணியைத் தவறாகப் புரிந்துகொள்ளும் ஆபத்து இருக்கிறது. ஆளுநரைச் சுற்றி ஒரு புதிய கதையாடல் பிறக்கும். சமூக ஊடகமும் அச்சு ஊடகமும் அவரை ஒரு விமர்சகராகப் பார்க்கத் தொடங்கி அவருடைய ஒவ்வொரு பேச்சிலும், விமர்சனத்திலும் அந்தக் கதையாடலுக்கு ஆதரவான ஆதாரங்களைத் தேடும். ஆளுநர் பொதுமக்கள் பார்வையிலிருந்து மறைந்து தவறாகப் புரிந்து கொள்ளப்படுவோம் என்ற அச்சத்தினால் பேசாமல் இருக்க வேண்டுமா? அல்லது தனது பொறுப்புகளை நிறைவேற்ற ரிஸ்க் எடுக்க வேண்டுமா? நான் இரண்டாவது வழியை ஒரு காரணத்திற்காகத் தேர்ந்து கொண்டேன். ஏனென்றால், உலக அளவிலான ரிஸ்க்கினால் சூழப்பட்டிருக்கும்போது நாட்டை நிலையான பாதையில் நடத்திச் செல்லவேண்டியது மிக முக்கியம் என்பது ஒரு காரணம். (ஆர்பிஐ–யில் என்னுடைய இளம் அலுவலர் உட்பட) இளையோர் பொறுப்புகளின் தேவையின்போது துணிந்து பேச வேண்டியது முக்கியம் என்று நான் நினைத்தது இன்னொரு காரணம். எப்படி இருப்பினும் நான் என்னுடைய கண்ணோட்டங்களை அரசுடன் பகிர்ந்துகொள்ள அவர்களைச் சந்திப்பதை வழக்கமாகக் கொண்டிருந்தேன்; அவர்களுடைய கருத்தையும் கவனித்துக் கேட்டேன். இரு தரப்பினருக்கும் இடையே நல்ல புரிந்துணர்வு இருந்தது என்றே நான் எப்போதும் கருதி வந்திருந்தேன்.

ரிஸ்க்கை மேலாண்மை செய்யும் என்னுடைய கண்ணோட்டத்தில் பார்க்கும்போது, நாணயக் குழப்பத்திலிருந்து மீண்டு வந்துகொண்டிருந்த நேரத்தில், பொருளாதாரம் பற்றிய எனது உரையில் இந்தியாவில் என்ன நடந்து கொண்டிருந்தது என்பது பற்றிப் பேசினேன். எனினும், மத்திய வங்கியாளர் என்ற தார்மீகக் கடமையை மதிக்கவும், அதிகப்படியான விளம்பரம் தராமல் இருக்கவும் வேண்டியிருந்தது. உண்மையில் இப்படிப்பட்ட அதிகப்படியான கொண்டாட்டத்திற்கும், அதிகப்படியான நம்பிக்கையின்மைக்கும் இடையே இருந்த ஊசலாட்டம்தான் அக்டோபர் 2013இல் ஹார்வர்ட் பப்ளிக் ஸ்கூலில் நான் ஆற்றிய உரையின் மையப் பொருளாக இருந்தது.

உண்மையாக இந்தியாவை வடிகட்டுதல்

இந்தியக் கிரிக்கெட் விசிறிகள் தங்களுக்கு விருப்பமான அணிகளை நடத்துவதில் வெறியும் - மன அழுத்தமும் கொண்டவர்களாக

இருக்கிறார்கள். அவர்களது அணி நன்றாக ஆடும்போது வெளியே தெரியும் குறைபாடுகளைக் கண்டுகொள்ளாமல், விளையாட்டு வீரர்களை தெய்வ நிலைக்கு உயர்த்தி விடுவார்கள். ஆனால், அந்த அணி தோற்றால், எந்த அணியும் தோற்றுத்தான் ஆக வேண்டும் - வீழ்ச்சியும் அதாளபாதாளத்திற்குப் போகும், ஒவ்வொரு குறைபாடும் அலசி ஆராயப்படும். வெற்றி பெறும்போது விசிறிகள் சொல்லும் அளவிற்கு உண்மையில் அவ்வளவு உயர்வாக இருக்காது. அதேபோல அது தோற்கும்போதும் அவர்கள் சொல்வதுபோல மோசமாகவும் இருக்காது. வெற்றியின் போதும் அவர்களிடம் குறைபாடுகள் இருந்திருக்கும், ஆனால், அவற்றைக் கண்டுகொண்டிருக்க மாட்டார்கள். இத்தகைய இரட்டை நிலை நடத்தைதான் இந்தியப் பொருளாதாரத்தை எடைபோடுவதிலும் காணப்படுகிறது. இந்தியர்களோடு வெளிநாட்டுப் பகுப்பாய்வாளர்களும் சேர்ந்துகொண்டு அதிக உற்சாகத்துக்கும், தாழ்த்திக் கொள்வதற்கும் இடையில் ஊசலாடுகிறார்கள். சில ஆண்டுகளுக்கு முன்னர், இந்தியா தவறே செய்ய முடியாது. விமர்சகர்கள் ‘சின்டியா’ பற்றிப் பேசினார்கள். இந்தியாவின் செயலை அதற்கு வடக்கேயுள்ள நாட்டின் அளவிற்கு உயர்த்தினார்கள். இன்றோ இந்தியா எதையுமே சரியாகச் செய்யாது என்று சொல்வார்கள்.

இந்தியாவிற்கும் சிக்கல்கள் உள்ளன. ஆண்டு மொத்த உள்நாட்டு உற்பத்தி வளர்ச்சி இந்தக் கடைசி மூன்று மாதங்களில் 44 விழுக்காடாகி மந்தமாகி விட்டது. பண வீக்கம் அதிகம். சென்ற ஆண்டு நடப்புக் கணக்கு, நிதி நிலைப் பற்றாக்குறை மிக அதிகம். இன்று ஒவ்வொரு விமர்சகர்களும் இந்தியாவின் மோசமான உட்கட்டமைப்பு பற்றியும், மிதமிஞ்சிய கட்டுப்பாடு பற்றியும், உற்பத்தித் துறையின் பற்றாக்குறை பற்றியும், கல்வியும், திறன்களும் போதுமான அளவு இல்லாத தொழிலாளர்கள் பற்றியும் பேசுகிறார்கள்.

குறைபாடுகள் இருக்கத்தான் செய்கின்றன. ஆனால், இந்தியா வலிமையுடன் நிலையாக வரவேண்டுமென்றால் இந்தக் குறைபாடுகளைக் களைய வேண்டும். ஆனால், இதே குறைபாடுகள் இந்தியா வேகமாக வளர்ந்துகொண்டிருந்த போதும் இருந்தன. குறுகிய காலத்திற்குள் என்ன செய்ய வேண்டும் என்பதைப் புரிந்து கொள்ள, இந்திய வெற்றிக் கதையை எது சேதமாக்கியது என்பதை அறிந்துகொள்ள வேண்டும்.

2008 நிதி நெருக்கடியின்போது எல்லா வளர்ந்து வரும் சந்தையைப் போலவே இந்தியாவின் கொள்கைகளை உருவாக்குபவர்கள் இந்தியப் பொருளாதாரத்தில் பெருமளவு நிதி, பணத் தூண்டுதலைப் புகுத்தியதை, இந்தியாவின் மந்த நிலை ஒரு நகைமுரணாகப் பிரதிபலிக்கிறது. அதன் விளைவான திடீர் வளர்ச்சி பணவீக்கத்திற்கு இட்டுச் சென்றது. குறிப்பாக, முதலில் பயந்ததுபோல உலகம் இரண்டாவது பெரிய மந்த நிலைக்கு விழவில்லை என்பது காரணம். எனவே பணக் கொள்கையை இறுக்க வேண்டியது ஏற்பட்டது. அதிக வட்டிவீதங்கள் முதலீட்டையும், நுகர்வையும் மந்தமாக்கி விட்டன.

மேலும், வலிமையான வளர்ச்சியின்போது, நிலத்தைக் கையகப்படுத்தல், இயற்கை வளர்ச்சிகளைப் பகிர்ந்தளித்தல், அனுமதிகள் அளித்தல் ஆகியவற்றிற்கான நிறுவனங்கள் நிரம்பி வழிந்தன. வலிமையான வளர்ச்சி நிலம், தாதுப்பொருள் வளம் ஆகியவை போன்றவற்றின் மதிப்பையும், பற்றாக்குறையையும் அதிகரிக்கச் செய்தது. இவை முன்னர் எல்லாம் மலிவாக இருந்ததற்கு ஏற்ப, அவற்றைத் தவறாகப் பயன்படுத்தியபோது சரியான வெகுமதி கிடைக்கவில்லை. வளர்ச்சி ஊழலுக்கான வழிகளை அதிகரித்தது.

அதுபோல, தொழில் வளர்ச்சி விவசாய நிலங்களையும், காடுகளையும் ஆக்கிரமிப்பதை அதிகரித்து உழவர்களையும், பழங்குடி மக்களையும் இடம் பெயரச் செய்தது. வளர்ந்த நாடுகளின் உணர்வுகளை உடைய சமுதாயத்தைக் கொண்ட வளர்ந்து வரும் நாடு இந்தியா. அரசியல்வாதிகளும், போராட்டக்காரர்களும் ஏற்படுத்திய எதிர்ப்புகள் புதிய சுற்றுச்சூழல் விதிகளையும், நில உடைமைச் சட்டங்களையும் கொண்டு வந்தன. இவை வளர்ச்சி நிலையானதாக இருக்க வேண்டும் என்று கொண்டுவரப்பட்டன. சிறிது காலத்தில் இந்தப் புதிய வழிகள் இன்னும் அதிகமாகச் செயல்படும் அளவிற்கு ஒழுங்குபடுத்த இந்தியா கற்றுக்கொள்ளும். ஆனால், குறுகியகால அளவில், முதலீடு செய்வதற்கு அதிகாரிகள் அளவில் தடைகள் ஏற்படும் பக்கவிளைவும் ஏற்பட்டிருக்கிறது. எனவே, வளர்ச்சியும், கட்டுப்பாடற்ற வளர்ச்சியின் எதிர்விளைவு, ஊழல் வளர்வதற்கான சாத்தியக்கூற்றை உண்டாக்கிற்று.

நல்லவேளையாக, இந்தியா போன்ற ஓர் உயிரோட்டமுள்ள மக்களாட்சியில், அதற்கென்றே உரிய தடுப்புகளும், சமநிலைப்படுத்தல்களும் உள்ளன. பெரிய அளவிலான ஊழல் குற்றச்சாட்டுகளை இந்தியாவின் விசாரணை முகமைகள்,

நீதித்துறை, அச்சு ஊடகம் ஆகியவை ஆராயத் தொடங்கிவிட்டன. தூய்மைப்படுத்தும் முயற்சி நடக்கத் தொடங்கியவுடன், அதன் துரதிர்ஷ்டவசமான பக்க விளைவாக அரசு அலுவலர்கள் அளவிலான முடிவெடுத்தல் ஆபத்து நிறைந்ததாக ஆனது. எனவே பல பெரிய திட்டங்கள் அப்படியே நின்றுவிட்டன.

முடிவு எடுத்தலைத் துரிதப்படுத்தவும், வெளிப்படையான செயல்முறைகளை நடைமுறைப்படுத்தவும், அரசு புதிய நிறுவனங்களை ஏற்படுத்திய பிறகுதான், இந்தத் திட்டங்களுக்கு அனுமதி தரப்பட்டு வருகிறது. தொடங்கப்பட்ட பிறகு இந்தத் திட்டங்கள் நிறைவேறுவதற்கு காலம் எடுக்கும். அப்போது வளர்ச்சி குறிப்பிடத்தக்க அளவு அதிகரிக்கும்.

நெருக்கடிக்குப் பிறகு தரப்பட்ட அதிகப்படியான தூண்டலும், பெரிய திட்டங்களை நிறுத்தி வைத்ததும் சேர்ந்து அதிக உள்நாட்டு வெளிநாட்டுப் பற்றாக்குறைகள் போன்ற வேறு விளைவுகளை ஏற்படுத்தின. நெருக்கடிக்குப் பிந்திய நிதித் தூண்டல் செயல்களால் அரசின் நிதி நிலைப் பற்றாக்குறையை உச்சத்திற்குக் கொண்டு போயின. 2007-2008-இல் 2.5 விழுக்காடாக இருந்த பற்றாக்குறை 6 விழுக்காடாக ஆகிவிட்டது. அதேபோல, பெரிய அரசாங்கத் திட்டங்கள் நிறுத்தப்பட்டதால், நிலக்கரி கழிவு, இரும்பு ஆகியவற்றை அதிக அளவில் இறக்குமதி செய்ய வேண்டியதாயிற்று. ஆனால், இரும்பு ஏற்றுமதி குறைந்து விட்டது.

தங்க இறக்குமதிகள் நடப்புக் கணக்குச் சமநிலைமேல் மேலும் அழுத்தத்தைத் தந்தன. கிராமப்புறத்தில் புதிதாக முளைத்த பணக்காரர்கள் எப்போதுமே மதிப்புடையதாகக் கருதப்படுகிற தங்கத்தில் தங்களது சேமிப்புகளை அதிகமாக முதலீடு செய்யத் தொடங்கினார்கள். நகர்ப்புற நுகர்வோர் பணவீக்கம் பற்றி கவலைப்பட்டு தங்கத்தை வாங்கினார்கள். அவர்கள் பொருளில் இல்லாமல் ஆப்பிள் பங்குகளை வாங்கியிருந்தால், அவர்கள் வாங்கியவை வெளிநாட்டு முதலீடாகக் கருதப்பட்டிருக்கும். வெளிநாட்டுப் பற்றாக்குறையை அதிகரித்திருக்காது.

பெரும்பாலும், இந்தியாவின் இப்போதைய வளர்ச்சி மந்தமும் அதன் நிதி, நடப்புக் கணக்குப் பற்றாக்குறைகளும் கட்டமைப்புப் பிரச்சனைகள் இல்லை. அவை மிதமான சீர்திருத்தங்கள் மூலம் மாறக்கூடிய இணக்கமுடையவை. தீவிரமான சீர்திருத்தம் நல்லதில்லை என்றோ, அடுத்த பத்தாண்டுகளுக்கான வளர்ச்சியைத்

தொடர்வதற்குத் தேவையில்லை என்றோ சொல்ல வரவில்லை. ஆனால், அதனுடைய இப்போதைய சிக்கல்களுக்குத் தீர்வுகாண ஒரே இரவில் பெரிய உற்பத்தி நாடாக ஆகவேண்டுமென்பது இல்லை.

இப்போதைய உடனடிப் பணிகள் சாதாரணமானவை; எளிதில் நிறைவேற்றப்படக் கூடியவை. திட்டங்களுக்கு அனுமதியளித்தல், சரியான குறிக்கோளில்லாத மானியங்களைக் குறைத்தல், நடப்புக் கணக்குப் பற்றாக்குறையைக் குறைத்து, நிதியளித்தலை எளிதாக்க வழிகளைக் கண்டுபிடித்தல். சென்ற ஆண்டிலிருந்து அரசு இந்தத் திட்டத்தை நடைமுறைப்படுத்தி வருகிறது. அதற்கு நல்ல விளைவுகளும் ஏற்பட்டுள்ளன. எடுத்துக்காட்டாக, அதிக ஏற்றுமதி, குறைந்த இறக்குமதியின் பின்னணியில் வெளிநாட்டுப் பற்றாக்குறை பெருமளவு குறைந்திருக்கிறது. அரசும், ஆர்பிஐயும் நடப்பு நிதியாண்டில் அது $70பில்லியனாக இருக்கும்- அதாவது சென்ற நிதியாண்டில் இருந்த $88பில்லியனை விடக் குறைவாக இருக்கும் - என்று சொல்லின. ஆனால், அண்மைக்கால தரவுகளைக் கொண்டு பார்க்கும்போது அது இன்னும் குறைவாக இருக்கும் என்று கருத முடிகிறது.

இது என்னை இன்னொரு கருத்துக்கு இட்டுச் செல்கிறது. ஆழமான பொருளாதார அறைகூவல்களை எதிர்கொள்ள பகுப்பாய்வாளர்கள் பெருமளவிலான கட்டமைப்புச் சீர்திருத்தங்களைத் தேடுவதால், அவர்கள் சிறிய நடவடிக்கைகளைக் கண்டுகொள்வதில்லை, அல்லது முதல் உதவி என்று தள்ளிவிடுகிறார்கள். ஆனால், சரியான வியூகத்துடன் அறிமுகப்படுத்தப்படும் சிறிய நடவடிக்கைகள் - வியூகம் சார்ந்த கூடுதல் முறை - அனைத்தும் இணையும்போது அவை சேர்ந்து உடனடியான சிக்கல்களைச் சமாளிக்க முடியும். அவ்வாறு, பெரிய அளவிலான கட்டமைப்புச் சீர்திருத்தங்களைச் செய்ய நேரத்தையும், பொருளாதார அரசியல் இடத்தையும் பெற முடியும்.

அதாவது, இந்திய அரசும் நிதிப் பற்றாக்குறையை 5.5 விழுக்காடாக குறைப்போம் என்று சென்ற ஆண்டு சொன்னபோது யாரும் அதை நம்பவில்லை. அதேபோல இவ்வாண்டு நடப்புக் கணக்கு பற்றாக்குறை 3.7 விழுக்காடாகக் குறையும் என்று சொன்னது நடந்தால் நாங்கள் மகிழ்ச்சி அடைவோம். நாங்கள் எடுத்த எல்லா நடவடிக்கைகளுமே சிறந்தவை அல்ல. அனைத்துமே நிலைத்து இருக்கக் கூடியவை இல்லை, எனினும் அவை தங்கள் வேலையைச் செய்திருக்கின்றன.

உண்மையில், எத்தனை குறைபாடுகள் இருந்தாலும், இந்தியாவின் மொத்த உள்நாட்டு வளர்ச்சி (GDP) 5 - 5.5 சதவீதமாக இவ்வாண்டு இருக்கலாம். இது பெரிதில்லை. ஆனால், பொருளாதாரச் செயல்பாட்டில் மிக மோசமான நிலவரம் இருக்கும் என்று எதிர்பார்த்ததற்கு இது மோசமில்லை. பருவமழை நன்றாக இருந்திருக்கிறது. இது குறிப்பாகக் கிராமப்புறங்களில் நுகர்வைத் தூண்டும். சாலைப் போக்குவரத்து, தொலைத்தொடர்புச் சாதன வசதி ஆகியவற்றால் கிராமப்புறம் வேகமாக வளர்ந்து வருகிறது.

வங்கித்துறையில் நடத்தப்படக்கூடிய, ஆனால், தாமதமான திட்டங்களில் முதலீட்டினால் வாராக்கடன்கள் சந்தேகமில்லாமல் அதிகரித்திருக்கின்றன. ஆனால், இந்தத் திட்டங்கள் செயல்படத் தொடங்கும்போது கடன்களைத் திரும்பித்தரத் தேவையான வருவாயை உண்டாக்கும். இதற்கிடையில் இழப்புகளை ஏற்றுக் கொள்ளும் அளவிற்கு இந்தியாவில் வங்கிகளிடம் தேவையான முதல் இருக்கும்.

இது போல, இக்கட்டிலிலுள்ள வளர்ந்து வரும் சந்தைப் பொருளாதார நாட்டை விடுங்கள், சாதாரணமாக வளர்ந்து வரும் சந்தைப் பொருளாதார நாட்டைவிட இந்தியாவின் நிதிநிலை வலிமையாகவே உள்ளது. இந்தியாவின் மொத்த பொதுக் கடனுக்கும் மொத்த உள்நாட்டு உற்பத்திக்கும் (GDP) இடையே உள்ள விகிதாச்சாரம் குறைந்துகொண்டு வருகிறது. 2006-2007இல் 73.2 விழுக்காடாக இருந்தது 2012-2013இல் 66 விழுக்காடாகக் குறைந்து விட்டது. (மத்திய அரசின் கடன் / GDP வீதம் 46 விழுக்காடுதான். மேலும் கடன் ரூபாய் மதிப்பில் உள்ளது. சராசரி முதிர்வு ஒன்பது ஆண்டுகள்).

இந்தியாவில் வெளிநாட்டுக் கடன் சுமையும் இன்னும் அதிகம் சாதகமாகவே இருக்கிறது. GDP -இல் 21.2 சதவீதம் (இதில் பெரிதும் தனியார் துறையின் கடன்). குறுகியகால வெளிநாட்டுக் கடன் GDP-இல் 5.2விழுக்காடுகள். இந்தியாவில் வெளிநாட்டுச் செலாவணி இருப்பு $278 பில்லியன் (GDP-யில் 15 சதவீதம்), இது பல ஆண்டுகளுக்கு நடப்புக் கணக்குப் பற்றாக்குறைக்கு நிதியளிக்கப் போதுமானது. வெளிநாடுவாழ் இந்தியர்கள் குறுகியகாலக் கடனாக வைத்திருக்கும் முதிர்வடையும் செலுத்துதல்களையும், எல்லா வர்த்தகக் கடனையும் கணக்கிலெடுத்தாலும், இந்தியாவின் இருப்புகள் அவற்றையெல்லாம் செலுத்தியபிறகும் மீதிப் பணம் இருக்கும்.

இவ்வளவு சொன்னாலும், இந்தியா இன்னும் நன்றாக அதிமாகவே செய்யமுடியும். வரும் ஆண்டுகளில் சிறந்த, போட்டியுள்ள, திறமையான, மனிதாபிமானமிக்க பொருளாதாரத்திற்கான பாதை கரடுமுரடானதாகத்தான் இருக்கும். ஆனால், குறுகிய காலத்தில் பறிக்கக் கனிகள் எட்டும் அளவிலேயே தொங்கிக் கொண்டிருக்கின்றன.

எடுத்துக்காட்டாக, நமது நிதி அமைப்பை வளர்க்க உறுதிபூண்டிருக்கிறோம். நிதியை அணுகுவதைக் கவனமாக விரிவுபடுத்துவது வரும் ஆண்டுகளில் தீவிர வளர்ச்சிக்குக் காரணமாக அமையும். பெரிய அளவிலான உள்கட்டமைப்புத் திட்டங்களைத் தொடங்கியிருக்கிறோம். எடுத்துக்காட்டாக, டில்லி -மும்பை தொழில் பாதையை $90 பில்லியன் முதலீட்டில் ஜப்பானியக் கூட்டுறவுடன் தொடங்கியிருக்கிறோம். இது டில்லி - மும்பை துறைமுகங்களை இணைக்கும், ஐந்து மாநிலங்கள் வழியாகச் செல்லும். மொத்தம் 1483 கி.மீ. நீளமுடையது. இத்திட்டத்தில் 200-250 ச.கி.மீ. அளவுள்ள பெரிய தொழில் மண்டலங்களும் அதிவேக சரக்கு வழித்தடங்களும், மூன்று துறைமுகங்களும், ஆறு விமான நிலையங்களும், நாட்டின் அரசு, நிதித் தலைநகரங்களை இணைக்கும் ஆறு அதிவேகச் சாலையும், ஒரு 4000 மெகாவாட் மின் உற்பத்தி நிலையமும் இருக்கும். தங்க நாற்கர சாலைத் திட்டத்தை இந்தியா கட்டியபிறகு பொருளாதாரச் செயல்பாட்டில் ஒரு வேகம் ஏற்பட்டதைப் பார்த்தோம். டில்லி - மும்பை தொழில் பதையால் ஏற்படப்போகும் வேகத்தைக் கற்பனைதான் செய்யமுடியும். மிகச் சிறந்தவை எல்லாம் இனிமேல்தான் வரும்.

கிரிக்கெட் உவமைக்குப் போவோம். இந்தியா வெளிப்படையான, வாதம் செய்கிற ஒரு சமுதாயம் - ஆனால், மற்ற சமுதாயங்களை விட அதிகமாக மனநிலை மாறுதல்களுக்கு உட்பட்டது. இதற்குக் காரணம் உணர்ச்சிவசப்படக்கூடிய, போட்டி மனப்பான்மையுள்ள இளமையான அச்சு ஊடகமாக இருக்கலாம். இந்தியாவைப்பற்றி கொண்டாட்டமாகவும், தோல்வி மனப்பான்மையோடும் சொல்லப்படும் இரண்டையுமே விலக்கிவிட்டு, அதாவது இந்தியர்களாகிய நாம் நம்மைப் பற்றிச் சொல்வதைத் தவிர்த்துப் பார்ப்பது நம்மை உண்மைக்கு அருகில் கொண்டு செல்லும்.

II

எல்லா அரசுகளுக்கும் பேரினப் பொருளாதார நிலைத்தன்மையின் சிறப்புகள் பற்றி ஆலோசனை கூறுவதில் விருப்பு வெறுப்பு காட்டுவதில்லை. 2014 பிப்ரவரி 13 அன்று கார்கில் உரையின்போது, தனது கடைசி நிதிநிலை அறிக்கையை தரப்போன *UPA* அரசுக்கு வழக்கமான ஆர்பிஐ எச்சரிக்கையைக் கொடுத்தேன். நிதிக் கட்டுப்பாடு தேவை என்றும், எண்ணெய்க்குத் தரப்படும் மானியங்கள் பற்றிய கடுப்படிக்கும் பிரச்சனை பற்றியும் எடுத்துச் சொன்னேன். அதேபோன்ற அறிவுரையை *NDA* அரசுக்கும் தந்தேன்.

பேரினப் பொருளாதார அறிவுரை

பேரினப் பொருளாதார நிலை பற்றிச் சுருக்கமாகச் சொல்கிறேன். நல்ல அறுவடை, வலிமை பெற்றுவரும் ஏற்றுமதிகள், நின்றுபோன திட்டங்கள் மீண்டும் உயிர் பெற்றதற்கான அறிகுறிகள் ஆகியவற்றின் பின்னணியில் வளர்ச்சி ஒரு நிலைத்தன்மையை அடைந்து வருகிறது. எனினும் வளர்ச்சி இன்னும் நலிவடைந்தே இருக்கிறது. நாம் பேரினப் பொருளாதார நிலைத்தன்மையை உறுதிசெய்ய உழைக்க வேண்டும். அதாவது, சிறப்பாக மூலதனம் மூலம் வளர்ச்சியை வலிமைப்படுத்துவது, மிதமான நடப்புக் கணக்குப் பற்றாக்குறையைத் தொடர்ந்து, அரசின் நிதிநிலைக்கு ஏற்ப நிதிப் பற்றாக்குறையை அடைவது, பணவீக்கத்தைக் குறைப்பது ஆகியவற்றை செய்யவேண்டும். வளர்ச்சியைத் திரும்ப அடையவும், நடப்புக் கணக்குப் பற்றாக்குறையைக் குறைக்கவும், நிதிக் குறிக்கோள்களை அடையவும் அரசு எடுக்கும் முயற்சிகளைப் பாராட்ட வேண்டும். 2013-2014-க்கான நிதிப்பற்றாக்குறை நிதி அமைச்சர் குறித்த அளவை நெருங்கும், அல்லது அதற்குக் குறைவாக இருக்கும் என்பதில் எனக்கு ஐயமில்லை.

எனினும், நிதியில், சரி செய்வதன் நிலைத்தன்மையையும், தகுதியையும் தொடர்ந்து சீராக்கி நிதி ஒருங்கிணைப்பின் பாதையில் தொடரவேண்டும். தேவையில்லாதவற்றிற்கு மானியங்களும், உரிமங்களும் தருவதைக் குறைத்து, தேவையான பொது முதலீட்டுக்கு பணத்தைச் செலவழிப்பது முக்கியம்.

சரியான நிதிக் கட்டுப்பாடு பணவீக்கத்தைத் தடுக்க உதவும். அதேபோல விவசாயத்தில் மிதமான வளர்ச்சி பணவீக்கத்தைக் கட்டுப்படுத்த உதவும். விவசாயி துன்பத்தில் இருக்கும்போது அடிப்படை அளவிலான ஆதரவு கொடுக்கக்கூடிய அளவிலான விலைகளை இது உறுதிசெய்யும். அதேசமயம் சந்தை விலைகளைப் பாதிக்காது. துல்லியமான சந்தை விலைகளும், விதைக்கும் முறைமைகள் பற்றிய தரவுகளை நல்ல முறையில் பரப்புதலும், எங்கே தேவையோ, எங்கே மதிப்பிருக்கிறதோ அங்கே விவசாய உற்பத்திப் பொருட்களை அனுப்புவது ஆதரவு விலைகள் தருவதைவிட நல்லது.

ஓரளவு நகைமுரணாக, சந்தை அளவிற்கு மின்சக்தி / எண்ணெய் விலைகளை உயர்த்துவதும் நடுத்தர கால இடைவெளியில் பணவீக்கத்தைக் குறைக்கும். ஆர்பிஐ இதன்மூலம்தான் பணவீக்கத்தைக் கட்டுப்படுத்த முயற்சி செய்து வருகிறது. விலைகள் உயர்வு அதிகப்படியான நுகர்வைக் குறைக்கும். மானியங்களையும், நிதிப் பற்றாக்குறையையும் குறைக்கும். முதலீட்டையும், போட்டியையும் ஊக்குவிக்கும். அதேசமயம் ஆற்றல் தேவைக்கு அதிக அளவில் நிலையான மற்றும் அதிக அளவில் விநியோகிக்கும் உலகச் சந்தைகளால் விலைகள் நிர்ணயிக்கப்படுகிறது. இந்த பொருத்தமில்லாத, போதாத விலைகளை சரிசெய்தலின் விளைவுகளால் - பணவீக்கத்தை எதிர்த்துப் போராடும் சுமையின் அதிக அளவினை ஆர்பிஐ தாங்க வேண்டியதிருக்கும்.

III

எனக்கு உரை நிகழ்த்த பல அழைப்புகள் வந்தன. அவற்றில் பலவற்றை நான் ஏற்கவில்லை. ஆனால், எல்லா அழைப்புகளையும் தவிர்க்க முடியவில்லை. மாதம் ஓர் உரை நிகழ்த்தினேன். அதே அளவுதான் ஃபெட் தலைவரும் பேசினார் என்பதைப் பின்னர் அறிந்தேன். ஆனால், இந்தியாவில் செய்திகளுக்காக அலையும் 24X7 சேனல்கள் எல்லா உரைகளையும், அவை எவ்வளவு சாதாரண விஷயமாக இருந்தாலும் சரி, எவ்வளவு தொலைதூரத்தில் நிகழ்த்தப்பட்டாலும் சரி, வெளியிட்டுவிடும் அச்சு ஊடகம் எப்போதும் இருப்பதால், நான் ஒருமுறை ஆற்றிய உரையையே திரும்பப் பேசமுடியாது. (புதிய செய்தி இல்லாவிட்டால், சாதாரணச் செய்தியைக்கூட அச்சு ஊடகம் பெரிதாகக் காட்டும்). மேலும் நான் ஒவ்வொரு உரையிலும் பணக்கொள்கை பற்றியோ, நிதித் துறைச் சீர்திருத்தங்களைப் பற்றியோ பேசமுடியாது. பொது விவாதத்துக்கும் ஆர்பிஐயின் கொள்கையைப் பரப்புவதற்கும் பங்களிக்கக் கூடுமானால், சீர்திருத்தங்கள், வளர்ச்சி ஆகியவற்றின் அரசியல் பொருளியலைப் பற்றிய எனது ஆய்வுபற்றிப் பேசுவதைவிட வேறு சிறப்பானது எது இருக்க முடியும்? ஆகஸ்ட் 2014இல் லலித் தோஷி நினைவுச் சொற்பொழிவில், இந்தியாவில் நாம் வாழும் சூழ்நிலையோடு நிதியில் அனைவரையும் உட்படுத்தும் முயற்சிகளை நீட்டிக்க வேண்டும் என்பதை இணைத்தேன்.

நிதியும் இந்தியாவில் வாய்ப்பும்

நாம் நமது விடுதலையின் 67 ஆம் ஆண்டு விழாவை நெருங்கிக் கொண்டிருக்கிறோம். மனித வாழ்க்கையில் 67 ஆண்டுகள் நீண்டகாலம்தான். இன்றைக்கு ஓர் இந்தியனின் சராசரி வாழ்நாள் அதுதான். விடுதலை பெற்றபோது ஓர் இந்தியனின் வாழ்நாள் எதிர்பார்ப்பு குறைவாக இருந்ததால், விடுதலைக்குப்பிறகான அண்மைய ஆண்டுகளில் பிறந்த பெரும்பாலான இந்தியர்கள் இப்போது இல்லை என்று சொல்லலாம். இந்நேரத்தில் நம்மை நாமே ஆராய்வது சிறந்தது. விடுதலையின் முதல் குழந்தைகளுக்கு நமது விடுதலை இந்தியாவின் தந்தையர் கண்ட கனவுகளை நிறைவேற்றி விட்டோமா? அல்லது மிகவும் பரிதாபகரமாகத் தோல்வி அடைந்து விட்டோமா? இன்னும் நாம் என்ன செய்ய வேண்டும்?

நமது புதிய இந்தியாவை நிறுவிய தந்தையர் இந்திய மக்கள் அரசியல் உரிமை பெறவேண்டும் என்று விரும்பினார்கள். கருத்து, பேச்சு, எழுத்து, நம்பிக்கை, வழிபாடு ஆகியவற்றோடு நம்மை ஆள்வது யார் என்று தீர்மானிக்கும் உரிமையையும் விரும்பினார்கள். சமூக நிலையிலும், வாய்ப்பிலும் சமத்துவத்தையும், நீதியையும் நாடினார்கள். நாம் வறுமைப் பிடியிலிருந்து விடுபடவேண்டும் என்று விரும்பினார்கள்.

அரசியல் சுதந்திரம் பெறுவதில் நாம் பெருமளவு முன்னேற்றம் கண்டிருக்கிறோம். நமது மக்களாட்சி முதிர்ச்சி அடைந்து விட்டது. மக்கள் அவர்களது தேவைகளைத் தொடாத அரசுகளை வாக்குகள் மூலம் வெளியிலனுப்ப மனஉறுதியுடன் இருக்கிறார்கள். நமது தேர்தல் ஆணையமும், சட்ட ஒழுங்கு காக்கும் காவல் துறைகளும் நாடு முழுவதும் நேர்மையான, சுதந்திரமான தேர்தல்கள் நடப்பதை உறுதிசெய்ய, நமது வாக்களிக்கும் சுதந்திரத்தைக் காக்கும் நிறுவனங்கள் வலிமை படைத்தவையாக ஆகியிருக்கின்றன. அரசியல் கட்சிகள், அரசு சாராத் தொண்டுநிறுவனங்கள், அச்சு ஊடகம், தனி மனிதர் ஆகியன மக்கள்சார் கொள்கை வகுப்பதில் தடுத்தலையும், சமப்படுத்தலையும் ஏற்படுத்துகின்றன.

நமது பொருளாதாரமும் விடுதலை பெற்றபோது இருந்ததைவிட இப்போது வளமாக இருக்கிறது. ஏழ்மை பெருமளவிற்குக் குறைந்திருக்கிறது. நம்முடையது போன்றே இருந்த தென்கொரியா போன்ற நாடுகள் இன்று மிக நல்ல நிலையிலிருப்பது உண்மைதான். ஆனால், பல நாடுகள் மோசமான நிலையில் இருக்கின்றன. துடிப்புள்ள ஒரு மக்களாட்சியின் ஒரு நன்மை ஆட்சி மோசமாகப் போகும்போது அதனைத் தடுக்க மக்கள் கையில் தேவையான அதிகாரத்தைத் தந்திருக்கிறது. சர்வாதிகார ஆட்சி தந்திருக்கக் கூடியதைவிட நிலையான, சமமான பொருளாதார வளர்ச்சியை மக்களாட்சி உறுதி செய்திருக்கிறது.

எனினும், நமது மக்களாட்சி பற்றியும் நமது பொருளாதாரம் பற்றியும் விருப்பு வெறுப்பற்ற முறையில் பார்த்தால் சில கவலைக்குறிகள் தெரியும். நமது மக்களாட்சி முறையும் பொருளாதாரமும் அதிகத் துடிப்புள்ளதாக ஆகிவிட்டபோதும், அண்மையில் நடந்த தேர்தலில் ஒரு முக்கியப் பிரச்சனை எழுந்தது. நாம் கள்ளத்தனமான சோஷசலிசத்தின் இடத்தில், கள்ளத்தனமான முதலாளித்துவத்தை *(Crony Capitalism)*, - வேண்டப்பட்டவர்களுக்குச் செயல்படக்கூடிய முதலாளித்துவத்தை வைத்துவிட்டோமா,

பணத்திற்கு விலைபோகும் அரசியல்வாதிகளுக்கு லஞ்சம் கொடுத்து அதற்குப் பதிலாக நிலத்தையும், இயற்கை வளங்களையும், ஸ்பெக்டரம்களையும் செல்வந்தர்களும், செல்வாக்குள்ளவர்களும் அபகரிக்க வழிவகுத்து விட்டோமா என்ற கேள்விகள் எழுகின்றன. வெளிப்படைத் தன்மையையும், போட்டியையும் கொன்று, கள்ள முதலாளித்துவம், சுதந்திரமான முன் முயற்சிக்கும், வாய்ப்புக்கும், பொருளாதார வளர்ச்சிக்கும் குந்தகம் விளைவிக்கும். பொதுநலனை தனிப்பட்டோரின் நலன் பிடித்துக்கொள்வது வெளிப்படையாக, சுதந்திரமாகச் செயல்படுவதைப் பாதிக்கும். கள்ள முதலாளித்துவம் பற்றி இந்தக் கண்ணோட்டங்கள் உண்மையாக இருக்குமானால், ஏன் மக்கள் அதனைப் பொறுத்துக் கொண்டிருக்கிறார்கள் என்ற கேள்வி எழுகிறது. இதனை வளர்த்துவிடும் பணத்துக்கு விலைபோகும் அரசியல்வாதியை அவர்கள் ஏன் தேர்ந்தெடுக்கிறார்கள்?

கள்ள முதலாளித்துவம் விடாப்படியாக இருப்பதற்கான ஒரு கருதுகோள்

பெரும்பாலானோர் கொண்டிருக்கும் கருதுகோள் அரசியலில் ஒரு சில நல்லவர்கள் இல்லாததால் நாடு இக்கட்டில் இருக்கிறது என்பது. ஆனால், இக்கருத்து அரசியலில் உள்ள பல நல்லவர்களுக்கு அநீதியானது. அப்படியே அது உண்மை என்று அனுமானித்துக்கொண்டாலும், ஒரு கூட்டம் - மேல், மத்திய தர அலுவலர்கள்தான் பெரும்பாலும் இக்கூட்டத்தில் இருப்பார்கள் - அரசியலைத் தூய்மைப்படுத்தப் புறப்படும். ஆனால், இப்படிப்பட்ட ‘நல்லவர்கள்’ தேர்தலில் போட்டியிட்டால், வைப்புத் தொகையையும் இழந்து விடுவார்கள். அப்படியானால் வாக்காளர்கள் தூய்மையான அரசாங்கத்தை உண்மையிலேயே விரும்பவில்லையா? கள்ள முதலாளித்துவம் (Crony Capitalism) என்பது சுய லாபங்களுக்காக தொழிலதிபர்களுக்கும், அரசியல்வாதிகளுக்கும் இடையேயுள்ள கள்ள ஒப்பந்தத்தைக் குறிக்கும்.

உயர்ந்த ஒழுக்கம் மேல் - மத்தியதர மக்களிடம்தான் இருக்கிறது என்ற அகந்தைக்கும் அப்பால், இந்தக் கருதுகோளின் தவறு, சிக்கல்கள் நமது அமைப்பில் இல்லாமல் தனிமனித ஒழுக்கத்தில்தான் இருக்கிறது என்று நம்புவதில் இருக்கிறது. பம்பாய் சேம்பர் ஆப் காமர்சில் 2008இல் நான் ஆற்றிய உரையில், பணத்துக்கு விலைபோகும் அரசியல்வாதியைப் பொறுத்துப் போவதற்குக் காரணம் அவர்தான், நெருங்குவதற்கு இடம் தராத ஓர்

அமைப்பை ஏழைகளும், விளிம்பு நிலையிலுள்ளவர்களும் தட்டித் தடுமாறி மேலேறுவதற்கு ஊன்றுகோலாக இருக்கிறார். (இந்தக் கருத்து ரிச்சர்ட் ஹாஃப்ஸ்டாட்டர் எழுதிய The Age of Reform என்ற நூலினால் தூண்டப்பட்டது).

இதை இங்கே விளக்குகிறேன். பொதுசேவைகள் தருதல் ஏழைகள் அணுகமுடியாதவாறு ஒருதலைப்பட்சமாக இருக்கின்றன. பல மாநிலங்களில் ரேஷன் கடைகள், ரேஷன் அட்டை வைத்திருந்தாலும்கூட ஏழைகளுக்கு அவர்களுக்கு உரிய உணவுப் பொருட்களை வழங்குவதில்லை. ஏழைகள் பலருக்கு ரேஷன் அட்டையோ வறுமைக்கோட்டுக்குக் கீழ் அடையாள அட்டையோ இருக்காது. பள்ளிகளில் பாடம் கற்பிக்க ஆசிரியர் செல்வதில்லை. காவலர் குற்றங்களையும், ஆக்கிரமிப்புகளையும், அவை பணக்காரர்கள், அதிகாரமுள்ளோர் செய்தால், பதிவு செய்வதில்லை. அரசு மருத்துவமனைகளில் தேவையான மருத்துவர் செவிலியர் இருப்பதில்லை. விலையில்லா மருந்துகள் மருந்தகங்களில் கிடைப்பதில்லை. நான் சொல்லிக்கொண்டே போகலாம், ஆனால், உங்களுக்கு இது புதிதில்லை.

இங்குதான் உங்களுடைய குறுக்குவழிக்கார, சாகசக்கார அரசியல்வாதி வருகிறார். தங்களுக்கு உரிமையான பொதுசேவைகளைப் பெறப் பணம் இல்லாத ஏழைகளிடம் இந்த அரசியல்வாதிக்குத் தேவையான வாக்குச் சீட்டு இருக்கிறது. எனவே, இந்த ஏழை வாக்காளர்களின் வாழ்க்கையை கொஞ்சம் தாங்கக்கூடியதாக ஆக்க உங்கள் அரசியல்வாதி இங்கொன்றும் அங்கொன்றுமாக உதவிகள் செய்கிறார். இங்கே ஒருவருக்கு அரசு வேலை, அங்கே ஒருவர்மேல் முதல் தகவல் அறிக்கைப் பதிவு, வேறெங்கோ நில உரிமையை மீட்டுத் தருதல் - இதற்காக வாக்காளர்களின் நன்றியைப் பெறுகிறார். அதைக்காட்டிலும் முக்கியமாக அவர்களுடைய வாக்குகளைப் பெறுகிறார்.

ஆனால், அதேசமயம் நேர்மையான அரசியல்வாதிகள் இல்லாமல் இல்லை. தங்களது வாக்காளர்களின் வாழ்க்கை நிலையை முன்னேற்றவிரும்புகிற அரசியல்வாதிகள் இல்லாமல் இல்லை. சாமர்த்தியசாலி அரசியல்வாதி அரசுப் பணியாளர்கள் தனது தொகுதி மக்களுக்காக ஏதாவது நல்லது செய்யச் செய்து விடுவார்கள் என்பதால் அமைப்பு ஊழலைப் பொறுத்துக் கொள்கிறது போலும். அப்படிப்பட்ட அமைப்பு தன்னிறைவு உடையது. இந்த அமைப்போடு ஒத்துப்போக விரும்பாத கொள்கைவாதி

அதனைத் திருத்த உறுதி கொள்ளலாம். ஆனால், யாரும் எதுவும் செய்ய முடியாது என்பது வாக்காளருக்குத் தெரியும். மேலும் கொள்கைவாதி அமைப்போடு போராடிக் கொண்டிருக்கும்போது அவர்களை யார் காப்பாற்றுவார்? சீர்திருத்தவாதி தனது வைப்புத் தொகையை இழக்க வேண்டியிருந்தாலும், எதையாவது செய்யும் ஊழல் அரசியல்வாதியுடன் இருக்க வேண்டியதுதானே?

எனவே வட்டம் முழுமை அடைந்து, ஏழைக்கும், கீழ்மட்டத்தில் இருப்பவர்களுக்கும் வேலைகள் வாங்கவும், பொதுச்சேவைகளைப் பெறவும், அரசியல்வாதி தேவைப்படுகிறார். கோணல்புத்தி அரசியல்வாதிக்கு, ஏழைகளுக்கு ஆதரவு அளிக்கவும், தேர்தல்களைச் சந்திக்கவும் பணம்தர தொழிலதிபர்கள் தேவைப்படுகிறார்கள். ஊழல் தொழில் அதிபருக்கு பொது வளங்களையும் ஒப்பந்தங்களையும் மலிவாகப்பெற ஊழல் அரசியல்வாதி தேவைப்படுகிறார். அரசியல்வாதிக்கு ஏழைகளில் கீழ்மட்டத்திலுள்ளவர்களின் வாக்குகள் தேவைப்படுகின்றன. ஒவ்வொரு தொகுதியும் இப்படி ஒன்றையொன்று சார்ந்திருக்கும் சட்டகத்திற்குள் முடக்கப்பட்டிருக்கிறது. இது இப்போதைய நிலையே தொடர உறுதி செய்கிறது.

நல்ல எண்ணமுடைய அரசியல் தலைவர்களும், அரசுகளும் இந்த தீய சுழற்சியை உடைக்க முயன்றிருக்கின்றன, முயன்று கொண்டிருக்கின்றன. அமைப்பினை கைக்குள் கொண்டுவரும் நிலையிலிருந்து அமைப்பைச் சீர்திருத்தும் அரசியல்வாதிகளைப் பெறுவது எப்படி? இதற்கு வெளிப்படையான விடை ஒன்று பொது சேவைகளின் தரத்தை உயர்த்துவது. அல்லது அவற்றினை மக்கள் சார்ந்திருப்பதைக் குறைப்பது. இரண்டு அணுகுமுறைகளுமே தேவை.

பொதுச் சேவைகளின் தரத்தை உயர்த்துவது எப்படி? சேவைகளுக்கு உரிய வளங்களை அதிகமாக்கி, அதனை மேலாண்மை செய்யும் முறையை மாற்றுவது என்பது வழக்கமான விடை. பொதுக் கல்வி, உடல்நலக் கவனிப்பு ஆகியவற்றின் தரத்தை உயர்த்த பல சிறந்த முயற்சிகள் மேற்கொள்ளப்பட்டு வருகின்றன. ஆனால், வளங்கள் சரியாகப் பயன்படுத்தப்படாதபோது, அல்லது அரசு ஊழியர்கள் ஊக்கம் பெறாதபோது, இப்படிப்பட்ட இடைச் செயல்பாடுகள் அவ்வளவு பயன்தராது.

பொதுச்சேவையை ஓர் உரிமையாக ஆக்கிவிட்டால் அதன் பயன்படும் முறையை மாற்றிவிடும் என்று சிலர் வாதிடுகிறார்கள்.

உரிமைகளுக்காக சட்டம் இயற்றி நன்றாகச் செயல்படும் என்ற பொதுமக்களின் எதிர்பார்ப்பை உண்டாக்குவது நல்லமுறையில் பொதுச்சேவை செயல்படும் என்று உறுதியளிக்கும் என்பதை கற்பனையில் கூடக் காணமுடியவில்லை. நியாயவிலைக் கடையில் ரேஷன் அட்டை வைத்திருப்பவர் நல்ல அரிசி, கோதுமையைப் பெறமுடியும் என்ற எதிர்பார்ப்பு இல்லையா? ஆனால், பெரும்பாலும் தானியம் கிடைப்பதில்லை, கிடைத்தாலும் மோசமான தரமுள்ளதாக இருக்கும்.

செய்தியை எல்லோரும் தெரிந்து கொள்ளுமாறு செய்வது பயனளிக்கலாம். பொது மருந்தகம் எவ்வளவு மருந்துகள் பெற்றது என்பதையும் உள்ளூர்ப் பள்ளி மதிய உணவிற்கு எவ்வளவு பணம் பெறுகிறது என்பதையும் தெரிந்திருப்பது, பொதுமக்கள் அவற்றின் பயன்பாட்டைக் கண்காணித்து தவறாகப் பயன்படுத்தப்படும்போது மேல் அதிகாரிகளை எச்சரிக்க முடியும். ஆனால், பொது விநியோக அமைப்பு, மக்கள் சரியான கல்வி பெறாத நிலையில் இருந்தால், அல்லது அவர்கள் சமுதாயத்தில் கீழ்மட்டத்தில் இருந்தால், அமைப்பு சாராமல் ஒற்றுமையுடன் இல்லாமலிருந்தால், கருணை இல்லாமலேயே நடந்து கொள்கிறது. எனவே ஏழைகளால் கண்காணிக்கப்படுவது என்பது பயனளிக்கிறது.

இதனால்தான் பொதுச்சேவை வசதிகளை ஏழைகளோடு சேர்ந்து தாங்களும் பெறவேண்டும் என்று மத்திய தரவர்க்கத்தினர் வாதிடுகிறார்கள். அப்போதுதான் அவர்கள் தரமற்ற வினியோகத்திற்கு எதிர்ப்புத் தெரிவித்து தரமான பொருட்கள் எல்லோருக்கும் கிடைக்குமாறு செய்யமுடியும் என்பது அவர்களது வாதம். ஆனால், அது சாத்தியமில்லை. ஏனென்றால், மத்தியதர வர்க்கத்தினர் ஏழைகள் வசிக்கும் பகுதியில் இருக்கமாட்டார்கள். அப்படியே அதேஇடத்தில் இருந்தாலும்கூட மத்திய தர வர்க்கத்தினர் பயன்படுத்தும் வசதிகளுக்கு அருகில் ஏழைகள் வரமாட்டார்கள். ஏனென்றால், அங்கே அவர்கள் தனித்து இருப்பார்கள். எல்லோருமே ஒரே வசதியைப் பெற்றாலும்கூட, கடைக்காரர்கள் உரக்கச் சப்தம் போடும் மத்திய தர வர்க்கத்தினரிலிருந்து எந்தப் புகாரும் அளிக்காத ஏழைகளை வேறுபடுத்திக் கொள்வார்கள்.

எனவே, அதிகப்படியான வளங்களும், நல்ல மேலாண்மையும் போதுமான விடைகளாக இல்லாவிட்டால், எது நன்மை விளைவிக்கும்? இதற்கு விடை மக்கள் அரசு வேலைகளையும், பொதுச்சேவைகளையும் சார்ந்திருப்பதைக் குறைப்பதில் காணப்படலாம். தனியார் துறையிலுள்ள ஒரு நல்ல வேலை

தனியார் மருத்துவமனை வசதி, கல்வி, பயன்பாட்டுப் பொருட்கள் ஆகியவற்றைப் பெறத் தேவையான பணத்தையும் குடும்பத்திற்குக் கொடுக்கும். அப்போது பொதுச்சேவைகளின் தேவை குறையும். வருவாய் ஒரு தனி மனிதனின் அந்தஸ்தைக் கூட்டி, ஆசிரியர், காவலர் அல்லது அரசு அலுவலரின் மரியாதையும் அதிகரிக்கும்.

ஆனால், ஓர் ஏழை நல்ல மருத்துவ வசதி, கல்வி ஆகியவற்றைப் பெறவில்லை என்றால் எப்படி நல்ல வேலையைப் பெற முடியும்? இன்றைய புத்துலகில், திறன்கள் மட்டுமே நல்ல வேலையைத் தருகின்றன என்ற சூழலில், திறன்களைப் பெறாதவர்கள் குறைவான ஊதியம் பெறும் வேலையைத்தான் பெறமுடியும். அல்லது யாருடைய உதவியையாவது வேலை பெறத் தேட வேண்டியதிருக்கும். எனவே நாம் முரண்பாடு ஒன்றை எதிர்கொள்கிறோம் அல்லவா? மோசமான பொதுச் சேவைகளைச் சார்ந்திருப்பதிலிருந்து தப்பிக்க பொதுச் சேவைகள் சிறந்த முறையில் தரப்பட வேண்டும் அல்லவா?

பணம் விடுதலை அளிக்கிறது, அதிகாரம் தருகிறது...

இந்த முரண்பாட்டிலிருந்து விடுபட வழி உண்டு. பணம் விடுதலை அளிக்கும் என்ற கருத்தை விரிப்போம். ஏழைக் குடும்பங்களுக்கு பொதுச் சேவைகளைத் தருவதாக உறுதியளிப்பதற்குப் பதிலாக ரொக்கமாகக் கொடுத்தாலென்ன? ரொக்கப் பணமுள்ள ஓர் ஏழைக் குடும்பம் அது விரும்பியவர்களுக்கு ஆதரவு தரும். ஏகபோக உரிமை கொண்ட அரசு சார்ந்த ஒருவருக்குத் தரவேண்டிய தேவை இருக்காது. ஏழை, தான் வாங்கும் மருந்துக்கும், உணவுக்கும் பணம் கொடுக்க முடியுமென்றால் பொருட்கள் விற்கும் தனியாருடைய மரியாதையைப் பெறமுடியும். ஊழல் நியாயவிலைக் கடைக்காரர் அவர் பெறும் உணவுப் பொருளை வேறு எங்கும் மாற்றிவிட முடியாது. அதுமட்டுமல்ல, அடுத்த தெருக் கடைக்காரரோடு போட்டிபோட வேண்டியிருக்குமாதலால், அவர் அகந்தையுடனோ, சோம்பேறித்தனமாகவோ நடந்துகொள்ள முடியாது.

ஏழைகளுக்கு சக்தியைக்கொடுப்பதன் விளைவாக அரசு சரியான விலையில் அவர்களுக்குப் பொருள் கிடைக்கச் செய்ய முடியும். சரியான வாடிக்கையாளர் சேவையைச் செய்யாத பொது வினியோக அமைப்புகளின் சில பகுதிகளை மூடிவிட முடியும்.

நாம் செய்ய வேண்டியதில் பெரும்பகுதி ஏற்கனவே சாத்தியமாகி இருக்கிறது. சுதந்திர தினத்தன்று அரசு நிதியில் முழுவதுமாக அனைவரையும் உள்ளடக்கும் திட்டத்தை அரசு அறிவிக்க இருக்கிறது. ஏழைகளை அடையாளம் காணுதல், அவர்களுக்கு உயிர் அளவுக் குறியீடுகளை உண்டாக்குதல், வங்கிக் கணக்குகளைத் திறத்தல், இந்தக் கணக்குகளுக்கு அரசு தருபவற்றை மாற்றுதல் ஆகியவை இதில் அடங்கும். அவை முழுவதுமாகச் செயல்படும்போது, ஏழைகளுக்குத் தேர்ந்துகொள்ளும் உரிமையும், மரியாதையும், இதுவரையிலும் கெஞ்சிக்கேட்டுப் பெற வேண்டியதிருந்த சேவைகளும் கிடைக்கும் என்று நம்புகிறேன். ஏழைகளுக்கான பொதுச் சேவையில் நலிவு, வேண்டியவர்களுக்குச் சலுகை, மிக அதிகமாகப் பெருகிவரும் ஊழல் ஆகியவற்றிற்கு இடையேயுள்ள தொடர்பு உடைக்கப்பட்டு விடும்.

ரொக்க மாற்றுகள் எல்லாப் பிரச்சனையும் தீர்த்து விடாது என்பதில் சந்தேகமில்லை. அவற்றிற்கு எதிர்ப்புகள் இல்லாமலும் இல்லை. தந்தை நிலையிலிருந்து பார்க்கும் சமூகத் தொண்டர்களின் பல்லவி அப்படிப்பட்ட மாற்றப்பட்ட ரொக்கத்தைக் குடித்துத் தீர்த்து விடுவார்கள் என்பது. ஆனால், உண்மையில் சுய வேலைப் பெண்கள் கழகம் போன்ற என்.ஜி.ஓ-க்களின் ஆய்வுப்படி இது உண்மை இல்லை. மேலும் பணத்தை ஒழுங்காகச் செலவழிக்கின்ற பெண்கள்பெயருக்கு மாற்றலாம். இதனை ஒரு சோதனையாகச் செய்யலாம். ரொக்கப் பண மாறுதல்களுக்கு சில நிபந்தனைகளைப் போடுவது பணச் செலவைச் சீர்படுத்தும். எடுத்துக்காட்டாக உதவி பெறுவோரின் குழந்தைகள் ஒழுங்காகப் பள்ளிக்குச் செல்லவேண்டும் என்று நிபந்தனை வைக்கலாம். ஆனால், இதிலும் ஆபத்துள்ளது. கண்காணிப்பாளர் ஊழல்வாதியாகவோ, திறமையற்றவராகவோ இருந்தால், நேரடி உதவி மாற்றங்களின் நோக்கம் முழுவதுமே வீணாகிவிடும். எனினும், எந்திரப் பயன்பாடு இருக்குமானால் இதனைக் கவனமுடன் கண்காணிப்பது எளிது. மேலும் பொறுப்பான பயன்பாட்டுக்கு அதிகப்படியான வசதிகளையும் தரமுடியும்.

இதனோடு தொடர்புடைய இன்னொரு பிரச்சனை ரொக்கப் பண மாற்றங்களுக்கு மக்கள் அடிமையாகி விடமாட்டார்களா என்பது. ஏழைகள் மேலேறிச் செல்லப் படிக்கட்டுகளாக இல்லாமல் அவர்களை ஏழ்மையிலேயே வைத்துவிடும் பாறாங்கல்லாக அவர்கள் தலையில் சுமத்தப்படுமா என்ற அச்சமும் இருக்கிறது. இது ஒரு முக்கியமான கவலை. முக்கியத் தேவையில்லாத நுகர்விற்கு மட்டுமே பயன்படாமல், வாய்ப்பை விரிவாக்கக்கூடிய,

கல்வி, உடல்நலக் கவனிப்பு ஆகியவற்றின் மூலம் திறமைகளை ஏற்படுத்த அவை பயன்படும்போது, பண மாறுதல்கள் சிறப்பாகச் செயல்படும். ஏழைகளில் பெரும்பாலோர் இந்த வாய்ப்புகளை, குறிப்பாக அவை அவர்களது குழந்தைகளுக்காக இருக்கும்போது, இருகரம் நீட்டி வரவேற்பார்கள். எனினும், தரவுகளின் அடிப்படையில் கொள்கையை நிர்ணயித்தால், ரொக்கப் பணம் தவறாகச் செலவிடப்படுகிறது என்பதற்கு ஆதாரம் இருந்தால், அதன் ஒரு பகுதி மின்னணுக் கூப்பன்களாகத் தரப்படலாம். அவற்றை உணவு, கல்வி, உடல்நலம் பேணல் ஆகியவற்றிற்கு மட்டுமே செலவிட முடியும். ரொக்க மாற்றங்களைப் பெறுவதால் குறிப்பிடத்தக்க தொகையைச் சிலர் சம்பாதிக்கத் தொடங்கி விடுவார்கள். அவர்களைத் தடுப்பதற்கு வழி காண வேண்டும். வேலை செய்து சம்பாதிப்பதற்கு இது தடையாகவும் இருக்கலாம். இந்தப் பிரச்சனையைப் பற்றி இன்னொரு நாள் பார்க்கலாம். நலத் திட்டங்கள் வேலை செய்யும் ஊக்கத்தைக் குறைப்பது பற்றிய பிரச்சனையை தீர்க்க அமெரிக்கா வழிகண்டிருக்கிறது.

தனி விற்பனையாளர்கள் தொலைவில் ஒரு மூலையிலிருக்கும் இடங்களுக்குச் சேவைகளை எடுத்துச் செல்லத் தயாராக இருப்பார்களா என்ற கேள்வி எழுகிறது. தொலைதூரத்தில் இருக்கும் மக்களிடம் கையில் பொருட்களை வாங்க ரொக்கப் பணம் இருந்தால் தனி விற்பனையாளர்கள் ஏதாவது வழியைக் கண்டுபிடித்துவிடுவார்கள். இதுவரையில் அரசுப் பணியாளர்களே வழங்கி வந்த சேவைகளைத் தரும் பணி சில ஏழைகளுக்காவது கிடைத்தால் அது வரவேற்கப்படவேண்டிய விளைவுதான். மேலும் ரொக்கப் பணப் பரிமாற்றங்களை நடைமுறைப்படுத்துவது நன்றாக நடைபெறும். இதற்கு பொது விநியோக முறையை நீக்கிவிடுதல் என்று ஆகாது. பொதுச் சேவையைப் பயன்படுத்த ஏழைகள் ரொக்கப் பணம் தருவார்கள் என்பதுதான் இதன் பொருள்.

நிதிப் பயனளிப்பில் அனைவரையும் உட்படுத்தலும், நேரடியாகப் பயன்களை மாற்றித் தருதலும் சரிவரத் தரப்படாத பொதுச் சேவைகளைச் சார்ந்திருப்பதிலிருந்து ஏழைகளை விடுவிக்க இது வழியாக இருக்கும் என்பதே ஒரு நன்மை. அவ்வாறு மறைமுகமாக பணத்துக்கு விலைபோகும், ஆனால், செல்வங்களைக் காப்பாற்றி வைத்திருக்கும் அரசியல்வாதிகளிடமிருந்தும் விடுதலை கிடைக்கும். இது எல்லா நோய்களுக்கும் மருந்து அல்ல. ஆனால், இது ஏழைகளை ஏழ்மையிலிருந்து காப்பாற்றி உண்மையான அரசியல் சுதந்திரத்தை அவர்களுக்கு அளிக்கும். ஆனால், அதேசமயம் நிதியில் அனைவரையும் உட்படுத்தல் ஏழைகளின் மத்தியிலிருக்கும்

தொழில் முனைவோருக்குக் கடன் அளித்து அறிவுரை கூறுவதன் மூலமும், ஏழைகளையும் நலிந்தோரையும் வட்டிக்கடைக்காரரின் பிடியிலிருந்து விடுவித்தல் மூலமாகவும், விபத்துகளிலிருந்து காப்பாற்றிக்கொள்ளவும், காப்பீடு பெறவும் வீடுகளுக்குத் திறன்களைக் கொடுப்பதன் மூலமும், அவர்களைப் பொருளாதாரச் சுதந்திரத்திற்கு இட்டுச் செல்லும். இவ்வாறு நல்ல பொதுச் சேவை தரக்கூடிய அரசியல், சுதந்திரத்தை வலிமைப்படுத்தும். எனவேதான் நிதியில் அனைவரையும் உட்படுத்தல் இவ்வளவு முக்கியத்துவம் பெறுகிறது.

அனைவரையும் நிதியில் உட்படுத்தலுக்கு ஐந்து குறிப்புகள்

நான் இங்கே கோடிட்டுக் காட்டிய நிதியில் அனைவரையும் உள்ளடக்குதலை ஆர்பிஐ எப்படி வேகப்படுத்தவும், நீட்டிக்கவும் முடியும் என்பது பற்றிய எனது தொலைநோக்கோடு முடிக்கிறேன். என்னுடைய கண்ணோட்டத்தில் நிதியில் அனைவரையும் உள்ளடக்குதல் என்பது ஐந்து கூறுகளைச் சரியாகச் செய்வதாகும். அவை பொருள், இடம், விலை, பாதுகாப்பு, லாபம் *(ஆங்கிலத்தில் 5 Ps, Product, Price, Place, Protection, Profit என்று ஆசிரியர் குறிப்பிடுகிறார்- மொ.ர்)*

நாம் ஏழைகளை உள்ளே இழுக்கவேண்டுமென்றால், அவர்களது தேவைகளை நிறைவு செய்யும் பொருட்கள் (அதாவது வங்கி தரக்கூடியவை) நம்மிடம் இருக்க வேண்டும். அவற்றைச் சேமித்து வைக்கப் பாதுகாப்பான இடம் வேண்டும். பணத்தை அனுப்பவும், பெறவும் நம்பிக்கையான வழி, தேவையான காலங்களில் அல்லது வட்டிக் கடைக்காரரின் பிடியிலிருந்து தப்பிக்க, எளிதில் புரிந்துகொள்ளக் கூடிய விபத்து, உயிர், சுகாதாரக் காப்பீடு, முதிய வயதிற்காக சேமிக்க ஒரு பாதை ஆகியவை தேவைப்படும். எளிமையும், நம்பகத்தன்மையுமே திறவுகோல். எதற்குப் கொடுப்பதாக நினைக்கிறோமோ அதனையே, மறைமுகமான நிபந்தனைகளும், நம்மைக் கவிழ்க்கக்கூடிய விதிகளும் இல்லாமல், நாம் பெறவேண்டும். நிதித் தேவைகளுக்காக உற்பத்திப் பொருள்களுக்கான அமைப்பு ஒன்றை உருவாக்க ஆர்பிஐ வங்கிகளைத் தூண்டி விடுகிறது.

உற்பத்திப் பொருள்களின் இன்னும் இரண்டு நன்மைகள் முக்கியமானவை. குறைவான போக்குவரத்துச் செலவில் அணுகக் கூடியவையாக அவை இருக்கவேண்டும். முன்னர், தரப்படும் இடம்,

அதாவது வங்கிக் கிளை வாடிக்கையாளருக்கு அருகில் இருக்க வேண்டும். ஆகவே அனைவரையும் உள்ளடக்கும் திட்டத்தில் அடிப்படை வங்கிகள் இல்லாத இடங்களுக்கு வங்கிக் கிளைகளை விரிவாக்குதல் வேண்டும். ஆனால், இன்று வாடிக்கையாளரை அணுகப் பல வழிகள் இருக்கின்றன. எடுத்துக்காட்டாக, கைபேசி அல்லது தொழில் தொடர்பாளர்கள் மூலம் அடையமுடியும். ஆகவே வாடிக்கையாளரை அணுகுவது பற்றி அவ்வளவு கவனம் செலுத்த வேண்டாம். அதாவது இடம் என்பது இன்று அருகே அமைந்திருப்பது என்று பொருளில்லை. அது மின்னணுத் தொடர்பு அல்லது தொடர்பாளர் மூலமாக எளிதில் அணுகக் கூடியவையாக இருக்க வேண்டும் என்று பொருள். இந்த நோக்கத்துடன், வங்கித் தொடர்பாளர்கள் பற்றிய விதிகளைத் தளர்த்தியிருக்கிறோம். வங்கிகளையும் கைபேசிக் குழுமங்களையும் உடன்பாடு வைத்துக் கொள்ள ஊக்கமளித்திருக்கிறோம். பணம் வழங்கும் வங்கிகளுக்கு உரிமம் வழங்குவதைத் தொடங்கியிருக்கிறோம்.

பயன் பொருளைப் பெற ஆகும் தொடர்புச் செலவுகள், இடையில் பெறப்படும் கட்டணங்கள் குறைவாக இருக்க வேண்டும். வங்கிக் கணக்கில்லாத ஒருவர் நிதிசார் சேவைகளைக் குறைவாகவே பயன்படுத்துவார். எனவே சேவை தருபவர் செலவைக் குறைக்க தொடர்பு விதிகளை எந்திரமயமாக்க வேண்டும். உள்ளூர் ஆட்களைப் பணியில் பயன்படுத்தி நியாயமான அளவு ஊதியம் வழங்கவேண்டும். மேலும் ஒழுங்குபடுத்தும் சுமை குறைவாக இருக்கவேண்டும். இந்த நோக்கங்களை மனதில்கொண்டு சிறிய உள்ளூர் வங்கிகளுக்கு KYC உரிமம் வழங்கத் தொடங்கியிருக்கிறது. KYC விதிகளை எளிமையாக்க முயற்சி செய்து கொண்டிருக்கிறது. சென்ற மாதம் இடம்மாறிச் செல்லும் தொழிலாளர்களுக்கும், சரியான வீடில்லாமல் இருக்கும் மக்களுக்கும் அவர்கள் வங்கிக் கணக்கு ஆணைக்குத் தடையாக இருக்கும் இப்போதைய முகவரிக்கான ஆதாரம் தரவேண்டும் என்ற நிபந்தனையை நீக்கியிருக்கிறோம்.

புதிய, அனுபவமில்லாத வாடிக்கையாளர்களுக்கு பாதுகாப்பு தேவைப்படும். வாடிக்கையாளர் பாதுகாப்பு விதிமுறை ஒன்றை ஆர்பிஐ வகுத்து வருகிறது. எளிமையான, எளிதாகப் புரிந்து கொள்ளப்படக்கூடிய தகுதியுள்ள செயல்முறைகளின் அவசியத்தை இது வலியுறுத்தும். நிதி பற்றிய அறிவை விரிவுபடுத்த அரசோடு செயலாற்றி வருகிறோம். அறிவூட்டும் முகாம்கள், பள்ளிகளைத் தாண்டி நிதி பற்றிய துன்பங்களை ஏழைகளுக்குக் கற்றுத்தர வேண்டும். ஏழைத் தொழில் முனைவோருக்குக் கடன் தரும்

வங்கிகள் தொழில் மேலாண்மை பற்றி அவர்களுக்கு அறிவுரைதர வழிகாண வேண்டும், அல்லது இதில் NGO-க்களையும் NABARD போன்ற அமைப்புகளையும் ஈடுபடுத்த வேண்டும். ஏமாற்றுக்கார வணிகர்கள் நிறைந்து வருவதைக் குறைக்க மேற்பார்வை, சந்தை நுண்ணறிவு, சட்டம் ஒழுங்குத் துறையோடு இணைந்து செயல்படுதல் ஆகியவற்றை விரிவுபடுத்தும் அதேநேரத்தில் வாடிக்கையாளர் குறைதீர்க்கும் அமைப்பையும் வலிமைப்படுத்தி வருகிறோம்.

இறுதியாக, விதிக்கப்பட்ட குறிகள் நோக்கத்தை எடுத்துக்காட்ட உதவும். (இது வங்கிகள் முதலீடுகள் செய்யும் அளவிற்கு அதிகமான எதிர்பார்ப்புகள் கொள்ள அனுமதிக்கும்). அதேநேரத்தில் அனைவரையும் நிதியில் உள்ளடக்குவதை லாபம் இல்லாமல் அடையமுடியாது. எனவே ஐந்து குறிப்புகளில் கடைசியாகச் சொல்லப்பட்ட லாபங்கள் பிரமிடின் அடித்தளமாக இருக்கும். எடுத்துக்காட்டாக, நன்மைகள் தரும் மாற்றங்களுக்கு, தவறாமல் தரமான கழிவுகள்தர அரசு ஆயத்தமாக இருக்கவேண்டும். ஏழைகளுக்கு வழங்கப்படும் சேவைகளுக்கு வங்கிகள் அறிவுக்குகந்த, வெளிப்படையான கட்டணங்களையும் அல்லது வட்டிவீதங்களையும் வசூலிக்க வேண்டும்.

முடிவுரையாக, வளரும் நாடுகளின் வளர்ச்சிக்கு இருக்கும் மிகப்பெரிய ஆபத்துகளில் ஒன்று மத்தியதர வர்க்கப்பொறி. இங்கு பணத்துக்கு விலைபோகும் முதலாளித்துவம் ஒரு சிலரின் ஆட்சிகளை உருவாக்கி வளர்ச்சியை மந்தப்படுத்தும். தேர்வுகளில் நடைபெறும் விவாதம் ஒரு குறியீடாக இருக்குமானால், இந்தியாவில் இன்று இருக்கும் உண்மையான கவலை இதுதான். இந்தப் பொறியில் விழுவதைத் தடுக்க, அறுபத்தேழு ஆண்டுகளுக்கு முன்னர் நமது தலைவர்கள் வென்றெடுத்த சுதந்திர மக்களாட்சியை வலிமைப்படுத்த, நாம் பொதுமக்களுக்கான சேவைகளைச் சீராக்க வேண்டும். குறிப்பாக ஏழைகளைக் குறிவைத்துச் செயல்படும் சேவைகளை உறுதிப்படுத்த வேண்டும். இந்தச் சேவையைச் சீராக்க முக்கிய வழி அனைவரையும் நிதியில் உள்ளடக்குவதுதான். வரும் ஆண்டுகளில் இதுதான் அரசின், ஆர்பிஐயின் திட்டங்களாக இருக்கும். நாம் வெற்றி பெறுவதை உறுதிசெய்ய இங்கே இருப்பவர்கள் எங்களோடு இணைந்து பணியாற்றுவீர்கள் என்று நம்புகிறேன். நன்றி.

IV

கோவாவின் முதல்வர் என்னை 2015 பிப்ரவரி 20 அன்று நடந்த கோசாம்பி கருத்துகள் விழாவில் பேசுமாறு அழைத்தார். பேரறிஞர் ஒருவரைப் பெருமைப்படுத்த நடந்த "கருத்துகள்" விழாவாதலால் நான் என்னுடைய ஆய்வுப் புலங்களைத்தேடி, அனைவரையும் நிதியில் உள்ளடக்குவதற்கான என்னுடைய கருத்தை வலியுறுத்த அரசியல் பொருளாதாரம் பற்றி விரிவான பகுப்பாய்வு செய்தேன்.

மக்களாட்சி, அனைவரையும் உட்படுத்தல், வளம்

கருத்துகளின் விழாவிற்கு என்னை அழைத்ததற்கு நான் நன்றி கூறுகிறேன். இது கருத்துகளின் விழாவாதலால், நான் இப்போது அனைவருக்கும் நன்றாகத் தெரிந்திருக்கிற பணக்கொள்கை பற்றிய ரிசர்வ் வங்கியின் கண்ணோட்டங்களைப் பற்றிப் பேசி உங்களைச் சங்கடப்படுத்த மாட்டேன். மாறாக, நான் பல ஆண்டுகளாகப் படித்து வந்திருக்கிற *தாராளச் சந்தை மக்களாட்சி* என்பது பற்றிப் பேச விரும்புகிறேன். இவ்வேளையில் நான் என்னுடைய ஆர்பிஐ தொப்பியைக் கழற்றிவிட்டு அரசியல் பொருளாதாரம் என்று அறியப்படுகிற துறையின் பேராசிரியர் தொப்பியை அணிந்து கொள்கிறேன். உங்களில் பலர் எதிர்பார்த்திருப்பதுபோல வட்டி வீதங்கள் பற்றி அதிகமான உள்ளொளிகளைப் பெற முடியாமல் போவதற்கு என்னுடைய வருத்தத்தைத் தெரிவித்துக் கொள்கிறேன்.

கருத்திலும், சொல்லிலும் சுதந்திரத்தை அனுபவிக்கும், தங்கள் அரசைத் தாங்களே தேர்ந்துகொள்ளும் மக்களாட்சி உரிமைகளைச் செயல்படுத்தும் வளமான ஒரு நாட்டில் வசிக்க மக்கள் விடும் சவால்கள் என்ற கோட்பாட்டிலிருந்து நான் தொடங்குகிறேன். சரி, அரசியல் சுதந்திரத்தையும் பொருளாதார வளத்தையும் நாடுகள் எப்படி உறுதி செய்கின்றன? இரண்டும் சேர்ந்தே ஏன் பயனளிக்கின்றன? அதற்கும் மேலாக வளத்திற்கும், தொடரும் அரசியல் விடுதலைக்கும் தேவையான வேறு எவற்றை இந்தியா செய்தாக வேண்டும்? இவை மிக முக்கியமான கேள்விகள். ஆனால், அவற்றிற்கு ஓர் உரையில் விடையளிக்க முடியாது.

எனவே இன்றைய என்னுடைய உரையை இந்த விவாதத்திற்கு ஒரு பங்களிப்பாக எடுத்துக்கொள்ளுங்கள்.

ஃபுகுயாமா கூறும் தாராள மக்களாட்சி நாட்டின் மூன்று தூண்கள்

(ஆசிரியர் ஃபுகுயாமா ஓர் அமெரிக்கப் பொருளாதார அறிஞர், பல நூல்களின் ஆசிரியர்). உலகம் முழுவதிலும் அரசியல் அமைப்புகள் உருவானதைத் தனது இரண்டு தொகுதிகளுள்ள நூலில் பகுப்பாய்வு செய்யும்போது அரசியல் அறிவியலாளர் ஃபிரான்சிஸ் ஃபுகுயாமா அவருடைய ஆசான் சாமுவேல் ஹன்டிங்டைனுடைய நூலினை அடிப்படையாகக்கொண்டு தாராள மக்களாட்சிகள் பற்றிய தனது கருத்துகளை எழுப்புகிறார். அரசியல் விடுதலைகளையும் பொருளாதார வெற்றியையும் வளர்க்கும் தாராள மக்களாட்சிகள் மூன்று முக்கியமான தூண்களை உடையன என்று வாதிடுகிறார். அவை வலிமையான அரசு, சட்டத்தின் ஆட்சி, மக்களாட்சி தத்துவத்தின் அடிப்படையிலான பொறுப்பு ஆகும். என்னுடைய இந்த உரையில் ஃபுகுயாமாவின் கருத்துகளை நான் படித்துப் புரிந்துகொண்டதை (உறுதியாக அது குறைபாடு உடையதாகத்தான் இருக்கும்), சுருக்கமாகச் சொல்லித் தொடங்குகிறேன். ஒரு தாராள மக்களாட்சியை வளமையாக ஆக்கத் தேவையான சுதந்திரமான சந்தைகளாகிய நான்காவது தூணை அவர் விட்டுவிட்டார் என்று வாதிடுவேன். இந்தத் தூண்கள் தொழில்மயமான நாடுகளில், வாய்ப்பில் சமத்துவமின்மையால் நலிந்து கொண்டிருக்கின்றன என்று எச்சரிக்கை செய்து இந்தியாவிற்கான பாடங்களோடு முடிப்பேன்.

ஃபுகுயாமாவின் மூன்று தூண்களையும் வரிசையாகப் பார்ப்போம். வலிமையான அரசு என்பதற்கு இராணுவ ரீதியான வலிமை படைத்தது என்றோ, நாட்டின் பகைவர்களை ஒழித்துக்கட்டத் தனது ஒற்றர் படையைப் பயன்படுத்துகிறது என்றோ பொருளில்லை. மாறாக, நல்லாட்சியைத் தரக்கூடிய தூய்மையான, உற்சாகமுடைய, திறமையான நிர்வாகிகள் மூலமாக பயனுள்ள, நீதியான நிர்வாகத்தையும்கூட வலிமையான ஓர் அரசு தரவேண்டும்.

சட்டத்தின் ஆட்சி என்பது அரசின் செயல்பாடுகள், இந்தியர்களாகிய நாம் தர்மம் என்று அழைக்கும் ஒன்றின் கட்டுப்பாட்டுக்குள் இருக்கும். அதாவது மத, பண்பாட்டு, நிதி அதிகாரத்தால் செயல்படுத்தப்படுகிற வரலாற்றுப்பூர்வமான அனைவரும் புரிந்து

கொண்ட ஒழுக்க நெறியும், நேர்மையும் நடத்தையின் விதிமுறை என்ற கட்டுப்பாட்டுக்குள் இருக்க வேண்டும்.

மக்களாட்சியில் அடிப்படையினாலான பொறுப்புடைமை என்றால் பொதுமக்களில் பெரும்பாலோரால் ஏற்றுக்கொள்ளப்பட்டதாக இருக்க வேண்டும். மக்கள் நலனுக்கு எதிரான, ஊழலுள்ள, திறமையற்ற அரசுகளைத் தூக்கி எறிவதற்கு மக்களுக்கு உரிமை இருக்க வேண்டும்.

நிர்வாகம், நிதித்துறை, சட்டமியற்றும் அமைப்பு ஆகிய ஒரு நாட்டின் மூன்று பரம்பரைக் கூறுகள் பற்றி உள்ளறிவுபூர்வமான கருத்தை ஃபுகுயாமா முன்வைக்கிறார். அவை ஒன்றையொன்றை சமநிலைப்படுத்த வேண்டும் என்பதே அது. முற்போக்குத் தாராளமயக் கருத்தான சிறந்த அரசு என்பது குறைந்த அளவு அதிகாரம் செலுத்தும் 'இரவுக் காவல்காரன்'. ஒப்பந்தங்களை நிறைவேற்ற வலியுறுத்தி உயிரையும் உடமைகளையும் பாதுகாப்பது என்பதற்கும், வகுப்புப் போராட்டம் முடியும்போது அரசாங்கம் ஒன்று இருப்பதன் தேவையே மறைகிறது என்ற புரட்சிகர மார்க்சிய கருத்துக்கும் நேர்மாறாக, ஹன்டங்டைனைப் போலவே ஃபுகுயாமாவும் வளர்ந்த நாடுகளிலும்கூட ஒரு வலிமையான அரசின் முக்கியத்துவத்தை வலியுறுத்துகிறார்.

சர்வாதிகார ஆட்சியில் அரசு எவ்வளவு முரட்டுத்தனமாகவும் நினைத்தபடி நடப்பதாகவும் இருந்தாலும், அது நலிந்த அரசுதான், வலிமையானது அல்ல. அதன் இராணுவமும், காவல் துறையும் ஆயுதம் இல்லாத சாதாரண குடிமக்களை பயமுறுத்தி வைக்கலாம். ஆனால், நல்ல சட்ட ஒழுங்கைத் தரமுடியாது. உறுதியுள்ள ஆயுதப் புரட்சியை எதிர்கொள்ள முடியாது. அந்த அரசு நிலையான அறிவுசார்ந்த பொருளாதாரக் கொள்கையையோ, நல்ல பள்ளிகளையோ, சுத்தமான குடிநீரையோ தரமுடியாது. வலிமையான அரசு பொதுத் தேவைகளைத் தரக்கூடியவர்களால் நடைபெறும். அவர்களுக்கு திறன், இயல்பூக்கம்,நேர்மை ஆகியவை தேவைப்படும். வலிமைப்படுத்திய அரசின் முக்கியத்துவத்தை உணர்ந்து வளரும் நாடுகள், தங்களுடைய ஆட்சித்திறனை வளப்படுத்துவதற்கு உதவிநாடி பலதுறை நிறுவனங்களை வேண்டிக் கொள்கின்றன.

எனினும் வலிமையான அரசுகள் சரியான திசையில் போகாதிருக்கலாம். ஹிட்லர் ஜெர்மனிக்கு மிகச் சிறந்த

நிர்வாகத்தைத் தந்தார். தொடர்வண்டிகள் நேரத்திற்கு இயங்கின, 1975-77இல் அவசர நிலையின்போது நமது நாட்டில் இரயில்கள் ஓடியதுபோல. ஹிட்லருடைய ஆட்சி வலிமை மிகுந்தது. ஆனால், சட்டத்தின் ஆட்சியைப் புறந்தள்ளி, தேர்தல்களை நடத்தாமல் திறமையாகவும், மனஉறுதியுடனும் தனது நாட்டை அழிவிற்கு இட்டுச் சென்றார். தொடர்வண்டிகள் சரியான நேரத்தில் இயங்கினால் மட்டும் போதாது. அவை சரியான நேரத்தில் சரியான திசையில் போகவேண்டும். தொடர்வண்டிகளை நெறிப்படுத்தும் ரயில் இணையதளத்தை சட்டத்தின் ஆட்சிக்கு ஒப்பிடலாம். அதேபோல தொடர்வண்டிக் காலஅட்டவணை மக்களின் பொதுக் கருத்துக்கு ஏற்ப அமைப்பதை, மக்களாட்சியின் பொறுப்புக்கு ஒப்பிடலாம்.

ஒரு வலிமையான அரசு சரியான பாதையில் தொடர, சட்டத்தின் ஆட்சியும், மக்களாட்சிப் பொறுப்புடைமையும் ஏன் தேவைப்படுகின்றன? ஒரு சர்வாதிகார ஆட்சியைக் கட்டுக்குள் வைக்க மக்களாட்சி பொறுப்பு மட்டும் போதாதா? இல்லை என்று சொல்லலாம்! ஹிட்லர் பதவிக்குத் தேர்ந்தெடுக்கப்பட்டார். இரண்டாம் உலகப் போரில் பஞ்சமும், தோல்விகளும் ஏற்படும் வரையில் அவருக்குப் பெரும்பான்மை மக்களின் ஆதரவு இருந்தது. ஒரு மக்களாட்சியில் பெரும்பான்மையினரின் கொடுங்கோன்மை தலையெடுப்பதைத் தவிர்க்கவும், அடிப்படை விதிகள் மீறப்படாமலிருப்பதை உறுதிசெய்யவும் சட்டத்தின் ஆட்சி தேவைப்படுகிறது. அப்போதுதான் எந்த அரசு ஆட்சிக்கு வந்தாலும், சூழல் இப்படித்தான் இருக்கும் என்று முன்கூட்டியே சொல்லமுடியும். எல்லாக் குடிமக்களுக்கும் கேள்வி கேட்கப்பட முடியாத உரிமைகளும், பாதுகாப்புகளும் இருக்கின்றன என்பதை உறுதிசெய்வதால், சிறுபான்மையினரிடம் பெரும்பான்மையினர் நடந்துகொள்ளும் முறையை சட்டத்தின் ஆட்சி கட்டுப்படுத்துகிறது. முன்கூட்டியே சொல்லக்கூடிய பொருளாதாரச் சூழலைப் பராமரிப்பதால், சட்டத்தின் ஆட்சி தொழில்கள் வருங்காலத்திற்காக இன்று பாதுகாப்பாக முதலீடு செய்ய உறுதிசெய்கிறது.

இதேகேள்வியை இன்னொரு வகையிலும் கேட்கலாம் அல்லவா? சட்டத்தின் ஆட்சி மட்டும் போதுமா? உயிர்த்துடிப்புள்ள வளருகின்ற ஒரு சமுதாயத்தில் அது போதாதுதான்! சட்டத்தின் ஆட்சி அரசாலோ மக்களாலோ மீறமுடியாத, மெதுவாக மாறக்கூடிய அடிப்படை நடத்தை விதியைத் தருகிறது. ஆனால், அதுமட்டுமே, புதிதாகத் தோன்றிவரும் குழுக்களின் எதிர்பார்ப்புகளையும், புதிய

தொழில்நுட்பங்கள், புதிய கருத்துகளையும் ஏற்றுக்கொள்ளப் போதுமானதாக இருக்கிறது. குடிமக்களின் விருப்பங்களுக்கு அரசு நடப்பதை மக்களாட்சி பொறுப்புணர்வு உறுதி செய்கிறது. அரசியல் பேச்சுவார்த்தை மூலமும், பிறரோடு போட்டியிடுவதன் வழியாகவும் வளர்ந்து வரும் குழுக்கள் தாக்கத்தை ஏற்படுத்த அனுமதிக்கிறது. அந்தக் குழுக்கள் தங்களது திட்டங்கள் கொள்கைகளாக மாற்றம் பெறுவதைக் காணமுடியாவிட்டாலும், அவை தங்கள் உணர்ச்சிகளை வன்முறையற்ற முறையில் வெளிப்படுத்த மக்களாட்சி அனுமதிக்கிறது. எனவே சட்டத்தின் ஆட்சியும், மக்களாட்சிப் பொறுப்புணர்வும் ஒன்றையொன்று நிறைவு செய்து வலிமையான அரசாங்கத்தைத் தந்து நிலைப்படுத்துகின்றன.

இந்த மூன்று தூண்களும் எங்கிருந்து வருகின்றன

வெவ்வேறு சமூகங்களிலும் ஒவ்வொரு தூணும் எப்படி வளர்ந்தது என்பதைக் காண்பதில் ஃபுகுயாமாவின் நூலில் பெரும்பகுதி கவனம் செலுத்துகிறது. இன்றும் நாம் பார்க்கும் அரசுகளின் நிலை அவற்றின் வரலாற்று அனுபவங்களால் வளர்க்கப்படுகிறது என்று அவர் கருதுகிறார். எடுத்துக்காட்டாக, சீனா பொதுவுடைமையினர் ஆட்சிக்கு வரும் வரையில் நீண்ட காலம் குழப்பத்தில் ஆழ்ந்திருந்தது. குழுக்கள் ஒன்றையொன்று எதிர்த்துக்கொண்டு முழுமையான போர்களில் ஈடுபட்டிருந்தன. கட்டுப்பாடற்ற இராணுவப் போட்டியில் குழுக்கள் பதவிப்படிநிலைகொண்ட படைப் பிரிவுகளாக அமைத்துக்கொண்டன. அப்போது ஆட்சியாளர்களுக்கு எல்லையில்லாத அதிகாரம் இருந்தது. இறுதியில் ஒரு குழு மற்றவற்றை வெற்றிகொண்டபோது, அது குழப்பங்கள் மீண்டும் தலையெடுக்காதிருக்க சர்வாதிகார மைய ஆட்சியைத் திணிப்பது இயற்கை. நாட்டின் பெரிய நிலப்பரப்பை ஆட்சி செய்ய, சீனாவிற்கு உயர்மட்ட அதிகார வர்க்கம் தேவைப்பட்டது. எனவேதான் கல்வித் தகுதியின் அடிப்படையிலான தேர்வின் மூலம் தேர்ந்தெடுக்கப்பட்ட, 'மண்டாரின்கள்' வந்தார்கள். ஆகவே சீனாவில் ஒற்றுமையாக இருந்தபோது, வலிமையான, கட்டுப்பாடற்ற பயனுள்ள அரசாட்சி இருந்தது. சட்டத்தின் ஆட்சியைக் கொண்டுவர மதம் அல்லது பண்பாட்டை அடிப்படையாகக்கொண்ட வலிமையான மாற்று சக்தி, மேற்கு ஐரோப்பா, இந்தியாவில் இருப்பதுபோல, சீனாவில் இல்லை என்று ஃபுகுயாமா வாதிடுகிறார்.

இதற்கு மாறாக மேற்கு ஐரோப்பாவில், கிறிஸ்தவத் திருச்சபை ஆட்சியாளர் என்ன செய்ய வேண்டும் என்பதற்குக் கட்டுப்பாடுகள் விதித்தது. ஆகவே இராணுவப் போட்டியும், மதச் சட்டம் ஆட்சியாளரிடம் விதித்த கட்டுப்பாடுகளும் சேர்ந்து வலிமையான ஆட்சியும், சட்டத்தின் ஆட்சியும் வர உதவின.

இந்தியாவில் சாதிப் பிரிவினை தொழிலைப் பிரித்துக்கொள்ளச் செய்தது என்று ஃபுகுயாமா வாதிடுகிறார். இதனால் மொத்த மக்கள் கூட்டமும் முழுவதுமாகப் போர் முயற்சியில் ஈடுபட முடியாது என்பதை உறுதிசெய்தது. எனவே சீனாவைப்போல இந்தியாவின் வரலாற்றில், போர் கடுமையாகவோ, அரசுகளுக்கு இடையே இராணுவப் போட்டி தீவிரமாகவோ இருந்ததில்லை. அதன் விளைவாக, சமூகத்தின் ஒவ்வொரு தளத்திலும் ஊடுறுவும் வலிமையான அரசுகளை வளர்க்க இந்திய நாடுகளுக்கு வரலாற்று அழுத்தம் குறைவாகவே இருந்தது. அதேசமயம், பழைய இந்திய வேத நூல்களிலிருந்து பெறப்பட்ட ஆள்வோர்களுக்கான நீதி நெறிமுறைகள் இந்திய மன்னர்கள் தாங்கள் நினைத்தவாறு அதிகாரம் செலுத்துவதைத் தடுக்க உதவின. எனவே இந்தியாவில் அரசுகள் சட்டத்தின் ஆட்சியால் கட்டுப்படுத்தப்படவில்லை. வலிமையற்ற அரசாட்சிகள் இருந்தன. ஃபுகுயாமாவின் கூற்றுப்படி, வெவ்வேறான வரலாறுகள் இன்றைக்குச் சீனாவின் அரசுக்குப் பயன்தரக்கூடிய ஆனால், கட்டுப்பாடற்றதாக இருக்கிறது என்பதையும் இந்தியாவின் அரசாட்சித் திறன் வலிமை குறைவாக இருந்தாலும், இந்திய அரசுகள் அபூர்வமாகவே சர்வாதிகாரமாக இருக்கின்றன என்பதையும் விளக்குகின்றன.

இந்த பிரமாண்டமான பொதுமைப்படுத்தல்கள் விவாதத்திற்கு உட்படுத்தலுக்கு உரியவை. வரலாறு விதியென்று ஃபுகுயாமா சொல்லவில்லை. ஆனால், அது வலிமையான தாக்கத்தை ஏற்படுத்துகிறது என்று கூறுகிறார். மக்களாட்சியைப் பார்க்கும்போது வரலாறும் பண்பாடும் நீண்ட தாக்கத்தை ஏற்படுத்தியிருப்பது வெளியில் அதிகம் தெரியவில்லை. இந்தியா போன்ற சில நாடுகளில் மக்களாட்சி எளிதாக இடம் பெற்று விட்டது. உயிர்த் துடிப்புள்ள, பொறுப்பை ஏற்கும் மக்களாட்சி மட்டுமே மக்கள் ஒவ்வொரு ஐந்தாண்டிலும் தங்கள் வாக்குளைப் பதிவு செய்கிறார்கள் என்பதை உறுதி செய்யவில்லை. புலனாய்வு மேற்கொள்ளும் அச்சு ஊடகம், அரசியலால் கட்டுப்படுத்தப்படாத பொது விவாதம், பல்வேறு தொகுதிகளுக்கு பிரதிநிதித்துவம் உள்ள பல அரசியல் கட்சிகள், தேவைகளை ஒழுங்குபடுத்தி வெளிப்படுத்தும்,

பலவகைப்பட்ட அரசுசாரா அமைப்புகள் ஆகியவற்றின் கவலையும் தேவைப்படுகிறது. இந்தியா போன்ற ஒரு நாடு ஏன் மக்களாட்சியை ஏற்றுக் கொண்டது, அதேபோன்ற வரலாற்று பண்பாட்டுப் பின்னணி கொண்ட அண்டை நாடுகள் ஏன் ஏற்றுக் கொள்ளவில்லை என்பது கற்றோர் அவையில் தொடரும் விவாதப் பொருள்.

ஆனால், நான் அது பற்றிப் பேசப் போவதில்லை. மாறாக, ஃபுகுயாமா தொடாத வேறு ஒரு வினாவிற்குச் செல்கிறேன். ஆட்சி நிர்வாகம் வளர நாடுகளுக்கு வலிமையான அரசாட்சிகள் தேவைப்படுகின்றன என்பது தெளிவு. அதேசமயம் சுதந்திரமான சந்தைகள் வளத்தை உறுதி செய்கின்றன. அப்படியானால் ஒவ்வொரு வளமான பணக்கார நாடும் சட்ட ஆட்சிக்கு உட்பட்ட தாராள மக்களாட்சியாகவும் ஏன் இருக்கிறது?

கீழே சொல்லப் போகின்றவை பற்றி இரண்டு கருத்துகளை முன்வைப்பேன். முதலாவது, சுதந்திரமான தொழில் முனைவும், அரசியல் சுதந்திரமும் மக்களாட்சிப் பொறுப்புணர்வு சட்டத்தின் ஆட்சியிலிருந்து பெறப்படும்போது, அவை ஒன்றையொன்று வலிமைப்படுத்திக் கொள்ளும். அப்போது தாராளமயச்சந்தை, மக்களாட்சிகளின் நான்காவது தூணாக சுதந்திரத் தொழில் முனைவு அமைப்பைக் கருதலாம். இரண்டாவதாக, நான்கு தூண்களும் நிற்கும் அடிப்படை, குடிமக்கள் மத்தியில் பொருளாதாரத் திறன்களை ஓரளவு நீதியான முறையில் வினியோகிப்பதாகும். தொழில் மயமான நாடுகளில் இந்த அடிப்படை ஆட்டம் காணும் வேளையில் இந்தியா போன்ற நாடுகளின் வளர்ந்துவரும் சந்தைகளில் அதனை வலுப்படுத்த வேண்டும்.

சுதந்திரமான தொழில்முனைவும் அரசியல் தந்திரமும்

பிரதிநிதித்துவமுறை மக்களாட்சி மையமாக உள்ள ஒரு நாட்டில் அரசியல் சுதந்திரங்களும், சுதந்திரமான தொழில்முனைவும் ஒன்றையொன்று எவ்வாறு வலிமைப்படுத்திக் கொள்கின்றன, அல்லது ஒன்றுக்கொன்று காப்பாக இருக்கின்றன?

ஒரு முக்கியமான ஒருமித்த தன்மை இருக்கிறது. உயிர்த் துடிப்புள்ள மக்களாட்சியும், உயிர்த் துடிப்புள்ள சுதந்திரத் தொழில் முனைவும் போட்டியை உண்டாக்கும் சமமான ஒரு தளத்தை உண்டாக்க முயல்கின்றன. மக்களாட்சித் தளத்தில், அரசியல் முனைவோர்

குடிமகனின் வாக்கிற்காக, மற்ற அரசியல்வாதிகளோடு தனது முந்தைய சாதனை, வருங்காலக் கொள்கைத் திட்டம் ஆகியவற்றின் அடிப்படையில் போட்டியிடுகிறார். பொருளாதாரத் தளத்தில், தொழில்முனைவோர், தான் விற்கும் உற்பத்திப் பொருளின் அடிப்படையில் நுகர்வோரின் பணத்துக்காக மற்ற தொழில் முனைவோரோடு போட்டியிடுகிறார்.

ஆனால், அடிப்படையில் ஒரு வேறுபாடும் இருக்கிறது. மக்களாட்சி அனைவரையும் சமமாக நடத்துகிறது. வயது வந்த ஒவ்வொருவரும் ஒரு வாக்குச் சீட்டு பெறுகிறார். இதற்கு மாறாக சுதந்திர தொழில் முனைவோர் அமைப்பு, நுகர்வோருடைய வருமானம், அவருடைய சொத்து ஆகியவற்றிற்குத் தக்கவாறு அவருக்குச் சக்தியைத் தருகிறது. அப்படியானால், பணக்காரர் அல்லது வெற்றியாளர்களுடைய சொத்தைப் பறிக்க மக்களாட்சியிலுள்ள ஒரு சாதாரண வாக்காளர் வாக்களிப்பதிலிருந்து எது தடுக்கிறது? அதுபோல பணக்காரர் அல்லது வெற்றி பெற்றவர் சாதாரண வாக்காளரின் அரசியல் சுதந்திரத்தை ஏன் பறிப்பதில்லை? மக்களாட்சிக்கும், சுதந்திர தொழில் முனைப்புக்கும் இடையேயுள்ள இந்த அடிப்படை இறுக்கம் அண்மையில் நடந்த அமெரிக்க அதிபர் தேர்தலில் வெளிப்பட்டது. அதிபர் பாரக் ஒபாமா மத்திய தரவர்க்கத்தினரிடம் தேங்கிய பொருளாதார வளர்ச்சிகள் பற்றிய கோபத்தைப் பயன்படுத்தினார். மசாச்சியூடஸ் ஆளுநர் மிட் ராமனே அதிக வரிகள், சுகாதாரப் பராமரிப்பிற்கான மானியங்கள் ஆகியவை பற்றிக் கொந்தளித்திருந்த தொழிலதிபர்களைத் தன்பக்கம் இழுக்க முயன்றார்.

சாதாரண வாக்காளர் பணக்காரர்களின் உடைமையைப் பாதுகாத்து அவர்களை மிதமான வரிகளுக்கு உட்படுத்தி ஒத்துக்கொள்வதற்கான ஒரு காரணம் பணக்காரர்கள் சொத்துடைமையைச் சிறப்பான முறையில் நிர்வகிக்கும் மேலாளர்கள் என்றும், எனவே எல்லோரும் பயனடையும் வகையில் வேலை வாய்ப்புகளையும் வளத்தையும் உருவாக்குபவர் என்றும் அவர் கருதுவதுதான். எனவே பணக்காரர்கள் தங்கள் முயற்சியால் முன்னேறி, போட்டியும், நேர்மையும் வெளிப்படைத் தன்மையும் உள்ள சந்தையில் வெற்றியாளர்களாக வரும் அளவிற்கு சமுதாயமும் அவர்கள் தங்கள் சொத்தை வைத்துக்கொண்டு அதனை நிர்வகிப்பதில் பயனடையும். அதற்குப் பிரதியாக அவர்களது உற்பத்தியில் ஒரு நியாயமான பங்கை வரிகளாகப் பெறும். எனினும், பணக்காரர்கள் சோம்பேறிகளாக, குறுக்கு வழிக்காரர்களாக இருக்கும்போது,

பரம்பரை உரிமையில் சொத்தைப்பெற்று அல்லது கள்ளத்தனமாகத் தங்களது சொத்தைச் சேர்க்கும்போது, சாமானிய வாக்காளர் கடினமான சட்டங்களை இயற்றவும், அதிக வரி விதிக்கவும் வாக்களிக்க வேண்டும்.

எடுத்துக்காட்டாக இன்றைய வளர்ந்துவரும் சந்தைகளில் பணக்காரர்களின் சொத்துரிமைக்கு மக்களின் ஆதரவு அதிகமில்லை. ஏனென்றால், ஒரு நாட்டின் பெரும் பணக்கார முதலாளிகள் சந்தேகத்திற்கு இடமான வழிகளிலேயே சொத்துக் குவித்திருக்கிறார்கள் என்பதை மக்கள் பார்க்கிறார்கள். அவர்கள் அமைப்பைத் தங்களுக்குத் தக்கவாறு வளைத்ததால் பணக்காரர்களாக ஆனார்கள். தங்களது தொழிலைச் சரிவர நிர்வகித்ததால் அல்ல. அரசு பெரும் பணக்காரர்கள் மேல் நடவடிக்கை எடுக்கும்போது, அதற்கு எதிராகக் குரல் எழும்புவதில்லை. தங்கள் சொத்தைக் காப்பாற்ற அதிகாரிகளிடம் பணக்காரர்கள் பணிந்து போகும்போது அதிகாரிகள் தங்கள் விருப்பப்படி நடப்பதைத் தடுக்கும் வலிமையான சக்தி மறைந்து விடுகிறது. அரசாங்கம் அதிகம் அதிகமாக சர்வாதிகாரமாக ஆகிவிடுகிறது.

இதற்கு நேர்மாறாக, எல்லோரும் சமமாக இருக்கும் போட்டியுள்ள சுதந்திர தொழில் முனைவு அமைப்பினை எடுத்துக்கொள்வோம். அந்த அமைப்பில் மிகத் திறமையானவரே பணம் சேர்க்க முடியும். போட்டியிலுள்ள நியாயமானமுறை சட்டப்பூர்வமான கண்ணோட்டங்களை மேலோங்கச் செய்கிறது. மேலும் நேர்மையான போட்டியின் நிபந்தனைகளின்படி படைப்பு சார்ந்த அழிக்கும்முறை மோசமாக நிர்வகிக்கப்படும் பரம்பரையாகப் பெற்ற சொத்தைக் கீழே கொண்டுவந்து அதனிடத்தில் புதிய இயக்கமுள்ள செல்வத்தை வைக்கும். பரம்பரை பரம்பரையாக உருவாக்கப்பட்ட சமத்துவமின்மை அப்போது மக்களின் வெறுப்பைச் சம்பாதிக்காது.

மாறாக, ஒவ்வொருவரும் தான் ஒரு பில்கேட்சாகவோ நந்தன் நிலக்கேனியாகவோ ஆகலாம் என்று கனவு காணலாம். எல்லோரும் அப்படிப்பட்ட உயர் நோக்கங்கள் கொள்வது சாத்தியமானால், அமைப்பு இன்னும் அதிகமான மக்களாட்சி ஆதரவைப் பெறும். மக்களின் சட்டரீதியான ஆதரவு கிடைக்கும் என்ற உறுதியுடைய பணக்காரர்கள் பணத்தோடு வருகின்ற சுதந்திரத்தை தான்தோன்றி அரசுகளைக் கட்டுப்படுத்தவும், சட்டத்தின் ஆட்சியை ஆதரிக்கவும், மக்களாட்சி உரிமைகளைப் பாதுகாக்கவும் பயன்படுத்துவார்.

இவ்வாறு சுதந்திரமான தொழில் முனைவோரும், மக்களாட்சியும் ஒன்றையொன்று வளப்படுத்தும்.

எனவே, வாக்குகளையும் சட்டமன்ற உறுப்பினர்களையும் விலைக்கு வாங்கி விடலாம், முதலாளிகளிடம் பணம் இருக்கிறது என்ற விவாதத்தைவிட, ஏன் மக்களாட்சி அமைப்புகள் சொத்துரிமைகளையும், சுதந்திரமான தொழில்முனைவையும் ஆதரிக்கின்றன என்பதற்கு ஆழமான காரணங்கள் இருக்கின்றன. எதிராக வாதிடுவோர் எதிலும் நம்பிக்கை வைக்காதவர்கள். அவர்கள் சொல்வது சிறிது காலத்துக்குச் சரியாக இருக்கும். மக்கள் ஆதரவில்லாமல் செல்வத்தை அதிரடி நடவடிக்கைகளால்தான் பாதுகாக்க முடியும். இறுதியில் அப்படிப்பட்ட அமைப்பில் மக்களாட்சியும் சுதந்திரமான தொழில்முனைவும் நமது மதிப்பை இழந்துவிடும்.

அடித்தளம்: பொருளாதாரத் திறன்களைச் சமமாகப் பங்கிடல்

எனினும் தொழில் உலகில் ஒரு கவலை அதிகமாகிக்கொண்டு வருகிறது. சுதந்திரத் தொழில் முனைவு அமைப்பு அதில் பங்கெடுப்போர் வெற்றி பெறுவதற்கு சமவாய்ப்புகள் இருக்கின்ற போட்டித் தளத்தில் இறங்கும்போது நன்றாக வேலை செய்யும். சமமான வாய்ப்புகளுள்ள தளத்தில், வெற்றி பெறுவோரின் பாதை அதிக முயற்சி, புதுவழி காணல், எப்போதாவது அதிர்ஷ்டம் ஆகியவற்றைச் சார்ந்திருக்கும். ஆனால், வெற்றி முன்னரே தீர்மானிக்கப்படுவதில்லை. ஏனென்றால், போட்டியில் பங்கு பெறுவோரில் எந்த வகுப்பும் அடிப்படையில் வித்தியாசமான அல்லது உயரிய தயாரிப்பைப் பெற்றிருக்காது. எனினும் ஒரு வகுப்பு அல்லது குழுவின் பொருளாதாரத் திறன்கள் தயாரிப்பினால் போதுமான அளவு வேறுபட்டிருந்தால், வெற்றியின் உறுதியான வாய்ப்புகள் சமப்படுத்துவதற்கு சமமான போட்டித் தளம் போதுமானதாக இருக்காது. மாறாக, சுதந்திர தொழில் முனைவோர் அமைப்பு அதிகம் தயாராக இருப்பவர்களுக்குச் சாதகமாக இருப்பதாகப் பார்க்கப்படும். அப்போது மக்களாட்சி அதனை ஆதரிக்க வாய்ப்பில்லை. பணக்காரர்களும், வெற்றி பெற்றவர்களும் மக்களாட்சியை ஆதரிக்கப் போவதுமில்லை.

அப்படிப்பட்ட நிலை பல மேலைநாட்டு மக்களாட்சி அரசுகளில் நினைத்துக்கூடப் பார்க்க முடியாது. பலருக்கு வளமான வாழ்க்கை

எட்ட முடியாததாக இருக்கிறது. ஏனென்றால், இன்றைய வளத்துக்குக் கடவுச் சீட்டாக இருக்கிற நல்ல கல்வி மத்திய தர வர்க்கத்தினரேகூட நெருங்க முடியாததாக இருக்கிறது. தரமான உயர்கல்வி நிலையங்கள் பணக்காரர்களின் குழந்தைகளுடைய ஆதிக்கத்தில் இருக்கின்றன. இது அவர்கள் தங்களுக்கான இடங்களை விலைகொடுத்து வாங்கியதால் அல்ல மாறாக, அதிகப் பணம் வசூலிக்கும் உயர்ரகப் பள்ளிகளிலும், தனிப் பயிற்றுநர்களாலும் பயிற்றுவிக்கப்பட்டவர்கள் அவர்கள் என்பதால்தான். மத்திய தர பெற்றோர் அத்தகைய திறன்களைத் தங்களது குழந்தைகளுக்குக் கொடுக்க முடியவில்லை. எனவே அவர்கள் அமைப்பை நியாயமானதென்று கருதவில்லை. தாமஸ் பிக்கெட்டியின் Capitalism the 21st Century என்பது போன்ற நூல்களின் வரவேற்பினைக்கொண்டு பார்க்கும்போது, சுதந்திரத் தொழில் முனைவு அமைப்பு சரிந்து வருகிறது என்று தெரிகிறது. அதேசமயம் போட்டியையும், நிதியையும், வர்த்தகத்தையும் அடக்க உறுதி சொல்லும் இடது-வலதுசாரி இரண்டிலுமுள்ள தாராள மயத்திற்கு எதிரான கட்சிகளின் செல்வாக்கு அதிகமாகி வருகிறது. சுதந்திர தொழில்முனைவும், மக்களாட்சியும் ஒன்றுக்கொன்று ஆதரவாக இருக்கும் நிலை மாறி பகைமை தோன்றி வருகிறது.

மேலும் வகுப்பு வேறுபாடுகள் மக்கள் மத்தியில் வெவ்வேறான திறன்களை ஏற்படுத்துவதால், அரசுகள் வேலைகளுக்கு மிகுந்த திறமையான விண்ணப்பதாரர்களைத் தேர்ந்தெடுக்கலாம். ஆனால், அதேசமயம் வகுப்புகளுக்கு பிரதிநிதித்துவம் சரியாகக் கிடைக்காமல் போகும் ஆபத்து இருக்கும். அல்லது திறமைகளைப் பாராமல் பிரதிநிதித்துவம் தந்து சிறப்பான செயல்பாட்டினை இழக்கும் ஆபத்தை விரட்டலாம். ஒருதலைபட்சமாக நடக்கும் அரசோ, பயன் தரமுடியாத அரசோ சரியாக நிர்வாகம் செய்ய முடியாது. எனவே அரசின் திறனும் அச்சுறுத்தலுக்கு உட்படும்.

இவ்வாறு, திறன்களை நிலமாகப் பகிர்ந்தளிக்கும் அடித்தளத்தில் தொழில் நாடுகளில் வெடிப்புகள் உண்டாகத் தொடங்கிவிட்டன. தாராள சுதந்திரமான சந்தைகளுள்ள மக்களாட்சியைத் தாங்கி நிற்கும் நான்கு தூண்களுமே தள்ளாடத் துவங்கி உள்ளன. எனக்குத் தெரிந்தவரையில், இதுதான் வருங்காலத்தில் உலகநாடுகள் பலவற்றில் பெரிய கவலையாக இருக்கும்.

இந்தியாவிற்குப் பாடங்கள்

இந்தியாவிற்கான பாடங்களோடு முடிக்கிறேன். பிரிட்டிஷ் ஆட்சியின்போது இந்தியா மக்களாட்சித் தத்துவத்தைப் பெற்று அதனை முழுவதும் உயிர்த் துடிப்புடன் கூடியதாக ஆக்கிக்கொண்டது. ஃபுகுயாமா வலியுறுத்தும் மூன்று தூண்களில் இந்தியாவில் மிக வலிமையுடன் இருப்பது மக்களாட்சிப் பொறுப்புடைமை. இந்தியா சட்டத்தின் ஆட்சியையும் பெரும்பாலும் பின்பற்றுகிறது. ஃபுகுயாமா வலியுறுத்தியிருக்கின்றவற்றில் நாம் வெகுதூரம் போக வேண்டியது (ஆர்பிஐயின் ஒழுங்குமுறைகள் உட்பட) நிர்வாகத்தையும், பொதுச் சேவைகளையும் தருவதற்கான அரசாங்கத்தின் திறனில்தான்.

மத்திய மாநில அரசுகள் மிகச் சிறப்பாகச் செயல்பட்ட தளங்கள் இல்லை என்று சொல்லவில்லை. புதுடில்லி மெட்ரோ, தமிழ்நாட்டில் பொது வினியோக அமைப்பின் நீட்சி, பிரதம மந்திரி ஜன்தான் யோஜனா செயல்பட்ட வேகம் என்று பலவற்றைக் குறிப்பிடலாம். ஆனால், இந்தத் திறன்கள் ஒவ்வொரு மாநிலத்திலும் ஒவ்வொரு வட்டத்திலும் பரவ வேண்டும். மேலும், பொருளாதாரம் வளர்ச்சியடையும்போது அரசாங்கத்தின் பல துறைகளில், நமக்கு துறைசார் அறிவும் அனுபவங்களும் உள்ள சிறப்பு வல்லுநர்கள் அதிகம் அதிகம் தேவைப்படும். எடுத்துக்காட்டாக, நன்றாகப் பயிற்சிபெற்ற பொருளியல் அறிஞர்கள் அரசாங்கம் முழுவதும் தேவைப்படுகிறார்கள். ஆனால், இந்தியப் பொருளாதாரச் சேவை, அலுவலர்கள் தேவையை ஈடு செய்யும் அளவிற்கு இல்லை.

மற்ற நாடுகளின் வரலாற்று அனுபவத்திலிருந்து ஒரு முக்கியமான வேறுபாடு அங்கெல்லாம் வலிமையான அரசாங்கம் முதலில் தோன்றி, பிறகு அது சட்டத்தின் ஆட்சியாலும், மக்களாட்சிப் பொறுப்புடைமையாலும் கட்டுப்படுத்தப்பட்டது. ஆனால், இந்தியாவில் இன்று அதற்கு நேர் எதிரான சூழல். நிதித்துறை, எதிர்க்கட்சிகள், சுதந்திர அச்சு ஊடகம், அரசுசாரா நிறுவனங்கள் ஆகிய வலிமையான அமைப்புகள் இருக்கின்றன. அவற்றின் நோக்கம் அரசு எல்லை மீறிப் போவதைத் தடுப்பது. எனினும் தேவையான அரசுப் பணியை, எல்லை மீறிப் போவதிலிருந்து சிலவேளைகளில் வேறுபடுத்திப் பார்க்க முடிவதில்லை. திறமை வேரூன்றுவதற்கு முன்னரே தடைகளையும் சமன்களையும் அடுக்கடுக்காகச் செலுத்தும் தூண்டுதல்களை எதிர்த்து அரசின் திறனை வலுப்படுத்த வேண்டும். நம்முடைய வேலை மேலை

நாடுகள் வளர்ந்தபோது சந்தித்ததற்கும், அல்லது பிற ஆசியப் பொருளாதாரங்கள் சந்தித்த பிரச்சனைக்கும் முற்றிலும் வேறானது என்பதனை அறிந்து நிர்வாகத்திற்கு கட்டுப்பாடற்ற அதிகாரம் தருவதற்கும், முழுவதுமாக அதனை முடக்கிப் போவதற்கும் இடைப்பட்ட ஒரு நிலையை நாம் தேர்ந்தெடுக்க வேண்டும்.

எடுத்துக்காட்டாக, ஒரு தொழிலை அனுமதிக்கும் செயல்முறையில் தொலைதூரப் பகுதிகளில் பல அரசு ஆய்வுகள் கட்டாயமாக இருக்கும். அதில் அவற்றை நன்றாகவும், காலக்கெடுவுக்குள்ளும் செய்து முடிக்கக்கூடிய நிர்வாகத் திறமை இருக்கிறதா என்பதையும் கருத்தில்கொள்ள வேண்டும். அந்தத் திறமையைத் தராவிட்டால் எந்த முன்னேற்றமும் ஏற்படாது. அதுபோலவே, அரசு அல்லது ஒழுங்குபடுத்தும் செயல் மந்தமாகவும், வேறுபாடு பார்க்காததுமாகவும் இருப்பதற்கு எதிராக பன்முக மேல்முறையீட்டுச் செயல்முறையைக் கொண்டு வந்தோமென்றால், நாம் அரசு எல்லை மீறிப் போவதைத் தடுக்க முடியும், ஆனால், தேவையான அரசு நடவடிக்கைகளை நிறுத்திவிடும் ஆபத்தும் இருக்கிறது. தனியார் நிறுவனங்களைவிட அரசோ, ஒழுங்குபடுத்தும் அமைப்போ தனது வழக்கைத் தயாரிப்பதில் திறமையாக இல்லாவிட்டால், நீதி வழுவுவதைச் சரி செய்வதற்குப் பதிலாக, மேல்முறையீட்டு நடவடிக்கைகளைப் பயன்படுத்த வசதி உள்ளவர்கள் பக்கம் நீதி சாய்வதை உறுதி செய்தவர்கள் ஆவோம். எனவே, சீர்திருத்தங்களைப் பற்றிச் சிந்திக்கும்போது சிறந்த நிர்வாகத் திறமையுள்ள ஒரு நாட்டில் ஓர் அமைப்பு எவ்வாறு வேலை செய்யும் என்ற கோட்பாட்டு நோக்கிலிருந்து, அது எப்படி இந்தியச்சூழலில் வேலை செய்யும் என்று பார்ப்போம். நமக்கு தடுத்தலும், சமநிலைப்படுத்தலும் தேவை. ஆனால், தடுத்தல்கள் சமநிலையில் உள்ளதாக இருக்கவேண்டும் என்பதை வலியுறுத்துகிறேன். நாம் உரிமம் - அனுமதி ஆட்சி (Licence - Permit Raj)யிலிருந்து தப்பித்து மேல்முறையீட்டு ஆட்சியில் விழுந்து விடக்கூடாது.

இறுதியாக, அண்மையில் ஏற்பட்டிருக்கிற உற்சாகமூட்டும் மாற்றம் பெரும்பாலான மக்கள் நாட்டில் நன்றாகப் படித்தவர்களாகவும் போட்டி போடத் தகுந்தவாறு திறன்கள் உடையவர்களாகவும் ஆகியிருக்கிறார்கள் என்பது. ஆர்பிஐயில் மிக மகிழ்ச்சி தரக்கூடிய ஓர் அனுபவம், நான்காம் நிலை ஊழியர்களின் குழந்தைகளைச் சந்தித்ததுதான். அவர்களில் பலர் தனியார் நிறுவனங்களின் செயல் அலுவலர்களாகப் பணிபுரிகிறார்கள். நாடு முழுவதும் நமது

இளைஞர்களைக் கல்வி மேலே செல்ல உதவுவதுபோல, சுதந்திர தொழில் முனைவோர், பொதுமக்கள் ஆதரவும் அதிகமாகி உள்ளது. எனவே அரசியல் உரையாடலும்கூட துண்டு விளம்பரங்களைக் கொடுப்பதிலிருந்து வேலைகளை உண்டாக்குவதற்கு நகர்ந்திருக்கிறது. நமது பொருளாதாரத் திறன்களை விரிவுபடுத்தும் வேகத்திற்கு ஏற்ப தாராளமயமாக்கும் வேகத்தை ஒழுங்குபடுத்திக் கொள்ளும்வரை, பொதுமக்கள் நமது சீர்திருத்தங்களுக்கு ஆதரவு தருவார்கள். அதாவது நாம் நாட்டின் வளத்தையும், அரசியல் சுதந்திரத்தையும் தாங்கி நிற்கும் நான்கு தூண்களையும் சமுதாயத்தில் உறுதியுடன் பதியவைக்க வேண்டுமென்றால், நமது மக்களிடம் பொருளாதாரத் திறன்களை சமமாகப் பகிர்ந்தளிப்பதையும், வளர்ப்பதையும் தொடர வேண்டும். நமது குடிமக்கள் அனைவருக்கும் தரமான கல்வி, சத்துணவு, சுகாதாரக் கவனிப்பு, நிதி, சந்தைகள் ஆகியவை எளிதில் கிடைக்குமாறு செய்யவும், அனைவரையும் பொருளாதாரத்தில் உட்படுத்துவதும் நீண்டகாலத் தொடர் வளர்ச்சிக்கு இன்றியமையாததாகும். அது அறம் சார்ந்த கட்டாயம் என்பதும் தெளிவு.

பின்குறிப்பு: இந்த உரையில் ஒரு பெயர் –ஹிட்லரின் பெயர் – சர்ச்சைக்கு இடம் அளித்தது. சமூக ஊடகத்தில் அது எப்படிப்பட்ட தொடர்புகளை ஏற்படுத்தும் என்று எனக்குத் தெரிந்திருந்தால் நான் அதைப் பயன்படுத்தியிருக்க மாட்டேன். எந்த ஒரு குறிப்பிட்ட நிர்வாக முறையையும் மனதில் கொள்ளாமல், இந்தியாவில் பொதுவாக அரசின் திறன்களிலுள்ள குறைபாடுகளை நீக்குவதற்கான அவசியம் பற்றியதே இந்த உரை. மாறாக, வலிமையான அரசுக்கு, குறிப்பாக இன்றைய நிர்வாகத்திற்கு எதிரான எச்சரிக்கை என்று பொருள்கொள்ளப்பட்டு விட்டது. எனினும் எந்த அல்லது எல்லா கற்பனைப் பொருள் விளக்கங்களுக்கும் எதிராக என்னுடைய உரையைப் பாதுகாப்பு கவசத்திற்குள் வைக்க முடியாது.

V

என்னுடைய பதவிக் காலத்தின்போது இந்தியாவின் வருங்காலப் பாதையை மாற்றியமைப்பதற்கான ஒரு மிக முக்கிய முன்மொழிவு 'இந்தியாவில் தயாரிப்பு' *(Make in India)* என்ற தேசிய ஜனநாயகக் கூட்டணி அரசின் திட்டம் எனலாம். நான் இதனை மிகச் சிறந்த கருத்து என்று கருதினேன். ஏனென்றால், இறக்குமதிப் பதிலியின் மூலமாக உள்நாட்டுப் பொருளாதாரத்திற்கோ, ஏற்றுமதி மூலம் பன்னாட்டுப் பொருளாதாரத்திற்கோ பொருட்களாக இருந்தாலும் சரி சேவைகளாக இருந்தாலும் சரி, உற்பத்தி செய்யக்கூடிய இந்தியாவின் திறனை வளர்ப்பதில் அரசு முனைப்புக் காட்டும் என்பது இதன் பொருள். இந்தியாவில் தயாரிப்பது என்பது வெளிநாட்டுச் சந்தைகளுக்கு முதன்மையான விற்பனை என்று பொருளில்லை. பன்னாட்டு வளர்ச்சியில் மந்தமும், அதிகமதிகமாகப் பாதுகாப்புத் தரப்படுதலும் இருக்கும்போது, பெரிய, துடிப்புள்ள இந்தியச் சந்தைக்காகத் தயாரிப்பதை நாம் தவிர்க்க முடியாது. உண்மையில் இந்தியப் பொருள்களுக்கு இது முதன்மையான வளர்ச்சிச் சந்தையாக சிறிது காலம் இருக்கக்கூடும். நீண்டகால நிலைமை, எப்படி சூழ்நிலைகள் மாறுகின்றன என்பதைப் பொறுத்து வேறுபடலாம். 2014 டிசம்பரில் டெல்லியில் டாக்டர். பாரத்ராம் சொற்பொழிவில் இதனையே நான் முன் வைத்தேன். உள்நாட்டுத் தேவைகளுக்கு முதன்மையாக நாம் ஈடுகொடுத்தோமென்றால் எப்படி ரிஸ்க்குகளை சமாளிப்பது என்பது பற்றிய உரை அது.

இந்தியாவில் தயாரியுங்கள், இந்தியாவிற்காகத் தயாரியுங்கள்

அமெரிக்காவில் ஓரளவு வலுவடையும் வகையில் முன்னடைவு காணப்பட்டாலும், பன்னாட்டுப் பொருளாதாரம் இன்று நலிவுற்றே இருக்கிறது. யூரோ பகுதி விலைமந்தத்தை நோக்கிப் போய்க் கொண்டிருக்கிறது. வரியை உயர்த்திய பிறகு ஜப்பான் இரண்டு பருவங்களில் எதிர்மறை வளர்ச்சியையே கண்டிருக்கிறது. தொழில் உலகம் தேக்கமடைந்திருப்பதால், ஏற்றுமதியில் உந்தப்படும் வளர்ச்சி மாதிரிகள் பற்றிப் பல வளர்ந்து வரும் சந்தைகள் மறு ஆய்வு செய்துவருகின்றன. கடந்த ஒன்றிரண்டு ஆண்டுகளாக IMF தனது வளர்ச்சி முன்னறிவிப்புகளைத் தொடர்ந்து குறைத்து வருகிறது. இக்கட்டான சூழ்நிலைக்குப் பிந்தைய மந்தமான முன்னடைவு ஆறு ஆண்டுகளாகத் தொடர IMF தனது

உலகப் பொருளாதார முன்னோட்டத்தை ‘மரபுகள், மேகங்கள், உறுதியின்மைகள்’ என்று தலைப்பிட்டிருக்கிறது.

வளரும் சந்தைகளின் நிலைமை எப்படி?

மந்தமான தொழில் வளர்ச்சி - ஏற்றுமதியால் உந்தப்படும் வளர்ச்சி என்ற மரபுசார் வளர்ச்சிப் பாதையை வளரும் சந்தை நாடுகளுக்குக் கடினமாக ஆக்கியிருக்கிறது. சென்ற பத்தாண்டுகளில் தொழில் வளர்ச்சி பெற்ற நாடுகளுக்கு ஏற்றுமதி செய்ததில் அடிப்படையில் சீனா வளமுற்றது. அதேசமயம் வளரும் சந்தைகள் சீனாவிற்கு ஏற்றுமதி செய்ததால் வளர்ந்தன. வளர்ந்து வரும் சந்தைகள் இப்போது மீண்டும் உள்நாட்டுத் தேவையைச் சார்ந்திருக்க வேண்டும். அதிகப்படியாக ஊக்கம் தரவேண்டும் என்ற ஆசையால் இது கடினமான வேலையாக ஆகிவிடும். தொழில் வளர்ச்சி நாடுகளில் அதிகமாக ஏற்றுக்கொள்ளும் பணக் கொள்கையின் விளைவாக நீர்மைத்தன்மை உலகெங்கும் அதிகமாகிவிட்டதால் இன்னும் இந்த வேலை அதிகக் கடினமாகி விட்டது. வளர்ச்சியின் எந்த அடையாளங்களும் வெளிநாட்டு முதலீடுகளை ஈர்க்கும். இதனைச் சரியாக மேலாண்மை செய்யாவிட்டால், இந்த வரவுகள் கடன்-சொத்து விலையை மிகவும் அதிகரித்து, பணமாற்று வீதத்தை அதிகப்படியான மதிப்பீடு செய்வதில் முடியும். தொழில் வளர்ந்த நாட்டுப் பணக் கொள்கைகள் இறுதியில் இறுக்கப்படும்போது, இந்த முதல் வளரும் சந்தைகளிலிருந்து வெளியே சென்றுவிட வாய்ப்புள்ளது. அந்த நிலையில் தாங்கள் பாதிக்கப்படாதவாறு வளரும் சந்தைகள் மிகக் கவனமாக இருக்க வேண்டும்.

இந்தியா போன்ற வளரும் பொருளாதார நாடுகள், 2013 கோடைகாலத்தின் சரிவுகளை சமாளித்திருக்கின்றன. அவை நடுத்தரக் காலத்திற்கு எப்படிப்பட்ட கொள்கைகளை முன்னெடுக்க வேண்டும்? நான் நான்கு கொள்கைகளின் மேல் கவனம் செலுத்துவேன். அவை 1. இந்தியாவில் தயாரியுங்கள் 2. இந்தியாவிற்காகத் தயாரியுங்கள் 3. பொருளாதாரத்தில் வெளிப்படைத் தன்மையையும் நிலைப்புத் தன்மையையும் உறுதிப்படுத்துங்கள் 4. இன்னும் அதிகமான அளவு திறந்த நேர்மையான உலக அமைப்பிற்காக உழையுங்கள்.

இந்தியாவிற்கான பாடங்கள்:

I. இந்தியாவில் தயாரியுங்கள்

இந்தியாவில் அதிகமாக உற்பத்தி செய்யவேண்டும் என்ற பாராட்டத்தக்க நோக்கினை அரசு கொண்டிருக்கிறது. விவசாயப் பொருட்கள், சுரங்க வேலை, தொழில் உற்பத்தி, சேவைகள் ஆகியவற்றில் இந்தியாவில் தயாரிப்பதன் திறமையை முன்னேற்ற வேண்டும் என்பது இதன் பொருள்.

இந்த இலக்கை அடைய கட்டமைப்பு வசதியை எழுப்பும் தனது திட்டங்களை நிறைவேற்ற வேண்டும்.

- நாட்டின் உள்நாட்டு, பன்னாட்டுச் சந்தைகளை, சாலைகள், ரயில்வேக்கள், துறைமுகங்கள், விமான நிலையங்கள் மூலம் நாட்டின் ஒவ்வொரு மூலை முடுக்கையும் இணைக்க வேண்டும். எல்லா பருவ நிலைகளையும் தாங்கும் நல்ல சாலை ஒரு கிராமத்தில் போடப்பட்டால், தோட்டக் கலை, கோழி வளர்ப்பு, பால்பண்ணை, உடை முதலான பல்வேறு பொருட்களுக்கான கடைகள், வாகனங்கள் அதிகரிப்பு முதலானவை பெருமளவில் பெருகும் அளவிற்குப் பொருளாதாரச் செயல்பாடு உண்டாவது அசாதாரணமானதாக இருக்கும். தேசிய நெடுஞ்சாலைகளைச் சுற்றி இப்போது நடக்கும் செயல்பாடுகள் போல் இருக்கும்.

- மின் சக்தி, தாதுப் பொருட்கள், தண்ணீர் ஆகிய உள்ளீடுகள் மலிவாகக் கிடைப்பதை உறுதி செய்தல்.

- கைபேசிகள், பிராட்பேண்ட், தொழில் தொடர்பாளர்கள் போன்ற இடைத் தரகர்கள் ஆகியவற்றின் மூலமாகவும் மின்னணுக் கருவிகள் மூலமாகவும், பொருளாதார ரீதியிலும் அனைவரையும் இணைத்தல்.

- சந்தைகள், சேமிப்புக் கிடங்குகள், செய்தி சேகரிப்பாளர், செய்தி தருவோர் மையங்கள், ஒழுங்குபடுத்துவோர் போன்ற பொது நிறுவனங்களை வளர்க்க ஊக்குவித்தல்.

- மலிவான, பாதுகாப்பான வீடுகள், பணி மனைகள் ஆகியவற்றை உறுதிசெய்தல்.

இந்தியாவில் உற்பத்தியைப் பெருக்க இரண்டாவது வழி மனித மூலதனத்தை வளர்த்தல். இதற்கு உடல் நலக் கவனிப்பு, சத்துணவு, சுகாதாரம் முதலியவற்றின் தன்மையையும் பரப்பையும் விரித்தல். அப்போதுதான் மக்கள் உடல் நலமும், செயல் திறனும் உள்ளவர்களாக இருப்பார்கள். மக்களுக்கு நல்ல தரமான கல்வியும், பனிச் சந்தைகளில் மதிப்புத் தரும் திறன்கள் மக்களின் கல்விக்காக முதலீடு செய்ய ஊக்குவிக்கும் நிறுவனங்கள் தரும் வேலைகள் ஆகியவையும் தேவைப்படும்.

இந்தியாவில் தொழில் செய்வதற்கான செலவைக் குறைப்பதற்காக அரசு ஆராய்ந்து வருகிறது. சிறு தொழில் முனைவோருக்கான மர்மமான பல விதிமுறைகள், தொழிலையே மூடும் அதிகாரம் படைத்த பல ஆய்வாளர்கள் ஆகியவற்றால் படும் துன்பம் அனைவரும் அறிந்ததே. இந்த விதிமுறைகளைக் கையிலெடுத்துக் கொள்ளும் சாதாரண அதிகாரி ஒரு கொடுங்கோலனாக ஆகிறார். எனவே அவர் தொழிலுக்குக் குந்தகம் செய்யாமல் உதவவே செய்ய வேண்டும் என்பதில் அரசு முனைப்பாக இருப்பது பொருத்தமானது. ஒழுங்குபடுத்துவோராகிய நாமும், நாம் சுமத்தும் விதிகளின் செலவினங்களையும், நன்மைகளையும் தொடர்ந்து கண்காணிக்க வேண்டும்.

இறுதியாக, நிதியை அணுகுவது எளிதாக்கப்பட வேண்டும். நான் இதுபற்றி வேறு சூழ்நிலைகளில் பேசியிருக்கிறேன். எனவே அது பற்றிப் பேசப் போவதில்லை. அடுத்து செல்வதற்கு முன்னர், சில எச்சரிக்கைகளைத் தருகிறேன்.

நாம் இந்தியாவில் தயாரிப்பது என்பதை விவாதிக்கும்போது, உற்பத்திப் பொருட்களில் கவனம் செலுத்துவது என்பது இதற்குப் பொருள் என்று அனுமானித்துக் கொள்ளும் ஆபத்திருக்கிறது. சீனா பின்பற்றிய ஏற்றுமதிக்கான வளர்ச்சியைப் பின்பற்றும் முயற்சி அது. அப்படிப்பட்ட குறிப்பிட்ட கவனம் இருப்பதாக நான் கருதவில்லை.

முதலாவதாக, நான் ஏற்கனவே வாதிட்டதுபோல, மந்த வளர்ச்சியுள்ள தொழில்மய நாடுகள் நமது கருத்தில் எண்ணக்கூடிய எதிர்காலத்திற்குள் இன்னும் அதிகமான இறக்குமதிகளைத் தாங்கிக்கொள்ள முடியும் என்று சொல்ல முடியாது. (அதாவது அப்படிப்பட்ட நாடுகள் அதிகப்படியாக இறக்குமதி செய்ய வாய்ப்பில்லை) பிற வளர்ந்து வரும் சந்தை நாடுகள் இன்னும் அதிகமான இறக்குமதிகளை ஏற்றுக்கொள்ளக் கூடும். அப்போது

ஒரு மண்டலம் சார்ந்த ஏற்றுமதியில் கவனம் செலுத்துவது பயனளிக்கலாம். ஆனால், உலகம் மொத்தமாக ஏற்றுமதியால் உந்தப்படும் சீனாவைத் தாங்கிக்கொள்ள முடியாது. (எனவே ஏற்றுமதியை மட்டுமே நோக்கமாகக்கொண்ட உற்பத்தி பயனளிக்காது).

இரண்டாவதாக, தொழில்மய நாடுகளே மூலதனத்தை ஊக்குவிக்கும் இளக்கமுடைய உற்பத்தியை முன்னேற்றி வருகின்றன. அதனால் உற்பத்திச் செயல்பாடு அந்தந்த நாட்டிலேயே நடக்கிறது. வளரும் சந்தை நாடு எதுவும் உற்பத்திப் பொருட்களை ஏற்றுமதி செய்ய விரும்பினால் இந்தப் பிரச்சினையைச் சந்திக்க வேண்டியதிருக்கும். மூன்றாவதாக, இந்தியா ஏற்றுமதிக்கான பொருட்களை உற்பத்தி செய்வதில் தீவிரமாக இருந்தால், தனது தொழிற்சாலை வேலைக்கு வேலையில்லாமல் இருக்கும் விவசாயத் தொழிலாளர்களை வைத்துக்கொண்டிருக்கும் சீனாவோடு மோதவேண்டியிருக்கும். நமக்கு முன்னால் ஏற்றுமதியால் வளர்ச்சி அடைந்த பிற ஆசிய பொருளாதாரங்களுக்கு எளிதாக இருந்ததுபோல நமக்கு இருக்காது.

நான் இங்கே ஏற்றுமதி பற்றிய நம்பிக்கையின்மையை வலியுறுத்தவில்லை. சில போட்டித் துறைகளில் இந்தியா வெற்றிகரமான இடத்தைப் பிடித்திருக்கிறது, இன்னும் தொடரும். மாறாக, மலிவான உள்ளீடுகளையும், குறைவான மதிப்புடைய பணமாற்று வீதத்தையும்கொடுத்து ஏற்றுமதியாளர்களுக்கு மானியம் தரும் ஏற்றுமதி சார்ந்த யுத்திக்கு எதிராக அறிவுரை தருவேன். ஏனென்றால், இந்தக் காலக்கட்டத்தில் அது பயன் தராது. சீனாவில் வெற்றி பெற்றிருக்கிறது என்ற காரணத்திற்காக பொருள் உற்பத்தி போன்ற ஒரு குறிப்பிட்ட துறையைத் தேர்ந்தெடுப்பது பற்றி நான் எச்சரிக்கை செய்கிறேன். இந்தியா வேறுபட்டது, வேறொரு கால கட்டத்தில் வளர்ந்து வருகிறது. எது பயனளிக்கும் என்பது பற்றி நாம் கவனமாக இருக்க வேண்டும். உறுதியின்மையை ஏற்றுக்கொள்ள வேண்டும்.

அப்படிப்பட்ட உறுதியின்மை எல்லா தொழில் முனைவுகளும் செழிக்கும் சூழலை உண்டாக்கி நம்மிடம் நிறைய இருக்கிற தொழில்முனைவோர் தங்களுக்கு விருப்பமானதைத் தேர்ந்தெடுக்க விட்டுவிட வேண்டும். குறிப்பிட்ட தொழில்கள் தேவையானவையாகக் கருதப்படுவதால் அல்லது அவை தொழிலாளர்களை வேலைக்கு அமர்த்தக் கூடியவையாக இருப்பதால் உள்ளீடுகளுக்கு மானியம் தருவதற்குப் பதிலாக,

(இதைப் பல ஆண்டுகளாகச் செய்து வருகிறோம்) ஒவ்வொரு துறைக்கும் தேவைப்படுகிற பொதுச் சேவைகள் எவை என்று கண்டுபிடித்து அவற்றைக் கொடுப்போம். எடுத்துக்காட்டாக, SME-க்கள், ஓர் உற்பத்திப் பொருளின் தரத்தைச் சான்று தரும் ஒரு முகமையிடமிருந்தோ, பொருட்களை விற்பதற்கு உதவுவதற்கான ஒரு மேடையிலிருந்தோ, அவர்களுக்கு சந்தைப்படுத்த உதவும் இணையதளங்களை உருவாக்கும் அரசு நிறுவனத்திடமிருந்தோ, மானியத்தோடு கூடிய கடனைவிட அதிகம் பயன் பெற முடியும். வெளிநாட்டுச் சுற்றுலாப் பயணிக்கு இங்கு வந்தவுடன் பயண அனுமதிச்சீட்டு கிடைப்பதும், வரி விதிவிலக்குகளுக்குப் பதிலாக, போக்குவரத்து இணையதளம் தருவதும் சுற்றுலாத் தொழிலுக்குப் பயனளிக்கும்.

தவறாகப் புரிந்து கொள்வதில் இரண்டாவதாக இருப்பது வரித் தடைகள் மூலம் இறக்குமதிக்கு மாற்றைத் தயாரிக்கும் யுத்தியாக இந்தியாவில் தயாரிப்பதைப் பார்ப்பது. இந்த யுத்தி சோதிக்கப்பட்டிருக்கிறது, ஆனால், அது சரிவரவில்லை. ஏனென்றால் உள்நாட்டுப் போட்டியைக் குறைத்து, உற்பத்தியாளர்களைத் திறமையற்றவர்களாக ஆக்கி, நுகர்வோருக்கு அதிக விலைகளில் முடிந்தது. மாறாக, இந்தியாவில் தயாரிப்பதில் அதிகப்படியான திறந்தநிலை வேண்டும். நமது நிறுவனங்கள் உலகின் பிற பகுதிகளோடு போட்டியிடும் சூழலை உருவாக்கி, வெளிநாட்டு உற்பத்தியாளர்கள் நமது சூழலைப் பயன்படுத்தி இந்தியாவில் வேலைகள் உண்டாக்க ஊக்குவிக்கும்.

2. இந்தியாவிற்காகத் தயாரித்தல்

வெளிநாட்டுத் தேவை வளர்ச்சி தேக்கமுறும் சாத்தியம் இருந்தால், நாம் உள்நாட்டுச் சந்தைக்காகத் தயாரிக்க வேண்டும். அதாவது நம்மால் முடிந்த அளவு ஒருங்கிணைக்கப்பட நீட்டித்து இருக்கக் கூடிய வலிமையான சந்தையை உருவாக்க உழைக்க வேண்டும். நாடு முழுவதும் வாங்கல் விற்றல் பரிமாற்றச் செலவைக் குறைப்பது இதற்கு அவசியம். நான் முன்னர் விவாதித்த போக்குவரத்து இணையதளத்தை முன்னேற்றுவது உதவும். ஆனால், உற்பத்தியாளருக்கும், நுகர்வோருக்கும் வழங்கும் சங்கிலியில் குறைவான ஆனால், திறமையுள்ள இடைத் தரகர்களும் இதற்கு உதவலாம். மாநில எல்லைகளிலுள்ள வரிகளைக் குறைத்து சிறப்பாக

வடிவமைக்கப்பட்ட GST பொருட்களுக்கும், சேவைகளுக்கும் உண்மையான தேசியச் சந்தையை உருவாக்கும் முக்கியமான விளைவை ஏற்படுத்தும். இது வரும் ஆண்டுகளில் நமது வளர்ச்சிக்கு மிக முக்கியமானது.

உள்நாட்டு சேமிப்புகள் மூலம் முடிந்த அளவு உள்நாட்டுத் தேவைக்கு நிதி வழங்க வேண்டும். நமது வங்கி அமைப்பு சிறிது அழுத்தத்தைச் சந்தித்து வருகிறது. பொருளாதாரத்தின் பெரும் தேவைகளுக்கு நிதியளிக்கும்போது திட்ட மதிப்பீட்டிலும், கட்டமைப்பிலும் முன்னர் செய்த தவறுகளிலிருந்து நமது வங்கிகள் பாடம் கற்க வேண்டும். அண்மையில் உரிமம் வழங்கப்பட்ட பன்னாட்டு வங்கிகள், விரைவில் உரிமம் வழங்கப்படவிருக்கிற பணம் வழங்கும் வங்கிகள், சிறு நிதி வங்கிகள் முதலான புதிதாக வரவிருக்கும் வங்கிகளோடு போட்டியிடுவதற்கு ஏற்ப அவை தங்கள் திறமையை வளர்த்துக்கொள்ள வேண்டும். அதேசமயம் இக்கட்டிலுள்ள முதல்களைத் திரும்பப் பெறுவதில் முட்டுக் கட்டைகளை உண்டாக்கி அவர்களது வேலையைக் கடினமாக ஆக்கிவிடக் கூடாது. ஆர்பிஐ, அரசு, நீதிமன்றங்கள் ஆகியவற்றிற்கு இங்கே நிறைய வேலை இருக்கிறது.

ஒதுக்கி வைக்கப்பட்டவர்களுக்கு நிதிச் சேவைகளை விரிவாக்க நாம் செயல்பட வேண்டும். ஏனென்றால், எப்படி நிதியைக் கையாளுவது, எப்படி சேமிப்பது என்று அவர்கள் கற்றுக் கொள்வார்கள் என்றால், அவர்கள் பொறுப்புடன் கடன் பெறுவதற்கு அவர்கள்மேல் நம்பிக்கை வைக்க முடியும். நமது நாட்டின் ஒவ்வொரு மூலையிலும் நிதிச் சேமிப்புகளைத் தேடும் புதிய நிறுவனங்களும், புதிய உற்பத்தி பொருள்களும் வீட்டுச் சேமிப்பு வீதங்களில் சரிவை நிறுத்தவும், குறைவான, நிலையான பணவீக்க வீதத்தை தரவும் உதவும். சேமிப்பதால் ஒருவருக்கு வருமான வரிச் சலுகைகள் அண்மை வரவு செலவுத் திட்டம் வரையில் பெயரளவிற்கான வீதங்களிலேயே குறிக்கப்பட்டிருந்தது. இதனால் சலுகைகளின் உண்மையான மதிப்பு குறைந்து விட்டது. வீட்டுச் சேமிப்புகளுக்கு வரவு செலவுத் திட்டத்தில் சில சலுகைகள் தருவது நமது நாட்டின் முதலீடு பெரும்பாலும், வீட்டுச் சேமிப்புகளால் பெறப்படுவதை உறுதி செய்யும்.

૩. பொருளாதாரத்தின் வெளிப்படைத் தன்மையையும் நிலைத்தன்மையையும் உறுதி செய்யுங்கள்

நான் ஏற்கனவே சொன்னதுபோல போர்ச்சுகல், ஸ்பெயின் போன்ற வளர்ந்த நாடுகள்கூட உள்நாட்டுத் தேவையைத் தனியாகச் சமாளிக்க முடியவில்லை. அதிகப்படியான நிதிப் பற்றாக்குறைகள், அதிக அளவிலான நடப்பு கணக்குப் பற்றாக்குறைகள், அதிகக் கடன், முதல் விலை வளர்ச்சி ஆகியவற்றால் தேவைக்கு அதிகமான தூண்டுதல் தர சில நாடுகள் முனைகின்றன. ஆனால், பணப்புழக்கம் இறுகியவுடன் வளர்ச்சி சீர்குலைந்து விடுகிறது. இப்படிப்பட்ட உச்சகட்டங்களையும், சரிவுகளையும் தவிர்த்த சில நாடுகள் சரியான கொள்கைச் சட்டகத்தின் மூலமே அதைச் சாதிக்க முடிந்தது.

பன்னாட்டு ஆதிக்கப் போட்டியில் எந்தப் பக்கமும் சாயாதது நமது நாடு. எனவே பல வழிகளிலும் ஆதரவு தேவைப்படும் நிலையில் நாம் இருக்க விரும்பமாட்டோம். எனவேதான் நமது கொள்கைச் சட்டகம் சரியாக இருக்க வேண்டியது மிக அவசியமாகிறது.

தெளிவான நிதி ஒருங்கிணைப்புப் பாதையைச் சுற்றி சரியான நிதிச் சட்டகம் உடனடித் தேவை என்பது தெளிவு. டாக்டர் விமல் ஜலான் குழுவின் அறிக்கை நிதிச் சட்டகத்திற்கான செயல் திட்டத்தைத் தரும். அதுபோலவே அரசாங்கமும் ஏற்கனவே முன்வைக்கப்பட்ட நிதி ஒருங்கிணைப்பு வழியிலேயே செல்லும் நோக்கத்தைத் தெளிவாகக் குறிப்பிட்டிருக்கிறது.

பற்றாக்குறைகளைக் கட்டுக்குள் வைப்பதையும், நிதியறிக்கையின் தரம் உயர்வாக இருப்பதையும் உறுதிசெய்ய நமக்கு இன்னும் வேறு நிறுவனங்கள் தேவையா என்பது ஆய்வுக்குரிய கேள்வி. பல நாடுகள் நிதிநிலை அறிக்கை பற்றிக் கருத்துச்சொல்ல அரசு சாரா நிதிநிலை அலுவலகங்களை / குழுக்களை வைத்திருக்கின்றன. இந்த அலுவலகங்கள், தொழில்மயமாகும் நாடுகள் வளர்ச்சிக் காலத்தில் சுருங்குவது எளிதாகவும், வழங்கும்போது கடினமாகவும் இருப்பதைக் காட்டும். நீண்டகால, நிதியளிக்கப்படாத கடன்கள் உட்பட நிதிநிலை அறிக்கைகளைத் தயாரிக்க முக்கியமானவை.

பணம் சார்ந்ததைப் பொறுத்தவரையில், பணவீக்கத்தைக் குறைவாகவும் நிலையாகவும் வைத்திருப்பதில் கவனம் செலுத்தும் மையவங்கி வளர்ச்சிக்குச் சாதகமான சூழ்நிலைகளை உறுதி செய்யும். எனினும், வளர்ச்சிகளுக்கு

எதிர்வினையாற்றும்போது, தொழில்சார் பொருளாதாரங்களைப் போல வளரும் சந்தைகள் மீள்திறன் உடையனவாக இல்லை என்பதை மையவங்கி அறிய வேண்டும். எனவே பண வீக்கத்தை நீக்கும் பாதை தொழில்சார் பொருளாதாரத்தில் இருப்பதைப்போல அவ்வளவு செங்குத்தாக இருக்க முடியாது. ஏனென்றால், வளரும் சந்தை மென்மையானதாக இருக்கும், மக்களுடைய தாங்கும் தன்மையும், பாதுகாப்பு வலைகளும் மெல்லியதாக இருக்கும். இந்தியாவில் வால்கருடையது போன்ற பணவீக்க நீக்கம் என்றும் இருந்ததில்லை. ஆனால், உர்ஜித் பட்டேலின் உருக்கல் பாதை நமக்கு உகந்தது. நாம் பணவீக்கத்தைக் குறைக்கும்போது மிகுதியான வளர்ச்சியை உறுதி செய்யும். இனி, பொருளாதாரத்தில் நடந்த காலப் பணவீக்கப் பட்டையான 2 முதல் 6 விழுக்காட்டிற்குச் செல்லும் பொருத்தமான காலஅட்டவணையை அரசுடன் விவாதிக்க இருக்கிறோம்.

பணவீக்கத்தோடுகூட மையவங்கி நிதி நிலைத் தன்மையின்போதும் கவனம் செலுத்த வேண்டும். இது இரண்டாவது நிலை நோக்கம். ஆனால், பொருளாதாரம் குறைந்த பணவீக்கக் கடன் - முதல் விலை உயர்விலும் நுழையும்போது, இதுவே முதன்மை நிலை அடையும். நிதி நிலைத் தன்மை என்பதற்கு மையவங்கி உட்பட ஒழுங்குபடுத்துபவர்கள் மக்களின் மனநிலைக்கு எதிராகப்போவது என்று பொருள். சென்செக்சை உயர்த்துவது ஒழுங்குபடுத்துபவர்களின் பங்கு இல்லை, மாறாக, போதுமான பொருளாதாரம் அதன் நிதி அமைப்பு ஆகியவற்றின் அடித்தளங்கள், நீண்ட காலத் தொடர் வளர்ச்சியை உறுதி செய்யும் பணி அதனுடையது. சென்செக்சில் நேர்மறையான விளைவுகள் ஏற்பட்டால் வரவேற்போம், ஆனால், அது பக்க விளைவுதானே தவிர அது நோக்கமில்லை.

இறுதியாக இந்தியா விரைவிலேயே நடப்புக் கணக்குப் பற்றாக்குறையைச் சந்திக்கும். நிதியளித்தலில் சிறந்த முறை நீண்ட கால நிதி, அதாவது வெளிநாட்டு நேரடி முதலீடு (FDI). இதனால் புதிய தொழில்நுட்பங்களும், முறைகளும் கொண்டுவரப்படும் கூடுதல் பயன் உண்டு. FDI-ஐ ஈர்க்க இந்தியாவின் நன்மையை காவு கொடுக்கும் அளவிற்கு நாம் பணிந்து போகக்கூடாது. (எடுத்துக்காட்டாக, இந்தியாவில் ஒரு மருந்திற்குக் காப்புரிமைத் தேவைகள் பன்னாட்டு மருந்துக் குழுமங்கள் என்ன சொன்னாலும்கூட அறிவுபூர்வமாகவே உள்ளன). அதேசமயம், கொள்கைகள் வெளிப்படைத் தன்மை, தவறு நீக்கலில் வேகம்

உள்ளவையாக இருப்பதை உறுதிசெய்ய வேண்டும். இளம் இந்தியக் குழுமங்கள் தொழில் செய்வதை எளிதாக ஆக்க முடியுமானால், வெளிநாட்டுக் குழுமங்கள் முதலீடு செய்வதையும் எளிதாக்க முடியும். ஏனென்றால் இருவருமே அமைப்புக்கு வெளியிலிருந்து வருபவர்கள். ஒப்பந்தத் தகராறுகளைத் தீர்க்க வெளிப்படையான வேகமான சட்டப்பூர்வ நடவடிக்கையும், இக்கட்டின் மேல் நடவடிக்கை எடுக்க திவால் பற்றிய சரியான அமைப்பும் தேவை என்று இதற்குப் பொருள். இவை இரண்டையுமே அரசாங்கம் செயல்படுத்துகிறது.

இப்போது பன்னாட்டுச் சட்டகம் பற்றிப் பார்ப்போம்.

4. இன்னும் அதிகமான வெளிப்படைத் தன்மையும், நேர்மையும் கொண்ட உலக அமைப்பிற்காக உழையுங்கள்

எந்த ஆதிக்க அமைப்போடும் சேராமல் இந்தியா இருப்பதாலும், மிக முக்கிய இயற்கை வளங்களை ஏற்றுமதி செய்யாமலும், பல பொருட்களுக்கு இறக்குமதியைச் சார்ந்திருப்பதாலும், இந்தியாவிற்கு திறந்த நிலையிலுள்ள போட்டியும் உயர் துடிப்பும் உள்ள பன்னாட்டு வணிக நிதி அமைப்பு தேவைப்படுகிறது. எடுத்துக்காட்டாக, நம்முடைய ஆற்றல் பாதுகாப்பு எங்கோ உள்ள நலிந்த நாடுகளில் எண்ணெய் கிணறுகளைச் சொந்தமாக வைத்திருப்பதில் இல்லை. மாறாக உலக எண்ணெய்ச் சந்தை இடையூறு இல்லாமல் நன்றாகச் செயல்படுவதை உறுதி செய்வதில் இருக்கிறது. பன்னாட்டுப் பொருளாதாரப் பரிவர்த்தனைகளை நடைமுறைப்படுத்துவதில் ஒரு சார்பற்ற இடையீட்டாளரின் பணியைச் செய்யக்கூடிய உறுதியான, பன்முக நிறுவனங்கள் நமக்குத் தேவைப்படுகின்றன.

துரதிர்ஷ்டவசமாக பன்னாட்டு பண அமைப்பு இன்னும் பழங்காலத்தில் தொழில் வளநாடுகள் அமைத்த சட்டத்திட்டங்களால் கட்டுப்படுத்தப்பட்டு அதன் மேலாண்மையும் அந்த நாட்டுக் குடிமக்களின் ஆதிக்கத்தில் இருக்கிறது. எனினும் இது மெல்ல மாறி வருகிறது. ஆனால், இன்னும் வேகமாக மாற வேண்டுமென்பதற்கு உடனடிக் காரணம் இருக்கிறது. மந்தமான வளர்ச்சியின்போது, பெரிய கடன் பழுக்களுக்கு நிதியளிக்கும் தேவை இருக்கும்போது, தொழில்வள நாடுகளின் ஆர்வத்தை நாம் எதிர்பார்க்க முடியாது. எடுத்துக்காட்டாக, தொழில்வள நாட்டின்

நிதி அமைப்பின் பாதுகாப்பும், நிலைத் தன்மையும் இருப்பதைக் காட்டும் ஒழுங்கு முறைகள் வளரும் சந்தைச் சொத்துகளில் முதலீடு செய்வதைத் தடுக்கும், விளைவை ஏற்படுத்தும். மந்த வளர்ச்சி, தொழில் பொருளாதாரக் கொள்கை வரையறுப்போரின் கவனத்தை உள்நோக்கியே திருப்பி விடும் என்பதையும், அரசியல் (வணிகத்திற்குப்) பாதுகாப்புத் தரும் முயற்சியில் இறங்கும் என்பதையும் நாம் நினைவில் கொள்ள வேண்டும். பன்முகப் பக்கங்கள் கொண்ட ஆட்சி அமைப்பு இன்னும் தொழில் வள நாடுகளின் ஆதிக்கத்தில் இருக்கிறது. இது வெளிப்படைத் தன்மைக்கு ஆதரவாக இருக்காது.

எனவே வளர்ந்து வரும் சந்தைகளுக்கு உலகப் பொருளாதாரத்தை வெளிப்படைத் தன்மையோடு வைக்கும் பொறுப்பு இருக்கிறது. இதற்காக, பன்முகப் பக்கங்கள் கொண்ட நிறுவனங்களில் மேலாண்மைச் சீர்திருத்தங்களை ஏற்படுத்த வளரும் சந்தைகள் வேலை செய்ய வேண்டும். அது மட்டுமல்ல, புதிய திட்டங்கள், புதிய கருத்துகள், புதிய சிந்தனைகள் உலக அளவில் புகுத்தும் வேலையும் அவர்களுக்கு உள்ளது. தொழில்வள நாடுகளின் திட்டங்களை வெறுமனே எதிர்த்தால் மட்டும் போதாது. அதனுடைய கருத்தையும் முன்வைக்க வேண்டும். அதாவது நமது ஆய்வுத் துறைகள், பல்கலைக்கழகங்கள், சிந்தனைக் குழுக்கள் ஆகியவை புதிய கருத்துகளை உண்டாக்க வேண்டும். பன்னாட்டுக் கூட்டங்களில் அவர்களது பிரதிநிதிகள் அவற்றை முன்வைக்க வேண்டும்.

முடிவுரை

நாம் நினைப்பதைவிட அதிகமாகவே உலகப் பொருளாதாரத்தைச் சார்ந்திருக்கிறோம். அது முன்னைவிட மந்தமாகவே வளர்ந்து வருகிறது, தன்னுள்ளேயே கவனம் செலுத்துகிறது என்பதன் பொருள், நமது வளர்ச்சிக்கு நமது மண்டல உள்நாட்டுத் தேவையைக் கவனத்தில் கொள்ளவேண்டும். இந்தியாவிற்காகவே முதன்மையாக இந்தியாவில் தயாரிக்க வேண்டும். உள்நாட்டுத் தேவையின் அடிப்படையான வளர்ச்சியை மேலாண்மைப்படுத்துவது கடினம், பெரும்பாலும் அதிகப்படியான உற்பத்தியில் முடியும். எனவேதான் நாம் உள்நாட்டுப் பெருநிலைப் பொருளாதார நிறுவனங்களை வலிமைப்படுத்த வேண்டும்.

அப்போதுதான் நாம் நீண்ட நாட்கள் நிலையான வளர்ச்சியைப் பெற முடியும். அதேசமயம் வெளிநாட்டு வணிகச் சந்தைகள் சுருங்கிப்போகவும் அனுமதிக்க முடியாது. நாம் வெளிப்படை உலக அமைப்பிற்காகப் போராட வேண்டும். எதிர்வினைக்குப் பதிலாக, திட்டமிடலில் செயல்திறன் காட்ட வேண்டும். இதற்கு சிந்தனையை உண்டாக்கும் நடப்பு நிறுவனங்களில் முதலீடு செய்ய வேண்டும். அலுவலக அமைப்புகளான ஆராய்ச்சித் துறைகள், சிந்தனைக் குழுக்கள் பல்கலைக்கழகங்களில் முதலீடு செய்ய வேண்டும். மொத்தத்தில் உலகில் பொதுவாக எதிர்பார்ப்புகள் குறைவாக இருப்பது நமது நோக்கங்களைக் குறைப்பதற்கு ஒரு காரணமாக இருக்கக் கூடாது.

பின்குறிப்பு: இந்த உரை தேசிய இடர்ப்பாடு மேலாண்மை பற்றியது. நாம் சந்தித்த சரிந்து வரும் வணிகம், ஏறிவரும் பாதுகாப்புக் கொள்கை சூழலில் நாம் என்ன செய்ய வேண்டும் என்பது பற்றியது. அதனைச் சரியாகப் புரிந்துகொள்ளாததால் அது சர்ச்சைக்குள்ளாயிற்று என்று நம்புகிறேன். அது 'இந்தியாவில் தயாரிப்போம்' என்று முன்மொழிந்தேன் என்று விமர்சகர்கள் குறிப்பிட்டார்கள். இது முற்றிலும் தவறானது. இந்தியாவில் தயாரிப்பது என்பது இறக்குமதிப் பதிலியை உற்சாகப்படுத்த இறக்குமதித் தடைகளை ஏற்படுத்தும் பழைய கொள்கையிலிருந்து இல்லாமல், தொழில், உட்கட்டமைப்புச் சூழலில் முன்னேற்றத்திலிருந்து அது வந்திருந்தால் எந்த அறிவுள்ள பொருளியலாளரும் அதற்கு எதிராக இருக்க முடியாது. என்னை விமர்சித்தவர்கள் தலைப்பைப் படிக்கவில்லை போலும்; இந்தியாவில் தயாரிப்புகள், பெரும்பாலும் இந்தியாவுக்காகத் தயாரியுங்கள் என்பதே தலைப்பு. அது அரசின் திட்டத்தின் விரிவாக்கமாக இருந்தது. எனது உரையையும் படித்திருக்க மாட்டார்கள். உற்பத்தியை ஊக்கப்படுத்துவது எந்த இடத்தில் என்பதில் நான் முரண்படவில்லை. நாம் இந்தியாவில் தயாரிக்க வேண்டும். சில குறுகிய மனப்பான்மை உள்ளவர்கள் பெரும் நம்பிக்கையுடன் இருப்பதாக நான் கருதுவது இன்றைய உலக மந்த நிலையில் வலுவான உலக அளவிலான தேவையிருக்கும் என்று எதிர்ப்பார்ப்பதைத்தான். நான் ஏற்றுமதியில் நம்பிக்கையின்மையை முன் வைக்கவில்லை, மாறாக நாம் அனுபவித்த ஏற்றுமதிகளில் குறிப்பிடத்தக்க அளவு சுணக்கம் ஏற்பட்டதன் அடிப்படையில் யதார்த்த நிலையில் பிறந்தது. நாம் இந்தியாவில் தயாரிக்க வேண்டும், ஆனால், தொடக்கத்தில் இந்தியாவிற்காகத் தயாரிப்போம். நான் இதை எழுதும்போது அதைத்தான் செய்து வருகிறோம்.

VI

நான் பயின்ற கல்விக்கூடமான டில்லி இந்தியன் இன்ஸ்டிடியூட் ஆஃப் டெக்னாலஜியின் பட்டமளிப்பு விழா உரையாற்ற என்னை அழைத்தார்கள். எதைப் பற்றிப் பேசலாம் என்பது பற்றிச் சிந்தித்தேன். பட்டம் பெறும் மாணவர்கள் என்னுடைய குழந்தைகளை ஒத்த இளவயதினர் என்பதை உணர்ந்தேன். இக்காலகட்டத்தில் எல்லாப் பட்டமளிப்பு உரைகளிலும் எதிர்ப்பார்க்கப்படுவது போல, என்னுடைய குழந்தைகளுக்கு அறைகூவல் விடுத்து அவர்களை ஊக்கப்படுத்தக்கூடிய செய்தி எதைத் தருவது? அது பொருளாதாரம் பற்றிய இன்னொரு உரையாக இருக்க முடியாது. அது அறிவு புகட்டலாம், ஆனால், உள்ளார்வத்தை தூண்டாது. அந்தக் காலகட்டம் நான் என்ன பேசவேண்டும் என்று தீர்மானிக்க எனக்கு உதவியது. 2015ஆம் ஆண்டின் பிற்பகுதியில் மிகவும் உக்ரத்துடன் விவாதிக்கப்பட்டது. பொறுத்துப்போதல் பற்றியது. எனவே நான் அது பற்றிப் பேசத் தீர்மானித்தேன். இந்தியாவின் வலிமை அதனுடைய பொறுத்துப்போதலும், விவாதித்தலுமான மரபுதான் என்றும், நாம் புதுமை நாடலின் எல்லைகளை நெருங்கும்போது நமக்குப் பொருளாதாரப் பயன் தரக்கூடியது என்றும் பட்டம் பெறும் இளையோருக்கு விளக்கினேன். 2015 அக்டோபர் 31 அன்று நான் ஆற்றிய அந்த உரை:

பொறுத்துப் போதலும் மரியாதையும்:
பொருளாதார வளர்ச்சிக்கு அடிப்படைத் தேவைகள்

ஐஐடி பட்டமளிப்பு விழாச் சொற்பொழிவு ஆற்றுவதற்கு என்னை அழைத்தமைக்கு நன்றி கூறுகிறேன். முப்பதாண்டுகளுக்கு முன்னர் மின் பொறியியலில் நான் இங்கு பட்டம் பெற்றேன். என்னுடைய வருங்காலம் பற்றி நான் அப்போது பெரிதும் கவலை கொண்டிருந்தேன். ஏனென்றால், என்னை ஐஐடி வருங்காலத்திற்கு எவ்வளவு சிறப்பாகத் தயாரித்திருந்தது என்பதை நான் அப்போது உணரவில்லை. எங்களுடைய பேராசிரியர்கள் தங்களையே அர்ப்பணித்துக்கொண்ட நல்லாசிரியர்கள். எங்களிடமிருந்து அவர்கள் நிறைய எதிர்பார்த்தார்கள். ஏனென்றால், எங்களுக்கு சவால் விடுப்பதால் எங்களால் எவ்வளவு முடியுமோ அந்த அளவிற்குக் கற்கச் செய்யலாம் என்பது அவர்களுக்குத் தெரிந்திருந்தது. அதே அளவிற்கு முக்கியம் வாய்ந்தது, அந்த நாட்களில் டில்லி ஐஐடியில்

எங்களுடைய மின்பொறியியல் துறையில் கணினி அறிவியல் ஒரு பகுதியாக இருந்தது. திறமையாளர்கள் பலர் இருந்தார்கள். அவர்களைத் தெரிந்துகொண்டது எனக்குப் பெருமை. அவர்களோடு பணியாற்றி, மதிப்பெண்களுக்காக அவர்களோடு போட்டியிட்ட பிறகு, மிகக் கடுமையான சூழல்களில் வெற்றிபெற என்ன செய்யவேண்டும் என்பதைக் கற்றுக் கொண்டேன். அவைதான், கடுமையான உழைப்பு, நட்பு, நிறைய அதிர்ஷ்டம். அன்றிலிருந்து நான்பெற்ற பாடங்கள் என்னுடனேயே இருக்கின்றன.

டில்லி ஐஐடி அப்போது பாடங்களைப் பற்றிய ஒன்று அல்ல, வளர்வதைப் பற்றியது. இப்போதும் அப்படித்தான் இருக்கும் என்பது உறுதி. எங்களில் ஒரு சிலரைத் தவிர எல்லோரும் பள்ளியில் விளையாட்டு வீரர்களால் விளையாட்டுகளிலிருந்து முரட்டுத்தனமாக ஒதுக்கப்பட்டவர்கள். ஆனால், ஐஐடி-யில் எல்லோரும் ஒரே மாதிரியானவர்களாக இருந்ததால், வாழ்க்கையில் எங்களுக்கு முதன்முறையாக, பெரிய விளையாட்டு வீரர்களால் பந்து பொறுக்குவதற்கு நிறுத்தப்படாமல், பந்தையும், மட்டையையும் கையில் எடுத்தோம். அதுபோலவே ஒவ்வொருவரும் புகைப்படம் எடுப்பது முதல், புத்தகம் வெளியிடுவது வரையில் ஏதாவது ஒரு துறையில் ஈடுபட்டோம். நாங்கள் எல்லோருமே நாடகத்தில் சேர விரும்பினோம். அங்கேதான் பல மணி நேரம் மாணவியரோடு செலவிட முடியும். துரதிர்ஷ்டவசமாக, எனக்கு நடிப்பு வரவில்லை. எனவே என்னுடைய தன்னிலை முழுமையடைதலை வேறு இடத்தில் தேடவேண்டியிருந்தது. அதற்கு நிறைய இடங்கள் இருந்தன.

மாணவர் அரசியல், துடிப்பாகவே இருந்தது. சதித்திட்டம் தீட்டுதல், யுத்திகள் காணல், முதுகில் குத்துதல் என்பனவெல்லாம் சாதாரணம். எனினும் நமது நாட்டில் பிறபகுதிகளில் மாணவர் அரசியல் வன்முறையும் ஊழலும் இல்லாத அறிவுசார்ந்த பொழுதுபோக்கு. உங்களுக்கு வாக்களிக்குமாறு அறிவு ஜீவிகளான சிறு வாக்காளர் தொகுதியை நீங்கள் நம்ப வைக்க வேண்டும். அந்த வாக்கினைப் பெறுவதற்கு மற்றவர்களை நம் பக்கம் இழுக்கும் பேச்சுக் கலையைக் கற்றுக் கொண்டோம்.

எனவே நாங்கள் வகுப்பறைகளில், *RCA*-யின் ஸ்குவாஷ் ஆட்ட அரங்குகளில், நாகரிகப்படுத்தும் *SPIC-Macay* இரவு தொன்மை இசை நிகழ்ச்சிகளில், *OAT*-யில் கூட்ட நெரிசலான ராக் இசை நிகழ்ச்சிகளில் வளர்ந்தோம். கைலாஷ் விடுதிக்கு வெளியில்

நம்பிக்கையுடன் பல மணி நேரங்கள் எங்களில் சிலர் காத்திருப்போம். எப்போதாவது எங்களுடைய காத்திருப்பிற்கு வெகுமதியும் கிடைத்தது உண்டு. எங்களுடைய நண்பர்களுடன் அழகான இலையுதிர் கால இரவுகளில், பட்டமளிப்பு மண்டபக் கூரையில் அமர்ந்து விண்மீன்களை அண்ணாந்து பார்த்துக் கொண்டு அரட்டை அடித்ததும் உண்டு. இந்த இன்ஸ்டிடியூட் எங்களுடைய வெகுளித்தனமான போக்கை மாற்றி அங்கே முதிர்ச்சியை வைத்தது. நாங்கள் மிடுக்கான சிறுவர் சிறுமியராக உள்ளே வந்தோம். ஞானமுள்ள இளையோர்களாக, இளம் பெண்களாக வெளியே சென்றோம். எங்களுக்குச் செய்ததையே இந்த நிறுவனம் உங்களுக்கும் செய்திருக்கும் என்பது எனது நம்பிக்கை. வருங்காலத்தில் அதற்காக இதற்கு நீங்கள் நன்றி செலுத்துவீர்கள்.

இன்று இங்கே உரையாற்றும்போது, பெரும்பாலான பட்டமளிப்பு விழாச் சொற்பொழிவுகள் விரைவிலேயே மறந்துவிடப்படுகின்றன என்பதை நான் அறிந்திருக்கிறேன். இது பேச்சாளருக்கு ஒரு ஒழுக்கநெறி சார்ந்த தடையாக இருக்கிறது. நான் கூறுவதை நீங்கள் நினைவில் வைக்கப் போவதில்லை என்றால் என்னுடைய சொற்களைத் தேர்ந்து தொகுப்பதற்காக வேலை செய்ய வேண்டும் என்ற ஊக்கம் இருக்காது. பொருளியல் வல்லுநர்களாகிய நாங்கள் சொல்வதுபோல, அது மோசமான சமநிலை என்பது அதன் மொத்த விளைவு. என்னுடைய பேச்சு மறக்கக் கூடியது. எனவே அதனை நீங்கள் விரைவில் மறந்து விடுகிறீர்கள். அப்படியானால் நான் என்னுடைய உரையில் மீதிப்பகுதியை விட்டுவிட்டு, நம்முடைய வேறு அவசர வேலைகளைப் பார்த்துக்கொண்டு போவது நல்லது.

எனினும், நான் என்னுடைய தனிப்பட்ட ஊக்கிகளுக்கு அப்பால் சென்று முதன்மை விருந்தினராக என்னுடைய கடமையை நிறைவேற்றப் போகிறேன். இந்தியா பொருளாதாரத்தில் முன்னேற வேண்டுமென்றால் அதனுடைய விவாதம் செய்கின்ற மரபும், தேடலில் கேள்வி கேட்கும் வெளிப்படைத் தன்மையும் ஏன் முக்கியம் என்பது பற்றிப் பேசுகிறேன்.

ராபர்ட் சோலோ பொருளாதாரத்திற்கான நோபல் பரிசு வாங்கியவர். அவர் தொழிலாளர் மூலதனம் போன்ற உற்பத்திக்கான பொருள்களை அதிகமாகப் பயன்படுத்துவதால் பொருளாதார வளர்ச்சியின் பெரும் பகுதி ஏற்படப்போவதில்லை என்று காட்டினார். மாறாக உற்பத்திக்கான அந்தக் காரணிகளைக் கெட்டிக்காரத்தனமாக ஒன்றிணைப்பதில்தான் இருக்கிறது,

அதாவது அவர் அழைத்ததுபோல் மொத்தக் காரணி உற்பத்தி வளர்ச்சியில்தான் இருக்கிறது என்று காட்டினார். இதனை வேறு விதமாகச் சொன்னோமென்றால், புதிய கருத்துகள், உற்பத்தியில் புதிய முறைகள், சிறந்த போக்குவரத்து ஆகியவையே நீண்டகால நிலையான பொருளாதார வளர்ச்சிக்கு இட்டுச் செல்லும். நம்முடையது போன்ற ஓர் ஏழை நாடு, அதிகப்படியான ஆட்களை, குறைந்த உற்பத்தித் திறனுடைய விவசாயத்திலிருந்து அதிக மதிப்புக் கூட்டுத் தொழில்கள் அல்லது சேவைகளுக்கு மாற்றி, அவர்கள் பணியைச் செய்ய சிறந்த கருவிகளைத் தந்து சிறிது காலம் வளரலாம். பொருளாதாரத்தைப் பாடமாக எடுத்திருக்கும் இங்குள்ள பலருக்கு நாம் உற்பத்திக்குச் சாதகமான எல்லை நிலையில் இல்லை என்பது தெரிந்திருக்கும். எனவே, தொழில்மய நாடுகளின் முறைகளைப் பின்பற்றி நீண்ட காலத்திற்கு நம்மால் வளர முடியும்.

ஆனால், நுண்ணறிவுபூர்வமான வழிகளில் உழைப்பது பழைய முறைகளைத்தாண்டி வெகு விரைவாக உற்பத்திக்குச் சாதகமான எல்லை நிலைக்கு நாம் முன்னேற முடியும். எடுத்துக்காட்டாக மென்பொருள் தொழிலின் சில பகுதிகளில் அதைச் செய்திருக்கிறோம். நீங்கள் அந்த எல்லைக்கு வந்துவிட்டீர்கள் என்றால், உலகின் சிறந்த செயல்முறைகளைப் பயன்படுத்துகிறோம் என்றால், வளருவதற்கான ஒரே வழி புதிதாக முனைத்தல் வேண்டும். அப்போது உலகில் பிறரைவிட நாம் முன்னேற முடியும். இதைத்தான் நமது மென்பொருள் நிறுவனங்கள் இப்போது செய்ய முயன்று கொண்டிருக்கின்றன.

நமது முன்னாள் மாணவர்கள் இந்த எல்லையை அடைந்து அதற்கும் அப்பால் இந்தியாவைத் தலைமை தாங்கி நடத்திச் செல்கிறார்கள். e-வர்த்தகத்தை எடுத்துக் கொள்ளுங்கள். அதன் வளர்ச்சி மின்பொருள் சந்தைகளை உண்டாக்குவதிலிருந்து போக்குவரத்து இணையதளங்கள், பணம் செலுத்தும் முறைகள் வரையில் நீண்டிருக்கிறது. இன்றைக்கு பெரு நகர மக்கள் பயன்படுத்தும் அதே புதுவகை ஆடைகளை சிறுநகர மக்களும் தேர்ந்துகொள்ள முடிகிறது. ஏனென்றால் இணையதளம் எல்லாக் கடைகளையும் அவர்களுடைய வீட்டிற்கே அழைத்து வந்து விடுகிறது. உள்ளூர்க் கடை பழைய கால உடையை அவருக்கு இனி விற்க முடியாது. எனவே அவர்களுக்கு அவசரத் தேவையாக இருக்கும் அழுகும் பொருட்களின் மேல் கவனம் செலுத்துகிறது. அதேசமயம், அவர்களை அடையக்கூடிய போக்குவரத்து வலைப் பின்னலை துணை ஒப்பந்தம் செய்து கொள்கிறது. புதிய கருத்துகள், உற்பத்தி

முறைகள் ஆகியவற்றின் மூலமாக பொருளாதார வளர்ச்சியைத் தான் நமது பேராசிரியர்களும், முன்னாள் மாணவர்களும் நாட்டிற்கு வழங்கியுள்ளார்கள்.

இந்தக் கருத்துத் தொழிற்சாலை திறந்ததாக இருக்க ஒரு கல்வி நிறுவனம் அல்லது ஒரு நாடு என்ன செய்கிறது? முதலாவதாக, கருத்துகளின் சந்தையில் போட்டியை வளர்ப்பது அவசியம். எல்லா அதிகாரத்திற்கும் மரபிற்கும் அறைகூவல் விடுவதை ஊக்குவிக்க வேண்டும் என்பது இதற்குப் பொருள். அதேசமயம், எந்தக் கண்ணோட்டத்தையும் ஒதுக்கித்தள்ளுவது சோதனை முடிவுகளின் அடிப்படையில்தான் இருக்க வேண்டும் என்பதை ஏற்றுக்கொள்ள வேண்டும். யாரும் தங்கள் அதிகாரத்தைப் பயன்படுத்தி ஒரு குறிப்பிட்ட கண்ணோட்டத்தையோ, கோட்பாட்டையோ திணிப்பதை இது தடுக்கிறது. மாறாக, எல்லாக் கருத்துகளும் விமர்சன ரீதியாக, அவை ஆயிரக்கணக்கான ஆண்டு முதிர்ச்சி பெற்றிருந்தாலும், சில நிமிடங்களுக்கு முன்னர் தோன்றினாலும் ஆய்வுசெய்யப்பட வேண்டும். அவை வெளிநாட்டிலிருந்து வந்தாலும், உள்நாட்டில் பிறந்தாலும், மாணவனிடமிருந்து வந்தாலும், உலகப் புகழ் பெற்ற அறிவியலாளரிடமிருந்து வந்தாலும் அதே ஆய்வுக்கு உட்படுத்தப்பட வேண்டும்.

நீங்கள் ரிச்சர்ட் ஃபெய்னமேனுடைய *Lectures on Physics* நூலைப் படித்திருப்பீர்கள். நாங்கள் ஐஐடி-யிலிருக்கும்போது அது கண்டிப்பாகப் படிக்கப்பட வேண்டிய ஒரு நூல். அவர் இருபதாம் நூற்றாண்டு மேதைகளில் ஒருவர்; நோபல் பரிசு பெற்ற இயற்பியலறிஞர். அவர் தன்னுடைய தன்வரலாற்றில் பிரிஸ்டனில் இன்ஸ்டிடியூட் ஆஃப் அட்வான்ஸ்ட் ஸ்டடீஸ் எப்படி அவருக்கு மூச்சுத் திணற வைக்கும் சூழலாக இருந்தது என்பதை விவரிக்கிறார். இப்போது, அந்தக் கல்வி நிலையம் பலவகைத் துறைகளின் சூழலில் உலகின் மிகச் சிறந்த அறிஞர்களை சிக்கல்களைப் பற்றிச் சிந்திக்க ஒன்று சேர்க்கிறது என்பது உங்களுக்குத் தெரியும். ஆனால், அவர் அச்சூழல் உயிரற்று இருந்தது என்று எழுதுகிறார். ஏனென்றால் தன்னுடைய நம்பிக்கைகளை மீள் சிந்தனைக்கு உட்படுத்த, புதிய கோட்பாடுகளைக் கண்டுபிடிக்கத் தேவையான வினாக்களைக் கேட்கும் மாணவர்கள் அங்கு இல்லை என்று கூறுகிறார். கருத்துகள் கேள்விகளிலிருந்தும் மாற்றுக் கண்ணோட்டங்களில் இருந்தும் பிறக்கின்றன. பலவேளைகளில் அவை வேடிக்கையானவையாகக் கூட இருக்கலாம். ஐன்ஸ்டைன் ஒளியின் வேகத்தில் செல்லும் இரயிலில் பயணம் செய்யும் ஒருவர் என்ன அனுபவிப்பார் என்ற

வேடிக்கையான கேள்வியைப் பற்றிச் சிந்தித்ததன் அடிப்படையில் தான் ஒப்புமைக் கோட்பாட்டைக் கட்டினார். எனவே எதையும் விட்டுவிடாமல், எல்லாவற்றையும் விவாதப் பொருளாகவும், சோதனைக்கு உட்படுத்தப்படக்கூடியதாகவும் ஆக்க வேண்டும். யாரும் கேள்வி கேட்கப்படாத முடிவுகளைத் தெரிவிக்க அனுமதிக்கக்கூடாது. இப்படிப்பட்ட எண்ணங்களின் போட்டி இல்லாவிட்டால் நாம் தேங்கிப் போவோம்.

இது இரண்டாவது தேவைக்கு நம்மை இட்டுச் செல்கிறது. அதுதான் பாதுகாப்பு. குறிப்பிட்ட கருத்துகள் அல்லது மரபுகளுக்கு அல்ல. மாறாகக் கேள்வி கேட்கவும் அறைகூவல் விடுக்கவுமான உரிமை, மற்றவர்களைப் பாதிக்காத அளவிற்கு வித்தியாசமாக நடந்து கொள்ளும் உரிமை. இந்தப் பாதுகாப்பில் சமூக அக்கறை அடங்கியிருக்கிறது. ஏனென்றால், புதுமையான கருத்துகளைச் சொல்லும் புரட்சிக்காரர்களின் அறைகூவலை உற்சாகப்படுத்துவதாலேயே ஒரு சமூகம் வளருகிறது, சோலோ சொல்கிற மொத்த காரணி உற்பத்தி வளர்ச்சிக்கு முன்னூக்கம் தரும் கருத்துகளைப் பெறுகிறது. நல்லவேளையாக, விவாதத்தையும் மாறுபட்ட கண்ணோட்டங்களையும் இந்தியா பாதுகாத்தே வந்திருக்கிறது, சிலர் இக்கண்ணோட்டங்களை நிரந்தரக் கட்டமைப்புகளில் பொறித்து வைத்திருக்கிறார்கள். தஞ்சாவூரில் பிரமாண்டமான பிரகதீஸ்வரர் சைவக் கோயில் கட்டிய ராஜராஜ சோழன் விஷ்ணுவின் சிலையையும், தியான நிலையில் அமர்ந்திருக்கும் புத்தரையும் வைத்திருக்கிறார். இவ்வாறு மாற்றுக் கண்ணோட்டங்களை அனுமதித்திருக்கிறார். ஷாஹென்ஷா ஜலாலுதீன் முகமது அக்பர் தன்னுடைய அரசவையில் பலவேறு நம்பிக்கை கொண்டோரையும் என்றுமுள்ள கொள்கைகளை விவாதிக்க அழைத்தார். கேள்வி கேட்கும் சிந்தனை வழியை ஊக்குவித்துப் பாதுகாத்த நமது இந்து, பௌத்த மன்னர்களின் பழமை பாரம்பரியத்தையே அவர் பின்பற்றினார்.

அப்படியானால், குழு உணர்வின் இடம் என்ன? ஒரு குறிப்பிட்ட அறிவுசார் நிலைப்பாட்டையோ குழுவையோ காயப்படுத்தும் எழுத்துகளையும், நடத்தையையும் தடைசெய்ய வேண்டாமா? தேவைப்படலாம். ஆனால், உடனடியாகத் தடைகளில் இறங்குவது விவாதங்களை நிறுத்திவிடும். ஏனென்றால், ஒவ்வொருவருமே தாங்கள் விருப்பப்படி கருத்துகளால் பாதிக்கப்படத்தான் செய்வார்கள். எனவே பொறுத்துப்போதல் ஒருவருக்கொருவரான

மரியாதை மூலமாக, கருத்துகளை முன்வைக்கும் சூழலை உண்டாக்குவது நல்லது.

இதை விளக்குவேன். யாரையும் உடல்பூர்வமாகக் காயப்படுத்தி அல்லது செயல்கள் கருத்துகளின் அரங்கில் பங்கெடுப்பதைச் சிதைக்கும் அளவிற்கு ஒரு குறிப்பிட்ட குழுவின்மீது பழிச்சொல் கூறுதல் ஆகியவற்றை உறுதியாக அனுமதிக்கக் கூடாது. எடுத்துக்காட்டாக, பால் ரீதியான துன்புறுத்தலுக்கு அது செயலாக இருந்தாலும் சரி, சொல்லாக இருந்தாலும் சரி சமூகத்தில் இடமில்லை. அதேசமயம், எல்லா இடங்களிலும், சூழலிலும் அவமானப்படுத்துதலையே குழுக்கள் தேடிப் பார்த்துக் கொண்டிருக்கக்கூடாது. அப்போது கொஞ்சம் அதிகப்படியானாலும் இழிவுபடுத்துவதாகவே தோன்றும். உளவியலில் உறுதிப்படுத்தும் ஒரு சார்பு என்ற கோட்பாட்டின்படி, ஒருவர் இழிவுபடுத்தும் சொற்களையோ, செயல்களையோ தேடத் தொடங்கிவிட்டால், அவற்றை எல்லா இடங்களிலும், மிகச் சாதாரணப் பேச்சில் கூடக் கண்டுபிடித்து விடுவர். உண்மையில் நீங்கள் செய்வது எனக்கு வெறுப்பைத் தந்து, மற்றபடி என்னைத் துன்புறுத்தாமல் இருக்கும்போது உங்கள் செயலைத் நிறுத்தச் செய்வதற்கு ஒரு தடை வேண்டும். ஏனென்றால் எந்தத் தடையும், அதனை நடைமுறைப்படுத்த மேற்கொள்ளும் கண்காணிப்பு நடவடிக்கையும் என்னைப் பாதித்ததைவிட உங்களை அதிகம் பாதிக்கும். அதிகப்படியான அரசியல் கட்டுப்பாடு வளர்ச்சியைத் தடுக்கிறது; அதிக அளவு சுதந்திரமும், மரியாதையின்மையும் வளர்ச்சியைக் கெடுக்கிறது.

வேறுவிதமாகச் சொல்வதானால் உங்களால் முடிந்த அளவு என்னை மனம் நோகச்செய்வதைத் தவிர்த்துவிடுங்கள். அப்படியே செய்ய வேண்டியதிருந்தால் அது ஏன் தேவைப்படுகிறது என்பதைக் கவனமாக விளக்குங்கள். அப்போதுதான் விவாதத்தைத் தொடர முடியும். மேலும் என்மேல் அது எப்படித் தனிப்பட்ட தாக்குதல் இல்லை என்பதையும் காட்டுங்கள். வளர்ச்சிக்கு நான் கொண்டிருக்கும் கருத்தை எதிர்ப்பது தேவை என்பதை உறுதி கூறி கவனமாக நடக்க வேண்டும். அதேசமயம், என்மேல் பொறுக்க முடியாத அளவிலான தனிப்பட்ட மோதல் என்று எந்தக் கருத்தும் என்னுடைய ஆளுமையோடு நெருக்கமாகப் பின்னியிருக்காமல் இருக்க நான் முயற்சி செய்வேன். பொறுத்துப்போதல் என்பது எதிர்ப்புக்கு யாரும் உட்படுத்தக்கூடாத அளவிற்கு ஒருவருடைய கருத்துகள் ஆட்டம் காணக்கூடியவையாக இருக்கவேண்டும் என்று

பொருளில்லை; மாறாக, முதிர்ச்சியான ஒரு விவாதத்திற்கு மிகவும் தேவையாக இருக்கும் விலகிநிற்றல் என்பதையே அது குறிக்கிறது. இறுதியாக, ஒரு கருத்து ஒரு குழுவின் ஆளுமையோடு நெருக்கமான தொடர்புடையதாக இருக்கும் அபூர்வமான விஷயத்தில் நாம் அதனை எதிர்க்கும்போது மரியாதை தேவைப்படுகிறது.

பொறுத்துப்போதல் ஒரு விவாதத்தில் இகழ்தலை நீக்கி மரியாதையைக் கொடுக்கும். யாராவது எனக்கு எதிராக இருக்கும் ஒவ்வொருமுறையும் நான் நிலையிழந்து விட்டால், புரட்சியாளர்கள் அதையே தொடர்வார்கள். அப்படித்தான் கெடுதலுக்குத் திட்டமிடுவோர் செய்கிறார்கள். மாறாக, நான் அவர்கள் எதிர்பார்ப்பதுபோலவே எதிர்வினை ஆற்றாமல், எதிர்ப்போரிடம் அவர்களது பிரச்சனை பற்றி விளக்கம் கேட்டால், புரட்சியாளர்களும் எதிர் கருத்துகளை விவாதத்திற்குத் தேடக் கடுமையாக உழைப்பார்கள். அப்போது புரட்சியாளர்கள் வேடிக்கையாகக் கூட எதிர்க்க மாட்டார்கள். ஒவ்வொரு குழுவிலும் இருக்கக்கூடிய தீமை விளைவிப்போருக்கும் எதிர்க்க ஆயுதம் இல்லாமல் போகும். அப்போது பொறுத்துப்போதலும் மரியாதையும் ஒன்றொயொன்று வலுப்படுத்தி சமநிலைக்குக் கொண்டுவரும். எடுத்துக்காட்டாக, அமெரிக்காவில் புரட்சிக்கார இளைஞர்கள் தேசியக் கொடியை எரிப்பது வழக்கம். அமெரிக்காவின் போர்களில் சண்டையிட்ட பழைய தலைமுறையினரை நிலையிழக்கச் செய்யவே அப்படிச் செய்தார்கள். ஏனென்றால் கொடிதான் முந்தைய தலைமுறையினரின் போராட்டத்தின் அடையாளம். காவலரில் பலர் முன்னாள் படைவீரர்கள். அவர்கள் வன்முறையோடு திரும்பத் தாக்கினார்கள். இதைத்தான் தங்களது நோக்கத்தை முன்னெடுத்துச் செல்ல புரட்சியாளர்கள் தேடிக்கொண்டிருந்தார்கள். ஆனால், காலம் செல்லச்செல்ல அமெரிக்கச் சமுதாயம் கொடியை எரிப்பதைப் பொறுத்துக்கொள்ளத் தொடங்கியது. கொடியை எரிப்பது இப்போது எந்தப் பிரதிவினையையும் ஏற்படுத்தாதலால் அதனை அதிர்ச்சியைத் தரும் ஒரு கருவியாகப் பயன்படுத்துவதில்லை. மொத்தத்தில் ஒரு குழுவின் மன உணர்ச்சி பொறுத்துப்போகத் தொடங்கி, அவ்வளவு எளிதாகப் பாதிக்கப்படாமலிருந்தால், பாதிப்பு ஏற்படுத்தும் செயல்களும் குறைந்துவிடும். காந்தியடிகள் சொன்னதுபோல, "நடத்தையின் பொன்னான விதி ஒருவருக்கொருவர் பொறுத்துப் போதல். நாம் அனைவரும் ஒரேபோலச் சிந்திப்பது இல்லை. துண்டுதல்களிலும், காட்சியின் வெவ்வேறு புள்ளிகளிலிருந்தும் நாம் உண்மையை காண்கிறோம்."

முடிவுரையாக, உங்களைப்போன்ற ஐஐடி பட்டதாரிகள் கருத்துகளாலான பந்தயத்தில் இந்தியாவை வழி நடத்துவீர்கள். நீங்கள் பட்டம் பெற்று சந்திக்கும் இந்தியா நாங்கள் பட்டம் பெற்ற காலத்தைவிட அதிகமாக உங்களது தொழில்நுட்ப ஆற்றலைப் பயன்படுத்தக்கூடியதாக இருக்கும். நீங்கள் எல்லையில்லா ஆசை வையுங்கள். சிந்திக்கவும், அறைகூவல் விடுக்கவும் தொடர்கின்ற உங்களுக்கு பெருவெற்றி உறுதி என்று முன்னறிவிக்கிறேன். ஆனால், உலகிற்குப் போகும்போது மரியாதையும், பொறுமையும்கொண்ட சூழலில் விவாதிக்கும் நமது மரபினை நினைவில் வையுங்கள். அதனை உயர்த்திப் பிடிக்கும்போது, அதற்காகப் போராடி, இந்தப் புகழ்மிக்க கல்விக் கூடத்திற்கும், உங்களை இங்கே அனுப்பக் கடுமையாக உழைத்த உங்கள் பெற்றோருக்கும் நீங்கள் பிரதிபலன் தருவீர்கள். மேலும் நீங்கள் நமது நாட்டிற்கு நாட்டுப்பற்றுமிக்க தொண்டாற்றுவீர்கள். நன்றி.

பின்குறிப்பு: என்னுடைய இந்த உரை வழக்கமான விமர்சகர்களால் தவறாகப் பொருள் கொள்ளப்படும் என்று எனக்குத் தெரியும். ஆனால், அவர்களுக்கு அப்பால் பார்க்க நான் முடிவு செய்துவிட்டேன். எப்படியிருப்பினும் இதைப் படிக்காத பலர் என்னை விமர்சித்தார்கள். நான் இந்தியாவின் பொறுமையின்மை பற்றிப் புகார் செய்வதாகச் சொன்னார்கள். உண்மையில் பொறுத்துப்போதலுக்கான நமது பாரம்பரியத்தைத் தொடாந்து பராமரிப்பது பற்றியதே இந்த உரை. சில கூற்றுகள் வேடிக்கையாகக்கூட இருந்தன. "நாம் பொறுத்துப் போகும் நாடு. நாம் பொறுத்துப் போகாதவர்கள் என்று இவர் குற்றம் சாட்டுகிறார், எனவே அவரை நீக்குங்கள்", என்பது போன்ற சொற்கள். எனினும் என்னைத் தொடர்ந்து விமர்சனம் செய்யும் இளைஞர்களில் ஒருவரான எனது மகன் சொன்ன ஒரேவரி முக்கியமாகப்பட்டது. தொலைதூரத்திலிருந்து என்னுடைய உரையைக் கவனமாகப்படித்த அவன், அவனுடைய கடுமையான தர அளவுக்கு ஏற்றதாக இருந்ததால் நிறைவடைந்து, "நான் உங்களால் மதிப்படைகிறேன்" என்று எழுதினான்.

VII

சமூக ஊடகம் என்பது அதற்கென்று ஒரு வாழ்க்கைமுறையை உருவாக்கிக் கொண்டிருக்கிறது. மாற்று உண்மைகளின் மெய்நிலை அதன் உலகில் பெரிதளவு விகாரப்படுத்தப்படுகிறது. எப்போதாவது, நான் உண்மையில் என்ன சொன்னேன் என்பதைக் கண்டுபிடிக்க முயற்சி எடுக்காமல் ஏற்கனவே வந்திருக்கும் ஒரு விமர்சகரின் சிதைக்கப்பட்ட செய்தியின் அடிப்படையில் "சீன விஸ்பர்கள்" என்ற விளையாட்டுப்போல, ஒவ்வொரு விமர்சகரும் நான் பேசியதாக அவர் நினைப்பதை வைத்துக் கருத்துத் தெரிவிக்கிறார்.

நான் தவறாகப் புரிந்து கொள்ளப்பட்டேன் என்று சொல்லவரும்போது, IMF கூட்டங்களின் களைப்பான நாள் முடிவில் நான் சொன்ன கருத்துகளுக்கு எனக்குக் கிடைத்தவை கடுமையான தாக்குதல்கள்தான். எனக்கு நன்கு தெரிந்த கிரெக் ராப் என்பவர் 'மார்க்கட் வாட்சிற்காக' என்னை நேர்காணல் செய்தார். நீண்ட நேர்காணலுக்கு மத்தியில் என்னிடம் கேட்கப்பட்ட கேள்வி ஒன்று:

மார்க்கட் வாட்ச்: உலகப் பொருளாதாரத்தில் இந்தியப் பொருளாதாரம் ஒரு பிரகாசமான புள்ளி. உங்களுடைய ரகசியம் என்ன என்று பிற மைய வங்கியாளரும் நிதி அமைச்சர்களும் கேட்கும்போது நீங்கள் அவர்களுக்கு என்ன சொல்வீர்கள்?

மைய வங்கியாளர் என்ற முறையில் என்னுடைய இயற்கையான எச்சரிக்கையும், நாம் வளர்ச்சியில் மீண்டெழுந்து வருவது இன்னும் நடந்து கொண்டிருக்கிறது என்பதும் நான் தம்பட்டம் அடித்துக்கொள்ளக் கூடாது என்று கூறின. எனவே நான் சொன்னது இதுதான்.

ராஜன்: மனநிறைவு அடைந்திருக்கிறோம் என்னும் இடத்தை நாங்கள் இன்னும் அடையவில்லை என்று நினைக்கிறேன். "பார்வையற்றோர் நாட்டில் ஒற்றைக்கண் மனிதர்தான் அரசர்," என்ற ஒரு பழமொழி உண்டு. நாங்கள் இன்னும் அந்த அளவில்தான் இருக்கிறோம். எங்களுடைய நடுத்தரநிலை வளர்ச்சி உட்திறன் என்று நாங்கள் நம்புவதை அடைய முடியும் என்ற நிலைக்குத் திரும்பியிருக்கிறோம் என்று நாங்கள் கருதுகிறோம். ஏனென்றால், நிலைமை சீராகி வருகிறது. பெருநிலை – நிலைப்புத் தன்மை இருக்கிறது. எல்லா அதிர்ச்சியையும் தாங்கக் கூடியதாக இல்லாவிட்டாலும், பெருமளவு அதிர்ச்சிகளைத் தாங்கிக்கொள்ள முடியும். நடப்புக்

கணக்குப் பற்றாக்குறை 1 விழுக்காட்டில் இருக்கிறது. நிதிப் பற்றாக்குறை குறைந்திருக்கிறது; குறைந்துகொண்டே வருகிறது. ஒருங்கிணைப்புபாதையில் அரசு உறுதியாக இருக்கிறது. பண வீக்கம் 11 சதவீதத்திலிருந்து 5 சதவீதமாகக் குறைந்திருக்கிறது. வட்டி வீதங்களும் குறைந்திருக்கின்றன. பணவீக்கத்தைக் கட்டுப்படுத்தும் சட்டகம் செயல்படுகிறது. எனவே நல்ல விசயங்கள் பல நடந்திருக்கின்றன.

இன்னும் செய்யவேண்டியவை இருக்கின்றன. கட்டமைப்பில் சீர்திருத்தங்கள் நடந்து கொண்டிருக்கின்றன. புதிய நொடிப்பு விதியைக் கொண்டுவர அரசு ஏற்பாடு செய்துவருகிறது. பொருட்கள் சேவை வரி கொண்டுவரப்படவிருக்கிறது. மிகவும் உற்சாகம் அளிக்கும் நிகழ்வுகளும் நடந்து வருகின்றன. எடுத்துக்காட்டாக, போனவாரம் கைபேசியிலிருந்து கைபேசிக்கு நாட்டில் எந்த வங்கிக் கணக்கிலிருந்தும் வேறு வங்கிக்கு பணத்தை மாற்ற அனுமதிக்கும் மேடையைத் தொடங்கி வைத்தேன். அது ஒரு பொது மேடை. எனவே யார் வேண்டுமென்றாலும் பங்கு பெறலாம். ஆப்பிள் பே, ஆன்ட்ராய்டு பே போன்றதில்லாமல் இது எந்தக் குழுமத்திற்கும் சொந்தமில்லை. இதுதான் இத்துறையில் முதலில் வந்தது என்று நினைக்கிறேன். எனவே, தொழில்நுட்ப வளர்ச்சிகள் நடைபெற்று வருகின்றன. அது பெரும்பாலான மக்களுக்கு நல்ல வாழ்க்கையைத் தருகிறது. எப்படி நடக்கிறது என்று பார்ப்போம்.

என்னுடைய முழு விடையையும் வாசிப்பவர்கள், நான் இப்போது நடந்து கொண்டிருப்பதைக் குறைத்து மதிப்பிடவில்லை என்றும், அதேசமயம் நாம் செய்ய வேண்டிய பணி இருக்கிறது என்றும் நான் இந்தியா பற்றிய நம்பிக்கையுடன்தான் பேசினேன் என்றும் முடிவுக்கு வருவார்கள். ஆனால், சமூக வலைதளத்தில் என்னுடைய விடையின் கீழ்க்கண்ட வரிகளை மட்டும் எடுத்துக்கொண்டு என்னைப் பிடித்துக்கொண்டார்கள். பார்வையற்றோர் நாட்டில் ஒற்றைக்கண் மனிதர்தான் அரசர், என்று ஒரு பழமொழி உண்டு. நாங்கள் இன்னும் அந்த அளவில்தான் இருக்கிறோம். இந்த மேற்கோளைப் பிறர் சொல்லக்கேட்ட சில அமைச்சர்கள் நான் சொன்னது பற்றிக் குறைபட்டுக் கொண்டார்கள். வேண்டுமென்றே என்மேல் குற்றம் சொல்வதற்குக் காரணம் தேடிக்கொண்டிருந்தது எனக்கு அலுத்துவிட்டது. எனவே 2016 ஏப்ரல் 26 அன்று *National Institute of Bank Management* பட்டமளிப்பின்போது பேசக் கிடைத்த வாய்ப்பைப் பயன்படுத்திக்கொண்டு கீழ்க்கண்ட உரையை ஆற்றினேன். அப்போது அதிகப்படியான கொண்டாட்டம் பற்றி எச்சரித்தேன். மீண்டும் ஒருவருக்கு

ஒருவர் மரியாதையுடனும், பொறுத்துப்போகும் மனப்பான்மையுடனும் நடந்துகொள்ள வேண்டிய அவசியத்தை வலியுறுத்தி முடித்தேன்.

சொற்கள் முக்கியம்தான்; அதுபோல நோக்கமும் முக்கியம்

எதைப் பற்றிப் பேசவேண்டும் என்று சிந்தித்தபோது, அமெரிக்கர்கள் சொல்கின்ற "கற்றுத் தரக்கூடிய தருணம்" தருகின்ற அண்மை அனுபவம் ஒன்று பற்றிப் பேசலாம் என்று நினைத்தேன். அந்த அனுபவத்தைப்பெற முதலில் இந்தியா எங்கிருக்கிறது என்பதிலிருந்து தொடங்கவேண்டும். உலகில் மிக வேகமாக வளர்ந்து வருகின்ற பெரிய நாடு, உற்பத்தித் திறன் பயன்பாடு 70 விழுக்காடு என்ற குறைவான நிலையில் இருந்தாலும், இரண்டு பருவ மழைகள் பொய்த்ததால் விவசாய விளைச்சல் மந்தமாக இருந்தாலும், நமது உட்திறன் ஐயத்திற்கு இடமில்லாமல் உயர்வாகவே இருக்கிறது.

எனினும், வளர்ச்சி என்பது செயலின் ஓர் அளவுகோல்தான். அதோடு ஒரு தனிநபருக்கான *GDP*-யில் அளவும் முக்கியம். தனி நபர் வருமானத்தின் அடிப்படையில் பார்த்தால் உலகின் பெரிய நாடுகளில் மிக ஏழை நாடுகளில் இந்தியாவும் ஒன்று. நாம் நமது குடிமக்கள் ஒவ்வொருவருடைய தேவைகளையும் ஓரளவு தீர்த்து வைக்க வேண்டுமென்றால் நெடுந்தூரம் போகவேண்டும். அடிக்கடி நம்மைச் சீனாவோடு ஒப்பிடுகிறார்கள். ஆனால், 1960-களில் நம்முடையதைவிடச் சிறியதாக இருந்த சீனப் பொருளாதாரம் இப்போது சந்தை பணமாற்ற வீதங்களில் ஐந்து மடங்கு நம்மைவிட அதிகமாக இருக்கிறது. சராசரி இந்தியனைவிட சராசரி சீனன் நான்கு மடங்கு பணக்காரன். நாம் சாதித்துவிட்டோம் என்று உரிமை கொண்டாட நாம் நெடுந்தூரம் செல்ல வேண்டும் என்பது நம்மை விழித்தெழச் செய்யும் கருத்து.

இன்றைய நடைமுறை நிலைக்கு ஏற்றவாறு நடக்கவேண்டிய ஒரு மைய வங்கியாளனாக நான் இந்தியா வேகமாக வளர்ந்து கொண்டிருக்கும் பெரிய பொருளாதாரம் என்று பெருமகிழ்ச்சி கொள்ள முடியாது. நமது இன்றைய வளர்ச்சி அரசினுடைய, மக்களுடைய கடுமையான உழைப்பின் பிரதிபலிப்பு என்பது உறுதி. ஆனால், நாம் ஒவ்வொரு இந்தியனுக்கும் தரமான வாழ்க்கையைத்

தரவேண்டுமென்றால், இதே செயல்திறனை இன்னும் இருபது ஆண்டுகளுக்குத் தொடர வேண்டும். ஆனால், நாம் இதுவரையில் செய்துவந்திருக்கிற, செய்கின்றவற்றைக் குறைகூறுவதற்காக அல்ல. மைய மாநில அரசுகள் உறுதியான, நிலைத்திருக்கக்கூடிய வளர்ச்சிக்குமான மேடையை உருவாக்கி வந்திருக்கின்றன. அதன் விளைவுகள், வரவிருக்கின்றன என்று நான் உறுதியாக நம்புகிறேன். ஆனால், இதேபாதையில் இன்னும் சிறிது காலம் செல்லும் வரையில் நான் எச்சரிக்கையாகவே இருக்கிறேன்.

நமது நாடு சாதிக்கக் கூடிய நாடு என்றும், கடந்த காலத்தில் குறைந்த அளவே சாதித்திருக்கிறது என்றும் உலக அளவில் நமக்குப் புகழிருக்கிறது என்பதை நாம் நினைவில் கொள்ளவேண்டும். எனவேதான் *BRICS* நாடுகளில் தனி நபர் அடிப்படையில் இன்னும் மிகவும் ஏழைநாடாக இருந்து வருகிறோம். செயல்படுத்தி, செயல்படுத்தி, செயல்படுத்தி - நெடுங்காலம் நமது திறன் முழுவதையும் வெளிக் கொணர்ந்து இத்தகைய கண்ணோட்டங்களை மாற்ற வேண்டும். நாம் நமது இப்போதைய வளர்ச்சியின் உயர்வைக் கொண்டு நம்மை மறந்துவிடக் கூடாது. ஏனென்றால், நமது உயர்வைப் பற்றி நாமே நம்பத்தொடங்கி, இனி வரப்போகின்ற செல்வத்தை இப்போதே விநியோகித்து விட்டோமென்றால், வளர்வதற்காக நாம் செய்யவேண்டிய அனைத்தையும் நிறுத்தி விடுவோம். இந்தியாவின் கடந்த காலத்தில் இதே கதை பலமுறை நடந்திருக்கிறது, முடிவு என்ன என்பது நமக்குத் தெரியும்.

எனவே, அன்றொருநாள் ஒரு வெளிநாட்டு இதழாளரிடம் பேசிக்கொண்டிருந்தபோது அவர் உலகப் பொருளாதாரத்தில் ஒரு பிரகாசமான இடத்தில் இருப்பது எப்படி இருக்கிறது என்று கேட்டார். அப்போது நான் "பார்வையற்றோர் நாட்டில் ஒற்றைக்கண் மனிதர்தான் அரசன்" என்பதற்கான இந்தியச் சொற்றொடரைப் பயன்படுத்தினேன். இந்தப் பழமொழிக்கு நீண்ட பன்னாட்டு வரலாறு உண்டு. எராஸ்மஸ் என்ற டச்சு நாட்டுத் தத்துவஞானி லத்தீன் மொழியில் பயன்படுத்தினார். அவர் ஒருவேளை அவருக்கு முன்னாலிருந்த ஏதாவது ஒரு நூலிலிருந்து எடுத்திருக்கலாம்.

எங்களுடைய சிறந்த செயற் சாதனைக்கான காரணம் உலக அளவில் பொருளாதார வளாச்சி மந்தமாக இருந்ததுதான் என்று காட்டுவதே எனது நோக்கம். ஆனால், நாம் இன்னும் அதிகமான வளர்ச்சிக்கு ஆசைப்படுகிறோம். பிறகு நான், நாங்கள் எங்களது முழு உள் திறனையும் பயன்படுத்தவில்லை என்றும், எனினும் சீர்திருத்தங்கள்

நடைமுறைப்படுத்தப்படுவதால் குறிப்பிடத்தக்க வளர்ச்சியை நோக்கிப் போய்க்கொண்டிருக்கிறோம் என்றும் சொன்னேன்.

செய்திப் பசி எடுத்த நமது நாட்டில் நமது உள்நாட்டுச் செய்தித்தாள்கள் நான் பயன்படுத்திய சொற்றொடரைத் தலைப்புச் செய்தியாக வெளியிட்டன. ஒன்று சொல்லவேண்டும், அவர்கள் அதற்கான சூழலையும் கொடுத்திருந்தார்கள். ஆனால், ஒரு சிலரே தலைப்புச் செய்திக்கு மேலும் படிக்கிறார்கள். எனவே, நான் அதிகம் நாம் சாதிக்க வேண்டும் என்று வலியுறுத்துவதற்குப் பதிலாக, நான் நமது வெற்றியைக் குறைத்துச் சொல்கிறேன் என்று பொருள் கொண்டதால் எனது நேர்காணல் சர்ச்சைக்குரியதாக ஆயிற்று.

பொதுவாகவே, பொதுமனிதர் ஒருவர் பேசும் ஒவ்வொரு சொல்லையுமே அதன் பொருள் காணப் பிழிந்து எடுத்து விடுவார்கள். ஒரு செய்தித்தாளின் தலைப்புச் செய்திபோல சூழலிலிருந்து பிரித்தெடுத்துப் போடப்படும் சொற்கள், குறும்பு செய்யவிரும்பும் யாருக்கும் விளையாட்டுப் பொருளாக ஆகிவிடுகின்றன. மேலும் வேறு இடங்களில் பொதுவான பயன்பாட்டிலிருக்கும் சொற்களும், பழமொழிகளும் இன்னும் மோசம். ஏனென்றால் அவற்றை எளிதாக, வேண்டுமென்றே திரித்துப் பொருள் கொள்ளலாம். பொதுவான ஓர் உரையாடல் வேண்டுமென்றால் சொற்களை அவற்றின் சூழலிலிருந்து பிரித்து எடுக்காமல் படிக்க வேண்டும். இது ஒரு தொலைவில் இருக்கும் நம்பிக்கையாக இருக்கலாம்!

எனினும் நான் காயப்படுத்திய மக்களுக்கு, பார்வையற்றோருக்கு - என்னுடைய வருத்தத்தைத் தெரிவித்துக் கொள்கிறேன். அந்தப் பழமொழி ஒற்றைக் கண் மனிதர் பார்வை இல்லாதவரைவிடச் சிறந்தவர் என்பது போலக் காட்டுகிறது. சிறிது சிந்தித்துப் பார்த்தால் இது உண்மையில்லை என்று உணர்த்துகிறது. ஏனென்றால், பார்வையற்றோர் தங்களது குறைபாட்டைச் சரிசெய்ய அதிகமாக திறன்களை உண்டாக்கிக் கொள்கிறார்கள். உண்மையில் குறைபாடு உடையோர் எனப்படும் மாற்றுத் திறனாளிகளின் மன உறுதியும், வெற்றிபெறும் பசியும், பார்வையுள்ளோர் உலகில் அதிகச் சாதனை படைத்தவர்களாக ஆவதற்கு உதவுகின்றன. மேலும் அவர்களுடைய தொடுதல், நுகர்வு, கேட்டல் முதலான பிற புலன்திறன்கள் கூர்மையாக இருப்பதால், பார்வையற்றோர் நமது உலகிற்கு புதிய கண்ணோட்டத்தையும், வகைகளையும் சேர்த்து அதனை மேலும் வளமுடையதாக, உயிர்த் துடிப்புள்ளதாக ஆக்க முடியும். எனவே

பார்வையற்றோர் திறமையற்றவர்கள் என்று பொருள்படும்படி பேசியதற்கு மனம் வருந்துகிறேன்.

இது இன்னொரு முக்கியமான கேள்விக்கு நம்மை இட்டுச் செல்கிறது. தவறாகப் புரிந்துகொள்ளப்படக் கூடியவாறு நமது மொழியில் எவ்வளவு அடங்கியிருக்கிறது? நோக்கம் தெளிவாக வேறொன்றாக இருக்கும்போது, மன்னித்தல் என்பது தவறான சொற் தேர்வாக இருக்கவேண்டும்.

நான் இரண்டு எடுத்துக்காட்டுகளில் தருகிறேன். "கண்ணுக்குக் கண் என்பது உலகம் முழுமையையும் பார்வையற்றதாக ஆக்கிவிடும்" என்று காந்தியடிகள் அடிக்கடி சொல்வார். இதில் உள்ளடங்கியிருப்பது பார்வையற்றதாக உலகம் ஆகிப்போவது விரும்பத்தக்கது அல்ல என்பது. இது பார்வையற்றநிலை பார்க்கும் திறனுக்கும் குறைவானது என்பதால் அதில் நாம் பாதுகாப்புத் தேடிக் கொள்ளலாம். அப்போது இந்தப் பழமொழியே வேற்றுமைப்படுத்துவதாக ஆகிறது. எனினும் காந்தியடிகள் கவனப்படுத்துவது பார்வையற்ற நிலையினுடையதில்லை, பழிக்குப்பழி வாங்கும் கொள்கையின் அபத்தம்தான், அவருடைய நோக்கம் பார்வையற்றோரை அவமதிப்பது அல்ல.

என்னுடைய இரண்டாவது எடுத்துக்காட்டு நான் கலந்துகொண்ட ஆசிரியர் கூட்டத்திலிருந்து எடுக்கப்பட்டிருக்கிறது. அக்கூட்டத்தில் ஓர் ஆண் பேராசிரியர் "கட்டை விரல் விதியின்படி" என்ற சொற்றொடரைப் பயன்படுத்தினார். உடனே ஒரு பெண் வரலாற்றுப் பேராசிரியர் கொந்தளித்துக் கோபமடைந்தார். சட்டத்தை மீறாமல் ஓர் ஆண் தனது மனைவியை அடிக்கப் பயன்படுத்தக்கூடிய குச்சியின் கனத்தைத்தான் கட்டைவிரல் விதி வரலாற்றுபூர்வமாகக் குறிக்கிறது என்று விளக்கினார். ஆண் பேராசிரியர் அந்தச் சொற்றொடரை அவ்வளவு சிரத்தையில்லாமல் பயன்படுத்தியது, வீட்டில் வன்கொடுமை அதிகரிப்பதுபோல் இருக்கிறது என்பதால் அவர் கோபப்பட்டார். ஆனால், ஆண் பேராசிரியருக்கே அச்சொற்றொடரின் வரலாற்றுமூலம் தெரிய வாய்ப்பில்லை. அவர் மன்னிப்புக் கேட்டார். அவருடைய அறியாமை யாரையும் புண்படுத்துவது அவரது நோக்கமில்லை என்பதைத் தெளிவாகக் காட்டிற்று. எனினும் பெண் பேராசிரியர் இகழ்ச்சியாக எடுத்துக் கொண்டார்.

இங்கே இரண்டு விசயங்கள் உள்ளன. முதலாவதாக நாம் பயன்படுத்தும் ஒவ்வொரு வார்த்தையையும் கவனித்து மற்றவரைப் பாதிக்காத மொழியைப் பயன்படுத்தி அல்லது முன்னெச்சரிக்கையான சொற்களால் பாதுகாப்புத் தேடி நேரத்தைச் செலவழித்தோமென்றால், நாம் மந்தமான சொற்பொழிவாளராக ஆகி, யாரும் நம்மைக் கவனிக்க முடியாத அளவிற்கு சுவையின்றிப் பேசுவோம்.

எடுத்துக்காட்டாக, "கண்ணுக்குக் கண் உலகைப் பார்வையற்றதாக ஆக்கிவிடும்" என்பதை "பழிக்குப் பழி", போர்களைக் குறைத்துவிடும் என்று சொல்லலாம். இரண்டாவது சொன்னது சுருக்கமாக, மற்ற யாரையும் பாதிக்காததாக இருக்கிறது. ஆனால், பெரும்பாலானவர்களுக்கு ஒரு பொருளும் தராது. மாற்றாக, 'உடலின் ஒரு பகுதிக்காக இன்னொரு பகுதியை எடுப்பது பாதிக்கப்பட்ட மக்களின் மொத்தத் திறன்களையும் தற்காலிகமாகக் குறைக்கும். அவர்கள் இழந்த உடல் பகுதிகளை ஈடுசெய்ய அனுமதிக்கும் திறன்களை வளர்க்கும்வரை இது நடக்கும்' என்று சொல்லலாம். இப்படி மாற்றிச் சொல்வது முதலில் சொன்னதைவிடத் துல்லியமானது. ஆனால், அதில் உயிரே இல்லை, எனவே கேட்போரை அது தன் பக்கம் ஈர்க்க முடியாது.

அதேசமயம், அவமதிப்பு அல்லது பகையை உண்டாக்கக் கூடிய சொற்கள் அல்லாது சொற்றொடர்கள் பற்றி அக்கறை காட்டாவிட்டால் அது வளர்ச்சியைத் தடுக்கும். ஒரேமாதிரியான செயல்கள் தொடரும் ஆபத்து ஏற்படும். வங்கியாளர்கள், அறிவியலாளர்கள், பொறியியலாளர்கள் அல்லது மருத்துவர்களைப் பொதுவாகக் குறிக்கும்போது ஆண்பால் சொற்களையே பயன்படுத்துகிறோம். இவையெல்லாம் பெண்களுக்கு உரிய வேலையில்லை என்ற ஓர் எண்ணத்தைத் தொடரச் செய்கிறது. அப்படிச் செய்யும்போது இத்துறைகளில் பெண்கள் அதிக அளவிற்கு இருப்பதை நாம் கண்டு கொள்ளாதவர்களாக ஆகிறோம். அப்படியானால் இதற்குத் தீர்வு என்ன?

நாம் எல்லோருமே பொது உரையாடல்களைச் சிறப்பாக்க வேலை செய்யவேண்டும் என்று நினைக்கிறேன். பேச்சாளர்கள் தங்களது சொற்களைக் கவனமாகக் கையாள வேண்டும். மனதைப் புண்படுத்தும் சொற்களைத் தவிர்க்க வேண்டும். அதேசமயம் எல்லா இடங்களிலுமே, பேசுவோர் அவமானம் தரும் சொற்களைப் பேசுகிறாரோ என்று கேட்போர் பார்த்துக்கொண்டே இருக்கக்

கூடாது. என்ன நோக்கத்தோடு பேசுகிறார் என்பதைச் சொற்களைச் சூழலில் பொருத்திப் பார்க்கவேண்டும். அதாவது, பயனுள்ள செய்தி பரிமாற்றத்திற்கும், விவாதத்திற்கும் தொலைக்காட்சி நிகழ்ச்சிகளில் நாம் பார்க்கும் கோபமான சொற்பரிமாற்றத்திற்குப் பதிலாக மரியாதையும், பொறுத்துப்போதலும் வேண்டும். இதில் பெரிய ஆபத்து என்னவென்றால், நாம் செய்தியைப் பரிமாறிக் கொள்வதில்லை, விவாதத்தில் பங்கேற்பதில்லை. அப்போது நாம் ஒரு மாதிரியான விகாரப்படுத்தப்பட்ட கருத்துகள் எதிர்க்கப்படாமல் வளர வழி செய்கிறோம், பிளவு அதிகமாகக் காரணமாகிறோம். வேற்றுமையில் உருவாக்கப்பட்டு வளரும் நமது நாட்டில் அது அழிவையே கொண்டுவரும்.

இவ்வுரையைப் பற்றிய சில அறிக்கைகளும்கூட குழப்பமாக இருந்தன. நான் என்னுடைய வார்த்தைகளுக்கு மனம் வருந்தினேனா? மன்னிப்புக் கேட்டேனா? பார்வையற்றோரிடம் மன்னிப்புக் கேட்டேனா? அல்லது எதிர்ப்பாக இருந்தேனா? இன்னும் விளக்கம் சொல்வது அவசியம் இல்லை என்று நினைத்தேன். புரிந்துகொள்ள விருப்பம் இல்லாதவர்களைக் கட்டாயப்படுத்த முடியாது.

இயல் 8
பன்னாட்டு விவகாரங்கள்

I

என்னுடைய பதவிக்காலத்தின் பெரும்பகுதியில் நான் தொழில்வள நாடுகளின் மைய வங்கிகளால் கட்டவிழ்த்துவிடப்பட்ட வெள்ளம் போலப் பெருகிய நீர்மைத்தன்மை பற்றிக் கவலைப்பட்டேன். G-20 நாடுகளில் முதன்மைப் பொருளாதார ஆலோசராகவும், சட்டச் செயல் குழுவின் இணைத் தலைவராகவும் இதற்கு முன்னர் பணியாற்றியபோது, டாக்டர் பிராக்சி மிஷ்ரா உட்பட பிற திறமையான ஆலோசகர்களோடு சேர்ந்து, தொழில் நாட்டுப் பணக் கொள்கைகளால் (முதலீட்டு வரவுகளின்) மறைமுகமான விளைவுகள் இருக்கக்கூடும் என்பதை G-20 நாடுகள் ஏற்றுக் கொள்ளுமாறு செய்திருந்தேன். அமெரிக்க ஃபெடரல் ரிசர்வ் இறுக்கமாகப் பிடிக்கும் நடைமுறையைத் தொடங்கிபோது, அந்தச் செயல்களின் விளைவுகளை அது கணக்கில் எடுத்துக்கொள்ளவேண்டியதன் அவசியம் பற்றி பகிரங்கமாகவே பேசினேன். ஒரு மைய வங்கியாளர் இன்னொரு மைய வங்கியின் கொள்கையை விமர்சிக்கும் பெரும் தவறு செய்தேன். இருப்பினும் இந்தியாவிற்கு மிக அவசியம் என்று கருதினேன். அது ஃபெட் வங்கியின் கொள்கையை மாற்றிவிடும் என்று நம்பும் அளவிற்கு நான் வெகுளியில்லை. இருப்பினும் அது ஒரு மனமாற்றத்திற்குக் காரணம் ஆயிற்று. இதுபோன்ற விமர்சனங்கள் பல திசைகளிலிருந்து வந்திருக்கலாம். ஃபெட் வங்கி அதன்பிறகு வெளியிட்ட அறிக்கைகளில் அமெரிக்காவிற்கு வெளியேயுள்ள நிலைகள் பற்றி உணர்ந்தே இருப்பதாகத் தெரிவித்தது. ஒரு கொள்கைக் கூட்டத்தில் வெளிநாடுகளிலிருந்த நிலையற்ற தன்மைகள் அதனைத் தடுத்திருக்கலாம். எப்படியிருப்பினும், என்னுடைய கவலைகள் பற்றி 2014 ஏப்ரல் 10ஆம் தேதி அன்று புரூக்கிங்ஸ் இன்ஸ்டிடியூட்டில் உரையாற்ற அழைக்கப்பட்டேன்.* அப்போதுதான் ஃபெட் தலைவர் பதவியிலிருந்து ஓய்வுபெற்ற பென் பெர்னான்கே பார்வையாளர் மத்தியில் அமர்ந்திருந்தார்.

★ இந்த உரையில் நான் பயன்படுத்திய மேற்கோள்களை *https://www/org.in/scripts/Bs speeches view. aspx? Id= 886*இல் காண்க.

போட்டி பணச் செயலில் தளர்வு: மீண்டும் நேற்றைய நிலையா?

பெரும் பொருளாதார நெருக்கடியிலிருந்து உலகம் மீண்டுவந்து கொண்டிருக்கும் இவ்வேளையில், நாம் கவலைப்பட வேண்டிய ஒரு களம் பற்றி உங்களுடைய கவனத்தைப்பெற விரும்புகிறேன். ஒன்றிணைக்கப்பட்ட இவ்வுலகின் பணக்கொள்கையின் நடைமுறை பற்றியது அது. இப்போதைய சூழலை விவரிக்க ஒருவழி வழக்கத்திற்குப் புறம்பான கொள்கைகளின் மூலமாக பணச் செயலில் எல்லைக்கு அப்பாற்பட்ட தளர்வு (*Extreme monetary easing*) இருப்பதுதான். கடன் தலைக்கு மேலிருக்கும் நிலையில் உள்நாட்டுத் தேவையைக் கட்டுப்படுத்தும் கட்டமைப்பில் மாற்றம் தேவைப்படும் உலகில், அப்படிப்பட்ட விளைவுகளின் பெரும் பகுதி எல்லைகளுக்கு அப்பால் மறைமுகமாகப் பாய்கின்றது. இது சிலவேளைகளில் குறைவான பணமாற்று வீதங்களால் ஏற்படுகிறது. இதில் கவலைப்பட வேண்டியது, இதனால் எதிர்விளைவு தூண்டுப்படுகிறது என்பதுதான். நான் விவாதிக்கப் போவதுபோல், இப்படிப்பட்ட போட்டித் தளர்வு ஒரே நேரத்திலும், ஒன்றுக்கு பின் ஒன்றாகவும் நிகழ்கிறது. வளர்ந்த பொருளாதாரங்களும், வளரும் பொருளாதாரங்களும் இதில் ஈடுபடுகின்றன. இருக்க வேண்டியதை விட மோசமாக மொத்த உலகத் தேவை இருக்கலாம்; நிதி ரிஸ்க்குகள் அதிகமிருக்கலாம். நிலையான, குறிப்பிடத்தக்க வளர்ச்சியை உறுதி செய்ய, இவ்வாட்டத்தில் பன்னாட்டு விதிகளை மீண்டும் சரிபார்க்க வேண்டிய தேவை ஏற்பட்டிருக்கிறது. வளரும் பொருளாதாரங்களும், வளர்ந்த பொருளாதாரங்களும் மாற வேண்டும் அல்லது நாம் அடுத்த களைப்பூட்டும் பாதையில் செல்லவிருக்கிறோம் என்று அஞ்சுகிறேன்.

மைய வங்கியாளர்கள் அவர்களது கவலைகளைப் பொதுவிடங்களில் சொல்லத் தயங்குவார்கள். ஆனால், தேவைப்படும் மாற்றங்களில் அரசியல் கூறுகளும் இருக்கின்றன. ஆதலால், நான் பெரிதும் மதிக்கின்ற இரண்டு மைய வங்கியாளர்களின் உரைகளை அடிப்படையாக கொண்டிருக்கிறேன்: பென் பெர்னான்கே, தனது உலக அளவிலான சேமிப்புகள் தேக்கம் என்ற 2005 உரை மற்றும் ஜேக்சன் ஹோலில் 2012ஆம் ஆண்டு ஜேய்ம் கருவனா ஆற்றிய உரை. இருவரும் வெவ்வேறு கோணங்களிலிருந்து நான் எழுப்பியது போன்ற கவலைகளைக் குறிப்பிட்டிருக்கிறார்கள். தொடங்குவதற்கு முன்னர், இன்றைய வெளிப்படையான

காலகட்டத்தில் நான் என்னுடைய விருப்புகளை வெளிப்படுத்த வேண்டும். கடந்த சில மாதங்களாக இந்தியாவில் அதிகளவிலான முதலீடு வரவுகள் இருக்கின்றன. வெளிச் செலவுகள் இல்லை. தேவையான சில கொள்கை மாற்றங்களைச் செய்துகொண்ட வளரும் பொருளாதாரமாக இதனைச் சந்தைகள் கருதின. பெருமளவில் காப்புகள் கொண்டு சிறந்த பாதுகாப்பு தாங்கி இருக்கிறது. என்னுடைய கருத்தியல்கள் இன்னும் நிலையான பன்னாட்டு அமைப்பு வேண்டும் என்ற ஆசையால் உந்தப்பட்டிருக்கின்றன. நமது சூழலுக்குரிய குறிப்பட்ட சிலவற்றிற்காக இல்லாமல் பணக்காரருக்கும் ஏழைக்கும் சமமாக இவ்வமைப்பு வேலை செய்யும்.

வழக்கத்திற்குப் புறம்பான கொள்கை

நான் வழக்கத்திற்குப் புறம்பான பணக்கொள்கை (Unconventional Monetary Policy - UMP) பற்றிக் கவனம் செலுத்த விரும்புகிறேன். வட்டி வீதங்களை பூஜ்ய அளவிற்கு நீண்ட காலம் வைத்திருக்கும் கொள்கையையும், அளவுசார்ந்த தளர்வு அல்லது சில சந்தை விலைகளால் பாதித்திருக்கச் செய்வதற்காக மைய வங்கியின் இருப்பு நிலை அறிக்கையை மாற்றும் பணமாற்றக் குறுக்கீட்டுக் கொள்கையையும் நான் இங்கே UMP என்று குறிக்கிறேன். என்னுடைய உரை முழுவதும் நான் வலியுறுத்தப் போகும் மையக் கருத்து, அளவுசார்ந்த தளர்வும், பணமாற்றலில் தொடர்ந்து குறுக்கிடுவதும் பொருளியல் அளவில் ஒரே தன்மையுடையன, ஆனால், பயன்படுத்தப்படும் வழிகள் வெவ்வேறாக இருக்கலாம். இரண்டு வகைக் குறுக்கீடுகளிலும் அடிப்படையிலுள்ள சட்டரீதியான நிலையில்லாமல், அவற்றின் மறைமுக விளைவுகளின் பாதிப்புகளாலேயே நமது மனப்போக்குகள் அமைக்கப்பட வேண்டும்.

சந்தைகள் உலைந்துபோய், மிகவும் செயலற்றுப் போகும்போது மைய வங்கிகள் புதுமையாகச் சிந்திக்க வேண்டியது அவசியமாகிறது. அப்போது வழக்கத்திற்குப் புறம்பான கொள்கைகள் பயன்படும் என்றும் நான் சேர்த்துக்கொள்ள விரும்புகிறேன். உலகிற்கு நல்ல வேளையில், அவை லெஹ்மானின், வீழ்ச்சிக்குப் பிறகு அவை செய்த பெரும்பகுதி சரியாகவே இருந்தது. அவை உறுதியற்ற ஒரு சூழலில்

அவ்வப்போது இதனை மேற்கொண்டன. அவை Term Asset Backed Securities Loan Facility (TALF), Term Auction Facility (TAF), Troubled Asset Relief Programme (TARP), Securities Market Programme (SMP), Long - Term Refinancing Operation (LTRO), ஆகிய புதுமையான திட்டங்கள் மூலம் நீர்மைத்தன்மைக்கான அணுகுதலை எளிதாக்கின. அவர்கள் பெறும் ஈடுகள் பற்றி அதிகம் கேள்விகள் கேட்காமல், நீண்டகாலத் தவணைக் கடன்கள் கொடுத்தும், வழக்கமான வரம்புகளுக்கு அப்பாலும் வாங்கியும், சந்தைகளைச் சரிசெய்தும், உலக நிதியமைப்பிற்கான நீர்மைத்தன்மையைத் திரும்பக் கொண்டு வந்தார்கள். இல்லையென்றால் அப்போதிருந்த சந்தை சொத்து விலைகளின் அடிப்படையில் நொடித்துப் போயிருக்கும். இந்த விஷயத்தில் மைய வங்கிகள் ஹீரோக்கள்தான் (அப்போது அந்தச் சகோதரர் கூட்டத்தில் நான் உறுப்பினன் இல்லை, எனவே புகழ்ந்து பேசுவதில் எனக்கு அச்சமில்லை).

இவ்வாறு சந்தைகளைப் பழுது நீக்கியதற்கு அப்பாலும் இந்தக் கொள்கைகள் தொடர்வதால் என்ன நடக்கும் என்பதுதான் முக்கியக் கேள்வி. அங்கே பயன்கள் தெளிவாகத் தெரியவில்லை. எனது நான்கு கவலைகளை முன் வைக்கிறேன்.

1. அப்போதைய இக்கட்டுத் தீர்ந்தபிறகு வழக்கத்திற்குப் புறம்பான பணக்கொள்கை சரியான கருவியாகுமா? அது மீட்டெடுக்கும் வழியின் குறுக்கே நடந்தையையும் செயலையும் விகாரப்படுத்துமா? ஒத்துப்போகும் பணக்கொள்கை, ஓரளவு மிக அதிகமான தாராளக் கொள்கையால் உண்டான இக்கட்டைப் போக்க வழியா?

2. அப்படிப்பட்ட கொள்கைகள் நமக்குக் காலஅவகாசம் கிடைப்பதற்காகவா? அல்லது பொறுப்பை மைய வங்கி எடுத்துக் கொள்கிறது என்ற நம்பிக்கை பிற பொருத்தமான கொள்கைகளை நடைமுறைப்படுத்துவதைத் தடுக்கிறதா? அதாவது, மைய வங்கியாளர் நாங்கள்தான் எல்லாம் என்று சொல்வதால் அவர்கள் மட்டுமே அப்படி ஆகிவிடுகிறார்களா?

3. வழக்கத்திற்குப் புறம்பான கொள்கைகளிலிருந்து வெளிவருவது எளிதா?

4. அத்தகைய கொள்கைகளால் பிற நாடுகளில் என்ன பின் விளைவு ஏற்படும்?

முதல் இரண்டு பிரச்சனைகளைப் பற்றி நான் எனது முந்தைய உரையொன்றில் விவரமாகப் பேசியிருப்பதால், கடைசி இரண்டில் இங்கே கவனம் செலுத்துகிறேன்.

வெளியேறுதல்

தொழில் வளரும் நாடுகளில் வழக்கத்திற்குப் புறம்பான கொள்கையை நீண்டகாலம் கடைப்பிடிப்பதற்கு பேரினப் பொருளாதாரத்தில் தரப்படும் விவாதம் பணவீக்கம் ஒரே அளவாக இருந்தால் செலவினங்கள் குறைவு என்பதுதான். நன்மைகள் உறுதியில்லாமல் இருந்தாலும், அதனைத் தொடர்வது பயனுள்ளது என்று பல பொருளியல் வல்லுநர்கள் வழக்கத்திற்குப் புறம்பான கொள்கைகளை நீண்டகாலம் பயன்படுத்துவதால் ஏற்படும் நிதித்துறை ரிஸ்க்குகளைப் பற்றிக் கவலை தெரிவித்திருக்கிறார்கள். வெளியேறும்போது முதல் விலைகள் முந்தைய அளவுகளுக்குத் திரும்பாமல், சரிவில் அதிகமாக ஆகி, வெளியேறுதல் குறிப்பிடத்தக்க ஈட்டுப் பாதிப்பை ஏற்படுத்தும்.

கொள்கை ஏற்றுக்கொள்ளும் நிலையிலேயே நிற்கும்போது நிதித்துறையிலும், கடன் வாங்குபவர்களிடமும் அவர்களுக்குச் சாதகம் அதிகமாகும் என்பது ஒரு காரணம். சொத்து நீர்மைத்தன்மையில் தரப்படும் உந்துதல் கடனைத் திரும்பப் பெறுவதற்கு முதல் விற்பனைகள் உதவும் என்று கடன் தருபவர்களை நம்பச் செய்யும். இதனால் கடனுக்கும் மதிப்புக்கும் உள்ள விகிதங்கள் அதிகமாகும். நீர்மைத்தன்மை இறுகும்போது, அதிகப்படியான கடன் தருபவர்கள் சொத்து விற்பனைகளைச் சார்ந்து இருப்பார்கள். இதனால் முதல் விலைகளும், கடன் திரும்பப் பெறுதலும் குறைந்துவிடும். வேகமான (fire) விற்பனை விலையில் தாங்கள் கொடுத்த கடனின் விளைவுகளைக் கடன் கொடுத்தோர் கணக்கில் எடுக்காததால், அவர்கள் நெம்புதலை (leverage) அதிகப்படுத்த அதிகமான ஊக்கத்துடன் இருப்பார்கள். சரியான மதிப்பீட்டையும், தேவையான கவனத்தையும் நம்பாமல் சொத்து விற்பனையையே கடனைத் திரும்பப் பெறுவதற்கு கடன் தருபவர்கள் நம்பத் தொடங்கும்போது விளைவுகள் அதிகமாகும். இன்னொரு வழி வங்கிகளே அதிகமாக நிதி பரிவர்த்தனையாளராக ஆவது அல்லது வேலையில்லாத் திண்டாட்டம் அதிகம் என்பதால் கடுமையான காலத்தில் நீண்டகால அடிப்படையில் அது குறுக்கிடும்

என்பதற்கு மைய வங்கி சமிக்ஞை காட்டினால் வங்கிகளே நீர்மைத்தன்மையற்ற நிதி இறுப்பு அறிக்கையைப் பெறலாம்.

தொடர்ந்து வழக்கதிற்கு மாறான கொள்கையைக் கையாண்ட பிறகு வெளியேறுதல் நிலையற்றதாக ஆவதற்கு நிதிப் பரிமாற்றம் மட்டும் ஒரு காரணமாக இருக்க வேண்டியதில்லை. முதலீட்டு மேலாளர்கள் எதிர்பார்த்ததைவிடக் குறைவாக மற்றதோடு ஒப்பிடும்போது செயல்பட்டுவிடும் என்று அஞ்சலாம். ஒரு ரிஸ்க்கான சொத்திற்கு (பாதுகாப்பான சொத்துகளுக்கும் மேலாக) ரிஸ்க் பிரிமியம் கிடைப்பதாக உறுதியளித்தால், அவர்கள் அப்படிப்பட்ட ரிஸ்க் உள்ள சொத்துகளை வைத்திருப்பார்கள். இது அவர்கள் அதை வைத்திருப்பதால் குறைந்த பயன் தராது என்ற நம்பிக்கையைக் கொடுக்கும். பாதுகாப்பான சொத்தின் மேல் எதிர்பார்க்கும் லாபங்கள் தரும் வழி ரிஸ்க் உள்ள சொத்துகள் தேவையான ரிஸ்க் பிரிமியத்தைச் சந்திப்பதையும் எளிதாக்கும். இதனால் முதலீட்டு மேலாளர்கள் அதை வாங்க ஆர்வம் காட்டுவார்கள். நீண்டகாலம் குறைந்தநிலை பற்றிய வழிகாட்டுதல் அதிக நம்பிக்கை தருவதாக இருக்கும்போது, அதிகமான ‘ரிஸ்க்’ எடுப்பதும் இருக்கும். எனினும், முதலீட்டு மேலாளர்கள் ரிஸ்க்குள்ள சொத்தில் குவியும்போது, ரிஸ்க்குள்ள சொத்திற்கு இன்னும் துல்லியமாக விலை நிர்ணயிக்கப்படும். அப்போது, வட்டி வீதச் சூழல் மாறுமானால் அடிமாட்டு விற்பனைக்கான சாத்தியக்கூறும் அதிகம். அந்த நேரத்தில் ஒவ்வொரு மேலாளரும், கடைசி வரையில் தனது சொத்தை வைத்துக்கொண்டே இருப்பதைத் தவிர்க்க, ரிஸ்க்குள்ள சொத்தைத் தள்ளிவிட்டு விடுவார்.

எனவே நிதிப் பரிமாற்றமும், முதலீட்டாளர் குவிந்துவிடுதலும் வெளியேறுதலின் விளைவுகளைக் கெடுத்துவிடும். பணக் கொள்கை அதிக அளவு ஏற்றும்கொள்ளும் தன்மையுடையதாக இருக்கும்போது, பேரளவிலான அல்லது குறுகிய அளவிலான கெட்டிக்காரத்தனமான ஒழுங்குபடுத்துதல் போதுமான அளவிலான பாதுகாப்பாக இருக்காது. இதற்கு ஒரு காரணம், ஃபெட் ஆளுநர் குறிப்பிட்டதுபோல, நிதி அமைப்பின் ஒழுங்குபடுத்தப்படாத பகுதி உட்பட ஒவ்வொரு இடுக்கிலும் பணக்கொள்கை நுழைந்துவிடும். இன்னொரு காரணம் அதிகப்படியான இணக்கமாக இருக்கும் பணக்கொள்கை வலுவுள்ள ஊக்கத் திரிபுகளை ஏற்படுத்தும். அவற்றின் விளைவுகள் பின்னரே அறியப்படும். ஆனால், வெளியேறுதலின் விளைவுகள் உள்ளூரில் - உள் நாட்டில் - மட்டும் உணரப்படுவதில்லை. அது பன்னாட்டையும் பாதிக்கும்.

மறைமுக விளைவு (spillover)

ஒன்றிணைக்கப்பட்ட உலகில் அதிகப்படியான 'ரிஸ்க்' எடுப்பதனால் எளிதில் பாதிக்கப்படக்கூடியவை, நாட்டு எல்லையைத் தாண்டி நாடுகள் பெரிய நாடுகளின் பணக்கொள்கை அதிகமாக வழக்கத்திற்குப் புறம்பாக இணக்கமாகப்போவது போதுமாக இருக்கும்போது, பெறும் நாடுகளுக்கு முதலீட்டு வரவுகள் உள்நாட்டுப் பரிவர்த்தனையை அதிகரிக்கும். இது எல்லைகளுக்கு உள்ளே நடக்கும் வங்கி வரவு செலவுகளால் மட்டுமல்ல, மறைமுக விளைவுகளாலும் இருக்கும். ஏனென்றால், அதிகமாகும் பணமாற்று வீதமும், குறிப்பாக வீடு கட்டுமானத்தில் சொத்தின் விலைகள் கூடுவதாலும், கடன் வாங்குபவர்களிடம் அவர்களுக்கு உண்மையில் இருப்பதைவிட அதிகமான பங்குத் தொகை இருப்பதுபோலத் தோன்றும்.

பெறும் நாடுகளில் பணமாற்று விகிதத்தில் இளக்கம் பெருக்கங்களைக் குறைக்குமே தவிர சமநிலைப்படுத்தாது. உண்மையில் 2013 மே மாதத்தில் (அமெரிக்க) ஃபெட் வங்கி படிப்படியாகக் குறைப்பது பற்றி பேசத்தொடங்கியவுடன், வளரும் சந்தையின் நிலையற்றதன்மை பற்றிய அண்மை நிகழ்வில், அளவில் இளக்கம் இருந்த முந்தைய காலகட்டத்தில் உண்மையான பணமாற்றுவீதம் உயர்வதற்கு அனுமதித்த நாடுகள் நிதிநிலைகளில் அதிக அளவு பாதிப்புக்கு உள்ளாயின. நிதித்துறைத் தாராளமயமாக்கலில் பாடப் புத்தகங்களில் தரப்பட்டிருக்கும் கொள்கைகளை எடுத்துக்கொண்ட நாடுகள் உள்வரவுகளால் பாதிக்கப்படாமலில்லை. உண்மையில் அவற்றில் ஆழம் உள்ள சந்தைகள் அதிக உள்வரவுகளை ஈர்க்கும். இந்த நீர்மைத் தன்மையுடைய சந்தைகளில்தான், முன்னேறிய நாடுகளின் நிலைகள் மாறும்போது விற்றல் நடைபெறுகிறது.

பேரளவில் கெட்டிக்காரத்தனமான நடவடிக்கைகள் உள்வரவுகளின் வெள்ளத்தில் மிகக் குறைவான இழுவைச் சக்தியையே கொண்டிருக்கும். ஸ்பெயின் நாடு அதன் அவசரகாலத் தேவைக்கு விதிக்கப்பட்டதற்கு அதிகமாக நிதி ஒதுக்கி வைத்திருந்த போதிலும் (counter cycling provision)வீடு கட்டும் தொழிலில் பெரு வளர்ச்சி காட்டியது. பெறும்நாடுகள் சரிப்படுத்தி சமாளித்துக்கொள்ள வேண்டும். ஆனால், சரிப்படுத்தும் அளவையும் கடனும் உள்வரவும் மறைத்துவிடும். எடுத்துக்காட்டாக, புதிய வீடுகளின் சொத்துகளிலும் புதிய விற்பனைகளில் விற்பனை வரிகளும், நிதிச்

சொத்து விற்பனைகளில் முதல் லாப் வரிகளும், வளமாக இருக்கும் நிதித்துறையில் வருமான வரிகளும் தரக்கூடிய அதிகப்படியான சேகரங்கள் ஒரு நாட்டின் நிதிநிலை சீராக இருக்கும் என்ற தவறான எண்ணத்தைத் தந்துவிடும். அதேசமயம் அமைதி உணர்வுக்கு அரசாங்கக் கடனில் குறைந்த ரிஸ்க் உள்ள பிரிமியம் வழி செய்யும். அதேசமயம், பணமாற்ற வீதம் பெயரளவுக்கு அதிகமாகவும், பணவீக்கத்தைக் குறைக்கவும் உதவலாம்.

கொள்கைக்கு உறுதிப்பாடு குறைவாகவும், மக்கள் குரலுக்கு அடிபணிவதாகவும் இருக்கும் வளர்ந்துவரும் சந்தைகளில் கட்டமைப்பிலிருந்து, சூழல் அமைப்பை வேறுபடுத்திக் காண்பதால் கஷ்டம் அதிகமாகிறது. முதல் உள்ளே வரும்போது சூழல் கொள்கை ஏழை நாடுகளின் நோய் என்று எண்ணுவது தவறு. ஸ்பெயின், அயர்லாந்து போன்ற வலிமையான நிறுவனங்கள்கொண்ட பணக்காரப் பெறும் நாடுகளும் முதல் நுழைவதனால் ஏற்படும் நலிவிலிருந்து தப்புவதில்லை.

பெறும் நாடுகள் நிலையான முதல் வரத்துகளையே விரும்பும். வழக்கத்திற்கு மாறான கொள்கையால் உந்தப்படும் வரத்துகளை அல்ல. எனினும், வழக்கத்திற்கு மாறான கொள்கைகள் நடைமுறைக்கு வந்துவிட்டால், தொடர்ந்து நீண்டகாலமாக எளிதில் பணம் வருவதால் ஏற்படும் சிக்கல்களாக அவை இருந்திருக்கின்றன. ஆனால், சில மூல நாடுகள் (பணம் தரும் நாடுகள்) வழக்கத்திற்கு மாறான கொள்கைகளை வெளிச் செலவுக்கு பயன்படுத்தும்போது, பெறும் நாடுகளில் சில நிதிப் பரிமாற்றத்தில் அகப்பட்டுக்கொண்டு, நிலை இழந்து, மூலதன வரவுகளால் எளிதில் பாதிக்கப்படக் கூடியவையாக ஆகின்றன. முதலீட்டு மேலாளர்கள் வருங்காலக் கொள்கை வழியின் விளைவுகளை எதிர்பார்ப்பார்கள். எனினும் வெளியேறுதலின் அளவுபடுத்தப்பட்ட வேகம்கூட சந்தையில் தீவிரமான குழப்பத்தை ஏற்படுத்தும். ஈட்டுப் பாதிப்பையும் ஏற்படுத்தும் (collateral damage). உண்மையில் வெளியேறுதல் எவ்வளவுக்கு எவ்வளவு அதிகமாக வெளிப்படையாகவும், நன்றாக தகவல் தெரிவிக்கப்பட்டதாகவும் இருக்கிறதோ அந்த அளவிற்கு அயல்நாட்டு முதலீட்டு மேலாளர்கள் மாறிய நிலைகளில் இருப்பது உறுதி. ரிஸ்க்குள்ள நிலைகளிலிருந்து அதேவேகத்தில் வெளியேறிவிடுவார்கள்.

பெறும் நாடுகள் அவை வழக்கத்திற்குப் புறம்பான கொள்கையைக் கொண்டுவரும்போதும், வெளியேற்றல் நிதி மூலநாட்டில்

விதிக்கப்படும் நிபந்தனைகளாலேயே தள்ளப்படும்போதும் எதிர்க்கின்றார்கள் என்றால் அது பகுத்தறிவுக்குப் புறம்பானது அல்ல. நிதிப்பரிவர்த்தனையாலும், அதிக நெருக்கடியாலும் எளிதில் பாதிக்கப்படும் நிலைக்கு வந்துவிடுவதால், பெறும் நாடுகள் அவை சந்திக்கும் நிலைகளுக்கு ஓரளவுக்காவது ஏற்ற வேகமும், காலக் கெடுவும் உள்ள வெளியேறுதல் வேண்டுமென்று கேட்கிறார்கள்.

பன்னாட்டுப் பணக் கொள்கை ஒத்துழைப்புக்கான தேவை

எனவே, பணக்கொள்கையில் நான் அதிகப்படியாக ஒத்துழைப்பு வேண்டும் என்று கேட்கிறேன். ஏனென்றால், இப்போது பன்னாடுகளின் மத்தியில் இருக்கும் அமைப்பின்மையைவிட இது நல்ல முன்னேற்றமாக இருக்கும். மத்திய வங்கியாளர்கள் மத்தியில் பன்னாட்டுப் பணக் கொள்கை ஒத்துழைப்புக்கு வரவேற்பிருக்காது. எனவே நான் ஏன் இதை வலியுறுத்துகிறேன், அதன் பொருள் என்ன என்று நான் கருதுகிறேன் என்பதை விளக்க வேண்டும்.

வங்கியாளர்கள் எல்லோரும் மொத்தமாக மேசையைச் சுற்றி அமர்ந்து கொள்கையை வகுக்கவேண்டும் என்று நான் சொல்ல வரவில்லை. அவர்கள் அடிக்கடி ஒருவரையொருவர் அவ்வப்போது அழைத்து தங்கள் செயல்களை ஒருங்கிணைங்க வேண்டும் என்றும் சொல்லவில்லை. பெரிய நாடுகளின் மைய வங்கிகள், வளர்ந்துவரும் நாடுகளிலும், வளரும் சந்தைகளிலும் அவர்களது கொள்கைகளில் மறைமுக விளைவுகளை உள்வாங்கிக் கொள்ள வேண்டும் என்றும், அதிக அளவிலான மறைமுக விளைவுகளையும் கேள்விக்குரிய உள்நாட்டு நன்மைகளையும் தவிர்க்கச் செயல்படும் விதிகளில் புதிய வழக்குகளைக் கொண்டுவர வேண்டும் என்றும் முன்மொழிகிறேன். இது வலுமிக்க ஒரு வடிவம். வலுமிக்க இந்த வடிவத்தை நடைமுறைப்படுத்துவதில் சிக்கல் இருப்பதால், உடனே வரும் பின்னூட்ட விளைவுகளை மட்டுமின்றி, ஒரு சிறிது காலத்திற்கு மற்றைய நாட்டு பிரதிவினைகளைக் கருத்தில்கொண்டு மைய வங்கிகள் தங்கள் உள்நாட்டு விதிமுறையை மறுபரிசீலினை செய்ய வேண்டும் என்று முன்மொழிகிறேன். இவ்வாறு மறைமுக விளைவுகள் பற்றி அதிகமான கவனம் ஏற்படும். இந்த வலுவற்ற ஒருங்கிணைப்பு பன்னாட்டு அளவிலான பாதுகாப்பு வகைகளை மறுஆய்வுக்கு உட்படுத்தி இதற்குத் துணை சேர்க்கலாம்.

ஒருங்கிணைப்பால் கிடைக்கும் பயன்கள்

கொள்கை ஒருங்கிணைப்புக்கான பயன்கள், ஒவ்வொரு நாடுமே பிற நாடுகளின் கொள்கைகளைக் கருத்தில்கொண்டு தனது கொள்கைகளை மேம்படுத்திக் கொண்டால், குறைவாகத்தான் இருக்கும் என்ற கருத்தினைப் பொருளியல் வல்லுநர்கள் பொதுவாக ஆதரித்தார்கள். "நாஷ் சமநிலை" புவிசார்ந்த விரும்பத்தக்க நிலை (global option) பற்றி பங்குபெறுபவர்கள் யாரும் நாமாக யுத்தியை மாற்றாதவரை, பங்குபெறுபவர்கள் பயன் அல்லது லாபம் பெற முடியாத ஒரு சமநிலை ஒட்டியே இருக்கும். எனவே பன்னாட்டுத் தொழில் தளத்தில், 'தங்கள் வீட்டைச் சரியாக வைத்துக் கொள்ளுதல்' என்ற கோட்பாடு ஆதிக்கம் செலுத்தியது. தேசிய அளவில் பேரினப் பொருளாதார நிலைப்புத் தன்மை பன்னாட்டு பெருநிலை நிலைப்புத் தன்னமைக்குப் போதுமானது என்று கருதப்பட்டது. அதாவது உள்நாட்டுச் செயல்முறையும் பன்னாட்டு நிலைகளும் ஒரு நாணயத்தின் இருபக்கங்கள் என்று கருதப்பட்டது.

இந்தக் கோட்பாட்டை மறு சிந்தனை செய்யவேண்டிய அவசியம் இரண்டு காரணங்களால் ஏற்பட்டது. அரசியல் தேவைகள் உட்பட உள்நாட்டுக் கட்டுப்பாடுகளும் சூன்ய கீழ் எல்லை ஆகிய பொருளாதாரக் கட்டுப்பாடும், கட்டுப்பாடில்லாத உள்நாட்டு விரும்பத்தக்க நிலையிலிருந்து மாறான தளங்களில்வைக்கப் பணக் கொள்கையை இட்டுச் செல்லும். இது முதல் காரணம். மேலும் சரிவரச் செயல்படாத உள்நாட்டு அரசியலும் கட்டுப்பாடற்ற விரும்பத்தக்க நிலையிலிருந்து இன்னும் அதிகமாக பணக் கொள்கையை நகர்த்திச் செல்வதற்குப் பங்களிக்கும். அதாவது அரசியல் அழுத்தங்களாலும் நலிவுகளாலும் கட்டுப்பாட்டிற்குள்ளிருக்கும் விரும்பத்தக்க நிலையிலிருந்து, இரண்டாவது சிறந்த கொள்கைகளுக்குப் போகாமல் மூன்றாவது சிறந்த கொள்கைகளுக்கு மத்திய வங்கி போகும். இரண்டாவதாக, எல்லைக்கு ஊடான முதலீட்டுச் செலவுகள் கொள்கைகள் இன்னும் அதிகமான அளவு கடத்தப்படுவதற்கு இட்டுச் செல்லும். இது பெறும் நாடுகளின் பொருளாதாரச் சூழல்களோடு தொடர்பில்லாத வேறு நோக்கங்களாலும் வழிநடத்தப்படும்.

இதே வழியில் செல்லும் இன்னொரு வாதம்: ஒரு பெரிய நாடு வழக்கத்திற்கு மாறான, மிகக்குறைந்த விருப்ப நிலைக் கொள்கைகளுக்கு அதிக இணக்கம் தரும் கொள்கைகளை நடைமுறைப்படுத்தினால், தேவை குறைவாக இருக்கும் உலகில்

பணமாற்று வீதம் அதிகமாவதைத் தடுக்கப் பிற நாடுகளும் அதனையே பின்பற்றும். அதன் விளைவாக, புவிசார் விரும்பத்தக்க நிலை எதிர்பார்ப்பதைவிடக் குறைவான விகிதங்களில் கொள்கைச் சமநிலை ஏற்படுத்தும். இன்னொரு வாதம்: அனுப்பும் நாடு சூன்ய கீழ் எல்லையில் இருக்கும்போது, பெறும் நாடு சேமிப்பு சேகரிப்பதைத் தீவிரமாக்கி முதலீட்டு வரவுகளுக்குப் பிரதிவினை தந்தால், இரண்டு நாடுகளும் மிதமான கொள்கைகளின் நல்ல விளைவுகளைப் பெறும். உண்மையில் ஒருங்கிணைப்பு, குறைவான விருப்புள்ள கொள்கைகளிலிருந்து அரசியல் சூழலுக்கு இடம் தருமாறு கொள்கை உருவாக்குவதற்கு அனுமதிப்பது நல்லது. அரசியல் செயலிழப்பும், அதன் விளைவாக ஏற்படும் நிதி இறுக்கலும் உதவி தரும்நாட்டை பணத் தூண்டுதலைச் சார்ந்திருக்கக் கட்டாயப்படுத்தும்போது, வேறிடத்தில் விரிவான தேவையை அனுமதிக்கும் கொள்கை ஒருங்கிணைப்பு பணத் தூண்டுதலையே சார்ந்திருப்பதை உதவிதரும் நாடு குறைக்க முடியும்.

உள்நாட்டு விரும்பத்தக்க நிலை புவிசார் விரும்பத்தக்க நிலைக்கு நெருக்கமாக இருக்கிறது

இந்த வாதங்கள் இப்படி இருந்தாலும், IMF போல் பத்திரிக்கை நிறுவனங்களின் அதிகாரபூர்வ அறிக்கைகள் தொடர்ந்து வழக்கத்திற்கு மாறான கொள்கைகளை ஆதரிக்கின்றன. அதே சமயம் அவற்றினால் பிறநாடுகளில் ஏற்படும் பின்விளைவுகளைக் குறைத்து மதிப்பிடுகின்றன. உண்மையில் பன்னாட்டுக் கொள்கை ஒருங்கிணைப்பிலுள்ள தடைகளை ஆராயும் IMFஇல் ஜோனதன் ஆஸ்ட்ரியும், அட்டிஷ் கோஷிம் பங்கு திசை அளவுகளிலுள்ள பன்னாட்டுக் கொள்கை அளவிடலின் ஒருசார்பற்ற நிலை ஒருசார்புடைய ஒன்றாகக் கருதப்பட வேண்டும் என்று வாதிடுகிறார்கள்.

> "... (இறுக்கமான நிதிக் கொள்கை, இளக்கமான பணக் கொள்கை, கட்டமைப்புச் சீர்திருத்தம் ஆகியவற்றில்) கொள்கை மாற்றத்தை மதிப்பீட்டாளர் தேசிய, பன்னாட்டு நிலைகளில் நலத்திட்ட லாபங்கள் தருவதாக அடையாளம் காணும் போக்கு இருக்குமானால்... இது சந்தேகத்தை ஏற்படுத்தும். ஏனென்றால், நாடுகள் கிடைக்கும் நலத்திட்ட லாபங்களைச் சுரண்டாமல் இருப்பது அடிப்படை நிலையாக

இருக்கவேண்டும்... நலத்திட்ட லாபங்களும் தேசிய அளவிலும், பன்னாட்டு அளவில் எப்போதும் நேர்மறையான இணையுள்ளவையாக இருக்கவேண்டும் என்பது நடக்க முடியாத ஒன்றாகும்."

வழக்கத்திற்குப் புறம்பான கொள்கையின் எல்லைகளுக்கு உள்ளே பண ஊடுறுவலால் நடக்கும் மோசமான விளைவுகளை நாம் குறைத்து மதிப்பிட்டு, இக்கட்டான நிலைக்குப் பின்னால் ஏற்படும் பூதாகரமான விளைவை விட்டுவிடுகிறோம். இங்கு இரண்டு ஆபத்துகளைப் பார்க்கிறேன். ஒன்று மிச்சமிருக்கும் விதிகளும் செயலிழந்து போகின்றன. வழக்கத்திற்கு மாறான பணக்கொள்கைகளை நாம் மொத்தமாக ஏற்றுக்கொள்வது சூன்ய கீழ் எல்லை போன்ற வளர்ச்சியை மீட்டெடுக்க உள்நாட்டுக் கட்டுப்பாடுகள் இருந்தால் சொத்து விலைகளை திரிப்பது சரிதான் என்று சொல்வதாகவே பொருள். ஆனால், மொத்தத்தில் பின் விளைவுகள் எல்லா நாடுகளும் ஏற்கும் கொள்கையை நிர்ணயிக்க வேண்டும்.

இல்லையென்றால், நாடுகள் சட்டபூர்வமாகவே, அளவுசார் வெளி நெகிழ்வை (*Quantitative External Easing- QEE*) நடைமுறைப்படுத்த வேண்டும். அதன் மூலம் அவை தங்கள் பணபற்று வீதத்தை குறைவாக வைத்து, அதிகமான அளவு காப்புகளை ஏற்படுத்துவதில் குறுக்கிடும். முன்னரெல்லாம் *QEE*யைக் குறைவாக மதிப்பிட்டதற்குக் காரணம், உலகின் பிற பகுதிகளில் மறைமுகப் பின்விளைவுகள் குறிப்பிடத்தக்க அளவு இருக்கும் என்ற நம்பியதுதான். எனினும், கொள்கைகளை எல்லாம் மறைமுகப் பின்விளைவுகளின் அடிப்படையில் மதிப்பிட நாம் விரும்பாவிட்டால், *QEE* விதிகளுக்கு முரணானது என்று பலதிசை நிறுவனங்கள் அறிவித்ததற்கான சட்டபூர்வமான வழி இல்லை. சில வளர்ச்சியுற்ற பொருளாதார நாடுகளில் மத்திய வங்கியாளர்கள், *QE* பணமாற்று வீதங்களை மாற்றியே வேலைசெய்கிறது என்று தங்கள் கவலையை என்னிடம் தனிப்பட்ட முறையில் பகிர்ந்து கொண்டார்கள். இது *QEE*யிலிருந்து சிறிது மாற்றத்தையே ஏற்படுத்துகிறது.

சரிவர நிர்வகிக்கப்படாத வெளியேற்றம் புதிய திரிபான நடத்தையைத் தூண்டிவிடும் என்பது இரண்டாவது ஆபத்து. மூலநாட்டு மத்திய வங்கிகள் உள்நாட்டுச் செயல்பாட்டிற்கு நிகராகத் தங்களது ஏற்றுக்கொள்ளும் செயலை நீக்குதல் இருக்கும்

என்பதை விளக்க சிரத்தை எடுக்கும் அதேநேரம் வெளிநாட்டுக் குழப்பதிற்கு அவை எப்படிப் பிரதிவினை ஆற்றும் என்பதைப் பற்றி மௌனமாகவே இருந்திருக்கின்றன. பெறும் நாடுகள், குறிப்பாக பெரிய சேமிப்பு ரொக்கக் கூட்டணி நாடுகளில் சேராதிருந்தால், தாங்களே பார்த்துக்கொள்ள வேண்டும். வெளியேற்றத்தில் சிரமமான நெருக்கடியில் சிக்க வேண்டியதிருக்கும்.

அண்மையில் குழப்பம் ஏற்பட்ட நிகழ்விலிருந்து வளர்ந்து வரும் சந்தைகள் கற்க வேண்டிய பாடம்: 1) உள்நாட்டுத் தேவையை விரிவுபடுத்தி அதிகப் பற்றாக்குறையை ஏற்படுத்தாதீர்கள். 2) போட்டியுள்ள பணமாற்று வீதத்தைத் தொடருங்கள். 3) அதிகமான அளவு காப்புகளை உண்டாக்கிக் கொள்ளுங்கள். ஏனென்றால், ஏதாவது தொந்தரவு வரும்போது நீங்கள் பாதிக்கப்படமாட்டீர்கள். பற்றாக்குறை மொத்த தேவையுள்ள உலகில் இந்தச் செய்தியையா பன்னாட்டு மக்கள் அனுப்ப விரும்புகிறார்கள்?

மூலதனம் முதலில் ஒரு பக்கமும் அடுத்து இன்னொரு பக்கமும் தள்ளப்படும் நிகழ்வு ஏற்படுத்தும் மோசமான விளைவுகள் இப்போதுதான் முதல் முறையாக நடக்கவில்லை. 1990களின் தொடக்கத்தில் அமெரிக்க ஐக்கிய நாடுகளில் வீதங்கள் மிகக் குறைவாக வைக்கப்பட்டன. மூலதனம் வளரும் சந்தைகளுக்குப் போய்விட்டது. 1994இல் மெக்சிகோவில் தொடங்கிய சந்தை இக்கட்டு நிலை 2001இல் அர்ஜெண்டினாவில் முடிந்தது. இடையில் கிழக்கு ஆசியாவையும், ரஷ்யாவையும் விட்டு வைக்கவில்லை. தொழில் வளர்ச்சியுள்ள நாடுகளில் வட்டிவீதங்கள் உயர்ந்ததால் இந்த வரவுகளின் போக்கில் ஏற்பட்ட மாற்றத்தால் இந்தப் பாதிப்பு ஏற்பட்டது. சீனா உட்பட வளரும் சந்தைகளில் காப்பு அதன்பின்னர் அதிகமானது. நலிந்த பன்னாட்டுத் தேவையும், சில தொழில் வளர்ந்த நாடுகளில் அதிக அளவிலான செலவினங்களை ஏற்படுத்தி, 2007-09 இல் புவியளவில் நிதி நெருக்கடியில் முடிந்தது. மீண்டும், இக்கட்டு நிலைக்குப் பிந்திய வழக்கத்திற்கு மாறான பணக்கொள்கை மூலதனத்தை வளரும் நாடுகளுக்குத் தள்ளியது. அதனால் நலிவு நிலை அதிகமாகும். வளரும் சந்தைகள் சேமிப்புக் காப்புகளை அதிகம் ஆக்கும்போது புவியளவிலான சேமிப்புத் தேக்கதை மீண்டும் கொண்டுவர மேடை அமைக்கிறோமா? இரண்டு சீராக்கும் முறைகள் இருக்கின்றன: கொள்கையை உருவாக்கும்போது விரும்பத்தகாத மறைமுக விளைவுகளைக் கருத்தில்கொண்டு எல்லாப் பக்கங்களிலும் மிதமான பணக் கொள்கைகள் வேண்டும். சேமிப்புப் பாதுகாப்புகள் மூலமாகத் தங்களையே ஆபத்திலிருந்து

காக்கும் காப்பீட்டை எல்லா நாடுகளும் வைத்துக்கொள்ளும் தேவையைக் குறைக்க இன்னும் சிறப்பான பாதுகாப்பு விலைகளை உலக அளவில் ஏற்படுத்த வேண்டும்.

மிதமான கொள்கை

பணப்பரிவர்த்தனை புவியளவில் இருந்தாலும், கொள்கையில் முக்கியத்துவம் பெறுவது உள்நாடுதான். மைய வங்கிகள் தாங்கள் மறைமுக விளைவுகளைக் கணக்கில் எடுத்துக்கொள்வதற்கான காரணங்கள் பலவற்றை முன்வைக்கின்றன. இப்போதிருக்கின்ற நிலையே தொடரவேண்டும் என்பதற்கு முன்வைக்கப்படும் காரணத்திற்கான வழக்கமான வாதங்களிலுள்ள வலுவின்மைகளைக் காட்ட QEE ஐ அவை பயன்படுத்தினால் எப்படி இருக்கும் என்று பார்க்கவேண்டும். அதாவது பணமாற்று விகிதத்தை நன்றாக வைத்திருக்க பணமாற்றுச் சந்தையில் தொடர்ந்து குறுக்கிடுவது என்ன விளைவை ஏற்படுத்தும் என்று பார்க்கவேண்டும்.

பிரதிவாதம் 1: எங்களது நாடு வளரும் நாடு. எனவே நாங்கள் வளர்ச்சியை ஆதரிக்கக் கடமைப்பட்டிருக்கிறோம். உற்பத்தியைக் கூட்டுவதற்குள்ள நிறுவனக் கட்டுப்பாடுகளும், திடீரென்று நிறுத்தப்பட்டால் எளிதில் பாதிக்கப்படும் தன்மையும், சரியான பணமாற்று வீதமும், அதனால் QEE யும் எங்களுக்கு அளிக்கப்பட்ட கட்டளையை, கடமையை நிறைவேற்றத் தேவைப்படுகின்றன.

பிரதிவாதம் 2: நாங்கள் வலிமையாக வளர்ந்தால் உலகத்திற்கு நல்லதல்லவா? QEE எங்களது வளர்ச்சிக்குத் தேவை.

பிரதிவாதம் 3: கொள்கையை அமைப்பதில் உலகத்தின் பிற்பகுதியிலிருந்து எங்களது பொருளாதாரத்திற்கு ஏற்படும் பின்னூட்ட விளைவுகளைக் கணக்கில் எடுத்துக்கொள்கிறோம். எனவே QEE பிற நாடுகளுக்கு ஏற்படுத்தும் விளைவுகளுக்கு நாங்கள் கண்மூடிக் கொண்டிருக்க முடியாது.

பிரதிவாதம் 4: உள்நாட்டுக் கவனத்துடனான பணக் கொள்கை ஏற்கனவே மிகவும் சிக்கலாக இருக்கிறது. பிறருக்குத் தெரிவிப்பதும் கடினம். QEE மற்ற நாடுகளிடம் ஏற்படுத்தும் விளைவுகள் பற்றிச் சிந்திக்க வேண்டிய சுமையும் எங்களுக்கு ஏற்பட்டால் இன்னும் சிக்கலாகிவிடும்.

ரொக்கத்தைத் தேவைக்கேற்ப வளைப்பது பற்றிப் புகார் செய்பவர்கள் இந்தப் பிரதிவாதங்களிலுள்ள பல பிரச்சினைகளை அறிந்துகொள்வார்கள். ரொக்கத்தை தேவைக்கேற்ப வளைப்பது (currency manipulation)குறுகிய காலத்திற்கு வளர்ச்சிக்கு உதவலாம். (இதுவும் விவாதத்திற்குரியது). வளரும் நாட்டைப் பாதிக்கும் நீண்டகாலத் திரிபுகளை இது உண்டாக்கும். வளர்ச்சியை ஊக்குவிப்பதற்கு வேறு அறிவுசார் கொள்கைகள் உள்ளன. ஒரு மைய வங்கிக்கு உள்நாட்டு ஆணை அல்லது கட்டாயம் இருந்தாலும், அந்நாட்டின் பன்னாட்டுப் பொறுப்புகள் உலகின் பிற பகுதிகளில் அது நினைத்தவாறு செலவினங்களைச் சுமத்த அனுமதிப்பதில்லை. மறைமுக விளைவுகளின் மொத்தத்தையும் அளவிட வேண்டும். தொடங்கும் நாட்டின் வளர்ச்சி (அதிகப்படியான வணிகத்தால் இருக்கலாம்)யிலிருந்து பெறப்படும் நேர்மறையான மறைமுக விளைவுகள் மற்ற நாடுகளின் மேல் ஏறபடுத்தும் எதிர்மறையான மறைமுக விளைவுகளைச் சரிக்கட்டுவதைவிட அதிகமாக இருக்கும் என்று நினைத்துக்கொள்ளக் கூடாது. மூல நாட்டின் மேலுள்ள பின்னூட்ட விளைவுகள் பிறநாடுகள் அனுபவிக்கும் மறைமுக விளைவுகளின் ஒரு பகுதிதான். இந்த பின்னூட்ட விளைவுகளைக் கணக்கில் எடுத்துக்கொண்டாலும் அது உள்நாட்டு நிலைபற்றியே கருத்தில்கொண்டால், மைய வங்கி புவிசார்ந்த விரும்பத்தக்க கொள்கையை நடைமுறைப்படுத்த முடியாது. அதாவது, நாடுகள், எவ்வளவுதான் சிக்கல் அதிகமிருந்தாலும் பிறர் மேல் தங்கள் கொள்கைகளால் ஏற்படும் விளைவுகள் பற்றிக் கவனம் செலுத்த வேண்டியது அவசியம். ஏனென்றால், நம் அனைவருக்குமே பன்னாட்டுப் பொறுப்புகள் உள்ளன.

இந்த விவாதங்கள் எல்லாம் வழக்கத்திற்கு மாறான கொள்கையை ஆதரிப்பதற்காகச் செய்யப்பட்டது என்பதை அறிந்திருப்பார்கள். எனினும் பலதிசை நிறுவனங்கள், வழக்கத்திற்கு மாறான பணக் கொள்கைக்கு நல்ல மதிப்பெண் தரும் அதேநேரத்தில், தொடர்ந்த ரொக்கக் குறுக்கீட்டை மிகக் கேவலமாகப் பார்க்கின்ற, ஆனால், அதிக மதிப்பெண் தருவது மொத்த மறைமுக விளைவுகளின் அளவையும் அதுகொண்டுவரும் எதிர்வினையையும் சார்ந்திருக்க வேண்டாமா? அவற்றைக் கவனமாகக் கணக்கிடாமல், நாம் எப்படிச் சொல்ல முடியும்?

ஒருங்கிணைத்தலை நடைமுறைப்படுத்தல்: சில யோசனைகள்

வழக்கத்திற்குப் புறம்பான கொள்கைகள், போட்டிப் பண இளக்கம் ஆகியவற்றின் சுழற்சியால் புதிய காப்புச் சேகரிப்பிற்கான நிலையை அண்மை மாதங்களின் நிகழ்வுகள் அமைத்துவிட்டன. இப்போது, வளர்ந்த நாடுகள் மீண்டு வருவதை ஊக்கப்படுத்தும்போது அவற்றின் மறைமுக விளைவுகளைக் குறைத்துக் காண்பித்தால் அவை புகார் செய்வது கடினம்.

எதையும் சாராத மதிப்பீட்டாளர்

மிகச் சிராக உள்ள ஓர் உலகில், QE, QEE போன்ற வழக்கத்திற்குப் புறம்பான பணக் கொள்கைகள் அவற்றின் மறைமுக விளைவுகள் பற்றி எதனையும் சாராத ஒரு மதிப்பீட்டாளரால் ஆராயப்பட வேண்டும். மதிப்பீட்டு முறையின் நடைமுறை எளிதானது. பாதிக்கப்பட்ட ஒரு நாட்டின் (WTOஇல் இருப்பதுபோல) புகாரின் அடிப்படையில் எதனையும் சாராத ஒரு மதிப்பீட்டாளர் அக்கொள்கைகளின் தாக்கங்களை பகுப்பாய்வு செய்து அவை விதிகளைப் பின்பற்றுகின்றனவா என்ற முடிவுக்கு வரமுடியும். பயன்கள் உள்நாட்டுக்கு அதிகம் இருந்து செலவினங்கள் வெளிநாடுகளில் ஏற்பட்டன என்றால் அக்கொள்கைகளைக் கவனமுடன் பரிசீலிக்க வேண்டும். கொள்கை உலக நலனைக் குறைக்கிறது என்று மதிப்பீட்டாளர் கருதினால், அந்தக் கொள்கைகளுக்கு எதிராகப் பன்னாட்டு அழுத்தம் தரப்பட வேண்டும்.

ஆனால், அப்படிப்பட்ட மிகச்சீரான ஒரு நடைமுறையின் சிக்கலை எளிதாகக் கண்டுபிடிக்கலாம். அப்படிப்பட்ட ஒருசார்பற்ற மதிப்பீட்டாளாரை எப்படிக் கண்டுபிடிப்பது? பலதிசை நிறுவனங்களில் அலுவலர் சிறப்பானவர்கள், ஒரு சார்பற்ற முடிவுக்கு வரும் தகுதி படைத்தவர்கள். ஆனால், முதல் மதிப்பீட்டிற்குப் பிறகு வரும் அரசியல் அழுத்தம் ஏற்றத்தாழ்வுடன் செயல்படுகிறது. ஒரு சிறிய நாடு புகார் செய்யும்போது முதல் மதிப்பீடுகள் மாறாமல் அப்படியே இருக்கின்றன. ஆனால், பெரிய பொருளாதார நாடுகள் புகார் செய்யும்போது அவை தணிந்து விடுகின்றன. இதற்கு பல விதிவிலக்குகள் உள்ளன. அவை

பலதிசை நிறுவனங்களின் மதிப்பீடுகளின் ஒரு சார்பற்ற தன்மையில் நம்பிக்கை வைப்பதற்கு அதிக வேலை செய்யப்பட வேண்டும்.

பலதரப்பு நிறுவனங்கள் அரசியல் அழுத்தங்களுக்கு மசியாமல் இருந்தாலும், அறிவுசார் சூழலுக்கு உட்படாமலிருக்க முடியாது. அவற்றின் அலுவலர்களும் தொழில் வளர் நாட்டு மைய வங்கிகளின் அலுவலர்களைப் போலவே அதே மாதிரிகளுக்கும், சட்டகங்களுக்கு உட்பட்டவர்கள். அந்த மாதிரிகள் பணக்கொள்கை செயல்பாட்டை ஊக்குவிக்கும் சக்திமிக்க கருவி. பணமாற்ற வீத நெகிழ்ச்சி மிகவும் பாதிப்பு ஏற்படுத்தும் மறைமுக விளைவுகளிலிருந்து நாடுகளைக் காப்பதில் அதிசயம் செய்யக்கூடியவை. இணைப்பை நீக்குதல் (Decoupling)* என்பது அப்படிப்பட்ட மாதிரிகளின் சாத்தியம். ஆனால், மாதிரிகள் இணைத்தலின் அளவைக் குறைவாக மதிப்பிடுவதே வழக்கம். இந்த மாதிரிகள் கடனுடைய நிதர்சன மாதிரிகளையோ, அதிகக் கடன்களை பொருளாதாரத்தில் பணப்பரிவர்த்தனை பற்றிய சரியான மாதிரிகளையோ கொண்டிருப்பதில்லை. இது அதன் மதிப்பைக் குறைக்கிறது. இத்துறையில் முன்னேற்றம் ஏற்பட்டு வருகிறது. ஆனால், அதற்கு நாளாகும்.

மேலும், சில கொள்கைகள் விதி மீறலானவை என்று தனிப்பட்ட மதிப்பீடு முடிவுக்கு வந்தாலும், அந்தத் தீர்ப்பை எப்படி நிறைவேற்றுவது?

உண்மை நிலை என்னவென்றால் இந்த விதிகள் எல்லாம் வேறு ஒரு காலகட்டத்தில் போட்டி பணமதிப்புக் குறைத்தல்களையும் ரொக்கப் பணத்தை விருப்பம்போலக் கையாளுவதையும் தடுக்க இயற்றப்பட்டவை. பலதரப்பட்ட போட்டித் தளங்களுள்ள இன்றைய உலகிற்கு ஏற்ப அவை மாற்றப்படவில்லை. அப்படியே அவை தரம் உயர்த்தப்பட்டு மாற்றப்பட்டிருந்தாலும், இன்றைய சூழலில் அதனை நடைமுறைப்படுத்தி மதிப்பீடு செய்யமுடியுமா என்பது தெளிவாக இல்லை.

★ மூலதனம் உலக அளவில் குறையும்போது உலகப் பொருளாதாரத்தின் ஒரு பகுதி பாதிக்கப்படும். ஆனால், உலகின் பிற செழுமையான பகுதிகள் குறைவான வட்டி வீதம் முதலானவற்றால் பயனடையும். மீண்டும் கடன்கொடுப்போர் வட்டிவீதத்தைக் கூட்டுவார்கள். இதற்கு இணைப்பு நீக்கல் என்று பெயர்.

ஒரு மிதமான யோசனை

அப்படியானால் ஒரு மிதமான முன்மொழிவினை ஏற்றுக் கொள்வது நல்லது. மைய வங்கிகள் மறைமுக விளைவுகளைத் தங்கள் செயல்கள் மூலமே மதிப்பிட வேண்டும். உடனடியான பின்னூட்டத்தின் அடிப்படையில் மட்டும் அது இருக்கக்கூடாது. மாறாக, பிற நாடுகள் தங்களது கொள்கைகளை மாற்றும்போது மத்திய காலப் பின்னூட்டத்தில் எடுத்துக்கொள்ள வேண்டும். அதாவது, அதனுடைய கொள்கைகளால் மூல நாடு பிற நாடுகளுக்கு உடனடியாக முதலீடு செய்வது பற்றி மட்டும் கவலைப்படக் கூடாது. மாறாக இது கொண்டுவரக்கூடிய தொடர்ந்த பணமாற்றக் குறுக்கீடு போன்ற நீண்டகால பிரதிவிளைவுகளையும் கவனிக்க வேண்டும். இது மைய வங்கிகள் தம்முடைய உள்நாட்டு ஆணைகளுக்குள்ளே இருந்துகொண்டு, மறைமுக விளைவுகள் பற்றி அதிக கவனம் செலுத்த அனுமதிக்கும்.

எடுத்துக்காட்டாக, வழக்கத்திற்கு மாறான கொள்கைகளிலிருந்து வெளியே வரும்போது, மைய வங்கிகள் வளரும் சந்தைகளின் நிலை பற்றியும் கவனம் செலுத்தும். அதேசமயம் உள்நாட்டு நிலைகளால் கட்டுப்படுத்தப்பட்ட செயல்களின் மொத்தத்தையும் வைத்துக்கொண்டு, செயல்படவேண்டிய நேரத்தையும் முடிவுசெய்ய முடியும். அவற்றின் கொள்கை அறிக்கைகள் இந்த விபரங்களை ஏற்றுக்கொள்ள வேண்டும். குறிப்பிட்ட ஒரு நிகழ்ச்சியை எடுத்துக்கொண்டால், செப்டம்பர் 2013இல் ஃபெடரல் வங்கி சரிவைக் காலந்தாழ்த்தியது, 2013 மே மாதம் முதலாவது கொடுத்த எச்சரிக்கைக்குப் பிறகு வளரும் பொருளாதார நாடுகள் தங்களை சரிசெய்துகொள்ள நேரம் கிடைத்தது. தள்ளிப்போட்டதற்கு அடிப்படையான காரணம் எதுவாக இருந்தாலும் அது, சந்தைகளைப் பாதிக்காமல் 2013 டிசம்பரில் சரிவு சிரமமில்லாமல் நடப்பதற்கு வழிவகுத்தது. இதற்கு மாறாக, ஜனவரி 2014இல் அர்ஜென்டினா சிக்கல்களுக்குப் பிறகு வளரும் நாடுகளில் நிலையற்றதன்மை தாக்கியது. வளரும் சந்தைகள் பற்றிய நிலையைப் பற்றிக் கவலை ஏதும் குறிப்பிடாமல் ஃபெடரல் கொள்கை அறிக்கையை ஜனவரி 2014இல் வெளியிட்டது. வருங்காலத்தில் இந்தச் சந்தைகளின் நிலைபற்றி ஃபெட் கொள்கை கவனம் செலுத்தும் என்பதற்கு எந்த அடையாளமும் இல்லை. இது அந்தச் சந்தைகள் தங்களைத் தாங்களே பார்த்துக் கொள்ளவேண்டும் என்ற செய்தியை அனுப்பியது. (அப்படிப்பட்ட நோக்கம் இல்லாது இருக்கலாம்). மண்டல ஃபெட் தலைவர்கள், ஃபெடரலின் உள்நாட்டு ஆணை

பற்றி, பேச்சு உதவவில்லை. அதற்குப்பிறகு, ஃபெடரலின் செய்தி அறிவிப்பு பயனுள்ளதாக இருந்தது. எனினும் கொள்கை வீதங்கள் மேலே ஏறுவதற்கு முன்னதாகவே செய்தி சொல்லப்பட வேண்டும்.

பன்னாட்டுப் பாதுகாப்பு வலைகள்

வளரும் பொருளாதாரங்கள், ஆஸ்திரேலியாபோல பணமாற்று வீதத்தில் இளக்கம் மூலதன வரவுகளுக்கு தங்களைச் சரிசெய்து கொள்ள அனுமதிக்கும் வகையில், தங்களது பொருளாதாரங்களில் எளிதில் பாதிக்கப்படக் கூடிய தன்மைகளைக் குறைக்க முயல வேண்டும். ஆனால், இதற்குத் தேவையான நிறுவனங்கள் வளரக் காலம் தேவை. இதற்கு இடையில், பெரிய அளவிலான முதல்களை விரைவாகவும் நிலையாகவும் ஏற்றுக்கொள்வதில் வளரும் சந்தைகளுக்குள்ள இடர்ப்பாடு ஒரு தடையாகவே பார்க்கப்பட வேண்டும். இது வேகமாக மாற்றக்கூடிய ஒன்றாக இருக்காது. இது சூன்ய குறைந்த எல்லைபோல இருக்கும் வரவுகளை ஏற்றுக் கொள்ளும் ஆசையைத் தவிர்த்து, பாதுகாப்பு வலைகளை நாட வேண்டும்.

எனவே, ஓரளவு அதிகமான காப்புத்தொகை சேர்வது மீண்டும் நடைபெறுவதைத் தடுக்கும் இன்னொரு வழி, வலிமையான பன்னாட்டுப் பாதுகாப்பு வலைகளை ஏற்படுத்துவது. நிதி இக்கட்டு அறிவுறுத்தியதுபோல, இது வளரும் பொருளாதாரத்திற்கு உரியது மட்டுமல்ல. பன்னாட்டு நீர்மைத்தன்மை விரைவில் வறண்டுபோகும் உலகில், உலகிற்கு நீர்மைத்தன்மைக்கான இரு பக்க, மண்டல, பல தரப்பு ஏற்பாடுகள் தேவை. பல தரப்பு ஏற்பாடுகள் ஏற்கனவே முயற்சிக்கப்பட்டு, சோதிக்கப்பட்டுவிட்டன. அவை பரவலாகக் கிடைக்கின்றன. இருபக்க அல்லது மண்டல ஏற்பாடுகளில் ஏற்படும் அரசியல் அழுத்தங்கள் இதில் இருக்காது. உண்மையில் பண்டமாற்று ஏற்பாடுகள், இருதரப்பு அடிப்படையில் நடத்துவதற்குப் பதிலாக IMF போன்ற பலதரப்பு நிறுவனங்கள் மூலம் செலுத்தப்படலாம். அப்போது ஏதாவது (சிறிய அளவிலான) ரிஸ்க் இருந்தால் பலதரப்பு நிறுவனம் தாங்கிக்கொள்ளும். மூல மைய வங்கி அதனுடைய அரசியல் அதிகாரிகளுக்கு ஏற்பாடுகளை நியாயப்படுத்த வேண்டியிருக்காது.

இதே அளவு மதிப்புடையது IMF -இலிருந்து வரும் நீர்மைத்தன்மை வழியாகும். இங்கு IMFஆல் முதலிலேயே தகுதி தரப்படுவார்கள்.

அதில் IMF-ஆல் மதிப்பீட்டின் அடிப்படையில் ஆண்டுதோறும் கிடைக்கக்கூடிய அளவு மாற்றியமைக்கப்படும். கட்டுப்பாடு எதுவும் ஆறுமாதங்களுக்குப் பிறகே நடைமுறைக்கு வரும். இது ஒரு நாடு அதிக உச்சவரம்புக்கு தகுதி பெறும் பொருட்டு தனது கொள்கைகளை மாற்றியமைக்க நேரம் கிடைக்கும், அல்லது மாற்று ஏற்பாடுகளும் செய்யமுடியும். பொதுமையாக்கப்பட்ட நீர்மைத்தன்மைக் குறைவாக இருக்கும் சூழலில், இந்த வழக்கான அணுகுதல் IMF வாரியத்தால் செயலாக்கப்படும். (எடுத்துக்காட்டாக, குறைவான வீதங்கள் நீட்டிக்கப்பட்ட காலம் முதலீட்டு மேலாளர்களை ரிஸ்க் எடுக்கத் தயங்க வைக்கும் சூழல் போன்றது). ஒரு விவாதத் தாளில் IMF அப்படிப்பட்ட ஏற்பாடுகளை முன்மொழிந்திருக்கிறது. அவற்றை ஆராய வேண்டும். ஏனென்றால் IMFஐ அணுகும் நிலையில்லாமல் நீர்மைத்தன்மையை நாடுகள் அணுக அனுமதிக்கும். மேலும் நிதி ஏற்பாடுகளில் நிபந்தனைகளும் இருக்காது.

நாடுகள் சந்தையை மீண்டும் அணுகத் தேவையான முக்கிய சீர்திருத்தங்கள் தேவைப்படும் நிலையில்லாமல், உண்மையிலேயே தற்காலிக நீர்மைத்தன்மையில்லாத சூழ்நிலை இருந்தால் மட்டும் IMFஇன் வளங்கள் பாதுகாப்பாக இருக்கும் என்பது தெளிவு. அணுகுதல் நாடுகளுக்குத் தக்கவாறு மாறும். நீர்மைத்தன்மை அவசர நிலை முடிந்துவிட்டது என்று அறிவிக்கப்பட்ட பிறகும் நீண்டகாலம் பயன்படுத்தினால் IMF நிகழ்வுத் திட்டம் தேவைப்படும். எப்படி இருப்பினும் புவிசார் நிலைப்புச் செயல்முறையும் குறுகியகால நீர்மைத்தன்மை வழியும் பற்றி IMF வாரியம் முன்னர் ஆராய்ந்த போது கொடுத்த இரண்டு முன்மொழிகளை கூர்மையாக ஆராய்வது அவசியம். ஏனெனில், காப்பு சேமிப்பு சேர்ப்பதை நடுநிலைப்படுத்த இவை உதவும்.

இறுதியில், முதல் வரவுத் திருப்பங்களுக்கு எளிதில் ஆட்படக்கூடிய காலகட்டத்தில், தமக்குச் சொந்தமாக இரு தரப்பு, மண்டல, அல்லது பலதரப்பு நீர்மைத்தன்மை ஏற்பாடுகள் இக்கட்டின் போது பயன்படுத்த இயலாத நாடுகளை அடையாளம் காண்பதும், அவை ஏதாவது பாதுகாப்பு வலையை அணுகக்கூடிய நிலையை உருவாக்குவதும், IMF செய்யக்கூடிய பயனுள்ள முயற்சியாகும். நிகழ்வுக்கு முன்னரே முன்னறிவிக்கும் தரகருடைய வேலை, வட்டிவீதச் சூழல் மாறும்போது மிக முக்கியமானதாக இருக்கும்.

முடிவுரை

பன்னாட்டுப் பணக் கொள்கையில் இப்போது ஓர் அமைப்பு இல்லாதது, (non system) என்னுடைய கருத்துப்படி, குறிப்பிடத்தக்க வளர்ச்சிக்கும் நிதித்துறைக்கும் பெரிய ஆபத்தை விளைவிக்கும். இது ஒரு தொழில்வள நாட்டின் சிக்கல் இல்லை. வளரும் சந்தையின் சிக்கல் மட்டும் இல்லை. இது அனைவரும் சேர்ந்து செயல்பட வேண்டிய ஒரு சிக்கல். நாம் போட்டி பண இளக்கத்தை நோக்கித் தள்ளப்பட்டுக் கொண்டிருக்கிறோம்.

நிதி அழுத்தக் காலத்தை (Depression) நினைவுபடுத்தும் சொற்றொடரை -'அமைப்பு இல்லாதது'(non system) பயன்படுத்துகிறேன் என்றால் அதற்குக் காரணம், மொத்தத் தேவை நலிவுற்ற உலகில், அதில் அதிகப் பங்குபோட நாம் பயனற்ற போட்டியில் ஈடுபட்டுவிடுவோம் என்று நான் அஞ்சுவதுதான். அப்போது, பண அழுத்த காலத்தின்போது இருந்ததுபோல இல்லாமல், வழக்கத்திற்கு மாறான கொள்கைகள் முடிவுக்கு வரும்போது, வெளிப்படக்கூடிய நிதித்துறை, நாடுகளுக்கு இடையேயான ரிஸ்க்குகளை உண்டாக்கிவிடுகிறோம். எல்லோரும் அதன் விளைவுகளை எதிர்பார்த்திருக்க வேண்டும் என்று சொல்வது பயனற்றது. Bank of International Settlements (BIS) - இன் முன்னாள் பொதுமேலாளர் ஆண்ட்ரூ கிரோக்கட் குறிப்பிட்டதுபோல, "நிதிச் சுழலில் ரிஸ்க் வளர்ச்சியடைவதை முன்காட்டுவதைவிட, நிதி இடையீட்டாளர்கள் ஒரு குறிப்பிட்ட காலத்தின் ரிஸ்க்குகளை மதிப்பிடுவதில் சிறந்திருக்கிறார்கள்."

சரியான மருந்தைத் தருவதற்கு முதல்படி நோயின் காரணத்தை அறிதல். மிக அதிகமான பண இளக்கம், எனது கருத்துப்படி, மருந்தில்லை. அது ஒரு காரணமே. அதனை எவ்வளவு விரைவில் அடையாளம் கண்டுகொள்கிறோமோ, அவ்வளவு விரைவில் உலக வளர்ச்சியைப் பெறுவோம்.

இயல் 9
ஆர்பிஐ விவகாரங்கள்

I

தங்களது பணியில் தங்களை மிகவும் அர்ப்பணித்துக்கொண்ட ரிசர்வ் வங்கி அலுவலர்களோடு பணியாற்றக் கிடைத்த வாய்ப்பு, என்னுடைய பதவிக்காலத்தில் எனக்கு மிகவும் உற்சாகமளித்தது என்று கருதுகிறேன். உலகத் தரங்களின்படி, பொதுத்துறை நிறுவனத் தரம் உட்பட, என்னுடன் பனியாற்றியவர்களின் சராசரித் தரம் மிகவும் உயர்ந்தது. அவர்களது பணியில் அமைப்பு மிகுந்த மதிப்புப் பெற்றது. நட்புறவும், ஒரு குழு என்ற உணர்வும் அதன் பாரம்பரியம். ஆர்பிஐ இளைய அலுவலர்கள் பலதரப்பட்ட பள்ளிகளின் நிறுவனங்களிலிருந்து வந்தவர்கள். இது இந்தியாவின் பன்முகத் தன்மைக்கு ஓர் உண்மையான எடுத்துக்காட்டு. அவர்கள் உற்சாகம் மிக்கவர்களாக, பணியாற்றவும் கற்றுக் கொள்ளவும் ஆர்வம் உள்ளவர்களாக இருந்தார்கள். ஒரு குழுவிற்கு ஒரு வேலையைத் தந்தால், அவர்கள் பெரும்பாலும் அதற்குத் தங்களைத் தயாரித்துக்கொண்டு தரமான பணியைச் செய்து முடிப்பார்கள் என்பதை விரைவிலேயே நான் அறிந்துகொண்டேன். ஆர்பிஐயின் 80ஆம் ஆண்டு விழாவின்போது 2015 ஏப்ரல் 1 அன்று நான் என் உடன்பணியாற்றியவர்களுக்கு அளித்த செய்தி இது.

ஆர்பிஐயின் 80ஆம் ஆண்டு விழாக் குறிப்புகள்

இந்திய ரிசர்வ் வங்கிக்கு இன்று எண்பது வயதாகிறது. மனித வாழ்க்கையில் எண்பது ஆண்டுகள் என்பது நீண்டகாலம்தான். தெற்கே மக்கள் அதை சதாபிஷேகத்துடன் கொண்டாடுவார்கள். ஒரு நிறுவனத்தின் வாழ்க்கையில் அது நீண்டகாலம்

இல்லை. இருப்பினும், வங்கி நோட்டுகள் வெளியிடுவதை முறைப்படுத்தவும் இந்தியாவில் பணி நிலைப்புத் தன்மையைக் காக்க பாதுகாப்புக்காக நிதிகளை ஏற்படுத்தவும், நாட்டின் பயன்பாட்டுக்கு நன்மை தரும் வகையில் பணி கடன் அமைப்பைப் பொதுவாக நடைமுறைப்படுத்தவும் ரிசர்வ் வங்கி 1935ஆம் ஆண்டு நிறுவப்பட்டத்திலிருந்து பல விஷயங்கள் நடந்தேறிவிட்டன.

இந்தியா அப்போது பிரிட்டிஷ் ஆட்சியில் இருந்தது. ஆர்பிஐயின் முதல் ஆளுநர் ஆஸ்பர்ன் ஸ்மித் ஓர் ஆஸ்திரேலியர். ஆனால், ஆர்பிஐ உறுதியாக ஒரு பிரிட்டிஷ் நிறுவனம் இல்லை. தொடக்கத்திலிருந்தே இந்தியாவின் பொருளாதார நலனுக்காகவே இயங்கி வந்தது. இந்தியர்களில் திறமைமிக்கவர்களையும் வளர்த்து வந்தது. *1943* -சிந்தமான் துவாரகநாத் தேஷ்முக் ரிசர்வ் வங்கியின் முதல் இந்திய கவர்னர். அவர் பிரிட்டன் மாநாட்டில் இந்தியப் பிரதிநிதியாகக் கலந்து கொண்டார். இந்தியாவின் நிதியமைச்சராக நீண்ட காலம் பணியாற்றியவர். இரண்டாம் உலகப்போரின்போது காலனி ஆட்சியாளர்கள் இந்தியா மேல் சுமத்திய கடன்களை மரியாதையுடனும் ஆனால், உறுதியுடனும் எப்படி எதிர் கொள்வது என்பதுதான் அவர் முன்னிருந்த முக்கியப் பிரச்சினைகளில் ஒன்று.

அதன்பிறகு பல சிறந்த தலைவர்கள் இந்திய ரிசர்வ் வங்கிக்குக் கிடைத்தார்கள். மைய வங்கி வலிமையுடன் இருப்பது பற்றி அரசு கவனம் செலுத்தியது என்பதற்கு அது ஒரு சான்று. முந்தைய ஆளுநர்கள், துணை ஆளுநர்களின் பட்டியல் இந்தியப் பொருளாதாரத்தின் முக்கியப் புள்ளிகளின் பட்டியல்போல இருக்கிறது. ஆளுநர்கள்: பெனகல் ராமராவ், எம். நரசிம்மம், டாக்டர். I.G பட்டேல், டாக்டர். மன்மோகன் சிங், டாக்டர். C. ரங்கராஜன், டாக்டர். பிமல் ஜலான், டாக்டர். Y.V ரெட்டி, டாக்டர். D. சுப்பாராவ், துணை ஆளுநர்கள்: S.S தாரப்பூர், வேபா காமேசன், டாக்டர். ராகேஷ் மோகன், ஷியாமளா கோபிநாத், உஷா தோரட், டாக்டர். சுபிர் கோக்ரன். ஆர்பிஐ வாரியமும் சிறப்பாகவே இருந்தது சர் புருஷோத்தம்தாஸ் தக்கூர்தாஸ், எஸ்டி மாலேகம் போன்றோர் அதை வழிநடத்தியிருக்கிறார்கள்.

பெரும்பான்மையான ஆளுநர்கள் அரசு நிர்வாகத் துறையிலிருந்து வந்தவர்கள். ஒரே ஒருவர், M. நரசிம்மம் மட்டும்தான் ஆர்பிஐயிலிருந்து வந்தவர். நாட்டின் பொருளாதார வளர்ச்சிக்காகப் பாடுபடும் அதே நேரம், அதன் பண நிதி நிலைப்புத்தன்மையைப் பாதுகாப்பது ரிசர்வ் வங்கியின் வேலை என்பதை அனைவரும்

புரிந்திருந்தார்கள். அவரவரின் கால எல்லைகள், ரிஸ்க் பற்றிய மனப்போக்கு ஆகியவற்றின் அடிப்படையில் அரசுக்கும் வங்கிக்கும் நல்லுறவு நிலவி வந்திருக்கிறது. வரலாறு பதிவிடுவதுபோல ரிசர்வ் வங்கியினுடைய ஆலோசனையின் சிறப்பை ஒவ்வொரு அரசும் பாராட்டி வந்திருக்கிறது.

எந்த நிறுவனமும் அது பணியாற்றும் மக்களைவிடப் பெரிதல்ல. இன்று ரிசர்வ் வங்கி மதிக்கப்படுகிறதென்றால் அதற்குக் காரணம் திறமையுடனும், அர்ப்பண உணர்வோடும் வங்கிக்காகப் பணியாற்றிய ஆயிரக்கணக்கானவர்கள்தான். பலரில் இருவரை நான் இங்கே எடுத்துக்காட்டுகளாக நினைவுகூற விரும்புகிறேன். போபால் அலுவலகத்தில் பணியாற்றிய துணைப் பொது மேலாளர் ராணி துர்வே, மக்களுக்கு விழிப்புணர்வு ஏற்படுத்த போலி மின்னஞ்சல்கள், அதிகப்படியான வட்டி வீதங்கள் போன்ற பல கருத்துகளை விளக்க எண்ணற்ற திரைப்படங்கள், நூல்கள், தெரு நாடகங்கள் முதலியவற்றைப் படைத்திருக்கிறார். செய்தித் தொழில் நுட்பத் துறையின் AGM, நிர்மல் பட்நாயக் தேசிய மின்னணு பணம் செலுத்தல் வழியாக நிதிகளை அனைத்திந்தியாவிலும் மின்னணுப் பரிமாற்றம் செய்ய உதவினார். இதனால் ஒரே இரவில் அரசு இந்த அமைப்புகளைப் பயன்படுத்துமாறு செய்துவிட்டார்கள். இருவரும் தங்களுடைய வேலைகளுக்கு அப்பாற்பட்டு இதனைச் செய்திருக்கிறார்கள். இவர்களைப்போல பலர் வங்கியில் இருக்கிறார்கள்.

அதே அளவு பாராட்டிற்குரியது நமது பணியார்களின் நேர்மை. இன்று யாராவது நமது கட்டடத்திற்குள் ஒரு விதியை மாற்றக் கேட்பதற்கு வந்தால் அவர்கள் பணத்தோடு வருவதில்லை. மாறாக எது சரியென்பதற்கான வாதங்களோடு வருகிறார்கள் என்பது எனக்கு இன்று பெருமைக்குரிய விஷயம்.

வலுவான தேசிய நிறுவனங்களைக் கட்டியெழுப்புவது கடினமானது. எனவே ஏற்கனவே இருந்தவற்றை வெளியிலிருந்து பாதுகாத்து வளர்க்க வேண்டும், உள்ளிருந்து உயிரூட்ட வேண்டும். ஏனென்றால், அப்படிப்பட்டவை ஒரு சிலவே உள்ளன. மீண்டும் உயிரூட்டுவது என்பது இந்த நாட்டு மக்களுக்குத் தொண்டாற்றலாம், இன்னும் நன்றாக எப்படிச் செய்யலாம் என்பதைத் தொடர்ந்து சிந்திக்க வேண்டும். நம்மிடம் வரும் கோப்புகளை வேகப்படுத்துவது, விதிமுறைகளையும், வேலை செய்வதையும் எளிமைப்படுத்துவது, செலவினங்களைக் குறைப்பது

அல்லது உடன்பணியாளர்களுடன் கூட்டுறவுடன் செயல்படுவது, புதியன கண்டுபிடிக்க ஆய்வில் ஈடுபடுவது ஆகியவற்றினால் நாம் பங்களிக்கலாம். நமது பங்களிப்பைச் செய்யப் பல வழிகள் உள்ளன. எல்லோரும் பொருளாதார வாய்ப்பைப் பெற ரிசர்வ் வங்கி தொடர்ந்து உதவுவதை உறுதி செய்ய இந்தப் பெரிய நிறுவத்தின் இந்த 81ஆம் ஆண்டில் மீண்டும் நம்மை அர்ப்பணிக்க என்னோடு சேர்ந்து கொள்ளுமாறு அழைக்கிறேன்.

II

ரிசர்வ் வங்கி பற்றி நான் பெருமைகொண்ட அதேவேளையில் சீராக்குவதற்கான இடமும் இருந்தது என்பதை உணர்ந்தேன். அமைப்பினால் ஒழுங்குபடுத்துவதற்கென உள்ளேயே மறுசீரமைப்பு செய்யத் தொடங்கினோம். செயல் மதிப்பீடு முறையை மாற்றி அமைத்தோம். திறன் மதிப்பீடு, திறன் வளர்த்தல் செயல்முறைகளைச் சீரமைத்தல் முதலியவற்றில் ஈடுபட்டோம். வெளி ஆலோசகர்களை ஈடுபடுத்தாமல் இவை அனைத்துமே மூத்த மேலாளர்களால் வடிவமைக்கப்பட்டது, அப்போதுதான் மாற்றங்களுக்கான பொறுப்பை ஏற்றுக் கொள்ளமுடியும். இவைபற்றிய பொதுச் சொற்பொழிவுகள் இல்லை, ஆனால், இவற்றில் பல பொதுமக்களுக்குத் தெரிந்திருந்தன. ஒவ்வோர் ஆண்டும் நான் எங்களது அலவலர்களுக்குக் கடிதம் எழுதுவேன். இது உள்அலுவலர்க்கான செய்திப் பரிமாற்றமாக இருந்தாலும், கீழே தரப்படும் கடிதம் சிறிது சிறிதாக செய்தி ஊடகத்துக்குக் கசிந்துவிட்டது. (ஆர்பிஐ ஆளுநர் சொல்வதோ எழுதுவதோ இரகசியமில்லை என்பது முதுமொழி). துரதிர்ஷ்டவசமாக, வெளியில் கசிந்தது முன்னேற்றத்திற்கான துறைகள் பற்றிய எனது சிந்தனைகளே தவிர எவையெல்லாம் நன்றாக நடந்துகொண்டிருக்கின்றன என்பது பற்றிய எனது கருத்து அல்ல. அந்தக் கடிதத்தை இங்கு முழுவதுமாக வெளியிடுகிறேன்.

ஆர்பிஐ அலுவலர்க்கு ஆண்டு இறுதிக் கடிதம்
31 டிசம்பர் 2015

அன்புள்ள உடன்பணியாளர்களே,

உங்கள் அனைவருக்கும், உங்களது உற்றாருக்கும் மகிழ்ச்சியான, உடல் நலமுள்ள, நிறைவுதரும் புத்தாண்டு அமைய வேண்டுமென்று வாழ்த்துகிறேன். ஆண்டின் கடைசி வாரத்தில் உங்களது குடுப்பத்தாரோடும், நண்பர்களோடும் சிறிது நேரம் செலவழித்திருப்பீர்கள் என்று நம்புகிறேன்.

சென்ற ஆண்டு செயல்கள் நிறைந்ததாக, நம்மோடு பணிபுரிபவர்களின் சாதனைகள் நிறைந்ததாக இருந்திருக்கிறது. நான் அவற்றை இங்கே பட்டியலிடவில்லை. செய்தித்தாள்களில் வளர்ச்சி

விபரங்களைப் பார்த்திருப்பீர்கள். நமது ஆண்டறிக்கையில் விரிவான கண்ணோட்டத்தையும் வாசிப்பீர்கள். நமது அலுவலர்களின் தொழில்திறமை பற்றியும் நேர்மை பற்றியும் மக்கள் பாராட்டுவதைக் கேட்டதன் அடிப்படையில், நமது அலுவலகத்தில் மிக உயர்ந்த தரமுள்ள திறமைசாலிகளை நியமிப்பது தொடருவதற்கான ஆற்றலில் எனக்கு நம்பிக்கை உள்ளது. நமது அலுவலர்களில் பெரும்பாலானோருடைய அர்ப்பணிப்பு திறன்களும் என்னைக் கவர்ந்திருக்கிறது. குறிப்பாகச் சொல்ல வேண்டுவென்றால் அண்மையில், பல விடுமுறைகளைத் தியாகம் செய்து வங்கியின் இருப்புநிலைக் குறிப்புகளைச் சீர்செய்யும் முக்கியப் பணியில் பல மாதங்களாக ஓய்வின்றி ஒழுங்குபடுத்துவோரும் மேற்பார்வையாளர்களும் உழைத்திருக்கிறார்கள்.

எனினும் ஒரு வலிமையுள்ள அமைப்பு தனிச்சிறப்பான உயரிய நிலையில் தொடர வேண்டுமென்றால் தொடர்ந்த தன் ஆய்வைச் சார்ந்திருக்க வேண்டும். வரவிருக்கும் மாதங்களில், நகர மண்டபக் கூட்டங்களில் கலந்துரையாட நமக்கு வாய்ப்புக் கிடைக்கும். இருந்தாலும், வலுவான நிலைகளையும் கவலைதரக் கூடியவற்றையும் நான் இங்கே குறிப்பிட விரும்புகிறேன்.

பயனுள்ள சேவை

நம்முடையது ஒரு சேவை அமைப்பு. ஒழுங்குபடுத்தப்பட்ட அமைப்புகள், பொது மக்கள், அரசு எனப் பல வாடிக்கையாளர்கள் நமக்கு இருக்கிறார்கள்.

நாம் அவர்களுக்குப் பயனுள்ள வகையில் திறமையுடன் பணியாற்றவேண்டும். பெரும்பாலும் நமது அலுவலர்கள் சிறப்பாகப் பணியாற்றுகிறார்கள். அவர்களில் கடமையின் அழைப்பிற்கு அதிகமாகவே தங்களை அர்ப்பணித்துக் கொண்ட அசாதரண மனிதர்களும் சிலர் இருக்கிறார்கள். எனினும் பங்குதாரர்களை நான் சந்திக்கும்போது, அவர்களை வற்புறுத்திக் கேட்டால், அவர்களிடமிருந்து விமர்சனங்களைப் பெற முடிந்தது. நமது ஒழுங்குமுறைகள் சில சமயங்களில் தெளிவாக இருப்பதில்லை. நமது பணியாளர்கள் சரியான விபரம் தெரியாதவர்களாக இருக்கிறார்கள். அல்லது வாடிக்கையாளர்களுக்கு உதவும் மனம் இல்லாதவர்களாக இருக்கிறார்கள். நாம் அளிக்கும் பதில்கள் மிகவும் தாமதமாக, அதிகாரவர்க்கத்திற்கு உரியனவாக

இருக்கின்றன. (வெளிப்படையில்லாத விதிகளின் பின்னால் ஒளிந்துகொள்வது அல்லது அறிவுசார் செயலை விட்டுவிட்டு முடிவெடுப்பதைத் தவிர்ப்பது). விமர்சகர்களின் மனதில் படியும் படிமம் இயக்கமுள்ள நுண்ணறிவுமிக்க அமைப்பாக இல்லை. மாறாக பழமைப்போக்கான கற்பனை வளமற்ற ஒன்றுதான்.

புதிய பேரேட்டில் நமது விதிகளை மாற்றிக்கொண்டிருக்கிறோம். நாம் சொல்ல விரும்புவதை அதன் உண்மையான பொருளில் ஒவ்வொருவரும் புரிந்துகொள்ளக்கூடிய மொழியில் கொடுக்கச் சீரமைக்கவேண்டியது அவசியம். எளிதாகப் புரிந்துகொள்ளக்கூடிய விதிமுறைகள் நமது பணியாளர்களுக்கும் நல்லது. குறிப்பாக, பணியில் புதிதாகச் சேருபவர்களுக்கு உதவியாக இருக்கும். ஏனென்றால், அவர்கள் துரிதமாகச் செயல்பட முடியும். நிகழ்வுகளின் நூலகம் ஒன்றை நாம் அமைக்க வேண்டும். எதிர்கொள்ளும் பிரச்சனைகள் போன்றவற்றை முன்னர் எவ்வாறு கையாண்டிருக்கிறார்கள் என்பதைப் புரிந்துகொள்ள இது உதவும். அதாவது மிக முக்கிய அனுபவங்கள் தனிமனிதர் ஓய்வு பெறும்போது அவருடைய நினைவுகளாகவே நின்றுவிடாமல், நிறுவனத்தின் கருவூலங்களாக ஆக வேண்டும். தங்கள் துறைகளில் திறமை படைத்தவர்கள் ஓய்வுபெருவதற்கு முன்னர் தங்களுடைய அனுபவங்களை ஆவணப்படுத்தலும் அறிக்கையாக அளித்தலும் மாறுதல் செயல்முறைகளில் முக்கியப் பங்களிப்பதை நாம் காட்சிப்படுத்திப் பார்க்கமுடியும். நம்முடைய படிமங்களையும் ஒழுங்குபடுத்த வேண்டும். நிகழ்நிலையில் அவற்றைப் பதிவேற்றம் செய்ய வேண்டும். ஒவ்வொரு வாடிக்கையாளருக்கும் தனியான அடையாளக் குறிகள் வழங்கப்படும். பொதுவான விபரங்களை மீண்டும் மீண்டும் நிரப்பவேண்டிய அவசியம் தவிர்க்கப்படும். காலவரையறை தீவிரமாகப் பின்பற்றப்படும். பதில் அனுப்ப வேண்டிய காலக்கெடுக்கள் பின்பற்றப்படுகின்றனவா என்பதைக் கண்காணிக்கவும் ஏற்பாடு செய்கிறோம். வரும் ஆண்டில் அதற்கான நடவடிக்கைகள் மேற்கொள்ளப்படும்.

இணங்கிப்போகும் கலாசாரம்

இந்தியா ஒரு வலிமையற்ற நாடு என்று அடிக்கடி சொல்லப்படுகிறது. தவறுகளைக் கண்டுபிடித்து வெளிக்கொணரும் திறமை நமக்கு இல்லை. அதுமட்டுமல்ல, தவறு செய்தவர் எளியவராக இருந்தால் தண்டனை கிடைக்கும்.

இல்லையென்றால் தப்பித்துக் கொள்ளலாம். இந்த நிலை தொடர்கிறது. பணக்காரர்கள், உயர்மட்டத்தோடு தொடர்பு வைத்திருப்பவர்களை யாரும் கண்டுகொள்வதில்லை. தவறுகளை அவர்கள் இன்னும் அதிகமாகவே செய்யலாம். நாம் நீண்டகாலம் இருக்கக்கூடிய உண்மையான வளர்ச்சி பெறவேண்டுமென்றால், தண்டனைகளிலிருந்து தப்பிக்க வழிசெய்யும் கலாசாரம் மாறவேண்டும். முக்கியமாக இது சிலர் காட்ட முயல்வது பணக்காரர்களுக்கோ தொழிலுக்கோ எதிராக இருக்கக்கூடாது, மாறாக தவறு செய்வோருக்கு எதிராகவே இருக்க வேண்டும்.

நாட்டில் முதன்மையான, மிகவும் மரியாதை காட்டப்படுகிற ஓர் ஒழுங்குமுறை நிறுவனமாகிய நாம் இதில் தலைமை ஏற்க வேண்டும். ஆயினும் நாம் இணங்கப் போவதில்லை என்ற எண்ணம் இருக்கிறது. ஒழுங்குபடுத்தப்பட்டவைகள் ஆய்வின் போதும், கணக்காய்வின் போதும் சுட்டிக் காட்டப்பட்டாலும், மோசமான நடைமுறைகள் தொடர அனுமதிக்கிறோமா? ஒழுங்குபடுத்தப்பட்டவற்றில் தவறான நடைமுறைகளை பொறுத்துப் போய்க்கொண்டே இருந்து, அவை பல ஆண்டுகள் கழிந்து பெரிய ஊழல்களில் முடிய வேண்டுமா? கண்டு பிடிக்கவேண்டிய தவறுகளைக் கண்டுபிடித்துத் தெரிவிக்காமல் விட்ட கணக்காளர்கள் மேல் குற்றம் சுமத்த வேண்டுமா? அதிகார அடுக்கு நிலை முழுவதுமே விதிகளைப் பின்பற்றுபவர்களுக்குத் தண்டனை தருவதையும் அவற்றைக் கண்டுபிடிப்பதையும் இறுக்கிப் பிடிப்பதற்குத் தொடர்ந்த உரையாடல் தேவை. நாம் காகிதப் புலியாகக் கருதப்படக் கூடாது. இப்படி விதிகளுக்கு இணங்கிப் போவதுபற்றி நமது போக்கினை மாற்றிக் கொண்டிருக்கிறோம்.

தன் ஆய்வும், ஒருவருக்கொருவர் உதவுவதும்

ஒழுங்குபடுத்தப்பட்டவற்றிலிருந்து அதிகம் எதிர்பார்த்தால், நாமே குறையுள்ளவர்களாக ஆகிவிடக்கூடாது. எல்லா நிறுவனங்களையும் போலவே, நாமும் ஒரு சில திறமைசாலிகளைச் சார்ந்தே இருக்கிறோம். அவர்கள் தங்களது பரந்த தோள்களில் நமது நிறுவனத்தைச் சுமக்கிறார்கள். அவர்கள் நமது சிறந்த சாதனையாளர்கள். இரண்டாவது அடுக்கில் உள்ளவர்கள் இருக்கிறார்கள். அவர்கள் தங்கள் முயற்சியினால் அல்லது திறமைகளால் தங்களது பணியின் தேவைக்கும்மேலே சாதிக்கிறவர்கள். ஆனால், அவர்கள் மிகச் சிறந்தவர்களைவிட

ஒருபடி கீழே இருக்கிறார்கள். மூன்றாவது அடுக்கில் உள்ளவர்கள் காலத்தைக் கடத்துபவர்கள். அவர்களுக்கு இந்த வேலை வாழ்வாதாரம். ஆனால், அவர்கள் சிறப்பாகப் பரிமாணிக்க வேண்டும் என்ற ஆசையை இழந்தவர்கள். அவர்கள் தேவையான அளவு ஒரு நாளின் வேலையைச் செய்வார்கள். அவர்களிடமிருந்து எதிர்பார்ப்பதைவிட ஓர் இம்மிகூட அதிகம் செய்யமாட்டார்கள். இன்னொரு அடுக்கில் உள்ளவர்கள் வேலையினால் அயர்ந்து போகிறவர்கள், சாதிக்க வேண்டும் என்ற ஆசையே இல்லாதவர்கள். நான் வங்கியில் இவர்கள் அனைவரையுமே சந்தித்திருக்கிறேன்.

துரதிர்ஷ்டவசமாக, நமது சாதனை மதிப்பீட்டு அமைப்பு யாருக்கு ஊக்குவிப்பும், முன்னேற்றமும் தேவை என்பதை அடையாளம் காணவும், அவர்களுக்கு எப்படி உதவலாம் என்பதைக் கண்டுபிடிக்கவும் உதவுவதில்லை. ஏறக்குறைய எல்லோரையுமே, தங்களது உடல் பொருள் ஆவி அனைத்தையும் கொடுப்போரிலிருந்து, தங்கள் பொறுப்பையோ கடமையையோ தட்டிக் கழிப்போர், வரையில் மிகச் சிறந்தவர்கள் என்று மதிப்பீடு செய்கிறோம்.

இந்த அமைப்பை நாம் மாற்ற வேண்டும். நன்றாகச் செயல்படுவோருக்கு வெகுமதியும், அவ்வாறு செய்யாதவர்களுக்கு உதவியும் கிடைக்குமாறு மாற்றம் செய்ய வேண்டும். புதிய செயல் திறன் - மதிப்பீட்டு அமைப்பு இதற்கு உதவும். முதல் சுற்றில் பல குறைகள் இருப்பதை நாங்கள் அறிகிறோம். ஒவ்வோர் அமைப்பிலும் குறையிருக்கத்தான் செய்யும். அவற்றைச் சரி செய்ய நாங்கள் முயற்சி செய்து வருகிறோம். இந்த நடைமுறையில் உள்ள குறைபாட்டை, உங்களுடைய தரத்தின் குறைவுக்குக் காரணமாகக் காட்டாதீர்கள். மதிப்பீட்டில் நீங்கள் கவனத்துடன் எடுத்துக்கொள்ள வேண்டிய செய்தி இருக்கும். ஓர் அமைப்பை, நாம் நம்மை கவனமாக சுயசோதனை செய்யாமல், எல்லாமே நன்றாக இருப்பதாகப் பாசாங்கு செய்வதைத் தொடர்ந்தால், இப்போது இருப்பதைவிட அமைப்பு சிறந்து விளங்க முடியாது. எனவே உலகில் மிகச் சிறப்பாக உள்ளவர்களோடு போட்டிபோட வேண்டுமென்றால் நாம் நம்மையே தொடர்ந்து மீள்பார்வைசெய்து நம்மைப் புதுப்பித்துக்கொள்ள வேண்டும்.

வரவிருக்கும் ஆண்டில், அறிக்கை தரும் அலுவலர்களிடமிருந்து நிறைய எதிர்பார்க்க வேண்டியிருக்கும். அடிக்கடி, ஒரு காலாண்டுக்கு ஒருமுறைகூட தங்கள் கீழிமுள்ள அலுவலர்களிடம் அவர்களது செயல்பாடு எப்படி இருந்தது என்று சொல்ல வேண்டும்.

அந்த உரையாடலை ஆவணப்படுத்தலாம். செயல்திறனின் இறுதி மதிப்பீடு, நல்ல செயலை மோசமான செயலிலிருந்து வேறுபடுத்திக் காட்டும். மதிப்பிடப்படும் ஒருவருக்கு அது வியப்பளிக்கக் கூடியதாக இருக்கக்கூடாது. ஆண்டு முழுவதிலும் அதற்கான குறிகளை அவர்கள் பார்த்திருக்கமுடியும். கீழ்நிலைப்பணியாளர்கள் தங்களது அறிக்கையளிக்கும் அலுவலர்களின் பின்னூட்டத்தை வழக்கமாகப் பெறவேண்டும். இதனால் எல்லோருக்கும் வேலைதான். ஆனால், அது நாம் நம்மைச் சரி செய்துகொள்ள உதவும்.

எனக்குச் சிறப்பாகத் தொடர்புடைய ஒரு பிரச்சனையை இங்கு முதன்மைப்படுத்துகிறேன். நான் பணி உயர்வுக்கான நேர்முகத் தேர்வில் ஈடுபடும்போது பலர் புதியன காணும் ஆர்வத்தையும், கற்றுக்கொண்டு தாங்களாகவே முன்னேற வேண்டுமென்ற ஆசையையும் இழந்து வருகிறார்கள் என்பதைக் கண்டு கவலையடைகிறேன். சிலர் தங்களது மேசைக்கு வரும் தாள்களைத் தவிர வேறெதையும் வாசிப்பதில்லை என்பதாலும், உலக அளவில் இல்லாவிட்டாலும்கூட மற்ற வங்கிக் கிளைகளைப் பற்றியும், அவற்றின் பணியைப் பற்றியும் எதுவும் தெரிவதில்லை என்பதாலும், நான் கவலையடைகிறேன். நாம் ஒரு துறையில் ஒருவர் சிறப்புத் தேர்ச்சி பெறுவதை வலியுறுத்துகிறோம. ஆனால், அதற்காகச் செய்தித் தாள்களையோ, நூல்களையோ, பத்திரிக்கைகளையோ வாசிக்கக் கூடாது என்பதல்ல. நமது நிறுவனம் உயிர்த்துடிப்புடன் இருக்க வேண்டுமென்றால் இந்நிலை மாறவேண்டும். இருப்பதுபோதும் என்ற மனநிலையும், தன் மனநிறைவும் மெள்ள மெள்ள நடுத்தர நிலைக்குக் கொண்டு சென்றுவிடும்.

நமது பணியாளர்கள் கற்றுக்கொள்ள நாம் தரும் ஆதரவை மாற்றியமைக்க விரும்புகிறோம். தொடர்ந்து செயல்படும் அடிப்படையில் நமது பணியாளர்களில் முதலீடு செய்ய எண்ணுகிறோம். பொன் விழா உதவித் தொகைகளில் விரிவாக்கம் இதனை எடுத்துக்காட்டும். தனியாள் தேவைகள் பணித் திட்டங்கள் பற்றி மதிப்பிட மனிதவளத்துறை எடுக்கும் முயற்சிகளையும் மாற்றியமைத்து தேவையான திறன்களை வளர்க்கும் உறுதியைத் தர வரும் ஆண்டு அக்கறை எடுத்துக் கொள்வோம். வங்கியின் தேவைகளால் அல்லாமல், தங்களுடைய முன்னேற்றத்தாலேயே வங்கி ஊழியரின் பணி மேம்பாடு அடையவேண்டுமென்று விரும்புகிறோம். இரண்டும் கலப்பது தவிர்க்க முடியாததாக இல்லாவிட்டாலும், இரண்டும் ஒன்றாகவே அமைந்தால் நல்லது.

இதுபற்றிய உங்களுடைய எண்ணங்களையும், ஆலோசனைகளையும் மூத்த மேலாளர்கள் வரவேற்கிறார்கள்.

செய்திப் பரிமாற்றமும் கூட்டுறவும்

நான் ஏற்கனவே இதுபற்றிச் சொல்லியிருக்கிறேன். மீண்டும் இங்கே சொல்கிறேன். நமது வங்கிகளுக்குள் செய்தித் தொடர்புப் பாதைகளைக் கிடைக்கோட்டிலும், செங்குத்து நிலையிலும் - சீரமைக்க வேண்டும். வங்கியைக் குழுக்களாகப் பிரிப்பது பயனளிக்காது. துறை எல்லைகளுக்கு இடையே அதிக வேலை நடைபெறுகிறது. மேலாளர்கள் நேர்முகமாக அல்லது காணொளிக் காட்சி, தொலைபேசி, மின் அஞ்சல் மூலமாக செய்தித் தொடர்பு வைத்துக் கொள்வது நல்லது. துறைக்குள்ளே கடிதங்கள், கோப்புகள் அனுப்புவதையும் தவிர்க்கலாம். இதனால் உங்கள் கேள்விகளுக்கு விரைவாக உங்கள் மேசையில் விடைகள் இருக்கும். இங்கே கூட்டுறவிற்கு வெகுமதி உடனடியாகக் கிடைக்கிறது. அதேபோல துறை அலுவலர்களுடனான கூட்டங்கள் அவர்களுடைய வினாக்களுக்கு விடைதர உதவும்.

ஊழியர்களுக்கு, நீங்கள் நேரடியாக மேலாளர்களைப் பார்க்கும்போது, உங்கள் கேள்விகளைக் கேட்க உங்களுக்கு விருப்பம் இருக்கவேண்டும், உங்களுக்குள்ள பிரச்சனைகளைப் பற்றி உடனே விளக்கம் கேட்கவேண்டும். அந்த நேரத்தில் மௌனமாக இருந்துவிட்டு, பிறகு உங்களுடைய பிரச்சனைகளைத் தங்களுக்குச் சாதகமாகப் பயன்படுத்த விரும்பும் சுயநலவாதிகளால் பரப்பிவிடப்படும் வதந்திக்குப் பலியாவதைவிட இது நல்லது. சதி வேலைகள் பற்றிய கதைகளைக் கட்டுவது எப்போதும் வேடிக்கையாகத்தான் இருக்கும். இந்தியர்களாகிய நாம் இவற்றைத் தான் விரும்புகிறோம். எனினும், வங்கியின் மேலாண்மை திறந்த மனதுடனேயே இருக்கிறது. உண்மைகளைப் பெறக் கேட்க வேண்டியதுதான் தேவை.

வெளியாரிடம் செய்தித் தொடர்பு கொள்வதிலும் நாம் முன்னேற்றம் காட்டவேண்டும். அதாவது அச்சு ஊடகங்களுக்கு முன்னரே செயல்படவேண்டும், பின்தங்கிவிடக் கூடாது. நம்முடைய சாதனைகளையோ வழிகளையோ சிறப்பாகக் காட்ட வேண்டுமென்றால், அவற்றில் எது முக்கியம் என்பதில் அச்சு ஊடகம் கவனம் செலுத்தக்கூடிய வகையில் அச்சு ஊடகத்திற்கான அறிக்கையைத் தயாரிக்க வேண்டும். அறிக்கை பொருத்தமற்ற

வரலாறு பற்றிப் பக்கம் பக்கமாகப் பேசாமல், முக்கியக் கருத்துக்கு விரைவாக வரவேண்டும். செய்தித்தாள்களில் வர வேண்டுமென்றால் அறிக்கை மாலை 5.30 மணிக்குள் அனுப்பப்பட வேண்டும். அதன்பிறகு அடுத்த நாளுக்கான தங்கள் பிரதியை பத்திரிக்கையாளர்களுக்கு எழுத நேரமில்லாமல் போகும். அதற்கு அடுத்தநாள் உங்கள் செய்தி பழையதாகப் போய்விடும்.

வங்கியில் சிலர் செய்தித் தொடர்பை வெறுக்கிறார்கள். "நமது சாதனைகளே பேசும்" என்பார்கள். ஆனால், அச்சு ஊடகம் செய்தி மேல் கவனம் செலுத்துகிறது. பொதுமக்கள் செய்தியைத் தேடி அலைகிறார்கள். எனவே நாம் செய்திகளை அமைக்க வேண்டும் அல்லது செய்திகள் நம்மை உருவாக்கிவிடும். அது கசப்பாகத்தான் இருக்கும். ஒரு டாக்சி குழுமத்தின் மேல் நாம் நடவடிக்கை எடுத்ததற்காக நம்மை தொழில்நுட்பத்திற்கு எதிரானவர்கள் என்று குற்றம் சாட்டியது நினைவிருக்கும்.

நெகிழ்வுத் தன்மை

வெற்றிகரமான நிறுவனங்கள் உயிர்த்துடிப்புடனும் நெகிழ்வுத்தன்மை உடையனவாகவும் இருக்கும். சூழ்நிலைகளுக்குத் தகுந்தவாறு அவை தங்களை மாற்றிக்கொள்ளும். நாம் சவால்களைச் சந்திக்கும்போது நாம் இளக்கத்துடன் நடத்து கொள்ள வேண்டும். ஒரு நிலையில், விரிந்துவரும் இந்தியப் பொருளாதாரம் தரும் வாய்ப்புகளைப் பயன்படுத்த வேண்டும். எடுத்துக்காட்டாக, சந்தை நிலவரங்களைச் சேகரிக்கும் புதிய செயல்முறை இல்லாததைப் பயன்படுத்தமுயலும் குழுக்கள் செயல்படுத்துவோர் அனைவரையும் நாம் ஒழுங்குபடுத்த இயலாதது நமது பிரதிவினை ஆகும். மேலும் கடன்தருவதில் ஈடுபட்டிருக்கும் இணையதளச் சந்தைகள் போன்ற புதிய அமைப்புகளை மேற்பார்வையிடும் ஒழுங்குமுறைத் திறனை உண்டாக்கிக்கொள்ள வேண்டும்.

அதிக அளவில் விரிவாக்கம் செய்யப்படும் ஒழுங்குமுறை பற்றி நாம் எச்சரிக்கையாக இருக்கவேண்டிய அதேநேரத்தில், நாம் நமது பொறுப்புகளை விரிவாக்கம் செய்யாவிட்டால், பிறர் அந்த இடத்தை அடைத்துக்கொள்வார்கள் என்பதை நினைவில் வைக்க வேண்டும். ஆனால், எப்போதுமே மோசமான விளைவை ஏற்படுத்துவதில்லை. ஆனால், புதிய ஒழுங்குமுறைகள் பிளவுபடுத்திவிடும், பல இடைவெளிகள் ஏற்படும். அதனால் நிறுவனம் பாதிக்கப்படும். எனவே பிறர் பொறுப்பை எடுத்துக்கொள்வார்கள் என்று

அனுமானித்துக் கொள்ளாமல் தேவையான இடங்களில் நாம் நுழையத் தயாராக இருப்போம்.

ஆனால், புதிய திறனாளிகளை நமது நிறுவனத்திற்குள் கொண்டுவர நாம் தயாராக இருக்க வேண்டும். முடிந்த அளவு நமது நிறுவனத்திலேயே வளர்ந்தவர்களைத் தேடவேண்டும். அதேசமயம் சில பகுதிகளில் பக்கவாட்டில் பிறர் வர வேண்டியதிருக்கும். அப்படிப்பட்ட பகுதிகளைக் குறைப்போம். ஆனால், நாம் நம்மைப் பற்றி நினைப்பதைப் போலத் திறமைசாலிகளாக நாம் இருந்தோம் என்றால் தேவையான இடங்களில் பக்கவாட்டில் திறமைசாலிகள் வருவதை ஏற்றுக்கொள்ளத் தயாராக இருக்க வேண்டும். ஆனால், உள்ளே இருக்கும் ஆட்கள் அந்த வேலைகளுக்குப் போட்டியிட நேர்மையான வாய்ப்பளிக்க வேண்டும். நம்மையே சார்ந்து கொள்ளும், மனப்பான்மை இங்கே அதிகம் இருக்கும். அதனை விவாதத்திற்கு உட்படுத்த வேண்டும்.

சமூகத்தோடு இயங்குதல்

இறுதியாக, நாம் மாறிவரும் சமூகத்தில் இருக்கிறோம். முன்காலத்தில் சரியாக இருந்தது. இப்போது தவறாக இருக்கிறது. மக்கள் வெளிப்படைத் தன்மையையும், நல்ல நிர்வாகத்தையும் பொதுநிறுவனங்களிடமிருந்து எதிர்பார்க்கின்றார்கள். இனிமேல் நமது வரவுசெலவு நிதியறிக்கை நமது மத்திய வாரியத்தால் ஏற்றுக்கொள்ளப்படவிருக்கிறது என்பதை அறிவிப்பதில் மகிழ்ச்சியடைகிறேன். நமது ஈவுத் தொகைக் கொள்கை அரசோடு விவாதத்தில் இருக்கிறது. நாங்கள் வெட்டு விளிம்புக் கொள்கையைப் (பிறரைவிட அதிகமான சாதகம் நமக்கு இருப்பது) பயன்படுத்தி அதனை விதிசார்ந்தாக ஆக்க இருக்கிறோம். அப்போது வங்கியின் நிலைப்புத்தன்மை காக்கப்படும். அதேசமயம் அரசுக்கு உடைமைதாரர் என்ற முறையில் ஈவுத் தொகைகளும் கிடைக்கும். ஊதியம், அதிக வசதி ஆகியவை பற்றிய பேச்சுவார்த்தைகளில் வாரியத்தின் மேற்பார்வையை இன்னும் சிறப்பாக ஆக்க வேண்டும். வெளிப்படைத்தன்மையும், நல்ல நிர்வாகமும் நம்மைத் தேவையற்ற கேள்விகளிலிருந்து காத்துக் கொள்ளும் வழிகள். பயனுள்ள ஒழுங்குமுறைக்கு எப்போதும் பகைவர்கள் இருப்பார்கள் என்பதை எல்லோரும் அறிந்திருக்க வேண்டும். எனவே சீசரின் மனைவிபோல சந்தேகத்திற்கு அப்பாற்பட்டவர்களாக இருக்க வேண்டும்.

சமூகத்தின் தேவைகளுக்கும் நாம் கவனம் செலுத்த வேண்டும்

பொதுநலத்தொண்டு விஷயத்தில் நாமே நமது தனி நிதிகளிலிருந்து CSR-ஐ நடத்தலாம். நமது பணியாளர்கள் நாட்டைத் தாக்கிய பல அவல நிகழ்ச்சிகளின்போது குறிப்பிடத்தக்க தொகையை நன்கொடையளித்திருப்பது பற்றி நான் பெருமை அடைகிறேன். அண்மையில் சென்னையில் ஏற்பட்ட இயற்கைப் பேரழிவிற்கு ஒரு நாள் விடுப்புப் பணத்தை அளித்தார்கள். இயற்கை அழிவைச் சந்திக்க நேர்ந்தபோது நமது மண்டல அலுவலகங்களும் அதற்கேற்ப முன்னின்று வங்கிப் பணிகள் தொடர்ந்து நடைபெறுவதை, தங்கள் குடும்பங்கள் கஷ்டத்தில் இருந்தபோதிலும்கூட, உறுதி செய்தார்கள் என்பது அதைவிடப் பெருமைதரத்தக்கது. சென்னையிலுள்ள நமது மருத்துவ அதிகாரிகள், வெள்ளம் வந்த அடுத்த நாட்களில் முக்கியமான உதவிகள் செய்தார்கள் என்று அறிகிறேன். இது மிகவும் பாராட்டுதலுக்கு உரியது, நமது நிறுவனத்தினுள் பரவியிருக்கும் சமூக உணர்வுக்கு ஏற்ற பணியே அது.

தூய்மையான இந்தியாவிற்கு நாமும் நம்மை அர்ப்பணிக்கிறோம். நமது சுற்றுச்சூழலைத் தூய்மையாக வைத்து, பிறருக்கு மாதிரியாக இருப்போம். நமது அலுவலர்கள் குடியிருப்புகள் மட்டுமின்றி வெளியிலும் நமது சமூகத்திலும் தூய்மையைக் காப்போம். நமது பிரதமர் கொடுத்திருக்கின்ற அந்தச் சவாலை ஏற்று நமது வங்கி தூய்மை இந்தியா முயற்சிகளுக்கு ஊக்கமளிக்கவேண்டும்.

ஓர் அருமையான நிறுவனத்தில், நமக்கு நல்ல ஊதியம் தந்து, அறைகூவல் விடுக்கும் பணிகளைத் தரும் ஒரு நிறுவனத்தில், பொதுத்தொண்டு ஆற்றுகிறோம் என்ற மனநிறைவைத் தரும், ஒரு நிறுவனத்தில் நாம் பணியாற்றக் கொடுத்து வைத்திருக்கிறோம் என்று கூறி முடிக்கிறேன். நான் எந்தத் துறைகளில் முன்னேறலாம் என்று குறிப்பிட்டிருந்தேனென்றால், அதற்குக் காரணம் நாம் அதற்கு எதிராக செய்தால் இந்தப் பெரிய நிறுவனத்திற்குத் துரோகம் செய்பவர்கள் என்று ஆகிவிடுவோம். அதேபோல் உயர் அலுவலர்களின் பணியைச் சீராக்க நீங்கள் யோசனை கூறுங்கள். நாம் உயிர்த்துடிப்போடு இயங்க வேண்டுமென்றால், கருத்துகளும், யோசனைகளும், விமர்சனமும் இரண்டு பக்கங்களிலும் நடைபெற வேண்டும்.

III

ஆர்பிஐ பணியாளர்களின் தன்மையும் நேர்மையும் ஒரு தேசியக் கருவூலம், அதனைக் காக்க நாம் அனைத்தையும் செய்ய வேண்டும். வங்கிக்குள்ளேயே அதிக காலம் தேங்கிக் கிடக்கும் ஒரு பிரச்சனையை என்னால் தீர்க்க முடியவில்லை என்பதே எனது வருத்தம். இது எனக்கு முன்னாலிருந்தவர்களிடமிருந்து நான் சுவீகரித்துக் கொண்டது. அரசு ஊழியர்களுக்கு கிடைக்கும் ஓய்வூதியங்களை ஓய்வு பெறும் ஆர்பிஐ ஊழியர்களுக்கும் பெற்றுத்தர முடியவில்லை. அரசு திரும்பத் திரும்ப உறுதிமொழிகள் கொடுத்திருந்தபோதிலும் இது நடக்கவில்லை. அரசு சரியானதைச் செய்யும் என்று நம்புகிறேன்.

ரிசர்வ் வங்கி, அதனுடைய திறமைக்காகவும், நேர்மைக்காகவும் நிறையச் செய்ய அழைக்கப்படுகிறது. மேலும், நமது பண நிதிப் பாதுகாப்பை உறுதி செய்யும் முதன்மை நிறுவனமாக அது இருப்பதால், குறிப்பிடத்தக்க பயன்களை எதிர்பார்க்கும் சக்திவாய்ந்த பலருக்கு 'முடியாது' என்று சொல்ல வேண்டியிருக்கிறது. இதற்கு என்ன பொருளென்றால், ஆர்பிஐயின் கொள்கையோடு ஒத்துப் போகாதவர்களோடு, கொள்கையை மாற்றுவதற்கு எளிதான வழி ஆர்பிஐயை தங்கள் வயப்படுத்தவதைவிட அதனுடைய அதிகாரங்களைப் பறிப்பதுதான் சிறந்தது என்று நம்புகிறவர்களோடும் தொடர்ந்து போராடவேண்டியிருக்கிறது. ஆர்பிஐக்கு அதற்குள்ள எல்லா அதிகாரங்களும் வேண்டுமென்றோ, அதற்குத் தேவையான எல்லா அதிகாரங்களும் இருந்தன என்றோ நான் நினைக்கவில்லை. ஆனால், அறிவுக்கு உகந்த காரணங்களில்லாத மாற்றத்திற்கான ஆலோசனைகள் பற்றி நான் எச்சரிக்கையாக இருந்தேன். அப்படிப்பட்ட அறிவுக்குகந்த காரணங்கள் இல்லாமலிருக்கும் போது, (திறமை குறைவான ஒழுங்குமுறையை விரும்பும்) சுய லாபத்திற்காக (தங்களுடைய ஆதிக்கத்தை விரிவுப்படுத்த விரும்பும் அரசாங்கத்திலுள்ளவர்களிடமிருந்து) அதிகாரத்தைப் பிடுங்குபவர்களுக்கு, நாம் பணிந்து போகவேண்டியதிருக்கும் அல்லது (நாங்கள் முடிக்க முடியாத வேலைகளைச் சுமத்தும்போது) ஆர்பிஐ பலிகடாவாக ஆகலாம்.

அரசாங்கத்தில் மாற்றத்தைத் தொடங்க குழு அறிக்கைகள் ஒரு வழி என்று முன்னர் கூறியிருக்கிறேன். குழு அறிக்கைகளின் சட்டபூர்வத் தன்மை மாறக்கூடியவை. குறிப்பாக குறிப்பிட்ட திட்டத்திற்காக அல்லது சுயநலக் கூட்டத்தால் நடத்தப்படும்போது மாறலாம். ஆய்வின் பெரும்பகுதி பல கொள்கைப் பரிந்துரைகள், ஆய்வுக்கு உட்படுத்தப்படாத கருத்துகள்

தான் என்ற உண்மையை மறைக்க முடியும். ஃபினான்ஷியல், செக்டர் *லெஜிஸ்லேட்டிவ் ரிஃபார்ம்ஸ் கமிட்டி (FSLRC)* அறிக்கை, ஐக்கிய முற்போக்குக் கூட்டணி அரசின் நிதி அமைச்சகத்தால் ஏற்படுத்தப்பட்டது. அது நிதி அமைப்பில் பல மாற்றங்களைப் பரிந்துரைத்தது. அவற்றில் சில பரிந்துரைகள் நன்றாகச் சிந்தித்து அமைக்கப்பட்டவை. மிகப்பயனுள்ளவை. ஆனால், என்னுடைய சக ஒழுங்குமுறையாளர்களும் நானும் பிற பரிந்துரைகள் பற்றி அவற்றை நடைமுறைப்படுத்துவது, அதன் தர்க்கபூர்வமான காரணம் ஆகியவை பற்றியும், அந்த அறிக்கைக்கு அடித்தளமாக இருந்த ஆய்வுடன் உண்மையில் தொடர்புடையவையாக இருந்தனவா என்பது பற்றியும் கவலை கொண்டோம். இங்கே அறிக்கைதர ஏற்பாடு செய்தவர்களின் அல்லது அதை எழுதியவர்களின் விருப்பு வெறுப்புகள் மட்டுமே காணப்பட்டன. எல்லா உறுப்பினர்களின் காரணங்களின் அடிப்படையிலான ஒத்த கருத்தும் இல்லை. இறுதி மாதிரி அறிக்கையில் பல எதிர்க்குறிப்புகள் பதிவு செய்யப்பட்டிருந்தன என்பதை யாரும் கண்டுபிடிக்கவில்லை. ஒழுங்குமுறை அலுவலர்களின் ஒத்த கருத்தை எட்டாமல், அதனை நடைமுறைப்படுத்த அழுத்தம் அதிகமாகி வந்தபோது, நான் எங்களது கவலைகளை வெளிப்படுத்த வேண்டியது முக்கியம் என்று உணர்ந்தேன். அதை 2014 ஜூலை என்னுடைய உரையில் தெரிவித்தேன். நான் இராஜதந்திரத்தோடு நடக்கவேண்டியிருந்தது, அதோடு சரியான கேள்விகளையும் முன்வைக்கவேண்டும்.

நிதித்துறை சட்டச் சீர்திருத்தக் குழு அறிக்கை (FSLRC): என்ன எப்போது செய்ய வேண்டும்?

FSLRC அறிக்கை இந்திய நிதிவரலாற்றில் மிக முக்கியமான, ஆழ்ந்த ஆராய்ச்சி செய்யப்பட்ட, சிறப்பாக விளம்பரப்படுத்தப்பட்ட அறிக்கைகளில் ஒன்று. அது நிதித் துறையின் செயல்பாடுகளைக் குறிப்பிடுகிறது, அது எப்படி அமைக்கப்பட வேண்டும், அதனை நடைமுறைப்படுத்தும் சட்டமும், விதிமுறையும் எப்படி இருக்க வேண்டும் என்றும் காட்டுகிறது. இந்த அறிக்கையின் ஆசான்களை அவர்களது நாட்டுப் பணிக்காகப் பாராட்ட வேண்டும்.

அறிக்கையில் விடுபடுவதற்கும், ஏற்றுக் கொள்வதற்கும் நிறையவே இருக்கின்றன. நுகர்வோர் பாதுகாப்பு இவ்விதிமுறைகளை முன்வைக்கும்போது உற்பத்திப் பொருள்கள், வாடிக்கையாளருக்கு உரியதா எனத் தீர்மானிப்பது என்பதும் தகுதி பற்றி உறுதி

செய்வதற்கு நிதித்துறையைப் பொறுப்பாக்குவது ஆகியவற்றில், அறிக்கை, ஒழுங்குமுறையாளர்கள் தங்கள் நுகர்வோர் பாதுகாப்பு விதிமுறைகளை மீள்பார்வை செய்ய வற்புறுத்துகிறது. ஆர்பிஐயில் நாங்கள் FSLRC அறிக்கையின் அடிப்படையில் அதுபற்றி ஆராய்ந்து வருகிறோம்.

அதிகம் மதிப்புள்ளவையும் உள்ளன. குறுநிலை மேலாண்மைக்காக சட்டம் வேண்டும் என்று அந்த அறிக்கை கேட்கவில்லை. ஒழுங்குமுறையாளர்களுக்கு அதிக உரிமை தரப்படுவதை விரும்புகிறது. இது முக்கியமானது. ஏனென்றால் நாம் ஒழுங்குபடுத்தும் உலகம், சட்டம் மாற்றுவதைவிட வேகமாக மாறுகிறது. FSLRCயின் அழுத்தம் தெளிவான பணச் சட்டகத்திற்கானது. இந்த அழுத்தம் டாக்டர். உர்ஜித் பட்டேலின் குழுவினுடைய அறிக்கையில் முடிந்தது. இது வரவிருக்கும் ஆண்டுகளில் நமது சிந்தனைக்கு வழிகாட்டும். அதுபோல, ஃபினான்ஷியல் ரெசலூஷன் அதாரிட்டி போன்ற புதிய நிறுவனங்கள் நமது நிறுவனக் கட்டமைப்பின் பள்ளங்களை நிரப்பத் தேவைப்படும்.

நான் சொல்லிக்கொண்டே போகலாம். ஆனால், நான் FSLRC அறிக்கையைப் புகழ்வதற்காக இங்கே வரவில்லை. மாறாக, அறிக்கையிலுள்ள சில முன்மொழிவுகளை நடைமுறைப்படுத்துவது தவறாக ஆகிவிடும் என்று வாதிடவே வந்திருக்கிறேன். சில முன்மொழிவுகளுக்கு அவற்றின் அடித்தளமாகச் சொல்லப்படும் வாதம் கேள்விக்குறியது. ஒழுங்குமுறையின் காரண காரியத்துக்கு எதிராக இருப்பதாகத் தோன்றுகிறது. பிறவற்றைப் பொறுத்த வரையில், ஒழுங்குமுறைச் சட்டகம் நன்றாக வளர்ந்துள்ள, நிதித்துறை நிதி விஷயங்களில் அதிகம் அனுபவமுள்ள பொருளாதாரத்திற்கு முன்மொழிவுகள் அறிவுடைமையானவையாக இருக்கும். இப்போது அதே முன்மொழிவுகளை நடைமுறைப்படுத்துவது அமைப்பையே பல முடிச்சுகளுக்கு உட்படுத்துவதாக ஆகும். அதை இங்கே விளக்குகிறேன்.

ஒழுங்குமுறைக்கான தர்க்கரீதியான காரணம்

FSLRCயின் கூற்றுப்படி ஒழுங்குமுறைக்கான காரணம், சந்தையின் தோல்வி, 'மோசமான நடத்தை' ஆகியவற்றைக் கையாளுவதற்காக. மோசமான நடத்தைக்குக் காரணம் முழுமையாக இல்லாத செய்தி

அல்லது குறைவான ஊக்கத் தொகைகள் என்று அந்தக்குழு கூறுகிறது. ஆனால், ஒழுங்குபடுத்துவதை தேவையாக ஆக்குகின்ற மோசமான நடத்தைக்கான முக்கியக் காரணங்களில் ஒன்று பொருளாதார வல்லுநர்கள் சொல்கின்ற முழுமையில்லாத ஒப்பந்தங்கள் ஆகும். (வாடிக்கையாளர்கள், பொதுமக்கள், வரி கொடுப்போர் அல்லது சந்தை தொடர்பான) ஒழுங்குபடுத்தப்பட்ட விஷயத்தில் நடத்தையை ஒப்பந்தங்களில் முழுமையாகக் குறிப்பிட முடியாது. ஏனென்றால், அதனை ஒரு காலக் கெடுவில் உற்றுநோக்குவதும் சரிபார்ப்பதும் கடினம் அல்லது அதனை பல ஒப்பந்தங்களை வைத்துத்தான் அளவிடமுடியும்.

நீதிமன்றங்கள் குறிப்பிட்ட ஒப்பந்தங்களை நடைமுறைப்படுத்த முடியும். ஆனால், சிலவேளைகளில் ஒழுங்குபடுத்துபவர் நன்றாகச் செய்ய முடியும். எடுத்துக்காட்டாக, கடன்அட்டை வாடிக்கையாளர்களிடமிருந்து ஒரு வங்கி அதிகப்படியான புகார்களைச் சந்திக்கலாம். ஒரு வாடிக்கையாளர்கூட அதனை நீதிமன்றத்திற்கு எடுத்துச்செல்ல தகுதியானதாகக் கருதாமல் இருக்கலாம். வங்கிதான் தவறு செய்கிறது என்று வாடிக்கையாளராலும் நிரூபிக்க முடியாதிருக்கலாம். ஆனால், அதிகப்படியான புகார்கள் வந்தால் ஒழுங்குமுறை அலுவலகத்திற்கு வங்கி திருந்த வேண்டும் என்று தெரிந்துவிடும். அது இந்த வாடிக்கையாளர்களின் புகார்களின் தன்மையை மற்ற வங்கிகளிலிருந்து பெறும் புகார்களோடு ஒப்பிட்டால், எங்கு தவறு என்பதை ஒழுங்குமுறையாளர் கணித்துவிடலாம். அதன் அடிப்படையில் செயல்படலாம். அதுபோல, ஒரு குறிப்பிட்ட உற்பத்திப் பொருளுக்கு மற்றவற்றைவிட அதிகமாக புகார்கள் வந்தால், ஒழுங்குமுறையாளர் அந்தத் தொழிற்சாலையை அவர்களது பொருளை மாற்றுமாறு கேட்டுக் கொள்ளும் அல்லது தடைசெய்யவும் செய்யலாம்.

ஒழுங்குமுறையாளர் ஒப்பந்தங்களில் சில வகைகளைத் தடுக்க வேண்டியதிருக்கலாம். எடுத்துக்காட்டாக, நிதி நெருக்கடிக்கு முன்னர் வந்த அதிகமான காப்புறுதிகள்போல, ஒழுங்குமுறையாளர் ஒரு குறிப்பிட்ட வகைக் காப்புறுதி அமைப்பில் தேவையற்ற ரிஸ்க்குகளைச் சுமத்திவிடும் என்று கருதினால், காப்புறுதி ஒத்துப்போன ஆட்களுக்கு இடையில் நடைபெற்றிருந்தாலும் அதனை அவர் தடை செய்ய முடியும். அவர் நினைப்பது போலக் காப்புறுதி நடந்துகொள்ளும் என்பதற்கான உறுதிப்பாடு

இல்லாவிட்டாலும், ரிஸ்க்குகள் வரும்வரை காத்திருக்க முடியாது. அப்போது அதிகக் காலதாமதம் ஆகிவிடும்.

இதில் பொதுவான கருத்து என்னவென்றால், பெரும்பாலான ஒழுங்குமுறைச் செயல்பாடில் பல ஆண்டு அனுபவத்தின் அடிப்படையிலான ஒழுங்குமுறையாளரின் அறிவுசார்ந்த முடிவுதான் முக்கியம். அப்படிச் செய்யும்போது, சட்டங்கள், ஒப்பந்தங்கள், ஒழுங்குமுறைகளிலுள்ள ஓட்டைகளை நிரப்பி விடுகிறார். ஓர் ஒழுங்குமுறையாளர் செய்கிற அனைத்தையுமே வழக்கு மன்றத்தில் நிரூபிக்க முடியாது. கூட்டிணைய வாரியங்களின் குறிப்பிட்ட முடிவுகளில் தொழில் தீர்ப்புச் சட்டத்தைப் பயன்படுத்தி நீதிமன்றங்கள் குறுக்கிடுவதில்லை. அவை தொழில்முடிவுகள் பற்றி யூகத்தின் மூலம் வரும்முன் உரைப்பதில்லை. அதேபோல, ஒழுங்குமுறைத் தீர்ப்பு அல்லது முடிவு யூகத்தின் மூலம் எடுக்கப்படக் கூடாது என்றிருக்கும் பல ஒழுங்குமுறை முடிவுகள் உள்ளன.

அதிகப்படியான சட்டரீதியான மேற்பார்வையின் ஆபத்து

ஆனால், ஒழுங்குமுறையைக் கட்டமைப்பதை மட்டுமல்ல, ஒழுங்குமுறை தீர்ப்பைப் பயன்படுத்துவதையும் சட்டபூர்வமாக மேல்முறையீடுசெய்ய வகைசெய்ய வேண்டும் என்று FSLRC விரும்புகிறது. அதற்காக அது ஒரு நிதித்துறை மேல்முறையீட்டுத் தீர்ப்பாயம் ஒன்றை உருவாக்க விரும்புகிறது. ஒழுங்குமுறைச் செயல்களின் மேல் இன்னும் அதிகமான தடைகளையும் சமநிலைப்படுத்தலையும் கொண்டுவருவது நோக்கம் (பெரும்பாலான ஒழுங்குமுறை நடவடிக்கைகளை உயர்நீதி மன்றத்தில் மேல்முறையீடு செய்யலாம் என்பதைக் கவனிக்க). ஆனால், எந்த அளவு தடுத்தலும் சமநிலைப்படுத்தலும் போதுமானதாக இருக்கும்? சட்ட ரீதியான மேற்பார்வை அதிகமாக ஆகிவிடாதா?

நாம் மூன்று ஆபத்துகளிலிருந்து நம்மைக் காத்துக்கொள்ள வேண்டியிருக்கிறது. முதலாவதாக, நீதிமன்றங்கள் முடிவு கூறுவதற்குத் திறமைகளும், அனுபவமும், செய்தியும் இல்லாதவை பற்றி துல்லியமான சாட்சியங்கள் இல்லாதபோது தீர்ப்பிடச் சொல்கிறோம். இதைச் செய்ய நாம் முயன்றோமென்றால், ஒழுங்குமுறை அமைப்பின் நோக்கத்தையே கெடுத்தவர்கள்

ஆவோம். தீர்ப்பாயம் ஒழுங்குமுறைத் தீர்ப்பைப் பின்பற்றுவதற்கும், எல்லா விஷயங்களிலும், தலையிடாமல் இருப்பதற்கும் தேவையான அறிவு அதற்கு இருக்கும் என்று நம்பலாம். ஆனால், இது இரட்டை அளவுகோலைப் பயன்படுத்துவதாக ஆகாதா? தீர்ப்பாயத்தின் தீர்ப்பை நம்புகிறோம். ஒழுங்குமுறையின் தீர்ப்பை நம்பவில்லை என்றாகும். எனினும் முந்தைய அனுபவம் கூறுவதுபோல எந்த அமைப்பும் தான் இருப்பதை நியாயப்படுத்தத்தான் செய்யும், தீர்ப்பாயத்தை அமைத்தால் தேவையான அளவிற்குமேல் அது குறுக்கிடும்.

இரண்டாவது ஆபத்து மேல்முறையீட்டு முறையை எளிதாக ஆக்கினால், அது மேல்முறையீடு செய்ய அனைவரையும் தூண்டும். வளர்ந்த நாட்டில் நிறுவப்பட்ட சட்டங்கள், தீர்ப்புகளின் நிகழ்நிலை வரலாறு, வேகமாகச் செயல்படும் நீதிமன்றங்கள் இருக்கும். அப்போது இது சிக்கலாகத் தோன்றாது. ஆனால், இந்தியாவில், நிதி அமைப்பு இப்போதுதான் வளர்ந்து வருகிறது. புதிய சட்டதிட்டங்கள் இப்போதுதான் உருவாக்கப்பட்டு வருகின்றன. நீதித்துறையும் நிறையக் கற்றுக்கொள்ள வேண்டியிருக்கிறது. நீதி நடைமுறைகளும் மெதுவாக நடைபெறுகின்றன. அப்போது மேல்முறையீடு செய்வதை ஊக்குவிப்பது அமைப்பைச் செயலிழக்கச்செய்து, திரிபுகளை உண்டாக்கும். தேவையான ஒழுங்குமுறைகள் நிறுத்தி வைக்கப்படும். பங்குபெறுவோர் சட்டத்திலுள்ள ஓட்டைகளைப் பயன்படுத்திக் கொள்வார்கள்.

இறுதியாக, ஒவ்வொரு நாட்டிலும், ஒழுங்குமுறை அமைப்புக்கு நல்லமரியாதை தருவது பங்குபெறுபவர்களை நேர்மையாக நடக்க வைக்கும். தனி நபர் நடத்தை விதிமுறைகளையோ, நிறுவனங்களாலோ கட்டுப்படுத்துவது குறைவாக இருக்கும் ஒரு வளரும் நாட்டில், இது மிகவும் முக்கியம் வாய்ந்தது. ஆனால், ஊதியம் அதிகம் வாங்கும் பெரிய வழக்கறிஞர்களைக் கொண்டு தனி நிறுவனங்கள் ஒழுங்குமுறையைக் கட்டுப்படுத்த முடியுமென்றால், அந்த மரியாதை கரைந்துவிடும். எனவே கடைசி ஆபத்து ஒழுங்குமுறையாளர் வெறும் காகிதப் புலியாகிவிட, நீதித்துறைக்கு உட்படாத பகுதிகளில்கூட, நல்ல நடத்தையை உறுதிசெய்யும் அதிகாரத்தை இழந்துவிடுவார்.

தடுப்பதற்கும் சமநிலைப்படுத்துவதற்குமான முறைகள் தேவையில்லை என்று வாதிடுகிறேனா? உறுதியாக இல்லை; ஏற்கனவே இருக்கின்றன. உயர்நீதி மன்றங்கள்

ஒழுங்குமுறையாளரின் முடிவை மறு ஆய்வு செய்யலாம். ஒழுங்குமுறையாளரை மக்களால் மக்களாட்சி முறையில் தேர்ந்தெடுக்கப்பட்ட பிரதிநிதிகள் நியமிக்கலாம், பதவி நீக்கச் செய்யலாம். FSLRC நாடாளுமன்றதிற்கு ஆண்டுதோறும் அறிக்கைதர வேண்டும், நாடாளுமன்ற உறுப்பினர்கள் விவாதிக்க வேண்டும் என்று பரிந்துரைக்கிறது. இது மேற்பார்வையை அதிகப்படுத்தும். ஆனால், வேறு ஒழுங்குபடுத்தும் துறைகளோடு ஒப்பிட்டு, இன்னும் அதிகமான நீதிமன்ற மேற்பார்வையை, நிதி வளர்ச்சிக்கு இதுதான் வழி என்ற தவறான எண்ணத்தோடு நீதி ஒழுங்குமுறையாளரோடு இணைக்க வேண்டாம் என்று நான் வலிமையாக வலியுறுத்துவேன்.

ஒழுங்குமுறைக் கட்டமைப்பு

FSLRC மிகக் கடுமையான கண்ணோட்டம் கொண்டிருக்கும் இன்னொரு விஷயம் ஒழுங்குமுறை கட்டமைப்பு. நான் முன்னர் சொன்னதுபோல, ஃபினான்ஷியல் ரெகுலேஷன் அதாரிட்டி உட்பட பல ஆலோசனைகள் அதிகம் தேவைப்படுகின்றன. ஆனால், சொல்லப்படுகின்ற மாற்றங்களுக்குத் தரப்படும் காரணங்கள் வலுவில்லை. சிலவேளைகளில் முரண்பாடாகவும் இருக்கின்றது.

வணிகத்திற்கான எல்லா ஒழுங்குமுறையையும் ஒரு புதிய யுனிஃபைடு ஃபினான்ஷியல் ஏஜன்சியின் அடியில் ஒன்றிணைக்க வேண்டும் என்ற ஆலோசனையை எடுத்துக் கொள்வோம். இப்போது ஆர்பிஐயால் செய்யப்படும் ஃபார்வர்ட் மார்க்கட்ஸ் கமிஷனும், பத்திர ஒழுங்குமுறைச் செயல்பாடுகளும் அதேபோல SBIயும் போய்விடும். ஆனால், கருவி வணிகத்திற்கு உட்படும் நிலை மத்திய ஒழுங்குமுறையோடு சேர்ந்து ஒத்துழைத்தலாக இருக்கும் என்று இது அனுமானித்துக் கொள்கிறது. ஆனால், வேறு ஒத்துழைப்புகள் இருக்கின்றன. அவை எவ்வளவு முக்கியத்துவம் வாய்ந்தவை?

எடுத்துக்காட்டாக, உண்மையான பொருள் வழங்கப்படும் முன்னோக்கு வர்த்தகத்தில் விலை காணப்பட்ட பொருளின் உண்மையான சந்தைகளின்மேலும், பொருள் வழங்கப்படும் பண்டக சாலையின்மேலும் ஒழுங்குமுறை மேற்பார்வை, ஒழுங்குபடுத்தும் ஒத்துழைப்புக்கு முக்கியமான காரணியாக இருக்கும். இந்நிலையில் FMC- யை யூனிஃபைடு ஃபினான்ஷியல் முகமையில் கொண்டுவர வேண்டுமா? அல்லது உண்மையான

பண்டங்களை மேற்பார்வையிடும் அமைச்சகங்களோடு வலுவான தொடர்புகள் வைத்திருப்பது நல்லதா? இதற்கு விடை இன்னும் விசாரணை தேவைப்படும் என்று நினைக்கிறேன்.

அதேபோல பத்திர வர்த்தகத்தை ஒழுங்குமுறைப்படுத்துவது வங்கிக் கடன்கள் போன்ற கடன் பொருட்களை ஒழுங்குபடுத்துவது அல்லது பணக் கொள்கையின் நடைமுறை (பத்திரங்கள் விற்கப்படும் இடம்) அல்லது வர்த்தகத்தின் வேறு வகைகள் ஆகியவற்றைவிட அதிகமான ஒத்துழைப்பு ஆற்றலை உடையதாக இருக்குமா? FSLRC அறிக்கையில் இதற்கும் உறுதியான விடையிருக்கிறது என்று நான் உறுதியாகக் கூறமுடியாது. இந்நேரத்தில் பத்திர விற்பனை ஒழுங்குமுறையை மாற்றுவது அரசு பத்திரச் சந்தை வளர்ச்சியைக் கடுமையாகப் பாதிக்கும். மேலும் இப்போது ஆர்பிஐ செய்து கொண்டிருக்கும், பத்திரங்கள் அதிகமான நீர்ப்புத்தன்மை உடையதாக ஆக்கும் செயலும் பாதிக்கப்படும்.

FSLRC ஒத்துழைப்பு ஆற்றல்கள், ஒழுங்குபடுத்தல், ஒரே மாதிரித் தன்மை ஆகியவற்றில் நிலையற்ற கொள்கையை உடையதாகத் தோன்றுகிறது. வர்த்தகத்தின் எல்லாக் கட்டுப்பாடும் ஒரே கூரைக்கு கீழ் இயங்கவேண்டும். நுகர்வோர் பாதுகாப்பு ஒழுங்குமுறை இன்னொரு கூரைக்குக் கீழே வரவேண்டும். ஆனால், கடன் தருதலின் ஒழுங்குமுறை பிரிக்கப்பட வேண்டும் என்று சொல்லுகிறது. வங்கிகள் ஆர்பிஐயால் ஒழுங்குப்படுத்துப்படுவது தொடர வேண்டும். பாதி வங்கிகள் உள்ள NBFLகளை ஒழுங்குபடுத்தல் யூனிஃபைடு ஃபினான்ஷியல் முகமைக்குள் வரவேண்டும். இந்த முகமை வர்த்தகம், கடன் ஆகிய இரண்டையும் மேற்பார்வையிடும் பெரிய ஒழுங்குமுறை. இவ்வாறு துண்டுதுண்டாகப் பிரிப்பதில் எந்தப் பொருளும் இல்லை. ஒழுங்குபடுத்துவதன் சீரான தன்மை, கடன் வளர்ச்சியை மேற்பார்வையிடுதல், பணக்கொள்கையின் நடத்தை ஆகியவற்றைத் தடுக்கும்.

விரிவான கண்ணோட்டத்தில் பார்க்கும்போது FSLRCக்கு மாற்றி அமைத்தலின் நன்மைகள் பற்றி மிக உயர்ந்த எண்ணம் இருக்கிறது போலத் தோன்றுகிறது. ஓர் அமைப்பில் செயல்பாடுகளை ஒன்று சேர்த்தவுடன், ஒத்துழைப்பு ஆற்றல்களை முழுவதுமாக பயன்படுத்தலாம். ஆனால், தனித்தனி அமைப்புகளில் இருந்தால் அவ்வாறு செய்ய முடியாது என்று நம்புவதாகத் தோன்றுகிறது. நானும்கூட அந்தக் கருத்தையே கொண்டிருந்தேன். ஆனால்,

இப்போது அது அதிகப்படியானது என்று நம்புகிறேன். பெரிய அதிகாரவர்க்கம் சார்ந்த ஒழுங்குமுறைக்குள் பல பிரிவுகள் இருப்பது ஒத்துழைப்புத் திறன்களை முழுவதுமாகப் பயன்படுத்துவதைத் தடுக்கும். ஆனால், ஒழுங்குபடுத்துவோருக்கு இடையே அடிக்கடி சந்திப்புகள் நிகழ்ந்தால், அவர்களுக்கு இடையேயுள்ள செயல்பாடுகளில் இருக்கும் ஒத்துழைப்பு ஆற்றல்களை ஒழுங்குமுறையாளர்கள் பயன்படுத்த முடியும். *FSLRC*யின் பயனுள்ள முன்மொழிவு ஒன்று நிதித்துறை வளர்ச்சிக் குழுவிற்கு உறுதியான இடம் தருவது. அது ஒழுங்குபடுத்துவோருக்கிடையே ஒத்துழைப்பு நடைபெறுவதற்கான தளம். ஒருவொருக்கொருவர் நேரடியாக உரையாடும்போது அதன் பயன்கள் இன்னும் அதிகமாகும். எடுத்துக்காட்டாக *SBI*யின் தலைவரும் நானும் மாதம் ஒருமுறை பிரச்சனையைக் கண்டுபிடிக்கவும் தீர்க்கவும் சந்தித்துக் கொள்கிறோம்.

அதேசமயம், நிறுவனங்களுக்கு இடையேயுள்ள தடுப்புகளை ஒழுங்குபடுத்துவோருக்கு இடையே நடக்கும் பேச்சுவார்த்தைகளும், கூட்டுறவுகளும் தீர்த்துவிடும் நிலையில் ஓர் ஒழுங்குமுறைப்படுத்துவோருக்கு பொறுப்பைக் கொடுத்துவிட்டு பொறுப்பை நிறைவேற்றும் கருவிகளை வேறு கைகளில் கொடுப்பது அறிவுடைமை ஆகாது. பணத்தின் உள்நாட்டு வெளிநாட்டு மதிப்பை மேலாண்மை செய்வது ஆர்பிஐயின் பொறுப்பு. அதுமட்டுமல்ல பேரளவுப் பொருளாதார நிலைப்புத் தன்மைக்காக உழைப்பதும் அதனுடைய பொறுப்பு. பலவகை முகமைகளும் கல்வியாளர்களும் சொல்வதுபோல, முதலீடு உள்ளே வருவதை வடிவமைக்கும் திறமை, பேரளவு சார்ந்த விவேகத்திற்கான நிதியமைப்பு மொத்தத்தையும் ரிஸ்க்கிலிருந்து காப்பாற்றுதல் கருவிப் பேழையின் ஒரு பகுதியாக அறியப்படுகிறது. ஆர்பிஐயிடமிருந்து உள்நாட்டு முதல் வரவுகளைக் கட்டுப்படுத்தும் அதிகாரத்தை எடுத்துவிட்டால், ஆர்பிஐயின் ஒரு முக்கியமான கருவியை *FSLRC* எடுத்துவிடுவதாக ஆகாதா?

நொடிக்காமல் இருந்தால்...

இதுவெல்லாம் ஒழுங்குமுறைத் தளத்தைப் பாதிக்காத சிந்தனைக்கு உட்படுத்தப்படாத ஒரு விவாதம் என்று கருதப்படாமல் இருக்க, ஆர்பிஐ எந்த இடங்களிலெல்லாம் தனது அதிகாரங்களை விட்டுக்

கொடுக்கலாம் என்பதையும் சொல்கிறேன். எடுத்துக்காட்டாக, அரசு தனது கடனைத் தானே சமாளிக்க விரும்பினால், ஆர்பிஐ அதன் வழியில் குறுக்கிட எந்தக் காரணமும் இல்லை (FSLRCயின் கருத்துகள் போலில்லாமல்). கடன் மேலாண்மையில் முரண்பாடுகளால் அரசு பாதிக்கப்படும் என்று நான் நம்பவில்லை. ஆனால், நலத்திட்டத்தில் எந்த இழப்பும் இல்லாமல் அரசின் ஆணைகளை ஆர்பிஐ செயல்படுத்தலாம். எனினும், அரசு தன்னுடைய கடனை மேலாண்மை செய்ய ஆர்பிஐயின் பிரதிநிதிகளை அரசு சார்ந்திருக்கும் என்று எண்ணுகிறேன்.

FSLRC அறிக்கையில் பயனுள்ளவற்றை வடிகட்டி, வெற்றிபெற சந்தேகத்திற்கு இடமான பெரிய திட்டங்களை விலக்குவதற்கு என்னுடைய குறிப்புகள் முயல்கின்றன என்று எண்ணிப் பாருங்கள். ஐயத்திற்கு இடமின்றி நமது சட்டங்கள் சீரமைக்கப்பட வேண்டும். ஆனால், புதிய ஒழுங்குமுறைக் கட்டமைப்புகளையும், ஒழுங்குமுறையில் புதிய மேற்பார்வையையும் கொண்ட சட்ட விஷயத்திற்கான புதிய அணுகுமுறைகளுக்கு எந்தக் காரணமும் இல்லை. ஐயத்துக்கு இடமின்றி ஒழுங்குமுறையாளர்கள் ஒத்துப்போகாமலிருந்த காலகட்டங்களும் இருந்திருக்கின்றன. ஆனால், சில அமைப்புகளை ஒன்றாக இணைப்பதற்கும், சிலவற்றை உடைப்பதற்கும் அதனால் பல பரிமாணங்களில் செயலிழக்கச் செய்ய உறுதி செய்வதற்கும், அதுவே காரணமாக இருக்கிறதா? மேலும், இக்கட்டிலிருந்து எந்த ஓர் ஒழுங்குமுறைக் கட்டமைப்பும் வெளிவரவில்லை. மாறாக, தோல்வியுற்ற நாட்டின் சூழல்கள் அல்லது ஒழுங்குமுறையாளரின் தன்மையின் அடிப்படையில் பல ஒற்றை அமைப்புகளும் வெற்றி பெற்றருக்கின்றன, அல்லது தோல்வியுற்றிருக்கின்றன.

ஒழுங்குமுறையாளர்கள் தங்களது எல்லையை சிலசமயங்களில் மீறிய அல்லது அவர்கள் மேலதிகாரம் செய்த நிகழ்வுகளும் இருந்திருக்கின்றன. அதற்காக ஒவ்வொரு செயலையும் நீதிமன்ற ஆய்வுக்கு உட்படுத்தலாமா? அதிகப்படியான தடைகளும் சமநிலைகளும் வேண்டுமா அல்லது இல்லாத ஒரு பிரச்சனைக்குத் தீர்வுகாண முயற்சி செய்கிறோமா? சீனர்கள் சொன்னதுபோல ஆற்றைக்கடக்க ஒவ்வொரு கல்லின்மீதும் மிதித்து அது எடையைத் தாங்குமா என்று கண்டுபிடிப்பதன் மதிப்பை நாம் அறிய வேண்டும். நாம் காலை எடுத்து வைக்கும்போது அங்கே ஒரு கல் இருக்கும் என்ற குருட்டு நம்பிக்கையோடு குதித்துவிடக் கூடாது.

IV

என்னுடைய பணிக்காலத்தின் கடைசி நாட்களில் அலுவலகத்திற்குள் நுழைந்தபோது, ஒரு சுதந்திரமான மைய வங்கி இந்தியாவிற்கு ஏன் தேவை என்று விளக்க விரும்பினேன். இந்தியாவின் பல பொருளாதார வல்லுநர்களை உருவாக்கிய புனித ஸ்டீபன்ஸ் கல்லூரியிலிருந்து வந்த அழைப்பு எனக்கு நல்லதொரு மேடை அமைத்துத் தந்தது. ஆர்பிஐ அரசுக்கு மிக அதிகமான ஈவுத்தொகையைக் கொடுத்திருந்தாலும், இன்னும் வேண்டுமென்று தொடர்ந்து கேட்டுக்கொண்டே இருந்தார்கள். ஒரு மைய வங்கியின் இருப்புநிலையில் இயங்கும் பொருளாதாரம் பற்றிய போதுமான புரிதல் இல்லாததையே இந்த முன்மொழிவுகள் காட்டின. அலுவலகத்தில் எனது கடைசி நாளான 2016 செப்டம்பர் 3 அன்று நான் இந்த இரண்டு பிரச்சினைகளையும் பற்றிப் பேசினேன்.

மையவங்கியின் சுதந்திரம்

காலை வணக்கம். புனித ஸ்டீபன் கல்லூரியில் பேச அழைக்கப்படுவது ஒரு பெருமை. 1980இல் இங்கே என்னுடைய சிறந்த நல்ல நண்பர்களுடன் பொருளியலில் பி.ஏ. சேரலாம் என்று எண்ணினேன். ஐஐடி தேர்வுக்கு மிக கஷ்டப்பட்டுப் படித்ததால், நான் "தொலைத்த செலவு தவறுக்குட்பட்டு"* - தவறான முடிவுக்கு வந்து - மின் பொறியியல் படித்தேன். தவறாகச் செலவழிந்த எனது இளமைப் பருவத்தின் ஒருகணம் பற்றிக்கூட வருத்தப்படவில்லை. எனினும் உங்களுடைய கூட்டத்தில் இன்று மட்டும் என்னைத் தற்காலிக உறுப்பினராக ஏற்றுக் கொள்ளுங்கள்!

கடந்த சில வாரங்களாக, பணவீக்கம், இக்கட்டிலுள்ள கடன், நிதியில் அனைவரையும் உட்படுத்துதல், வங்கித் துறை சீர்திருத்தம், சந்தைச் சீர்திருத்தம் ஆகியவைபற்றி ஆர்பிஐயின் அணுகு முறையைப் பற்றிப் பேசினேன். இன்று, இந்தியாவில் பேரளவு பொருளாதார நிலைப்புத் தன்மையை உறுதிசெய்ய வலிமையுள்ள, சுதந்திரமான ஆர்பிஐ ஏன் இந்தியாவிற்குத் தேவை என்பதை விளக்க விரும்புகிறேன். அடுத்தபடியாக அத்தகைய சுதந்திரம் முன்னே செல்ல வேண்டுமென்றும் தேவை என்ன என்பதையும் விவாதிக்கிறேன்.

★ பொருளாதாரத்தில் sunk cost fallacy என்பது திரும்பப் பெறமுடியாத செலவினத்துக்கு மதிப்பளித்தல்.

பேரளவுப் பொருளாதார நிலைப்புத் தன்மையின் தேவை

வளர்ச்சி நல்லதுதான். ஆனால், நிலைப்புத்தன்மையுடன் கூடிய வளர்ச்சி அதைவிட நல்லது. குறிப்பாக பலர் விளிம்பு நிலையில் வாழும் ஏழை நாட்டில் அது சிறப்பானது. ஆர்பிஐயைப் பொறுத்த வரையில் வளர்ச்சி நமது உட்திறனை மிஞ்சிப் போகாமல் இருக்க உறுதி செய்வதும், நமது ரிஸ்க்கைக் குறைக்கும் விவேகமுள்ள கொள்கைகளை ஏற்றுக் கொள்வதும், அதிர்ச்சியிலிருந்து நாடு காப்பாற்றப்படுமாறு மாறி, போதுமான காப்புகளை உண்டாக்குவதும் ஆகும்.

கேக் கையிலிருக்கவும் வேண்டும், சாப்பிடவும் வேண்டும்: வட்டி வீதங்களும், பணமாற்று வீதமும்

எனினும் இந்தக் கொள்கையால் மைய வங்கி விமர்சனத்திற்கு உள்ளாகும். பண வீக்கத்தைக் கீழ்கொண்டு வந்தால், கடன் வாங்குபவர்கள் விரும்புவதைவிட அதிகமாக வட்டி வீதங்கள் இருக்கும். பணவீக்கம் குறைந்தால், சில ஏற்றுமதியாளர்கள் விரும்புவதைவிட பணமதிப்பு குறைந்துவிடும். வங்கிகளைச் சீர்படுத்தக் கட்டாயப்படுத்தினால் வழக்கமாகக் கடன் திருப்பித்தர தவறுபவர்கள் மீது வங்கிகள் கடுமையாக நடந்து கொள்ளும். நாம் என்ன செய்தாலும், யாராவது ஒருவர் எதிர்ப்பார்கள். அப்போது மோசமான செயல்பாட்டிற்கு ஆர்பிஐயைப் பலிகடாவாக ஆக்கிவிடுவார்கள். ஏற்றுமதிகள் அதிகமாகவில்லை என்றால் வட்டிவீதங்கள் மிக அதிகமாகவும், பணமாற்று வீதம் வலுவானதாகவும் இருப்பதால்தான் என்பார்கள்.

குறைசொல்வோர் போலில்லாமல், ஆர்பிஐ பொருளாதார முரண்பாடு கொள்ளமுடியாது. பணமாற்று வீதத்தைக் குறைக்க டாலர்களை அதிகம் வாங்கினால், நீர்ப்புத்தன்மையைக் கட்டுப்பாட்டுக்குள் வைத்திருக்க குறைவான அரசுப் பத்திரங்களையே வாங்க முடியும். அதன் விளைவாக பத்திரச் சந்தையில் வட்டிவீதம் அதிகமாகும். மேலும் குறைந்த பணமாற்று வீதம் அதிகமான உயர் பணவீக்கத்தையும் குறிக்கும். அரசு நமக்கு விதித்திருக்கும் பணவீக்க நோக்கம் இருக்கும்போது, இதனால் அதிகப்படியான கொள்கை வட்டி வீதங்கள் ஏற்படும். மீண்டும், இதனால் வட்டி வீதங்கள் உயரும். உங்களுக்கு நிலையான வளர்ச்சி வேண்டுமென்றால், குறிப்பிடத்தக்க அளவு குறைந்த பணமாற்று வீதங்களும், குறைவான

வட்டி வீதங்களும் ஒரே நேரத்தில் இருக்க முடியாது என்பதைப் புரிந்த கொள்ள பிரெசீலையும், ரஷ்யாவையும் பாருங்கள்.

முதலாமாண்டுப் பொருளாதாரம்: விலையில்லாப் பகலுணவு இல்லை. ஆர்பிஐயின் ஈவுத் தொகைக் கொள்கை

பொருளியலில் அடிப்படைப் பாடம் விலையில்லா பகலுணவு இல்லை. இதனை ஆர்பிஐயின் ஈவுத் தொகை விஷயத்தில் பார்க்கலாம். சில விமர்சகர்கள் அரசுக்கு ஆர்பிஐ அதிகப்படியான ஈவுத் தொகை கொடுத்தால் பொதுத்துறை வங்கிகள் மீள் முதலீடுகள் செய்யமுடியும் என்று கருத்துத் தெரிவிப்பதாக தெரிகிறது. விஷயம் அவ்வளவு எளிமையானது ஏன் இல்லை என்பதை விளக்குகிறேன். நான் சொல்லப்போவது கொஞ்சம் சிக்கல் நிறைந்ததாகத்தான் இருக்கும். ஆனால், மாணவர்களே, கவனம் செலுத்துங்கள். ஏனென்றால் உங்களது பணத்தைப் பற்றி நீங்கள் புரிந்து கொள்வீர்கள் என்பது எனக்கு உறுதி.

ஆர்பிஐ எப்படி உபரி லாபங்களை ஈட்டுகிறது? நாங்கள் பொதுமக்களுக்காக ரூபாய் நோட்டு அச்சிடுகிறோம். வர்த்தக வங்கிகளுக்கு இருப்புகள் (அதாவது பாதுகாப்புகள்) தருகிறோம். இவை எங்களது நிரந்தரக் கடன்கள். இந்தக் கடன்களை வெளியிடும் சந்தையிலிருந்து நிதிச் சொத்துகளை வாங்குகிறோம். எங்கள் கடன்களுக்கு வட்டி கட்டுகிறோம். எனினும் உள்நாட்டு வெளிநாட்டு அரசுப்பத்திரங்கள் எங்களுக்கு வட்டி தருகின்றன. ஆகவே நாங்கள் எங்கள் கடன்களுக்கு ஒன்றும் தராத காரணத்தால் பெரிய அளவு மொத்த வட்டி வரவை உண்டாக்குகிறோம்.

எங்களுடைய மொத்த செலவினங்களும் ரூபாய் நோட்டு அச்சடிப்பது, வங்கியாளர் கழிவு ஆகியவைதான். இது மொத்த வட்டி வரவில் 1/7 பங்குதான். எனவே நாங்கள் பெரிய அளவிலான உபரி லாபங்கள் சம்பாதிக்கிறோம். இது மொத்த பொதுத்துறையையும் கூட்டினால் வருவதைவிட அதிகம். ஏனென்றால், ஆர்பிஐ நாட்டின் ரூபாய் நோட்டுக்கு ஒரே மேலாளர். இது மொத்தமும் நாட்டின் குடிமக்களுக்குச் சொந்தம். ஆகவே, ஆர்பிஐயின் பணத் தகுதியைக் காக்க பங்கு முதலாகத் தேவையானதை வைத்துக்கொண்டு, ஆர்பிஐ வாரியம் மீதமிருக்கும் உபரியை ஆர்பிஐயின் சொந்தக்காரரான அரசுக்குக் கொடுத்துவிடும்.

ஆர்பிஐக்கு பன்னாட்டு AAA தரவரிசை வேண்டுமென்று ஆர்பிஐ வாரியம் தீர்மானித்திருக்கிறது. அப்போது அரசு இக்கட்டில் இருப்பதாக அறியப்பட்டாலும், பன்னாட்டு பரிமாற்றங்களை எளிதில் மேற்கொள்ள முடியும். Taper Tantrum (2013இல் அமெரிக்கப் பொருளாதாரத்தில் ஏற்பட்ட நிலை) மத்தியிலும், கடன் பல்லாயிரம் கோடிக்கணக்காக இருந்தாலும் எந்த வங்கியும் FCRR (B) மாற்றுக்களில் செயலாற்றும் நமது திறமையின்மேல் ஐயப்படவில்லை. ஆர்பிஐ பணியாளர்களின் நவீன ரிஸ்க் பகுப்பாய்வின் அடிப்படையில், கடந்த மூன்று ஆண்டுகளில் ஆர்பிஐயின் பங்கு நிலையில் இப்போது இருக்கும் 10 லட்சம் கோடி போதுமானது என்று ஆர்பிஐ வாரியம் முடிவு செய்தது. எனவே அரசுக்கு அது உண்டாக்கிய உபரித் தொகையான 66,000 கோடி ரூபாயை எதையும் மிச்சம் வைக்காமல் கொடுத்துவிட்டது. இத்தொகை மொத்த அரசுத்துறையும் அரசுக்கு கொடுத்த ஈவுத் தொகைகளின் அளவாகும். ஆர்பிஐயில் எனது மூன்றாண்டுப் பணிக்காலத்தின்போது முன்னர் புத்தாண்டுகளில் அரசுக்குக் கொடுத்த அளவு கொடுத்திருக்கிறோம். எனினும் இன்னும் அதிகமாக, நாங்கள் உண்டாக்கும் உபரியைவிட அதிகமாக ஈவுத் தொகை வழங்க வேண்டும் என்று சிலர் சொல்கிறார்கள்.

கைக்குவராத உபரியைக் கொடுப்பது சட்டப்படி சாத்தியமாக இருந்தாலும்கூட (சாத்தியமில்லை), ஆர்பிஐயின் (கடன்தரும்) மதிப்பை அதிக ஈவுத்தொகை பாதிக்காது என்று வாரியம் நம்பினாலும்கூட, அரசுக்கு அதன் நிதிநிலைப் பற்றாக்குறைகளுக்கு சிறப்பு ஈவுத் தொகை ஏன் உதவாது என்பதற்கு அடிப்படையான பொருளாதாரக் காரணம் இருக்கிறது.

ஏனென்று இங்கே பார்ப்போம். நமக்குக் கிடைக்கின்ற உபரித்தொகையில் பெரும் பகுதி அரசுச் சொத்துகளிடமிருந்து கிடைக்கும் வட்டி அல்லது பிற சந்தைப் பங்களிப்பாளர்களிடம் நாம் அடையும் முதல் லாபங்களிலிருந்து நமக்கு வருகிறது. அரசுக்கு இதனை ஈவுகளாகக் கொடுக்கும்போது அமைப்பிலிருந்து நாம் பெற்ற பணத்தை அதனிடமே திரும்பச் செலுத்துகிறோம். அதிகப்படியான ரூபாய் நோட்டு அச்சிடுவதோ, காப்பு நிதியை உண்டாக்குவதோ நிகழ்வதில்லை. (இதில் அவ்வளவு உண்மை இல்லை. வெளிநாட்டுப் பணமாற்றச் சொத்துகளிலிருந்து வரும் வருவாய்கள் அமைப்புக்கு வெளியிலிருந்து வருகின்றன. எனவே அரசுக்கு இதனை ஈவுத் தொகையாகக் கொடுக்கும்போது அதிகப்படியான ரூபாயை அச்சிடுகிறோம். ஆனால், அதற்குக் கணக்குச் சமர்ப்பிக்கிறோம்). ஆனால், அரசுக்குச் சிறப்பு ஈவுத் தொகை வழங்கினால் நாம்

அதிகப்படியான நிலையான காப்புத் தொகைகளை உண்டாக்க வேண்டும். அதாவது பணத்தை அச்சிட வேண்டும். ஒவ்வொரு ஆண்டுப் பொருளாதாரத்தின் ரொக்கத் தேவைகள், நமது பணவீக்க இலக்குகளுக்கு ஏற்ப நிலையான காப்புநிதிகளின் வளர்ச்சி வீதத்தை மனதில் கொள்கிறோம். ஏற்கனவே நிதிநிலை அறிக்கையின் வளர்ச்சி வீதத்தைக் கருத்தில்கொண்டு, சிறப்பு ஈவுத்தொகையைச் சரிக்கட்ட அரசுச் செலவுக்கு நிதி அளிப்புதன் மொத்த நோக்கமும் மக்களுக்கு விற்கும் அரசுக் கடன் பத்திரங்களின் அளவைக் குறைப்பதுதான். அந்த நோக்கம் இப்போது நிறைவேறாது.

அடிப்படையான குறிப்பு என்னவென்றால், தேவையான அளவு மட்டுமே பாதுகாப்பிற்கான தொகையை வைத்துக்கொண்டு ஆர்பிஐ எல்லா உபரித் தொகையையும் அரசுக்கு மாற்றவேண்டும். இது மைய வங்கியில் ரிஸ்க் மேலாண்மை முறையோடு ஒத்துப்போகும், உண்மையில் இந்த ஆண்டு வாரியம் வரவு செலவுத் திட்ட அறிக்கை சமயத்தில் அரசுக்கு அதிகப்படியாக 8000 கோடி ரூபாய் கொடுத்தது. அரசு தனியாக வங்கிகளுக்கு முதலைச் செலுத்தலாம். இரண்டு முடிவுகளையும் சேர்த்துப்பார்க்க வேண்டியதில்லை. ஆர்பிஐயிலிருந்து அதிகப்படியான பணத்தைப் பெற வேறு புதிய வழிகள் எதுவுமில்லை. விலையற்ற மதிய உணவு கிடைக்காது! மாறாக, அரசு ஆர்பிஐயில் அதனுடைய அதிகப்படியான பங்குத்தொகை நிலையை ஏற்றுக்கொள்ள வேண்டும். அதனுடைய கடன் நிலையை அறிவிக்கும்போது வெளிக்கடனிலிருந்து அதைக் கழித்துவிட வேண்டும். பணப் பாதிப்பு இயலாமலேயே எல்லோரையும் இது திருப்திப்படுத்தும்.

நான் இப்போது சொன்னது குழப்பமானதாகத் தோன்றலாம். அது சிக்கல் நிறைந்ததுதான். ஆனால், அதுதான் சரியான பொருளாதார வழியில் காரணம் கூறுதல். சில விரிவான காரணகாரியங்கள், அதிகப் பணவீக்கத்தின்போது வட்டிவீதங்களைக் குறைக்கவேண்டும் என்றும், நேரத்தின் தேவைக்கு ஏற்ப பணமாற்று வீதத்தைக் கூட்டவோ குறைக்கவோ செய்ய வேண்டுமென்றும், திட்டங்களுக்கு முதலீடு செய்ய வெளிநாட்டுப் பணமாற்று இருப்புகளைப் பயன்படுத்தவேண்டும் என்றும், வாராக் கடன்களையும் தள்ளுபடி செய்யப்பட விவசாயிகள் கடன்களையும் NPAக்களை வகைப்படுத்துவதில் பொறுமை காட்டவேண்டும் என்றும் இது போன்ற பல வேண்டுகோள்களையும் ஏற்றுக்கொள்ளாதபடி செய்கின்றன.

பேரளவுப் பொருளாதார நிலைப்புத் தன்மையை பராமரிக்கும் பணி எங்களுக்குத் தரப்பட்டிருக்கிறது. அந்தப் பணியினால்

கவர்ச்சிகரமாகத் தோன்றும் முன்மொழிவுகளை மறுக்க வேண்டியதாகிறது. நாங்கள் செய்ய வேண்டியதை ஏன் செய்கிறோம் என்ற காரணத்தைச் சிறப்புப் பயிற்சி பெற்றவர்களால் அல்லது பொருளாதாரத்தில் பயிற்சி பெற்றவர்களால் கூட விரைவாகப் புரிந்துகொள்ள முடியாது. நாங்கள் எங்களால் முடிந்த வரையில் விளக்கக் கடமைப்பட்டிருக்கிறோம். ஆனால், மைய வங்கி சரியாகத் தான் செய்யும் என்று மக்கள் நம்பக்கூடிய ஒருகட்டமைப்பை உருவாக்க வேண்டும். அதனால்தான் நம்பிக்கைக்குரிய சுதந்திரமான மைய வங்கி தேவைப்படுகிறது.

மையவங்கியின் சுதந்திரம்

மைய வங்கி மத்திய, மாநில அரசுகளின் மிக உயர்ந்த நிலையிலிருப்பவர்களுக்கு எதிராக உறுதியாக நிற்க வேண்டிய சூழலில் எனக்கு முன்னால் ஆளுநராக இருந்த டாக்டர் சுப்பாராவ் கூறிய சொற்களை நினைவுகூருங்கள். " 'எனக்கு ரிசர்வ் வங்கியின் மேல் எரிச்சலாக வருகிறது, எவ்வளவு எரிச்சல் என்றால், தனியாகப் போக வேண்டியதிருந்தாலும் கூடக் கவலைப்படாமல் நான் நடைப் பயிற்சிக்கு போக விரும்புகிறேன். ஆனால், கடவுளுக்கு நன்றி, ரிசர்வ் வங்கி இருக்கிறது,' என்று நிதியமைச்சர் ஒருநாள் சொல்வார் என்று நம்புகிறேன்," என்று அவர் கூறினார். நான் ஓரடி மேலே போவேன், ரிசர்வ் வங்கி வெறுமனே இருக்க முடியாது. அதற்கு முடியாது என்று சொல்கின்ற ஆற்றல் பாதுகாக்கப்பட வேண்டும். அதேசமயம் மைய வங்கி எல்லாக் கட்டுப்பாடுகளிலிருந்தும் விடுதலை பெற்று இருக்க முடியாது. அரசு நிர்ணயிக்கும் சட்டகத்திற்குள்தான் செயல்பட வேண்டும். இதற்கு பல செயல்கள் தேவைப்படும்.

ஆர்பிஐயின் பொறுப்புகள்

ஆர்பிஐயின் பொறுப்புகள் தெளிவின்றி இருக்கும்போது அதன் செயல்களைத் தொடர்ந்து கேள்வி கேட்க முடியும். மாறாக அரசியல் சட்டப் பொறுப்பாளர்கள் ஆர்பிஐயின் பொறுப்புகள் எவை என்று ஒரு சட்டகம் கொடுத்தால், அந்தப் பொறுப்புகளுக்கு இணைப்பு செயல்படமுடியும், அதன் விளைவுகளைக் காட்டமுடியும். அண்மையில் அரசு பணவீக்க நோக்கங்களை நிர்ணயித்தது என்ன தேவையென்பதற்கு ஓர் எடுத்துகாட்டு. அந்த நோக்கங்களை தொடர்ந்து ஆர்பிஐயால் நிறைவேற்ற முடியாவிட்டால்

விமர்சகர்கள் அதனைத் தாக்கலாம். ஆனால், ஆர்பிஐ அதன் நோக்கங்களை நிறைவேற்றும் நேரத்தில் குறைந்த வட்டி வீதங்கள் வேண்டுமென்றால், அரசு அதனுடைய நோக்கங்களை மாற்றிக் கொள்ள வேண்டுமென்று வேண்டுகோள் வைக்க வேண்டும்.

அதேபோல, ஆர்பிஐ வாரியம் ஒரு ரிஸ்க் மேலாண்மைச் சட்டத்தை உருவாக்கியிருக்கிறது. இது எவ்வளவு ரிஸ்க் இருக்கிறதோ அதற்குத் தக்கவாறு ஆர்பிஐக்கு தேவைப்படும் பங்கு அளவினைக் குறிக்கும். அப்போது ஆர்பிஐயின் ஈவுத் தொகைக் கொள்கை பங்கிற்குப் போக ஒவ்வொரு ஆண்டும் எவ்வளவு மிச்ச உபரி இருக்கிறது என்பது பற்றிய தொழில்நுட்ப விஷயமாகிவிடும். சட்டகங்கள் இவ்வாறு வேறுபாடுகளுக்கான இடத்தைக் குறைக்கின்றன.

எனினும் பேரளவுப் பொருளாதார நிலைப்புத் தன்மையில் ஆர்பிஐயின் பங்கு என்ன என்பது இன்னும் தெளிவின்றி இருக்கிறது. வட்டி நிறுவனங்களின் பாதுகாப்பு அவற்றின் தன்மை ஆகியவற்றிற்கும் வெளிக்கணக்கின் நிலைப்புத் தன்மைக்கும் ஆர்பிஐ பொறுப்பாக இருக்கிறது என்றாலும், தெளிவில்லாமல் இருக்கும் வேறுசில பகுதிகள் இருக்கின்றன. எடுத்துக்காட்டாக, பணவீக்க நோக்கிலுள்ள சட்டகத்தில், ஆர்பிஐயின் அனுசரித்துப் போகும் திறன், மைய மாநில அரசுகளின் நிதி விவேகத்தைப் பொறுத்திருக்கிறது. யதேச்சையாக நேரிடும் கடன்களை அதிகமாக்கிக் கொண்டு போவது உட்பட நிதி ஊதாரித்தனத்தைப் பற்றி ஆர்பிஐ எவ்வளவு எச்சரிக்கை செய்ய வேண்டும்? அப்படிப்பட்ட எச்சரிக்கை மக்களால் தேர்ந்தெடுக்கப்பட்ட பிரதிநிதிகளின் சட்டபூர்வ முடிவுகளில் குறுக்கிடுவதாக எப்போது கருதப்படும்? இந்த விஷயத்தில் தெளிவு பயனுள்ளதாக இருக்கும்.

மேற்பார்வையை வலிமைப்படுத்துக

நிதி அமைச்சகத்தின் ஆலோசனையோடு செய்தாலும், FCNR (B) போன்ற மாற்று ஏற்பாட்டு செயல்முறை முடிவுகளை எடுக்க ஆர்பிஐக்கு சுதந்திரம் இருப்பது முக்கியம். எனினும் ஆர்பிஐயின் செயல்பாடுகளின் பல பகுதிகளை மேற்பார்வையிட வேண்டுமென்று எப்போதும் சில அரசு அமைப்புகள் தேடிக் கொண்டிருக்கும். பல அடுக்கு ஆய்வு, குறிப்பாக தொழில்நுட்பப் புரிதல் இல்லாத அமைப்புகள் மேற்கொள்வது, முடிவு எடுப்பதைத் தடைசெய்யும். மாறாக அரசு நியமித்த ஆர்பிஐ வாரியத்தில்

அரசு அலுவலர்களும், அரசு நியமித்தவர்களும் இருப்பார்கள். அவர்கள் மேற்பார்வையிட முக்கிய பணியைத் தொடர வேண்டும். இது விஷயத்தில், நிதிநிலை தயாரிப்பு, உரிமங்கள், விதிமுறை, மேற்பார்வை ஆகியவை உட்பட்ட முக்கிய ஆர்பிஐ முடிவுகள் வாரியத்தினாலோ, அதன் துணைக் குழுவினராலோ அனுமதிக்கப்படுகின்றன. ஆர்பிஐ வாரியத்தில் உள்ள காலியிடங்கள் பல மாதங்களாக நிரப்பப்படாமல் இருக்கின்றன. வாரியம் முழுவதும் திறமையாக, மேற்பார்வை செய்யும் வகையில் அந்த காலியிடங்கள் விரைவாக நிரப்பப்பட வேண்டும்.

மைய வங்கி என்ன செய்து கொண்டிருக்கிறது என்பதை நாடாளுமன்றமும் புரிந்து கொள்வது முக்கியம். பல்வேறு நாடாளுமன்றக் குழுக்களுடன் ஆளுநரும் துணை ஆளுநர்களும் உரையாடுகிறார்கள். நிதி அமைச்சக நாடாளுமன்ற நிலைக்குழுவுடன் ஆறுமாதத்திற்கு ஒருமுறை கலந்துரையாடுவதை நாங்கள் தொடங்கியிருக்கிறோம். அங்கே வங்கியின் அலுவல்கள் பற்றி ஆளுநர் அறிக்கை அளிக்கிறார். குழுவும் தனது கருத்துகளையும், கவலைகளையும் தெரிவிக்கும்.

ஆர்பிஐ ஆளுநரின் தரவரிசை

மையவங்கி ஆளுநர்கள் G - 20 கூட்டங்களில் நிதி அமைச்சர்களுடன் ஏன் அமர்கிறார்கள் என்பதற்கு ஒரு காரணம் உண்டு. பிற ஒழுங்குமுறையாளர்கள் அல்லது அரசுச் செயலாளர்களைப்போல அல்லாது, மையவங்கி ஆளுநர் முக்கிய கொள்கை முடிவுகளில் அதிகாரம் உள்ளவர். நாட்டின் மிக உயர்ந்த அதிகாரமுள்ளவர்களோடு எப்போதும் முரண்பட வேண்டியிருக்கும் என்பதே காரணம்.

உண்மையில் குறைவான அதிகாரமுள்ள இடமும், சட்டப்படியாக அதிகாரமுள்ள நிலையும் இருப்பது ஆபத்தானது. ஆர்பிஐ ஆளுநருக்கு அமைச்சக செயலாளருக்கான நிகரான ஊதியம். அவர் நிதி அமைச்சரின் ஆலோசனையின் பேரில் பிரதமரால் நியமிக்கப்படுகிறார். அரசுப் படிநிலையில் ஆளுநரின் தரவரிசை வரையறுக்கப்படவில்லை. ஆனால், அவரது முடிவுகள் பிரதமருக்கோ, நிதி அமைச்சருக்கோ மட்டும் விளக்கப்படவேண்டும். இந்தியாவில் ஆளுநருக்குத் தேவையான முடிவுகளை எடுக்க உரிமை உண்டு என்பது பொதுவான புரிதல். பேரளவுப் பொருளாதார நிலைப்புத் தன்மைக்காக இவற்றில்

எதுவும் மாற்றப்படக் கூடாது. எப்போது இந்தப் பிரச்சினைகள் மறுபரிசீலனைக்கு உட்படுத்தப்பட்டாலும் நாட்டின் பொருளாதார கொள்கைக்கு பொறுப்பான மிக முக்கிய தொழில்நுட்ப அலுவலர் என்ற அவரது நிலைக்கு ஏற்றதாக ஆளுநரின் தரவரிசையை வெளிப்படையாக நிர்ணயிப்பது ஓரளவு சிறப்புடையது.

செய்தித் தொடர்பு

நிருபர்களும் டிவி புகைப்படக்காரர்களும் நான் கவர்சிகரமான பேச்சாளன் என்பதற்காக நான் செல்லுமிடமெல்லாம் என்னைப் பின் தொடர்கிறார்கள் என்று எண்ணி என்னையே முட்டாளாக்கிக் கொள்ளமாட்டேன். ஆர்பிஐ ஆளுநர்களைப் பின்பற்றுவதற்கான காரணம் அவர்கள் கொள்கைபற்றிய சந்தையை அசைத்துப்பார்க்கக் கூடிய செய்தியைத் தருவார்கள் என்ற நம்பிக்கையில்தான். நல்லவேளையாக, நான் சந்தைகளைப் பாதிக்கும் எதையும் சொல்வதிலிருந்து தப்பித்துவிட்டேன்.

அதேசமயம் வெவ்வேறு ஆளுநர்கள் செய்தித் தொடர்பு பற்றி வெவ்வேறு அணுகுமுறை வைத்திருந்தாலும், அதை விட்டுவிட முடியாது. வளர்ந்த நாடுகளில் மையவங்கித் தலைவர் பணக்கொள்கையின் போக்குபற்றி ஒரு தீர்க்கதரிசி போலப் பேசமுடியும், நிதிக்கொள்கை பற்றி நாடாளுமன்றத்தையோ அரசையோ எப்போதாவது கண்டிக்க முடியும். ஆனால், வளரும் மக்களாட்சி நாட்டில், ஆர்பிஐ ஆளுநர், கட்டமைப்புச் சீர்த்திருத்தங்கள் உட்பட, மைய வங்கி எடுக்கும் எல்லா முடிவுகளையும் தொடர்ந்து நியாயப்படுத்த வேண்டும்.

செய்திப் பரிமாற்றம் என்பது செய்தியைத் தெரிவிப்பது மட்டுமல்ல, கல்வி புகட்டுவதும்கூட. எடுத்துக்காட்டாக, வட்டிவீதங்கள் ஏன் வேகமாகக் குறையவில்லை என்று தொழில்முனைவோருக்கும், சில்லறைக் கடன்காரர்களுக்கும் விளக்கிய அதேநேரம், ஓய்வுதாரர்களுக்கு பெயரளவில் குறைவாகவும் உண்மையில் அதிமாகவும் வட்டிவீதங்கள் பெறுவதால் அவர்களுக்கு அது ஏன் பயனுள்ளதாக இருக்கிறது என்று தோசை உவமையைக்கொண்டு விளக்கினேன். பொதுமக்கள் புரிந்து கொண்டால் அது சீர்திருத்தங்களை எளிதாக ஆக்கும். கொள்கைகளுக்கு ஆதரவும் அதிகமாகும். எனவே ஆர்பிஐ ஆளுநர் திரும்பத் திரும்ப விளக்கம் சொல்ல வேண்டும்.

எப்போதாவது ஆளுநர் வளர்ச்சிப் பொருளாதாரத்திலும், பேரளவு நிலைப்புத் தன்மையிலும் சில செயல்பாடுகள், சில போக்குகள் பற்றிய ஆபத்துகளைப் பற்றி எச்சரிக்கை செய்ய வேண்டியிருக்கும். இறுதியாக ஆளுநர் நாட்டின் இளைஞர்கள் பின்பற்றக்கூடிய மாதிரியாகவும் இருக்கிறார். எனவே அவர் அவர்களிடம் நேரடியாகப் பேச அழைக்கப்படும்போது, அவர்கள் ஒரு குடிமக்களின் உயர்ந்த தரத்தைப் பின்பற்ற வேண்டும் என்று அவர்களைத் தூண்டும் பொறுப்பிலிருந்து தவறிவிடக்கூடாது.

முடிவுரை

இப்போதைக்கு இந்தியாவில் நான் ஆற்றும் கடைசி உரை இது. எனக்கு அடுத்து ஒருவர் ஆர்பிஐ-யின் செய்தித் தொடர்பை மேற்கொள்ள வேண்டும். எனவே அவரது வழியில் நிற்க விரும்பவில்லை. நாட்டிற்காக உழைப்பது எனக்குப் பெருமையாக இருந்திருக்கிறது. சிறப்பாக நாட்டின் நலன் பற்றி உங்களைப் போன்ற மக்களிடம் பேசுவது எனக்கும் பெருமை. என்னுடைய உரையைக் கேட்டதற்கு நன்றி.

பின்குறிப்பு: நான் இப்போது ஆர்பிஐ ஆளுநர் இல்லை. எனினும் என்னுடைய உரையின் முக்கியக் கருத்தை மீண்டும் வலியுறுத்துவது நல்லது. இந்தப் பதவியின் நிலையைத் தெளிவில்லாமல் வரையறை செய்யாமல் வைத்திருப்பது ஆபத்து. ஏனென்றால் அதிகாரவர்க்கததின் தொடர்முயற்சி அதன் அதிகாரத்தைக் குறைப்பது. T.C.A. சீனிவாச ராகவன் போன்ற பார்வையாளர்கள் குறிப்பிட்டிருப்பதுபோல, இது அண்மையில் நிகழவில்லை. ஆனால், ஆர்பிஐ ஆபத்தான அளவு வலிமைகுன்றிப் போய்க்கொண்டிருக்கிறது. ஏனென்றால், அடுத்து அடுத்து வரும் ஒவ்வொரு அரசாங்கமும், நிதி அமைச்சர்களும் அதன் பணியைப் புரிந்து கொள்வதில்லை. நாட்டின் பொருளாதார ரிஸ்க்கை மேலாண்மை செய்யும் பொறுப்புள்ள தொழில்நுட்ப அலுவலரான ஆர்பிஐ ஆளுநர் சாதாரணமான இன்னொரு அரசு அதிகாரியோ, ஒழுங்குமுறைப்படுத்துவரோ அல்ல. அதிகாரவர்க்கத்தின் படிநிலைகளுக்குள் அதனைக் கொண்டுவந்து அதன் நிலையைக் குறைக்கும் முயற்சிகள் தவறான வழிகாட்டலுக்கு உட்பட்டவை, நாட்டின் நலனுக்கு உகந்தவை அல்ல. ஆர்பிஜயின் பணிபற்றிய அதிகப்படியான தெளிவு, அதன் சுதந்திரம் பற்றிய தெளிவான உறுதிப்பாடு நாட்டு நலனுக்குத் தேவையானது.

V

ஆர்பிஐயில் என்னுடன் பணியாற்றுபவர்களுக்கு நான் எழுதிய மிகக் கடினமான கடிதம், நான் என்னுடைய பதவிக் காலம் முடிந்தவுடன் விடைபெற்றுக் கொள்கிறேன் என்பதைத் தெரிவித்தது. ஆர்பிஐயில் எனது பதவிக் காலம் பற்றிய என்னுடைய கட்டுரைகளின் முடிவில் 2016 ஜூன் 18 அன்று நான் எழுதிய கடிதத்தோடு முடிப்பது பொருத்தமாக இருக்கும். எனக்குள்ள சில மாதங்களில் விட்டுப் போனவற்றையெல்லாம் முடிக்கும் அவசரத்தினைப் பற்றிச்சொல்லும் அதேவேளையில் நாங்கள் சேர்ந்து என்ன சாதித்திருக்கிறோம் என்பது பற்றிச் சிந்திக்க விரும்பினேன்.

ஆர்பிஐ பணியாளர்களுக்கு செய்தி

அன்புள்ள உடன்பணியாற்றுபவர்களே,

இந்தியாவின் ரிசர்வ் வங்கியின் 23ஆம் ஆளுநராக 2013 செப்டம்பரில் பொறுப்பேற்றேன். அந்தக் காலக்கட்டத்தில் ரூபாயின் மதிப்பு தினமும் கீழே போய்க்கொண்டே இருந்தது. பணவீக்கம் அதிகம், வளர்ச்சி நலிந்து போயிருந்தது. 'நலிந்த ஐந்து நாடுகளில்' ஒன்றாக அப்போது இந்தியா தள்ளப்பட்டுவிட்டது. ஆளுநராக நான் பதவியேற்ற முதல் உரையில், உங்களோடு விவாதித்த செயல்திட்டத்தை வரையறுத்தேன். அந்த நடவடிக்கைகளை மேற்கொண்டால் "புவிசார் நிதிச் சந்தைகளால் ஏற்பட்ட புயல் அலைகளுக்கு மேல் எழுந்து வருங்காலத்திற்குப் பாலம் அமைக்க முடியும்" என்று சொன்னேன்.

இன்று அந்தத் திட்டங்களை எல்லாம் ரிசர்வ் வங்கி நிறைவேற்றியிருக்கிறது என்பதில் நான் பெருமை அடைகிறேன். புதிய பணவீக்கத்தைக் கவனத்தில் கொண்ட சட்டகம் நடைமுறைப்படுத்தப்பட்டிருக்கிறது. இது பணவீக்கத்தைப் பாதியாகக் குறைக்க உதவி, நெடுங்காலத்திற்குப் பிறகு சேமிப்பாளர்கள் தங்களது வைப்புத் தொகைகளுக்கு நேர்மறையான உண்மையான வட்டி வீதங்களைப் பெற முடிந்தது. தொடக்கத்தில்

கூட்டிய வட்டிவீதங்களை 150 அடிப்படைப் புள்ளிகள் குறைக்க முடிந்தது. அரசு கொடுக்க வேண்டிய பெயரளவு வட்டிவீதத்தைக் குறைத்திருக்கிறது. அது வெளியிடப்பட்டு அவற்றின் முதிர்வுக் காலங்களை நீட்டவும் முடிந்தது. முதன் முறையாக அரசு நாற்பதாண்டு பத்திரத்தை வெளியிட்டிருக்கிறது. இறுதியாக, ரூபாய் மதிப்பு நமது செயல்களால் நிலைப்புத் தன்மையை அடைந்திருக்கிறது. நமது வெளிநாட்டுப் பணமாற்று இருப்புகள் மிக அதிகமாக இருக்கின்றன. 2013இல் நாம் பெற்ற வெளிநாட்டுப் பண முதலீடுகள் வெளியில் போனதைக் கொடுத்தபிறகு இது முடிந்தது. இன்று உலகில் நாம், வேகமாக வளரும் பொருளாதாரம். மிக முன்னரே 'நலிந்த ஐந்து' தர வரிசையிலிருந்து வெளியில் வந்து விட்டோம்.

முதல் அறிக்கையில் குறிப்பிட்டிருந்ததைவிட அதிகமாகவே செய்து விட்டோம் (ஆர்பிஐ நியமித்த நாயக் குழுவின் பரிந்துரையின் அடிப்படையில்). வங்கி வாரிய நிறுவனம் (Bank Board Bureau) உருவாக்கியதன் மூலம் பொதுத்துறை வங்கி மேலாண்மையை நியமிக்கும் முறையை அரசு சீர்திருத்த உதவியது. இழப்புக்கு உட்படும் திட்டங்களிடமிருந்து செலுத்தப்பட்டவற்றைத் திரும்பப் பெற வங்கிகளை அனுமதிக்கும் புதிய கட்டமைப்புகளை உருவாக்கியது ஏற்றுக்கொள்ளப்பட்டது. வாராக் கடன்களை வங்கி ஒரு குறிப்பிட்ட காலத்திற்குள் கண்டுகொள்ள வங்கியை, சொத்து மதிப்பு மீள்பார்வை (Asset quality Review)-யின் கீழ் கொண்டுவந்தது ஆகியவை அவற்றில் அடங்கும். Universal Payment Interface-ஐ ஏற்படுத்தி இந்தியாவின் பணம்செலுத்தும் கூட்டிணையத்திற்குச் சட்டகம் ஒன்றை உருவாக்க ஏற்பாடுகள் செய்திருக்கிறோம். இதுவரையில் நாட்டில் அலைபேசிக்கு அலைபேசி பணப் பறிமாற்றம் செய்வதை புரட்சிகரமாக ஏற்படுத்தும் உள்ளமைப்பைப் பொறுத்தவரையில், நமது மூத்த பணியாளர்களாலேயே வடிவமைக்கப்பட்டுச் செயல்படுத்தப்பட்டபடி ஆர்பிஐ மறுகட்டமைப்பையும், நெறிப்படுத்துவதையும் செய்திருக்கிறோம். நமது பணியாளர்களின் சிறப்பு ஆற்றல்களையும், திறன்களையும் உறுதிப்படுத்திக் கொண்டிருக்கிறோம். அவர்கள் உலகில் யாருக்கும் இளைத்தவர்களாக இருக்கமாட்டார்கள். நாங்கள் செய்திருப்பவற்றிற்கெல்லாம், நாங்கள் அணு ஆற்றல் குழுவின் முன்னாள் தலைவர் பத்ம விபூஷன் டாக்டர் அனில் ககோட்சா, சுய தொழில் பெண்கள் கழகத்தினைச் சார்ந்த பத்ம பூஷன், மகசாசே பரிசு பெற்ற எலாமட் ஆகிய புகழ்மிக்க மூத்த குடிமக்களால்

வழி நடத்தப்பட்டிருக்கிறோம். நமது மக்களின் நேர்மையும், திறனும், நமது செயல்களின் வெளிப்படைத் தன்மையும், ஈடு இணையற்றவை. அத்தகைய சிறந்த நிறுவனத்தின் ஒரு பகுதியாக இருப்பது பற்றி நான் பெருமை கொள்கிறேன்.

நான் கல்விப்புலம் சார்ந்தவன். என்னுடைய இல்லம் எண்ணங்களின் களம் என்பதை நான் தெளிவுபடுத்தியிருக்கிறேன். என்னுடைய மூன்று ஆண்டுப் பதவிக் காலமும் சிகாகோ பல்கலைக்கழகத்தில் என்னுடைய விடுப்பும் முடிவது நெருங்கி வருவது, நாம் எவ்வளவு சாதித்திருக்கிறோம் என்பதைச் சிந்திக்க நல்ல தருணம். நாம் முதல் நாள் நிர்ணயித்த அனைத்தையும் முடித்திடும் வேளையில் பிறகு வந்த இன்னும் இரண்டு விஷயங்கள் முடிவுறாமல் இருக்கின்றன. பணவீக்கம் குறிக்கோள் அளவிலேயே இருக்கிறது. ஆனால், கொள்கைகளை நிர்ணயிக்கும் பணக் கொள்கைக் குழு இன்னும் அமைக்கப்படவில்லை. மேலும் *Asset Quality Review*-இன் கீழே தொடங்கப்பட்ட வங்கியைச் சீர் செய்வது, வங்கி இருப்புநிலைக் குறிப்புகள் மேல் அதிகப்படியான நம்பிக்கையைக் கொண்டுவந்தாலும் இன்னும் தொடர்கிறது. குறுகிய காலத்தில் பன்னாட்டு நிகழ்வுகளும் ரிஸ்க்குகளைத் தருகின்றன.

இந்த வளர்ச்சிகளைப் பார்ப்பதில் நான் திறந்த மனதுடன் இருக்கும் வேளை, தேவையான சிந்தனைக்குப் பிறகு அரசுடன் ஆலோசனை செய்தபிறகு, என்னுடைய ஆளுநர் பதவிக் காலம் 2016 செப்டம்பர் 4 அன்று முடிந்ததும் நான் கல்விப் புலத்திற்குத் திரும்பிச் செல்கிறேன் என்பதை உங்களுடன் பகிர்ந்து கொள்கிறேன். ஆனால், என்னுடைய நாட்டிற்கு நான் தேவைப்படும்போது பணியாற்றக் காத்திருக்கிறேன்.

நண்பர்களே, சென்ற மூன்றாண்டுகளாக பேரளவுப் பொருளாதார, நிறுவன நிலைப்புத் தன்மைக்கான ஒரு மேடையை உண்டாக்க அரசுடன் பணியாற்றியிருக்கிறோம். நாம் செய்திருப்பது பிரக்சிட் ஆபத்து போன்ற மாறக்கூடிய சந்தைக்கான ஆபத்தான சூழல்களிலிருந்து வெளிவர உதவும் என்று நான் உறுதியாக நம்புகிறேன். வெளிநாட்டுப் பண குடியில்லாதவரின் *(B)* வைப்புகளைத் திரும்பச் செலுத்துவதற்காக தேவையான தயாரிப்புகளைச் செய்திருக்கிறோம். சரியாக மேலாண்மை செய்தால் அவை வெளியே போவது அதிகம் பாதிக்காது. உங்களுடைய சாதனைகளால் வங்கியின் உறுதி மனநிலை உயர்வாகவே இருக்கிறது. அரசு மேற்கொண்டிருக்கும் சீர்திருத்தங்களும், உங்களாலும் பிற ஒழுங்கு முறையாளர்களாலும்

செய்யப்படுபவையும், இந்த மேடையில் கட்டுப்பட்டு வரும் ஆண்டுகளில் அதிக வேலைவாய்ப்பு வளர்ச்சியாலும், மக்களின் வளத்தாலும் அறியப்படும் என்று நம்புகிறேன். உங்கள் உதவியால் எனக்குப் பின்னால் வருபவர் நம்மை உயரே இட்டுச் செல்வார் என்பதில் எனக்கு நம்பிக்கை இருக்கிறது. அடுத்த சில மாதங்கள் உங்களுடன் பணியாற்றுவேன். எனினும் உங்களுடைய அர்ப்பணிப்புப் பணிக்கும், அயராத ஆர்வத்திற்கும் ஆர்பிஐ குடும்பத்திற்கு முன்கூட்டியே நன்றி கூறுகிறேன். இது நாம் இணைந்து மேற்கொண்ட இனிய அற்புதப் பயணம்!

நன்றியுடன்,
உங்கள் உண்மையுள்ள,
ரகுராம் ஜி.ராஜன்

பகுதி 2

புவிசார் நிதிநெருக்கடி

I

2005 ஜேக்சன் ஹோல் மாநாடு அப்போதைய ஃபெடரல் ரிசர்வ் வாரியத் தலைவர் ஆலன் கிரீன்ஸ்பேனின் (அமெரிக்கப் பொருளாதார வல்லுநர், பதினாறு ஆண்டுகள் தொடர்ந்து இந்தப் பதவியில் இருந்தவர்) கடைசி மாநாடாக இருந்தது. எனவே கிரீன்ஸ்பேன் சகாப்தத்தின் உரிமைக் கொடை என்ன என்பதுதான் மாநாட்டின் கருப்பொருள். நான் அப்போது பன்னாட்டுப் பண நிதியகத்தின் தலைமைப் பொருளியலறிஞராக இருந்தேன். சிகாகோ பல்கலைக்கழகத்திலிருந்து, விடுப்புப் பெற்றிருந்தேன். கிரீன்ஸ்பேனின் பதவிக் காலத்தில் நிதித்துறை எவ்வாறு பரிணாம வளர்ச்சி பெற்றது என்பது பற்றிய உலகின் மைய வங்கிச் சகோதரருக்கு ஓர் ஆய்வுக் கட்டுரை அளிக்க அழைக்கப்பட்டேன். நிதியின் வளர்ச்சிகளைப் பாராட்டி என்னுடைய கட்டுரையை எழுதத் தொடங்கினேன். ஆனால், தரவுகளைப் பகுப்பாய்வு செய்தபோது நடந்து கொண்டிருந்தது பற்றிக் கவலைகொண்டேன். எனவே, என்னுடைய சிந்தனைத் தடத்தை மாற்றி நிதி அமைப்பினால் ஏற்படும் ரிஸ்க்குகளைப் பற்றி எனது கட்டுரையை எழுதினேன்.

மாநாட்டில் பாராட்டுரைகளுக்கு இடையில் என்னுடைய பேச்சு இனி வரப்போவதை எச்சரிக்கும் ஒன்றாகவோ தேவையற்ற பயமுறுத்தலாகவோ கருதப்படலாம் என்று வீட்டை விட்டுப் புறப்படும்போது எனது மனைவியிடம் சொன்னதாக நினைவு. 2007-2008இல் ஏற்பட்ட நிதி நெருக்கடி தேவையற்ற பயமுறுத்தல் என்று முதலில் ஏற்பட்டிருக்கக்கூடிய கருத்திலிருந்து முதலாவது கருத்துக்கு மாற்றியது. இந்தக் கட்டுரை அதன் அடிப்படையில் எழுதப்பட்டு *IMF*-இன் திங்கள் இதழான *Straight Talk*-இல் 2005 செப்டம்பரில் வெளியானது.

ரிஸ்க்குள்ள வர்த்தகம்: முதலீட்டு மேலாளருக்கு ஒருபக்கம் சாய்ந்த ஊக்கிகள் புவிசார் நிதி ரிஸ்க்கைக் கூட்டும்

கடந்த முப்பதாண்டுகளில், உலகின் நிதி அமைப்புகள் புரட்சிகரமான மாறுதலுக்கு உட்பட்டிருக்கின்றன. மக்கள் மலிவான வட்டிவீதங்களில் நிறையப் பணம் கடன் வாங்கி, ரிஸ்க்கும், வரவும் உள்ள பலதரப்பட்ட கருவிகளில் முதலீடு செய்து புவியிலுள்ள அந்நியர்களுடன்கூடத் தங்களது ரிஸ்க்குகளைப் பகிர்ந்து கொள்ளலாம். நிதிச் சந்தைகள் விரிந்தும் ஆழமாகவும் ஆகிவிட்டன. ஒரு பரிமாற்றத்தில் அதிகப்படியான பங்களிப்போர் இருக்கிறார்கள். அவை பங்கு பெறுவோருக்கு இடையே அவரவர் தன்னலத்துக்கு ஏற்ப நடைபெறுகிறது.

இதற்கு குறைந்தது மூன்று காரணங்கள் உள்ளன. தொழில்நுட்ப மாற்றம் செய்தித் தொடர்புக்கும் கணக்கிடுவதற்கும், செய்தியைப் பெறுதல், செயலாக்கல், சேமித்தல் ஆகியவற்றிற்கும் ஆகும் செலவினங்களைக் குறைத்துவிட்டது. எடுத்துக்காட்டாக, நிதிப் பொறியியல் முதல் விநியோகத்தில் சிறந்ததைத் தேர்ந்தெடுப்பது (Portfolio optimization) பாதுகாப்பளித்தல், கடன் அளவியல் ஆகியவை இப்போது பரவலாகப் பயன்படுகின்றன. ஒழுங்குமுறையை அகற்றியது புதிய நிறுவனங்கள் நுழைவதைத் தடுக்கும் சொற் தடுப்புகளை எடுத்துவிட்டது; உற்பத்திப் பொருட்கள், நிறுவனங்கள், சந்தைகள், செலவினங்கள் ஆகியவற்றிற்கு இடையேயான போட்டியை ஊக்குவிக்கிறது. அடுத்து நிறுவன மாற்றம், தனியார் பங்கு நிறுவனங்கள் இழப்புக் காப்பரண் நிதியங்கள் போன்றவற்றையும், புதிய அரசியல், சட்ட, ஒழுங்குபடுத்தும் ஏற்பாடுகளையும் நிதித் துறையின் புதிய அமைப்புகளாக உண்டாக்கியிருக்கிறது. (எடுத்துக்காட்டாக, பணவீக்கத்தைக் குறிவைக்கும் நடைமுறைக்குப் பின்னால், மைய வங்கிக்கான சுதந்திரம், முதல் காலக்கெடுவுக்குள் பணவீக்க அறிக்கைகளை வெளியிடுவது வரையில், புதிய நிறுவனக் கருவி கடந்த இருபது ஆண்டுகளில் வந்திருக்கிறது).

நிதித் துறையில் ஏற்படும் இந்த மாற்றங்களுக்கு 'இடைநிலையினர் நீக்கம்' (Disintermediation) என்று பெயரிடப்பட்டிருக்கிறது. ஏனென்றால், அவை மரபுகள் வங்கி மையக் கட்டுகளிலிருந்து விலகிப் போவதில் ஈடுபடுகின்றன. ஆனால், அந்தச் சொல் தவறானது. பல தொழில் வளர்ந்த நாடுகளில், தனியாட்கள் தங்களது

சேமிப்புகளின் குறிப்பிடப்பட்ட பகுதியை நேரடியாக வங்கிகளில் வைக்காவிட்டாலும், மறைமுகமாக, மியூச்சுவல் நிதியங்கள், காப்பு நிறுவனங்கள், ஓய்வூதிய நிதியங்கள், இழப்புக் காப்பரண் நிதியங்கள், பிற தனியார் பங்கு நிறுவனங்களில் முதலீடு செய்கின்றன. இந்த நிதி நிறுவனங்களின் மேலாளர்களை ‘முதலீட்டு மேலாளர்கள்’ என்று அழைக்கிறேன். இவர்கள் வங்கிகளின் இடத்தைப் பிடித்துக்கொண்டு, தனியாட்களுக்கும் சந்தைகளுக்கும் இடையே மீண்டும் ‘நடுத்தரகர்’ வேலை செய்கிறார்கள்.

வங்கிகள் என்ன செய்கின்றன? அவைகள் தொகுதியாக ஆக்கி அவற்றின் இருப்புநிலைக் குறிப்பிலிருந்து நீக்கிவிடுவதன் மூலம் ஈடுகள் போன்ற அவர்கள் தொடங்குகின்ற பொருள் பரிவர்த்தனைகளோடு தொடர்புடைய ரிஸ்க்குகளை இப்போது வங்கிகள் விற்றுவிடும்போது, அவை ஒரு பகுதியை வைத்துக் கொள்ளலாம். இது முதலாவதான இழப்பு. அதாவது பணம் செலுத்த தொகுதியிலுள் சில முதலாவதான ஈடுகளிலிருந்து வரும் இழப்பு இது. மேலும், அவை தங்களுக்கு ஒப்பீட்டளவில் அதிக ஆதாயமுள்ள பரிமாற்றங்களில் கவனம் செலுத்துகின்றன. குறிப்பாக வெளிப்படையான ஒப்பந்தங்களைக் குறிப்பிட முடியாதபோது அல்லது சந்தையில் வர்த்தகத்தினால் விளைவுகளை இழப்புக் காப்பரண் செய்யப்பட அவசியம் இருக்கும்போதுள்ள பரிமாற்றங்களில் இது நடைபெறுகிறது. எடுத்துக்காட்டாக, கூட்டிணையங்களின் பெயரளவு வர்த்தக வெளியீடுகளுக்குக் கடன்களுக்குப் பின்னுதவியை வங்கிகள் கொடுக்கின்றன. இடைத் தரகர்கள் இல்லாமல் கடன் தருபவரும், கடன் பெறுபவரும் நேரடியாகப் பரிமாற்றம் செய்வது (Disintermediation) ஆகும். இதனால் கூட்டிணையம் இக்கட்டில் இருக்கும்போது வர்த்தகப் பெயரளவு நிலை இல்லாமல் போகும்போது, வங்கி தலையிட்டு கடன் தரும். இவை தெளிவான, ரிஸ்க்குகளுள்ள நீர்மைத் தன்மையற்ற கடன்கள், அவை ஒரு பேரளவிலான வடிவ தன்மையைக் காட்டும். பாரம்பரியமான பரிமாற்றங்கள் அதிக அளவு நீர்மைத் தன்மையுடையதாகவும் சந்தையில் பரிமாற்றத்துக்கு உடன்படக் கூடியதாகவும் ஆகும்போது, வங்கிகள் இன்னும் அதிகமான நீர்மைத் தன்மையற்ற பரிமாற்றங்களை நோக்கிச் செல்கின்றன. போட்டிகள் அவற்றை நீர்மைத்தன்மை இல்லாத எல்லைகளைத் தாண்ட கட்டாயப்படுத்துகின்றன.

இடைத்தரகர்களின் வகையில் விரிவாக்கமும், நிதிப் பரிமாற்றங்களில் விரிவாக்கமும், முதலீட்டு பரிமாற்றச் செலவினங்களைக் குறைப்பது, முதல் பெறும் வாய்ப்பை விரிவாக்குவது, சந்தையில் வெவ்வேறு

கருத்துகளை அனுமதிப்பது, இன்னும் சிறந்த ரிஸ்க்குகளைப் பகிர்ந்து கொள்வது உட்பட்ட பல பெரிய நன்மைகள் தருவதாக இருக்கின்றன என்பதில் ஐயமில்லை. ஆனால், இதில் சரிவுக்கான வாய்ப்பும் இருக்கிறது. நாம் தெரியாமலேயே ஃபாஸ்ட் பேரத்தை ஏற்றுக்கொண்டு விட்டோமோ (டாக்டர் ஃபாஸ்ட், சிறிது கால உலகச் சுகத்திற்காகத் தனது ஆன்மாவை பிசாசிடம் பேரம் செய்ததாகக் கதை), பேரழிவு தரும் பொருளாதாரச் சரிவின் சிறிய சாத்தியக்கூறுக்காக பெரிய நன்மையைப் பேரம் பேசி விட்டோமோ என்ற கேள்வியை இது எழுப்புகிறது. முதலீட்டு மேலாளர்களிடையேயுள்ள ஒரு சாய்வான ஊக்கிகளால் உலகம் அதிக ரிஸ்க் உள்ளதாக இருக்கிறது என்பது எனது கருத்து. இதனை இங்கே விளக்குகிறேன். ஆனால், நமக்கு அது உறுதியாகத் தெரியவில்லை. இவ்வாறு, மைய வங்கியாளர்களுக்கும், நிதியமைப்பு ஒழுங்குமுறைப்படுத்துவோருக்கும் ஓர் எளிய செய்தி: ஆயத்தமாக இருப்பதே நல்லது.

ஊக்கிகளைச் சரியாகப் பெறுவது

முன்னரெல்லாம், வங்கி மேலாளர்கள் பெரும்பாலும் ஒரு குறிப்பிட்ட மாறாத ஊதியமே பெற்று வந்தார்கள். ஒழுங்குமுறை போட்டியைக் குறைத்ததால், சிறந்த செயல் விளைவுகளுக்கு ஊக்கத் தொகைகளை மேலாளர்களுக்குப் பங்குதாரர்கள் தருவது தேவையற்றதாக இருந்தது (அப்படிப்பட்ட ஊக்கத் தொகை ஆபத்தாகக்கூட முடியும். வங்கி மேலாளர்கள் ரிஸ்க் எடுக்கத் தூண்டப்படுவார்கள்). வங்கி மேலாளர்கள் மோசமான முதலீட்டு முடிவுகளை எடுப்பதைத் தடுப்பது வங்கியின் நலிந்த முதல் கட்டமைப்புதான் (சில வேளைகளில் ஒழுங்குமுறைப்படுத்த வேண்டும்). வங்கி மேலாண்மை திறமைக் குறைவையோ, கள்ளத் தனத்தையோ காட்டினால் பணம் வைப்பவர்கள் அஞ்சி விடுவார்கள் அல்லது ஓடிவிடுவார்கள். இந்த அதிகப்படியான தண்டனையின் அச்சமும், பங்கு அல்லது அதிக சம்பளங்களால் உற்சாகம் அடைய, ஊதியங்களின் எல்லைக்குட்பட்ட நிலையும் சேர்ந்து வங்கியாளர்களை மிகவும் பழமைவாதிகளாக ஆக்கிவிட்டன. இது வைப்புத்தொகை வைப்பவர்களுக்கு நல்லதாக இருந்தது. அவர்களது முதல் பாதுகாப்பாக இருந்தது. குறைந்த அளவே போட்டி இருந்ததால், நிதானமான வாடகை பெற்ற பங்குதாரர்களும் மகிழ்ச்சியாக இருந்தார்கள்.

புதிய, ஒழுங்குமுறைக்கு உட்படுத்தப்படாத, போட்டிச் சூழலில் முதலீட்டு மேலாளர்களுக்கு பழங்கால வங்கி மேலாளர்களுக்கு அளித்த அதே நிலையான ஊக்கத் தொகைகளைத் தரமுடியாது. நல்ல முதலீடுகளை அவர்கள் தேடுவதற்கு ஊக்கத்தொகை தேவைப்படுவதால், அவர்களுக்குத் தரும் ஊதியம் குறிப்பாக அவர்களுடைய போட்டியாளர்களுடன் ஒப்பிட்டுப் பார்த்து, முதலீட்டு வரவுகளுக்குத் தக்கவாறு அமையும். மேலும், புதிய முதலீட்டாளர்கள் அதிகப்படியான வரவுகளால் ஈர்க்கப்படுகிறார்கள். இப்போதைய முதலீட்டாளர்கள் அதிருப்தி அடைந்தால் தங்கள் பணத்தை வேறு எங்காவது எடுத்துச் சென்றுவிடுவார்கள். ஈடாக கிடைப்பதும், மேலாண்மைக்குட்பட்ட சொத்துகளைப் பொறுத்து மாறுவதால் நல்ல செயல்பாட்டில் வேகமாக மேலே போவதும், மோசமான செயல்பாட்டில் கீழே இறங்குவதுமாகவுள்ள ஈட்டுத் தொகையை முதலீட்டு மேலாளர்கள் சந்திக்கிறார்கள்.

எனவே இன்றைய முதலீட்டு மேலாளர்களின் ஊக்கத்தொகை அமைப்பு முன்னாள் வங்கி மேலாளர்களின் ஊக்கத்தொகை அமைப்பிலிருந்து இரண்டு வகையில் வேறுபடுகிறது. முதலாவது, புதிதாக உண்டாக்கப்படும் முதலீட்டு வரவுகளிலிருந்து குறைவான அளவு சரிவும் அதிக அளவு வருவாயும் கிடைக்கும். அதாவது இந்த மேலாளர்கள் அதிகப்படியான ரிஸ்க் எடுப்பதற்கு ஊக்கத் தொகை பெறுகிறார்கள். இரண்டாவதாக அவர்களை ஒத்த மேலாளர்களுக்கு இணையாக அவர்களது செயல்பாடு பார்க்கப்படுகிறது. அதற்குக் காரணம் அவர்களுக்குத் தரப்படும் ஈட்டுத் தொகையில் அது நேரடியாக இடம் பெறுகிறது, அல்லது அதன் அடிப்படையில் முதலீட்டாளர்கள் நிதியகங்களிலிருந்து வெளியே போகிறார்கள் அல்லது உள்ளே நுழைகிறார்கள். மேலாளர்கள் மற்றவர்களோடு ஒப்பிடப்பட்டு மதிப்பிடப்படுகிறார்கள் என்பது நல்ல செயல்திறனைத் தூண்டுவதாக இருக்கும்; ஆனால், அதேசமயம் பல வகையான வக்கிரமான நடத்தைகளையும் தூண்டும்.

வக்கிர நடவடிக்கைகள்

செயல்திறன் விளைவின் அடிப்படையில் ஊதியம் தருவது முதலீட்டு மேலாளர்களிடம் ரிஸ்க் நடத்தையைத் தூண்டும். முதலீட்டாளர்களிடமிருந்து ரிஸ்க்கை மறைப்பது ஒரு வகை. ரிஸ்க்கும், செயல்திறன் விளைவும் தொடர்புடையன. ஆதலால்

மேலாளர் அவர் ரிஸ்க் எடுத்து தன்னையொத்த மேலாளர்களை விடச் சிறப்பாகச் செய்திருப்பதுபோலத் தோற்றமளிக்கிறார். அவர் எடுக்கின்ற ரிஸ்க்குகள் எளிதில் மறைக்கக் கூடியனவாக இருக்கின்றன. அவ்வப்போது அறிக்கை தரவேண்டும். அத்தகைய ரிஸ்க்குகள் ‘டெயில்’ (tail)ரிஸ்க்குகள். அதாவது அவற்றில் மோசமான எதிர்விளைவுகள் உண்டாவது, குறைவாக இருக்கும். ஆனால், மற்ற வேளைகளில் தாராளமான ஈட்டுத் தொகை தரும் இரண்டாவது வகை முதலீட்டைத் தேர்ந்தெடுப்பதில் மற்ற முதலீட்டு மேலாளர்களுடன் ஆட்டுமந்தைபோலச் சேர்ந்து கொள்வது(herding). ஏனென்றால், அப்போது மேலாளர் தன்னையொத்தவர்களைவிட மோசமாகச் செய்ய முடியாது என்பதை உறுதி செய்கிறது. எனினும் மந்தை நடத்தை அடிப்படைகளிலிருந்து சொத்து விலைகளை விலக்கிவிடும்.

சொத்து விலை ஏற்றத்தின்போது இரண்டு நடத்தைகளும் ஒன்றையொன்று வலுவூட்டிக் கொள்ளும். அப்போது முதலீட்டு மேலாளர்கள் சொத்து விலைகள் அடிப்படைகளுக்குத் திடீரென்று திரும்பிப்போகும் டெயில் ரிஸ்க்கின் குறைந்த சாத்தியக்கூறைத் தாங்கிக்கொள்ள ஆயத்தமாக இருப்பார்கள். பெருமளவு வணிக பலூன் உடைந்தாலும், அவர்கள் தங்களை ஒத்த மற்ற மேலாளர்களைவிடக் குறைவாகச் செயல்விளைவு காட்ட மாட்டோம் என்ற ஓர் ஆதரவான உணர்வை இந்த ரிஸ்க்கில் பிறரோடு சேர்வது அவர்களுக்குக் கொடுக்கிறது. குறைந்த வட்டிவீதச் சூழலில் இந்த இரண்டு நடத்தைகளையும் ஒன்றாக்கி விடலாம். இங்கு சம்பாத்தியத்தைத் தேட சில பங்களிப்போருக்கு ஊக்கத் தொகை அதிகமாகும். ஆனால், சொத்து விலைகள் மேல் சுழற்சியில் போகும்போது வேகமான குளறுபடியான மாற்று அமைப்புகளை உருவாக்கிவிடும்.

வங்கிகள் இந்த நடத்தையை அதிகரிக்கின்றனவா? கட்டுப்படுத்துகின்றனவா? வங்கி மேலாளர்களுக்கான பணி ஈட்டுத் தொகை வரவுகளோடு இறுக்கமாக இணைக்கப்பட்டிருக்கவில்லை. எனினும் அது போட்டி அழுத்தங்களிலிருந்து முழுவதுமாகத் தனித்து விடப்படுவதும் இல்லை. ரிஸ்க்குகளைத் தொடங்கியும் அவற்றை ஏற்றுக்கொண்டும் வங்கிகள் வருமானம் அடைகின்றன. ஒத்திகள் அல்லது கடன்கள் போன்ற மரபு சார்ந்த, வழக்கமான ரிஸ்க்குகளை வங்கி இருப்புநிலை அறிக்கையிலிருந்து எடுத்து முதலீட்டு மேலாளர்களின் இருப்புநிலைக் குறிப்பு மாற்றப்படும்போது, வங்கிகளுக்கு இன்னும் அதிகமாக அவற்றை உண்டாக்க ஊக்கி

எதுவும் இல்லை. எனவே அவை ரிஸ்க்குக்கான ஆசையை வளர்க்கத்தான் செய்யுமே தவிர, கட்டுப்படுத்த மாட்டா. நான் முன்னர் கூறியதுபோல வங்கிகள் எல்லா ரிஸ்க்குகளையும் விற்க முடியாது. உண்மையில், அவர்கள் உண்டாக்கும் ரிஸ்க்குகளின் சிக்கலான, நிலைப்புத் தன்மையற்ற பகுதியை அவை தாங்கிக் கொள்ள வேண்டியதிருக்கும். எனவே அவற்றின் இருப்புநிலைக் குறிப்புகளிலிருந்து ஓரளவு ரிஸ்க் எடுத்துக் கொள்ளப்பட்டாலும், இருப்புநிலைக் குறிப்புகளில் மீண்டும் புதிய சிக்கலான ரிஸ்க்கில் சுமத்தப்படுகின்றன. இந்த மதிப்பீட்டைத் தரவுகள் உறுதி செய்கின்றன. நிதிச் சந்தைகள் ஆழப்படுத்தப்பட்டாலும், முன்னரைவிட வங்கிகள் பாதுகாப்பாக இல்லாமல் போகலாம். மேலும், இப்போது வங்கிகள் தாங்கிக்கொள்ளும் ரிஸ்க்குகள் சிறிய அளவினவையாக இருந்தாலும், அப்படிப்பட்ட ரிஸ்க்குகள் பனிப்பாறையின் நுனி தான்.

டெயில் ரிஸ்க் வரவில்லை என்றால், உண்மையான பொருளாதாரத்திற்கு ஏற்படும் விளைவுகளைக் குறைக்குமாறு நிதி நிலைகளின் இறுக்கத்தை நீக்கி, இழப்புகளைப் பகிர்ந்து அளிக்க முடியும் அளவிற்கு, வங்கிகள் நிதிச் சந்தைகளுக்குப் போதுமான நீர்ப்புத்தன்மை கொடுக்க முடியுமா என்பதுதான் மிக முக்கியமான கவலை. முன்னால் நடந்த நிகழ்வுகள் வங்கிகள் இந்தப் பணியை வெற்றிகரமாகச் செய்திருக்கின்றன என்பதைக் காட்டுகின்றன. எனினும் அவை அதனைத் தொடரும் என்பதற்கான உறுதி எதுவும் இல்லை. வங்கிகள் முன்னர் நீர்மைத்தன்மையின் ஒரு பகுதியைத் தர முடிந்திருக்கிறது. ஏனென்றால் அவற்றின் வலிமையான இருப்புநிலைக் குறிப்புகள் சந்தையில் கிடைக்கும் உபரி நீர்ப்புத் தன்மையை ஈர்க்க அவற்றை அனுமதித்தன. எனினும் வங்கிகள் இன்று சிக்கலான வசதிகளை உண்டாக்கியும், உறுதிமொழிகளுடன் தொடர்புள்ள ரிஸ்க்குகள் சிலவற்றிற்கு இழப்புக் காப்பரண் தர அதிகப்படியான நீர்மைத்தன்மையுள்ள சந்தைகள் தேவை. நெருக்கடியான காலகட்டங்களில், அவற்றின் சந்தை நீர்மைத்தன்மையை அதிகப்படியாக சார்ந்திருப்பது அவற்றின் இருப்புநிலை அறிக்கையைச் சந்தேகத்திற்கு இடமுள்ளதாக ஆக்கிவிடும். இதனால் முன்னர் அவை தந்த நீர்மைத்தன்மையை உறுதிமொழியைக் காக்க முடியாது போகும்.

அனைத்தையும் சேர்த்துப் பார்க்கும்போது, ரிஸ்க்குகளை உறிஞ்சிக் கொள்ளக்கூடிய அதிகப்படியான பங்களிப்போர் இன்று இருந்தாலும் அமைப்பினால் ஏற்படுத்தப்படும் நிதி ரிஸ்க்குகள் அதிகம் என்று

இந்தப் போக்குகள் காட்டுகின்றன. சந்தைப் பங்களிப்போரிடம் பல விதப்பட்ட கருத்துகளும், செயல்களும் கோட்பாட்டின்படி இருக்கவேண்டும் என்றாலும், ரிஸ்க்கை உறிஞ்சிக்கொள்ள அதிகத் திறன் இருந்தாலும்கூட, விரும்பத்தகாத நடத்தையில் அதிகப்படியான இணைநிலையைப் போட்டியும், பணிஈடும் தூண்டி விடும். இன்றைய நிதி அமைப்பு போன்ற சிக்கலான ஒன்று பற்றி உறுதிபடச் சொல்வது கடினம். என்றாலும், இந்த நிகழ்வுகள் முன்னாட்களைவிட அதிகப்படியான நிதித் துறையால் தூண்டப்பட்ட பொருளாதார சுழற்சி ஏற்ற இறக்கங்களை (Procyclicality) உண்டாக்கும். அவை சிறிய அளவிலானாலும் அதிகமான பேரழிவு வீழ்ச்சியை உண்டாக்கும்.

துரதிர்ஷ்டவசமாக, இந்த அமைப்பு சோதிக்கப்படும் வகையில் இவையெல்லாம் தீவிரமான கவலைக்குரியவையா என்பது நமக்குத் தெரியாது. அமைப்பு அதிகம் பெருகி வரும் அதிர்ச்சிகளை எதிர்கொண்டு, ஒவ்வொரு முறையும் எது போதவில்லை என்பதைக் கண்டுபிடித்து, இன்னும் அதிகமான நெகிழ் திறனுடையதாக ஆகும் என்பதுதான் நம்பிக்கை. புனித அகுஸ்தினார் சொன்னதைப் பின்பற்றி, “இறைவா, அதிர்ச்சிகள் இருப்பதாக இருந்தால், முதலில் அவை சிறியனவாக இருக்கட்டும்” - என்று வேண்டிக் கொள்வோம். அழுத்தத்தை ஆராய்வதற்கு முன்னரே, பெரிய புயலொன்றால் எதிர்பாராதவிதமாகப் பொருளாதாரம் தாக்கப்படும் என்பதுதான் ஆபத்து.

ரிஸ்க் எடுப்பது அளவிற்கு அதிகமாக இருந்தால், முதலீட்டாளர்கள் தங்கள் மேலாளர்கள் லாபத்தில் குறுகிய கால அழுத்தம் தருவதையும் அதனோடு தொடர்புடைய ரிஸ்க் எடுப்பதையும் கட்டுப்படுத்த பண ஈடு ஒப்பந்தங்களை ஏன் செய்து கொள்ளக்கூடாது? அதற்கு விடை தனியார் ஊக்கி அதற்குக் குறைவாக இருக்கும் என்பதுதான். ஆனால், ஒன்று, நிதி முதலீட்டில் முந்தைய செயல்திறன் விளைவு பின்னால் வரும் செயல்திறன் விளைவுக்கு ஒரு முன்னடையாளமாக இருக்கும் என்பதற்கு அமைப்புசார் ஆதாரம் எதுவுமில்லை. வாரன் பஃபட்டும், பீட்டர் லிஞ்சும் வேண்டுமென்றால் விதிவிலக்காக இருக்கலாம். நிதியங்களுக்கு இடையே முதலீட்டாளர்கள் மாறி மாறிப் போவதற்கு எந்த சமுதாய மதிப்பீடும் இல்லை என்பதை இது காட்டுகிறது. ஆனால், புதிய முதலீடுகள் நிறைய வரும்போது, ஒரு நிதியத்தில் முதலீடு செய்பவர்கள் பலனடைவார்கள். ஏனென்றால் நிதிய்த்தின் சராசரி செலவினங்கள் குறையும். அதன்

விளைவாக, ஒரு நிதியத்தின் சிறப்பான குறுகிய கால செயல்திறன் விளைவின் மூலமாக ஈர்க்கப்படும் முதலீட்டாளர்களிடமிருந்து பெறப்படும் தனியார் லாபங்கள் சமூக மதிப்பீட்டை விஞ்சுகின்றன. முதலீட்டாளர்கள் குறுகிய காலத்தில் கவனம் செலுத்துவதிலிருந்து மேலாளர்களைத் தடுத்து நிறுத்துவதால் முதலீட்டாளர்களுக்கு சிறிது மட்டுமே ஊக்கத்தொகை கிடைக்கும்.

மேலாளர்கள்மேல் முழுவதுமான கட்டுப்பாடு முதலீட்டாளர்களிடம் இல்லையென்றாலும் (எடுத்துக்காட்டாக கூட்டிணைய நிர்வாகத்திலுள்ள ஓட்டைகளால்), (தங்களது வேலைகளைத் தக்கவைத்துக்கொள்ள அல்லது வெற்றி கொண்டுவரும் மக்களது பாராட்டுக்காக) குறுகிய காலத்தில் லாபங்களை உண்டாக்குவதற்கு மேலாளர்களுக்கு தனியான ஊக்கத் தொகைகள் இருக்குமென்றாலும், தனியார் சமநிலைப்பாடு இன்னும் அதிகப்படியான ரிஸ்க் எடுக்கச் செய்யும். நீர்ப்புத்தன்மை கொடுப்பதால் ஏற்படும் பயன்களை முழுவதுமாகப் பிடித்துக் கொள்ள பங்குபெறும் தனியாருக்குக் கடினமாக இருக்கும். விலைகள் அதிகமாக இருக்கும்போது, அடிப்படை நிலைகளை நெருக்கமாகக் காட்டும்போது சந்தையின் நீர்ப்புத் தன்மையைப் புதியவர் மட்டுமல்ல, வணிகம் செய்வோர் அனைவருமே பயன் பெறுவார்கள். எனவே தனியார்துறை அதற்கு இடம் கொடுப்பதற்கான ஊக்கி மிகக் குறைவாகவே இருக்கிறது.

பின்விளைவு வீழ்ச்சியைக் கட்டுப்படுத்தல்

அப்படியான கொள்கைகளை வகுப்போர் என்ன செய்யலாம்? நிதித்துறையில் புதியன செய்வதைத் தூண்டும் போட்டியை அதிகப்படியான ஒழுங்குபடுத்தல் நசுக்கிவிடும்; அதேசமயம் ஒன்றும் செய்யாமல் இருப்பதும் நல்ல முடிவாக இருக்காது. நிதிச் சந்தைகளின் சிக்கலான செயல்முறைகள் பற்றி இன்றும் நமக்கு அதிகம் தெரியாத வேளையில், இரண்டு கருவிகள் நினைவுக்கு வருகின்றன.

ஒன்று பணக் கொள்கை. பணக் கொள்கை ஊக்கத் தொகைகளின்மேல் அதன் பாதிப்புகளின் அடிப்படையில் இயங்கும். நாம் ஏற்கனவே சொன்னதுபோல, வட்டி வீதங்களில் எதிர்பாராது கடுமையான வீழச்சியும், குறைந்த வட்டி வீதமும் ஊக்கத் தொகைகளின்மேல் வக்கிரமான பாதிப்புகளை ஏற்படுத்தும். பணக் கொள்கையில் வேகமான, பெரிய அளவிலான

மாற்றங்களால் உள்நாட்டுப் பொருளாதார நிலையில் மட்டுமல்ல, ஒன்றுடன் ஒன்று தொடர்புள்ள எல்லாச் சந்தைகளிலும் குறிப்பிடத்தக்க செலவினங்களை ஏற்படுத்தும் என்பது இதன் பொருள். இதிலிருந்து தெரிந்துகொள்வது கொள்கை மாற்றங்கள் வேகமாக இல்லாமல் நிதானமான அளவில் ஏற்படவேண்டும் என்பது (இதையும்கூட முன்னரே அறிவிக்க முடிவது அல்லது எதிர்பார்ப்பது அவசியமில்லை). இரண்டாவதாக, பண வாட்டம் உண்மையான பொருளாதாரத்திற்கு அதிகம் தீங்கானது; அதேசமயம் எதிர்பாராத ஆனால், தொடர்ந்து இருக்கின்ற குறைந்த வட்டிவீதம் நிதித் துறையிலும் அதனால் சொத்துகள் விலைகளுக்கும் குறிப்பிடத்தக்க திரிபுகளை ஏற்படுத்தவும் காரணமாக இருக்கும். இதற்கு என்ன பொருள்? பணவாட்டத்திலிருந்து விலகியே இருக்க வேண்டும். மிகக் குறைந்த கொள்கை வீதங்கள் - ஒரு கருவியாகப் பயன்படுத்தப்படக் கூடாது. அதோடு, சொத்து விலைக் குமிழ்கள் உடைந்து விடாமல் இருக்க அந்தக் குறைந்த வீதங்கள் இருக்கும்போது அதிகப்படியான கண்காணிப்பு அவசியம் என்பது இதில் வெளிப்படுகிறது. மூன்றாவதாக, நிதி அமைப்பின் நிலைப்புத் தன்மையைப் பற்றி மட்டுமல்ல, மொத்தக் கடன் உண்டாக்குதல் பற்றியும் முடிவுகள் எடுக்க, வங்கி அமைப்பையும், கடனுக்கு அது முன்காட்டப்படுவதையும் மட்டுமே ஆராய்வது போதாது. இறுதியாக சில சூழல்களில் நிதித் துறை அதிகப்படியான நீர்மைத் தன்மையையும், திவால் பிரச்சனையையும் சந்திக்க வேண்டியிருக்கும். எனவே, மொத்த நீர்ப்புத்தன்மையில் வீழ்ச்சி எதுவும் ஏற்படுகிறதா என்பதில் மைய வங்கிகள் எச்சரிக்கையாக இருக்க வேண்டும்.

விவேகமான மேற்பார்வை

விவேகமான வலையை வணிக அல்லது முதலீட்டு வங்கிகளைச் சுற்றி மட்டும் விரிக்காமல், இழப்புக் காப்பு அரண்கள் போன்ற நிறுவனங்களையும் சேர்த்து அகலப்படுத்த வேண்டும். இதற்கு என்ன கருவிகளைப் பயன்படுத்தலாம்? அதிகப்படியான வெளிப்படைத் தன்மையும், வெளியில் சொல்லுதலும் அதோடு முதலை ஒழுங்குபடுத்தலும் முக்கியப் பங்கு வகிக்கும். ஆனால், கொள்கை வகுப்போர் முதலீட்டு மேலாளர்களின் நடத்தையை மக்கள் நலனோடு இணைத்து மேலாண்மை பண ஈட்டு அமைப்பைப் பயன்படுத்துவதையும் கவனத்தில் கொள்ள

வேண்டும். பண ஈட்டிற்கு உச்ச வரம்போ கட்டுப்பாடோ விதிப்பதைவிட, பண ஈட்டினை ஒழுங்குபடுத்துவதற்கு உயர் முதலீட்டு மேலாளர்களின் பண ஈட்டுத் தொகையை அவர்கள் மேலாண்மை செய்யும் முதலீட்டில் நீண்டகால முதலீடாக வைக்குமாறு செய்யலாம். ஏற்கனவே சில முதலீட்டாளர்கள் தங்கள் முதலீட்டு மேலாளர்களிடம் இதனைக் கட்டாயமாக ஆக்கியிருக்கலாம். ஆனால், அப்படிப்பட்ட தேவை அதிகப்படியாகக் குறுக்கிடுவதாக இருக்கக்கூடாது. எனினும் முதலீட்டு மேலாளர்களை அதிகம் பழமைவாதிகளாக ஆக்கி, அவர்களது ரிஸ்க் எடுக்கும் நடத்தை பொருளாதாரத்திற்குக் கொண்டுவரும் நன்மைகளை இழந்துவிடக் கூடாது. எனவேதான் நிதித் துறையின் சரிவின் அதிகப்படியான சாத்தியக்கூறு எப்போதும் பூஜ்யமாக இருக்க முடியாது.

பின்குறிப்பு: என்னுடைய ஜேக்சன் டஹால் உரை பற்றி ஜஸ்டின் லகார்ட் தனது கட்டுரையில் 2009 ஜனவரி 2 அன்று எழுதியது:

"பணியாளர்கள் பணம் ஈட்டுவதற்கு நல்ல வெகுமதிகளை அறுவடை செய்யவும், இழப்புகளுக்கு சிறிய தண்டனைகள் மட்டும் பெறுவதுமாக ஊக்கிகள் ஒரு பக்கம் சாய்ந்தே இருக்கின்றன என்று வாதிடுகிறார் திரு.ராஜன். நிறைய லாபம் தரக்கூடிய பொருள்களில் நிதி நிறுவனங்கள் மூலதனம் செய்ய இது ஊக்குவித்தது; ஆனால், அது சில வேளைகளில் பெரிய வீழ்ச்சிக்கு உள்ளாகும்.

பத்திரங்களில் காலம் தவறுவதற்கு எதிராகச் செயல்படக்கூடிய கடன் தவணை தவறும் மாற்றுகள் பற்றிக் குறிப்பிட்டார். இந்த மாற்றுகளை குறைவான ரிஸ்க் எடுப்பதாக காட்டிக்கொண்டு விற்றுப் பெரிய லாபங்களை காப்பீட்டாளர்களும் மற்றவர்களும் பெறுகிறார்கள் என்று அவர் காட்டுகிறார். ஆனால், தவறுதல்கள் உண்மையில் நடந்துவிட்டால் வலி அதிகமாக இருக்கும் என்றாலும் இது நடக்கிறது.

ஏட்டளவில் வங்கிகள் உண்டாக்கிய கடன்காப்புகளின் ஒரு பகுதியை வங்கிகள் வைத்துக் கொள்வதால், அந்தக் காப்புகள் சிக்கலில் மாட்டிக் கொண்டால் வங்கி அமைப்பு ரிஸ்க்கிற்கு உள்ளாகிவிடும். வங்கிகள் ஒன்றின் மேலுள்ள நம்பிக்கையை இழந்துவிடும் என்றார். வங்கிகளுக்கு இடையேயான சந்தை உறைந்துபோய் முழு அளவிலான நிதி நெருக்கடி ஏற்படும்.

இரண்டு ஆண்டுகளுக்குப் பிறகு இதுதான் நடந்தது.

II

மூன்றரையாண்டு காலம் *IMF*-இல் பணியாற்றிய பிறகு கல்வித் துறைக்கு 2007 ஜனவரியில் மீண்டும் வந்தேன். நான் ஆற்றிய உரைகள் முதலானவை இங்கே தரப்படுகின்றன. அடுத்து வருவது 2007 பிப்ரவரியில் நெருக்கடிக்குச் சிறிது முந்தி உரையாற்றியது. அமைப்பில் ரிஸ்க் எடுப்பதன் ஊக்கிகள் பற்றி விளக்குகிறது.

நிதிநிலைகள், சொத்து மேலாண்மை, அரசியல் ரிஸ்க்குகள்: நமது காலத்தைப் புரிந்துகொள்ள முயற்சி செய்தல்

வலிமையான உற்பத்தி வளர்ச்சி இருந்தாலும், முதலீடு - குறிப்பாக கூட்டிணைய முதலீடு உலகம் முழுவதிலுமே குறைவாகவே இருந்து வந்திருக்கிறது. அதேசமயம் விரும்பத்தக்க சேமிப்பு வலுவாக இருக்கிறது. தலைவர் பெர்னான்கே சொன்னதுபோல 'சேமிப்புகளின் தேக்கம்' என்றோ IMF சொன்னதுபோல 'முதலீட்டின் கட்டுப்பாடு' என்றோ சொல்லுங்கள். எப்படி அழைத்தாலும் விரும்பிய சேமிப்புகளுக்கும், செய்யப்பட்டிருக்கும் முதலீட்டுக்கும் இடையில் சமநிலைமை இருப்பதுதான் மொத்த விளைவு. இதன் காரணமாக, சிறிது காலமாக உண்மையான நீண்டகால வட்டி வீதங்கள் குறைவாகவே இருந்து வந்திருக்கின்றன. ஃபெடரல் ரிசர்வ் வங்கி கொள்கை வீதங்களை 2006இல் உயர்த்தினாலும், நீண்டகால வட்டி வீதங்கள் இன்னும் குறைந்து விட்டன. அமெரிக்காவின் உள் தேவையில் மந்தம் ஏற்பட்டதில், விருப்பப்பட்ட முதலீட்டைவிட அதிகமாக உலகெங்கும் அதிகமான சேமிப்புகளை ஃபெட் நீட்டிக் கொண்டிருகிறது என்று சந்தைகள் நம்பலாம்.

இப்போதைய நிலைகள் நிரந்தரமாக இருக்கச் சாத்தியமில்லை. வளர்ந்த நாடுகளில் வயதானவர்களின் தொகையை எடுத்துக்கொண்டால் விரும்பும் சேமிப்புகளும் உலகெங்கும் உள்ள முதலீட்டைச் சமநிலைப்படுத்த தொழில்சாரா நாடுகளில் முதலாவது ஏற்படவேண்டும். வெளிநாட்டு நேரடி முதலீட்டின் வழியாக முதலீடு அதிகம். ஆனால், அது மீண்டும சந்தைகளிலுள்ள நிதி அமைப்புகளால் ஓரளவு இடைத்தரகினால் இன்றும் வளர வேண்டும். பாதுகாப்பு வலைகள் சீராகும்போது நுகர்வு அதிகமாதலும், சில்லறை நிதி பரவலாகக் கிடைப்பதும்

விரும்புமளவு சேமிப்புகளைக் குறைக்க உதவும். மக்கள் தொகை உயர்வுக்கு இணக்காமாகவேனும் ஏழை நாடுகளிலிருந்து பணக்கார நாடுகளுக்கு மொத்த முதலீடும் போவதாகிய வக்கிரமாகத் தோன்றும் அமைப்பு மாறவேண்டும்.

முன்னேறிய நிதிச் சந்தைகளில் அதிகமாகிவரும் நிறுவனமயமாதல் பற்றியும், அவற்றுள் இருக்கும் போட்டி பற்றியும் பேச விரும்புகிறேன். இரண்டு பிரச்சனைகளுக்கும் இடையேயுள்ள தொடர்பு விரைவில் விளங்கும். சிலருக்கு முன்னுரிமைதரும் (oligopolistic) நிதி அமைப்புகள் உடைந்து போனதும், நிதிச் சந்தைகள் எழுந்ததும் தனிமனிதர் நிதி முதலீட்டுத் தேர்வுகளைப் பெரிதும் விரிவடையச் செய்திருக்கின்றன. தனிமனிதர்கள் தங்களது சேமிப்புகளின் பெரும்பகுதியை வங்கியில் நேரடியாக முதலீடு செய்வதில்லை. சந்தையிலும் முதலீடு செய்வதில்லை. அவர்கள் மறைமுகமாக மியூச்சுவல் நிதியங்கள், காப்பீட்டுக் கழகங்கள், ஓய்வூதிய நிதியங்கள், 'வென்சர்' நிதிகள், இழப்பு காப்பு அரண் நிதிகள் முதலான தனிப்பங்கு வடிவங்கள் வழியாக முதலீடு செய்கிறார்கள். இந்த நிறுவனங்களின் மேலாளர்கள் (இவர்களை 'முதலீட்டு மேலாளர்கள்' என்று அழைக்கிறேன்) பெரும்பாலும் வங்கிகளை வெளியே தள்ளிவிட்டு தனிமனிதர்களுக்கும், சந்தைகளுக்குமிடையே இடைத்தரகர்களாகச் செயல்படுகிறார்கள்.

பலவேறு வகைப்பட்ட நிறுவனங்களுக்கிடையே பொதுமக்களின் டாலருக்காகப் போட்டி அதிகமாகும்போது, ஒவ்வொருவரும் தங்கள் உயர்ந்த செயல்திறன் விளைவைக் காட்டுவோம் என்று உறுதியளிக்கிறார்கள். உயர்ந்த செயல்திறன் விளைவு என்றால் என்ன?

செயல்திறன் மேலாண்மை

நிதிச்சொத்துகளின் ஒரு சராசரி மேலாளர் அவர் முறையான ரிஸ்க் எடுப்பதன் அடிப்படையில் லாபங்களை உண்டாக்குகிறார். இந்த ரிஸ்க்கை 'பீட்டா' ரிஸ்க் என்று அழைக்கிறார்கள். முதலீட்டுச் செயல்பாட்டிற்கு அவருடைய திறமைகளின் தரும்மதிப்பின் அடிப்படையிலும் லாபம் வரும். இதனை ஆல்ஃபா என்கிறார்கள். பீட்டா ரிஸ்க்கிலிருந்து வரும் லாபங்களுக்காக எந்த சொத்து மேலாண்மையிலும் பங்குதாரர்களாக இருப்பவர்கள் மேலாளாருக்கு அதிகம் தரமாட்டார்கள். எடுத்துக்காட்டாக, அமெரிக்கப் பங்குகளில்

ஒரு பங்குதாரர் முதலீடு செய்ய விரும்பினால், *Vanguard S & P 500 index* நிதியில் முதலீடுசெய்து அந்த ரிஸ்க்கோடு தொடர்புடைய வருவாய்களைப் பெறமுடியும். அதற்குக் கட்டணமாக ஒரு சதவீதத்தில் ஒரு பகுதியை அவர் கொடுத்தால்போதும். *S & P 500 Index* ஐ மேலாளர் வழக்கமாக மிஞ்சிவிட்டால், அதாவது அதிகமான ரிஸ்க் எடுக்காமல் உபரியான வருவாய்களை உண்டாக்கினால் அதற்காக பங்குதாரர் பணம் தருவார்.

இழப்புக் காப்பு அரண் நிதி மேலாளர்கள் வழக்கமான சந்தையோடு இணை சொல்ல முடியாத வருவாய்களை உண்டாக்குவதாகச் சொல்கிறார்கள். அவர்கள் உண்டாக்கும் வருவாய்கள் எல்லாமே அதிகப்படியான வருவாய்கள் அல்லது ஆல்ஃபா எனப்படும். அவற்றிற்கு நன்றாகவே ஈடு தரவேண்டும்.

ஆனால், பொதுவாக, முதலீட்டு மேலாளர்களுக்கு ஆல்ஃபா வீதங்களுக்கு ஒரு சில மூலங்களே இருக்கின்றன. குறைவாக மதிப்பிடப்பட்ட முதலீடுகளை இனம் கண்டுகொள்ளும் சிறப்பு ஆற்றல்கள் இதற்கு வேண்டும். அமெரிக்க கோடீஸ்வரர் வாரன் பஃபட்டிடம் உறுதியாக இருக்கிறது. ஆனால், எல்லா ஆய்வுகளும் மிகச் சில முதலீட்டு மேலாளர்களுக்கே இது இருக்கிறது என்று காட்டுகின்றன. சாதாரண முதலீட்டாளர்களால் உறுதியாக இதனை முன்கூட்டியே அறிந்துகொள்ள முடியாது.

ஆல்ஃபாவிற்கு இரண்டாவது மூலவளம் செயல் முனைப்பு என்று சொல்லலாம். நிதிமுதலீடுகளை உண்மையான சொத்துகளை உண்டாக்கவும் அல்லது கட்டுப்பட்டைப் பெறவும் பயன்படுத்தி அந்தக் கட்டுப்பாட்டை நிதிமுதலில் பெற்ற செலவினங்களை மாற்றப் பயன்படுத்தலும் ஆகும். புதிய கண்டுபிடிப்பாளர், பணிமனை, ஒரு கருத்து ஆகியவற்றை முழுவதும் வளர்ந்த லாபம் தரக்கூடிய, தொழில் முறைப்படி மேலாண்மை செய்யப்படும் கூட்டிணையமாக மாற்றும் ஒரு துணிகர முதலாளி ஆல்ஃபாவை உண்டாக்குகிறார். அதுபோல ஒரு தனிப்பட்ட நிதியம் ஒரு குழுமத்தை எடுத்துக்கொண்டு, திறமையின்மையை நீக்கி, லாபங்களை அதிகரித்தாலும், அதுவும் ஆல்ஃபாவை உண்டாக்குகிறது. தவணை தவறிய வளரும் சந்தைக் கடனை வாங்கி நாடு அதிகம்தர பல்வேறு சட்டரீதியான வழிகள் மூலமாக அதிகாரிகளை வற்புறுத்தும் கழுகு முதலீட்டாளரும் ஆல்ஃபா தான்.

ஆல்பாவின் மூன்றாவது வளமூலம் நிதித் தொழில் முனைவோர் அல்லது நிதிப் பொறியியல் - சாதாரண முதலீட்டாளருக்கு எளிதில்

கிடைக்காத நிதிக் காப்புப் பத்திரங்களில் முதலீடு செய்வது அல்லது குறிப்பிட்ட முதலீட்டாளர்களை அல்லது விருப்புகளைக் கவரும் காப்புப் பத்திரங்களை அல்லது பணப்பாய்வு ஓடைகளை (ஒரு நிதியிலிருந்து இன்னொன்றுக்கு உண்டாக்குவது) மாற்றுவது. இந்தக் காப்புப் பத்திரங்களும், ஓடைகளும் போதுமான அளவு உண்டாக்கப்பட்டு விட்டால், அவற்றின் அருகியிருத்தல் அல்லது மாற்றுமதிப்பு இல்லாது போய்விடும், மற்றவற்றைப்போல அவற்றையும் மதிப்பிடலாம். ஆகவே ஆல்ஃபாவின் இந்த வளமூலம் மேலாளர் தொடர்ந்து புதிது புதிதாக உண்டாக்கி, போட்டியாளரை முந்திக் கொள்வதையே பொறுத்தது.

இறுதியாக, ஆல்ஃபா நீர்மைத்தன்மை தருவதிலிருந்தும் வருகிறது. எடுத்துக்காட்டாக, முதலீட்டு மேலாளர்கள், நிதியை எளிதில் பெறமுடியும் நிலையிருந்தால்தான், நீர்மைத்தன்மையற்ற அல்லது தரகுச்கூலி (arbitrage) நிலைகளை முதிர்வு நிலைவரையில் வைத்திருக்க முடியும். தரகு நிலை முடிவது வரையிலும் முதலீட்டு மேலாளருக்கு அதனை வைத்திருக்க நீர்ப்புத்தன்மை இருக்கும்.

நீர்மைத்தன்மை இன்மையைத் *(Illiquidity)* தேடுதல். (மதிப்பில் இழப்பை ஏற்படுத்தாமல் விற்கமுடியாத சொத்தைத் தேடுதல்)

இந்த விவாதம் ஆல்ஃபா என்பதை உண்டாக்குவது மிகக் கடினம் என்பதை உணர்த்தும். ஏனென்றால், அதை உண்டாக்குவதற்கான முக்கிய வழிகளான முதலீட்டு மேலாளருக்கு தனிச் சிறப்புத் திறன்களான பங்கைத் தேர்வது, மேலாண்மையிலுள்ள குறைகளை அடையாளம்கண்டு நீக்குவது அல்லது நிதித்துறையில் புதுமையை மேற்கொள்வது முதலியன தேவைப்படும். தனிச்சிறப்பு என்பது அபூர்வமானது. அப்படியானால் திரளான முதலீட்டு மேலாளர்கள் எப்படி சாதாரண முதலீட்டாளர்களின் கூட்டம் அவர்கள்மேல் வைத்திருக்கும் நம்பிக்கையை நியாயப்படுத்துகிறார்கள்? அதற்கு விடை நீர்மைத்தன்மையைக் கொடுத்தல்தான். இதற்குச் சிறப்பான மேலாண்மைத் திறன் தேவையில்லை. இதனை ஆல்ஃபாவின் ஏழை மேலாளரின் வளமூலம் என்று குறிப்பிடலாம்.

தேவையான திட்டமிடப்பட்ட சேமிப்புகள் முதலீட்டோடு ஒப்பிடும்போது உபரியாக இருக்கும்போதும், மையவங்கிகள் ஏற்றுக் கொள்ள இணக்கமாக இருக்கும்போதும் உள்ள பிரச்சினை என்ன என்றால் நீர்மைத்தன்மையால் அது சரியாகிவிடும். நீர்மைத்தன்மை

ஒதுக்கீட்டு வளாகத்தில் பல முதலீட்டு மேலாளர்கள் நுழைய முடியும். நீர்மையில்லாத நிலைகளை அவர்கள் எடுக்கும்போது, வருவாயை போட்டியில் ஒதுக்கிவிடுவார்கள். அதாவது நிகழ்கால நிலைகள் 'நீர்மைத்தன்மை இன்மை' நடத்தையைத் தேடிப் போகின்றன. அதனால் தீய விளைவுகளே ஏற்படும்.

டெயில் ரிஸ்க்குகளும், மந்தைக்கு உட்படுத்தலும்

குறைந்த திறனே உடைய மேலாளர் நீர்மைத்தன்மையுள்ள சந்தையை மத்திய வங்கிகள் இன்னும் அதிக நீர்மைத்தன்மையுள்ளதாக ஆக்கி, நீர்மை ஒதுக்கீடுகளில் வரும் வருவாய்களை போட்டியில் ஒதுக்கிவிட்டால் என்ன செய்வது? அவர் ரிஸ்க்கை மறைத்துவிடுவார். அதாவது 'பீட்டா' ரிஸ்க்கின் அளவை மறைத்து பீட்டா ரிஸ்க்கை ஆஃல்பா ரிஸ்க்கிலிருந்து வரும் வருவாயாகக் காட்டிவிடுவார். அதிகப்படியான ரிஸ்க்குகள் அதிகப்படியான வரவுகளைக் குறிக்குமாதலால், தங்களுக்கு நல்ல பெயர் வர வேண்டுமென்பதற்காக, மேலாளர்கள் தங்களது ஒப்புமை அளவுகோலுக்குள் இல்லாத (முதலீட்டாளர்களிடமிருந்து மறைத்த) ரிஸ்க்குகளை எடுப்பார்கள்.

எடுத்துக்காட்டாக, பல இழப்புக்காப்பரணுள்ள நிதியங்கள், காப்பீட்டுக் குழுமங்கள், ஓய்வூதிய நிதியங்கள் ஆகியவை ஒரு குழுமம் தவணை தவறாமல் இருக்க உறுதிமொழியை விற்க கடன் சார்பான சந்தைக்குள் நுழைந்துவிட்டன. உறுதிப்பத்திரங்களை வாங்கும் மக்களிடமிருந்து சாதாரண நேரங்களில் பிரிமியத்தை முதலீட்டு மேலாளர்கள் வாங்கி வருவார்கள். எனினும், குழுமம் பணம் தர எப்போதாவது தவறலாம். அப்போது பொறுப்புறுதி கொடுத்தவர் பெரிய தொகை செலுத்த வேண்டியிருக்கும். இவ்வாறு முதலீட்டு மேலாளர்கள் பேரிடர் காப்பீட்டை விற்கிறார்கள். அல்லது எப்போதாவது ஏற்படும் எதிர்மறை வருவாய்க்காக (இழப்பிற்காக) ஈட்டுத்தொகையாக நேர்மறை வருவாய்கள் ஈட்டித்தரும் டெயில் ரிஸ்க்குகளை மேலாளர்கள் எடுப்பார்கள். இத்தகைய யுத்திகள் மிக அதிகமான ஆல்ஃபாக்கள் குறைந்த ரிஸ்க்கிற்கு அதிக வருவாய் தருவது போலத் தோன்றும். எனவே நேரங்கள் நன்றாக இருக்கும்போது, பேரழிவு அணுகாது போன்று தோன்றும்போது, மேலாளர்கள் அவற்றை அதிகமாக எடுப்பதற்கு ஊக்கம் பெறுகிறார்கள். எனினும் எப்போதாவது வெடித்துவிடும். உண்மையான செயல்திறன் விளைவு நீண்டகால

அடிப்படையில்தான் அளவிடப்படமுடியும் என்பதால், அதாவது சராசரி மேலாளரின் ஊக்கத் தொகைகள் குறிப்பிட்ட எல்லையைத் தாண்டும்போது நிகழலாம். ஆகவே மேலாளர் இந்த ரிஸ்க்குகள் முடியுமானால் எடுப்பார்கள்.

இந்த நடத்தைக்கு ஓர் எடுத்துக்காட்டு 1994இல் காணப்பட்டது. அமெரிக்காவில் பணச் சந்தை மியூச்சுவல் நிதியங்கள் நெருக்கடி நிலைக்கு வந்துவிட்டன. (ஒரு பங்கின் மொத்த சொத்து மதிப்பின் 11க்கும் கீழே போகும் நிலை - *breaking the buck* என்று இதைச் சொல்கிறார்கள. இது பார்ப்பதற்கு ரிஸ்க்கில்லாத நிதியத்திற்கு நடக்கும் என்று நினைத்துகூடப் பார்க்கமுடியாது). இதனால் சில சந்தை நிதியங்களை இக்கட்டிலிருந்து மீட்க அவற்றின் தாய்க் குழுமங்கள் வரவேண்டியதிருந்தது. பேரழிவிற்கு மிக நெருக்கமாக வந்ததற்கான ஒரு காரணம் வருவாய்களை கவர்ச்சிகரமாகக் காட்ட அதிகமாக்கும் ரிஸ்க்கான காப்பு பத்திரங்களைப் பயன்படுத்தியது ஆகும். இந்த யுத்திகள் ஃபெடரல் ரிசாவ் திடீரென்று வீதத்தை உயர்த்தியதால் 'வால்' நிகழ்ச்சியில் பயனற்றுப் போயின.

ஆல்ஃபாவை உண்டாக்கிகொண்டிருப்பதுபோலத் தோன்ற மறைமுக டெயில் ரிஸ்க்கை சில மேலாளர்கள் அதிகமாக சேர்த்து விடுவார்கள். மற்றவர்கள், அவர்களின் பதிவேடுகளுக்கு வெளியில் தெரியும் மூலதனங்களையோ யுத்திகளையோ பயன்படுத்துவதில், போட்டியாளர்களின் முதலீட்டு யுத்திகளைப் பின்பற்றுவதில் பாதுகாப்பு உள்ளது என்று அவர்களுக்குத் தெரியும். ஏனென்றால், எல்லோருமே மோசமான விளைவுகளுக்குக் காரணமாக இருந்தால் யாரை வேலையைவிட்டு நீக்குவது? அதாவது நிதிச் சொத்துகள் அதிகமாக மதிப்பிடப்படுவதாக சந்தேகப்பட்டாலும், மற்றவர்களோடு மந்தையாகச் சேர்ந்தால் அவர்களுடைய மோசமான செயல்திறன் விளைவு மன்னிக்கப்பட்டுவிடும் என்று அவர்களுக்குத் தெரியும்.

உடனொத்தவர்களின் வெளியில் தெரியும் யுத்திகளுக்குக் கீழே போய்விடக்கூடாது என்ற ஆசையால் ஏற்படும் அப்படிப்பட்ட மந்தை நடத்தை பல ஐரோப்பிய காப்பீட்டாளர்களை ஊக்குவித்திருக்கும். பேரிடருக்குச் சிறிது முன்னர் 1990களின் பிந்தைய ஆண்டுகளில் பங்குகள் பக்கம் அவர்கள் போனார்கள். இன்றைக்கு ஓய்வூதிய நிதியங்களும், காப்பீட்டுக் குழுமங்களும், பொருள்களிலோ, இழப்புக் காப்பரணுள்ள நிதிகளிலேயோ மூலதனம் செய்யத் தூண்டுவதாக இருக்கும்.

டெயில் ரிஸ்க் எடுப்பதும், மந்தை நடத்தையும் சொத்து விலை அதிகரிக்கும்போது ஒன்றையொன்று வலுவூட்டிக் கொள்ளும். திடீரென்று அடிப்படை நிலைகளுக்கு சொத்து விலைகள் திரும்பக்கூடும் என்று டெயில் ரிஸ்க் குறைவாக இருப்பதைத் தாங்கிக்கொள்ள முதலீட்டு மேலாளர்கள் ஆயத்தமாக இருப்பார்கள். தங்களை ஒத்தவர்களும் இந்த ரிஸ்க்கை எடுக்க மந்தைபோல முன்வருவார்கள் என்பதால் திடீரென்று அடிப்படைகள் உடைந்துவிட்டால் மற்றவர்களைவிடக் குறைவாகச் செயல்பட்டிருக்கமாட்டோம் என்ற எண்ணம் அவர்களுக்கு ஆறுதலைத் தரும்.

ரிஸ்க்கைத் தேடுதல்

அதிக நீர்மைத்தன்மையுள்ள காலங்கள் முதலீட்டு மேலாளர்களை நீர்மைத்தன்மையையும், டெயில் ரிஸ்க்கையும், மந்தையையும் தேடத் தூண்டும். அதுமட்டுமல்ல, பழக்கமான ரிஸ்க் தேடும் நடத்தையையும் தூண்டும். எடுத்துக்காட்டாக, ஒரு காப்பீட்டுக் கழகம் நீண்டகாலப் பத்திரம் 4 சதவீதம் தரும்போது, 6 சதவீத வருமானத்தை பிரிமியம் செலுத்துவோருக்கு உறுதியளித்திருந்தால் குறைந்த வட்டிவீதம் தொடரும் என்று நினைத்தாலோ, காலாண்டு வருவாய்களைப் பற்றிக் கவலைப்பட்டாலோ அதற்கு நேரடியாகவோ அல்லது இழப்புக் காப்புறுதியரண் நிதியங்கள் போன்ற மாற்றுச் சொத்துகளில் முதலீடு செய்து ரிஸ்க் எடுப்பதைத் தவிர வேறு வழி இல்லை. அதுபோல, உறுதி செய்யப்பட்ட நீண்ட காலக் கடமைகளுள்ள ஓய்வூதிய நிதி ரிஸ்க்குகள் இல்லாத வருவாய்கள் குறைவாக இருக்கும்போது, அதிகப்படியான ரிஸ்க் மூலம் தங்களது வருவாயை அதிகமாக்க அவற்றிற்கு அதிகப்படியான ஊக்கம் ஏற்படும். அதிகப்படியான விளைச்சலைத் தேடுவதால் ரிஸ்க் பிரிமியங்கள் உந்தப்படுகின்றன. அதனால் ரிஸ்க் ஏற்படுகிறது.

மொத்தத்தில், உயர்ந்த உற்பத்தி வளர்ச்சியைப் பரவலாகச் சந்தித்துக் கொண்டிருக்கிறோம். ஆனால், தேவையான சேமிப்புகளுக்கு இணையாக இல்லாதவாறு குறைந்த முதலீடு இருக்கிறது. இது வட்டிவீதங்களைக் குறைத்து சொத்து விலைகளைக் கூட்டிவிட்டது. அதிகப்படியான நீர்மைத்தன்மையினால் முதலீட்டு மேலாளர்கள், அதிகப்படியான வருவாயைத் தேடுவதால் ரிஸ்க்குகளுக்கான பிரிமியங்களைக் குறைத்துவிட்டார்கள். ஆல்ஃபாவை உண்டாக்கும் முயற்சியில் பல மேலாளர்கள் பீட்டா ரிஸ்க் எடுப்பார்கள்,

அதன் விலையைக் குறைப்பார்கள். குறைந்த வட்டி வீதங்களும், கடன்களும் எளிதில் பெறும் வாய்ப்புகள் அதிகமாக இருப்பதும் சிறிது காலம் திரும்பித் தராதவர்கள் வீதம் குறைவாக இருப்பதில் முடியும். இது குறைந்த ரிஸ்க் பிரிமியத்தை நியாயப்படுத்துவதாகத் தோன்றும். முதல் புவியெங்கும் பரவியிருக்கும்போது, வருவாய்க்கும், நீர்மைத்தன்மைக்குமான ஓடலுக்கு எல்லைகளே இருக்காது. விலைகள் அதிகமாகிக்கொண்டே போயிருக்கும். ஃபிரெஞ்சுக்காரர்கள் சொல்வது போல "அது அதிககாலம் இருக்கும் என்று நம்புவோம்."

விளைவுகள்

எதில் தவறு நடக்கும்? இப்போதைய உண்மையான துறையில் ஏற்றத்தாழ்வுகளுக்கு இட்டுச் சென்ற காரணிகள் மென்மையாக மாறும் என்ற நம்பிக்கை இருக்கிறது. எடுத்துக்காட்டாக, தொழில் வளராத நாடுகளில் உள்நாட்டுத் தேவை அதிகரிக்கும். ஜப்பானிலும், ஐரோப்பாவிலும் வளர்ச்சி மீண்டும் ஏற்படும். இறுக்கமான நிதி நிலைகள் அமெரிக்காவில் நுகர்வைக் குறைக்கலாம். தேவைப்படும் சேமிப்புகளுக்கும் முதலீட்டுக்கும் இடையே ஓரளவு சமநிலை ஏற்படும்போது வட்டி வீதங்கள் மெல்ல மேலே போகும், கடன் வாங்குவது கடினம் ஆகும். (மைய வங்கி இறுக்கிப்பிடிப்பதன் உதவியுடன்). நீர்மைத்தன்மை இன்மையைத் தேடுதலும் ரிஸ்க்கைத் தேடுதலும் பெரிய இழப்புகளை ஏற்படுத்தாமல் மென்மையாக மாற்றுத் திசையில் வரும்.

ஆனால், இவற்றில் எவையாவது திடீரென்று நிகழ்ந்தால் விளைவுகள் மோசமாக இருக்கும். வங்கித்துறை பாதிக்கப்பட்டால் சிக்கல்கள் இன்னும் கடுமையாக இருக்கும். வங்கிகள் ரிஸ்க்குகளை உண்டாக்கியும் அவற்றைத் தாங்கிக்கொண்டும் வருவாய் ஈட்டுகின்றன. மேலாண்மை தேவையில்லாத, ரிஸ்க்குகள் அல்லாதவை எளிதாக அளவிடக் கூடியவை. வங்கியின் இருப்புநிலைக் குறிப்பிலிருந்து முதலீட்டு மேலாளர்களின் இருப்புநிலைக்குறிப்புக்கு மாற்றி விடமுடியுமாதலால், வங்கிகளுக்கு இன்றும் அவற்றை அதிகமாக உண்டாக்க ஊக்கி இருக்கிறது. எனவே ரிஸ்க்கின் தேவையைக் கட்டுப்படுத்தாமல், அதனை அதிகப்படுத்தவே முயற்சி செய்யும். எனினும் வங்கிகள் எல்லா ரிஸ்க்குகளையும் விற்க முடியாது. பெரும்பாலும் அவை உண்டாக்கும் ரிஸ்க்குகளில் அதிகம் சிக்கலான, மேலாண்மை

செய்வதற்குக் கடினமான, நிலையற்ற பகுதியைத் தாங்கிக்கொள்ள வேண்டியதிருக்கும். எனவே இருப்புநிலைக் குறிப்பிலிருந்து சிறிது ரிஸ்க் மாற்றப்பட்டாலும், இருப்புநிலைக் குறிப்புகள் இன்னும் சிக்கலுடைய ரிஸ்க்குகளை ஏற்க வேண்டும். உண்மையில், தரவுகள் குறிப்பிடுவதுபோல, நிதிச் சந்தைகள் ஆழப்படுத்தப்பட்டாலும், முன்னைவிட இப்போது வங்கிகள் பாதுகாப்பாக இல்லை. மேலும், இப்போது அவர்கள் தாங்கிக்கொள்ளும் ரிஸ்க் அவர்கள் உண்டாக்கியிருக்கும் ரிஸ்க் (மிக அதிகமான நிலைப்புத்தன்மை இல்லாததாக இருந்தாலும்) பனிப்பாறையின் ஒரு நுனிதான்.

மிக முக்கியமான கவலை என்னவென்றால், நிதிச் சந்தைகளுக்கு வங்கிகள் நீர்மைத்தன்மையைத் தரமுடியுமா என்பதுதான். அப்படித்தான், டெயில் ரிஸ்க்குகள் வந்தாலும், நிதிநிலைகளை மாற்றி இழப்புகள் திருத்தியமைக்கப்பட முடியும். அப்போது உண்மையான பொருளாதாரத்திற்கு ஏற்படும் விளைவுகளைக் குறைத்துவிடலாம். வங்கிகள் இந்தப் பங்கை வெற்றிகரமாக நிறைவேற்றியிருக்கின்றன என்பது வரலாறு.

எனினும், அந்தப் பங்கைத் தொடர்ந்து ஆற்ற முடியுமா என்பதற்கு எந்த உறுதிப்பாடும் இல்லை. குறிப்பாக முன்னர் வங்கிகள் நீர்மைத் தன்மையினை ஓரளவுதர முடிந்தது. ஏனென்றால் அவற்றில் நிலையான இருப்புநிலை அறிக்கைகள் சந்தையில் இருக்கும் உபரி நீர்ப்புத் தன்மையை கவர முடிந்தது. ஆனால், இன்று வங்கிகளுக்கு அவை உண்டாக்கியுள்ள சிக்கலான பொருட்களோடு தொடர்புள்ள ரிஸ்க்குகளுக்கு, இழப்புகளுக்கு உறுதிக்காக நீர்மைத்தன்மையுள்ள சந்தைகள் தேவைப்படும். நெருக்கடி சமயங்களில், அவை அதிகப்படியாக சந்தை நீர்மைத்தன்மையைச் சார்ந்திருப்பது அவற்றின் இருப்புநிலைக் குறிப்புகளைச் சந்தேகத்திற்கு உள்ளாக்கும். அப்போது அவை முன்னர் கொடுத்த நீர்மைத்தன்மை உறுதிப்பாட்டைத் தரமுடியாது.

வங்கி அமைப்பு பாதுகாப்பாக இருந்தாலும், மேற்பார்வையாளர்களும், ஒழுங்குமுறைப்படுத்துவோரும் நிதி அமைப்பின் பிற பகுதிகள் பற்றிக் கவனமாக இருக்க வேண்டும். அமெரிக்காவில் மதிப்பில் 80 விழுக்காடு வங்கி அமைப்புக்கு வெளியேயுள்ள நிதித்துறையிடம் உள்ளது. பொருளாதாரச் செயல்பாட்டிற்கு வங்கியல்லாத பிற துறைகள் அதிக அளவு மையமாக இருக்கின்றன. சொத்துகளை வெறுமனே வைத்துக் கொண்டிருப்பவையாக இல்லை. மேலும், காப்பீட்டுக் கழகங்கள், சில இழப்புக் காப்புறுதி நிதிகள் போன்ற சில வங்கிகள் அல்லாதவை விளைவுகளுக்கு உட்பட்டவை. மிக முக்கியமாக,

நிதிநிலைப்புத்தன்மைக்குள்ள ரிஸ்க்குகள் பொதுவாக அரசியல் ரிஸ்க்குகளோடு கூடக் கூடியவை.

இந்தச் சிக்கல் பற்றி விளக்குவேன். முதலாவதாக, பொதுமக்களின் பணம் அதிக ரிஸ்க்குள்ளவற்றில் முதலீடு செய்யப்படுகிறது. வின் அரசு ஓய்வூதிய நிதிகள் அமராந்த் போன்ற ரிஸ்க்குகள் உள்ள இழப்புக் காப்புறுதி நிதிகளில் முதலீடு செய்யப்பட்டது தெரிய வந்திருப்பது இதை உறுதி செய்கிறது. கவனமாகத் திட்டமிடப்பட்டால் மாற்று முதலீடுகளில் மாற்றுவது மொத்த முதலீட்டு வியூகத்தில் மதிப்புமிக்க ஒரு பகுதியாக இருக்கும். சிக்கல் என்னவென்றால் இது ஒருவகை மந்தைச் செயலாகவும், காலதாமதம் உள்ளதாகவும் நடக்கிறது. பின்தங்கியுள்ள ஓய்வூதிய மேலாளர் எரிசக்தியில் கிடைக்கும் அருமையான வருவாய்களை அல்லது அவர்களுடைய திறமையுள்ள அல்லது அதிர்ஷ்டக்கார போட்டியாளர்களை சுட்டிச் சார்புகளை எழுதுவதிலிருந்து கிடைத்ததைப் பார்த்து, அந்தத் துறையில் இறங்க அவர்களுக்கு அழுத்தம் ஏற்படுகிறது. நல்ல இழப்புக் காப்புறுதிகளோ பொருள் நிதிகளோ முதலீடு செய்வதற்கு மூடப்பட்டபிறகு, சுழற்சி உச்சகட்டத்தில் இருக்கும்போது அவர்கள் தாமதமாக வருகிறார்கள். பொதுமக்களின் பணத்தை முதலீடு செய்ய வரிசையில் காத்திருக்கும் காப்பீட்டு நிதி மேலாளர்கள் அல்லது ஓய்வூதியத்திற்கு தரப்படும் திரிபான ஊக்கிகளைச் சுரண்டும் பலவகைப்பட்ட புதிய, காலம் தவறிய இழப்புக் காப்புறுதி நிதியங்கள் அல்லது பொருள் நிதியங்கள் தொடங்கப்படுகின்றன. இதுவரையில் அங்கொன்றும் இங்கொன்றுமானவற்றால் வரும் இழப்புகள் வெவ்வேறு வகைப்பட்ட பதிவேடுகளில் அடித்துச் செல்லப்படுகின்றன. பொது மக்கள் கவனிப்பதில்லை. ஆனால், இது தொடருமா?

ஐரோப்பாவில் ஏற்கனவே சரிவினால், இழப்பு நேரக்கூடிய ஒரு சாத்தியத்தைப் பார்த்தோம். ஓய்வூதியதாரர்கள் அர்ஜென்டினா பத்திரங்கள் அல்லது பார்மலாட்டில், அவை வீழ்வதற்குச் சற்று முன்னர் முதலீடு செய்யுமாறு தவறாக வழிநடத்தப்பட்டதால் அவர்கள் இழப்பீட்டிற்காக வற்புறுத்தினார்கள். தவறியவர்கள் அடையாளம் காணப்படுவதால், இழப்பு கட்டுக்குள் இருந்தது. பொதுவாக அனைவரையும் பாதிக்கும் இழப்பினால் நிதிச் சந்தைகளின் மேலேயே பரவலான ஒரு வெறுப்பை உண்டாக்கி இருக்காதா? கடந்த சில ஆண்டுகளாக நிதிச் சந்தைகளுக்குள் வளரும் சந்தைகளுக்குள் இழுக்கப்பட்ட முதலீட்டாளர்கள் இதுவரையில் இழப்பையே சந்திக்காமலிருந்தால் என்ன ஆகும்?

இரண்டாவதாக, இழப்புக் காப்புறுதி நிதியங்கள், தனியார் பங்குகள் போன்றவற்றின் முதலீட்டு மேலாளர்களின் கட்டணங்கள் பொறாமையையே தூண்டும். CEOவினுடைய ஊதியம் பற்றிப் பெரிய புகார் எழுந்தபோது, முதலீட்டு மேலாளரின் ஊதியம் பற்றி சிறிதும் வருத்தம் தெரிவிக்கப்படவில்லை. அதிலும் "வால் ஸ்டிரீட்டும் (பங்கு சந்தை) மெயின் ஸ்டிரீட்டும்: மிக அதிகமான வருவாய்களின் உயர்வுக்கு எது காரணமாக இருக்கிறது" என்ற தலைப்பில் 2006இல் வெளியிட்ட கட்டுரையில் சிகாகோ பல்கலைக்கழகத்தின் ஸ்டீவ் கம்லானும் ஜோஷீவா குவாவும் இவ்வாறு முன்மொழிந்த பிறகும் இப்படி நடக்கிறது: "CEOவினுடைய ஊதிய வளர்ச்சிக்கு மேலாக முதலீட்டு மேலாளர்களின் ஊதிய வளர்ச்சி அதிகமாகிக் கொண்டிருக்கிறது." முதலீட்டு மேலாளர்கள் மிக நவீன முதலீட்டு யுக்திகளைக் கையாளுகிறார்கள் என்று பொதுமக்கள் நம்புகிறார்கள் என்பது ஒன்று. அதாவது, மேலாளர்கள் ஆல்ஃபாக்களை உண்டாக்கி அவர்களது திறமைகளால் அதிகம் சம்பாதிக்கிறார்கள். எனவே அவர்களது ஊதியம் பற்றி யாரும் கேள்வி கேட்டது கிடையாது.

எனினும் LTCM போன்ற மூழ்கிப்போன நிதியங்கள் பற்றிய விசாரணைகள் மிக நவீன யுத்திகள் பயன்பட்டிருப்பதாகக் காட்டவில்லை. பீட்டாதான் அதிகம், ஆல்பா இல்லை. மூழ்கிப் போன நிதியங்களை ஆராய்வதில் ஒரு சார்புத் தேர்வு இருக்கும். ஆனால், நவீனமற்ற யுத்திகளைப் பயன்படுத்திய பெரிய நிதியங்கள் நன்றாகப் பலன் தந்தவற்றில் அதிர்ஷ்டவசமாக முதலீடு செய்திருக்கவும் கூடும். எனவே அவற்றின் மேலாளர்கள் பெருந்தொகையை ஈட்டியிருப்பார்கள். அவர்கள் மற்ற மக்களின் பணத்தைக் கொண்டு சூதாடினார்கள் என்று புரிந்து கொள்வதற்கு முன்னரே இது நடந்திருக்கும். பெரிய இழப்புகள், பேராசைக்கார மேலாளர்கள், கோபத்தில் இருக்கும் பொதுமக்கள்! அவதூறைக் கிளப்பும் அரசியல்வாதிக்குத் தன்னுடைய செல்வாக்கை உயர்த்த ஒரு நல்ல வாய்ப்பு. மதிப்பைக் கூட்டும் முதலீட்டு மேலாளர்கள் மீதும், நிதித்துறையில் மொத்தமாகவும் ஒழுங்குமுறைத் தடைகளைச் சுமத்துவது வலுவிழக்கச் செய்யும்.

மூன்றாவதாக, அரசியல் சிக்கலுக்கு இன்னும் அழுத்தம் தருவோம். அதாவது வங்கி கடன் தருவதால் உண்மைப் பொருளாதாரத்திற்கு அல்லது மெய்ன் ஸ்டிரீட்டிற்கு பயன்கள் எப்படி ஏற்படுகின்றன என்பது மக்களுக்குத் தெளிவாகத் தெரியும். ஆனால், ரிஸ்க்கைப் பரவலாக்குபவர் நிர்வாகத்தைச் சீர்ப்படுத்தி அவருடைய

வணிகத்தின் மூலம் செய்தியைத் தரும் ஒரு முதலீட்டு மேலாளர் எப்படி உதவுகிறார் என்பது தெளிவாக இல்லை. பொருளாதாரத்தில் இவை முக்கியமான செயல்பாடுகள் என்பது பொருளியல் வல்லுநர்களான எங்களுக்குத் தெரியும். ஆனால், அவற்றால் அரசியல் ஆதாயம் பெறமுடியாது.

இறுதியாக, முதலீடு நாட்டெல்லைகளைத் தாண்டிப் பரவியுள்ளதால், வருங்காலத்தில் ஏற்படும் குறைப்பு உதவிபெறும் நாடுகளைப் பாதிக்கும். அதோடு, முதலீடு சுதந்திரமாகப் பாய்வதைத் தடுக்க அவர்களுக்கு அரசியல் அழுத்தத்தையும் உண்டாக்கும்.

முடிவாக, கடந்த சில ஆண்டுகள் பல வழிகளில் உலகப் பொருளாதாரத்திற்குச் சிறந்ததாக இருந்திருக்கிறது. நிதித்துறை பெருமளவு பங்களித்திருக்கிறது. ஆனால், இப்போதுள்ள ஊக்கிகள் சில வழக்கங்களைக் கொண்டுவந்திருக்கின்றன. அவற்றை ஆராய்வது நல்லது. குறிப்பாக ஊதிய அமைப்புகள் ரிஸ்க் எடுப்பதற்கு அதிகமான ஊக்கிகளைத் தந்திருக்கின்றனவா என்று நான் கவலை கொள்கிறேன். அதுபோல ஊதியம் செயல்திறன் விளைவோடு தொடர்புடையதாக இருக்கிறதா என்பதும் கேள்வி. நிதித்துறை மிகத் திறமையாக ஆகிக் கொண்டிருக்கிறது என்றும் அது அதிகமதிகமாகப் பயனைக் கூட்டுகிறது என்றும் உரிமை கொண்டாடும் அதேவேலையில், அத்துறையில் கொண்டு வரப்படும் மதிப்பின் அளவை உற்றுநோக்குவது கடினம். அதிகச் சம்பளம், சர்சைகளுக்குரிய நடைமுறைகள், உற்றுக் கவனிக்கமுடியாத மதிப்பு கூட்டல் இருக்கும்போது நிதித்துறை அரசியலளவில் எளிதில் பாதிக்கப்படக் கூடியது. சரிவின்போது, நிதி அமைப்பில் முறையான ரிஸ்க்குகள் இல்லாவிட்டாலும்கூட - எடுத்துக்காட்டாக ஓய்வூதிய நிதிகள் இழப்புகளாக இருந்தால் - அரசியல் அமைப்பு முறையான விளைவுகளுள்ள எதிர்வினையாற்றும். அதிகப்படியான அரசியல் எதிர்வினை ரிஸ்க்கைத் தவிர்க்க, நான் குறிப்பிட்ட முக்கிய பிரச்சனைகள் நிதித்துறையாலேயே விவாதிக்கப்பட வேண்டியது முக்கியம். முடிந்தால் சரிக்கட்டுதலும் செய்யலாம். மிகச் சூடான நிதித்துறையிலிருந்து ஒரு பொறி பெருந்தீயை ஏற்படுத்தி கடந்த ஆண்டுகளில் நிதித்துறை பெற்றுத்தந்த மிக உண்மையான லாபங்களை அழிப்பது அவமானமாகிவிடும். உண்மையில் மிகப் பெரிய எச்சரிக்கை வேண்டுமென்று வரலாறு சொல்கிறது.

III

2009–ஆம் ஆண்டு, நிதி நெருக்கடிக்குப் பிறகு நிதித்துறை அமைப்பை பாதுகாப்புள்ளதாக உறுதிசெய்ய என்ன செய்யவேண்டும் என்று ஒழுங்குமுறைப்படுத்துவோர் சிந்திக்கத் தொடங்கியபோது, புனித லூயிசில் புனித லூயிஸ் ஃபெடரல் ரிசர்வ் வங்கி ஏற்பாடு செய்த கூட்டத்தில் ஏப்ரல் 15 அன்று உரையாற்றினேன். நான் பேசியது இதுதான். (இவ்வுரையிலுள்ள சில கருத்துகள் உட்பட லூய்கி சிங்கேலசுடன் நான் முன்னர் மேற்கொண்ட பயனுள்ள விவாதத்திற்கு நன்றி கூறுகிறேன்).

கடன் நெருக்கடியும் சுழற்சி ஏற்படாத ஒழுங்குமுறையும்

நெருக்கடிக்கான உடனடிக் காரணங்கள் பற்றி ஒரு பொதுக் கருத்து இருந்தது. அவை I. வித்தியாசமான புது நிதிக் கருவிகளை வெளியிட்டதன் மூலம் நிதியளித்து கட்டுமானத்துக்கு வளங்களை அமெரிக்க நிதித்துறை தவறாக ஒதுக்கியது. II. இந்தக் கருவிகளின் குறிப்பிடத்தக்க பகுதி நேரடியாகவோ மறைமுகமாகவோ வணிக, முதலீட்டு வங்கி இருப்புநிலைக் குறிப்புகளில் இடம் பெற்றன. III. இந்த முதலீடுகள் பெரும்பாலும் குறுகிய காலக் கடனால் முதலீடு செய்யப்பட்டன. IV. இந்தச் சேர்க்கை பெரிதாக 2007-இல் வெடிக்கக் காரணமாயிற்று. இவற்றைப் பற்றி பொதுவான ஒத்தகருத்து உள்ளது. நாம் இன்னும் ஆழமாகப் பார்ப்போம்.

இந்த நெருக்கடி இதற்கு முன்னிருந்த நிதிநெருக்கடிகளிலிருந்தே பிறந்தது. 1990-களின் பிற்பகுதியில் வளரும் சந்தைகளின் வழியாக நெருக்கடிகள் அலையென எழுந்தன. கிழக்கு இந்தியப் பொருளாதாரங்கள் நொடித்துப் போயின. ரஷ்யா கடன் திருப்பித் தருவதில் தவறியது. அர்ஜென்டினா, பிரெசீல், துருக்கி ஆகியவை அதிக அழுத்தத்திற்கு உட்பட்டிருந்தன. இந்த சிக்கல்களுக்கு எதிர்விளைவாக, வளரும் பொருளாதாரங்கள் உள்நாட்டு நிதித் தேவைக்கு வெளிநாடுகளிலிருந்து கடன் வாங்குவது பற்றி அதிகம் கவனமாக இருந்தன. மாறாக அவற்றின் குழுமங்கள், அரசுகள், வீடுகள் ஆகியவை முதலீடுகளை நிறுத்தி நுகர்வைக் குறைத்தன.

உலகின் பிற பகுதிகளிலிருந்து நிதி முதலீட்டைப் பெறுபவர்களிடமிருந்து, பல நாடுகள் நிதி முதலீட்டை ஏற்றுமதி

செய்பவையாக ஆயின. ஜெர்மனி, ஜப்பான் போன்ற வழக்கமாக ஏற்றுமதி செய்வோரின் சேமிப்புகளும் சேர்ந்து கொண்டதால், தலைவர் பெர்னான்கே கூறியதுபோல, உலக அளவில் சேமிப்புகளில் தேக்கம் ஏற்பட்டுவிட்டது.

உலகின் ஒரு பகுதியில் உண்டாக்கப்படும் மொத்த நிதிச் சேமிப்புகள் வேறுஇடங்களிலுள்ள பற்றாக்குறைகளால் பயன்படுத்தப்பட்டு விடும். தொழில் வளர்ச்சி பெற்ற நாட்டுக் கூட்டிணையங்கள், சிறப்பாகத் தொழில்நுட்பத்தில் முதலீடுகளை விரிவுபடுத்த, இந்த சேமிப்புகளை ஏற்றுக்கொண்டன. ஆனால், இது நீடிக்கக் கூடியதாக இல்லை. செய்தித் தொழில்நுட்பப் பலூன் உடைந்தவுடன் முதலீடும் குறைக்கப்பட்டு விட்டது.

ஃபெடரல் ரிசர்வினால் வழிநடத்தப்பட்ட உலகின் மைய வங்கிகளினுடைய மிகவும் இணக்கமான பணக்கொள்கை உலகம் மிகவும் மோசமான மந்த நிலைக்குப் போகாமல் உறுதி செய்தது. மாறாக, பல நாடுகளில் மிகக் குறைவான வட்டி வீதங்கள் கார்கள், வீடு போன்ற வட்டியில் பாதிக்கப்படக்கூடிய துறைகளின் தேவையைத் தூண்டிவிட்டன. வீட்டு விலைகளும், நாட்டில் முதலீடு செய்வதும் உயரத் தொடங்கின.

விலை அதிகமாவதைப் பொறுத்தவரையில் அமெரிக்கா உச்சநிலையில் இல்லை. எடுத்துக்காட்டாக அயர்லாந்து, ஸ்பெயின், நெதர்லாந்து, இங்கிலாந்து, நியூசிலாந்து ஆகியவற்றில் வாடகை வருவாய்களுக்கு ஈடாக வீட்டு விலைகள் உயர் மதிப்பைப் பெற்றன. அப்படியிருக்கும்போது அமெரிக்காவில் ஏன் நெருக்கடி முதலில் தோன்றிற்று? ஒருவேளை அமெரிக்கா நிதித் துறையில் புது வழிகளைக் கொண்டுவருவதில் முன்னிலை வகித்ததாக இருக்கலாம். இதனால் அதிகப்படியான விளிம்பு நிலையிலுள்ள கடன் தரமுள்ள வாங்குபவர்களைச் சந்தைக்குள் இழுத்திருக்கலாம்!

ஒரு பன்னாட்டு முதலீட்டாளரால் வீட்டு அடமானக் கடனை நேரடியாக வைத்துக்கொள்வது கடினம். ஏனென்றால், அதற்கு சேவை தேவைப்படும், மேலும் அது உறுதியற்ற கடன் தன்மை உடையது, திரும்பி வராமல் போகும் தன்மை அதிகம் உள்ளது. இந்த பிரச்சனைகளை பாதுகாப்பளித்தல் (Securitization) ஓரளவு கையாண்டது. அடமானம் வேறு பகுதிகளிலிருந்து வரும் அடமானங்களோடு தொகுதியாக்கப்பட்டால், விரிவாக்க ரிஸ்க்குகளைக் குறைக்கும். மேலும் அத்தொகுப்பிலுள்ள

ரிஸ்க் அதிகமுள்ளவற்றை அவற்றை மதிப்பிடக்கூடிய, ரிஸ்க் எடுக்க ஆர்வமுள்ளவர்களிடம் விற்றுவிடலாம். பன்னாட்டு முதலீட்டாளர்கள் AAA தர வரிசை பெற்றவற்றை மட்டும் வைத்துக் கொள்ளலாம்.

பன்னாட்டு முதலீட்டாளர்களிடமிருந்து AAA சான்றிதழுக்குத் தேவை இருந்ததால், அடமானங்களின் தொகுதியிலிருந்து சான்றிதழைப் பெறக் கவனம் சென்றது. அடமானங்களுக்கான தொடக்க நிலைத் தொகுதிக்கு வழங்கப்பட்ட குறைந்த மதிப்புள்ள பத்திரங்கள் வேறு தொகுதிகளிலுள்ள அதேபோன்ற பத்திரங்களோடு சேர்க்கப்பட்டன. Collateralized Debt Obligation-ஆல் வழங்கப்பட்ட உயர்வான தரவரிசை உள்ள புதிய பத்திரங்கள் ஒன்றாக இணைக்கப்பட்டன.

முதலீட்டுக்கேற்ற பத்திரங்களாக மாற்றும் பாதுகாப்பிற்காகத் தொடங்கப்பட்ட நடைமுறை, தொடக்க நிலையாளர்கள் எடுக்க வேண்டிய தேவையான கவனத்தைக் குறைக்கும் எதிர்பாராத விளைவை ஏற்படுத்திற்று. தொடக்க நிலையாளர்கள் கடன் வாங்குபவர்களின் உண்மையான தரத்தை முழுவதுமாகக் கண்டுகொள்ளாமல் இருக்க முடியாது. ஏனென்றால், அவர்கள்தான் முதலில் திருப்பித்தரத் தவறியவர்களுக்குப் பொறுப்பாளர்களாகக் கொள்ளப்படுவார்கள். அவை அக்காலகட்டத்தில் வீட்டு விலைகள் சீராக உயர்ந்து வந்ததால், கட்டுப்பாட்டுக்கான இந்த மூலமும் வலிமையிழந்தது. தொடக்க நிலையில் தரவேண்டிய குறைந்த அடமான வீதங்களுள் பேரளவிற்கான பணத்தைக்கூட வாங்குபவர் செலுத்த முடியவில்லை என்றால், கடன் கொடுத்தவர் வீட்டை எடுத்துக்கொண்டு, ஏற்றமாகவுள்ள சந்தையில் உடனே விற்று, விலை உயர்வினால் எந்த இழப்புகளையும் சரிக்கட்டி விடமுடியும். நீர்மைத்தன்மையுள்ள வீட்டு விற்பனைச் சந்தையில் வாங்குபவர் கவனமாக இருந்தால் வீட்டிற்குச் சொந்தக்காரராக ஆகிவிடலாம்.

ஈடுகளின் மூலத் தொகுதியை அடிக்கடி பத்திரங்களாக மாற்றுவதன் வழியாகத் துண்டு துண்டாக மாற்றியமைப்பது பல சிக்கலான பத்திரங்களை தோற்றுவித்தது. வீட்டு விலைகள் உயர்ந்து திருப்பித் தராமலிருப்பது குறையும்போது இந்தப் பத்திரங்களை தரமிடுவதிலுள்ள சிக்கல்கள் வெளியில் தெரியவில்லை. அவை வீட்டு விலைகள் உயர்வது நின்றவுடன், திருப்பித் தராமல் இருப்பது அதிகமாகத் தொடங்கியவுடன், இந்தப் பத்திரங்களை மதிப்பிடுவது சிக்கலாயிற்று.

வீடுகள் கட்டுவது அதிகமானபோது மோசமான முதலீடுகள் செய்யப்படும் என்பது வியப்பளிக்கவில்லை. ஆனால், இந்தச் சிக்கலான பத்திரங்களைக் கொண்டுவந்த, அடமானங்களின் அடிப்படையாகவுள்ள தரம் குறைவதைப் புரிந்துகொண்டிருக்க வேண்டிய நிதிக் குழுமங்கள் தங்கள் பதிவேடுகளில் அதிகமான அடமானத்தின் பெயரிலான பத்திரங்களை (Marked Backed Securities -MBS) வைத்துக்கொண்டிருந்ததுதான் வியப்பளித்தது. உணவுப் பண்டத்தில் என்ன இருக்கிறது என்று தெரிந்த உணவுப்பொருள் தயாரிப்பாளர்கள் எதற்காகத் தங்களது சாப்பாட்டிற்கே அதை வைத்துக்கொள்ள வேண்டும்?

வங்கியின் ஒரு பகுதியாவது, இந்தப் பத்திரங்கள் ரிஸ்க் இருந்தாலும் நல்ல முதலீடுகள் என்று நினைத்திருக்க வேண்டும் என்பதுதான் இதற்கு விளக்கமாக இருக்க முடியும். வங்கிகள் மேற்கொண்ட அதிகப்படியான ரிஸ்க் எடுக்கும் கலாசாரத்தின் ஒரு பகுதியாக MBS-இல் முதலீடு செய்வது இருந்தது போலத் தோன்றியது. இக்கலாச்சாரத்திற்கு காரணம் சிறு காலகட்டங்களில், புதுப் பொருட்களில் ஒரு நிதி மேலாளர் ரிஸ்க்கைச் சமனப்படுத்தி உண்மையான உபரி வருமானத்தை உண்டாக்குகிறதா அல்லது இனி வரவிருக்கும் ஆனால், இதுவரையில் வெளிப்படாத ரிஸ்க்குக்கு ஈடாக இப்போதைய வருவாய்கள் இருக்கின்றனவா என்று சொல்வது கடினம். குழுமத்தில் மேல் நிலையிலும் அதனுள் அதிகப்படியான ரிஸ்க் எடுப்பதை உண்டாக்கும்.

எடுத்துக்காட்டாக, CEO-க்களின் செயல்திறன் அவர்களை ஒத்தவர்கள் உண்டாக்கும் வருவாய்களோடு ஒப்பிட்டு மதிப்பிடப்படுகிறது. முன்னோடி வங்கிகள் பல சட்ட ரீதியாகவே உயர்ந்த வருவாய்களை உண்டாக்கும் அளவிற்கு மற்ற வங்கிகள்மேல் அழுத்தம் ஏற்படுத்துகிறது. செயல்திறன் விளைவின் வெளியில் தெரியக்கூடிய அளவுகளைக்கூட்ட, அதிகப்படியான ரிஸ்க்குகளைப் பின்தொடரும் பிற வங்கி உரிமையாளர்கள் எடுப்பதில் போய் முடியும்.

இப்படிப்பட்ட யுத்தி உண்மையில் மதிப்பை உண்டாக்குவது இல்லை என்பதை மேலாளர்கள் அறிந்திருந்தாலும், அவர்களுடைய பங்கின் விலைகளையும், தங்களது சொந்தப் புகழையும் கூட்டும் ஆசை அவர்களுக்கு இதனை கவர்ச்சிகரமான வழியாக ஆக்கும். உயர் மேலாண்மையில் அப்படிப்பட்ட அழுத்தம் ஏற்படுவதற்கான ஒரு நிகழ்வு இதற்குச் சாட்சியம். ரிஸ்க்குகள் அதிகமாகிக் கொண்டே போனாலும், தன்னுடைய வங்கி ஏன் குழுமங்களைச்

சொந்தமாக்குவதற்கு தொடர்ந்து நிதியளித்தது என்பதற்கு சிட்டி குரூப் தலைவர் சக் பிரின்ஸ் கூறிய காரணம் இது: "நீர்மைத் தன்மையின் அடிப்படையில், இசை நிற்கிறதென்றால், சிக்கல்கள் அதிகமாகி விடும். ஆனால், இசை நிகழ்ச்சி தொடரும் வகையில், நீங்கள் எழுந்து நடனமாட வேண்டியதுதான். நாங்கள் இன்னும் நடனமாடிக்கொண்டு இருக்கிறோம். Finance Times, 9th July 2009.

வங்கியின் நீண்டகால மதிப்பை அதிகமாக்க வேண்டுமென்று உயர்மட்ட மேலாண்மை விரும்பினாலும், இந்தத் திசையில் கீழுள்ள அலுவலர்களைச் செலுத்த ஊக்கிகளையும், கட்டுப்பாட்டு அமைப்புகளையும் உண்டாக்குவது கடினம். திறமைக்கான போட்டி இருக்கும்போது, செயல்திறன் அடிப்படையில் வணிகர்கள் தாராளமாகவே ஊதியம் தரவேண்டும். ஆனால், பல பண ஈட்டுத் திட்டங்கள் குறுகியகால ரிஸ்க் சமாளிக்கும் செயல்திறனுக்கே தந்தன. இது அமைப்பினால் ஏற்றுக் கொள்ளப்படாத ரிஸ்க்குகளை எடுக்க வணிகர்களுக்கு ஊக்கியாக இருந்தது. அப்போதுதான் வருவாய் சந்தை - ரிஸ்க் பிரீமியத்தால் இருந்தாலும் - அவர்களுடைய தனித்திறமைகளாலேயே வருவாயை உண்டாக்குவதாகக் காட்ட முடியும்.

அப்படிப்பட்ட நடத்தையின் ஓர் எடுத்துக்காட்டு டெயில் ரிஸ்க்கை எடுத்து, தவணை தவறுதல் போன்ற எப்போதாவது நடக்கும் நிகழ்ச்சிகளுக்கு காப்பீடு எடுத்தல். பிரீமியத்தையும் பின்னால் தர வேண்டியதற்கு காப்பாக ஒரு குறிப்பிடத்தக்க பகுதியை எடுத்து வைக்காமல் மொத்தக் காப்பீட்டு பிரீமியத்தையும் காட்டி, தனது போனசை அதிகமாக்க ஒரு வணிகர் அனுமதிக்கப்பட்டால், அவருக்கு இப்படிப்பட்ட வணிகத்தில் ஈடுபட அதிகப்படியான ஊக்கி கிடைத்துவிடும்.

AAA, MBS-களை வாங்கிய வணிகர்கள், பரிசீலிக்கப்படாத பத்திரங்களிலுள்ள அதிகப்படியான திரும்பச் செலுத்துதலிலுள்ள ரிஸ்க்கைக் கண்டுகொள்ளாமலிருக்கும் அதேவேளையில் இந்தக் கருவிகள் கூட்டிணையப் பத்திரங்களில் இருப்பதோடு ஒப்பிடும்போது, அதிகப்படியான பரப்பை உடையனவாக ஆகின்றன.

AIG-யின் Financial Products Division வணிகர்கள் கடன் தவணை தவறியதை மாற்றுகளாக எழுதி பிரீமியங்களை போனசாக எடுத்துக் கொள்ளும் எல்லைக்குப் போய்விட்டார்கள். மாற்றுகளால்

பாதுகாக்கப்பட்ட பத்திரங்கள் தவணை தவறிவிட்டால், அதற்காகத் தனியாக எதையும் எடுத்துவைக்க அவர்கள் அக்கறை காட்டுவதில்லை.

ஒரு நிதி நிறுவனத்தில் ரிஸ்க் மேலாளர்களுக்கு அப்படிப்பட்ட ஊக்கிகள் பற்றித் தெரியாது என்று சொல்ல வரவில்லை. எனினும் அவர்களால் அதை முழுவதும் கட்டுப்படுத்த முடியாமற் போகலாம். ஏனென்றால் டெயில் ரிஸ்க்குகள் அபூர்வமாக இருக்கும். அவை ஏற்படுமுன் அவற்றைத் துல்லியமாக அளவிட முடியாது. அதிக ரிஸ்க்குகள் எடுக்கும் வணிகர்கள் மேல் சில கட்டுப்பாடுகளை விதிக்கலாம்; ஆனால், இவர்கள் மிகவும் அதிக லாபம் சம்பாதித்திருப்பார்கள். எனவே, அப்படிப்பட்டவற்றிற்கு மேல்மட்ட மேலாளர்கள் ஆதரவு தந்திருக்க மாட்டார்கள்.

இறுதியாக, இப்படிப்பட்ட நிலையற்ற முதல்கள் குறுகிய கடன்களால் நிதியளிக்கப்பட்டன. ஏனென்றால், அப்போது நல்ல நிலையில் நீண்டகால முதலைவிட மலிவாக இருந்தது. அதனைக் கொடுக்க சந்தையும் தயாராக இருக்கிறது. ஆனால், நிலைமைகள் சரியில்லாதபோது நீர்மைத்தன்மை இன்மையின் செலவினங்கள் அதிகம். அப்போது ரிஸ்க் எடுப்பதை விரும்பாத வங்கியாளர்கள் அதிகப்படியான ரிஸ்க் எடுக்கமாட்டார்கள்.

அடமானத்தில் தரப்பட்ட பத்திரங்களையும், ரிஸ்க்குள்ள கடன்களையும் வங்கிகள் வைத்திருக்க உடனடிக் காரணங்கள் இருக்கின்றன. அவற்றோடு குறைந்த தவணை வட்டி அதிகமான முதலால் நிதியளிக்கப்பட்ட தனியார் பங்குகள்போன்ற ரிஸ்க்குகளையும் கடன்களையும் வங்கிகள் வைத்திருந்தன. அதனால் நெருக்கடி நிகழ்ந்தே தீரும் என்ற நிலை ஏற்பட்டது. வீட்டு விலைகள் உயர்வது நின்றது மட்டுமல்ல, குறையவும் செய்தது. அடமானத் தவணை தவறுதலும் அதிகமானது. அடமானம் சார்ந்த பங்குகள் மதிப்பிழந்தன, விலை நிர்ணயம் செய்வது கடினமானது, விலைகளும் நிலையாக இல்லை. அவற்றைக்கொண்டு கடனும் வாங்க முடியவில்லை. வங்கிகள் நீர்மைத்தன்மை இழந்து நொடித்துப் போயின. மிகவும் வலிமையான குறுக்கீட்டினால் மட்டுமே நிதி அமைப்பு பிழைத்தது. சந்தை மிக மோசமானது முடிந்துவிட்டது என்று நினைக்கிறது. ஆனால், அது தவறாக இருக்கலாம்.

நிதி நெருக்கடிக்கு யார் காரணம்? நான் மேலே விவாதித்ததன் அடிப்படையில் பார்த்தால் பலர் காரணமாக இருக்கலாம்.

1.ஏற்றுமதி செய்யும் நாடுகள் - அவற்றின் சிக்கனம் உலகின் பிற பகுதிகளுக்கு ஒரு சுமை என்பதை அவை புரிந்து கொள்ளவில்லை 2. அண்மைக் காலங்களில் தங்கள் வரவுக்கு மீறிச் செலவழித்த அமெரிக்க இல்லங்கள் 3. பண நிதி மேலாளர்கள். அவர்கள் குறுகிய காலத் துன்பத்தைத் தடுக்க அதிகமாகக் குறுக்கிடத் தயாராக இருந்தார்கள். ஆனால், அவர்கள் சிக்கலைத் தள்ளிப் போட்டே வந்தார்கள். 4. லாபத்தை எடுத்துக்கொண்டு இழப்பை வரி செலுத்துவோர் மேல் சுமத்திய வங்கியாளர்கள் 5. வசதியில்லாதவர்களுக்குக்கூட சொந்த வீட்டு வசதியை நீட்டித்து தனது வாக்கு வங்கியை விரிவுபடுத்த நினைத்த அரசியல்வாதி. 6. பெரும் வளத்தின்போது அதிகப்படியான ரிஸ்க்கைக் பொறுத்துக்கொண்டு, வெடிக்கும்போது ரிஸ்க்கைக் கண்டு விலகும் சந்தைகள் - இன்னும் பல...

சந்தேகத்திற்கு இடமானவர்கள் அதிகம்தான். ஆனால், அவர்கள் அனைவரையும் குற்றம் சாட்டினால், அவர்கள் அனைவருக்குமே ஒரு கூட்டாளியும் இருந்ததை நாம் ஏற்றுக்கொள்ள வேண்டாமா? பெரும் வளத்தின்போது (Boom) ஏற்பட்ட பரவசம்தான் அது. பெரும் வளநிலையில் வளத்திற்கும் வளர்ச்சிக்கும் எதிராக நிலைப்புத் தன்மைக்காக யார் போய் நிற்பார்கள்?

வளர்ச்சிக் காலத்தில் உள்ளேயுள்ள ரிஸ்க் மேலாளர்களின் ரிஸ்க் பற்றிய எச்சரிக்கைக்கு எந்த நம்பகத்தன்மையோ செல்வாக்கோ இருந்திருக்காது. ஏனென்றால், அவர்களது எச்சரிக்கையின்படி நடந்திருக்காது. எதிர்க் கருத்துள்ளவர்களுக்குப் பெருவளத்திற்கு எதிராகச் செயல்படுவது கடினம். அரசியல்வாதிகளும் பெருவளத்தோடேயே பயணம் செய்ய அவர்களுக்கு ஊக்கி இருந்தது. வங்கியாளர்கள் கேட்கும் ஒழுங்குமுறைக்கு விலக்கு அளிப்பதின் வழியாக அதற்கு உடந்தையாக இருப்பார்கள். சட்டமியற்றுவதையே தங்கள் செல்வாக்கிற்குள் வைத்திருக்கத் தேவையான பணம் வங்கியாளர்களிடம் உள்ளது. அதோடு வளம் பெருகும்போது அவர்களுக்கு தார்மீக அதிகாரமே கிடைத்து விடுகிறது.

ஒழுங்குமுறைப்படுத்துவோர் என்ன செய்வார்கள்? எல்லோரும் பெருவளத்திற்கு ஆதரவாக இருக்கும்போது அவர் அதற்கு எதிராக நிற்க முடியுமா? அதை நிறுத்த அவர்களால் ஏன் முடியவில்லை என்று வேண்டுமென்றால் காரணம் சொல்வார்கள். எனவே, ஒவ்வொருவருமே நெருக்கடிக்கு உடந்தை. ஏனென்றால் அவர்கள்

அனைவருமே பெரும் உற்சாகத்தில் இருந்தார்கள். இதனை அவர்கள் புரிந்து செயல்படாவிட்டால் அடுத்த நெருக்கடியைத் தடுக்க முடியாது.

ஏனென்றால், நெருக்கடி வெடிக்கும்போது, நேர்மையுள்ள அரசியல்வாதிகள் ஏதாவது செய்யவேண்டும் என்று சொல்ல, வங்கியாளர்கள் தங்களது இருப்புக் கணக்கும், தெளிவான நினைவுகளும் ரிஸ்க்குகளை விலக்கச்செய்ய, முன்னர் தளர்ந்து போயிருந்த நிலையை மக்கள் குற்றம் சாட்டுவதால், ஒழுங்குமுறைப்படுத்துவோர் தங்களது முதுகுத்தண்டை நிமிர்த்தும்போது நாம் ஒழுங்குமுறைப்படுத்துகிறோம்.

ஆனால், ஒழுங்குபடுத்தப்பட்ட அவர்களது சந்தை நிலையாக எந்த மாற்றமுமின்றி இருக்கும், ஒழுங்குமுறைச் சூழல் சுழற்சியில் மாறாது என்ற மாயையில் நாம் சீர்திருத்தம் செய்கிறோம். ஆனால், இதில் நகைமுரண் என்னவென்றால் பங்குபெறுபவர்களை ஒழுங்குபடுத்துவது அவசியமில்லாதபோது கடுமையான ஒழுங்குமுறை விதிகளில் நம்பிக்கை வலிமையாக இருக்கும். அதற்கு மாறாக, அமைப்புக்கு உச்சக்கட்ட ஆபத்து இருக்கும் வேளையில், சந்தைகள் தம்மையே கவனித்துக் கொள்ளும் என்ற தவறான நம்பிக்கை மேல்தட்டில் அதிகமிருக்கிறது. இந்த மாறுபாடுகளை நாம் கவனத்தில் கொள்ள வேண்டும். எந்த சுழற்சிக்கும் ஈடுகட்டும் ஒழுங்குமுறைகளை இயற்ற வேண்டும். ஏனென்றால் சுழற்சியின் ஒரு கட்டத்திற்காகக் கொண்டு வரப்படும் ஒழுங்குமுறை நிற்காது.

இந்தக் கருத்தைக் கண்டுகொள்ளாமல் விடுவதன் ஆபத்தைக் கவனியுங்கள். சுழற்சிக்கு எதிரான முதல் தேவைகளை அண்மை அறிக்கைகள் முதன்மைப்படுத்துகின்றன. அதாவது நல்ல வளமான காலங்களில் வங்கியின் முதல் தேவைகளை குறிப்பிடத்தக்க அளவு உயர்த்துதல் மற்றும் மோசமான காலங்களில் அவற்றைக் குறைக்க ஓரளவு அனுமதித்தல். ஆனால், இந்த முன்மொழிவுகள் விரும்புவதைவிடக் குறைவான பயனையே தரலாம்.

ஏனென்று பார்ப்போம். பெருவளர்ச்சிக் காலங்களில் நிதி இடையீட்டாளர்களிடமிருந்து குறைவான முதலே சந்தைக்குத் தேவைப்படுகிறது. இதற்கு ஒரு காரணம், உற்சாகமான மனநிலை இழப்புகள் நேராது என்ற எண்ணத்தைத் தருகிறது - எனவே ஒழுங்குபடுத்தப்பட்ட நிதி இடையீட்டாளர்கள் சந்தைத் தேவைக்கும் அதிகமான மதிப்புடைய முதலை வைத்திருக்கக் கட்டாயப்படுத்தப்படும்போது, ஒழுங்குபடுத்தப்படாத

இடையீட்டாளர்களுடைய செயல்பாட்டிற்கு மாற்றிக்கொள்ள அவர்களுக்கு ஊக்கி கிடைக்கிறது. அப்படித்தான் இப்போதைய நெருக்கடியில் வங்கிகள் SIV-களையும் தனி வழிகளையும் ஏற்படுத்திக்கொண்டன. செயல்பாட்டில் இந்த மாற்றத்தைக் கண்டுபிடித்துத் தடுக்க ஒழுங்குமுறைகளுக்கு வலுவைக் கூட்டினாலும், ஒழுங்குமுறையாளர்கள் பார்க்காத அல்லது மூலதனத் தேவைகளுக்குப் போதுமான அளவு தண்டனை இல்லாமல் இருக்கும். ரிஸ்க்குகளை எடுத்து மூலதனத்தேவைகளைப் பங்குகள் முறியடிக்க முடியும்.

ரிஸ்க்கை விரும்பாத சந்தை, ஒழுங்குமுறையாளர்கள் கேட்பதைவிட அதிகமான முதலை வங்கிகள் வைத்திருக்க வேண்டுமென்று விரும்புகிறது, தேவைகளும், சுழற்சியால் பாதிக்கப்படக் கூடியவை. இன்றைய நெருக்கடி மறைந்தவுடன், முதல் தேவைகளையும் அல்லது அவற்றை நடைமுறைப்படுத்துவதையும் மென்மையாக்க அரசியல் அழுத்தம் இருக்கும்.

சுழற்சி முழுவதும் நிலைப்புத் தன்மையை உண்டாக்க, புதிய ஒழுங்கு முறைகள் அனைத்தையும் உள்ளடக்குபவையாக, அவசரத் தேவைக்கு உரியதாக, செலவினத்தைக் குறைப்பவையாக, இருக்கவேண்டும். விதிமுறைகள் எல்லா நிதி நிறுவனங்களும் பயன்படுத்தக் கூடியவையாக இருக்கவேண்டும். அவை கடுமையாக ஒழுங்குபடுத்தப்பட்டவையிலிருந்து குறைவாக ஒழுங்குபடுத்தப்பட்ட நிறுவனங்களுக்குப் போவதை ஊக்கப்படுத்தாது. அப்படிப் போவதே நிலைப்புத்தன்மை இழத்தலுக்குக் காரணம்.

ஒழுங்குமுறைகள் அவசரத் தேவைக்குத் தகுந்தவையாக இருக்கும். தனியார்துறை தன்னை ஆபத்திற்குள் உட்படுத்தாமலிருக்க அவற்றிற்கு அதிகமான அதிகாரம் இருக்கும். அவை செலவினத்தைக் குறைப்பவையாகவும் இருக்கும்.

இப்படிப்பட்ட ஒழுங்குமுறைகளுக்கு சில எடுத்துக்காட்டுகள்: முதலாவதாக, நிறுவனங்களை நிலையான முதலை உண்டாக்கச் சொல்வதற்குப் பதிலாக, நிறுவனமோ, அமைப்போ இக்கட்டிலிருக்கும்போது முதலை உட்செலுத்த ஆயத்தமாக இருக்குமாறு சொல்லவேண்டும். இவ்வாறு 'அவசரத் தேவை முதல்' ஏற்பாடுகள் நல்ல சமயங்களில் சுருக்கப்படும். மந்த நிலை ஏற்படும்போது முதலை ஏற்பாடு செய்தலைவிட இவை மலிவாக

இருக்கும். எனவே நடைமுறைப்படுத்துவது எளிது. வருங்கால முதலை பின்புலமாக வைத்துக்கொண்டு நிறுவனங்கள் ரிஸ்க்குகளை அதிகப்படுத்த முடியாது. இறுதியாக, முதல் மிக அதிகமாகத் தேவைப்படும் மோசமான காலங்களில் உள்செலுத்துவது நிகழுமாதலால், அவை அமைப்பையும், அவசர நேரங்களில் வரி செலுத்துபவரையும் காப்பாற்றும்.

அவசரகால முதலின் ஒருவகை வங்கிகள் கடனை வெளியிடுதல். அவை இரண்டு நிபந்தனைகளுக்குள் வரும்போது தாமாகவே பங்காக மாறிவிடும். எப்போதென்றால் அமைப்பு நெருக்கடியில் இருக்கும்போதும், வங்கியின் முதல் விகிதம் ஒரு குறிப்பிட்ட மதிப்பிற்குக் கீழே போகும்போதும். முதலாவது நிபந்தனை அமைப்பு தொந்தரவு இல்லாமல் வங்கிகள் தங்களது தவறுகளால் மதிப்புக் குறையும்போது, கடனின் கட்டுப்பாட்டினைத் தவிர்க்க முடியாமல் செய்யும். இரண்டாவது நிபந்தனை நல்ல முதல் உள்ள வங்கிகளை மாற்றுக்கு வற்புறுத்தாமல் வெகுமதியளிக்கும். இழப்புகளை எதிர்பார்க்கும் வங்கிகள் புதிய பங்கினை சரியான நேரத்தில் உண்டாக்க வகை கிடைத்திடும்.

அவசரகால முதலின் இன்னொரு வகை, ஒழுங்கமைக்கப்பட்ட நிதி நிறுவனங்கள் முழுமையும் ஈடுசெய்யப்பட்டுள்ள காப்பீட்டு பாலிசிகளை எடுக்கச் செய்வது. இது அமைப்பு இக்கட்டில் இருக்கும்போது இந்த நிறுவனங்களுக்கு முதலை உட்செலுத்தும்.

இதை நடைமுறைப்படுத்த வழி: Mega வங்கி முதல் காப்பீட்டு பத்திரங்களை வெளியிடும். அதில் வரும் லாபங்களை கருவூலப் பங்குகளில் முதலீடு செய்யும். இதன்பிறகு State Street வங்கியில் காப்பு கணக்கில் (Custodial account) வைக்கப்படும். Mega வங்கி ஏற்கனவே ஒத்துக்கொள்ளப்பட்ட காப்பீட்டு பிரீமியம் கொடுக்கும். இதுவும் கருவூல பத்திரங்களிலிருந்து வரும் வட்டியும் சேர்ந்து காப்புக் கணக்கில் வைக்கப்பட்டு சாவரின் வெல்த் நிதியில் செலுத்தப்படும்.

வங்கி அமைப்பில் மொத்த இழப்புகள் ஒரு குறிப்பிட்ட அளவிற்கு மேல் போனால், Mega வங்கி காப்புக் கணக்கிலிருந்து அதன் முதலை அதிகரிக்கச் செய்யும். சாவரின் வெல்த் நிதியம் இப்போது அது முதலீடு செய்த முதலில் இழப்புகளைச் சந்திக்கும். ஆனால், அது காப்பீட்டு பிரீமியத்தால் ஈடுசெய்யப்பட்டு விடும்.

அடுத்து, இழப்பைச் சந்திக்க முடியாத பெரிய நிறுவனங்களுக்கான ஒழுங்குமுறைகளைப் பார்ப்போம். வளர்ச்சி அதிகமாக இருக்கும் அவற்றின் அளவையும், செயல்களையும் கட்டுப்படுத்துவது கடினம். அதற்கு மாறாக, சுழற்சியின் நிலையான ஒழுங்குமுறை இந்த நிறுவனங்களை வார முடிவிற்குள் செயல்படுத்தும் திட்டம் ஒன்றை ஏற்படுத்த வேண்டும் என்றால் என்ன? இந்த திவால் *(Shelf bankruptcy)* திட்டம் அவற்றின் செயல்பாட்டினைக் கவனித்து ஆவணப்படுத்த வங்கிகளுக்கு கடமையாகி விடும். இவை உடனடியாக தொழில்நுட்ப உதவியுடன் செய்யப்படலாம். அவ்வப்போது இத்திட்டத்தை ஒழுங்குபடுத்துவோர் சோதனைக்கு உட்படுத்தவேண்டும். இதற்கு சட்டபூர்வமான அங்கீகாரமும் வேண்டும். இந்த நிறுவனங்கள் தேவையற்ற சிக்கலைத் தவிர்த்து மேலாண்மையை மேம்படுத்த ஊக்கியாக இது இருக்கும்.

முடிவாக, ஒரு நெருக்கடி சீர்திருத்தங்களை நடைமுறைப்படுத்த ஒரு நல்ல வாய்ப்பைத் தருகிறது. இதனை வீணடிப்பது கூடாது. நாம் முன்னர் செய்ததுபோல அதிகப்படியான ஒழுங்குமுறையைக் கொண்டுவரத் தூண்டப்படுவோம். அது எதிர்மறையான விளைவையே ஏற்படுத்தும். ஏனென்றால், மீட்பு நிறைவேறும்போது பயனற்ற ஒழுங்குமுறைகளைக் களையத் தொடங்கும் வேளையில் ஒழுங்குமுறைகள் நிகழுவது பொருளாதார மதிப்பைக் கூட்டுகிறது. அது ஒழுங்குமுறை வேண்டாமென்போருக்கு ஆதரவாக ஆகிவிடும். அதன் விளைவாக, ஒழுங்குமுறையை நீக்கும் வேகம் ஒழுங்குமுறைக்குள்ள சக்தியையே குறைத்து விடும். எனவே அதிகப்படியான ஒழுங்குமுறை, ஒழுங்குமுறையே இல்லாத நிலை ஆகியவற்றிற்கு இடையே ஊசலாடாமல் சுழற்சியைத் தாங்கும் ஒழுங்குமுறை பற்றிச் சிந்திப்பது நல்லது.

பின்குறிப்பு: இந்தக் கருத்துகள் (நான் அவற்றை என்னுடையவை என்று உரிமை கொள்ள முடியாது) பின் நெருக்கடி ஒழுங்கு முறையினை அடைந்து, அவசரகால மாற்றுப் பத்திரங்கள் *(Contingent convertible bonds (CoCos))* வாழும் உயில்களாக வந்திருக்கின்றன.

IV

2012இல் 'Foreign Affairs', இதழில் ஒரு நீண்ட கட்டுரை எழுதினேன். அதில் நெருக்கடிக்கு முன்னரும், நெருக்கடிக்குப் பின்னர் மீட்பு நடவடிக்கைகளிலும் கடன் அதிகமானது பற்றிய காரணங்களுக்கு எனது கருத்துகளை முன்வைத்தேன்.

பெரிய பின்னடைவு நிலையிலிருந்து பெறும் உண்மைப் பாடங்கள்

புவிசார்ந்த பொருளாதாரப் பின்னடைவிற்கு வழக்கமாகத் தரப்படும் விளக்கத்தின்படி, தேவை வீழ்ச்சியடைந்துவிட்டதால் மேலைநாடுகளில் வளர்ச்சி நின்றுவிட்டது. இது நெருக்கடிக்கு முந்தி கடன் பெருமளவில் சேர்ந்துவிட்டதன் விளைவு.

வீடுகளும், நாடுகளும் செலவழிக்கவில்லை. ஏனென்றால், செலவழிக்க கடன் வாங்க நிதிகள் இல்லை. எனவே வளர்ச்சியை மீட்டெடுக்கச் சிறந்தவழி, மீண்டும் பணப் புழக்கத்தைக் கொண்டுவர வழி காண்பதுதான் என்ற வாதம் முன்வைக்கப்பட்டது. இன்னும் அதிகமான பற்றாக்குறைகளைத் தாங்கிக் கொள்ளும் அரசாங்கங்களும், மைய வங்கிகளும் சிக்கனமான குடும்பங்கள் சேமிப்பதற்குப் பதிலாகச் செலவழிக்கவும் ஊக்கப்படுத்தும் வகையில் வட்டி வீதங்களை இன்னும் குறைக்க வேண்டும். பொருளாதாரங்கள் மீண்டும் நல்ல நிலைக்கு வந்தபிறகு சேர்ந்து வரும் கடனைப் பற்றி தலைவர்கள் கவனம் கொள்ளலாம்.

இது வழக்கமான கீன்ஸ் சொன்ன வழிமுறை - கடன் நெருக்கடிக்காகச் சிறிது மாற்றப்பட்டிருக்கிறது. இன்று மேலைநாட்டு அலுவலர்களும், மைய வங்கியாளர்களும் வால் ஸ்டிரீட் பொருளியலறிஞரும் இக்கருத்தையே வழிமொழிகிறார்கள். அமெரிக்க மீட்பிற்காக அடையாளங்களைக் காட்டத் தொடங்கி இருப்பதால், கீன்சின் கருத்தைப் பின்பற்றிய அறிஞர்கள் தங்களது கொள்கைகள் வெற்றி பெற்றுவிட்டன என்று உரிமை கொண்டாடுகிறார்கள். அரசாங்கத்தின் சிக்கனத்தின் முட்டாள்தனத்தின் சான்றாக ஐரோப்பாவில் வளர்ந்துவரும் பின்னடைவைச் சுட்டிக் காட்டுகிறார்கள். ஆனால், மீட்பையோ,

மீட்பு இன்மையையோ குறிப்பிட்ட கொள்கைக் குறுக்கீடுகளோடு முடிச்சுப்போடுவது கடினம். இதுநாள்வரையில், இவர்களே அமெரிக்கா தந்த பொருளாதாரத்தைத் தூண்டுவதற்கான தொகுதிகள் மிகக் குறைவானவை என்று புகார் அளித்தார்கள். எனவே, மீட்பு நடைபெறாமல் இருந்தாலும், கீன்சின் தூண்டலுக்கு உரிமை கொண்டாடி இருப்பார்கள். அப்போது அவர்கள், "நாங்கள் இன்னும் அதிகமான அளவு தூண்டுதல் கொடுக்க வேண்டுமென்று சொன்னோம்," என்று கூறியிருப்பார்கள். அதேசமயம் ஐரோப்பாவில் பெரிய அளவிலான நிதிப் பற்றாக்குறைகளும் ஐரோப்பிய மைய வங்கிகள், வங்கிகளுக்குத் தந்த கடன்கள் அதிகமானதும், வளர்ச்சி அங்கு இன்னும் மந்தமாகவே இருப்பதற்கு அரசாங்கம் தூண்டுதல் இல்லாதது காரணம் இல்லை என்பதைக் காட்டுகிறது.

உண்மையில் இன்றைய பொருளாதார இக்கட்டுகள் போதுமான தேவைகள் இல்லாததன் விளைவு மட்டும் இல்லை. வழங்கலிலும் திரிபுகள் ஏற்பட்டதன் விளைவும் சேர்ந்ததுதான். 2008 நிதி நெருக்கடிக்கு முன்னர் பல ஆண்டுகளாக வளர்ந்த நாடுகள் பயனுள்ளவற்றை வளர்க்கும் திறனை இழந்துகொண்டிருந்தன. அதேசமயம் தொழில்நுட்பத்திலும், வெளிநாட்டுப் போட்டியிலும் அவை இழந்த வேலைகளை எப்படியாவது திரும்பப்பெற வேண்டியது அவசியமாயிற்று. அதுமட்டுமல்ல, அவர்களது வயதான குடிமக்களுக்கு ஓய்வூதியங்களும் உடல்நலக் கவனிப்பும் தருவதற்குப் பணம் செலவழிக்க வேண்டியிருந்தது. எனவே வளர்ச்சியை அதிகப்படுத்த, அரசுகள் அவற்றால் முடியக்கூடிய அளவிற்கும் மேலாகச் செலவழித்தன. குடும்பங்களும் அவ்வாறே செய்ய எளிமையான கடன் வசதியை ஏற்படுத்தித் தந்தன. இந்த நாடுகள் ஏற்படுத்திய வளர்ச்சி கடன் வாங்குதலையே சார்ந்திருந்தது. எனவே தொடர்ந்து நிலையாக இருக்க முடியவில்லை.

நெருக்கடிக்கு முன்னர் இருந்தே செயற்கையாக GDP எண்களை அதிகப்படுத்தி வந்ததற்கு மீண்டும் போகாமல், அரசுகள் அவற்றின் பொருளாதாரங்களில் அடித்தளத்தில் இருக்கும் குறைகள்மேல் கவனம் செலுத்தவேண்டும். அமெரிக்காவில், பின்தங்கி இருக்கும் பணியாட்களுக்குக் கல்வி தருதலும், அவர்களுக்கு மறு பயிற்சிதருதலும், தொழில் முனைப்பையும், புதுமை காணலையும் ஊக்குவித்தலும், நிதித்துறை திசை மாறிச் செல்லாமல் தடுத்து நல்லது செய்யும் ஆற்றலைப் பயன்படுத்தியும் இதனைச் செய்ய முடியும். தெற்கு ஐரோப்பாவில் போட்டியிலிருந்து குழுமங்களையும், தொழிலாளர்களையும்

பாதுகாக்கும் ஒழுங்குமுறைகளை நீக்கி, பல துறைகளில் அரசாங்கம் தலையிடுவதைக் குறைப்பது ஒரு நல்ல வழியாக இருக்கும். இது தேவையற்ற, வளர்ச்சிக்கு உதவாத வேலையினை நீக்கி விடும்.

எளிமையான வளர்ச்சியின் முடிவு

நிலையான நீண்டகால வளர்ச்சிக்கு எது உதவும், எது உதவாது என்பதைப் புரிந்துகொள்ள கடந்த அறுபது ஆண்டுகளில் பொருளாதார வளர்ச்சியைப் பார்ப்பது உதவும். 1950-களும், 1960-களும் மேற்கிலும், ஜப்பானிலும் வேகமான பொருளாதார வளர்ச்சிக் காலம். இந்தப் பொருளாதார வணிகப் பெருக்கத்திற்கு பல காரணிகள் இருந்தன. போருக்குப் பின்னர் வந்த மறு கட்டமைப்பு, 1930-களில் இருந்த பாதுகாப்புக் கொள்கைக்குப் பிறகு வர்த்தகம் எழுச்சி பெற்றது, கல்வி கற்ற தொழிலாளர்கள், மின்சாரம், அக எரிப்பு எந்திரம் முதலான தொழில்நுட்பங்களின் பயன்பாடு ஆகியவற்றைக் குறிப்பிடலாம். ஆனால், பொருளியலறிஞர் டைலர் கோவன் சொல்வதுபோல, கீழே தொங்கும் இந்தப் பழங்களைப் பிடுங்கியபிறகு, பொருளாதாரங்களைத் துடிப்புடன் வைப்பது கடினமானது. வேகமான வளர்ச்சியின் யுகம் 1970-களின் தொடக்கத்தில் முடிவிற்கு வந்தது. OPEC நாடுகள், தங்களது கூட்டாகப் பேரம் பேசக்கூடிய சக்தியை அறிந்துகொண்டு எண்ணெய் விலையைக் கூட்டிவிட்டன.

வளர்ச்சி தடுமாறியபோது, அரசுகளின் செலவினங்கள் பல மடங்கு உயர்ந்தன. வளமாக இருந்த 1960-களின்போது, மக்களாட்சி அரசுகள் மக்கள் நலஆட்சியை விரிவுபடுத்தின. ஆனால், பின்னர் வேலையில்லாத் திண்டாட்டம் அதிகமானபோது, வேலையில்லாதவர்களுக்கு உதவுவதற்கு அரசுகள் செலவழித்தன. அதேசமயம் வரி வருவாய்களும் சுருங்கின. சிறிது காலம், மைய வங்கிகள் விரிவுபடுத்தும் பணக் கொள்கையில் அந்தச் செலவைக் காட்டின. எனினும் அது 1970-களில் அதிகப்படியான பணவீக்கத்தில் கொண்டுபோய் விட்டது. எண்ணெய் விலைகளின் உயர்வு அதை இன்னும் அதிகமாக்கிற்று. அரசின் கடன் மதிப்பை இந்தப் பணவீக்கம் குறைத்தாலும், வளர்ச்சியை ஊக்குவிக்கவில்லை. மாறாக, தேக்கநிலை கீன்ஸின் தூண்டல் கொள்கைகளில் பொருளாதார அறிஞர்கள், கொள்கை வகுப்போர் கொண்டிருந்த நம்பிக்கையை அரித்து விட்டது.

மைய வங்கிகள் தங்களது கொள்கையை மாற்றிக்கொண்டன. குறைந்த நிலையான பணவீக்கம் முதல் நோக்கமாயிற்று. ஆனால், அரசாங்கங்கள் பற்றாக்குறைச் செலவைத் தொடர்ந்தன. 1970-களின் பிற்பகுதியில் தொழில்வள நாடுகளில் GDP-யின் பங்காக இருந்த பொதுக்கடன் சீராக உயர்ந்தது. இப்போது அதன் உண்மையான மதிப்பைக் குறைக்கப் பணவீக்கம் இல்லை. வளர்ச்சிக்குப் புதிய வழிகளைக் காணவேண்டிய அவசியத்தை உணர்ந்த வாஷிங்டன் அதிபர் ஜிம்மி கார்ட்ரின் பதவிக்கால முடிவின்போதும், அதிபர் ரொனால்ட் ரீகனின் ஆட்சிக் காலத்திலும் வானூர்தி, மின் சக்தி, நிதி முதலிய பல தொழிற்சாலைகளை ஒழுங்குமுறையிலிருந்து நீக்கிற்று. இங்கிலாந்தில் மார்கரெட் தாட்சரும் அவ்வாறே செய்தார். முடிவில் உற்பத்தி பெருகத் தொடங்கிற்று.

அமெரிக்காவும், இங்கிலாந்தும் 1970-களில் ஏற்பட்ட மந்த நிலைக்கு ஒழுங்குமுறைகளைத் தளர்த்தின. ஆனால், பிற ஐரோப்பிய நாடுகள் மேலோட்டமான சீர்திருத்தங்களை மேற்கொண்டன. ஐரோப்பிய ஆணையம் நிதித்துறை உட்பட பல தொழில்களில் ஒழுங்குமுறைகளைத் தளர்த்தின. ஆனால், போட்டியை அறிமுகப்படுத்துதல், தொழிலாளர்களுக்கு வழங்கிய தாராள பாதுகாப்புகளை மாற்றுதல் ஆகியவற்றின் நடவடிக்கைகள் அளவுடனேயே இருந்தன. அதன் விளைவாக, 1990-களின் மத்திய அமெரிக்காவில் உற்பத்தி வளர்ச்சி மீண்டும் ஏற்படத் தொடங்கியது. ஆனால், பிற ஐரோப்பிய நாடுகளில், குறிப்பாக ஏழ்மையான, சீர்திருத்தத்தை விரும்பாத தெற்குப் பகுதியில் வளர்ச்சி ஊர்ந்தே சென்றது. 1966-இல் யூரோ அறிமுகப்படுத்தப்பட்டபோது இத்தாலியில் வேலையில்லாத் திண்டாட்ட வீதம் 11 விழுக்காடுகளும், கிரேக்க நாட்டில் 12 விழுக்காடுகளும், ஸ்பெயினில் 16 விழுக்காடுகளும் இருந்தன. அரசுக் கருவூலம் இதனால் சரிவைக் கண்டது. வருங்காலத்தில் ஓய்வூதியத்துக்காகவும், உடல் நலத்திற்காகவும் செலவழிக்கவும் சேமிப்பது கடினமாகி விட்டது. வேகமாக அதிகரித்து வரும் முதியோர் எண்ணிக்கையும் இதனோடு சேர்ந்து கொண்டது.

சீர்திருத்தம் மேற்கொண்ட நாடுகளிலும், ஒழுங்குமுறைகளை நீக்குதல் எல்லையற்ற நன்மை தருவதாகவும் இல்லை. அது தொழில் முனைவையும், புதுமை காணுதலையும் ஊக்குவித்து, போட்டியை அதிகரித்து, ஏற்கனவே இருக்கும் நிறுவனங்கள் திறமையில் கவனம் செலுத்த வற்புறுத்தியது. இவையனைத்தும் நுகர்வோருக்கு மலிவான நல்ல பொருட்கள் கிடைக்கச் செய்தன. ஆனால், அது

எதிர்பாராத விளைவையும் ஏற்படுத்திற்று. வருவாய் சமமின்மையை அதிகரித்தது, இடைவெளியை உண்டாக்கிற்று. இதனை அரசுகள் அறிவுசார் பொருளாதாரத்திற்கு உழைப்பாளிகளைத் தயாரிக்காமல், மலிவான கடன் பெற வசதி கொடுத்து சமாளித்தன.

இருப்புநிலையை சீர்குலைத்தல்

அமெரிக்காவைப் பொறுத்தவரையில், உலகின் மிகப் பெரிய பொருளாதாரமுடைய அந்த நாட்டில், ஒழுங்குமுறையை நீக்கியது, நல்லதும் கெட்டதும் கலந்த விளைவை ஏற்படுத்திற்று. கடந்த சில பத்தாண்டுகளில் அது தூண்டிவிட்ட போட்டி ஏழைகளுக்கும், பணக்காரர்களுக்கும் இடையேயான இடைவெளியை அதிகமாக்கி ஒரு சராசரி அமெரிக்கனுக்கு பயன்களுள்ள நல்ல ஊதியம் தரக்கூடிய நிலையான வேலை கிடைப்பது கடினமாக ஆகிவிட்டது. ஆனால், போட்டி, மலிவான நுகர்வுப் பொருட்களின் சந்தையை நிரப்பி விட்டது. இப்போது பெறுகிற வருவாயைக்கொண்டு முன்னரைவிட அதிகமாகப் பெற முடியும்.

போருக்குப் பிந்திய காலகட்டத்தில், கடுமையான ஒழுங்குமுறையும், குறைந்த அளவு போட்டியும் இருந்தன. அதனால் அமெரிக்காவில் நிறுவனங்கள் நன்றாக வளர்ந்து கொழுத்துப் போயிருந்தன. தனி ஒருவரே சொந்தம் கொண்டாடுவது போன்ற ஒரு நிலையில் லாபங்களை அனுபவித்து வந்தன. தங்களது வருவாயை அவை தங்களது பங்குதாரர்களுடனும், தொழிலாளர்களுடனும் பகிர்ந்து கொண்டன. வங்கிகளைப் பொறுத்தவரையில் அரசாங்கம் '3-6-3' என்ற சூத்திரப்படி இருந்தது. 3 விழுக்காட்டிற்குக் கடன் வாங்கி 6 விழுக்காட்டுக்குக் கடன் கொடுத்து, கோல்ஃப் விளையாட 3 மணிக்குப் போவதுபோல வங்கிகள் லாபம் தரக்கூடியவை, பாதுப்பானவை, ஆனால், சலிப்பூட்டுபவை. வைப்பு நிதியாளர்கள் அதற்கு விலை கொடுத்தார்கள். சங்கங்கள் நல்ல வசதிகளுடன்கூடிய நன்றாக ஊதியம் தரக்கூடிய வேலைகளுக்காகச் சண்டை போட்டன. நிறுவனங்கள் அரசாங்கங்களுடன் தொழிற்சாலையில் அமைதி காக்க இணக்கமாக நடந்து கொள்வதில் மகிழ்ச்சி அடைந்தன. பகிர்ந்து கொள்ள நிறையவே லாபங்கள் இருந்தன.

1980-களிலும், 90-களிலும் ஒழுங்குமுறைகளை நீக்கியதும் வர்த்தகத் தடைகளும் இந்த வசதியான வாழ்க்கைக்கு முற்றுப்புள்ளி வைத்தன. புதிய தொழில் முனைவோர், நல்ல பொருட்களுடன்

அவர்களது மெதுவாக நகரும் போட்டியாளர்களுக்கு சவால் விடுத்தார்கள். நுகர்பொருட்களின் தரமும், விதங்களும் முழுவதும் மாறிவிட்டன, மக்களின் வாழ்க்கை முறையையே மாற்றி விட்டன. தனிக் கணினிகள் இணைதளம் வழியாக பொழுதுபோக்கவும், செய்தி சொல்லவும், பொருட்கள் வாங்கவும் பயனாளிகளுக்கு உதவின. கைபேசியில் நண்பர்களுடனும், மேலதிகாரிகளுடனும் எப்போதும் தொடர்புகொள்ள வழி வகுத்தன. இதற்கிடையில் பொருட் கப்பல்கள் சிறு உற்பத்தியாளர்களும் தங்கள் பொருட்களை விரைவாகத் தொலைதூரத்திலுள்ள நுகர்வோருக்கு அனுப்ப உதவின. வருவாய்களோடு ஒப்பிடும்போது பருத்தி ஆடைகளும், பதப்படுத்தப்பட்ட பழங்களும் இவ்வளவு மலிவாக இதுவரையில் கிடைத்ததில்லை.

அதேசமயம் வழக்கமான நுகர்வோரின் வாங்கு சக்தி வளர்ந்ததுபோல, வால் ஸ்டீரிட்டிலும் பணம் செலுத்துவது வளர்ந்தது. குழுமங்களின் லாபங்கள் அழுத்தத்திற்கு உட்பட்டிருந்ததால் அவை புதிது புதிதான முயற்சிகளில் இறங்கி அதிக ரிஸ்க் எடுத்தன. அப்படிச் செய்யும்போது அந்த ரிஸ்க்குகளைப் புரிந்துகொள்ளும் நிதியாளர்கள் தேவைப்பட்டார்கள். அவர்கள் அவற்றினைத் துல்லியமாக மதிப்பிடவும், கவனமாக வினியோகிக்கவும் தெரிந்திருக்க வேண்டியிருந்தது. வங்கிப் பணி சலிப்பூட்டுவதாக இல்லை. உண்மையில் அது பொருளாதாரத்தின் அதிகார மையமாக ஆனது. ஒரு குழுமத்தின் விரிவாக்கத்திற்குப் பணம் தருவது, இன்னொன்றை திவாலாக அறிவிப்பது என்று பல பணிகள்.

இதற்கிடையில், சிறந்த குழுமங்கள் தகுதிக்கு முதலிடம் தந்தன. உயர்தரத் திறமைகளைக் கவர அதிக ஊதியம் தர முற்பட்டன. 1976இல் மேல் நிலையிலுள்ள 1 விழுக்காடு குடும்பங்கள்தான் அமெரிக்காவில் உண்டான மொத்த வருவாயில் 8.9 விழுக்காட்டைப் பெற்றிருந்தன. ஆனால், 2007இல் இது 2.5 விழுக்காடாக உயர்ந்தது. மேல்மட்ட மேலாளரின் ஊதியங்கள் அதிகமாக, அவை பலதரப்பட்டவையாக ஆயின. 1980இல் செயல் அலுவலர்களை ஒப்பிடும்போது, அமெரிக்காவில் 2001இல் கூட்டிணையங்களின் தலைவர்கள் இளைஞர்களாக இருந்தார்கள். பெண்கள் அதிகம் இருந்தார்கள். அவர்கள் 'ஐவி லீக்' பட்டம் பெற்றவர்கள் இல்லை. ஆனால், உயர்ந்த பட்டம் பெற்றவர்கள். மேல் பதவியை அடைய சரியான கிளப்பில் உறுப்பினராக இருக்கவேண்டிய அவசியம் இல்லை. எவை முக்கியமென்றால் நல்ல கல்வியும், சரியான திறன்களும்தான்.

வருவாயிலுள்ள இடைவெளி அதிகமாகிக்கொண்டே போயிற்று. ஒருபக்கம் சாய்ந்த கூட்டிணைய ஊக்கிகளையும், தவறாக வழிநடத்தப்பட்ட வட்டிக் கொள்கைகளையும் குற்றம் சொல்லத்தோன்றும். ஆனால், இரண்டு விளக்கங்களுமே போதாது. குழும மேலாளர்களின் ஊதியங்கள் மோசமான கூட்டிணைய மேலாண்மையின் விளைவு என்றால், மருத்துவர்கள், வழக்கறிஞர்கள், கல்வியாளர்கள் எல்லாம் அண்மை ஆண்டுகளில் அவர்கள் பெற்றிருக்கும் ஊதிய உயர்வுகளைப் பெற்றிருக்க மாட்டார்கள். ஜார்ஜ் புஷ் அதிபராக இருந்தபோது மேல்மட்ட வட்டிவீதங்கள் குறைக்கப்பட்டாலும், இது மட்டுமே சமத்துவமின்மைக்கு காரணமாக இருக்க முடியாது. ஏனென்றால், வரிக்கு முந்திய வரவுகளிலும், இடைவெளி அதிகமானது. எல்லா உயர்மட்ட ஊதியங்களைப் பெறுவதற்கும் தகுதியில்லை என்று சொல்ல வரவில்லை. செயல்திறன் குறைவாகக் காட்டும் CEO-க்கு அதிகப்படியாக ஊதியம் எந்தக் குழுமமும் கொடுக்காது. மாறாக, பெரும்பாலனவை போட்டி உலகில் திறன்களின் மதிப்பின் பிரதிபலிப்பாகவே இருக்கின்றன.

உண்மையில் வருமானத்தில் இடைவெளி 1980-களிலிருந்தே CEO-க்களுக்கு இடையே மட்டுமல்லாது, சமூகத்தின் பிற்பகுதிகளில் மட்டுமல்ல, பொருளாதாரம் முழுவதுமே அதிகமாகிக் கொண்டு வந்திருக்கிறது. வழக்கமான வேலைகளெல்லாம் தானியங்கிகளிடம் விடப்பட்டு விட்டன அல்லது வெளித் திறன்களிடம் ஒப்படைக்கப்பட்டு விட்டன. தொழில்நுட்பம், முதல் ஆகியவற்றின் உதவியுடன் ஒரு திறனுள்ள தொழிலாளி திறன்கள் இல்லாத தொழிலாளர்கள் பலரின் இடத்தை எடுத்துக்கொள்ள முடியும். இதை இப்படிப் பாருங்கள்: தொழிற்சாலைகள் சாதாரண லேத்துகளைப் பயன்படுத்தியபோது பல்கலைக்கழகப் பட்டம் பெற்ற சுப்பனும், உயர்நிலைக் கல்வி மட்டுமே படித்த குப்பனும் ஒரே மாதிரிதான் இருந்தார்கள், ஒரே சம்பளம்தான் பெற்றார்கள். ஆனால், தொழிற்சாலைகள் கணினி லேத்துகளைப் பயன்படுத்தத் தொடங்கியவுடன் சுப்பனுடைய பயன்பாடு அதிகமானது, அதேசமயம் குப்பன் தேவையில்லாமல் ஆகிவிட்டான்.

திறன்கள் தேவைப்படாத எல்லா வேலைகளும் மறைந்து விடவில்லை. வழக்கமாகச் செயல்படாத குறைந்த ஊதியம் தரும் சேவை வேலைகளைக் கணினி மயமாக ஆக்க முடியாது. வெளித்திறனிடம் தர முடியாது. வாடகைக் காரோட்டிகள், முடி திருத்துவோர், தோட்டக்காரர் ஆகியோரின் தேவைகள்

அதிகரித்தன. அமெரிக்கத் தொழிலாளர்கள் இரண்டு பகுதிகளாகப் பிரிக்கப்பட்டு விட்டனர். திறன்கள் தேவைப்படாத குறைந்த ஊதியம் தரப்படும் வேலைகள், படைப்பாற்றலும், திறன்களும், பட்டங்களும் தேவைப்படும் அதிக ஊதியம் தரப்படும் வேலைகள் என இருவகை. ஆனால், ஓரளவே திறன்கள் தேவைப்படும் நல்ல வசதிகளைத் தரும் வழக்கமான வேலைகள் மறைந்துவிட்டன. வேலையிலிருந்து நிறுத்தப்பட்ட தொழிலாளர்கள் தங்களது திறன்களை அதிகப்படுத்திக்கொள்ள வேண்டும், அல்லது குறைந்த சம்பள வேலைகளைத் தேடவேண்டும்.

துரதிர்ஷ்டவசமாக, போதுமான தொடக்கம் இல்லாதவர்கள், ஒழுங்காகச் செயல்படாத குடும்பங்களது சில இனக் குழுக்கள், பல்கலைக்கழகக் கல்விக்கு அதிகச் செலவு முதலான பல காரணங்களால், பல அமெரிக்கர்களுக்குத் தேவையான கல்வியோ திறன்களோ இல்லை. வேறு பலர் கார் தயாரிப்பு போன்ற சுருங்கி வரும் தொழிற்சாலைகளிலேயே காலம் கடத்தி விட்டார்கள். வளர்ந்து வரும் மருத்துவ, தொழில்நுட்பம் போன்ற துறைகளுக்குத் தேவையான திறன்களை வளர்த்துக் கொள்ளவில்லை. பொருளியலறிஞர்கள் கிளாடியா கோல்டின்னும், லாரன்ஸ் காட்சும் சொன்னதுபோல, அமெரிக்காவில் கடந்த சில பத்தாண்டுகளில் தொழில்நுட்பத்திற்கும், கல்விக்கும் இடையேயான ஒப்பந்தக் காலத்தில், கல்வி பின்னால் போய்விட்டது.

அமெரிக்கர்கள் திறன்களில் குறைவாக இருந்த நிலையில், நன்றாகப் படித்தவர்களின் ஊதியங்களுக்கும் ஓரளவு படித்தவர்களின் சம்பளங்களுக்கும் இடையே இடைவெளி அதிகமாகி விட்டது. 1980-களிலிருந்து (பல்கலைக்கழகப் பட்டம் பெற்றோர் பெரும்பாலும் உள்ள) மேல் மட்டத்திலுள்ள 10 விழுக்காடு ஊதியம் பெருவோர் வருவாய்களும், பெரும்பாலும் உயர்நிலைப் பள்ளிக் கல்வி முடித்த நடுத்தரத்தினருக்கும் இடையே உள்ள இடைவெளி ஒரே சீராக அதிகரித்து விடுகிறது. இதற்கு நேர்மாறாக நடுத்தரத்தினர் வருவாய்களுக்கும் கீழ்த்தட்டிலுள்ள 10 சதவீதத்தினருடைய வருவாய்களுக்கும் உள்ள வேறுபாடு மாறவில்லை. அதாவது மேல் மட்டத்திலிருப்போர் நடுத்தர வர்க்கத்தினரை விட்டு மிக உயரத்தில் போய்விட்டார்கள். நடுத்தட்டில் இருப்போர் கீழ்த் தட்டினரோடு சேர்ந்து விட்டார்கள்.

புள்ளி விபரங்கள் அச்சமூட்டுபவையாக இருக்கின்றன. அமெரிக்காவில் 25 முதல் 54 வயதுக்குட்பட்ட உயர்நிலைபள்ளிக்

கல்வி முடித்தவர்களில் 35 விழுக்காடு வேலையில்லாமல் இருக்கிறார்கள். பள்ளிப் படிப்பில் இடைநின்றவர்கள் பல்கலைக்கழகப் பட்டதாரிகளைவிட மூன்று மடங்கு வேலையில்லாமல் இருப்பார்கள். 45 வயது முதல் 54, 25 முதல் 34 வயது வரை உள்ளவர்கள் குறைவாகவே பட்டப்படிப்பு முடித்து விட்டிருப்பார்கள். ஆனால், தொழிற்சாலையில் பட்டங்களுக்கு மதிப்பு அதிகம். இவற்றைவிட அச்சமளிக்கக் கூடியது, அண்மை ஆண்டுகளில் பணக்காரர்களின் குழந்தைகள், முந்தைய காலத்தைவிடக் குறைவாகவே பல்கலைக்கழகப் பட்டம் பெற்றிருப்பார்கள். ஏழைக் குடும்பங்களிலுள்ள குழந்தைகள் கல்லூரிப் படிப்பை முடிக்கும் வீதம் குறைவாக இருந்து வந்திருக்கின்றன. கல்வி இடைவெளியில் ஏற்பட்ட பிளவு வருவாய் வேறுபாட்டிலும் காணப்படுகிறது.

அரசியல்வாதிகளின் எதிர்வினை

நெருக்கடிக்கு முன் சில ஆண்டுகளாகவே, அமெரிக்காவின் மத்திய தர வர்க்கத்தினரின் அன்றாட வாழ்க்கையில் சம்பளம் உயராததும், ஒவ்வொரு ஆண்டும் விலை நிரந்தரமற்றதாக ஆவதும் நிதர்சனமாக இருந்தன. அதேசமயம் உயர் மத்தியதர வர்க்கத்தினரும், மேல் மட்டத்தினரும் மேலும் பணக்காரர்களாக ஆகிக்கொண்டே போனார்கள். நல்ல சம்பளம் தரக்கூடிய திறன்கள் தேவைப்படாத வேலைகள் கிடைப்பது அரிதாகி விட்டது. அரசாங்க வேலைகள் வேண்டுமென்றால் கிடைத்தன.

இந்தப் போக்கிற்கான அடிமட்டக் காரணங்களைக் கவனிக்காமல் அமெரிக்க அரசியல்வாதிகள் எளிமையான விடைகளைத் தேடினார்கள். அவர்களது எதிர்வினை புரியக்கூடியதுதான். தொழிலாளர்களின் திறன்களை வேகமாக வளர்க்க முடியாது. ஆனால், அவர்கள் மேற்கொண்ட முயற்சிகள் நல்லதைவிடக் கெட்டதைத்தான் அதிகம் செய்தன. மத்தியதர வர்க்க வாக்காளர்கள் தங்களது பக்கத்து வீட்டுப் பணக்காரனைப் போலவே தாமும் இருக்கிறோம் என்று நினைத்தால், - சில ஆண்டுகளுக்கு ஒருமுறை ஒரு புதுக் கார் வாங்க, எப்போதாவது ஆடம்பரமாக விடுமுறையைக் கழிக்க முடிந்தால் - அவர்கள் தங்களது ஊதியம் உயரவில்லை என்பது பற்றிக் கவனிக்கமாட்டார்கள் என்ற நம்பிக்கையில்

அரசியல்வாதிகள் நுகர்வை அதிகப்படுத்தினார்கள். இதற்கு ஓர் எளிதான வழி பொதுமக்கள் கடன் வாங்குவதை எளிதாக்குவது.

அதன்படி 1980-களின் தொடக்கத்தில், அமெரிக்கத் தலைவர்கள் வங்கிகள் குடும்பங்களுக்குக் கடன் கொடுப்பதை ஊக்குவித்தார்கள். குறிப்பாக, கீழ் நடுத்தர வர்க்கத்தினரைக் குறிவைத்தார்கள். 1992-இல் அமெரிக்க காங்கிரஸ் Federal Housing Enterprises Financial Safety and Soundness Act-ஐ நிறைவேற்றிற்று. இது பெரிய தனியார் அடமான முகமைகளான ஃபேனி மே, ஃபிரடிரிக் மேக் ஆகியவற்றின் பிடியிலிருந்து விடுவிக்கவும், கீழ்மட்ட மக்களுக்கு சொந்த வீடு அவர்களது தகுதிக்குள் வாங்குவதை ஊக்குவிக்கவும் நிறைவேற்றப்பட்டது.

இப்படிப்பட்ட கொள்கைகள் கீழ் நடுத்தரவர்க்க வீடுகளுக்குப் பணப் புழக்கம் ஏற்படவும், அவர்கள் செலவழிப்பை அதிகரிக்கவும் உதவின. இதனால் நெருக்கடிக்கு முந்தைய ஆண்டுகளில் நுகர்வில் சமத்துவமின்மை, வருவாய் சமத்துவமின்மையை விடக் குறைவாகவே இருந்தது. இந்தக் கொள்கைகள் அரசியல் ரீதியாக மக்களிடம் செல்வாக்குப் பெற்றன. அரசு நலத்திட்ட மாறுதல்களில் விரிவாக்கத்திற்கு இருந்ததுபோல கீழ் நடுத்தர மக்களுக்கு கடனை விரிவாக்கம் செய்ததை யாரும் எதிர்பார்க்கவில்லை. அதிக வளர்ச்சியும், மகிழ்ச்சியான வாக்காளர்களும் வேண்டுமென்று அரசியல்வாதிகளோ, அடமானக் கட்டணங்களோ, லாபம் அடைந்த வங்கியாளர்களோ, தரகர்களோ, கையில் பணமில்லாமலேயே தங்களது கனவு வீட்டைக்கட்ட முடிந்த கடனாளிகளோ, வீட்டுச் சந்தை கவிழ்வதால் நமக்கு வேண்டியதைப் பெருக்கலாம் என்று நினைத்த தாராளப்போக்குகொண்ட ஒழுங்குமுறைப்படுத்துவோரோ இதை எதிர்க்கவில்லை. ஒன்றுக்குப் பின் ஒன்றாக வந்த ஆட்சியாளர்களும், பொருளாதாரத்தின் ஆழமான பிரச்சனைகளையோ மத்திய தரவர்க்கதினரின் கவலைகளையோ நேரடியாக சந்திக்க முடியாமல், விரும்பாமல் எளிதான கடன் வசதி தருதலை ஒரு நிவாரணியாகப் பயன்படுத்தினார்கள்.

ஃபெடரல் ரிசர்வும் இந்த குறுகிய நோக்கக் கொள்கைகளுக்குத் துணை போனது. 2004-இல் டாட்.காம் கவிழ்ந்ததற்கு பிரதிவினையில் ஃபெட் அதிகமாக குறுகிய கால வட்டிவீதங்களைக் குறைத்தது. இதனால் தூண்டப்படும் என்று எதிர்பார்த்த கூட்டிணையங்கள் இதில் அக்கறை காட்டாவிட்டாலும்கூட, வீடு கட்டல், நிதி ஆகிய கடனையே நம்பியுள்ள பொருளாதாரப்

பகுதிகளுக்கு செயற்கையான குறைந்த வட்டி வீதங்கள் பெரிய மானியமாக இருந்தன. இதனால் வீடு கட்டுமானம் விரிவடைந்தது. அதோடு தொடர்புடைய வீட்டுமனை தரகர் தொகை, அடமானக் கடன் ஆகியவற்றிலும் விரிவாக்கம் காணப்பட்டது. இது தனித் திறன்கள் இல்லாதவர்களுக்கு வேலை வாய்ப்பளித்தது. முன்னேற்றப் பொருளியலறிஞர்கள் இதனை வரவேற்றார்கள். வீட்டுக் கட்டுமானத்தில் பெரும் வளர்ச்சி கீழே போய்க் கொண்டிருக்கும் பொருளாதாரத்தை மேலே தூக்கிவிடும் என்றார்கள். ஆனால், ஃபெட் ஆதரவுடனான அந்த பலூன் நீண்ட நாள் நிலைக்க முடியவில்லை. பல கட்டடக் கட்டுமானத் தொழிலாளர்கள் வேலை இழந்தார்கள். முன்னரைவிட அதிகப் பிரச்சனை இப்போது அவர்கள் தங்களது சக்திக்கு மீறிய வீடுகளை வாங்கக் கடன் வாங்கியிருந்தார்கள்.

நெருக்கடிக்கு வங்கியாளர்களையே பெரிதும் குற்றம் சாட்ட வேண்டும். நிதித்துறையின் சில நடவடிக்கைகள் தெளிவாக வேட்டையாடும் செயல்தான், அது கிரிமினல் குற்றமில்லாவிட்டாலும்கூட. ஆனால், அரசியலால் உந்தப்பட்ட கடனை விரிவுபடுத்தலின் பங்கினை நாம் கண்டுகொள்ளாமல் இருக்கமுடியாது. நிதி ரிஸ்க்குகளில் வழக்கமான தடுப்பும் நிலைப்படுத்தலும் உடைந்து போனதற்கு இதுதான் முதன்மைக் காரணம்.

அமெரிக்காவிற்கு வெளியில், பிற அரசாங்கங்கள் 1990-களில் வளர்ச்சி மந்தத்திற்கு வெவ்வேறு விதமாக எதிர்வினை ஆற்றின. சில நாடுகள் அதிகப்படியாகப் போட்டியை ஏற்படுத்துவதில் கவனம் செலுத்தின. நிதித்துறையில் பழமையைக் கைக்கொள்ளும் ஜெர்மனி தொழிலாளருக்கான பாதுகாப்பைக் குறைத்து வேலையில்லாதவர்களுக்கான வசதிகளைக் குறைத்தது. உற்பத்தி அதிகரித்தாலும் ஊதியங்கள் உயரவில்லை. ஜெர்மனி உலகில் மிகப் பெரிய உற்பத்தி நாடாக இருந்தது. ஆனால், கிரேக்கம், இத்தாலி போன்ற பிற ஐரோப்பிய நாடுகள் சீர்திருத்தம் செய்வதில் ஆர்வம் காட்டவில்லை. ஏனென்றால், யூரோ பகுதிக்குள் அவர்கள் போனவுடன் எளிதாகக் கிடைத்த கடன் அவற்றின் வளர்ச்சிக்கு உதவிற்று, வேலையில்லாத் திண்டாட்டத்தைக் குறைத்தது. உற்பத்திக்குப் பயன்தராத ஆனால், அதிகம் சம்பளம் தரவேண்டிய அரசு வேலைகளுக்காக, கிரேக்க அரசு கடன் வாங்கியது. வேலையில்லாத் திண்டாட்டம் மிகவும் குறைந்தது. ஆனால், இறுதியில் கிரேக்கம் அதற்கு மேல் கடன் வாங்க

முடியவில்லை. அதனுடைய GDP மிக வேகமாகச் சுருங்கி வருகிறது. எல்லா ஐரோப்பிய நாடுகளுமே வங்கியில் கடன் வாங்கிச் செலவழிப்பதைச் சார்ந்திருக்கவில்லை. ஸ்பெயினில், வீடு கட்டுமானப் பெருக்கமும், அரசுகளின் செலவினங்களும் வேலை வாய்ப்பை அதிகரித்தன. அயர்லாந்தில், வீட்டுமனைப் பெருக்கம் காரணமாயிற்று. எப்படியிருப்பினும் கடனால் ஏற்படுத்தப்பட்ட வளர்ச்சி நிலையானதாக இல்லை என்பதே பொதுவாக இருந்த நிலை.

என்ன செய்யலாம்?

அடிப்படை வசதிகளிலேயே நெருக்கடிக்கு முன்னர் வளர்ச்சி திரிபுபடுத்தப்பட்டதால், தேவையை அரசுகள் பழைய நிலைக்கு விரைவாகக் கொண்டுவர முடியுமென்பதைக் கற்பனை செய்ய முடியவில்லை. அதுமட்டுமே புவிசார் பொருளாதாரத்தை சரியான வழியில் கொண்டுவரப் போதுமானதாகவும் இருக்காது. ஏற்கனவே இருந்த நிலைக்குத் திரும்பப் போவது நல்லது இல்லை. ஏனென்றால் பெரிதாக ஊதப்பட்ட நிதி, வீட்டுக் கட்டுமானம், அரசுத் துறைகள் குறைக்கப்பட வேண்டும். தொழிலாளர்கள் வேறு வளர்ச்சிப் பணிகளுக்கும் போகவேண்டும். நெருக்கடியிலிருந்து மீளவழி இன்னும் கடன் வாங்கிச் செலவழிப்பது அல்ல. குறிப்பாக, வருங்கால சந்ததியர்மேல் சுமத்தப்படும் கடன்களை அவர்கள் தீர்ப்பதற்கு உதவும் வகையில் நிரந்தரமான முதல்களை கட்டாவிட்டால் பயனில்லை. மாறாக, குறுகியகால கொள்கையளவிலான எதிர்வினை நீண்டகால நிலையான வளர்ச்சியில் கவனம் செலுத்துவதுதான்.

கிரேக்கம், இத்தாலி, ஸ்பெயின் போன்ற அதிகம் பற்றாக்குறைகளைக் கொள்ள வாய்ப்பில்லாத நாடுகள் அவற்றின் அரசு நிர்வாகிகளின் எண்ணிக்கையைக் குறைத்து வரி சேகரிப்பதைச் சீர்படுத்த வேண்டும். வரவு செலவுக் கணக்கு, சட்டம், மருந்து முதலான துறைகளில் தாராளமாக நுழைய அனுமதிக்க வேண்டும். போக்குவரத்து போன்ற துறைகளைப் போட்டிக்கு உட்படுத்த வேண்டும். வேலைப் பாதுகாவலைக் குறைக்க வேண்டும். இதனால் அரசில் வேலையிழந்த ஊழியர்களுக்குத் தனியார் துறைகளில் வேலை கிடைக்கும். நிதியில் சிக்கனம் கடினமானதுதான். குறுகிய காலத்திற்கு வளர்ச்சியைப் பாதிக்கலாம். ஆனால், நீண்டகால

அளவில் பார்க்கும்போது சீர்திருத்தங்களை மேற்கொள்வது நல்லது. நல்ல நாட்களில் அரசு செயல்படாமல் இருந்ததால், மோசமான நாட்களில் அவர்கள் செயல்பட, அதுவும் துரிதமாக, கட்டாயப்படுத்தப்படுகிறார்கள். உடனே செயல்பட வேண்டிய அவசியத்திற்கான காரணங்கள் இருக்கின்றன. அப்போது அனைவரும் துன்பத்தில் பங்குகொள்வதை உணருவார்கள். ஆனால், இந்த நடவடிக்கைகள் முதியோருக்கும், இளையோருக்கும், ஏழைகளுக்கும் ஏற்படுத்தும் துன்பத்தை அரசுகள் குறைத்து மதிப்பிடக் கூடாது. எங்கெங்கு முடியுமோ, அங்கங்கே அவர்களது நலனைக் குறிவைத்து இதன் தாக்கம் அவர்களை அதிகம் பாதிக்காமலிருக்கச் சட்டங்கள் இயற்ற வேண்டும்.

அமெரிக்காவைப் பொறுத்தவரையில் அங்கே வருங்காலத்தில் உற்பத்திக்குரிய வேலைகளை உண்டாக்கும் ஆற்றல் வாய்ந்த சக்திகள் இருக்கின்றன என்பதால் நிம்மதி அடையலாம். சிறப்பான செய்தி தொடர்புத் தொழில்நுட்பம், குறைந்த செலவிலான சுத்தமான சக்தி, அதிக மதிப்புக் கூட்டப்பட்ட பொருள்களுக்கு அதிகப்படியான தேவை ஆகியவற்றைக் குறிப்பிடலாம். ஆனால், அதுவும் உறுதியாக நடவடிக்கை எடுத்து இந்த சக்திகளிடமிருந்து முழுமையான பயனைப் பெற வேண்டும். அதனுடன் தொழிலாளரின் திறமைகளை வளர்க்க வேண்டும். புதுமை காண்பதற்கான சூழலைக் காக்க வேண்டும், அதிகமாகாமல் தடுக்க நிலுவை இன்னும் நன்றாக ஒழுங்குபடுத்த வேண்டும்.

இவற்றில் எதுவுமே எளிதானதில்லை. திறன்களுக்கு ஏற்ற வேலைகளைக் கண்டுபிடிப்பது எவ்வளவு கடினம் என்பதைக் கவனியுங்கள். நிதியும், கட்டுமான வேலையும் நெருக்கடிக்கு முந்திய பெரும் வணிக காலத்தின்போது இருந்ததைப்போல அதிகப்படியானவர்களை வேலைக்கமர்த்த முடியாது. எனவே இந்தத் துறைகளில் வேலை பார்த்தவர்கள் அல்லது அவற்றைச் சார்ந்திருந்தவர்கள் வேறு வேலைகளைத் தேடவேண்டும். இதற்கு அதிக நாளாகும். எப்போதும் சாத்தியமாகவும் இருக்காது. கட்டுமானத் தொழிலில் திறமை குறைவான தொழிலாளர்கள் வேலை பார்த்தார்கள். அவர்களை வேறு வேலைகளில் அமர்த்துவது கடினம். திறன்களை வளர்க்கும் அரசாங்க முயற்சிகள் பலவகைப்பட்ட விளைவுகளை ஏற்படுத்தின. மாணவர்களது கல்விக்கு நிதியுதவி அளிக்கும் அரசின் திட்டமும் சரியாகப் பயன்படவில்லை. வேட்டையாடும் சில தனியார் கல்லூரிகள் அரசு நிதியுதவி பெறும் மாணவர்களைக் கவர்ந்து வேலைச் சந்தையில்

மதிப்பில்லாத பணச் செலவு அதிகம் பிடிக்கும் பட்டப் படிப்புகளில் சேர்த்து விடுகின்றன. ஆனால், எல்லா முன்முயற்சிகளும் மக்களிடமிருந்தே வரவேண்டும்.

ஆனால், வாஷிங்டன் சும்மாயிருக்க வேண்டும் என்று இதற்குப் பொருளில்லை. கல்விச் சீர்திருத்தமும் அனைவருக்கும் மருத்துவ வசதியும் நீண்ட காலமாக இருக்கும் தேவைகள்தான். எனினும் அரசு வேறு துறைகளில் அதிகம் செய்ய முடியும். வேலை வாய்ப்பு பற்றிய விபரம், கல்வி, பயிற்சித் திட்டங்கள் பற்றி வழிகாட்டுதல் போன்றவை மாணவர்கள் அதிகச் செலவாகும் பயனற்ற பாடங்களில் சேருவதற்கு முன்னர் நல்ல முடிவுகளை எடுக்க உதவும். அதிகமான இளைஞர்களுக்கு வேலையில்லாத துறைகளில், இளம் தொழிலாளர்களை வேலைக்கு அமர்த்த நிறுவனங்களுக்கு அரசு மானியம் வழங்கலாம். இதனால் இளைஞர்களுக்கு வேலை கிடைப்பது பற்றியும் அதனைத் தக்கவைப்பது குறித்தும் நல்ல புரிதல் கிடைக்கும். வயதான வேலையில்லாத தொழிலாளர்களுக்கு அரசு இன்னும் உதவி செய்யலாம். அவர்களது குழந்தைகளைக் கவனிப்பது, பயிற்சி தருவது போன்றவற்றில் உதவலாம். அவர்கள் வேலை தேடும்போது மறுபயிற்சி மேற்கொள்ள முடியும். வேலையிலுள்ள தொழிலாளர்களின் வேலையில்லாத காப்பீட்டுத் தொகையின் ஒரு பகுதியைப் பயிற்சி, வேலை தேடுதல் கணக்கில் வரவு வைக்கலாம். இது அவர்கள் வேலையிழக்கும்போது திறன்களைப் பெறவும் வேறு வேலை தேடவும் உதவும்.

புதிய தொழில் முனைப்புகள் வளர்ச்சிக்குத் தேவையான முன்னெடுப்புகளைத் தருமாதலால், அமெரிக்க தொழில் முன்னெடுப்புக்கான சூழலைக் காக்க வேண்டும். வலதுசாரி அரசியல்வாதிகள் அதிக வருமான வரிகள் குறைவதுபற்றி எச்சரிக்கை செய்யலாம். எனினும் குறிப்பிடத்தக்க அளவு அதிகமான வருமான வரிகள் தொழில் முனைவோருக்கான வரவுகளையும் திறன் பெறுதலையும் குறைக்கும் - இது ஏழைகளையும், பணக்காரர்களையும் ஒரு சேரப் பாதிக்கும். எனவே வரி அமைப்பில் சீர்திருத்தம் செய்வது நல்லது. விளிம்பு நிலையிலுள்ள வரி விகிதங்கள் அதிகமாக ஏறாமலிருக்க கணக்காளர்கள் கண்டுபிடிக்க விரும்பும் ஓட்டைகளையும், வரி மானியங்களையும் நீக்கிவிட வேண்டும்.

கலாசாரமும் முக்கியம். சம்பளங்களில் கவனம் செலுத்த வேண்டியது அவசியமானாலும் அதிகம் சம்பாதிப்பவர்களை எல்லாம்

வேறுபடுத்திப் பார்க்காத ஒரே திரளாக, 1 சதவீத அடையாளம் கொடுத்து - ஒன்றாகச் சேர்ப்பது நாட்டிற்கு நல்ல தொண்டாற்றிய செல்வம் உண்டாக்கும் முயற்சியை இழிவுபடுத்துவதாக ஆகும். எனவே அமெரிக்கா சமத்துவமின்மையை கீழ்நோக்கி சமனப்படுத்துவதைவிட மேல்நோக்கிச் செல்வது எப்படி என்பது சமத்துவப்படுத்துவது பற்றிய விவாதத்தில் முன்னிறுத்தப்பட வேண்டும்.

இறுதியாக, நிதியில் அபரிமிதமான நிலை, உலகை நெருக்கடிக்குத் தள்ளிவிட்டது என்பதை நாடு எப்போதும் மறக்கக்கூடாது. அரசியல்வாதிகள் வங்கியை ஒழுங்குமுறையின் மூலமாக மூளை அறுவைச் சிகிச்சை செய்து மீண்டும் சலிப்புள்ளதாக ஆக்கக் கூடாது. உலகத்திற்கு மிகவும் தேவையான தொழில் முனைப்பையும், புதுமை காணலையும் சாத்தியமாக்க நிதி உயிர்த்துடிப்புள்ளதாக இருக்கவேண்டும். அதேசமயம் நிதி ஒழுங்குமுறைகளைச் சீரமைத்த டாட் ஃபிராங்க் சட்டம் போன்ற சட்டத்திற்கு தனியார் துறையின் சக்திகளை அதிக ரிஸ்க் எடுக்கும் நிலையிலிருந்து மடைமாற்றம் செய்ய வாய்ப்பளிக்க வேண்டும். மத்திய ஒழுங்குமுறைகள் தரும் அனுபவத்திலிருந்து மிகவும் கடுமையாக இருந்தால் அவற்றை மாற்றிவிட முடியும். ஒழுங்குமுறைகள் இப்போது இருப்பவர்கள் தங்களது நன்மைக்காக உருவாக்கப்பட்டவை என்ற உண்மை நிலைக்கு அமெரிக்கர்கள் எச்சரிக்கையாக இருக்கவேண்டும். அரசியல் ஆணைகளும் ஃபெடரல் ரிசர்வின் கொள்கைகளும் நெருக்கடி நேரத்தில் செயல்பட்ட முறையை நினைவில்கொள்ள வேண்டும். திரும்ப வராமல் பார்த்துக்கொள்ள வேண்டும்.

தொழில் வளர்ந்த நாடுகளுக்கு ஒரு வாய்ப்பு இருக்கிறது. எல்லாம் நன்றாக இருக்கிறது என்பதுபோல அவர்கள் செயல்படலாம். ஆனால், நுகர்வோர் அச்சத்தில் இருக்கிறார்கள். மேனார்ட் கீன்ஸ் சொன்ன 'விலங்கு உணர்வுகள்' தூண்டும் முயற்சிகளால் மீண்டும் எழுப்பப்பட வேண்டும் அல்லது நெருக்கடியை விழித்தெழும் அழைப்பாகக் கருதி, அவை கடந்த சில பத்தாண்டுகளில் பூசி மெழுகப்பட்டவற்றையெல்லாம் சரிசெய்து, வரும் காலத்திலுள்ள வாய்ப்புகளைப் பயன்படுத்தத் தகுந்த நிலையில் தங்களை வைத்துக்கொள்ளலாம். இந்த நாடுகள் அரசுகளையும் பொதுமக்களையும் தங்கள் பக்கம் இழுக்கும் எடுத்தியம்பல் அவற்றின் வருங்காலத்தையும் புவியின் பொருளாதாரத்தையும் நிர்ணயிக்கும்.

பகுதி 3

அவ்வப்போது எழுதிய கட்டுரைகள்

I

இக்கட்டுரை லூய்கி கிஸ்காலிசுடன் சேர்ந்து 2003–இல் ஈராக் நாட்டுப் படையெடுப்பின் தொடக்கத்தில் எழுதப்பட்டது. (லூய்கியும் சிகாகோ பேராசிரியர். *Saving capatilism from the capitalists*–ஐ என்னுடன் இணைந்து எழுதியவர்.) ஈராக்கில் மக்களாட்சியை ஏற்படுத்தும் வாய்ப்புகள் பற்றிய நம்பிக்கையின்மையை இக்கட்டுரையில் காணலாம்.

முதலாளித்துவம் காலனியத்தோடு இயைந்து வருவதில்லை

பனிப்போரின் முடிவு சோஷலிசத்தின்மேல் சந்தை மக்களாட்சிகள் கொண்ட வெற்றியையும், அமெரிக்க ஐக்கிய நாடுகள் உலகின் ஒரே வல்லரசாக உயர்ந்ததையும் குறித்தது. இது நடந்தது பத்தாண்டுகளுக்கு முன்னர் என்றாலும், இப்போதுதான் ஈராக் விடுதலைக்கான போரில் அதன் புவியியல்சார் அரசியல் உட்பொருள் தெளிவாகிறது. அமெரிக்காவின் இப்போதைய இராணுவ பலம் 19-ஆம் நூற்றாண்டில் இரண்டாம் பகுதியில் மேற்கத்திய ஐரோப்பா கோலோச்சியதற்கு ஒப்பானது. அப்போது ஐரோப்பிய நாடுகள், பொருளாதார தன்னலத்துடனும், உலகின் பகுதிகளை நாகரிகப்படுத்தும் முயற்சிகளாகவும் காலனிகளை வேட்டையாடப் புறப்பட்டன. வரலாறு திரும்ப நிகழும் அளவிற்கு சலிப்பூட்டுவதாக இல்லாவிட்டாலும், அமெரிக்காவின் கொள்கை வட்டங்கள் ஈராக்கின் முரடர்களின் ஆட்சியைக் கவிழ்த்து, அந்நாடுகளில் மக்களாட்சி, முதலாளித்துவ விதைகளை ஊன்றுவதால் அமெரிக்கா அண்டை நாடுகளையும் தங்கள் வசப்படுத்தி, தங்களுடைய பிம்பத்தில் உலகையே இறுதியில்

மாற்றியமைக்க முடியும் என்று நம்பின. இந்தக் கொள்கை அமைப்பாளர்கள் காலனியத்தின் நோக்கங்களோடு இதனையும் ஒப்பிடுவதை ஏற்காவிட்டாலும், அவை இருக்கவே செய்கின்றன. உலகம் அமெரிக்காவிற்கு பாதுகாப்பான இடமாக இருக்கும் என்ற சுயநலமும், அது உலகினை வளமாகவும் தாராளக் கொள்கையுடையதாகவும் ஆக்கும் உயர்நோக்குகள் என்ற இரண்டும் சேர்ந்தது. ஆனால், இந்தக் கொள்கைகள் நடைமுறைப்படுத்தக் கூடியவையா?

அவர்களுடைய காரணங்களுக்கு மதிப்பில்லாமல் இல்லை. சதாம் உசேன் போன்ற சர்வாதிகாரிகள் அதிகாரத்தினை எவ்வளவு தங்கள் கைக்குள் வைத்திருந்தார்கள் என்றால், உள்நாட்டு மாற்றம் நடைபெற முடியாத ஒன்று. அச்சூழல்களில் மக்களின் நலனின்மேல் உண்மையான அக்கறை கொண்டிருக்கும் வெளிச் சக்தி ஒன்று மக்களால் கொண்டுவர முடியாத மாற்றங்களைக் கொண்டுவர முடியும். வெளிநாட்டுக் குறுக்கீடு இல்லாமல் ஸ்பெயினில் ஃபிராங்கோவின் ஆட்சி நாற்பது ஆண்டுகள் நீடித்தது. அதற்கு நேர்மாறாக, இராணுவத் தோல்வி முசோலினி, ஹிட்லர் ஆகியோரது ஆட்சிகளை விரைவான முடிவுக்குக் கொண்டு வந்தது. சில வாரங்களில் அமெரிக்கா, சதாம் உசேனைப் போன்ற இரத்த வெறிபிடித்த சர்வாதிகாரியை அகற்றி மக்களை விடுவிக்க முடியுமென்றால், அதை ஏன் செய்யக்கூடாது? இந்தத் தர்க்கவாதம் கியூபா முதல் வடகொரியா வரையில், வெனிசுலா முதல் ஜெயர் வரை ஒவ்வொரு நாட்டிலும் குறுக்கிடுவதை ஆதரிக்கும். ஆனால், ஒரே தடை பணச் செலவினம்தான்.

ஒரு சர்வாதிகாரியைத் தூக்கி எறிவது மக்களாட்சியை ஏற்படுத்த ஒரு முதல்படிதான், எளிதானாதும்கூட. அமெரிக்கா அந்தக் கட்டத்தில் தேர்தல்களை நடத்திவிட்டுப் போய்விட்டிருந்தால், அல்லது ஒரு பொம்மை அரசாங்கம் ஏற்படுத்திவிட்டுப் போனால், புதிய கொடுங்கோல் வருவதிலிருந்து ஈராக் மக்களைக் காப்பாற்ற முடியாது. துரதிர்ஷ்டத்தினால் மட்டுமே நாடுகள் சர்வாதிகார ஆட்சிகளுக்குப் பலியாவதில்லை. அப்படிப்பட்ட நாடுகள் சர்வாதிகார ஆட்சி ஏற்படுவதற்கான அதிகாரக் கட்டமைப்புகளைக் கொண்டிருக்கும். ஒரு சிறு அதிகார வர்க்கத்தின் முகம்தான் சர்வாதிகாரி. அந்தச் சிறு கூட்டம் அரசியல் பொருளாதார அதிகாரத்தைக் கைப்பற்றியிருக்கும். இந்த அதிகாரக் கட்டமைப்பை மாறினால்தான் மாற்றம் சாத்தியப்படும். அதிகாரக் கட்டமைப்பு பெரிய பரப்புக்கு உரியதாக ஆகும். அது இல்லாமல் எந்த

அரசியல் புரட்சியும் பழைய கொடுங்கோலர்கள் இடத்தில் புதிய வாசலைத்தான் வைக்கும்.

வெளிச்சக்திகளால் திணிக்கப்பட்ட மக்களாட்சிக்கு ஓர் வெற்றிகரமான எடுத்துக்காட்டாக ஜப்பானைக் குறிப்பிடுவார்கள். அந்த வெற்றிக்குத் தோற்றுவாய் டக்ளஸ் மக்கார்தர் கொண்டுவந்த சீர்திருத்தங்கள்தான். சீர்திருத்தங்களுக்கு முன்னர், ஜப்பானில் நிலங்கள் ஒரு சிலருக்குச் சொந்தமாக இருந்தன. பொருளாதார அதிகாரம் 'ஜெய்பாட்சஸ்' என்று அழைக்கப்பட்ட தொழில் - பொருளாதாரக் கூட்டுகளிடம் இருந்தது. இந்த விவசாய தொழில் முதலாளிகள் ஜப்பானிய தேசிய இயக்கத்தின் முதுகெலும்பு என்பதை மக்கார்தர் கண்டார். அந்த இயக்கம்தான் ஜப்பானைப் போரில் தள்ளியது. இந்தக் காரணத்தால் அவர் அவர்களுடைய அதிகாரத்தை அழிக்க உறுதிகொண்டார். போருக்குப் பிந்தைய நிலச்சீர்திருத்தங்கள் நிலத்தைச் சொந்தமாக வைத்திருப்போரின் தளத்தை விரிவாக்கியது. இதன் விளைவாக விவசாய மறுமலர்ச்சி ஏற்பட்டது. ஜப்பானிய மக்களாட்சி நிலையாக ஆனது. ஜெய்பாட்சுஸ்களை உடைக்க மக்கார்தர் தொடங்கினாலும், அதனை நிறைவேற்ற அவருக்குப் போதுமான நேரம் இல்லை. கொரியப் போரின்போது நம்பகமான வழங்குவோரின் தேவை ஏற்பட்டதால் அரசாங்கம் ஜெய்பாட்சுசுகளுடன் சமரசம் செய்து கொண்டது. இந்தத் தோல்வி ஜப்பானிய மக்களாட்சி உயிர்த் துடிப்புடன் இருந்தாலும், ஜப்பானிய உள்நாட்டுச் சந்தை ஏன் இன்னும் போட்டியில்லாமல் இருக்கிறது என்பதை விளக்குகிறது.

எப்படியிருப்பினும் மக்கார்தர் நிறையச் சாதித்தார். ஜப்பான் முழுமையாக உருக்குலைந்து போனதும், மக்கள் முழுவதுமாக அடைந்த அதிர்ச்சியும் ஓரளவு இதற்கு உதவின. வெளிநாட்டு அதிகாரத்திற்கு எந்த ஆயுத எதிர்ப்பும் இல்லை. அழிவுக்குக் கொண்டுபோன போரைத் தொடங்கி இழுத்துக் கொண்டேபோன உள்நாட்டு மேல்தட்டுக்காரர்களை மக்கள் குற்றம் சாட்டினார்கள். எனவே அவர்களை அடக்குவதை மக்கள் எதிர்க்கவில்லை, வரவேற்கவே செய்தார்கள்.

ஆனால், ஈராக் போன்ற ஒரு சூழலில் உள்ள சிக்கல் என்னவென்றால், படையெடுத்து நாட்டைக் கைப்பற்றிய சக்திகள் முழுமையாக அடக்கப்பட்ட மக்களையோ, அந்நிய அதிகாரத்தின் சட்டரீதியான நியாயத்தை முழுவதுமாக ஏற்றுக்கொண்ட மக்களையோ சந்திக்கவில்லை. சரியான சட்டரீதியான நியாயம்

இல்லாவிட்டால் எந்தச் சீர்திருத்தமும் நிலைக்காது. இன்னும் மோசம் என்னவென்றால் மக்கள் செல்வாக்கு இல்லாத ஆதிக்கம் ஏற்கனவே அங்கிருந்த மேல்தட்டுக்காரர்களின் அதிகாரத்தைத் தொடரச் செய்யும், வலுப்படுத்தக்கூடச் செய்யும்.

வெளிநாட்டு ஆதிக்க சக்தி குடிமக்களின் ஆதரவைப் பெறவில்லையென்றால், அது அந்தப் பகுதியைக் கட்டுப்பாட்டுக்குள் வைக்க கூட்டாளிகளைத் தேட வேண்டியிருக்கும். இல்லையென்றால், இராணுவச் செலவு மிகவும் அதிகமாகி விடும். இப்படிப்பட்ட கூட்டாளிகள் உள்நாட்டிலுள்ள அதிகாரவர்க்கத்தினர் மத்தியில்தான் கிடைப்பார்கள். அவர்கள் முந்தைய ஆட்சிக்கு உடந்தையாக அதனைக் கட்டிக் காத்தவர்களாகவே இருப்பார்கள். பிரதியாக அவர்கள், அரசாங்க ஒப்பந்தங்கள், உள்ளூரில் தனி ஆதிக்கங்கள் போன்ற பொருளாதார வசதிகளைக் கேட்பார்கள். அதாவது, வெளிநாட்டு ஆதிக்கத்திற்குப் பரவலான மக்கள் ஆதரவு இல்லாவிட்டால், அது ஒன்றையொன்று சார்ந்திருக்கும் அதிகார மையங்களை அனுமதிப்பதுதான் இயற்கை. இது முந்தைய சர்வாதிகார ஆட்சியின்போது இருந்த அதிகார மையம் போன்றதாகவே தோன்றும். ஏனென்றால், இவை ஒப்புமை உடையவைதான். சர்வாதிகாரியும் மக்கள் ஆதரவில்லாத ஓர் ஆதிக்கவாதிதான். அவரும் தனக்கு ஆதரவு தந்த ஒரு சிலருக்கு மட்டும் உரிமைகளை அளித்து ஆட்சி நடத்தியிருப்பார். அதிகாரம் ஓரிடத்தில் இருக்கும் இந்தச் சூழல்களில் மக்களாட்சியோ, சந்தைகளோ வேர் விடுவது கடினம்தான்.

இவையெல்லாம் வெறும் கோட்பாட்டளவிலானவை அல்ல. ஐரோப்பியர்கள் பெருமளவில் குடியேறிய அமெரிக்கா, கனடா, ஆஸ்திரேலியக் காலனிகளில், அவர்கள் உள்நாட்டு மக்களைத் துரத்தி விட்டிருப்பார்கள். சந்தை மக்களாட்சிக்குத் தேவையான பல நிறுவனங்களை வளர்த்துக் கொண்டார்கள். அரசாங்கமும் ஓரளவு கருணையுடன் நடந்து கொண்டது. மக்களாட்சி முறையும் இருந்தது. ஏனென்றால், உள்நாட்டு மக்களைக் கட்டுப்பாட்டுக்குள் வைக்கவேண்டிய அவசியமில்லாமல் இருந்தது. அதற்கு மாறாக இந்தியா போன்ற காலனிகளில் அதிக எண்ணிக்கையான மக்களை அவர்களது இடங்களிலிருந்து துரத்த வேண்டியிருந்தது அல்லது நோய் பெருமளவில் ஐரோப்பியர்கள் அங்கு வந்து குடியேறுவதைத் தடுத்தது. ஒரு சிறு எண்ணிக்கையிலான ஐரோப்பியர் பெரிய தொகையிலான உள்நாட்டுக் குடிமக்களை ஆள வேண்டியிருந்தது. வழக்கம்போலவே உள்நாட்டிலுள்ள மேல்தட்டு மக்களின் அரசர்கள்,

நிலப் பிரபுக்கள் போன்றோரின் ஒத்துழைப்பைப் பெற்று நடந்தது. இச்சூழல்களில், மக்களாட்சி சந்தை நிறுவனங்கள் தோன்றவில்லை. இந்தியாவில் இப்படிப்பட்ட ஏற்பாடுகள் அதிகமாக இருந்த பகுதிகளில் இன்றும்கூட, சமூக, சந்தைக் கட்டமைப்புகள் வளராமலேயே இருக்கின்றன என்று ஆய்வுகள் காட்டுகின்றன.

மொத்தத்தில், பனிப்போரின் முடிவு, மக்களாட்சியையும், முதலாளித்துவத்தையும் ஆயுதப் பலம்கொண்டு பரப்ப அமெரிக்காவிற்கு ஆர்வத்தையும், சக்தியையும் தந்திருக்கிறது. ஆனால், மக்களாட்சியையும், சுதந்திரமான சந்தைகளையும் திணிப்பது, அவை எவ்வளவு நன்மை தரக்கூடியவையாக இருந்தாலும் கடினம் என்று வரலாறு காட்டுகிறது. வெளி ஆட்சிக்கு உட்படுத்தப்பட்ட குடிமக்களோடு இனப் பண்பாடு, தேசிய உறவு ஆகியவற்றின் தன்மைகளினால் ஏற்படும் தொடர்பு இல்லாதபோது வெளியிலிருந்து வந்து ஆதிக்கம் செலுத்தும் நாடு மக்களாட்சியையும் சந்தைகளையும் வளர்க்கும் சூழல்களை விட்டுச் சென்றதில்லை. 21-ஆம் நூற்றாண்டில்கூட முதலாளித்துவம் காலனியத்துவத்திற்கு ஒத்துப் போகவில்லை.

II

Straight Talk-இல் 2004இல் நான் பன்னாட்டுப் பண நிதியத்தில் பணியாற்றியபோது எழுதிய கட்டுரை இது. சிக்கலான சிக்கல்களுக்கு மேஜிக் தீர்வுகள் எனக்கு ஏற்படுத்தும் சஞ்சலத்தை அது வெளிப்படுத்துகிறது. அப்படிப்பட்ட தீர்வுகள் அவற்றின் பக்க விளைவுகளைக் கவனத்தில் கொள்வதில்லை என்பதை நான் பார்க்கிறேன். நடைமுறைப் பொருளியலாளருடைய கடமை அவற்றைச் சுட்டிக்காட்டுவது ஆகும்.

கெட்டிக்காரத்தனமான தீர்வு: ஆனால், அது பயன்தருமா?

முடிச்சுகள்மிக்க சிக்கல்கள் பொருளியலில் நிறையவே இருக்கின்றன. எடுத்துக்காட்டாக, ஏழைகள் கடன் வாங்க முடியுமா? பன்னாட்டுப் பொருளாதார நிதிக் கொள்கைகள் எவ்வாறு ஊழல் மிகுந்த கொடுங்கோல் ஆட்சிகளை நீக்க உதவும்? வங்கிகளிலிருந்து திடீரென்று ஒரே நேரத்தில் பணத்தை அதிகம்பேர் எடுப்பதை எவ்வாறு தடுப்பது? கெட்டிக்காரத்தனமான தீர்வுகள் நிறையவே வருகின்றன. ஏழைகளுக்கும், அவர்களது நிலங்களுக்கும் உரிமைப் பத்திரம் கொடுங்கள். அதை ஈடாகக் காட்டி அவர்கள் கடன் வாங்க முடியும். கொடுங்கோல் ஆட்சியாளர் வழங்கிய கடன் பத்திரங்களைச் செல்லாது என்றும் அவற்றை நடைமுறைப்படுத்த முடியாது என்றும் அறிவியுங்கள். அப்போது முதலீட்டாளர்கள் அப்படிப்பட்ட ஆட்சிகளுக்கு வருங்காலத்தில் நிதியளிக்க மாட்டார்கள். வங்கிகள் வைப்பாளர்களின் தேவைகளைச் சந்திக்கும் வகையில் நீர்மைத் தன்மையுள்ள சந்தைப்படுத்தப்படக்கூடிய கருவிகளையே வைத்திருக்க வேண்டும் என்று கட்டாயப்படுத்துங்கள். இந்தத் தீர்வுகளெல்லாம் கெட்டிக்காரத்தனமாக, அதிகம் செலவில்லாத தீர்வுகளாகத் தோன்றுகின்றன. அவை அபூர்வமாகத்தான் நடைமுறைப்படுத்தப்படுகின்றன.

பெரும்பாலும் இந்தத் தீர்வுகளைக் கண்டுகொள்ளாமல் விடுவதற்கான சதி என்பதில் அல்ல, சிக்கலின் அடித்தளத்திலுள்ள

காரணங்களும், தரப்படும் தீர்வுகளின் விளைவுகளும் அனுமதிக்கப்பட்டதைவிட விரிவானவை என்பதால்தான். கெட்டிக்காரத்தனான யோசனை சிக்கலைத் தீர்க்காது. அதைவிட அதனைத் தீர்க்கத் தேவையான, கடினமான சீர்திருத்தத்திலிருந்து திசை திருப்பவும் செய்துவிடும். அதற்காக யாரும் கெட்டிக்காரத்தனமான தீர்வுகளைத் தரக்கூடாது என்பதும், அவற்றை நடைமுறைப்படுத்த முயலக்கூடாது என்பதும் பொருளல்ல. ஆனால், நடைமுறையில் பயன்தரக் கூடியவையாக இருக்க வேண்டுமென்றால் தீர்வுகள் வீரியமானவையாக இருக்க வேண்டும். அதாவது உண்மையான பிரச்சனை வெளியில் தெரிவதாக இல்லாமல் இருக்கலாம் என்பதை ஏற்றுக்கொள்வதாக இருக்க வேண்டும். பல கெட்டிக்காரத்தனமான தீர்வுகள் வீரியமுடையவவை அல்ல. கீழ்க்கண்ட எடுத்துக்காட்டைப் பாருங்கள்.

டாலர்மயமாக்கலும் ஆதிக் குற்றமும்

கடன்களை டாலர்மயமாக்குவது அண்மை ஆண்டுகளில் பரவலாகி விட்டது. அதிகமதிகமான நாடுகளும், வங்கிகளும், நிறுவனங்களும் வளர்ந்துவரும் சந்தைகளில் வெளிநாட்டு நாணயத்தில் டாலர் வருவாய் இல்லாவிட்டாலும் கடனை வெளியிடுகின்றன. அவற்றிலும், அதுவும் குறிப்பாக டாலர்களில் வெளியிடுகின்றன. ஒரு நாட்டின் நாணய மதிப்பு குறையும்போது, வருவாய்க்கும், கடன்களுக்கும் இடையேயான நாணயப் பொருந்தாமை பல மோசமான விளைவுகளை ஏற்படுத்தும். பணம் தவணை தவறுதல், வங்கி அமைப்பில் சரிவு, பரவலான கூட்டிணைய நொடிப்பு ஆகியவை ஏற்படும்.

இத்தனை ரிஸ்க்குகள் இருந்தும் நாடுகள் ஏன் தொடர்ந்து வெளிநாட்டு நாணயங்களில் கடன் வாங்குகின்றன? ஒரு காரணம் - இது ‘ஆதிப் பாவம்’ என்ற கருதுகோளாகச் சொல்லப்படுகிறது- நாடுகளுக்கு வேறுபோக்கு இல்லை; அதுமட்டுமல்ல அதுபற்றி அவை வருங்காலத்தில் ஒன்றும் செய்யவும் முடியாது. பல ஆண்டுகளுக்கு முன்னர், ஒரு நாடு மோசமான ஆதிப் பாவத்தைச் செய்தது. அதிலிருந்து முதலீட்டாளர்கள் அந்த நாடு பற்றி அஞ்சினார்கள். அதன் நாணயத்தின் பணத்தாள்களை வாங்க மறுத்து விட்டார்கள். அதாவது, அந்த நாட்டின் நிதி, பண நிலை எவ்வளவு நன்றாக ஆகிவிட்டாலும், சந்தை - அது எவ்வளவு பகுத்தறிவிற்கு

ஏற்றதாகிவிட்டாலும் - விலக்கி விடுவதிலிருந்து தப்பித்து விடலாம் என்ற நம்பிக்கையே அந்த நாட்டிற்கு இருக்காது. (இப்போது அந்த ஆதிப்பாவத்திற்கு அறிவுக்குகந்த விளக்கங்கள் இருக்கின்றன என்பதை இங்கே நான் குறிக்க வேண்டும்).

ஆனால், இந்த வாதத்திற்கு கணக்கு விபரம் சார்ந்த அடிப்படை உறுதியாக இல்லை என்று அண்மை ஆய்வுகள் காட்டுகின்றன. சில ஆண்டுகளுக்கு முன்னர் தவணை தவறிய லத்தீன் அமெரிக்கப் பொருளாதாரங்களுக்கு முதலீட்டாளர்கள் மீண்டும் கடன் தருவதற்கு வருவதைப் பார்க்கும்போது இந்தத் தர்க்கவாதம் இன்னும் சிக்கலாகிறது. முதலீட்டாளர்களுக்கு குறுகியகால நினைவாற்றல்களே உள்ளன. பல நூற்றாண்டுகளுக்கோ பல பத்தாண்டுகளுக்கோகூட அவை போவதில்லை. எனினும் ஆதிப் பாவம் என்ற வாதம் அரசியல் ரீதியாகக் கவர்ச்சியாக இருக்கிறது. ஏனென்றால், அது நாடுகளில் இப்போதைய நிலைக்கான பொறுப்பிலிருந்து விடுவிக்கிறது.

டாலர்மயமாக்கப்பட்ட கடன் ஒரே சீராக அதிகமாவதற்கு இன்னொரு ஏற்கக்கூடிய விளக்கம் நாடுகள் தங்களது பணக்கொள்கைகள் நம்பிக்கைக்கு உகந்தவையாக இல்லாததால் இந்த நிலைக்குத் தள்ளப்படுகின்றன என்பது. ஒரு நாடு தனது நாணயத்தில் கடனிலிருந்து வெளியேவரப் பெரிதாக அதற்கு ஓர் ஊக்கி கிடைக்கும்; அதனுடைய கொள்கைகள் அண்மைக் காலங்களில் நேர்மையாக இருந்தாலும் அது சோதனைக்குப் பணிந்து விடும் என்று பார்க்கப்படும் என்பது ஒரு வாதம். ஆனால், டாலர் மயமாக்கப்பட்ட கடனில் அந்த நாட்டிற்கு இந்த ஊக்கி இருக்காது. முதலீட்டாளர்கள் கடன்கொடுக்கத் தயாராக இருப்பார்கள்.

கெட்டிக்காரத்தனமான தீர்வு என்ன? உலக வங்கியோ பன்னாட்டுப் பண நிதியமோ அந்த நாட்டின் நாணயத்தில் பத்திரங்களை வெளியிடுவது, உள்நாட்டு நாணயத்திலேயே விற்பனையான பணத்தை அந்நாட்டிற்குத் திரும்பச் செலுத்துவது என்பது சிலரது யோசனை. இந்தப் பன்னாட்டு நிதி நிறுவனங்கள் (IFI) சந்தை முதலீட்டாளர்களைவிட அறிவாளிகள், ஆதிப் பாவத்தினாலோ, தவறாக வழி நடத்தும் பெயர்களினாலோ பாதிக்கப்படாதவை. தொந்தரவிலிருந்து வெளிவர நாடு பணவீக்கத்தை அதிகமாக்காது என்பதற்கு உறுதி தருபவர்களாகவும் இருப்பார்கள். அவை வெளியிட்ட உள்நாட்டு நாணயக் கடனை வைத்திருக்க முதலீட்டாளர்களுக்குக் காரணங்கள் கிடைக்கும். (அதற்கு

மாற்றாக IFI-கள் பணவீக்கத்தோடு தொடர்புடைய கடன் குறியீடு வழங்கலாம்). அப்படிப்பட்ட யோசனைகள் பலவேறு வடிவங்களில் முன்வைக்கப்பட்டன. அவற்றிற்கு வெவ்வேறு நோக்கங்களும் இருந்தன. அறிவுக்குகந்த யோசனைகள் மேரி எய்சன்கிரீன், ரிக்கார்டோ ஹஸ்மேன் ஆகியோருடையதும் எட்வர்டோ லெவை எயாடியுடையதும் ஆகும்.

இந்தக் கெட்டிக்காரத் தீர்வு பயன் தருமா? முதன்மையான கேள்வி முன்னர் ஏற்பட்ட மோசமான பெயரால் மட்டுமே, டாலர்மயமாதலுக்குத் துரத்தப்பட்டதா என்பது. ஆனால், வரலாறு சொல்வது வேறு. வெளிநாட்டு நாணயக் கடனை வெளியிடுவதிலிருந்து உள்நாட்டு நாணயத்தில் கடனை வெளியிடும் அளவிற்கு நாடுகள் முன்னேறிவிட்டன. அதிகப்படியான பற்றாக்குறைகள், பணவீக்கம் ஏற்படும் போக்கு முதலான அடிப்படைப் பிரச்சனைகளை இவ்வாறு செய்து இதனைச் சாத்தியமாக்கிக் கொண்டன.

டாலர்மயமாக்கலும், அச்சத்தால் ஏற்படும் பிரீமியங்களும்

இந்தத் தீர்வு வீரியமுள்ளதா என்று பார்ப்பதற்கு கடன்கள் டாலர்மயமாவதற்கான இன்னொரு விளக்கத்தைக் கவனியுங்கள். ஒரு நாட்டின் கடன் வெளிநாட்டாருக்கு மட்டுமல்ல, உள்நாட்டாருக்கும் விற்கப்படுகிறது. இது இயற்கையாக வெளிநாட்டாரைவிட உள்நாட்டாரை திரும்பச் செலுத்துமாறு செய்ய முடியும் என்று நம்புவது சாத்தியம். விளிம்பு நிலையிலுள்ள உள்நாட்டு முதலீட்டாளர் கடன் பத்திரம் தரும் வரவுகளின் தன்மை பற்றிக் கவலைப்படுவார். நிதிக் கோட்பாடு சொல்வது என்னவென்றால், ஒரு பத்திரம் தனது மதிப்பைத் தக்க வைத்துக் கொள்ளும் அல்லது மோசமான காலங்களில் மதிப்பு அதிகமானால் அவர் அதிகம் செலுத்தத் தயாராக இருப்பார். தனது மதிப்பிலிருந்து கீழே போகும் பத்திரத்தில் முதலீடு செய்யமாட்டார். முதலில் சொன்ன பத்திரம் அதிக அளவு காப்புறுதி தருகிறது.

முதலீடு செய்யும் இந்த நாடுகளில் குடிமக்கள் எதற்குப் பாதுகாப்பான காப்பீடு எதிர்பார்க்கிறார்கள்? வளரும் சந்தையில் ஒரு பெரிய பிரச்சனை, அவை எதிர்பாராத பொருளாதார அதிர்ச்சிகளுக்கு எளிதில் ஆளாகிவிடும் என்பதுதான். இதனால் வெளிநாட்டு வர்த்தகர்கள் கடன் கொடுப்பதை நிறுத்திவிடுவார்கள். மேலும்

உண்மையான நாணய மதிப்புக் குறைவும், அதிகப் பணவீக்கமும் ஏற்படும். பொருளாதாரச் செயல்பாடு பாதிக்கப்படும். இதனால் மக்களுக்குத் துன்பம் அதிகமாகும். அப்போது பத்திரங்கள் என்ன ஆகும் என்று கவனியுங்கள். நாடு தவணை தவறாமல் இருக்கும் வரையில், உண்மையான மதிப்புக் குறைவினால் டாலர்மயமான கடன் மதிப்பில் அதிகமாகும். உள்நாட்டு நாணயம் அதிகமுள்ள கடன் பணவீக்கத்தினாலும், பணமதிப்பிழத்தலாலும் கீழே போய் விடும். இப்படிப்பட்ட திடீரென்ற நிகழ்ச்சிகளால் ஏற்படும் நெருக்கடிகளிலிருந்து உள்நாட்டு முதலீட்டாளர்கள் பாதுகாப்பு எதிர்பார்த்தார்கள். ஏனென்றால், அது மதிப்புமிக்க காப்பீடு தரும். எனவே குறைவான வட்டிவீதத்தை ஏற்றுக்கொள்வார்கள். (அரசாங்கம் தனது கடனில் தவணை தவறாது என்றும், அப்படியே தவறினாலும் அதனுடைய கடன்களுக்கு இணையான அளவு திரும்ப வந்துவிடும் என்றும் நம்புவதால் அந்தக் கடன் மதிப்பு பெறுகிறது).

இதனால் உள்நாட்டுக் கடன் வழங்குவோர் அத்தகைய கடனை உடனே வெளியிட்டுவிடுவார்கள் என்பது பொருளில்லை. ஏனென்றால், மோசமான காலங்களில் அவர்கள் அதிகம் செலுத்த வேண்டியதிருக்கும். தரமான ஓர் உலகின் கடன் வழங்குபவர் டாலர், உள்நாட்டு நாணயக் கடன்களுக்கிடையே உள்ள வேறுபாடு பற்றிக் கவலைப்படாவிட்டாலும், உண்மை உலகில் அமைச்சர்கள், வங்கியாளர்கள், தொழில் மேலாளர்கள் ஆகியோர் அப்படியிருக்க மாட்டார்கள். திரும்பச் செலுத்துவதற்கு வருவாய் இருக்கும்போது, குறைவான வட்டியுள்ள டாலர் கடன் அமைச்சர்களுக்கு அதிகமாகக் கடன் வாங்க வாய்ப்பளிக்கும். நாடு கடன் வாங்குவதில் அதிகம் சங்கடப்பட்டால், அமைச்சர்களுக்கு கிட்டப்பார்வை இல்லாமலிருந்தால்கூட டாலர் கடன் கவர்ச்சிகரமாகவே இருக்கும். அவர் தனது குறுகிய பதவிக்காலத்திற்கு அப்பால் பார்க்காமல் இருக்க உண்மையான நிலவரத்தையும் சேர்த்துக்கொண்டால், ஓர் அமைச்சர் குறுகியகால உறுதியான பட்ஜெட் நெகழ்வுத் தன்மைக்காக உறுதியில்லாத நீண்டகால ரிஸ்க்கை ஏற்றுக்கொள்ள அதிகமாகவே ஆயத்தமாக இருப்பார். அதேபோலத்தான் வங்கியாளர்களும், தொழில் நிறுவனங்களில் முதன்மை மேலாண் அலுவலர்களும் இருப்பார்கள்.

இச்சூழல்களில் கெட்டிக்காரத்தனமாக தீர்வு பயன் தருமா? கண்டிப்பாகத் தராது. அந்த நாடு செய்வதுபோல IMF-உம், உலக வங்கியும் அவை உள்நாட்டு நாணயம் வாங்க கடனை வெளியிடும்போது அதே ரிஸ்க் பிரீமியத்தையும் தரவேண்டும்.

இந்த நிறுவனங்களிடமிருந்து அந்த நாடு உள்ளூர் நாணயத்தில் கடன் வாங்கியிருந்தால், கடன் வாங்கும் செலவினங்களோடு அதிக இடைத்தரகர் செலவையும் சேர்த்துக்கொள்ளும். ஒரு நாடு தனது குடிமக்களிடமிருந்து கடன் வாங்க வேண்டியதில்லை என்ற அளவிற்குப் பன்னாட்டு நிதி நிறுவனங்கள் சென்றால் - அது பெரும்பாலும் நடக்கப் போவதில்லை - நாட்டின் கடன்களை வைத்திருப்பவர்கள் எல்லாம் வெளிநாட்டுக்காரர்களாக இருப்பார்கள். அந்த நாடும் பிரீமியம் செலுத்த வேண்டியதிருக்காது.

டாலர்மயமாக்குவதைத் தாக்குவது பற்றிக் கவனமாக இருக்க வேண்டும். அதைத் தடுப்பதே இன்னொரு கெட்டிக்காரத்தனமான தீர்வாகத் தோன்றும். ஒரு நெருக்கடியின்போது ஒரு நாணயப் பொருத்தப்பாடு இல்லாமல் இருப்பது ஒரு கடுமையான பிரச்சனையாக இருந்தாலும், அதன் விளைவுகளை மட்டும் பார்த்து அச்செயல்களைக் குறைத்து மதிப்பிடக் கூடாது. டாலர்மயமாக்குவதைத் தடுப்பதால் செலவு ஏற்படலாம். கடன் வாங்க ஒரு நாட்டிற்கோ நிறுவனத்திற்கோ குறைந்த திறனிருக்கலாம். டாலர் கடனை அதிக அளவு உயர்ந்த கடன் வழங்குவோருக்குத் திரிபான ஊக்கிகளுக்கு எதிராக இவற்றை விற்க வேண்டியதிருக்கும்.

செலவினம், வரவுகள் பற்றித் தெளிவான நிலை இல்லாதபோது, விவேகமான கொள்கை அடிப்படைக் காரணங்களைச் சரிசெய்து வெளிப்படையான ரிஸ்க்குகளைக் குறைக்க நடவடிக்கை எடுப்பதுதான். தனியார் சேமிப்பு வீதத்தைக் கூட்டலாம். இதனால் நாடு வெளிநாட்டு முதலை அதிகம் நம்பியிருக்க வேண்டியதில்லை. அதுபோல வரிகளை வசூலிப்பது, நல்ல நேரங்களில் செலவினங்களைக் குறைப்பது மோசமான நேரங்களில் சமாளிக்கும் திறமையைக் கொடுக்கும். பணவீக்கம் ஏற்படும் தேவையைக் குறைக்கும். திடீரென்று முதல் வருவது நின்றுபோனால் ஏற்றுமதியை அதிகரிக்கும் திறனை அதிகரிப்பது. இவ்வாறு டாலர்மயமாக்குவதோடு செல்வது கெட்டிக்காரத்தனமாகவோ, வேகமானதாகவோ இல்லாமலிருக்கலாம். ஆனால், நீண்ட நாள் இடைவெளியில் அது பயன் தரும். ஆனால், 'ஆதிப் பாவம்' உண்மையான சிக்கலாக இருந்தால் அப்படிப்பட்ட கொள்கை வீரியமாக இருக்காது. ஆனால், நல்லவேளையாக இது பயனளிக்குமென்று வரலாறு சொல்கிறது.

III

இந்தக் கட்டுரை Straight Talk-இல் 2004இல் எழுதியது. பொருளாதார மாதிரிகளின் தொடக்கப்புள்ளி பற்றிய எனது கவலை பற்றியும் அது ஏன் நடைமுறைக்கு ஏற்றதல்ல என்பது பற்றியும் சொல்லியிருந்தேன். மாதிரிகள் *(Models)* உண்மை நிலையின் கருத்துருக்கள். ஆனால், அந்தச் செயல்முறையில் உண்மை, உலகின் முக்கியப் பண்புகளைத் தள்ளி விடுகிறோமோ என்று நாம் கேள்வி கேட்க வேண்டும்.

தடியெடுத்தவன் தண்டல்காரனா?

இன்றைக்கு நிறுவனங்கள் மேல்தான் ஆர்வம் அதிகம். திறமையான, எந்தப் பக்கமும் சாராத நீதித்துறை, அறிவுச் சொத்தைப் பாதுகாக்கும் சட்ட அமைப்புள்ள திறமையான ஊழலற்ற வரி நிர்வாகங்கள், நம்பத்தகுந்த மைய வங்கிகள் போன்ற நிறுவனங்கள் இல்லாமல் இருப்பது வளர்ச்சிப் பொருளாதாரத்திலுள்ள பல புதிர்களுக்கு விளக்கமாக முன்வைக்கப்படுகிறது. ஏழ்மையை அழிக்கும் அளவிற்கு ஏன் பல நாடுகள் வேகமாக வளரவில்லை என்பதற்கும் விளக்கமாகத் தரப்படுகிறது. ஆனால், துரதிர்ஷ்டவசமாக, வலிமையான நிறுவனங்கள் எப்படி உண்டாக்கப்பட்டு வளர்க்கப்படுகின்றன என்பதற்குப் பொருளாதாரக் கோட்பாடு சரியான வழிகாட்டவில்லை. நாம் நன்றாக அதனைப் புரிந்து கொள்ளாவிட்டால், குறைந்த வளர்ச்சி உடைய நாடுகளுக்கு சாத்தியமான கொள்கை அறிவுரையை, - நிறுவனங்கள் என்ற மந்திரத்தைச் சொல்வது சரியாக இராது. அப்போது கொள்கை பற்றிய தளத்தை நம்பகமில்லாத கருத்துகளுக்குத் திறந்துவிட்டு விடுகிறோம். நிறுவனங்களின் நடைமுறை பற்றிய தீவிரமான ஆய்வு நடந்து வருகிறது. ஆனால், என்னுடைய கவனம் ஏன் முதல்நிலைப் பொருளியலறிஞர் அதனை விட்டுவிட்டார்கள் என்பது பற்றித்தான். குறிப்பாக, இந்தப் பாராமுகத்திற்குப் பொருளாதார சட்டபூர்வ மாதிரியான, முழுமையான சந்தைகள் மாதிரியோடு ஒட்டியது காரணமா என்று கேட்க விரும்புகிறேன்.

ஒவ்வொரு பொருளாதாரப் பட்ட வகுப்பு மாணவரும் படித்திருக்கும் கோட்பாடு மாதிரியில் அனைவருக்கும் முழுமையாக எல்லாம் தெரியும். ஒப்பந்தங்களில் எல்லாச்

சிக்கல்களும் முன்கூட்டியே எதிர்பார்க்கப்பட்டிருக்கும், எல்லா ஒப்பந்தங்களும் அனைத்தும் தெரிந்த ஊழலற்ற நீதிமன்றங்களால் செயல்படுத்தப்படும். பொதுப் பொருட்கள் / சேவைகள் அனைத்தையும் அரசு தானாகவே கவனித்துக் கொள்ளும். தனியார் அமைப்புகளில் தலையிடாது. தெளிவாக இது வளர்ந்த நாடுகளில் காணப்படுவதன் கருத்துரு. ஆனால், பல காரணங்களுக்காக அது நல்ல தொடக்கப் புள்ளியாகக் கருதப்படுகிறது. முதலாவதாக, இந்த மாதிரி உண்மைநிலையின் அறிவுசார் கருத்துரு என்று வாதிடப்படுகிறது. இரண்டாவதாக, இது பிற கருத்துகள் உருவாவதற்கான பொதுப்புள்ளியாக இருக்கிறது. அதிலிருந்து வேறுபடுதலை நியாயப்படுத்த வேண்டும். இது ஆய்வை நெறிப்படுத்துகிறது. குழப்பச் சிந்தனையாளர்கள் வழக்கிற்கு எதிரான கருதுகோளை உண்டாக்குவதைத் தடுக்கிறது. இது பொருளியலாளர் ஒருவரோடு ஒருவர் உரையாடவும் அவர்கள் விலகிச் செல்வதின் முடிவுகளை அவர்களது மாதிரியை முழுச் சந்தைகள் மாதிரியின் விளைவுகளோடு ஒப்பிட்டுப்பார்த்து அவற்றின் உட்பொருட்களைக் காணவும் அவர்களுக்கு உதவுகிறது. இந்த ஒருபடி - விலகல் அணுகுமுறை விவாதத்திற்கும் புரிதலுக்கும் வழிவகுக்கிறது. மூன்றாவதாக இந்த மாதிரியை கணித அடிப்படையில் சரிபார்க்க முடியும், தெளிவான கோட்பாடுகளும், நிரூபணங்களும் தரமுடியும்.

மாதிரிகளை அமைப்பதன் நோக்கம் நாம் கருத்தில் எடுத்துக்கொள்ளும் பிரச்சனைகளுக்குப் பொருத்தமில்லாத விபரங்களிலிருந்து கருத்துருக்களை எடுத்து, உண்மை உலகைப் பற்றிக் கற்றுக்கொள்ளத்தான். மாதிரிகள் இல்லாவிட்டால், நமக்கு வெறும் விவரிப்புகள்தான் இருக்கும். ஆனால், சில கருத்துருக்கள் முக்கியமாக இருக்கும் அதேவேளையில், மொத்தமாகக் கருத்துருவாக்கம் ஒரு மாதிரியைப் பொருத்தமற்றதாக ஆக்கி விடும். பல சூழல்களில், குறைந்தது வளரும் நாடுகளிலாவது, முழுமையான சந்தை மாதிரி பயன்படாத அளவிற்கு உண்மை நிலையிலிருந்து தூரத்தில் இருக்கும். பல ஏழை நாடுகளைப் பாடுபடுத்தும் ஆயுதம் தாங்கிய கிளர்ச்சிகளை எடுத்துக் கொள்ளுங்கள். அதனை மூலவளங்களை வீணடிப்பதாகவும், எனவே பொருளாதார அளவில் பயனற்றதாகவும் பார்க்கிறோம். முழுமையான சந்தை மாதிரியில் போராட்டத்திற்கு இடமில்லை. முழுமையான சந்தைகள் இருக்கும்போது முரண்பாட்டிற்கான எல்லாச் சூழல்களையும் எதிர்பார்த்து அவை வராமல் தடுக்க முடியும். ஆனால், உண்மையில்

பல நாடுகளில் போராட்டங்களைத் தொடர்வதற்கு முக்கியக் காரணம், ஒப்பந்தங்களை நடைமுறைப்படுத்துவதற்கு நம்பத்தகுந்த ஓர் அமைப்பு இல்லை என்பதுதான். போர்த் தளபதிகள் அமைதி ஒப்பந்தங்களில் கையொப்பமிடுவார்கள். ஆனால், அவற்றை நடைமுறைப்படுத்த முடியாது என்பது தெரியுமாதலால், அமைதிக் காலத்தை அடுத்த போருக்குத் தயாரிக்கப் பயன்படுத்துவார்கள். இரையாக்குவதற்கு எதிரான உறுதிப்பாட்டை உண்டாக்கி, தேசிய அளவில் ஒப்பந்தங்களை நிறைவேற்றச் செய்வது எப்படி என்பதுதான் முதல் நிலைப் பொருளாதாரப் பிரச்சினை.

ஹாட்ஸ், லாக் போன்ற தொடக்ககாலப் பொருளியலறிஞர்கள் இதுபற்றிச் சிந்தித்தார்கள். ஆனால், ஒரு சிலரைத் தவிர பொருளியலறிஞர்கள் பல ஆண்டுகளாக இவற்றைக் கவனிக்காது விட்டுவிட்டார்கள். ஒருவேளை அவர்களில் பெரும்பாலோர் வளர்ந்த நாடுகளில் பயிற்சி பெற்றது காரணமாக இருக்கலாம். அங்கே முழுமையான சந்தைகள் மாதிரி அவ்வளவு அபத்தமாக இருக்காது. அண்மையில்தான் பொருளியலறிஞர்கள் இக்கேள்விகளுக்குத் திரும்பியிருக்கிறார்கள்.

முழுமையான சந்தைகள் மாதிரி சில சூழல்களில் பயனுள்ள கருத்துருவாக்கமாக இருக்கலாம். ஆனால், அதனை உலக அளவில் பயன்படுத்தும்போது அது அறிவுசார் இரும்புப் பிடியாக இருக்கும். ஏனென்றால், அது ஒப்பந்தங்கள் போடுவது, அவற்றை நடைமுறைப்படுத்துவது ஆகியவற்றின் செலவினங்களை அலட்சியப்படுத்துகிறது. பொருளியலறிஞரை மாதிரியின் ஒரு சில நியம விலகல்களுக்குள் (Standard deviations) இருக்கச்செய்து, அந்த மாதிரி தோன்றிய சூழலில் இருந்து மாறுபட்ட சூழல்களில் கவனம் செலுத்தத் தேவையான ஆற்றலைக் குறைத்துவிடும். பொருளியலில் பல முக்கியக் கண்டுபிடிப்புகள் கடந்த மூன்று பத்தாண்டுகளிலும் ஒருபடி - விலகலிலிருந்து வந்திருந்தாலும் நான் இதைச் சொல்கிறேன். ஒவ்வொருவரும் ஒரே மாதிரியான செய்தி வைத்திருக்கிறார் என்று அனுமானிப்பது அல்லது ஒரு நிறுவனத்தின் இலக்குகளைப் பகிர்ந்துகொள்ளாத பணியாட்கள் இருக்கும் நிறுவனங்களில் நடத்தப்படும் பொருளாதாரச் செயல்பாடு ஆகியவை இவற்றிற்கு எடுத்துக்காட்டு. ஓர் ஏழை நாட்டில் கொள்கை அமைப்பதற்கு வழிகாட்டியாக, முழுமையான சந்தை மாதிரியிலிருந்து ஒருசில நியம விலகல்களுக்கு உள்ளிருக்கும் மாதிரிகளை நம்பியிருப்பது, தீர்வுக்கு உண்மையாக இருப்பதைவிட எளிதாக இருப்பதாகத் தோன்றச் செய்யும். எடுத்துக்காட்டாக,

இந்த நாடுகளில் சில ஒப்பந்தங்கள் வளையக் கூடியவை; அல்லது இல்லாமல்கூட இருக்கலாம். கொள்கை அளவிலான தீர்வு அதிகப்படியான நெகிழ்வுத் தன்மையைத் தருவது அல்லது இல்லாத ஒப்பந்தத்தை உருவாக்குவது. ஆனால், சிக்கலைத் தீர்க்க ஆழமான வேறு சில குறைபாடுகள் இருக்கலாம்.

எடுத்துக்காட்டாக, தொழிலாளருடனான ஒப்பந்தங்களில் நெகிழ்வுத் தன்மை இல்லாதது - குறிப்பாக பணியாட்களை வேலையை விட்டு நீக்குவது - திறமையற்றதாகப் பார்க்கப்படுகிறது. ஏனென்றால், தொழில் நிலைகளுக்குத் தக்கவாறு விரைவாகச் செயல்பட நிறுவனங்களை அனுமதிப்பதில்லை. இந்தத் தடைகள் பொருளாதாரத்தைத் தங்கள் கையில் வைத்துப் பேரம் பேசும் வலிமை வாய்ந்த சங்கங்களைக் காரணமாகக் காட்டுகின்றன. ஆனால், தவறாக வேலையை விட்டு நீக்கப்படும் தொழிலாளருக்கு நிவாரணம் கிடைக்காமல் போகும்படியாக நீதிமன்றங்கள் மந்தமாகவும், ஊழல் மிகுந்தவையாகவும் இருக்கும்போது, வேலையிலிருந்து நீக்குவதைத் தடுப்பது, முதலாளிகளின் தான்தோன்றித்தனமான முடிவுகளிலிருந்து தொழிலாளர்களைக் காக்க ஒரே வழி சங்கங்கள். ஒரு வேலைக்கு பதவிக்கால நிர்ணயம் சமூகப் பாதுகாப்பாகச் செயல்படுகிறது. இது தேவை, ஏனென்றால் அரசாங்கம் பாதுகாப்பு வலை ஏற்படுத்துவதில் தவறி விடுகிறது. தனியார் காப்பீடுகள் இல்லவே இல்லை. ஆனால், இந்த விளக்கங்கள் யூகம்தான். உண்மையான காரணம் வேறெங்காவது இருக்கலாம். ஆனால், வேலையைவிட்டு நிறுத்துவதில் திறமையற்ற தடைகள், அமைப்பிலுள்ள பல குறைபாடுகளுக்கு வீரியமுள்ள எதிர்வினையாக இருக்கலாம் என்பதே எனது கருத்து. அப்படியானால் சங்கங்களுக்கு மக்கள் ஆதரவு இருக்கும். அதற்கு அமைப்பிலுள்ள குறைபாடுகள் மட்டுமே காரணங்கள் அல்ல. இணக்கமற்ற ஒப்பந்தங்களால் தீமையில்லை என்று சொல்ல வரவில்லை. ஆனால், அவற்றை மாற்றுவதற்கு ஆழமான சீர்திருத்தம் தேவை.

இன்னொரு எடுத்துக்காட்டைக் கவனியுங்கள். வளர்ந்த நாடுகளிடம் சிறிய தொழில் முனைவோர் கடன் வாங்க சொத்தை ஈடாகக் காட்டவேண்டும். வளரும் நாடுகளில் ஏழைகளுக்குத் தங்கள் சொத்திற்கு - அவர்கள் குடியிருக்கும் இடத்திற்கு - பட்டா அல்லது பத்திரம் இருக்காது. எனவே அவர்களுக்கு எளிமையாக நிதி கிடைக்க வழிசெய்ய நிலப்பட்டா கொடுங்கள் என்று சில பகுப்பாய்வாளர்கள் சொல்கிறார்கள். நடைமுறையில் இந்த

யோசனையை நிறைவேற்றுவது கடினம். ஏற்கனவே தனியார் வசம் இருக்கும் சொத்துக்குத் தரப்படும் பாதுகாப்பு, அங்கு குடிசை போட்டவர்கள் உரிமை பெற்றால் எவ்வாறு பாதிப்படையும்? ஒரு குறிப்பிட்ட சொத்தில் வரலாற்று உரிமையை உள்ளூர் முரடர்களும் அரசியல்வாதிகளும் பொதுமக்களைப் பயமுறுத்திப் பணியவைக்கும்போது, எப்படி நிர்ணயிப்பது? மற்றதெல்லாம் வேலை செய்யும் ஒரு நாட்டில் ஒப்பந்தங்களைக் கொண்டு வருவதால் ஏற்படும் விளைவுகளை ஆராயாமல், எதுவுமே வேலை செய்யாத நாடுகளில் சட்டரீதியான ஒப்பந்தத்தைக் கொண்டு வருவதால் ஏற்படும் விளைவுகளை ஆராய்வது நல்லது. முழுமையான ஒப்பந்தங்களுள்ள தூய்மையான உலகை விட்டு விட்டு சட்டத்தின் ஆட்சி இல்லாத நிலையைத் தொடக்கப் புள்ளியாகக் கருதுவது நமது பகுப்பாய்வுக்கு நல்லது. கொள்கை வகுப்போர் முழுமையான சந்தைகளை மனத்தில் வைத்துக்கொண்டு பிரச்சனைகளை ஆராய்கிறார்கள் என்று நான் சொல்லவில்லை. அவர்கள் சந்திக்கும் உலகின் அடிப்படையில் மாற்றிக் கொள்கிறார்கள். ஆனால், அவர்களது உலகக் கண்ணோட்டம், அவர்கள் கற்ற சட்டகங்களால் தாக்கம் பெறுகின்றது. இந்தச் சட்டகங்கள் உண்மைநிலை சாராத பலவற்றை அனுமானிப்பதால், கொள்கை வகுப்போர் பரிந்துரைகளில் எவ்வளவு நம்பிக்கை வைப்பார்கள்?

அதேசமயம் கட்டுப்பாடற்ற பொருளாதாரச் சிந்தனைகளுக்காக, எதுவும் சரிதான் என்ற கோட்பாட்டிற்காக நான் வாதிடவில்லை. கடந்த அரைநூற்றாண்டில் பொருளாதாரம் நெடுந்தூரம் வந்து விட்டது. நாம் கற்றுக் கொண்டதன் பெரும்பகுதி மிகுந்த பொருத்தப்பாடு உடையது. ஆலிவர் ஹார்ட், ஜேகி ஹிர்ஷ்லெய்ஃபர் போன்ற மரியாதைக்குரிய பொருளியலறிஞர்கள், அறிவுசார் பொருளாதாரத்தைத் தியாகம் செய்யாமல், முழுமையான சந்தைகள் என்ற இரும்புப் பிடியிலிருந்து தப்பிவிட்டார்கள். ஆனால், பெருமளவிலான பொருளியலாளர்கள் ஒரே ஒரு மாதிரிதான் இருக்கிறது என்றும் அதன் பெயர் முழுமையான சந்தை என்றும் நம்புகிறார்கள். அதன் கவர்ச்சிக்குக் காரணம் அதன் சீர்மைதானே தவிர பொருத்தப்பாடு இல்லை என்று சந்தேகிக்க வேண்டியிருக்கிறது.

நிறுவனக் கட்டமைப்புத் துறையில் பன்னாட்டு நிதி நிறுவனங்களும் கொள்கை வகுப்போரும் அனுபவத்திலிருந்து நிறையக் கற்றிருக்கின்றனர். கல்விப் புலத்திலிருந்து அதிக வழிகாட்டுதல்

இல்லாமல், நடைமுறைக்குச் சாத்தியமான அணுகுமுறைகளை வகுத்திருக்கிறார்கள். அதிகப்படியான வளர்ச்சித் துறை மாணவர்கள் சிறிய குற்றங்கள் உலகத்தை ஆய்வுக்கு எடுத்துக் கொள்வதைவிட, எதையும் நடைமுறைப்படுத்த முடியாத, சொத்து, தனியார் உரிமைகளுக்குப் பாதுகாப்பு இல்லாத, ஒவ்வொரு ஒப்பந்தத்தையும் நடைமுறைப்படுத்தும் அமைப்பை முதல் நிலையிலிருந்து ஏற்படுத்தப்படவேண்டிய, ஹாப்ஸ் அவ்வளவு தெளிவாக விவரித்திருக்கிற உலகிலிருந்து அவர்கள் தொடங்க வேண்டும் என்பதைப் புரிந்து கொண்டிருக்கிறார்கள் என்று இப்போது மேற்கொள்ளப்படுகின்ற ஆய்வுகளின் அடிப்படையில் நான் நம்புகிறேன். இப்படிப்பட்ட வேலை ஏழை நாடுகளிலும், உட்பூசல்களால் அவதியுறும் நாடுகளிலும் உள்ள உண்மை நிலைக்கு நெருக்கமாக இருக்கும் என்பது மட்டுமல்ல, அது அறிவுசார் கொள்கைக்கும் இட்டுச் செல்லும்.

IV

டிசம்பர் 2004இல் வெளியான *Straight Talk* பற்றி, மோசமான ஆட்சியில் வாங்கப்பட்ட கடனைத் திருப்பிச் செலுத்த முடியாதது என்று அறிவிக்கும் முன்மொழிதலுள்ள இடைஞ்சல்களைச் சுட்டிக் காட்டுதல்.

வெறுக்கதக்கதா? நாற்றமடிப்பதா?

நாட்டு மக்களின் விருப்பத்தைப் பிரதிபலிக்காத, ஓர் இறையாண்மையுள்ள அரசால் வாங்கப்பட்ட கடன் அம்மக்களின் நலனுக்காகப் பயன்படுத்தப்படாதபோது மிக மோசமான ஒன்று நிகழ்கிறது. நிறவெறிக் கொள்கை காலத்து தென் ஆப்பிரிக்காவை எடுத்துக்கொள்ளுங்கள். பெரும்பான்மை ஆப்பிரிக்கர்களை அடக்கியாளப் பயன்பட்ட இராணுவத்துக்காக கடன் பெறப்பட்டது, வாங்கப்பட்ட கடன் இரண்டு வழிகளில் இழிவானது. பெரும்பான்மையான ஆப்பிரிக்கர்களை அடக்கி நிற ஒதுக்கல் கொள்கை ஆட்சியை அதிகாரத்தில் வைக்க கடன் பயன்பட்டது. அதுமட்டுமல்ல அடக்கப்பட்டோரே இறுதியில் கடனைத் திருப்பிச் செலுத்தப் பொறுப்பேற்க வேண்டிய நிலை ஏற்பட்டது. நிற ஒதுக்கலுக்குப் பின்னர் வந்த அரசு அந்தப் பொறுப்பை ஏற்றுக் கொண்டது. எனினும், இந்த இகழ்ச்சிக்குரிய (Odious) கடனை அகற்ற ஏதாவது செய்தாக வேண்டும் என்று ஒரு சூழல் இந்த நிகழ்வுக்கு ஏற்பட்டது.

ஆனால், அதுபோன்ற நிகழ்வில் என்ன செய்யப்பட வேண்டும்? ஐ.நா.சபையின் கீழ் ஒரு பன்னாட்டு ஆணையத்தைக் கொண்டு எந்த ஆட்சியாளர்கள் சட்டரீதியாக மக்களின் ஆட்சி இல்லை, அல்லது மக்களின் நலன்களை மனதில் கொள்ளவில்லை என்று தீர்மானிக்கச் செய்வது என்பது ஓர் ஆலோசனை. அந்த ஆணையம் ஓர் ஆட்சியும் அதன் கடன்களும் இழிவானவை என்று அறிவித்துவிட்டால் அதற்குப் பின்னால் வரும் அரசுகள் அந்த வெறுக்கத்தக்க ஆட்சி ஏற்படுத்திய கடனைத் திருப்பித் தரவேண்டியதில்லை. மேலும் கடன் கொடுத்த நாட்டின் சட்டங்களையும்மாற்றி கடன் பெற்ற நாட்டின் கடன்கள் வெறுக்கத்தக்கவை என்று அறிவிக்கப்பட்டால் கடன் கொடுத்த நாட்டில் கடன் கொடுத்தவர்கள் அந்த நாட்டிலிருந்து

கடனைத் திருப்பிச் செலுத்துவதை நடைமுறைப்படுத்த முடியாது என்று ஆக்க வேண்டும்.

அப்படிப்பட்ட அமைப்பின் விளைவுகள் வித்தியாசமாக இருக்கும். ஆணையம் மொபுடு சேகோவின் கடன்களை வெறுக்கத்தக்கவை என்று முன்னாலேயே அறிவித்திருந்தால், அவர் ஜெயர் நாட்டின் கடனை 12 மில்லியனுக்கு உயர்த்திவிட்டு, தனது சொந்தச் சொத்துகளை $4 பில்லியனாக ஆக்கியிருப்பார். அவர் கடன் வாங்காமலிருந்திருந்தால் அவருடைய ஆட்சியை இவ்வளவு காலம் தக்கவைத்துக் கொண்டிருக்க முடியாது. ஆனால், இந்தக் கருத்தை முன்வைத்தவர்களின் நோக்கங்கள் வலிமையுள்ளவை.

துரதிர்ஷ்டவசமாக, இந்த அமைப்பு, இந்த எடுத்துக்காட்டு கூறுவதுபோல நடைமுறைக்குச் சாத்தியமில்லாதது. அது லேசர் ஏவுகணையை விட நியூட்ரான் அணுகுண்டு போன்றதாக இருக்கும். கொடுங்கோல் அரசுகள் கடன் வாங்குவதை இது தடுத்துவிடும் என்பது உண்மைதான். ஆனால், ஒரு கொடுங்கோல் அரசு அடுத்து வரக்கூடும் என்று சாத்தியமுள்ள நேர்மையான சட்டப்பூர்வ ஆட்சி கூடக் கடன் வாங்க முடியாது. வறட்சியின் விளைவுகளிலிருந்து தப்பிக்கக் கடன் வாங்க முயலும் புதிதாக மக்களாட்சி முறைக்கு வந்த நாடு, அந்த ஆட்சி கவிழ்ந்து விடுமா என்று கடன் கொடுப்பவர்கள் கண்டுபிடிக்க முயல்வதால் கடன் பெறுவதைக் கடினமாக ஆகிவிடும். மோசமான ஒருவர் அதற்குப் பிறகு ஆட்சிக்கு வந்தால், கடன் வெறுக்கத்தக்கது என்று அறிவிக்கப்படும். கடன் கொடுத்தவர் பெரும் இழப்பைச் சந்திக்க வேண்டி வரும். இதனை எதிர்பார்த்து கடன் கொடுப்பவர்கள், கடன் கொடுக்க மாட்டார்கள். அப்போது ஆட்சி கண்டிப்பாக மாறிவிடும். வருங்காலத்தில் ஏற்படவிருக்கும் மோசமான கடனின் நாற்றம் முந்தைய கடனை மாசுபடுத்தாமல் இருக்கவும், அடுத்து ஆட்சி மாறும் என்று ஒரு சாத்தியமிருந்தாலே நாடுகள் கடன் வாங்குவதையும் கடினமாகாமல் தடுக்கவும் என்ன செய்ய முடியும்?

இதற்கு கெட்டிக்காரத்தனமான ஆலோசனை வருங்காலக் கடனுக்கான இகழ்வு நிலையைக் கட்டுப்படுத்தல். அதாவது, அடுத்து வரும் ஆட்சிகள், ஆணையம் ஓர் ஆட்சியின் கடன் வெறுக்கத்தக்கது என்று அறிவிக்கப்பட்ட பிறகு வாங்கும் கடனை மட்டும் திருப்பித் தருவதிலிருந்து சட்டபூர்வமாகத் தவிர்க்கலாம். சந்தைகள் அவற்றின் கடன் சட்டபூர்வமானதா என்று யூகிக்க வேண்டியிருக்காது. மேலும், ஓர் ஆட்சி திருடுவதற்கோ, தனது

புகழை நிலைநாட்ட நினைவுச் சின்னங்கள் எழுப்பவோ கடன் வாங்க முடியாத அளவிற்கு வளங்கள் பழைய கடனைத் தீர்க்க காப்பாற்றப்படும். இதனால் அதன் மதிப்புக் கூடும்.

ஆனால், அது பயனளிக்குமா? இந்த ஆலோசனையை நடைமுறைப்படுத்தினால் வேறு எதிர்பாராத விளைவுகள் ஏற்படும். ஒரு நாட்டுக்குக் கடனளிப்பவர்கள் கொடுத்த கடன் சட்டரீதியானது என்று யூகிப்பதற்கு அவர்கள் கட்டாயப்படுத்தப்பட மாட்டார்கள். என்றாலும், அவர்கள் கொடுத்ததற்கு மதிப்பு இருக்குமா என்று யூகிக்க வேண்டிய அவசியமிருக்கும். காரணம் இதுதான்: இன்னும் அதிகமாக நிதி கிடைக்காவிட்டால் வளரும் நாடுகள் அல்லது வளரும் நிறுவனங்கள் அவர்கள் வாங்கிய கடன் முழுவதையும் திரும்பச் செலுத்த முடியாது, அல்லது வருவாயையும் அதிகரிக்க முடியாது. ஏனென்றால், நாடுகளும் நிறுவனங்களும் வளர்ச்சியை நம்பி இருக்கின்றன. ரொக்கப் பணவரத்துக்கும் திட்டங்களை நிறுவ ஏற்பட்ட கடன்களுக்கு வட்டி கட்டுவதற்கும், பழைய கடனைத் திருப்பித் தருவதற்கும் புதிய திட்டங்களைத் தொடங்க வேண்டும், பழைய திட்டங்களைத் தொடர வேண்டும். நாடுகளும், நிறுவனங்களும் இவ்வாறு தங்களது கடனிலிருந்து வெளிவரும்.

ஆனால், வருங்காலக் கடன்களே விரும்பத்தக்கவை அல்ல என்று அறிவிக்கப்பட்டுவிட்டால், நாடு பழைய திட்டங்களைத் தொடரக் கடன் வாங்க முடியாது (இங்கே கொடுங்கோல் ஆட்சியாளர்கள் உடனடியாக நாடு பொருளாதார அழிவை நோக்கிச் செல்லவேண்டுமென்று குறியாக இருக்கமாட்டார்கள். அப்படி இருந்தால் யாரும் கடனும் தரமாட்டார்கள். அதனுடைய கடன் வெறுக்கத்தக்கது என்று அறிவிக்க ஒரு நடைமுறையும் தேவைப்படாது). கொடுங்கோல் ஆட்சி அதன் கடனைத் திருப்பித்தர விரும்பினால், அரசின் வருங்காலக் கடன் விரும்பத்தக்கதாக இருக்காது என்று அறிவிப்பது அந்த நாடு கடனை அடைப்பதைக் கடினமாக ஆக்கிவிடும். கடனைத் திருப்பிக் கொடுப்பதற்கான ஊக்கி இன்னும் கடன் வாங்கலாம் என்ற கவர்ச்சியாக இருக்கலாம், ஆட்சி அது விரும்பத்தகாதது என்று அறிவிக்கப்பட்டவுடன் ஏற்கனவே இருக்கும் கடன் தவணையைக் கட்டத் தவறும். அதனால் அதன் மதிப்பு குறையும். வரவிருக்கும் கடனை விரும்பத்தகாதது என்று அறிவிக்கவேண்டும் என்ற யோசனை முந்தைய வெறுக்கத்தக்க கடனின் செயல்முறைகளோடு தொடர்புடைய கவலைகளைக் குறைக்கலாம், ஆனால், அவற்றை நீக்காது.

இன்னொரு வகை தவறான தீய வழிகளில் பயன்படுத்தப்பட்ட கடன்களை மட்டும், அதாவது திருட்டு அல்லது அடக்குமுறைக்குப் பயன்படுவது ஆகியவற்றை மட்டும் விரும்பத்தகாதவை என்று அறிவிப்பது. அப்படிப்பட்ட அமைப்பு கடன் கொடுத்தவர்களை தாங்கள் கொடுத்த பணம் எப்படிப் பயன்படுத்தப்படுகிறது என்பதற்குப் பொறுப்பாளர்களாக ஆக்குகிறது. இந்த யோசனையிலும் சிக்கல்கள் உள்ளன. இறக்குமதி செய்யப்பட்ட எஃகு, தொட்டில்கள் செய்யப் பயன்பட்டதா அல்லது பீரங்கிகள் செய்யப் பயன்பட்டதா என்று கண்டுபிடிப்பது கடினம். துப்பாக்கிகளும், குண்டுகளும்கூட காவலர் குற்றத்தைக் கட்டுப்படுத்த பயன்படுத்தினால் சட்டபூர்வமாக ஆகிவிடும். இறுதிப் பயன்பாட்டுக்குக் கடன் கொடுத்தவர்களைப் பொறுப்பாளிகளாக ஆக்கினால், அவர்கள் சட்டபூர்வமான திட்டங்களுக்குக்கூடக் கடன்தர மாட்டார்கள். மேலும் இந்த யோசனை பணம் மாற்றுப் பயன்பாடுகளுக்குப் செலவிடப்படாது என்று அனுமானிக்கிறது. அரசு வெளிநாட்டுக் கடனை சாலை போடுவதற்கும் துறைமுகங்கள் கட்டுவதற்கும் பயன்படுத்திவிட்டு வரி செலுத்துவோரின் பணத்தை டாங்கிகளும், நீர்மூழ்கிக் கப்பல்கள் வாங்கவும் பயன்படுத்தினால் யார் தடுக்க முடியும்?

அத்தகைய யோசனைகளுக்கு உள்ளுக்குள்ளேயே இவ்வளவு பிரச்சனைகள் இருந்தால், பயன்களைப் பற்றி மறு ஆய்வு செய்வது அவசியம். சர்வாதிகாரிகளை அவர்களது போக்கிலிருந்து மாற்ற முடியுமா? உண்மையிலேயே ஊழல் அரசுகள் நாட்டின் வளங்களையும் சொத்துகளையும் நல்ல விலைக்கு விற்க மாட்டார்களா? பழம் பொருட்கள், அழிவிலிருக்கும் விலங்குகள், மரம், போதைப் பொருட்களின் வணிகம் பெருகாதா? கடன் வாங்குவதைவிட மோசமான வழிகளில் திருடினால் அது நாட்டிற்குக் கேடில்லையா?

பரவலான கருத்து என்னவென்றால், வெறுக்கத்தக்க கடன் பற்றிய யோசனை நல்ல நோக்கத்துடன் தரப்பட்டாலும், அது எல்லாக் குறைகளையும் நீக்க முடியாது. எந்த வலிமையற்ற மக்களாட்சி அரசுக்கும் வருங்காலக் கடன் பற்றிய நாற்றம் தொடரும். அதிக ஆர்வமுள்ள வங்கியாளர்கள் நிதியளிக்கப்பட்ட ஊழல் சர்வாதிகாரிகளுக்குக் கிடைக்கும் ஆதாயங்களைத் தடுப்பதையும், நாம் கவனத்தில் கொள்ளவேண்டும். இப்போது சர்வாதிகார ஆட்சிகள் அதிகம் இருந்தால், இப்போதைய மக்களாட்சி அரசுகள் மாறாது என்பதற்கு சாத்தியமிருந்தால், இத்திட்டத்தின்

பயன்கள் தீமைகளைவிட அதிகம். இன்று வெறுக்கத்தக்க அரசுகள் ஒன்றிரண்டு இருந்து அவை மாறக் கூடுமானால், இதன் மாறுதலை உண்மையாக்கி விடும்.

மொத்தத்தில், வெறுக்கத்தக்க கடன் பற்றிய ஆலோசனை ஏற்றுக்கொள்ளப்படவில்லை என்பதை விளக்க வேண்டிய அவசியமில்லை. அதுபோல நிற ஒதுக்கல் அரசுக்குப் பின்வந்த தென் ஆப்பிரிக்க அரசு ஏன் வெறுக்கத்தக்க கடனை ஏற்றுக்கொண்டது என்பதையும் விளக்க எந்தக் கோட்பாடும் தேவையில்லை. கடன் சந்தைகள் அதிர்வுக்கு உள்ளாகும் என்ற கவலை நியாயமானதே. நன்மைகள் இருந்தால் ஆராய்ச்சி செய்ய வேண்டியது அவசியம். ஆய்வுக்கு வேண்டுமென்றால் ஒரு சிறிய சர்வாதிகாரியின் கடனை அவ்வாறு அறிவித்து என்ன நடக்கிறது என்று பார்க்கலாம். இது பலருக்குப் பிடிக்காது. எனவே ஆய்வு இல்லாமல் இருக்கும் தரவுகளைக் கொண்டு ஒரு முடிவுக்கு வரமுடியாது. அதனால் இந்த யோசனை கிடப்பில் போடப்படும்.

(இக்கட்டுரைக்கான விபரங்கள் Michael Kremer, Seema, Jeyachandran எழுதிய கட்டுரையிலிருந்து எடுக்கப்பட்டவை).

V

IMF–இல் இருந்தபோது என்னுடைய ஆராய்ச்சிகளில் ஒன்று வெளிநாட்டு உதவிகளின் நன்மைகளும் தீமைகளும் என்பது பற்றியது. இந்த ஆய்வு இப்போதைய இந்திய அரசின் முதன்மைப் பொருளாதார ஆலோசகர் அர்விந் சுப்ரமணியனுடன் செய்யப்பட்டது. இந்த ஆய்வு சர்ச்சைக்குரியது. ஏனென்றால், உதவி மிக அதிகமான பயனுடையது என்று வளர்ச்சி நிறுவனங்களில் பெறப்பட்ட ஞானத்திற்கு எதிராக இருந்தது. அந்த ஆய்வின் அறிக்கையே இந்த 2008 ஆண்டுக் கட்டுரை.

உதவியும் வளர்ச்சியும்: கொள்கைக்கான அறைகூவல்

மிகவும் கடன்பட்டிருக்கும் ஏழைநாடுகளின் கடனைத் தள்ளுபடி செய்ய வளர்ந்த நாடுகளும் பன்னாட்டு நிதி நிறுவனங்களும் தங்களை ஆட்படுத்திக் கொண்டிருக்கும் வேளையில், 21ஆம் நூற்றாண்டின் வளர்ச்சி இலக்குகளை நோக்கி இந்த வளங்களை உண்மையான வளர்ச்சி தரும் வேகமான முன்னேற்றத்திற்கு மாற்றுவதுதான் ஓர் அறைகூவலாக இருக்கும். ஏழ்மைக்கு எதிரான போரைப் பணக்காரர்கள் அதிகக் கடன் தள்ளுபடியும் உதவியும் தருவதால் வென்று விடலாம் என்று சிலருக்குத் தோன்றலாம். ஆனால், ஆப்பிரிக்காவுக்கும், 2000ஆம் ஆண்டு திட்டத்திற்குமான இங்கிலாந்து ஆணையத்தின் அறிக்கைகள் தயாரித்தவர்கள் உட்பட திறனாளிகளின் கருத்து, இது தேவையான முயற்சிகளில் ஒன்றுதான் என்பது. ஏழ்மையை வரலாறாக ஆக்கும் போராட்டத்தில் இது ஆரம்ப நாட்கள்தான். அது வெற்றிபெற வேண்டுமென்றால், நாம் இதற்கு முன்னர் பெற்ற தோல்விகளை அறிந்துகொள்ள வேண்டும்; அதோடு வருங்காலத்திற்கான தீர்வுகள் பற்றித் திறந்த மனதோடு இருக்கவேண்டும். முதலாவது அறிந்துகொள்ள வேண்டியது உதவிக்கான வரலாறு.

உதவியும் வளர்ச்சியும்

குறைந்த வருவாயுள்ள நாடுகளிலுள்ள ஏழைகளை ஏழ்மையிலிருந்து மீட்பதற்குச் சிறந்த வழி அந்நாடுகளின் பொருளாதார வளர்ச்சியை வலிமைப்படுத்துவதுதான். பொருளியல் துறையில் இல்லாத ஒரு

சாமானியன் இந்த நாடுகளுக்கு அதிக உதவியை அனுப்புவது என்று இதற்குப் பொருள் கொள்ளலாம். பொருளியலாளர் மத்தியில் பொதுவான ஒத்தகருத்து இருக்கும் ஒரு விஷயம் உதவியால் நிபந்தனைக்குட்படாத வீரியமுள்ள தாக்கம் வளர்ச்சியில் ஏற்படுகிறது என்பதற்கு ஆதாரம் மிகச் சிறிதுதான் என்பது.

'தாக்கம்' (effect) என்பதில் காரண காரியம் அடங்கியிருக்கிறது. தொடர்புபடுத்தலிலிருந்து இது வேறுபட்டது. உதவிக்கும் பொருளாதார வளர்ச்சிக்கும் இடையேயான எதிர்மறைத் தொடர்பு குணகத்தை (Correlation) தரவுகளில் காணமுடியும். ஆனால், அதிகப்படியான உதவி குறைந்த வளர்ச்சியை உண்டாக்குகிறது என்பது அதற்குப் பொருளில்லை. எடுத்துக்காட்டாக, மோசமாக ஆகிக் கொண்டிருக்கும் ஒரு நாட்டிற்கு உதவப் போனால், உதவியும் வளர்ச்சியும் எதிர்மறையாகத் தொடர்புள்ளதைக் காட்டும். ஆனால், உதவி மோசமான வளர்ச்சிக்குக் காரணமாக இருக்காது. காரண காரியத்தின் திசை மாற்று வழியில் இருக்கும். அதனால்தான் சாதாரண எளிய தொடர்பு குணக எண்ணிலிருந்து காரண காரியத்தைச் சொல்லுவதற்கு கருவி மாறிகள் பகுப்பாய்வு (Instrumental variables analysis) என்ற நுட்பத்தை பொருளியலாளர் பயன்படுத்துகிறார்கள். IMF-இன் ஆய்வுத் துறையின் அரவிந் சுப்ரமணியனுடன் நான் எழுதிய ஆய்வுத்தாளில், கருவி மாறிகளைப் பயன்படுத்தாதபோது, உதவிக்கும் வளர்ச்சிக்கும் இடையே எதிர்மறைத் தொடர்பு எண் கிடைத்தது என்றும், ஆனால், அந்த நுட்பத்தைப் பயன்படுத்தியபோது அந்த எதிர்மறை எண் மறைந்து விட்டது என்றும் கண்டுபிடித்ததை விளக்கியிருந்தோம். அதாவது உதவியை நம்பாதவர்கள் அவர்களது கருத்துக்கு ஆதரவாக இருந்ததாக எதிர்மறைத் தொடர்பு குணகத்தைப் பார்த்ததில் தவறு செய்திருக்கலாம். ஆனால், அதேசமயம் பிரியமுள்ள குறிப்பிடத்தக்க நேர்மறைத் தொடர்பையும் நாங்கள் காணவில்லை.

எந்தச் சூழ்நிலைகளிலும் உதவி, வளர்ச்சியை அதிகமாக்காது என்று இதற்குப் பொருளா? கிடையாது. சாமானிய மனிதர்கள் சிந்தனைக்கு குறிப்பிடத்தக்க அடிப்படை உண்டு. ஏழைநாடுகளுக்கு வளம் இல்லை. எனவே உதவிய வரவுகளை நல்லமுறையில் பயன்படுத்தியே ஆகவேண்டும். உதவியைப் பயன்படுத்தி வளர்ந்த நாடுகள் பற்றிய நிகழ்வுக் குறிப்புகள் இருக்கின்றன. சில குறிப்பிட்ட உதவித் திட்டங்கள் ஏழைகளுக்குப் பெருமளவில் உதவியிருக்கின்றன. ஆனால், உதவி நாடுகள் வளர்வதற்கு உதவியிருக்கின்றது என்று சொல்ல நம்பத்தகுந்த பொருளாதாரச்

சூழல்களை பொருளியலாளராகிய நாங்கள் அடையாளம் காணவில்லை. இது முயற்சி மேற்கொள்ளாமையால் அல்ல.

எடுத்துக்காட்டாக, ஓர் ஆய்வு உதவி வளர்ச்சிக்கு இட்டுச் செல்கிறது, ஆனால், அது நல்ல நிர்வாகமுள்ள ஆட்சி இருக்கும் நாடுகளில்தான் என்று சொல்கிறது. இது அறிவுசார்ந்த முடிவு - வளர்ச்சிக்கு ஓர் உதவி காரணமாக இருக்கத் தேவையான நிபந்தனை உதவிகள் ஸ்விஸ் உலக வங்கிக் கணக்கில் ஏறிவிடக் கூடாது என்பதுதான். ஆனால், வளர்ச்சிக்கு அதுபோதுமான நிபந்தனையாக இல்லை. உதவி பயனுள்ளதாக இருக்கவேண்டுமென்றால் நல்லாட்சியோடு வேறு நெம்புகோல்களும் தேவைப்படுகின்றன.

எல்லா உதவியும் வளர்ச்சியில் தாக்கத்தை ஏற்படுத்துவதில் ஒரே மாதிரி இல்லை என்ற அனுமானத்தோடு, இன்னொரு ஆய்வு தரவுகளை ஆராய்ந்தது. இதன் காரணம் சரியானதுதான். மனிதாபிமான உதவி வளர்ச்சியில் முடியும் என்று நாம் ஏன் எதிர்பார்க்க வேண்டும்? கல்விக்கான உதவி (குழந்தைகள் நீண்டகாலத் திட்டம்) குறுகிய காலத்தில் வளர்ச்சியை உண்டாக்கும் என்று நாம் ஏன் எதிர்பார்க்க வேண்டும்? அந்த ஆய்வு குறுகிய காலப் பொருளாதாரத் தாக்கம் ஏற்படுத்தக்கூடிய உதவி (எடுத்துக்காட்டாக சாலைகள் அமைக்க அல்லது நேரடியாக விவசாயத்திற்கான உதவி) குறுகியகால வளர்ச்சியோடு தொடர்பு உடையதாக இருக்கிறது என்று காட்டுகிறது. இங்கும்கூட நான் முழுவதுமாக இக்கருத்துக்கு உடன்பாடு கொள்ளவில்லை. குறுகிய தாக்கம்தரும் உதவியை எடுத்துக் கொண்டதற்குக் காரணம், நான்கு ஆண்டுகளில் வளாச்சிவீதம் எப்படி இருந்தது என்று ஆவணம் கவனம் செலுத்துகிறது என்று ஆய்வாளர்கள் வாதிடுகிறார்கள். இந்த ஆவணத்திலிருந்து விலகும் நீண்டகால வளர்ச்சி பற்றித்தான் (பத்து இருபது ஆண்டுகளில் வளர்ச்சி) நாம் கவனம் செலுத்த வேண்டும். ஆராயவேண்டுமென்றால், பொருளாதார உதவி (மனிதாபிமான உதவிக்கு மாறான) நீண்டகாலமாகச் சேரும்போது கண்டுபிடிக்கக்கூடிய அளவிற்கு வளர்ச்சியில் விளைவை ஏற்படுத்தி இருக்கவேண்டும். (நீண்டகாலத் தாக்க உதவியிலிருந்து குறுகிய காலத் தாக்க உதவியைப் பிரித்துப் பார்க்க வேண்டியதில்லை). சுப்ரமணியத்துடன் நான் செய்த ஆய்வின்படி, பொருளாதார உதவி நீண்டகால வளர்ச்சியோடு வீரியமுள்ள நேர்மறை தொடர்புக் குணகமும் கொண்டிருக்கவில்லை.

கடந்தகாலம் சொல்வது பற்றிய எனது உறுதிப்பாடு ஒருபக்கம் இருக்க, உதவியின் பயன்பாடு பற்றிய விவாதத்தில் எந்த முடிவும்

எடுக்கப்படவில்லை என்பதை நான் ஒத்துக்கொள்கிறேன். துரதிர்ஷ்டவசமாக, ஒரு நாட்டின் குறுக்குவெட்டு ஆய்வு இப்போதைய முறைப்படி எந்த நம்பத்தகுந்த விடைகளையும் தராது. உதவி பெற்று வளர்ந்த நாடுகளைத் தேர்ந்துகொள்ளும் ஒரு குறிப்பிட்ட மாறியைக் (Variable) கண்டுபிடிக்கத் தொடர்ந்து முயற்சிசெய்வோம். (அல்லது வளர்ச்சியோடு நேர்மறைத் தொடர்புள்ள ஓர் உதவியைக் கண்டுபிடிப்போம்). ஆனால், அப்படிக் கண்டுபிடித்தபிறகு என்ன முடிவுக்கு வருவோம்? அதாவது ஒரே தரவுகளைப் பலமுறை ஆராய்ந்தால், எதிர்பாராதவிதமாக இருக்கும் அமைப்பு முறைகளைக் கண்டுபிடிப்போம். எனவேதான் பல பொருளியலறிஞர் நாட்டின் குறுக்குவெட்டு ஆய்வுகள் அதிகம் சொல்லமுடியும் என்பதில் நம்பிக்கை இல்லாமல் இருக்கிறார்கள்.

பொதுமக்கள் பொருளியலறிஞருக்கு முன்னரே அளவைப் பொறியியல் பற்றி அஞ்சுவார்கள். ஆனால், சாதாரண மனிதருக்குக் கவலை தரக்கூடியதாக இருப்பது மார்ஷல் திட்டம். ஒருசில நாடுகளில் முறையாக செயல்பட்ட உதவியை ஒரு சிறந்த எடுத்துக்காட்டாக எடுத்துக் கொள்வோம். இத்திட்டத்தில் போரினால் அழிந்துபோன மேற்கு ஐரோப்பிய நாடுகள் மீண்டும் பணக்கார நாடுகள் வரிசைக்கு வந்தன. அது அவ்வளவு சிறப்பாக வேலை செய்ததற்குக் காரணம் கல்வி உட்பட அந்நாடுகளின் நிறுவனங்களாக இருக்கலாம். அந்த நிறுவனங்களுக்குப் போருக்குப் பிந்திய ஒரு தலைக்கான GDP-யைவிட அதிகமான வளர்ச்சியைத் தொடரும் சக்தி இருந்திருக்கலாம். ஒருநாடு போர் அல்லது கிளர்ச்சியிலிருந்து வளர்ச்சியை எட்டி இருப்பதற்கு இதுவே காரணம். அங்கே உதவி மிகவும் பயனுள்ளதாக இருக்கிறது. மொசாம்பிக், உகாண்டா அண்மைக்கால எடுத்துக்காட்டுகள். எப்படியிருப்பினும், சட்டபூர்வமான ஓர் எடுத்துக்காட்டு வறுமையிலிருந்து பணக்கார நாடாக மாறியிருக்கும் தென் கொரியா. தென் கொரியாவும் போரினால் அழிந்துபோனது. ஆனால், உதவி வருவது குறைந்தவுடன் அதன் மிகப் பெரிய வளர்ச்சி தொடங்கியது.

'டச்சு நோயைத்' தவிர்த்தல் (ஒரு துறையில் காணப்படும் வளர்ச்சியை இன்னொரு துறையில் ஏற்படும் சரிவோடு காரண காரியத் தொடர்பு காண்பது).

சிலரது கருத்துப்படி, வேறு வழி இருக்கிறது. குறிப்பாக, நிதியுதவி குறுநிலைக் குறுக்கீடுகளுக்கும், திட்டங்களுக்கும்

பயன்படுத்தப்பட்டு இருக்கவேண்டும். அவற்றை சோதனைகள், மதிப்பீடுகள் மூலம் சரிபார்த்திருக்க வேண்டும். இவை கல்வி, மருத்துவ வசதியை அதிகரித்து இருக்கவேண்டும். இவை ஐயமின்றி வளர்ச்சிக்கு இட்டுச் சென்றிருக்கும்.

ஏழைகளுக்குச் சேவைகள் கிடைக்கச் செய்வது பணம் பற்றியது மட்டுமல்ல. நாம் புதிய பள்ளிகளைக் கட்டி ஆசிரியர்களுக்கு நல்ல சம்பளம் தரலாம். ஆனால், அவர்கள் பள்ளிக்கு வரமாட்டார்கள், மருத்துவமனைகளுக்கு விலையில்லா மருந்துகள் தரலாம். ஆனால், மருந்தாளுநர் அவற்றைக் கள்ளச் சந்தையில் விற்றுவிடலாம். ஆனால், பள்ளிகளும், மருத்துவமனைகளும் தேவையில்லை என்று இதற்குப் பொருளில்லை. ஆனால், செங்கல்லும், காரையும் எளிதான பகுதிகள். சேவை தருபவர்களுக்கும் இவற்றைப் பெறும் ஏழைக்கும் சரியான ஊக்கிகளைக் கொள்கை வகுப்போர் கொடுக்க வேண்டும். அதோடு சரியான தகவலும் அதிகாரமும் தரப்பட வேண்டும். அப்போதுதான் ஓரளவு தரமான சேவைகள் போய்ச் சேரும். நாம் 'நினைக்காத விளைவுகள் விதி' எப்போதுமே வேலை செய்யுமென்று நமக்குத் தெரியும். அதாவது திட்டங்கள் தீட்டுவதை வடிவமைத்ததனை நோக்கமாகக்கொண்ட வழியில் நடப்பதில்லை. எனவே போதுமான முன் சோதனையும், அடிக்கடி கண்காணிப்பும், மதிப்பிடலும், நல்ல செயல்முறைகளைப் பகிர்ந்துகொள்ளுதலும் தேவை. அப்போதுதான் நாம் குறிவைத்த குறுக்கீடுகள் நாம் கருதியிருந்த விளைவை ஏற்படுத்தும்.

குறுநிலைக் குறுக்கீடுகள் ஒவ்வொன்றும் தாமாகவே நல்லமுறையில் வேலை செய்தாலும் அவை ஒன்றாகச் சேர்ந்து வேலை செய்யுமா என்பதுபற்றி எனக்கு உறுதியாகத் தெரியவில்லை. குறுக்கீடுகள் ஒன்றையொன்று பாதிக்கலாம், ஒன்றையொன்று குறுக்கிடலாம். ஒரே மூல வளங்களுக்குப் பலர் போட்டி போடலாம். அவை பொருளாதாரத்தின் பிறபகுதிகளில் மோசமான பின்விளைவுகளை ஏற்படுத்தலாம்.

கடைசியாகச் சொன்னது வெறும் சாத்தியம் மட்டும் இல்லை. கல்வி, சுகாதாரம் முதலான சமூக சேவைகளுக்கு நிறைய உதவிகள் வருகின்றன என்று வைத்துக் கொள்வோம். அவற்றைப் பெறும் நாடு உடனே ஆசிரியர்கள், எழுத்தாளர்கள், செவிலியர்கள், நிர்வாகிகள் ஆகிய படித்தவர்களை வேலைக்கு அமர்த்திவிடும். நன்றாகக் கல்வி கற்றோர் தேவைப்படுவது எப்போதும் அதிகம் இருக்கும். அவர்களது சம்பளம் வேகமாக உயரும். உடனே தொழிற்சாலைகளும்

அவற்றின் மேலாளர்கள், பொறிஞர்கள், மேற்பார்வையாளர்களுக்கு ஊதிய உயர்வு தரவேண்டியிருக்கும் - உள்ளூர் சந்தைக்காக உற்பத்தி செய்யும் தொழிற்சாலைகள், போட்டி இல்லை என்றால் அதிக செலவினங்களை விலைகளில் கூட்டி விடலாம். ஆனால், ஏற்றுமதியில் ஈடுபடும் தொழிற்சாலைகள் அப்படிச் செய்யமுடியாது. அப்போது ஆள்குறைப்பு செய்ய வேண்டும், அல்லது மூட வேண்டும். இது 'டச்சு நோய்க்கு' ஓர் எடுத்துக்காட்டு. இதனால் உதவி பெறுவோர் போட்டி போடுவது குறைகிறது. 1980-களிலும் 1990-களிலும் அதிக உதவி பெற்ற நாடுகளில், ஏற்றுமதிப் பொருட்களை உற்பத்தி செய்த, தொழிலாளரை அதிகம் வைத்திருந்த, தொழிற்சாலைகள் பிறவற்றைவிட மெதுவாகவே வளர்ந்தன. இது உதவி டச்சு நோயைக் கொண்டுவருகிறது என்பதைக் காட்டுகிறது. அதுமட்டுமல்ல, உற்பத்தித்துறை மிக மெதுவாகவே வளர்ந்தது. உற்பத்தியின் வளர்ச்சியைக் கட்டுப்பாட்டில் வைப்பதால் உதவி வரவுகள் வளர்ச்சிப் பாதையில் ஏழைநாடுகள் போவதைத் தடுத்திருக்கும். தென்கிழக்கு ஆசிய நாடுகளும், சீனாவும் இவற்றிற்கு எடுத்துக்காட்டுகள்.

எனினும், டச்சு நோய் முடிவின் நிலை அல்ல. அறிவார்ந்த கொள்கைகளால் அதைக் குறைக்கமுடியும். ஆனால், அதற்கு முதலில் அது இருப்பதையும் அதனுடைய தீய விளைவுகளையும் ஒத்துக்கொள்ள வேண்டும். அதுபோலவே உதவியினால் வரும் மற்ற நோய்களையும் காண வேண்டும்.

நம்பிக்கை இருக்கிறது

பழமையைக் கண்டுகொள்ளாமலிருப்பதும், அல்லது அதிலிருந்து பிரகாசமான பாடங்களை மட்டும் எடுத்துக்கொள்வதும் மீண்டும் அதிலேயே போக வழிவகுத்து விடும். தொடர்ந்த நீண்டகால வளர்ச்சிக்கான சூழல்களை உண்டாக்குவதால் பல ஏழைகள் பெரிய முன்னேற்றம் கண்டிருப்பதை மறுப்பது சிறுபிள்ளைத்தனம். ஆனால், அதேசமயம் பிரச்சனைகள் எல்லாம் கடந்த காலத்தைச் சார்ந்தவை என்று சொல்வதும் ஏழை நாட்டு மக்களுக்குப் பயன்தராது. யாரிடமும் வளர்ச்சிக்கு மேஜிக் வழி எதுவும் இல்லை. ஆனால், சில விஷயங்கள் முக்கியமானவையாகத் தோன்றுகின்றன. அவற்றில் நிதிக்கட்டுப்பாடு, மிதமான பணவீக்கம், ஓரளவு போட்டிக்குட்பட்ட கடன் மாற்று வீதம், குறைந்த பரிமாற்றச் செலவுகளுடன் தனியார் துறையின் செயல்பாட்டிற்குரிய சூழலை உருவாக்கத் தேவையான

சட்டங்களும், கொள்கைகளும், பன்னாட்டு வணிகத்திற்குத் திறந்திருக்கும் பொருளாதாரம் முதலான பேரினப் பொருளாதார மேலாண்மை ஆகியவை முக்கியமானவை. அவற்றோடு கல்வியிலும், சுகாதாரத்திலும் முதலீடுகளை உற்சாகப்படுத்த வேண்டும். இவை மக்களுக்கு நல்ல வாழ்க்கையைத் தருகின்றன. வளர்ச்சியிலும் போட்டியிலும் வாய்ப்புகளைக் காணச் செய்கின்றன.

பணக்கார நாடுகளும், பன்னாட்டு நிதி நிறுவனங்களும் உதவக்கூடிய ஒரு வழி உதவிக்குத் தேவையான நிபந்தனையாக இவற்றிற்குரிய கொள்கைகளை உருவாக்க உதவுதல். ஆனால், அவை நுண்ணிய அளவில் மேலாண்மை செய்வதையும், பல விபரங்களுடனான பொருளாதாரக் கட்டுப்பாடுகள் அல்லது சமூக அரசியல் நிபந்தனைகளுடன் பரந்த அளவில் பொருளாதார நிபந்தனையைத் தருவதையும் தவிர்க்க வேண்டும். பரவலான சூழலை ஒரு நாடு பெற்றிருக்கும்போது, அதனுடைய பாதையை வகுத்துக்கொள்ள அதற்கு உரிமை வேண்டும். வளர்ச்சி பற்றிய பழையகால பிரமாண்டக் கோட்பாடுகளின் தோல்வி அதிகமாகக் கட்டுப்பாடு விதிப்பது பற்றி நாம் எச்சரிக்கையாக இருக்கச் செய்யும்.

பணக்கார நாடுகள் ஏழைநாடுகள் ஏற்றுமதி செய்வதில் ஏற்படும் முட்டுக்கட்டைகளைக் குறைத்தும், இந்த நாடுகளை அவற்றின் வர்த்தகத் தடைகளை நீக்கக் கட்டாயப்படுத்தியும் உதவலாம். ஏழை நாடுகளுக்குப் பயனளிக்கக்கூடிய மருந்துகள், விவசாயத் தொழில் நுட்பங்கள் ஆகியவற்றின் ஆராய்ச்சிக்குப் பணம் செலவழிக்கலாம். அவர்களுடைய குழுமங்களும், அலுவலர்களும் ஏழை நாடுகளில் ஊழலை வளர்க்கத் துணை போகாமல் இருக்க உறுதிசெய்ய வேண்டும். பேரிடரின்போது மனிதாபிமான உதவி கொடுப்பதில் தயங்கவே கூடாது.

வெளி உலகம் அதிகமான, நல்ல உதவி செய்வதற்கு ஆயத்தமாக இருப்பது கண்டு நம்பிக்கை பெறுவோம். ஆனால், இறுதியில் ஏழைநாடுகள் தங்கள் வருங்காலத்தைத் தங்கள் கையிலேயே வைத்திருக்கின்றன. அவர்களுடைய மன உறுதி, செயல்கள் மூலம்தான் வெளி உலகின் நல்ல நோக்கங்களை வறுமையைப் பழைய வரலாறாக ஆக்கப் பயன்படுத்த முடியும்.

VI

2005இல் *IMF* கடன் நிவாரணத்தைத் தொடங்கியதும் இந்தக் கட்டுரை அது பொருளுடையதாக இருக்கும் சூழல்களை விளக்குகிறது.

கடன் நிவாரணமும் வளர்ச்சியும்

பல வளர்ந்த நாடுகளில் குறைந்த வருவாயுள்ள நாடுகளுக்குக் கடன் நிவாரணம் தருவது ஒரு முக்கியமான அரசியல் பிரச்சனையாக ஆகியிருக்கிறது. ஏழை நாடுகள் தங்கள் தேசிய வருவாயில் பெரும் பகுதியைக் கடன்களைத் திரும்பச் செலுத்துவதற்குப் பயன்படுத்த வேண்டியிருக்கிறதென்று அரசியல்வாதிகள் முதல் திரைப்பட நடிகர்கள் வரையில் அனைவரும் சொல்கிறார்கள். கடன்களில் பெரும் பகுதி 'வெறுக்கத்தக்க' கடன் என்று அவர்கள் வாதிடுகிறார்கள். அவை ஊழல் சர்வாதிகாரிகள் தங்கள் ஸ்விஸ் வங்கிக் கணக்குக்கு மாற்றியதால் ஏற்பட்ட கடன்கள். மேலும், அதிகக் கடன் வைத்திருக்கும் நாடுகள் மோசமான வளர்ச்சியையே காண்கிறார்கள் என்பதற்கான அத்தாட்சி கடன் நிவாரணம் ஏழை நாடுகளுக்கு உதவும் என்பதைக் காட்டுகிறது.

பல கடன் நிவாரணத் திட்டங்கள் முன்வைக்கப்பட்டிருக்கின்றன. ஆனால், புரவலர்கள் மத்தியில் ஒருமித்த கருத்து இல்லை. முன்மொழிவுகள் ஒரே மாதிரியாக இருக்கின்றன. ஒரே மாதிரியான சிகிச்சை உதவி பெறுபவர்கள் அரசியல் செய்வதைத் தடுக்கும். ஆனால், ஒரே மாதிரியாக எல்லா நாடுகளையும் நடத்தினால் ஏழை நாடுகள் பயன் பெறுமா?

மொத்த வரவுகள்தான் முக்கியம், கடன் தள்ளுபடி அல்ல

இப்போதைய காலகட்டத்தில் வளர்ந்த நாடுகள் அல்லது பன்னாட்டு நிதி நிறுவனங்கள் போன்ற அதிகாரபூர்வமாகக் கடன் கொடுத்தவர்களுக்கு ஓர் ஏழை நாடு $100 மில்லியன் திருப்பித் தரவேண்டும் என்று வைத்துக்கொள்வோம். இந்தக் காலகட்டத்தில் அது $50 மில்லியன் அந்நியச் செலாவணியில் சம்பாதிக்கிறது என்று அனுமானிப்போம்; ஆனால், அதற்கு வேறு

வளங்கள் இல்லை. அப்படியானால் அந்த நாடு தன்னுடைய சொந்த வளத்தைக் கொண்டு கடனை முழுவதுமாகத் திருப்பித் தர முடியாது. இப்போது மூன்று மாற்று யோசனைகளைப் பார்ப்போம். முதலாவது, கடன் கொடுத்தவர்கள் கடன் முழுவதையும் தள்ளுபடி செய்யாமல், அந்நாட்டிற்கு $120 மில்லியன் கடன் தருகிறார்கள். இரண்டாவது, கடன் கொடுத்தவர்கள் $50 மில்லியன்கள் கடனைத் தள்ளுபடி செய்கிறார்கள்; ஆனால், வேறு கடன் கொடுக்கவில்லை. மூன்றாவது, மொத்தக் கடனையும் கடன் கொடுத்தவர்கள் தள்ளுபடி செய்கிறார்கள். ஆனால், கடன் எதுவும் தருவதில்லை. இந்த மூன்றில் அந்த நாட்டிற்கு எது நல்லது?

அந்நாட்டினால் தனியார் முதல் சந்தைகளை அணுகமுடியாத நிலை இருக்கிறது என்று வைத்துக்கொள்வோம். அப்படியானால் விடை தெளிவாக இருக்கிறது: முழுவதுமாகக் கடனைத் தள்ளுபடி செய்வது. பாதிக் கடனைத் தள்ளுபடி செய்வதைவிடவும், மொத்தக் கடன் தொகையைவிட அதிகமில்லாத கடனை விடவும் இது சிறந்தது. ஆனால், அக்காலக் கட்டத்தில் அந்த நாட்டில் இருக்கக்கூடிய மொத்த வளங்களின் அடிப்படையில் பார்க்கும்போது, முதல் யோசனையின்படி இவை $70 மில்லியனாக ஆகும். (கடன் - $120 மில்லியன் உள்வரவு $50 மில்லியன், திரும்பச் செலுத்துதல் $100 மில்லியன்). இரண்டாவது யோசனையின்படி ஒன்றும் இருக்காது; மூன்றாவதன்படி $50 மில்லியன் ஆகும். வளம் இல்லாத ஏழை நாட்டிற்கு முக்கியமானது இப்போதைய காலகட்டத்தில் அதற்குக் கிடைக்கும் கூடுதல் அளவுகளின் தொகை (இதற்கு 'கூடுதல் நிலை' (additionality) என்று பெயர்). கூடுதல் நிலையின் நிலையில் பார்க்கும்போது சிறந்த யோசனை முதலாவதுதான். இங்கே கடன் தள்ளுபடி இல்லை.

அதிகாரபூர்வமான கடன் தருவோர், ஒரு கையில் எடுத்துக்கொண்டு இன்னொரு கையில் அதிக நிதி தந்தால் (கடனாக) ஏழை நாட்டிற்கு குறுகிய காலத்திற்கு நிதி வழி கிடைக்கும். கடனைத் தள்ளுபடி செய்வதைவிட இது அதிகம். கடனைத் தள்ளுபடி செய்வது அந்நாடு புரவலரின் உதவித் தொகையைத் தீர்த்தபிறகு சிக்கல் தரக் கூடியதுதான். ஆனால், நீண்டகால அடிப்படையில் கடன் தள்ளுபடி இல்லாவிட்டால் நாடு அதனுடைய கணக்குப் புத்தகங்களில் அதிகக் கடனை வைத்திருக்கும்; அது தொடர்வதைக் கடினமாக்கும். இந்த மூன்று முன்மொழிவுகளில, நாடு முறையே $120 மில்லியனும், $50 மில்லியனும் கடன்பட்டிருக்கும், மூன்றாவதில் ஒன்றுமே இருக்காது. எனினும் அதிகமான அல்லது தாங்க முடியாத கடன்

நாட்டின் வளர்ச்சியைப் பாதித்தால்தான் சிக்கல். அது பற்றிப் பார்ப்போம்.

அதிகக் கடன் நாட்டின் வளர்ச்சிக்குப் பாதகமாக இருக்கும். வெளிநாட்டுக் கடன் கொடுப்போர் தங்களது கடனைத் திரும்பிப் பெற ஆத்திரம் காட்டும்போது, அந்த நாட்டின் நிதி இக்கட்டு அல்லது நெருக்கடிக்கான ரிஸ்க்கை அதிகப்படுத்தும். அப்போது வங்கிகளும் குழுமங்களும் நொடித்துப் போகும். எனினும், அதிகாரபூர்வ கடன் கொடுத்தோர் ஏழை நாட்டின் கடனின் பெரும்பகுதியை வைத்திருந்தால், அது நெருக்கடியை உண்டாக்காது. அப்போது நாடு அதன் கடன் தொகை எவ்வளவு அதிகம் இருந்தாலும் சரிவைச் சந்திக்காது.

அதிகப்படியான கடன் ஏன் பாதிக்கும் என்பதற்கான இரண்டாவது காரணம், அது கடன் தொங்கல் (Debt overhang) பிரச்சனையை உண்டாக்கிவிடும். எடுத்துக்காட்டாக, தனி முதலீட்டாளர்கள் கூட்டிணையங்கள்மேல் அதிக வரிகளை விதித்து கடன் திரும்பித் தரப்படும் என்ற அச்சத்தில் முதலீடு செய்யத் தயங்குவார்கள். அதேபோல அரசும் முதலீடு செய்யத் தயங்கும். ஏனென்றால், வருமானங்கள் கடனைச் சரி செய்வதற்கு போய்விடும். எனவே, அதிகக் கடன் முதலீட்டைக் கெடுத்து வளர்ச்சியையும் பாதிக்கும். கடனைக் குறைப்பதே வளர்ச்சிக்கு வேகம் கொடுக்கத் தேவை. வளரும் சந்தைகளில் இந்த வாதங்கள் எடுபட்டாலும், ஏழை வளரும் நாடுகளில் அது முக்கியமானது என்று நான் கருதவில்லை. ஏழை நாடுகளில் முதலீட்டாளர்கள் முதலீடு செய்வதற்கு குறிப்பிடத்தக்க தடைகளைச் சந்திக்கிறார்கள்; மோசமான தொழில் சூழல், ஏற்றத் தாழ்வான ஒழுங்குமுறை போன்றவை அவை. அரசுக் கடனின் அளவைக் குறைப்பது, கூடுதல் வளங்கள் எதுவுமில்லாமல் கொள்கை மாற்றம் எதுவுமில்லாமல் முதலீட்டை அதிகமாக்க சாத்தியமில்லை.

சில பகுப்பாய்வாளர்கள் ஏழை நாடுகளில் கடனுக்கும், வளர்ச்சிக்கும் எதிர்மறை தொடர்பு குணகம் இருப்பதைக் கண்டுபிடித்திருக்கிறார்கள். ஆனால், வேறு சில விளக்கங்களும் உள்ளன. எடுத்துக்காட்டாக, மோசமான வளர்ச்சியால் அதிகமான பற்றாக்குறைகளுடன், அதனால் கடன் வாங்கும் நாடுகளில் காரண காரியம் குறைந்த வளர்ச்சியிலிருந்து அதிகக் கடனுக்குப் போகலாம். காரண காரியத்தின் திசை இதுவாக இருந்தால், கடன் தள்ளுபடி

அதிக வளர்ச்சியைத் தூண்டாது. இந்தச் சாத்தியக் கூறுக்கு எதிரான அத்தாட்சியை நான் இதுவரையில் காணவில்லை.

முதன்மையாக அதிகாரபூர்வக் கடன் தருபவர்களிடம் கடன் வாங்கும் ஏழை நாடுகளுக்கு, கடன் தள்ளுபடியின் அளவு அதன் மொத்த வளத்தைக் கூட்டுகிறது எனபதுதான் முக்கியம் என்பது இதன் பொருள். சிலவேளைகளில் அதிகப்படியான கூடுதல்கள், குறுகியகால அளவிலாவது, கடன் தள்ளுபடி இல்லாமல், தள்ளுபடி புரவலரின் உதவி பட்ஜெட்டுகளைப் பாதிக்குமானால் கிடைக்கப் பெறும். தாங்கமுடியாத, ஏற்கனவே இருக்கும் கடன் திரும்பிச் செலுத்துதல், தள்ளுபடி சேர்ந்த ஒரு கூட்டின் மூலம் சமாளிக்கப்படலாம் (குறிப்பாக, புரவலர்களுக்கு பட்ஜெட் அனுமதி அளிக்க வேண்டும்).

கடன் நிவாரணத்தின் ஒரு வேலை

கடன் நிவாரணம் எந்தவிதமான அர்த்தத்தையும் தருவதில்லை என்பது இதற்குப் பொருளில்லை. (திருப்பித்தர வேண்டாதவை வழியாக) கடன் நிவாரணம் பட்ஜெட்டிற்கு நேரடியாக வளங்களைத் தர முடியும். கடன் நிவாரணம் ஓர் ஏழை நாட்டிற்குத் தனி வெளிநாட்டு முதலீட்டாளர்களிடமிருந்து கடன் பெற உதவும். தனி முதலீட்டாளர்கள், அதிகம் கடன்பட்டிருக்கும் நாடு கடனைத் திரும்பித் தர முடியாது என்று அஞ்சி கடன் தரத் தயாராக இருக்க மாட்டார்கள். ஆனால், அதிகாரபூர்வக் கடன் முழுவதுமாக மன்னிக்கப்பட்டுவிட்டால், அவர்கள் உடனே கடன்தர முன்வருவார்கள். ஏனென்றால், மிக மோசமானக் கடனாளிகூட சிறிய கடன்களைத் திருப்பித் தருவார் என்று நம்ப முடியும். இவ்வாறு அதிகாரபூர்வக் கடன் கொடுப்போர், கடன் மன்னிப்பு மூலம் அந்த நாடு தனியார் வளங்களை அணுக வகை செய்ய முடியும்.

தனியார் துறையிலிருந்து எப்படிப்பட்ட கூடுதல் வளங்கள் பயனுள்ளதாக இருக்கும்? கணக்கேடுகளில் எவ்வளவு அதிகாரபூர்வக் கடன் மிச்சமிருக்கிறது, கடன் பெறும் நாட்டின் அரசாங்கம், திட்டங்கள் வணிகம் சார்ந்ததா அல்லது சமுதாய நலனுக்காகவா ஆகியவற்றைப் பொறுத்தது. அதிகாரபூர்வக் கடனில் பெரும்பகுதி தள்ளுபடி செய்யப்பட்டு விட்டால், தனியார் துறை கடன் தருவதில் அவ்வளவு கவனம் கொள்ள வேண்டியதில்லை. மேலும்,

ஏழை நாட்டின் அரசு பொறுப்பில்லாமலிருந்தால், தேவையற்ற திட்டங்களுக்குச் செலவழித்து மீண்டும் கடனை அதிகப்படுத்தி விடும். அதன் விளைவாக, கடன் பெறும் நாட்டுக் குடிமக்கள் புதிய கடன் அதிகமாவதால் எந்தப் பயனும் பெறமாட்டார்கள். அதோடு புரவலர் நாடுகள் தள்ளுபடிக் 'களைப்பால்' பீடிக்கப்பட்டு விடுவார்கள். மாறாக, மிதமான அளவு கடனை மன்னித்தல் உயர்தரமான முதலீட்டுக்கு வழிவகுக்கும். ஏனென்றால், தனியார் துறை திட்டங்கள் லாபகரமாக இருக்குமா என்று கவனமாக எடைபோட வேண்டியிருக்கும். இது சமூகத் திட்டங்களில் தரத்தைக் கூட்ட உதவும். திட்டங்களுக்கு வணிக வருவாய் இருக்காது, சமூகப் பயன்தான் இருக்குமென்றால், தனியார்துறை நிதி தருவது சாத்தியமில்லை. அப்போது அதிகாரபூர்வ உதவி அவசியமாகும்.

வெவ்வேறு சூழல்களில் வெவ்வேறு அணுகுமுறைகள்

இதுவரையில் சொன்னவற்றைத் தொகுத்துப் பார்ப்போம். ஓர் ஏழை நாடு தனியார் சந்தைகளை அணுக முடியாவிட்டாலும், முதலீட்டுச் சூழல் நன்றாக இல்லாவிட்டாலும், நிதி இக்கட்டு அல்லது கடன் தொங்கல் அதிகக் கடனால் ஏற்பட்டிருக்காது. குறைந்த காலக்கெடுவில் அதிகமாகிக்கொண்டே போகும். மொத்த வளங்களோடு ஒப்பிடும்போது, கடன்மேல் கவனம் செலுத்துவது தவறாகச் செயல்படுகிறது. கடன் தள்ளுபடி தனியார் துறையிலிருந்து அதிகமான வளங்களை உண்டாக்கினால் அதற்குப் பொருளுண்டு. ஆனால், அரசு அதிகாரிகள் வளங்களைப் பயன்படுத்துவதற்கும் தனியார்துறை பொறுப்போடு கடன் தருவதற்கும் ஊக்கிகள் வேண்டும். அதாவது நாட்டின் நிலையைப் பொறுத்து, அப்போதிருந்த நிலையைத் தொடர்வதும், மேலே குறித்த மூன்று யோசனைகளில் ஒன்றைத் தேர்ந்தெடுத்தலும் நாட்டிற்குச் சிறந்த அணுகுமுறையாக இருக்கும்.

அந்த நாட்டின் அரசு முழுக்க முழுக்க ஊழல் மிகுந்ததாக இருந்தால், இருக்கும் நிலையே - கடன் தள்ளுபடியும் இல்லை, கூடுதல் உதவியும் இல்லை - சிறந்தது. ஏனென்றால், அரசாங்கத்திற்கு தவறாகப் பயன்படுத்துவதற்குக் கூடுதல் வளங்கள் வராது, தனியார் துறையில் நிதி பெறுவதையும் கட்டுப்படுத்தி விடும். இப்படிப்பட்ட சூழல்களில் உதவிகள் அரசுசாரா நிறுவனங்களுக்கு நேரடியாக வினியோகிக்கப்பட வேண்டும். ஆனால், அந்த நாட்டின் அரசு

ஓரளவு கடமையுணர்வோடு இருந்ததென்றால், நாட்டின் முதன்மைத் தேவை எதுவென்று பாருங்கள். சமூகத் துறைத் திட்டங்கள் தலைப்பில் இருந்ததென்றால் அதிகாரபூர்வ மொத்த உதவி எவ்வளவு என்பது முக்கியமாகிறது. இங்கே முதலாவது சொன்ன வழி சிறந்தது. கடன் தள்ளுபடி இல்லை, அதிகாரபூர்வ கடன் தருவோர் அதிகம் கடன் தருகிறார்கள். ஆனால், பெரும்பாலான திட்டங்கள் வணிக ரீதியில் வெற்றி பெற முடியுமானால், இரண்டாவது வழி சிறந்தது - சிறிதளவு கடன் தள்ளுபடி, அதிகாரபூர்வக் கடனில் ஒரு பகுதியை நிறுத்தி வைப்பது, வெளிநாட்டுத் தனியார் முதலீட்டாளர்கள் பொறுப்போடு கடன் தருவார்கள். இறுதியாக, ஓரளவு அதிகமாகவே கடன் தள்ளுபடி செய்வது, நிதி இக்கட்டில் ரிஸ்க் உண்மையிலேயே ஒரு சீரியசான பிரச்சனையாக இருந்தால், விவேகமானது. ஆனால், அப்படி இருப்பது சாத்தியமில்லை. தனியார் துறைகளிடமிருந்து கடன் வாங்கமாட்டோம் என்று அந்த நாடு உறுதியளித்திருக்க வேண்டும். அப்போதுதான் இன்னும் அதிகமான கடன் தள்ளுபடி கிடைக்கும். இங்கே கடன் வாங்குவதன் மேல் புரவலர் சுமத்தும் கட்டுப்பாடு தேவைப்படும்.

வளர்ந்த நாடுகளிலுள்ள அரசியல் நிலை கடன் நிவாரணத்தை ஒரு வடிவத்தில்தர ஒருகாரணம். இந்தப் பகுப்புகளில் வளரும் நாடு எதுவும் சேராது. எனவே கடன் நிவாரண முன்மொழிதல்கள் சீராக வகுக்கப்பட வேண்டும். ஒரே அளவிலான, ஒரே மாதிரித் திட்டங்கள் எல்லோருக்கும் பொருந்தும் என்பது அரசியல் ரீதியாக வசதியாக இருக்கலாம். ஆனால், உதவிபெறும் நாடுகளுக்கு பயன் தராது. கடன் நிவாரணத்திற்கும் கூடுதல் உதவிக்கும் ஒரு நாட்டின் குறிப்பிட்ட நிலைக்கு ஏற்ப உருவாக்கப்படும் முன்மொழிவுகள் பயன் தரும். அந்த முன்மொழிவுகள் வெளிப்படையானவையாகவும் விரைவாக நிறைவேற்றப்படக் கூடியனவாகவும் இருக்க வேண்டும். அப்போதுதான் உதவி பெறும் நாடுகள் பயன் பெறும்.

VII

இந்தியா உட்பட பல நாடுகள் தேசியப் பாதுகாப்பை உறுதிசெய்ய தொலைதூர இடங்களில் பொருள் உற்பத்தியாளர்களின் பங்குகளை வாங்க முயற்சி செய்திருக்கிறார்கள். அக்கருத்து ஏன் தவறென்று Straight Talk–இல் 2006 டிசம்பரில் வெளியான கட்டுரை விளக்குகிறது.

மீண்டும் அந்தப் பெரிய ஆட்டம் (Great Game)

நாடுகள் ஏழை, வளரும் நாடுகளில் வணிகப் பொருள் விளைவிக்கும் நிறுவனங்களை வாங்க ஆர்வத்துடன் தேடுகின்றன. இது 19ஆம் நூற்றாண்டில் மத்திய கிழக்கிலும் மத்திய ஆசியாவிலும் தங்களை நிலைநிறுத்திக்கொள்ள பிரிட்டன், ரஷ்யா முதலான வல்லரசுகள் மத்தியில் இருந்த போட்டியான (பெரிய ஆட்டத்தின்) இரண்டாவது காட்சி என்று சில விமர்சகர்கள் காண்கிறார்கள். இக்கண்ணோட்டத்தில், தொடக்கத்திலேயே வணிகப் பொருட்களை உற்பத்தி செய்வோரிடமிருந்து மிகுந்த அளவு பங்கினைப் பெறுகிறவர்கள் வருங்காலத்தில் அதிகமான பொருளாதாரப் பாதுகாப்புப் பெறுவார்கள். ஏனென்றால் சீனா, இந்தியா முதலான மக்கள்தொகை அடர்த்தியான நாடுகள் வணிகப் பொருள் வளங்களில் பற்றாக்குறையை உண்டாக்கும். மோசமான நிர்வாகமுள்ள நாடுகளில் குழுமங்களில் பங்கு வாங்குவதற்கு பொருளாதாரப் பாதுகாப்பு என்பது புதிய நியாயப்படுத்தல் ஆகும். இல்லாவிட்டால் இது வர்த்தக முறைக்குப் பொருந்தாது. இந்த மீண்டும் ஆடப்படுகிற பெரிய ஆட்டத்தில், வேகமாகவும் தொலைதூரத்திலும் செல்பவர்கள் மிக அதிகமான பொருளாதாரப் பாதுகாப்பை பெறுவார்களா?

கேள்விக்குரிய வாங்கும் வெறி

வழங்கலுக்கு, அதிகமான வணிகப் பண்டங்களின் தேவை அதிகமாகும் ஒரு தொடர் காலத்திற்கு நாம் போய்க் கொண்டிருக்கிறோமா என்ற கேள்வியை விட்டுவிடுகிறேன். அப்படிப்பட்ட நிலை வரலாம் என்று எடுத்துக் கொள்கிறேன். என்னுடைய விவாதத்தை எளிமையாக்க, அரசுக்குச் சொந்தமான

குழுமங்கள் வாங்குவதில் ஈடுபடுகின்றன என்றும், பெறப்படும் எல்லா வரவும் மதிப்பும் நேரடியாக வாங்கும் நாட்டின் குடிமக்களுக்குப் போகின்றன என்றும் நான் அனுமானித்துக் கொள்கிறேன். அந்த அனுமானம் கேள்விக்குரியதுதான். அப்படிப்பட்ட வலிமையான அனுமானங்களிலும் ஒரு நாடு தன்னைக் காப்பாற்றிக் கொள்ள வாங்கும் வெறியில் ஈடுபட வேண்டுமா?

வரவிருக்கும் தேவைக்கும் வழங்கலுக்குமுள்ள சமமின்மை எப்படி நடந்து கொள்ளும் என்பது முக்கியம். ஒரு வணிகப் பொருளுக்கு - கச்சா எண்ணெயை எடுத்துக்காட்டாக எடுத்துக் கொள்வோம் - உலகச் சந்தை எப்படி நடந்து கொள்ளும் என்ற சூழலை எடுத்துக் கொள்வோம். ஒரு சமமின்மை இருந்து, குறுகிய காலத்திற்கு கச்சா எண்ணெய் குறிப்பிட்ட அளவே கிடைக்கிறது என்றால், எண்ணெயின் சந்தை விலை உயரும்; அப்போது தேவை வழங்கலுக்குச் சமமாக குறைக்கப்பட்டு விடும்.

இப்போது அடுத்த கேள்விக்குப் போவோம். வெளிநாட்டு எண்ணெய் சொத்துகளை உடமையாகக் கொண்டிருப்பது எப்படி உதவுகிறது? வெளிநாட்டு எண்ணையைச் சொந்தமாக வைத்திருக்கும் ஒரு நாடு விற்பனையிலிருந்து கிடைக்கும் லாபங்களைப் பயன்படுத்தி உள்நாட்டு விலையைக் குறைவாக வைத்து அதிக எண்ணெய் விலைகளிலிருந்து தனது பொருளாதாரத்தைக் காப்பாற்றிக் கொள்ளலாம் என்று நினைக்கலாம். ஆனால், இது பொருளாதாரச் சிந்தனைக்கு ஏற்றதல்ல. எண்ணெயின் சந்தை விலை அதன் வாய்ப்பு மதிப்பை (Opportunity cost) பிரதிபலிக்கிறது. உள்நாட்டு எண்ணெய் சந்தையில் விலைக்கு மானியம் தருவதற்குப் பதிலாக (அதன்மூலம் உள்நாட்டு உற்பத்தியாளர்களும், நுகர்வோரும் அதிக எண்ணெயைப் பயன்படுத்த ஊக்குவிக்கிறது), உள்நாட்டு விலையை பன்னாட்டு விலையளவிற்கு உயரவிட்டு, அதனால் கிடைக்கும் அதிக அளவு லாபத்தை மக்களுக்கு வினியோகிப்பது அறிவுடைமை ஆகும்.

அதாவது அந்த நாடு அது உற்பத்தி செய்யும் கணினிக் கருவிகளை ஏற்றுமதி செய்கிறது என்று வைத்துக் கொள்வோம். அது எரிபொருள் சிக்கன வழியாக இருக்கும். வேலை நீக்கங்களைத் தவிர்ப்பதும், பட்ஜட் சந்தையில் எண்ணெய் விலைக்கு மானியம் தந்து, வெளிநாட்டு எண்ணெய் சொத்துகளினால் கிடைக்கும் நிதிச் செழிப்பைப் பயன்படுத்தி, போட்டியைத் தொடர்வதும் அரசியல் ரீதியாக வசதியானதாக இருக்கலாம். ஆனால், இது

எண்ணெயிலிருந்து கிடைக்கும் லாபத்தைச் சாப்பிட்டு விடும். ஏனென்றால் திறமையற்ற உற்பத்திக்கும், வெளிநாட்டில் விட்ஜட்டை (கணினி பாகம்) வாங்குபவர்களுக்கும் மானியம் கொடுக்க நேரிடும். பொருளாதார அடிப்படையிலான முடிவு விட்ஜட்டை உற்பத்தி செய்வதைக் குறைத்து (அல்லது புதிய தொழில்நுட்பங்களுக்கு மாற்றி) அதிக லாபங்களை மக்களுக்கு, குறிப்பாக அதிக விலைகளினால் பாதிக்கப்பட்டவர்களுக்கு மாற்றுவது ஆகும். குடிமக்கள் எண்ணெய் விலை கூடும்போது கூடுதல் வருவாய் பெறுவார்கள். அவர்கள் இழப்புக் காப்புறுதியால் பாதுகாக்கப்படுவார்கள். முக்கியக் கருத்து என்னவென்றால், அடிப்படைப் பொருளாதார முடிவுகள் கூடுதல் வெளிநாட்டு எண்ணெய்ச் சொத்துகளை வைத்திருப்பதால் பாதிக்கப்படக்கூடாது. எனினும், சிறு சக்திமிக்க பாதிக்கப்பட்ட குழுக்களின் அழுத்தத்தால், அரசியல் குறுக்கிட்டு, எண்ணெயிலிருந்து கிடைத்த லாபம் முட்டாள்தனமான மானியங்களில் செலவழிக்கப்படும். அதன் விளைவாக, வாங்கும் நாடு, காப்புறுதிப் பாதுகாப்பால் கிடைக்கும் நிதி அதிகரிப்பினால் பயனற்ற பொருளாதார முடிவுகளை எடுக்கும்.

நாடு எப்போதுமே சரியான பொருளாதார முடிவுகளை எடுக்கும் என்று அனுமானித்துக் கொள்வோம். இழப்புக் காப்புறுதி அதிகப்படியான நிதிப் பாதுகாப்பை அளிக்கிறதா? விலை உயர்ந்த பிறகு பின்னோக்கிப் பார்த்தால் இழப்புக் காப்புறுதி பயனுள்ளதாகவே தெரியும். ஆனால், எண்ணெய் விலை குறைந்தால், வெளிநாட்டு எண்ணெய்ச் சொத்துகளை வாங்கியதால் (பழையதை வேறெங்காவது முதலீடு செய்திருந்தால் கிடைக்கும் வருவாயோடு ஒப்பிடும்போது) வருவாயையும் செல்வத்தையும் இழக்க வேண்டியதிருக்கும். வாங்கும் சமயத்தில் வெளிநாட்டு எண்ணெய்ச் சொத்துகள் நியாயமான விலைக்கே விற்கப்பட்டன என்று அனுமானித்தால், இழப்புக் காப்புறுதி அதனுடைய வருவாயையும் செல்வத்தையும் காப்பாற்றினால்தான் நாடு பயன்பெறும். ஆனால், எண்ணெயை மிகவும் அதிகமாகச் சார்ந்திருக்கும் நாட்டில்கூட உண்மை இல்லை.

எடுத்துக்காட்டாக, உலகத் தேவையில் குறிப்பிடத்தக்க பகுதிக்குக் காரணமாக இருக்கும் அமெரிக்கா அல்லது சீனா போன்ற ஒரு பெரிய நாட்டில், அந்த நாடு வலிமையுடன் முன்னேறும்போது, அதன் குடிமக்கள் அதிகமான வருவாய் பெறும்போது, எண்ணெயின் உலக விலையும் அதிகமாக இருக்கும். ஆனால், நாடு மோசமான நிலையில் இருக்கும்போது எண்ணெய் விலை குறைவாக இருக்கும். அப்போது வெளிநாட்டு எண்ணெய் சொத்துகள் மோசமான

காப்புறுதியாக இருக்கும். ஏனென்றால், அது ஏற்கனவே குறைவாக இருக்கும்போது குடிமக்களின் வருவாயிலிருந்து கழித்துவிடும்; அதிகமாக இருக்கும்போது கூட்டி விடும். உண்மையில் அந்த நாடு தனது உள்நாட்டு எண்ணெய் சொத்துகளை வெளிநாட்டாருக்கு விற்று விட்டு அதனை எண்ணெய் இல்லாத சொத்துகளில் முதலீடு செய்வது நல்லது.

(ஒரு சிறிய, எண்ணெயைப் பயன்படுத்தும் நாட்டில்) எண்ணெய் சொத்துகளை வைத்திருப்பது பயனுள்ள இழப்புக் காப்புறுதியாக இருந்தாலும், மோசமாக நிர்வகிக்கப்படும் வெளிநாடுகளில் சரியில்லாத குழுமங்களில் பங்குகள் வாங்குவது நல்ல வழியா என்பது தெளிவாக இல்லை. எண்ணெய் விலை கூடும்போது, மோசமாக நிர்வகிக்கப்படும் நாடு, அதன் எண்ணெய்த் தொழிலிலுள்ள வெளிநாட்டுச் சொந்தக்காரர்களுக்கு அதிகப்படியான வரி அல்லது தேசியமயமாக்கல் மூலமாக நெருக்கடி கொடுக்கலாம். அதுவும் குறிப்பாக, உள்நாட்டுக் குடிமக்கள் சொத்துகள் முன்னர் மலிவாக விற்கப்பட்டன என்று நினைக்கும்போது இது நடக்க வாய்ப்புண்டு.

இருண்ட உலகிற்காகத் திட்டமிடல்

அப்படியானால் ஒரு சிறிய நாடு எண்ணெய் விலை ரிஸ்க்கிலிருந்து காப்புறுதி பெறவேண்டும். நீர்மைத்தன்மையுள்ள, எண்ணெய் தொடர்புள்ள நிதிப் பத்திரங்களில் - வளர்ந்த சந்தைகளில் விற்பனையாகும் எண்ணெய்ப் பங்குகள் - முதலீடு செய்வது நல்ல தேர்வாக இருக்கும். ஆனால், அப்படிப்பட்டவை அதிகம் கிடைப்பதில்லை. ஆனால், பெரிய எண்ணெய் நிறுவனங்களின் பங்குகளான, நீர்மைத்தன்மையுள்ள, நீண்டகாலத் தவணையுடைய எண்ணெய் தொடர்புடைய பத்திரங்கள் கிடைக்கின்றன. எனவே, எண்ணெய் விலை ரிஸ்க்கிற்குக் காப்புறுதி தேடும் நாடுகளுக்கு நான் தரும் யோசனை, 'எக்சான் பங்குகளை வாங்குங்கள்!' என்பது.

பொருளாதாரப் பாதுகாப்புக் காரணம் இல்லையென்றால், ஒரு நாடு ஆபத்தான இடங்களிலுள்ள மோசமாக நிர்வகிக்கப்படும் எண்ணெய்க் குழுமங்களில் ஏன் அதிகப் பங்குகளை வாங்க விரும்ப வேண்டும்? இது ஒரு நல்ல வர்த்தக முடிவாக இருக்கலாம். வாங்கும் சொத்து மோசமாக நிர்வகிக்கப்படுகிறது. வாங்குபவர் தரக்கூடிய தொழில்நுட்பத்தையும் மேலாண்மையையும் பயன்படுத்தி அது பயனடையலாம். ஆனால், தேசியப் பாதுகாப்பிற்கான தேவை என்பது போன்றவற்றால் பாதிக்கப்படாத முதலை

வாங்குவது வணிக யுத்தி. வாங்கும் நிறுவனத்தின் விலை இந்த வருங்கால மேலாண்மை முன்னேற்றங்களை முழுமையாக ஏற்க வேண்டும். எடுத்துக்காட்டாக, உலகின் எல்லா நாடுகளும் ஒதுக்கும் நாடுகளிலுள்ள சொத்துகள் வாங்கும் விலை மிகக் குறைவாக இருப்பதால் அவற்றோடு வர்த்தகம் செய்வது சொத்து வாங்குபவர்களுக்கு அதிகக் கவர்ச்சியாக இருக்கும். இல்லையென்றால் வாங்குபவர் இப்படி வாங்குபவர்களில் வழக்கமான தோல்வியிலிருந்து எப்படித் தப்ப முடியுமென்று தெரியவில்லை. நீண்ட காலத்தில் அவர்கள் அதிகமாக விலை கொடுத்து பணத்தை இழப்பார்கள்.

வேறு காரணங்கள் அவ்வளவு சிறப்பானவை அல்ல. ஒரு காரணம் நாடுகள் சந்தை மொத்தத்தில் நொடித்து விடும், பைத்தியக்கார உலகில் விழுந்து விடும், அங்கே எண்ணெயே கிடைக்காது என்று அஞ்சுவது ஒரு காரணம். அப்போது எந்த நாடும் அதனிடம் இருக்கும் பொருளில் வர்த்தகம் செய்யாது. உலகச் சந்தை விற்பனை விலை என்று ஒன்று இருக்காது. ஆனால், அப்படிப்பட்ட சூழல் வருமானால் எண்ணெய்ச் சொத்துகளை வைத்திருப்பது உதவுமா என்பது தெளிவாக இல்லை. பெரும்பாலும் இந்த சொத்துகள் இருக்கும் நாடுகள் அவற்றை அபகரித்துக் கொள்ளும். ஒவ்வொரு நாடும் அதனுடைய எல்லைகளுக்குள் இருக்கும் எண்ணெய்ச் சொத்துகளையே வைத்திருக்கும். அப்படிப்பட்ட இருண்ட உலகிலிருந்து காப்பாற்றிக்கொள்ள ஒரு நாடு எண்ணெய் இருக்கிறதா என்று தேடவேண்டும், மாற்று எரிசக்திகளைப் பயன்படுத்த வேண்டும், நுகர்தலிலும், உற்பத்தியிலும் திறமையைக் காட்ட வேண்டும். அதனுடைய எல்லைகளுக்குள் எண்ணெய் இருப்பை சேமித்து வைக்க வேண்டும். அதேசமயம் எண்ணெய் வழங்கலில் பாதிப்புகள் ஏற்பட்டால் தாங்கக்கூடிய வகையில் பொருளாதார நெகிழ்வை அதிகமாக்க வேண்டும்.

அப்படிப்பட்ட இருண்ட உலகிலும் சந்தை முழுவதுமாக, அதுவும் நீண்ட காலத்திற்கு நொடித்திருக்கும் என்று கற்பனை செய்ய முடியவில்லை. எண்ணெய் மலிவாக இருக்கும் இடங்களில் வாங்கி விலை அதிகமாக இருக்கும் நாடுகளில் விற்கும் கறுப்புச் சந்தைக்காரர்களும் கடத்தல்காரர்களும் இருப்பதைக் கற்பனை செய்ய முடியும். எதுவும் புகமுடியாத வேலிகளை அரசுகள் தங்களது நாடுகளைச் சுற்றி அமைக்காவிட்டால் - அதற்கான செலவு மிக அதிகமாக இருக்கும் - உலக விலை மீண்டும் நிர்ணயிக்கப்படும். அப்போது நாம் விளக்கிய சூழலுக்கு மீண்டும் போய் விடுவோம்.

இன்னொரு மோசமான காரணம் அரசுக்குச் சொந்தமான வணிகப் பொருள் குழுமங்களுக்கு லாபங்கள் அதிகமாகும். அவற்றை மீண்டும் அரசுக்கே தர வேண்டும். அப்படிப்பட்ட லாபங்களைக்கொண்டு வெளிநாட்டில் பேரரசுகள் அமைக்க செலவழிப்பதை விடச் சிறந்த வழி எது? அப்படி வாங்குவதை நாட்டு நலனுக்கு என்று நியாயப்படுத்தலாம். பரிமாற்றம் வெளிப்படையாக இல்லாவிட்டால் வாங்கும் மேலாளர்கள் லஞ்சம் பெறுவது இன்னும் இனிப்பான விஷயம்.

★

ஒரு வர்த்தகப் பொருள் கிடைப்பதை உறுதிசெய்யச் சிறந்த வழி, அப்பொருளுக்கான உலகச் சந்தை அதுபற்றி நன்றாகத் தெரிந்திடச் செய்வது, போட்டியை அனுமதிப்பது. அதோடு வர்த்தகச் சூழல் வெளிப்படையானதாகவும், வருமுன்னுரைப்பதாகவும் இருப்பது. சேமிப்புகள் காப்புகள் பற்றியும் முதலீடுகள் பற்றியும் செய்தி கிடைப்பது சந்தையில் பங்கு பெறுவோர் நேர்மையாக இருக்கச் செய்கிறது. நுகர்வோர் பயன்கள் பெறமுடியும். வருமுன்னுரைக்கும் வர்த்தகச் சூழல் நீண்டகால முதலீடு செய்ய வர்த்தகங்களை அனுமதிக்கிறது. வெளிப்படைத்தன்மை ஊழலோடு தொடர்புடைய செலவினங்களைக் குறைக்கிறது. வருங்காலத்தில் தவறான குற்றச்சாட்டுகள் வருவதிலிருந்தும் பாதுகாக்கிறது.

அடிப்படைச் செய்தி என்னவென்றால் ஒரு புதிய வணிகவியம் (Mercantile) - அதாவது எண்ணெயை பிறர் சொந்தமாக வைத்திருப்பதை விட அதிகமாக மற்றவர்களை என்னுடைய உடைமையாக வைத்திருக்கிறேன் என்ற கொள்கை கவர்ச்சிகரமாக இருந்தாலும், அது தேசியப் பாதுகாப்பைத் தரப் போவதில்லை. உற்பத்தி சொத்துகளின் மேல் கட்டுப்பாடு அவற்றை நன்றாக மேலாண்மை செய்பவர்களின் கையிலிருந்தால் நாடுகள் பாதுகாப்பாக இருக்கும். வேறு ஒருவர் அதிக உற்பத்தி ஏற்படும் வகையில் மேலாண்மை செய்ய முடியுமென்றால் அந்தச் சொத்தை அவர் எடுத்துக் கொள்வது அல்லது கட்டுப்பாட்டுக்குள் வைத்திருப்பது தனிப்பட்டவர்க்கும், மொத்தமாகவும் பாதுகாப்பின்மையைத் தரும். ஒவ்வொரு வல்லரசும் தன்னைக் காத்துக்கொள்ள முயன்றாலும்கூட பெரிய ஆட்டம் பாதுகாப்பின்மையை அதிகமாக்கிற்று. இப்போது நல்லறிவு மேலோங்கி இருக்கும் என்று நம்புவோம்.

★★★

கலைச்சொல் வரிசை

Accommodative - இணக்கமாக
Bond - (கடன்) பத்திரம்
Balance sheet - இருப்பு நிலைக் குறிப்பு
Boom - பெருவளம்
Buffer - தாங்கி(யிருப்பு)
Capital reserve - மூலதனக் காப்பு
Checks and balances - தடுப்பதும் சமநிலைப்படுத்தலும்
Collateral - பிணைய
Company - குழுமம்
Consumer Price Index CPI - நுகர்வோர் விலைக் குறியீடு
Contingent capital - அவசரகால மூலதனம்
Corporatie - கூட்டிணையம்
Creditor - கடனாளி
Cutting edge - வெட்டு விளிம்பு (பிறரைவிட அதிகமான சாதகம் உள்ளது)
Debit balance - பற்று நிலுவை
Debt overhang - கடன் தொங்கல்: ஒரு நாட்டின் கடன் சுமை அதிகமாக இருக்கும் நிலை; இனி கடன் வாங்கவும் முடியாது, புதிய எதுவும் தொடங்கவும் முடியாது
Demand – தேவைப்பாடு
Default – தவணை தவறுதல்
Deflation – பணவாட்டம்
Deposit – வைப்புத் தொகை
Derivative – சார்பு
Desired savings – விருப்பச் சேமிப்பு
Distortion – திரிபு
Dividend – ஈவுத் தொகை
Exchange rate – பணமாற்று வீதம்
Exit – வெளியேறுதல்
Fed(eral) reserve – அமெரிக்க மைய வங்கி

Flexibility – நெகிழ்வுத்தன்மை

Funds – நிதியங்கள்

Futures trading – வருங்காலத்தில் ஒரு பொருளை ஒரு குறிப்பிட்ட விலையில் விற்பதற்கான ஒப்பந்தம்

Hedging – இழப்புக் காப்பரண்/ காப்புறுதி

Liquidity – நீர்மைத்தன்மை (எளிதில் ரொக்கப்பணம் பெறும் நிறை)

Main street – கடைகள் நிறைந்திருக்கும் தெரு, தனி முதலீட்டாளர்களையும் குறிக்கும்

Mercantilism– வணிகவியம்

Package – தொகுதி

Performance – செயல்திறன் (விளைவு)

portfolio – பதிவோலை

Regulators – ஒழுங்குமுறைகள் / ஒழுங்குமுறையாளர்கள்

Repos – மீள்வணிகம் / காலக்கெடுவுக்குள் திரும்பப் பெறுவதற்கான ஒப்பந்தம்

Risk – நிதியில் ஏற்படும் ரிஸ்க் பலவகைப்படும். குறிப்பாக ஒரு குழுமத்தில் திரும்பிவருவதில் சந்தேகம் இருக்கும் கடன் ரிஸ்க்கிற்கு உட்பட்டது. இழப்பு ஏற்படும் சாத்தியம் இருக்கும். ஆபத்து, இடையூறு, இடர்ப்பாடு, எளிதில் தீங்கிற்காகும் நிலை ஆகிய சொற்கள் தமிழில் இருந்தாலும் வசதிக்காக ரிஸ்க் என்ற ஆங்கிலச் சொல்லே பயன்படுத்தப்படுகிறது.

Securities – பத்திரங்கள்/ காப்பு

Savings glut – சேமிப்புத் தேக்கம்

Spillover – பின்விளைவு

Tail risk – டெயில் ரிஸ்க். ஒரு சொத்தின் ரிஸ்க்கிற்கு ஏற்படும் கூடுதல் ரிஸ்க், இது இப்போதைய விலையில் திட்ட விலக்கலில் (S.D. யில்) 3 புள்ளி விலகிப்போதல்.

Volatile – மாறக்கூடிய

Wall street – அமெரிக்காவிலுள்ள தெரு, பங்குச் சந்தையைக் குறிக்கும்

Wholesale Price Index WPI – மொத்த விலைக் குறியீடு

குறிப்புகள்

ச. வின்சென்ட்

மதுரை, கருமாத்தூர் அருள் ஆனந்தர் கல்லூரியில் ஆங்கிலத்துறைத் தலைவராக இருந்து ஓய்வு பெற்றவர். நைஜீரிய நாவலாசிரியர் சினுவ அச்சிபியின் நாவல்களை ஆய்வு செய்து முனைவர் பட்டம் பெற்றவர். பல நூல்களை ஆங்கிலத்திலிருந்து தமிழுக்கும் தமிழிலிருந்து ஆங்கிலத்திற்கும் மொழியாக்கம் செய்திருக்கிறார். சுயமுன்னேற்ற நூல்கள், முதியோருக்கான நூல் ஆகியவற்றையும் எழுதியிருக்கிறார். எதிர் வெளியீட்டில் ஃபிராய்ட் முதல் தனது மனைவியைத் தொப்பியாக நினைத்துக்கொண்ட மனிதர் வரை பதினோரு நூல்கள் வெளிவந்திருக்கின்றன. பொள்ளாச்சி அருட்செல்வர் மகாலிங்கம் மொழிபெயர்ப்பு மையம், நியூ சென்சுரி புக் ஹவுஸ், நம் வாழ்வு, பன்முகம் முதலிய பதிப்பகங்கள் அவரது நூல்களை வெளியிட்டிருக்கின்றன.

நன்றி

மொழியாக்கம் செய்யும் பொறுப்பை ஒப்படைத்த அனுஷ் கான்
தட்டச்சு செய்துகொடுத்த அழகு மீனா
மெய்ப்புத் திருத்திய பேராசிரியர் தினேஷ் குமார்
பலவகையிலும் உதவிய எனது பேத்தி அல்சினா ஷேரன்